வீரப்பன்
வாழ்ந்ததும் வீழ்ந்ததும் 1

பெ.சிவசுப்ரமணியம்

நூல் தலைப்பு	: வீரப்பன் வாழ்ந்ததும் வீழ்ந்ததும்-1
ஆசிரியர்	: பெ.சிவசுப்ரமணியம்
மொழி	: தமிழ்
முதற்பதிப்பு	: செப்டம்பர் 2020
இரண்டாம் பதிப்பு	: பிப்ரவரி 2021
மூன்றாம் பதிப்பு	: மே 2023
உரிமை	: சிவா மீடியா
தாளின் தன்மை	: 70 GSM
நூலின் அளவு	: 1/8
எழுத்தின் அளவு	: 12 புள்ளிகள்
பக்கங்கள்	: 516 பக்கங்கள்
வடிவமைப்பு	: நிலா
அட்டை ஓவியம்	: சுந்தரன் .M
வெளியீடு	: சிவா மீடியா, 489/A, தமிழ்நாடு வீட்டுவசதி வாரியம், அண்ணா நகர், ஆத்தூர்- 636102. சேலம் மாவட்டம்.
மின்னஞ்சல்	: shivamedia344@gmail.com
செல்	: 94434 27327
விலை	: ரூ.600 /=

VEERAPPAN VAALNTHATHUM VEELNTHATHUM - 1
Authors : P.Sivasubramaniyam
Language:- Tamil | Frist Edition:- 2020 | 2nd Edition:- 2021 | Size:-1/8 | Paper:-70 GSM|Pages: 516

ISBN : 978-81-954611-5-8

Copyright Registration Number : **L-99531/2021**

இந்நூல் காப்புரிமைச் சட்டத்தின்கீழ்ப் பதிவு செய்யப்பட்டது. இதிலிருந்து எந்த ஒரு பகுதியையும் மொழி மாற்றம், மறு பதிப்புச் செய்யவும் ஆசிரியரின் எழுத்துப்பூர்வ அனுமதி பெறவேண்டும். பக்கங்களை நகல் எடுத்து வெளியிடுவது, நூலின் உள்ளடக்கச் செய்திகள், புகைப்படங்களைக் காட்சி ஊடகங்களின் வாயிலாக வெளியிடுவது சட்டப்படி குற்றமாகும்.

என்னுரை...

"வீரப்பன்" தமிழ்நாடு வரலாற்றில் மறக்க முடியாத பெயர். யானை வேட்டை, சந்தனமரக் கடத்தல், ஆள்கடத்தல் எனத் தமிழ்நாடு, கர்நாடக அரசுகளுக்குத் தண்ணி காட்டியவர். தமிழ்நாட்டில் இந்தப் பெயரைத் தெரியாதவர்களே இருக்கமுடியாது. ஆனால், இவரை யாரும் பார்த்ததில்லை. இவர் வாழ்ந்த இடமும், வாழ்க்கை முறையும் தெரியாது.

இந்த வீரப்பன் மீது 12 ஆள் கடத்தல்கள், 123 கொலைகள் உள்ளிட்ட 184 வழக்குகள் பதிவு செய்யப்பட்டுள்ளன. வீரப்பன், இந்தியாவில் வேறு யாருடனும் ஒப்பிட முடியாத ஒரு மாபெரும் குற்றவாளியே. ஆனாலும், தமிழ் நாட்டில் மட்டுமில்லை மற்ற மாநிலங்களில் உள்ளவர்கள்கூட வீரப்பனை ஒரு குற்றவாளியாகப் பார்க்கவில்லை.

வீரப்பனிடம் இருந்த சில கட்டுப்பாடுகள் அவரை, ஒரு கதாநாயகனாகவே காட்டுகின்றன. பெரும்பாலான குற்றவாளிகளிடம் இருக்கும் மது, புகைப்பழக்கம் இவரிடம் இல்லை. பெண்களைத் தாயாகவும், சகோதரியாகவும் பாவிக்கும் பண்பு. எந்த நிலையிலும், ஏழை மக்களுக்கு உதவவேண்டும் என்ற இரக்க குணமே மக்கள் மனதில் வீரப்பனை உயர்ந்த நிலையில் வைத்துள்ளது.

"மாயாவி வீரப்பன்" என்று சொல்லப்பட்ட வீரப்பனை 1993 ஏப்ரல் மூன்றாம் நாள், சேலம் மாவட்டம், கொளத்தூர் அருகிலுள்ள பெரிய தண்டா காட்டுப்பகுதியில் நான் முதன்முறையாகச் சந்தித்தேன்.

1994 ஆம் ஆண்டு டிசம்பர் மாதம், கோவை மாவட்டம், சிறுமுகை அருகே உள்ள காந்தவயல் காட்டுப்பகுதியில் தமிழ்நாடு காவல்துறை டி.எஸ்.பி. சிதம்பரநாதன், அவரது தம்பி இராஜகோபால், மைத்துனர் சேகர் ராஜா ஆகியோரைக் கடத்தினார். அவர்களைப் பிணைக் கைதிகளாகப் பிடித்து வைத்துக்கொண்டு, தமிழக அரசுடன் பேச்சுவார்த்தை நடத்தினார்.

1995-ஆம் ஆண்டு நவம்பரில் பெரியார் மாவட்டம், அந்தியூரை அடுத்துள்ள செலம்பூர் அம்மன் கோவில் காட்டுப்பகுதியில் சுப்பிரமணியம், உடையார் உள்ளிட்ட தமிழ்நாடு வனத்துறை ஊழியர்கள் மூன்று பேரைக் கடத்தினார். அப்போதும் தமிழ்நாடு அரசுடன் பேச்சுவார்த்தை நடத்தினார். இந்த இரு நிகழ்வுகளின்போதும் நான் வீரப்பனைச் சந்தித்துப் பேசினேன்.

வீரப்பனைப் பற்றி வெளியுலகம் அறியாத பல செய்தி களையும், புகைப்படங்களையும் "நக்கீரன்" வாரமிருமுறை இதழின் மூலம் மக்கள் முன் கொண்டுவந்து காட்டி யிருந்தேன். எழுத்துகளின் மூலமும், புகைப்படங்களின் மூலமும் சொல்லமுடியாத பல அரிய செய்திகள் வீரப்பனிடம் இருந்தன. அவற்றையெல்லாம் மக்களுக்குக் காட்டவேண்டும் என முடிவெடுத்தேன்.

1996-ஆம் ஆண்டு வீரப்பனை முதன்முதலாக வீடியோ கேமரா முன்பாகப் பேச வைத்தேன். அவரது பேச்சு, தோற்றம், அன்றாட நடவடிக்கைகளை வீடியோ காட்சிகளாகப் பதிவு செய்து கொண்டு வந்தேன். அவற்றை சன் தொலைக்காட்சியின் வாயிலாக உலகெங்கிலும் வாழும் மக்கள் பார்த்தனர்.

1997-ஆம் ஆண்டு ஜூலையில், கர்நாடக மாநிலம், கொள்ளேகால் வனக்கோட்டத்தில் உள்ள குண்டால் அணைப்பகுதியிலிருந்து ஒன்பது கர்நாடக வனத்துறை ஊழியர்களைப் பிணைக் கைதிகளாகப் பிடித்துக்கொண்டு போனார்.

ஜூலை 2000-த்தில் கன்னட திரைப்பட நடிகர் ராஜ்குமாரைக் கடத்தினார். இந்த இரு நிகழ்வுகளின்போதும் இருமாநில அரசுகளின் சார்பில் அமைக்கப்பட்ட தூதுக்குழுவை நானே

வழிநடத்தி அழைத்துச்சென்றேன். இப்போதும் உலகம் முழுவதும் வீரப்பனை அடையாளம் காட்டும் புகைப்படங்கள், வீடியோக்கள் பெரும்பாலும் நான் எடுத்தவையே.

1993 ஏப்ரலில் நான் வீரப்பனைச் சந்தித்தது முதல், 2004 அக்டோபர் 18 அன்று வீரப்பன் சுட்டுக் கொல்லப்பட்டதாக அறிவிக்கப்பட்ட நாள்வரை என்னைச் சந்திக்கும் எல்லோரும் கேட்ட ஒரு கேள்வி வீரப்பன் நல்லவரா...? கெட்டவரா...? என்பதாகவே இருந்தன.

2004 அக்டோபர் 18-க்குப் பிறகு, நான் சந்திக்கும் எல்லோரும் கேட்கும் கேள்வி வீரப்பனை எப்படிக் கொன்றனர்...? அல்லது வீரப்பன் எப்படி போலீசாரிடம் சிக்கினார்...? என்பதே.

கிட்டத்தட்ட எட்டாண்டு காலம் வீரப்பனோடு நெருங்கிய தொடர்பிலிருந்தவன் என்ற வகையில், அவரைப் பற்றி ஏராளமான தரவுகளைக் கைவசம் வைத்திருந்தேன். இவற்றையெல்லாம் எழுதி நூல் வடிவில் கொண்டுவரலாம் என நினைத்தேன். அவை அனைத்துமே வீரப்பன் மூலமாக எனக்குக் கிடைத்தவையே.

ஒருவர் சொல்வதை மட்டுமே கருத்தில் கொண்டு எழுதுவது நடுநிலையாக இருக்காது. ஒரு பக்கச் சார்பு உள்ளதாகவே இருக்கும். வீரப்பன் வாழ்க்கை என்பது, ஒரு தனி நபரைச் சுற்றியது இல்லை. அது பல்லாயிரம் மக்கள் வாழும் இரு மாநிலங்களை உள்ளடக்கிய நசுக்கப்பட்ட சமூகத்தின் வாழ்க்கை.

காடுகளில் தலைமறைவாக வாழும் வாழ்க்கையை வீரப்பன் விரும்பி ஏற்றுக்கொண்டதல்ல. அந்த வாழ்க்கை அவர்மீது திணிக்கப்பட்ட ஒன்று. அதற்குத் தனி ஒருவர் பொறுப்பாக இருக்கமுடியாது. அந்தக் காலத்திலிருந்த சமூக அமைப்பே பொறுப்பு.

தருமபுரி மாவட்டம், பெண்ணாகரம் பகுதியில் தொடங்கும் அவருடைய காட்டு வாழ்க்கை, கோவை மாவட்டம் செம்மந்தி மலைவரை நீண்டு செல்கிறது. அதுபோலவே இன்னொரு பாதை கர்நாடக மாநிலம் தலைக் காவிரிவரைச் செல்கிறது. இந்த வழிகளில், ஐந்து நதிகள், ஆயிரம் மலைக்குன்றுகள் அதில் உள்ள காடுகள், அவற்றில் வாழும் விலங்குகள், பல இலட்சம்

மக்கள், அவர்களின் வாழ்க்கை முறை அனைத்திலும் வீரப்பன் என்ற தனி மனிதன் கலந்துள்ளார்.

இவை மட்டுமில்லாமல் வீரப்பனைப் பிடிக்கவேண்டும் என்ற நோக்கில் தமிழ்நாடு, கர்நாடகம் என இரு மாநிலக் காவல்துறையின் சார்பில் பங்கேற்ற பல ஆயிரம் வீரர்களின் வாழ்க்கையும் இதில் அடங்கியுள்ளது. வீரப்பன் மறைந்த பத்து ஆண்டுகளுக்குப் பின்னர், நான் வைத்திருந்த தரவுகளையெல்லாம் இரு மாநில வனத்துறை, காவல்துறை அதிகாரிகளோடு பேசி ஒப்பீடு செய்து பார்க்கும் வேலையை ஆரம்பித்தேன். முதலில் எனக்கு இதில் எதிர்ப்பே கிடைத்தது.

வீரப்பன் மீதிருந்த வெறுப்பின் காரணமாக, எனக்குத் தெரிந்த காவல்துறை அதிகாரிகள்கூட, வீரப்பன் நடவடிக்கைகள் குறித்து என்னோடு பேச மறுத்தனர். அவர்களுடன் தொடர்ந்து பேசினேன். போகப்போக உண்மையைப் புரிந்து கொண்டனர். பிறகு, தேவையான அளவுக்கு ஒத்துழைப்புக் கொடுத்தனர்.

வீரப்பன் பயணம் செய்த காட்டுப்பாதையில் நானும் பயணம் செய்தேன். 1950 இல் அவர் செங்கப்பாடியில் (தமிழில் செங்கப்பாடி என்று அழைக்கப்பட்ட இந்த ஊரின் பெயரைக் கன்னடத்தில் கோபிநத்தம் எனக் கர்நாடக அரசு பதிவு செய்துள்ளது) பிறந்தது முதல் 2004 அக்டோபர் 17 அன்று பெண்ணாகரம் அருகிலுள்ள தும்கல் காட்டுப்பகுதியில் அவர் போலீஸ் வலையில் விழுந்ததுவரை எல்லா இடங்களுக்கும் நான் நேரடியாகச் சென்றேன்.

சிறுவயதில் வீரப்பனுடன் விளையாடியவர்கள், வாழ்ந்தவர்கள், கூட்டாளியாக வலம் வந்தவர்கள், வீரப்பனைப் பிடிக்கவேண்டும் என்ற நோக்கில் ஆயுதம் தாங்கி நின்ற அதிகாரிகள், வீரப்பனோடு சண்டையிட்டு, காயம்பட்டு, உயிர் தப்பியவர்கள், தெரிந்தோ, தெரியாமலோ வீரப்பனுக்கு உதவி செய்துவிட்டு மிகப் பெரிய சித்திரவதைகளை அனுபவித்த பழங்குடிகள் எனப் பலரையும் சந்தித்தேன்.

வீரப்பனின் உறவினர் என்பதாலும், வீரப்பன் சமூகத்தைச் சேர்ந்தவர்கள் என்பதாலுமே பலர் கைது செய்யப்பட்டுள்ளனர். பலர் சிறையிலிருந்துள்ளனர். சிலர் சுட்டுக்கொல்லப்பட்டனர். இப்படி பாதிக்கப்பட்ட பலரையும் நான் சந்தித்துள்ளேன்.

வீரப்பன்-போலீஸ் என்ற இருவருக்குமிடையே ஆறாயிரம் சதுரக் கிலோ மீட்டர் பரப்பளவில் உள்ள அந்தக் காடுகளில் வாழும் மக்களின் வாழ்க்கைச் சிதைவுகளை இதில் முழுமையாகச் சொல்ல முடியவில்லை. வீரப்பன் குறித்த நூல் என்ற வரைமுறையை ஒட்டி அவருடைய 54 ஆண்டு கால வரலாற்றின் முக்கியமான சில பகுதிகளில் மட்டும் அவரைச் சுற்றி நடந்த நிகழ்வுகளையும் இதில் பதிவு செய்துள்ளேன். நான் சேகரித்து வைத்துள்ள தரவுகள் எல்லாமே முக்கியமானவை. அதை வைத்து இதுபோல இன்னும் பல நூல்களை எழுதமுடியும். அதை அடுத்தடுத்து எழுத இருக்கிறேன்.

இந்நூலின் நோக்கம் யாரையும், உயர்த்தியோ, தாழ்த்தியோ காட்டவேண்டும் என்பதல்ல. நான் பார்த்து, கேட்டு, விசாரித்துத் தெரிந்துகொண்ட தரவுகளை நுணுக்கமாக ஆய்வுசெய்து அவற்றைப் பதிவு செய்துள்ளேன். இந்நூலின் நாயகனாக வீரப்பன் மட்டுமே இருக்கவேண்டும் என நீங்கள் எதிர்பார்க்க வேண்டாம். புனைவு அடிப்படையிலான கதையாக இருந்தால் அது சாத்தியம். இது ஓர் வரலாற்றுப் பதிவு. ஒவ்வோர் இடத்திலும், வாய்மையும், நேர்மையுமே நாயகனாக இருக்கவேண்டும் என நினைக்கிறேன், அப்படித்தான் இருக்கும்.

இதில் சொல்லப்பட்டவை எல்லாவற்றையும் உண்மைக்கு மிக அருகிலிருந்து பதிவு செய்துள்ளேன் என்பதைப் புரிந்து கொள்வீர்கள். மறைக்கப்பட்ட பல உண்மைகளை இந்த நூல் வழியாக நான் சொல்ல வருவதால், இவற்றிக்குப் பலமான ஆதரவும், எதிர்ப்பும் இருக்கும்.

காவல்துறை - வனத்துறை என்ற இரண்டுமே அரசின் கண்கள். இவ்விரு துறைகளும் சிறப்பாக இயங்கவேண்டும். அப்போதுதான், சமூகம் செழிப்பாக வாழ முடியும். அவற்றில் இருக்கும் சிலர் சரியானவர்களாகவும் இருந்துள்ளனர். சிலர் தவறானவர்களாகவும் இருந்துள்ளனர். அவற்றை அப்படியே பதிவு செய்துள்ளேன். குறிப்பாக காவல் துறையில் நடந்த கொடூரங்களை எல்லாம் சில அதிகாரிகள் வெளிப்படையாகவே என்னிடம் பேசினர். அவர்களின் பெயர்களைச் சொல்லி நன்றி கூற இயலவில்லை.

இந்த நூல் உருவாகக் காரணமாக இருந்த அனைவருக்கும் என் நன்றியைத் தெரிவித்துக் கொள்கிறேன். ஒவ்வொருவரின் பெயரையும தனித்தனியாகச் சொன்னால், இதே அளவுக்கு இன்னொரு நூல் எழுத வேண்டியிருக்கும். தமிழ்நாடு, கர்நாடகம் என இரு மாநிலங்களிலும் உள்ள ஊடகத்துறை நண்பர்களின் பங்கு குறிப்பிடத்தக்கது.

ஒரு செய்தியாளர் என்பவர், நாட்டில் நடக்கும் நல்லதும் கெட்டதுமான நிகழ்வுகளைப் பதிவு செய்பவர், அதை விமர்சிப்பவர் என்ற அளவீட்டுக்குள் நிற்பவரல்ல. காவல் துறையினரைப் போல, ஏன் அவர்களை விடவும் எங்களால் அதிகமாகப் புலன் விசாரணை செய்யமுடியும் என்பதை இந்த நூலைப் படிக்கும்போது நீங்களே உணர்வீர்கள்.

வீரப்பன் அவர்களின் வாழ்வில் நடந்த உண்மைகளைத் தெரிந்து கொள்ளவேண்டும் என்று ஆவலில் உள்ள பொதுமக்கள் அனைவரும் எனக்கு ஆதரவு கொடுப்பீர்கள் என்ற நம்பிக்கையில் இந்த நூலை எழுதியுள்ளேன்.

வீரப்பன் என்ற ஒற்றைச் சொல்லின் மூலம் சொல்ல முடியாதத் துயரங்களை அனுபவித்த மக்களுக்காக வீரப்பன் வாழ்ந்ததும், வீழ்ந்ததும் என்ற இந்த நூலைச் சமர்ப்பிக்கிறேன்.

நன்றி.

பெ.சிவசுப்ரமணியம்

30.09.2020.

செங்கப்பாடி வரைபடம்

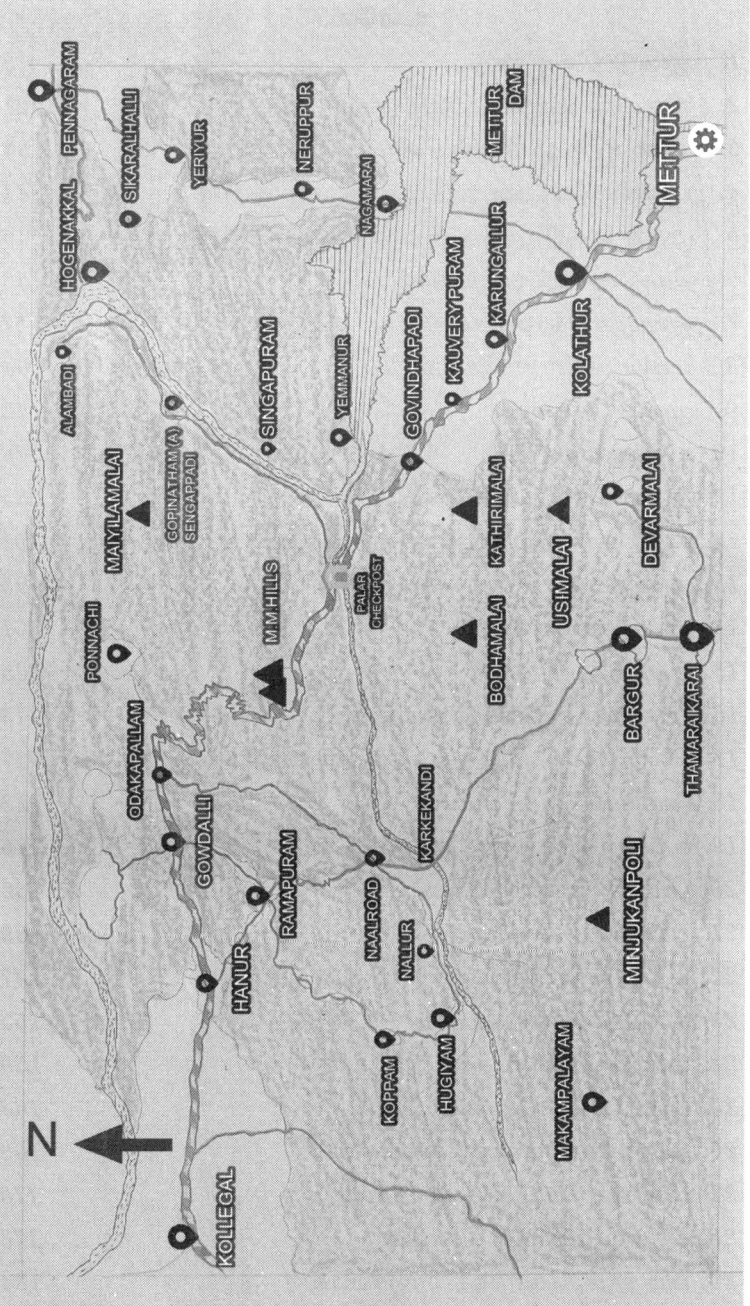

உள்ளே...

1.	குண்டு வெடித்தது	13
2.	வீரப்பன் ஊரும் குடும்பமும்	21
3.	யானையிடம் சிக்கிய வீரப்பன்	34
4.	யானை வேட்டை	41
5.	முதல் கைது	46
6.	மேச்சேரி மம்பட்டியான்	52
7.	ஒன்பது கொலைகள்	57
8.	மம்பட்டியான் கொலை	64
9.	முதல் கொலை	72
10.	முதல் வழக்கு	78
11.	இரண்டாவது கொலை	85
12.	காணாமல் போன யானைத் தந்தம்	91
13.	அர்ஜுனன், மாதா கொலைகள்	95
14.	முத்தாலி கொலை	101
15.	ஏ.சி.எப்.ஸ்ரீநிவாஸ்	105
16.	பாரஸ்டர் வாசுதேவமூர்த்தி	113
17.	மொழுக்கன் செத்துப் பத்து வருஷம் ஆச்சு	117
18.	அரசியல் ஆரம்பம்	122
19.	கூட்டாளி கைது	126
20.	பட்டுச் சட்டையில் வீரப்பன்	132
21.	பாதியில் நின்ற மஞ்சள் நீராட்டு விழா	139
22.	கூசமாதையன் கைது	147
23.	சுட்டுக்கொல்ல முயற்சி	153
24.	தாயின் மரணம்	159
25.	இரட்டைக் கொலை	163
26.	தடயமே இல்லாத கொலைகள்	168
27.	மீனுக்கு போடப்பட்ட மனித உடல்கள்	173
28.	சித்தராம் நாயக் கொலை	178
29.	பிடித்துக் கொடுத்த ராஜாமணி	184

30.	தப்பிக்கத் திட்டம்	189
31.	வட இந்தியப் பயணம்	194
32.	சார்க் (SAARC) மாநாடு	199
33.	கழன்றது கை விலங்கு	204
34.	சுட்டுக்கொல்ல முடிவு	212
35.	தப்பிப் பிழைத்த வீரப்பன்	217
36.	பெயர்க் குழப்பம்	223
37.	ஊர் தெரிந்தது	231
38.	வழி மறித்த DySP மாதேவசாமி	236
39.	ரேஞ்சர் சிதம்பரம்	240
40.	சுல்தான் பத்தேரி சந்திரன்	249
41.	"சந்தனக் கடத்தல்" ஆரம்பம்	254
42.	வீரப்பனிடம் சிக்கிய ரேஞ்சர் சிதம்பரம்	261
43.	ரேஞ்சர் சிதம்பரம் கொலை	266
44.	சிதம்பரத்துடன் போன நாகேந்திரன்	272
45.	சிதம்பரம் போட்ட பொய் வழக்கு	277
46.	டி.சி.எப். ஸ்ரீநிவாசன்-ரேஞ்சர் சிதம்பரம் தொடர்பின் பின்னணி	282
47.	வழக்கில் தப்பிய சிவமல்	287
48.	குடும்பத்தையே அழிக்கத் திட்டம்	292
49.	வலையில் விழுந்த எதிரிகள்	298
50.	சாய்ந்தன ஐந்து தலைகள்	304
51.	வீரப்பன் ஆதரவு போலீஸ் இன்ஸ்பெக்டர்	310
52.	சந்தனக் கடத்தல் மன்னனாகும் வீரப்பன்	315
53.	காட்டிக் கொடுத்த ஒற்றைக் கண்	322
54.	தப்பிப் போன கடத்தல்காரர்கள்	328
55.	கார்டு மோகனையா	333
56.	குறியில் சிக்கிய மோகனையா	338
57.	மோகனையா கொலை	344
58.	மோகனையா செய்த கொலைகள்	353

#		பக்கம்
59.	வீரப்பனுக்குத் தெரியாமல் நடந்த கொலைகள்	359
60.	வனக்காவல் படை	364
61.	எஸ்.ஐ.திநேஷ்	371
62.	குண்டில் தப்பிய மல்லண்ணா	377
63.	சாப்பாட்டில் கண்ணாடித்தூள்	384
64.	கரு கலைந்தது	391
65.	பஞ்சரான லாரி	397
66.	கே.பி.நாச்சிமுத்து கடத்தல் முயற்சி	402
67.	துப்பாக்கிச் சூடும், ஐயந்துரை கைதும்	408
68.	கர்நாடக சிறப்பு அதிரடிப்படை	413
69.	80 டன் சந்தனக்கட்டை	423
70.	பஸ் எரிப்பு	429
71.	ரம்புக்குத்தி முருகேசன் கொலை	433
72.	போதமலை சுற்றி வளைப்பு	441
73.	சிதறியது வீரப்பன் குழு	447
74.	வங்கிக் கொள்ளை	453
75.	ஸ்ரீநிவாஸ்-ஹரிகிருஷ்ணா மோதல்	463
76.	அர்ஜுனனுக்கு ஜாமீன்	469
77.	வீரப்பன் தங்கை மாரியம்மாள்	478
78.	மாரியம்மாள் தற்கொலை	484
79.	தலையை வெட்டி எடுத்து வந்தேன்	491
80.	சரணடையத் தூது	495
81.	காடுகளுக்காகவே வாழ்ந்தவர்!	501
82.	காவிரி கலவரம்	512

1
குண்டு வெடித்தது

பர்ன் அன்ட் ஸ்டேண்டர்டு ஆய்வு மாளிகை

சேலத்தின் புறநகர்ப்பகுதி மாமாங்கம். இங்கே மத்திய அரசுக்குச் சொந்தமான "பர்ன் அன்ட் ஸ்டேண்டர்டு நிறுவனத்தின் சுரங்கம் அமைந்துள்ளது. இந்நிறுவனத்தின் ஆய்வு மாளிகை பொதுமக்கள் போகமுடியாத பாதுகாக்கப் பட்ட பகுதியில் உள்ளது. எப்போதும் அமைதியானச் சூழலிலிருக்கும் இந்த ஆய்வு மாளிகை 12.10.2004அன்று மதியம் வழக்கத்திற்கு மாறாகப் பரபரப்புடன் காணப்பட்டது.

மதியம் இரண்டு மணிக்கு தமிழ்நாடு சிறப்பு அதிரடிப் படையின் தொழில் நுட்ப அணியினர் அங்கு வந்தனர். கூட்ட அறையின் டேபிள்களுக்கு கீழே, ஒட்டுக்கேட்புக் கருவிகளைப் பொருத்தினர். பக்கத்து அறையில் பதுங்கி, கூட்ட அறையில் நடக்கும் உரையாடலைப் பதிவு செய்யக் காத்திருந்தனர்.

மூன்று மணிக்கு இன்னொரு படைப்பிரிவு வந்தது. கூடுதல் டி.ஜி.பி.யும், தமிழ்நாடு சிறப்பு அதிரடிப்படைத்

தலைவருமான கிருஷ்ணமேனன் விஜயகுமார் ஐ.பி.எஸ். அவர்களின் பாதுகாப்பை உறுதிப்படுத்தியது. கூட்டம் நடக்கும் அறையில் விஜயகுமாருக்குப் பிடித்த லெமன் கிராஸ் ரூம் ஸ்பிரே அடிக்கப்பட்டது.

மாலை நான்கு மணிக்கு விஜயகுமார், அதிரடிப்படை எஸ்.பி-1 (உளவுப்பிரிவு) செந்தாமரைக்கண்ணன், எஸ்.பி-2 (படைப்பிரிவு) சண்முகவேல் மூவரும் தனித்தனி வண்டிகளில் வந்திறங்கினர். செந்தாமரைக்கண்ணனுடன் மிஸ்டர் எக்ஸ் என்று சொல்லப்படும் ஒருவரும் இருந்தார். எல்லோரும் கூட்ட அறைக்குள் சென்றனர்.

அடுத்த சில மணித்துளிகளில் ஹெல்மெட் அணிந்த இருவர் மோட்டார் சைக்கிளில் வந்தனர். தலையிலிருந்த ஹெல்மெட்டைக் கழற்றாமலே கூட்ட அறைக்குள் சென்றனர். விஜயகுமார் உள்ளிட்ட காவல்துறை அதிகாரிகள் எழுந்து நின்று அந்த இருவரையும் கை குலுக்கி வரவேற்றனர்.

ஒருவர் கொளத்தூர் காவல்நிலைய உதவி ஆய்வாளர் துரைப்பாண்டியன். இன்னொருவர் வீரப்பனுக்கு உறவினர், துரைப்பாண்டியன் மீது மிகுந்த பற்றும், நட்பும் கொண்டவர். அந்த நட்புக்காக வீரப்பனைக் காட்டிக்கொடுத்த எம்-1* என்ற குறியீட்டைக் கொண்ட போலீஸ் உளவாளி. *(*Messenger)*

எம்-1 பேசத் தொடங்கினார். "காட்டுராஜா நாளைக்குத் தோழரைக் கூட்டிட்டு வரச் சொல்லியிருக்கிறார். த்வறினால், நாளா நாளைக்கு நாங்க சந்திப்போம்" என்றார்.

"வெரிகுட். உன்னுடைய திட்டம் என்ன...?" என்ற விஜயகுமார், துரைப்பாண்டியன் பக்கம் திரும்பினார். தனது திட்டத்தை நான்கே வரியில் சொல்லி முடிக்கிறார் துரைப்பாண்டியன்.

"வேண்டாம் நீயும், பாண்டிக்கண்ணனும் பலமுறை கேங்கைப் பக்கத்திலிருந்து பார்த்திருக்கீங்க. ரொம்ப நாளா குளோசா இருந்து கேங்கை வாட்ச் பண்ணிக்கிட்டு இருக்கீங்க. கேங் உங்களைப் பார்க்காமல் இருக்கலாம். ஆனால், நீங்க சந்திக்கும் வீட்டுக்காரரர், அந்தப் பக்கம் ஆடு, மாடு மேய்க்கப் போறவங்க. வேட்டைக்குப் போறவங்க யாராவது ஒருத்தர் உங்களைப் பார்த்திருக்கலாம். நீங்க போற நேரத்தில், "அந்த

ஒருத்தர்" கேங்குடன் இருக்கலாம். அப்படி இருந்துட்டா நம்ம திட்டம் எல்லாமே அவுட் ஆயிடும். வெள்ளைத்துரை இந்தப் பகுதிக்குப் புதுஆள். அவனை யாரும் பார்த்திருக்க வாய்ப்பில்லை. அவன் மேல யாருக்கும் சந்தேகம் வராது. அவன்தான் சரியான ஆள். அவனைச் சேர்த்தால் மட்டுமே இந்த ஆப்ரேஷன் சக்சஸ் ஆகும்" என்கிறார்.

"சாரி சார்... துரைப்பாண்டியன், பாண்டிக்கண்ணன் இந்த ரெண்டு பேரில் ஒருத்தரைத்தான் காட்டுராஜாவிடம் கூட்டிட்டுப்போவேன். வேறு யார் வந்தாலும் நான் இந்த வேலைக்குப் போகமாட்டேன்" என்றார் எம்-1.

விஜயகுமார்-துரைப்பாண்டியன் இருவருக்குமிடையே காரசாரமான விவாதம் தொடங்கியது, விவாதம் முடிய அரைமணி நேரமானது. வேறு எந்த இடமாக இருந்தாலும், ஏ.டி.ஜி.பி. என்ற உயரிய பொறுப்பில் இருப்பவருடன் ஒரு எஸ்.ஐ. இப்படி வாதம் செய்திருக்க முடியாது.

செந்தாமரைக்கண்ணன், சண்முகவேல் இருவருமே துரைப்பாண்டியன் திட்டமே சரியானது. அதைச் செயல்படுத்தினால் மட்டுமே ஏ-1 (வீரப்பன்) கதை முடிவுக்கு வரும் என்றனர். இறுதியில், வேண்டாவெறுப்பாக விஜயகுமாரும் அதை ஏற்கிறார். இரண்டு ஆண்டுகளுக்கு முன் அதிரடிப்படை உளவுப்பிரிவுக் கண்காணிப்பாளர் அசோக்குமார் தொடங்கிய ஆப்ரேஷன் ரூட்ஸ் (வேர்கள்) நடவடிக்கைக்கு ஒப்புதல் கொடுக்கிறார்.

"14ஆம் தேதி மாலை சந்திக்கலாம்" வீரப்பனிடமிருந்து அழைப்பு வந்தது. எம்-1, மிஸ்டர் எக்ஸ் இருவரும் வீரப்பனைச் சந்தித்தனர்.

"17 ஆம் தேதி ஒரு தோழர் வருவார், அவர் உங்களுக்குத் தேவையான எல்லா ஏற்பாடுகளையும் செய்து கொடுப்பார். என்னை கியூ பிராஞ்சு போலீஸ் தேடிக்கிட்டு இருக்காங்க, நாளை பெரியகுளம் பகுதிக்குப் போகிறேன். அங்குள்ள தோழர்களைக் கூட்டிக்கிட்டு 20 ஆம் தேதி இங்கே வந்திருவேன். பிறகு, நாம எல்லோரும் சேர்ந்து கேரளா காட்டுப்பக்கம் போயிடலாம்" என்று மிஸ்டர் எக்ஸ் அடுத்தடுத்த திட்டங்களைப் பற்றி வீரப்பனிடம் விவரிக்கிறார்.

தும்கல் பேருந்து நிறுத்தம்

வீரப்பன் தனக்குத் தேவையான புதிய ஆள்களும், ஆயுதங்களும் வருகின்றன என்ற மகிழ்ச்சியில் இருக்கிறார்.

17-ஆம் தேதி மாலை ஆறு மணி, எம்-*1* பெண்ணாகரம் பி.டி.ஓ. அலுவலகப் பேருந்து நிறுத்தத்தில் இறங்கினார். அவருடன் பாண்டிக்கண்ணன் என்ற அதிரடிப்படையின் உளவுப் பிரிவுக் காவலரும் இருந்தார். அவர் கையில் ஒட்டுப் போட்டுத் தைக்கப்பட்ட ஒரு துணிப் பை. அதில், தனித்தனியாகப் பிரிக்கப்பட்ட ஐந்து கையெறி குண்டுகள் *(Grenade)* இருந்தன.

இருவரும் தாசம்பட்டி போகும் சாலையில் நடந்தனர், சின்ன தும்கல் ஊரைக் கடந்தனர். அடுத்துள்ள துரிஞ்சி மரத்துப்பிரிவை அடைந்தனர். அங்கிருந்து மேற்கே திரும்பி கொடமாங்குளத்துப் பள்ளத்துக்குச் செல்லும் ஒத்தையடிப் பாதையில் நடந்தனர். இரவு எட்டு மணிக்குச் சின்னாற்றுக் காட்டை ஒட்டியிருந்த தங்கான் என்பவரின் வீட்டுக்குச் சென்றனர்.

எம்-*1* ஐப் பார்த்த அந்த வீட்டுப் பெண் கும்பிட்டார். “அரை மணி நேரத்துக்கு முன்னமே வந்துட்டாங்க. அந்தப் பள்ளத்தாண்ட இருக்காங்க. உங்களை வரச் சொன்னாங்க...” என்றார்.

வீட்டின் முன் எரிந்து கொண்டிருந்த மண்ணெண்ணெய் விளக்கை எடுத்து வீட்டினுள் வைத்தார். வீட்டுக்கு மேற்கிலிருந்த

சின்னாற்றுக் காட்டுக்குச் சென்ற எம்-1,"அண்ணா அண்ணா..." என்கிறார்.

சத்தம் கேட்டு சந்திரகவுடா முதலில் வருகிறார். அடுத்து சேதுமணி, கோவிந்தன், வீரப்பன் என நால்வரும் வந்தனர். தங்கான் வீட்டு அடுப்பில் வீரப்பனுக்குப் பிடித்த நாட்டுக்கோழிக் கறி வெந்து கொண்டிருந்தது. வீரப்பன் உள்ளிட்ட ஐந்துபேரும் தங்கான் வீட்டுக்கு வருகின்றனர்.

கட்டிலில் உட்கார்ந்திருந்த பாண்டிக்கண்ணனை "இவர்தான் அண்ணன் அனுப்பிய தோழர்.." என எம்-1 அறிமுகம் செய்கிறார். வீரப்பனும், பாண்டிக்கண்ணனும் கை குலுக்கினர், பிறகு கோவிந்தன் வரவேற்றுக் கை குலுக்கினார்.

எம்-1 வாங்கிப் போயிருந்த அல்சர் மாத்திரையைச் சந்திரகவுடாவிடம் கொடுக்கிறார், பீடிக் கட்டை சேதுமணியிடம் கொடுக்கிறார். வீட்டுக்குப் பின்பக்கம் புகைக்கப் போன சேதுமணி, அங்கிருந்தபடியே யாராவது வருகிறார்களா...? என்ற கண்காணிப்பை மேற்கொள்கிறார்.

பாண்டிக்கண்ணன், தான் வந்துள்ள நோக்கத்தைச் சொல்கிறார். "சாப்பிட்ட பின்னால காட்டுக்குள்ளார போயிறலாம்..." என்றார் சேத்துக்குழி.

"பத்து நிமிஷ வேலைதான் தோழர், இங்கேயே சொல்லிக் குடுத்திட்டு நான் ராத்திரியே கிளம்பனும். அப்பத்தான் வெள்ளனா மதுரைக்குப் போகமுடியும்..." என்கிறார் பாண்டிக்கண்ணன்.

பாலில்லாத தேநீர் வந்தது. எல்லோரும் குடித்தனர், "சரி, இங்கேயே பார்த்திருவோம் வாங்க..." என்ற வீரப்பன் அந்தக் கூரை வீட்டினுள் செல்கிறார். பாண்டிக்கண்ணன், கோவிந்தன் இருவரும் அவரைப் பின் தொடர்ந்தனர். வீட்டின் நடுவே மண்ணெண்ணெய் விளக்கு எரிந்து கொண்டிருந்தது. பாண்டிக்கண்ணன் அதை எடுத்து ஓரமாக வைக்கிறார்.

இடுப்பில் மாட்டியிருந்த டார்ச் லைட்டை எடுத்த கோவிந்தன், அதை எரிய விட்டார். கீழே உட்கார்ந்த பாண்டிக்கண்ணன் பையிலிருந்து பிரித்துப் போட்ட கையெறி குண்டுகளின் உதிரிப் பாகங்களை எடுக்கிறார். பாடி,

டைனமெட், ஜெலட்டின், லாக், லிவர், சேப்டி பின், பியூஸ், சேப்டி ரிங், ஸ்ட்ரைக்கர், ஸ்ட்ரைக்கர் ஸ்பிரிங் என ஒவ்வொரு பாகமாக அதன் பெயரைச் சொல்லி இணைக்கிறார். வீரப்பன், கோவிந்தன் இருவரும் அதை வியப்புடன் பார்த்தனர்.

இரண்டு நிமிடத்தில் ஒரு கையெறி குண்டு தயாரானது. பாண்டிக்கண்ணன் சொன்னபடியே செய்கிறார் வீரப்பன். இரண்டாவது குண்டும் தயாரானது. அடுத்து கோவிந்தனிடம் “நீங்க ஒன்னப் போட்டுப்பாருங்க... தோழர்” என்கிறார்.

கோவிந்தன் வெளியிலிருந்த சந்திரகவுடாவைக் கூப்பிட்டார். டார்ச் லைட்டை அவரிடம் கொடுத்தார். இலேசான புன்சிரிப்புடன் குண்டின் உதிரிப்பாகங்களை வாங்குகிறார். பாண்டிக்கண்ணன் சொன்னபடியே ஒவ்வொரு பாகமாக இணைக்கிறார். மூன்றாம் குண்டும் தயாரானது. வீரப்பன் இவற்றையெல்லாம் கூர்ந்து கவனிக்கிறார்.

“சேதுவையும் கூப்பிடு அவனும் ஒன்னைச் செய்யட்டும்...” என்கிறார் வீரப்பன். சேதுமணியும் வருகிறார், அடுத்து சந்திரகவுடா. இப்போது ஆளுக்கு ஒரு கையெறி குண்டைத் தயாரித்து முடித்திருந்தனர்.

பாண்டிக்கண்ணனைச் சுற்றியிருந்த நால்வருமே அவர் செய்வதையே வைத்த கண் வாங்காமல் பார்த்துக் கொண்டிருந்தனர். “இப்போ நீங்களே இதைத் தனித்தனியாக் கழட்டியும் எடுத்துக்கலாம். அதுக்கு இந்த லிவரைக் கீழே தள்ளணும். இனிக் குண்டைத் தூக்கிப் போட்டாலும் வெடிக்காது. நீங்க பாதுகாப்பா எவ்வளவு தூரம் வேணுன்னாலும் எடுத்துக்கிட்டுப் போகலாம்” என்றார். இன்னொரு குண்டை எடுத்து வீரப்பன் கையில் வைக்கிறார், அந்தக் குண்டின் லிவரைக் கீழே தள்ளச் சொல்கிறார்.

வீரப்பன் லிவரைத் தொட்ட நேரத்தில் 180 டெசிபில் சத்தத்தில் அந்தக் குண்டு வெடித்தது. வட்டம்போட்டு உட்கார்ந்திருந்த ஐந்து பேரின் மூக்கு, வாய், கண், காது என அத்தனை துவாரங்களிலும் நைட்ரேட் புகை ஏறியது. தும்மல் வந்தது, அதற்கு முன்பாகவே கண் கிறுகிறுத்தது, பார்வையும் போனது, காதுகளில் “கிர்...” என்ற சத்தம் மட்டுமே கேட்டது.

வீரப்பன், சேதுமணி, கோவிந்தன், பாண்டிக்கண்ணன் உள்ளிட்ட நால்வரும் நினைவிழந்து விழுந்தனர்.

நின்ற நிலையில் டார்ச் லைட்டைக் கையில் பிடித்திருந்த சந்திரகவுடா வீட்டைவிட்டு வெளியேபோக முயற்சிக்கிறார். முடியவில்லை, இரண்டு நொடியில் அவரும் மயங்கி விழுகிறார். கண்ணிமைக்கும் நேரத்தில் எல்லாம் நடந்து முடிந்து விட்டது. வீடு முழுவதும் அடர்ந்த புகை மூடியிருந்தது. வீட்டு உரிமையாளர் தங்கான், அவருடைய மனைவி, மகன் முருகேசன் மூவரும் உண்மையிலேயே பதற்றமடைந்தனர். எம்-1 மட்டும் பதற்றமடைந்தது போல நடித்தார்.

என்ன நடந்தது...?, என்ன செய்வது...? ஒருவருக்குமே வழி தெரியவில்லை. வீட்டுக்குப் பக்கத்து வயலின் பொளி (வரப்பு) மீது ஏறி நின்றனர்.

வடக்குப் பக்கமிருந்த பாப்பான் மெட்டுக் கரட்டில் ஒரு இன்ஸ்பெக்டர், எட்டு அதிரடிப்படை வீரர்கள் காத்திருந்தனர். குண்டு வெடித்த சத்தம் கேட்டதும் அந்த வீட்டை நோக்கி ஓடிவந்தனர். நின்று கொண்டிருந்த நால்வரையும் வளைத்துப் பிடித்தனர்.

"இங்கே நடந்த எதுவும் வெளியே தெரியக்கூடாது, உங்களுக்கு எந்தப் பாதிப்பும் வராது. விஷயம் வெளியே தெரிஞ்சா அட்ரஸ் இல்லாமப் போயிருவீங்க..." என எச்சரித்தனர். நால்வரையும், தனித்தனியே சிறை வைத்தனர்.

பத்து நிமிடங்கள் போயின. வீட்டைச் சூழ்ந்திருந்த புகை மூட்டம் கலைந்தது. ஒருவர் தலையில் மாட்டியிருந்த டார்ச் லைட்டை எரியவிட்டார். மாஸ்க் அணிந்த நால்வர் வீட்டுக்குள் சென்றனர். மயங்கிக் கிடந்த ஐந்துபேரையும் வெளியே இழுத்துக் கொண்டுவந்து போட்டனர். வீரப்பன் உள்ளிட்ட நால்வரின் கைகளைப் பின்புறமாகக் கட்டினர். அவர்கள் வைத்திருந்த ஆயுதங்கள் கைப்பற்றப்பட்டு, தோட்டாக்கள் இருந்த மேகசின் கழற்றப்பட்டு முடமாக்கப்பட்டன.

ஒருவர் மட்டும் மீண்டும் பாப்பான் மெட்டுக் கரட்டுக்குச் செல்கிறார். அணைத்திருந்த வாக்கிக்கு உயிர் கொடுக்கிறார். "ஆப்ரேஷன் சக்சஸ்" என்கிறார்.

கோடுபட்டிப் பக்கமிருந்து வேன் வந்தது, பெரிய தும்கல் ஏரிக்கரை பஸ் ஸ்டாப்பில் நின்றது. தமிழக அதிரடிப்படைத் தலைவர் விஜயகுமார், கண்காணிப்பாளர் செந்தாமரைக்கண்ணன் இருவரும் இறங்கினர். அங்கே நின்று கொண்டிருந்த சீருடையில்லாத இரு அதிரடிப்படை வீரர்கள் வரவேற்றனர்.

ஊஞ்ச மரங்கள் நிறைந்த வழியில் பாப்பான் மெட்டுக் கரட்டின்மீது நால்வரும் நடந்தனர். கால் மணி நேரத்துக்குப்பின் தங்கான் வீட்டை அடைந்தனர். வீட்டு வாசலில் மயங்கிக் கிடந்த வீரப்பனைப் பார்த்தனர். 17 ஆண்டுகளாகத் தேடப்பட்ட வீரப்பன் இப்போது பிடிபட்டு விட்டார்! விஜயகுமார் இரண்டாம் முறை அதிரடிப்படைக்கு வந்த நோக்கம் நிறைவேறியது. 54 ஆண்டுகள் பத்து மாதம் வாழ்ந்த வீரப்பன் கதை இன்றுடன் முடியப்போகிறது!

மயங்கிக் கிடந்த வீரப்பனின் ஆழ்மனதில் சிறுவயது நினைவுகள் அணி வகுத்து வந்தன. கிழிந்த கோவணத்துடன் வீரப்பன் ஓடியாடி விளையாடிய செங்கப்பாடி கிராமம் கண்முன் வருகிறது. அங்கே சிறுவயது வீரப்பன் மாடு மேய்த்துக் கொண்டிருக்கிறார்.

வீரப்பன் வாழ்ந்த வரலாறு தொடங்குகிறது!

•••

2

வீரப்பன் ஊரும் குடும்பமும்

ஒரு நாடு, மாநிலம் அல்லது மாவட்டம் என நிலப்பகுதியைப் பிரிக்கும்போது, பெரும்பாலும் ஆறுகளே அதன் எல்லைகளாக அமைகின்றன. அந்த வகையில், நீண்ட நெடுங்காலமாக மைசூர் நாட்டுக்கும், கொங்கு நாட்டுக்கும் எல்லையாகக் காவிரியாறும், பாலாறுமே இருக்கின்றன.

தஞ்சையை ஆண்ட சோழ மன்னர்களும், மைசூரை ஆண்ட உடையார் பரம்பரையினரும் அவ்வப்போது இந்த எல்லைகளைக் கடந்தும் ஆட்சி செய்துள்ளனர். இறுதியாகத் திப்புசுல்தான் தமிழகத்தின் பெரும்பாலான இடங்களைக் கைப்பற்றி ஆண்டார். அப்போது, கொங்குநாடு முழுவதும் அவருடைய ஆளுகையின் கீழிருந்தது.

17ஆம் நூற்றாண்டின் இறுதியில் தென்னிந்தியாவின், பெரும்பாலான நிலப்பகுதிகளை ஆங்கிலேயர் கைப்பற்றினர். இந்திய நாட்டின் முழு நிர்வாகத்தையும் தங்கள் ஆளுகையின்கீழ் கொண்டு வந்தனர். 1799 இல் நடந்த மூன்றாம் மைசூர் போரில் திப்புசுல்தான் கொல்லப்படுகிறார். அதன் பின்னரே, மைசூர் நாடும் அரசு ஆங்கிலேயர் ஆளுகையின்கீழ் வந்தது. திப்புவிடமிருந்து கைப்பற்றிய நிலப்பகுதியில் எப்படிப்பட்ட நிர்வாகத்தைக் கொண்டுவருவதென ஆங்கில அரசு குழம்பியது.

மருத்துவ அலுவலரும், சமூக, இயற்கை ஆர்வலருமான Dr.பிரான்சிஸ் புக்கானன் (Buchanan Francis Hamilton) என்பவரைத் திப்புவின் நாட்டை ஆய்வுசெய்து அறிக்கை கொடுக்குமாறு கேட்டது.

1801-ஆம் ஆண்டு, மார்ச் மாதம் சென்னையிலிருந்து முன்னூறுக்கும் அதிகமான உதவியாளர்களுடன் Dr.புக்கானன் நடைப் பயணத்தைத் தொடங்கினார். வேலூர், கிருஷ்ணகிரி, ஸ்ரீரங்கப்பட்டணம், மைசூர், கொள்ளேகால், அனூர், கவுதள்ளி போன்ற ஊர்களுக்குச் சென்றார். அங்குள்ள மக்களைச்

சந்தித்துப் பேசினார். மக்களின் வாழ்க்கை முறை, மொழி, இனம், தொழில், கல்வி, வேலைவாய்ப்பு, வேளாண்மை, மக்கள்தொகை மற்றும் நிர்வாக அமைப்புகளைப் பற்றி ஆய்வு செய்துகொண்டே கொங்குநாட்டுக்கு வந்தார்.

ஓராண்டுக்குப் பிறகு, மலபார் கடற்கரை வரைச் சென்ற Dr.புக்கானன் பயணத்தின் இறுதியில், *A Journey from Madras through the countries of Mysore, Canara and Malabar* என்ற நூலை எழுதினார்.

அதில் மைசூர் நாட்டுக்கும், கொங்கு நாட்டுக்கும் நெருங்கிய வியாபாரத் தொடர்புகள் இருந்தன. அனூர் என்ற ஊரிலிருந்து ஒரு பெரிய காட்டைக் கடந்தே கொங்கு நாட்டுக்குள் சென்றேன். வழியில் பெரியகாவல், நடுக்காவல், சின்னக்காவல் என மூன்று இடங்களில் சத்திரங்கள் இருந்தன. அதில், வியாபாரிகள் தங்கிச் செல்வதற்கான வசதிகள் இருந்தன. (இதில் சின்னக்காவல் திட்டு என்ற இடம் கோவிந்தபாடியில் இருந்து பாலாறு செல்லும் வழியில் உள்ளது)

காவிரி ஆற்றின் கரையில் திப்புசுல்தான் நாட்டில் ஆலாம்பாடி, கோட்டையூர் போன்ற ஊர்கள் இருந்தன. இங்கே பொருள் பாதுகாப்பு, போர்த்தளவாடக் கிடங்குகளும் இருந்தன. எல்லைப் பாதுகாப்புப் படை வீரர்களும் இருந்தனர்.

அதுபோலவே, காவிரி ஆற்றின் கிழக்கில் ஆங்கிலேயரின் கட்டுப்பாட்டிலிருந்த பகுதியிலும் கோட்டையூர், காவேரிபுரம் போன்ற ஊர்களும், அங்கே கோட்டைகளும் இருந்தன. அங்கே பாதுகாப்புப்படை வீரர்கள் இருந்தனர். மிகப்பெரிய தானியக் கிடங்கும் இருந்தன. இருநாடுகளின் எல்லையில் சோதனைச்சாவடிகளும் இருந்தன.

ஆங்கிலேயரின் நாட்டில் காவிரி ஆற்றின் இரு கரைகளிலும் செழிப்பான விவசாயம் நடந்து வந்தது. காவேரிபுரத்தில் பெரிய சந்தை நடந்தது. மைசூர் நாட்டிலிருந்து ஏராளமான வணிகர்கள் இந்தச் சந்தைக்கு வந்து பொருள்களைக் கொள்முதல் செய்து மாட்டு வண்டிகளில் எடுத்துச் சென்றனர். இந்த ஊரில் ஆறாயிரம் மக்கள் வாழ்ந்து வந்தனர் என Dr.புக்கானன் குறிப்பிடுகிறார். (அப்போது கோவை நகரின் மக்கள் தொகையும் இதே அளவில்தான் இருந்தது)

ஆலாம்பாடியிலுள்ள திப்பு சுல்தானின் ஆயுதக் கிடங்கு

ஒவ்வோர் ஆண்டும் மழைக் காலத்தில் கட்டுக்கடங்காது ஓடிவரும் காவிரி வெள்ளம் கல்லணையின் உயரத்தைத் தாண்டி வந்தது. காடு, வயல்களின் வழியாகவே பெருக்கெடுத்துக் கடலை நோக்கி ஓடியது. இதனால் திருச்சி, தஞ்சை, தென்னார்க்காடு மாவட்டங்களில் உள்ள கொள்ளிடம், காவேரி, பொன்னி ஆற்றை ஒட்டியிருந்த விளைநிலங்களெல்லாம் வெள்ளத்தில் மூழ்கின. அடுத்து வரும் பருவத்திலும்கூட விவசாயம் செய்ய முடியாத அளவுக்கு மணல் நிறைந்த பாலை நிலமானது.

காவிரி ஆற்று நீரில் அடித்து கொண்டுவரும் மணலை அப்புறப்படுத்த முடியாமல் விவசாயிகள் அல்லல்பட்டனர். "அளவுக்கு அதிகமாக வரும் காவிரி நீரைத் தடுத்து நிறுத்தினால் மட்டுமே எங்களால் நிம்மதியாக வாழமுடியும்" என்று தஞ்சை, தென்னாற்காடு மாவட்ட மக்கள், மாவட்டப் பொறியாளர் ஆதர் காட்டனிடம் *(Sir Arthur Thomas Cotton)* கோரிக்கை வைத்தனர்.

கல்லணைக்கு வரும் தண்ணீரைக் கட்டுப்படுத்தும் நோக்கில் கல்லணையிலிருந்து மேற்கு நோக்கி காவிரி ஆற்றின் கரையில் நடந்தார் ஆதர் காட்டன். முக்கொம்பு என்ற ஊருக்கருகில் அருகில் காவிரியும், கொள்ளிடமும் இரண்டாகப்

செங்கப்பாடியை அடுத்துள்ள கோட்டையூரில் சிதைந்த நிலையில் உள்ள திப்புவின் கோட்டை

பிரியுமிடத்தில் மேலணையைக் கட்ட கிழக்கிந்தியக் கம்பெனி அரசுக்கு பரிந்துரை செய்தார். 1834 - இல் காவிரி ஆற்றின் குறுக்கே சுமார் 2050 அடி நீளத்தில், 40 அடி அகலத்தில் அணைக் கட்டும் வேலை தொடங்கியது. ஆறு அடி உயரத்தில் 45 மதகுகள் கொண்ட மேலணை 1836-இல் முடிக்கப்பட்டது. இதன் மூலம், காவிரியில் வரும் வெள்ளத்தைத் தடுத்து வினாடிக்கு 2.70 லட்சம் கனஅடி தண்ணீரைக் கொள்ளிடம் ஆற்றில் திருப்பி விடமுடியும்.

கொள்ளிடம் ஆற்றின் வழியே வீணாகக் கடலுக்குப் போகும் நீரை அணை கட்டித் தேக்கினால், அதை விவசாயத்துக்குப் பயன்படுத்த முடியும். அப்படிச் செய்தால், உணவில்லாமல் சாகும் இந்திய மக்களின் எண்ணிக்கையைக் குறைக்க முடியும் என ஆதர் காட்டன் நினைத்தார். ஆற்றின் வழியாகவே நடந்தே அணை கட்டத் தகுதியான இடத்தைத் தேடிக் கிளம்பினார்.

1835-இல் சேலம் மாவட்ட எல்லையிலிருந்த காவேரிபுரத்துக்கு வந்து சேர்கிறார். அணை கட்டுவதற்கான ஆய்வுகளைத் தொடங்கினார். இப்போது மேட்டூர் அணை உள்ள சாம்பள்ளி என்ற இடத்தில் காவிரியின் குறுக்கே

அணை கட்டினால், தஞ்சை மண்டலத்தில் இப்போது பாசன வசதியைப் பெறும் நிலங்களைப் போல, இன்னும் இரண்டு மடங்கு நிலங்களுக்குப் பாசன வசதியைக் கொடுக்க முடியும் என்று கிழக்கிந்தியக் கம்பெனி அரசுக்கு அறிக்கை கொடுத்தார்.

பிரிட்டிஷ் மேலாண்மையை ஏற்றுக்கொண்டு ஆட்சி நடத்திய மைசூர் சமஸ்தானம் இதற்குக் கடுமையான எதிர்ப்புத் தெரிவித்தது. அதனால், அத்திட்டம் கைவிடப்பட்டது. தஞ்சை மண்டல விவசாயிகள் தொடர்ந்து போராடினர். 1858-இல் கிழக்கிந்திய கம்பெனியின் அதிகாரம் பிரிட்டிஷ் அரசுக்கு வந்தது. காவிரி வெள்ளத்தால் தஞ்சையில் ஏற்படும் இழப்புக்கு மைசூர் சமஸ்தானம் ஆண்டுக்கு மூன்று லட்சம் இழப்பீடு கொடுக்கவேண்டும் என தஞ்சை விவசாயிகள் வழக்குத் தொடர்ந்தனர். 90 ஆண்டுகளுக்குப் பிறகு, மைசூர் சமஸ்தானம் இறங்கி வந்தது. ஒப்பந்தத்தில் கையெழுத்திட்டது.

1925 ஜூலை 20 ஆம் தேதி மேட்டூர் அணைக் கட்டும் பணிக்கு அடிக்கல் நடப்பட்டது. காவேரிபுரம், நாயம்பாடி, கோட்டையூர், சோளப்பாடி உள்ளிட்ட 66 ஊர்கள் அணைக்குள் மூழ்கின. அப்பகுதியில் வாழ்ந்த மக்களுக்கு இழப்பீட்டுத் தொகை வழங்கப்பட்டது. வேட்டியை இழந்த மக்கள் கோவணத்தைப் பெற்றனர். அந்த ஊர்களில் வாழ்ந்த மக்களை எல்லாம் வீடு, தோட்டங்களை விட்டு வெளியேறச் சொல்லி அரசு உத்தரவிட்டது.

காவிரி ஆற்றின் இருகரைகளிலும் சொந்த நிலம், வீடு, வாசல் என வாழ்ந்த மக்கள் எல்லோரும் அகதிகளாயினர். சொந்த வயல்களில் உணவு தானியங்களை உற்பத்தி செய்த விவசாயிகள், சோற்றுக்காக வேறு ஊர்களுக்குக் குடிபோக வேண்டிய நிலை வந்தது. கையில் எடுக்க முடிந்ததை எடுத்துக் கொண்டு வாழ்விடங்களை விட்டு, கூட்டங்கூட்டமாக வெளியேறினர். காலங்காலமாக வாழ்ந்த தங்களின் வாழ்வியல் அடையாளங்களை இழந்து, கால் போன போக்கில் நடந்தனர். காட்டுப்பகுதியிலிருந்த சமமான நிலப்பரப்பில் குடியேறினர்.

அணைக்குள் மூழ்கிய தங்கள் ஊர்களின் பெயர்களையே அவர்கள் குடியேறிய புதிய ஊருக்கும் சூட்டினர். இன்றைய கர்நாடக மாநிலம், கொள்ளேகால் வட்டத்தில் அடர்ந்த

காடுகளுக்குள் ஏராளமான தமிழர்களின் குடியிருப்புகள் உள்ளன. இந்த ஊர்களெல்லாம் மூழ்கிப்போன ஸ்டான்லி அணைக்குள்ளிருந்து தங்களின் வாழ்விடங்களை விட்டுப் பிழைக்க போனவர்களின் குடியிருப்புகளே. இந்தப் பகுதிகளில் ஏராளமான மக்கள் இன்னும் அகதிகளைப் போலவே வாழ்கின்றனர்.

அணைக்குள் மூழ்கிய கருங்கல்லூர் பகுதியிலிருந்து ஒரு பிரிவினர் ஒகேனக்கல் செல்லும் காட்டு வழியில் நடந்தனர். திப்புவின் நாட்டிலிருந்த கோட்டையூருக்குச் சென்றனர். ஊருக்கு வடக்கிலிருந்த சமமான நிலப்பரப்பில் வீடுகளை அமைத்தனர். அதற்கு ஆத்தூர் என்று பெயரிட்டனர். இன்னொரு குழுவினர், மாதேஸ்வரன் மலையிலிருந்து உருவாகி வந்த ஏறக்கியம் பள்ளத்தின் கரையோரத்தில் குடிசைகளை அமைத்தனர். அந்த ஊருக்கு செங்கப்பாடி என்று பெயரிட்டனர். மொழிவாரி மாநிலங்கள் உருவான பின்னார் இந்த ஊரின் பெயர் அரசுப் பதிவுகளில் கோபிநத்தம் என மாற்றம் செய்யப்பட்டது.

1930- ஆம் ஆண்டுகளில் நிலத்தைச் சமன்செய்து விவசாயம் செய்யப் போதிய கருவிகள் இல்லை. அதனால், கல்லும், பாறைகளும் மிகுந்த அந்த நிலத்தில் கொத்துக்காட்டு விவசாயம்* செய்தனர். விவசாயத்துடன், வேட்டையாடுதல், மீன் பிடித்தல், மரம் வெட்டுதல் போன்ற பகுதிநேர வேலைகளிலும் ஈடுபட்டனர். தமிழ்நாடு-கர்நாடகம் எனப் பிரிக்கப்படாத சென்னை மாநிலத்தில் வாழ்ந்த அம்மக்கள் கோவை மாவட்டம், கொள்ளேகால் வட்டத்தைச் சேர்ந்தவர்களாக இருந்தனர்.

1956 நவம்பர் முதல் மொழிவாரி மாநிலங்கள் உருவாயின. காவிரி, பாலாற்றின் அக்கரையிலிருந்த நிலப்பகுதி கர்நாடக மாநிலமானது. இக்கரையிலிருந்த நிலம் தமிழ்நாட்டுடன் சேர்ந்தது.

தமிழர்கள் பெரும்பான்மையாக வாழ்ந்த கொள்ளேகால் வட்டத்தைத் தமிழகத்துடன் சேர்க்கவேண்டும் என்று தந்தை பெரியார், காமராஜர், அண்ணா, ஜீவானந்தம், ம.பொ. சிவஞானம் போன்றோர் கோரிக்கை வைத்தனர், போராட்டம் நடத்தினர்.

இந்தக் கோரிக்கையை அப்போது ஆட்சியிலிருந்த காங்கிரஸ் அரசு ஏற்க மறுத்தது. தமிழர்களின் மண் ஆந்திரம், கேரளம், கர்நாடகம் என மூன்று மாநிலங்களுக்கும் கூறுபோட்டுக் கொடுக்கப்பட்டது.

கன்னட மக்கள் அதிகமாக வாழ்ந்த தாளவாடி நிலப்பகுதி தமிழ்நாட்டிற்கு வந்தது. ஆனால் தமிழர்கள் அதிகமாக வாழ்ந்த கோலார் தங்கவயல், கொள்ளேகால் வட்டங்கள் கர்நாடகத்துக்குப் போயின.

நிலப்பகுதிகளைப் பிரிப்பதில் நம் அரசியல்வாதிகளுக்கும், அதிகாரிகளுக்கும் போதிய அனுபவமும் மதி நுட்பமும் இல்லாமல் இருந்திருக்க வேண்டும் அல்லது வேண்டுமென்றே சதி செய்திருக்க வேண்டும். இந்தப் பிரிவினையால் ஏற்பட்ட வரலாற்றுப் பிழை தமிழ்நாட்டின் எதிர்காலத்தில் பல தீராத சிக்கல்களுக்குக் காரணமாக அமைந்து விட்டன.

தமிழர்கள் வாழ்ந்த சித்தூரும், நெல்லூரும் ஆந்திரத்துக்குப் போயின. அதனால் பாலாறு, பொன்னியாறு, பழவேற்காடு ஏரிகளுக்குத் தண்ணீர் வருவதில் ஆந்திராவுடன் பிரச்சனைகள் உருவாகிவருகின்றன.

தேவிகுளம், பீர்மேடு பகுதிகள் கேரளத்தின் பக்கம் போனதால், முல்லைப் பெரியாறு அணை விவகாரத்தில் தமிழ்நாட்டிற்குச் சிக்கல். பாலக்காடு நிலப்பகுதி கேரளத்துக்குப் போனதால், பாம்பாறு, சிறுவாணி, ஆழியாறு - பரம்பிக்குளம், பாண்டியாறு - புன்னம்பழா பவானியாறு எனப் பல நதிநீர் பங்கீடு தொடர்பான பிரச்சனைகள் தீர்க்க முடியாமல் உள்ளன.

“எங்க ஊர் புளியம்பட்டி. மேட்டூர் அணை கட்டுனப்போ ஊரெல்லாம் தண்ணிக்குள்ளே போயிட்டுது. அதனால, எங்க தாத்தா, அப்பாவெல்லாம் இந்த ஊருக்குக் குடி வந்துட்டாங்க. எங்க அப்பா பேரு முனியக்கவுண்டர். அம்மா பேரு பொன்னுத்தாயி. நாங்க ரெண்டு பேர் அண்ணன் தம்பிகள். நான், எங்க அண்ணன் பிறந்ததெல்லாம் இந்த ஊருலதான். அப்பா குடுத்த சொத்து ஆளுக்கு நாலு ஏக்கர் பூமி. அதுவும் தண்ணி வசதியில்லை, மேட்டுக்காடுதான். சோளம், கம்பு, ராகி பயிறு, பச்சையின்னு மானாவாரி விவசாயம் செய்வோம்” என்கிறார் வீரப்பனின் சித்தப்பா பொன்னுசாமி.

முனியக்கவுண்டருக்கு கூசன் என்கிற முனுசாமி, கீரியான் என்கிற பொன்னுசாமி என இரு மகன்கள். முதல் மகனுக்கு மூன்று ஆண், இரண்டு பெண் என ஐந்து குழந்தைகள். இந்தத் தொடரின் நாயகனாக வரும் மொழுக்கன் என்கிற வீரப்பன் தமிழ்நாடு, கர்நாடகம் என்ற மாநிலங்கள் பிறப்பதற்கு சில ஆண்டுகளுக்கு முன் 1950 ஆம் ஆண்டு, ஜனவரி 18 இல் இந்தத் தம்பதிக்கு இரண்டாம் மகனாகப் பிறந்தவர்.

முதல் மகன் மாதையன் வீரப்பனை விடவும் மூன்று வயது மூத்தவர். முதல் மகள் முனியம்மாள், வீரப்பனுக்கு மூன்று வயது இளையவர். அர்ஜுனன், வீரப்பனுக்கு 6 வயது இளையவர். கடைசி மகள் மாரியம்மாள் வீரப்பனுக்கு 10 வயது இளையவர். கூசன் என்கிற முனுசாமியின் நான்கு ஏக்கர் நிலத்தில் விளைந்த தானியங்கள் ஏழு பேர் கொண்ட குடும்பத்தின் உணவுத் தேவைக்குப் போதவில்லை. அதனால், கூசன் காட்டில் வேட்டைக்குச் சென்றுதான் கஞ்சி குடிக்கவேண்டும் என்ற கட்டாயத்தில் இருந்தார்.

இந்தப் பகுதியில் உள்ள பெரும்பாலான மக்கள் அவர்களின் சொந்தப் பெயரில் அடையாளம் சொல்லப்படுவதில்லை. அனைவருக்குமே பட்டப் பெயர்கள் உள்ளன. அவர்கள் முன்னோர் வாழ்ந்த ஊரின் பெயர் அல்லது விவசாயம் செய்துவரும் காடு, தோட்டங்களின் பெயர்களையே முதன்மையாகக் கொண்டே அடையாளம் சொல்லப்படுகின்றனர்.

கிரியான் பொன்னுசாமி

முனுசாமி யாரிடமும் கூச்சமில்லாமல் பழகக் கூடியவர். அதனால், கூசன் என்று அழைத்துள்ளனர். அவருடைய தம்பி பொன்னுசாமியின் மூக்கும், கண்களும் கீரியைப் போலவே இருக்கும். அதனால் கீரியான் என்று

அடையாளப் படுத்தியுள்ளனர். வீரப்பனுக்குப் பத்து வயது இருக்கும்போது தலையில் வண்டுகடி ஏற்பட்டது. இதனால் முடி முழுவதும் கொட்டி, தலை மொழுமொழுவென இருந்தது. அதிலிருந்து வீரப்பனுக்கு "மொழுக்கன்" என்ற பட்டப்பெயர் வந்தது. வீரப்பனின் அண்ணன் பெயர் மாதையன். இந்த ஊரில் பல மாதையன்கள் இருந்தனர். அதனால், கூசனின் மகன் மாதையன் என்பதைக் கூசமாதையன் என்றனர்.

வீரப்பன் குடும்பத்திலிருந்த யாருக்கும் பள்ளிக்குச் செல்லும் வாய்ப்புக் கிடைக்கவில்லை. வீரப்பனின் தம்பி அர்ஜுனன் மட்டும் ஆறாம் வகுப்புவரை படித்துள்ளார். வறுமையின் காரணமாகப் பள்ளிக்குப் போகவேண்டிய வயதில் வீரப்பன் மாடு மேய்க்கச் செல்கிறார். சிறுவனாக இருந்த நேரத்தில் அவருக்குப் போட்டுக் கொள்ள சட்டை, ட்ரவுசர் கூட இல்லை. தன்னுடைய சம்பாத்தியத்தில் துணி எடுத்துப் போடும்வரை அவர் கோவணம் கட்டிக்கொண்டே வாழ்ந்துள்ளார்.

"அந்தக் காலத்தில் முறுக்கு, மிக்சர் போன்ற தின்பண்டங்கள் வாங்க எங்களுக்கு வசதியில்லை. எங்கம்மா சாமை குத்திச் சோறு ஆக்குவாங்க. மிச்சமிருக்கும் தவுட்டைத் துணியில் மூட்டை கட்டி, எடுத்துட்டுப் போவோம். மாடு மேய்க்கும் காட்டில் வயிறு பசிக்கும்போது நானும், வீரப்பனும் அதைத் தின்னுதான் வாழ்ந்தோம். அப்பவே வீரப்பனுக்குப் பெரிய வேட்டைக்காரனுக்கு உள்ள குணம் இருந்தது. தனக்குச் சோறு இல்லாமப் போனாலும், பசியோடு வந்தவர்களுக்குத் தூக்குப் போசியை எடுத்துக் குடுப்பான். அந்த அளவுக்கு அடுத்தவங்களுக்கு உதவும் குணம் அவங்கிட்டே இருந்தது" என்கிறார் வீரப்பனின் வயதை ஒத்தவரான மாரிமுத்து.

மாவட்டத் தலைநகர் மைசூரிலிருந்து 175 கிலோமீட்டர் தொலைவில் இருக்கிறது செங்கப்பாடி. அடர்ந்த காடுகளுக்கு நடுவில் வாழ்ந்த இப்பகுதி மக்களுக்கு மருத்துவம், கல்வி என அரசின் எந்த உதவியும் கிடைக்கவில்லை, கிடைப்பதற்கு ஏற்ற சூழலும் இல்லை. அரசு என ஒன்று உள்ளதே இங்குள்ள பெரும்பாலான மக்களுக்குத் தெரியாது. பரந்த காடுகளின் உள்ளே வாழ்ந்த அம்மக்களுக்குச் சட்டங்களும், சட்ட மீறல்களும் தெரியாது.

மாரிமுத்து

செங்கப்பாடிக்குப் பேருந்து வசதியில்லாத காலம். வெளியூர் போக வேண்டுமெனில், காவிரி ஆற்றங்கரை ஓரமாகவே தெற்கே 16 கிலோமீட்டர் நடந்து பாலாறு வர வேண்டும். இன்னொரு வழி, அதே காவிரி ஆற்றின் கரை ஓரத்தில் வடக்குப் பக்கமாக 12 கிலோமீட்டர் தூரத்தில் உள்ள மாறுகொட்டாய் வரை நடந்து போக வேண்டும். அங்கிருந்து காவிரி ஆற்றைக் கடந்து, ஒகேனக்கல் சென்று அங்கிருந்து பேருந்தைப் பிடிக்க முடியும்.

மூன்றாவது வழி செங்கப்பாடியில் இருந்து நேர் மேற்கே அடர்ந்த காடுகளுக்குள் 14 கிலோமீட்டர் நடந்தால், ஒடக்காப்பள்ளம் என்ற ஊர் வரும். இந்த மூன்று இடங்களிலும் இருந்தே பேருந்து மூலம் வெளியூருக்குப் போகமுடியும். இதில் முதல் இரண்டு வழிகளைத்தான் இன்றளவும் மக்கள் பயன்படுத்தி வருகின்றனர்.

செங்கப்பாடியில் இருந்து எந்தப் பக்கம் போனாலும், மூன்று மணிநேரம் காட்டுக்குள் நடந்தே ஆகவேண்டும். இந்தக் காட்டில் யானை, புலி, சிறுத்தை, கரடி, காட்டெருமை எனப் பல விலங்குகளும் இருந்தன. இந்த விலங்குகளிடமிருந்து தங்களைக் காப்பாற்றிக் கொள்ள மக்களுக்குத் துப்பாக்கி தேவைப்பட்டது. இதற்காக அவர்கள் நாட்டுத் துப்பாக்கியைத் தங்களின் உடைமையாகவே பயன்படுத்தினர். உணவுக்காக பன்றி, மான் போன்ற விலங்குகளை வேட்டையாடவும் இந்தத் துப்பாக்கிகள் பயன்பட்டன. பெண் மானைக் கொல்லக்கூடாது என்ற நிபந்தனையுடன் ஆண் மான்களை வேட்டையாட ஆங்கில அரசு அனுமதித்தது. 1972 ஆம்

வீரப்பன் தலைக்குப் பரிசு அறிவிப்பு

ஆண்டுவரை இச்சட்டம் நடைமுறையிலும் இருந்தது.

மனித இனத்தின் முதல் தொழிலே வேட்டை. நீண்ட காலத்துக்குப் பிறகே, வேளாண்மையைக் கற்றனர். விவசாயத்தை மட்டுமே நம்பி இந்த ஊரில் வாழ முடியாது என்பதால் கூசன் (எ) முனுசாமி முழுநேரச் சிகாரி* வேட்டைக்காரராகவும் இருந்தார். பெரும்பாலான நாள்களில் காலை நேரம், மயிலைமலைக் காட்டுக்குள் வேட்டைக்குப் போவார். மதிய நேரம் ஒரு முசுக்கொந்தியை (கருங்குரங்கு) சுட்டு எடுத்து வந்து, மனைவி பொன்னுத்தாயிடம் கொடுப்பார்.

அதைக் கூடையில் போட்டு எடுத்துக்கொண்டு, காவிரியின் அக்கரையில் (தருமபுரி மாவட்டம்) உள்ள சிகரல்பட்டி என்ற ஊருக்குப் போவார். அங்கே முசுக்கொந்தியை விற்பார். அந்தக் காசில் ராகிமாவும், சர்க்கரையும் வாங்கிக் கொண்டு வருவார். அதை வைத்துத்தான் வீரப்பன் குடும்பம் அடுத்த சில நாள்களுக்கான உணவுத் தேவையைப் பூர்த்தி செய்து வந்துள்ளனர். இதை வீரப்பனே என்னிடம் சொல்லியுள்ளார்.

இடுப்பில் கோவணத்துடன், சாமை அரிசித் தவிடு

தின்று வாழ்ந்த மொழுக்கன் என்கிற வீரப்பன். இந்தியாவில் யாருடைய தலைக்கும் இல்லாத விலையாக, ஒரு கோடி ரூபாய் பரிசு அறிவிக்கும் அளவுக்கு மிகப் பெரிய குற்றவாளியாக உயர்ந்தார்.

ஏன்...? எப்படி...? எதனால்...? என்பதை அடுத்தடுத்தப் பகுதிகளில் காண்போம்.

******

கொத்துக்காட்டு விவசாயம்*

பாறைகளும், குன்றுகளும் நிறைந்த இடங்களிலும்கூட சிறிதுளவு மண் உள்ள வளமான இடங்களும் இருக்கும். இதுபோன்ற ஒழுங்கற்ற நிலங்களில் கைக்கொத்துகளைக் கொண்டு மண்ணைக் கிளறிவிட்டு, தானியங்களை விதைத்து, மானாவாரியாகப் பயிர் செய்வர். இந்த முறையைக் கொத்துக்காடு விவசாயம் என *Dr.*புக்கானன் பதிவு செய்துள்ளார்.

சிகாரி*

சிகாரிகள் வேட்டையாடுதலையே முழுநேரத் தொழிலாகக் கொண்டவர்கள். அரசர்கள், அமைச்சர்கள் பிற்காலத்தில் ஆங்கிலேய அதிகாரிகள் எனச் செல்வாக்கில் உள்ளவர்களைக் காட்டுக்குள் வேட்டைக்கு அழைத்துச் செல்பவர்கள். உள்ளங்கை ரேகையை போலக் காடுகளைப் பற்றிய அனைத்துத் தரவுகளையும் கைக்குள் வைத்திருப்பர். இந்தச் சிகாரிகள் உதவியில்லாமல் புதிதாக வேட்டைக்கு வருவோரால் விலங்குகளை வேட்டையாட முடியாது. அந்தக் காட்டில் வழி கண்டுபிடித்துப் போகவும் முடியாது. ஒவ்வொரு வேட்டையை முடித்த பின்னரும், அதற்காக சிகாரிகள் வழிபாடு நடத்துவர்.

வீரப்பனும் விலங்குகளை வேட்டையாடிக் கொன்றதும் வழிபாடு நடத்துவார். அதற்கு வேட்டை மாற்றி எனப் பெயர். சுட்டுக் கொல்லப்படும் விலங்கின் உடலில் உள்ள காயத்தை முதலில் கண்டுபிடிப்பார். பிறகு, ரத்தம் வெளியேறிக் கொண்டிருக்கும் அந்தக் காயத்தின் மீது துப்பாக்கி முனையை முட்ட வைப்பார். பிறகு விலங்கின் மீதுள்ள காயத்தைச் சுற்றி, இடது பக்கமாக மூன்று முறையும், வலது பக்கமாக மூன்று முறையும் துப்பாக்கி முனையைச் சுற்றுவார். அதன்பிறகு, துப்பாக்கியை நிலத்தில் ஊன்றி கொல்லப்பட்ட விலங்கின் ரத்தத்தைத் தொட்டுத் துப்பாக்கிக் குழாயின் மீது பொட்டு வைத்து கும்பிடுவார்.

செங்கப்பாடிக்கு மேற்கில் எறக்கியம் காட்டுக்குப் போகும் வழியில் வேட்டைப் பாறை என்ற பெரிய பாறை உள்ளது. ஆரம்பக் காலத்தில் இந்தப் பாறைமீது வேட்டையாடிய விலங்கைக் கொண்டுவந்து போட்டு, ஏழைகளின் வயிற்றுப் பசிக்கு

வேட்டைப்பாறை

வழி காட்டிய வேட்டைக்காரன் சாமிக்கு வாழைப்பழம் வைத்து நன்றி செலுத்தி வந்துள்ளனர்.

இந்தப் பாறையின் மீதே கொல்லப்பட்ட விலங்கின் கறியை அறுத்து, ஊர்மக்கள் எல்லோரும் பங்குபோட்டு எடுத்து வருவதை வழக்கமாக வைத்திருந்தனர். இதில், வேட்டைக்காரன் சாமிக்கும் ஒரு பங்கு ஒதுக்கப்படும். அந்தக் கறியை யாரோ ஒருவர் விலை கொடுத்து வாங்குவர். அதில் கிடைக்கும் பணத்தை வைத்து ஆண்டுக்கு ஒருமுறை வேட்டைக்காரன் சாமிக்கு திருவிழா நடத்தி வந்துள்ளனர்.

தமிழ்நாட்டில் காடுகளை ஒட்டிய பல ஊர்களில் வேட்டைக்காரன் கோயில்கள் உள்ளன. வீரப்பனுக்குப் பிறகு, செங்கப்பாடி மக்கள் யாரும் வேட்டைக்குப் போவதுமில்லை. வேட்டைக்காரன் சாமிக்கு வழிபாடு நடத்துவதுமில்லை. பொள்ளாச்சி அருகிலுள்ள வேட்டைக்காரன்புதூரிலும், வேட்டைக்காரன் சாமியும், கோயிலும் உள்ளது.

3
யானையிடம் சிக்கிய வீரப்பன்

செங்கப்பாடி அணை

பெரும்பாலான குழந்தைகளுக்கு அப்பாவே ரோல் மாடலாக இருப்பார், வீரப்பனுக்கும் அப்படியே! தந்தையுடன் வேட்டைக்குப் போவதுடன் நிற்காமல் ஆடு, மாடு மேய்க்கக் காட்டுக்குள் போகும் வேறு ஆள்களுடனும் சேர்ந்து காடுகளில் சுற்றிக்கொண்டே இருப்பார். இதன் மூலம் விலங்குகள், பறவைகளின் ஒலிகளையும், குணங்களையும் கற்றுக்கொள்கிறார்.

வயதானவர்களும், சிறுவர்களும் அடர்ந்த காடுகளுக்குச் சென்று பெரிய விலங்குகளை வேட்டையாட முடியாது. காட்டு ஓரங்களில் இருக்கும் கொக்கு, குருவி, போன்ற சிறு பறவை, அணில், எலி, முயல் போன்ற விலங்குகளை வலை விரித்து வேட்டையாடுவர். சிலர் வேட்டை நாய்களை வைத்தும் வேட்டையாடினர்.

ஆனால், "வீரப்பன் துப்பாக்கியைத் தூக்க முடியாத காலத்திலேயே நிலத்தில் போட்டு இழுத்துக்கொண்டே, எங்க

காட்டு வழியாக மயிலைமலைக் காட்டுக்குப் போவான்" என்கிறார் வீரப்பனின் வயதையொத்த நல்லூர் மாதையன்.

வறத்தண்ணிக் கிணத்தார் சேவி என்ற 80 வயதுடைய பெரியவர் இருந்தார், இவர் கூலியம் காடுகளில் மாட்டுப்பட்டி அமைத்து மாடு மேய்ப்பவர். இவருக்கு உதவியாகச் சில இளைஞர்களும் காட்டில் தங்கியிருந்தனர். பெரும்பாலான நேரம் காட்டுக்குள்ளேயே இருந்த சேவி, அவ்வப்போது வீரப்பனையும் வேட்டைக்குக் கூட்டிக் கொண்டு போவார். வீரப்பனின் வயதுக்கு ஏற்றபடி சிறிய விலங்குகள், பறவைகளை எப்படிப் பிடிப்பது என்று வேட்டை வழிமுறைகளைச் சொல்லிக் கொடுப்பார்.

ஒவ்வோர் ஆண்டும் ஏப்ரல், மே மாதங்களில் காட்டுப்பகுதியில் இருக்கும் ஆறு, ஓடைகளெல்லாம் வறண்டு விடும். இந்நாள்களில் ஓடைகளில் உள்ள பாறை இடுக்குகளிலும், பள்ளங்களிலும் சிறிதளவே தண்ணீர்த் தேங்கி நிற்கும். இந்தத் தண்ணீரைக் குடித்துத்தான் காட்டிலுள்ள விலங்குகள் உயிர் வாழும். இப்படித் தண்ணீர் தேடிவரும் சிறு விலங்குகளை வேட்டையாட, பெரிய விலங்குகளும் வரும். இரண்டையும் பிடிக்க வேட்டைக்காரர்களும் காத்திருப்பர். இந்த மாதிரியான இடங்களுக்குப் பகல் நேரத்தில் பெரும்பாலும் பறவைகள் மட்டுமே வரும். மாலை நேரம் அல்லது இருட்டிய பின்னரே மான், காட்டெருமை, யானை போன்ற விலங்குகள் தண்ணீரைத் தேடிவரும்.

தே(ங்)ன்கல் முனியப்பன் கோயிலுக்கு வடக்கிலிருந்த நரிக்குட்டிப்பள்ளம் நீரின்றி, வறண்டு போயிருந்தது. இந்த ஓடைக்கு ஒருநாள் மதிய வேளையில் சேவியும், வீரப்பனும் சென்றனர். தண்ணீர் குடிக்கவரும் குருவிகளைப் பிடிக்கத் திட்டமிட்டனர். அந்தச் சிற்றோடையில் தண்ணீர் தேங்கியிருந்த இடத்தைச் சுற்றிலும் கிடந்த மணலில் தாங்கள் கொண்டு போயிருந்த மீன் வலையைப் புதைத்தனர்.

"புதைவலை" வேட்டை என்று சொல்லப்படும் இந்த வேட்டையில், தண்ணீரைச் சுற்றியுள்ள இடங்களில் இருக்கும் மணல்மேல் வலையை விரிக்கவேண்டும். பிறகு வலையின்மீது மணலையும், காய்ந்து கிடக்கும் இலை, சருகுகளையும்

போட்டு மூடவேண்டும். பின்னர் வலையில் ஒரு பகுதிச் சுருக்குக் கயிற்றை மணலுக்குள்ளே நீண்டதூரம் புதைத்துக் கொண்டுபோய், ஒரு மரத்துக்குப் பின்னர் ஒளிந்துகையில் பிடித்துக் கொள்ளவேண்டும்.

தண்ணீர் தாகம் எடுக்கும்போது பறவைகள் வந்து மணலில் புதைக்கப்பட்டிருக்கும் வலையின் மீது உட்கார்ந்து, தண்ணீர் குடிக்கும். அப்போது வலையை இழுத்துச் சுருட்டி, வலைக்கு உள்ளே இருக்கும் பறவைகளைப் பிடிப்பதே புதைவலை வேட்டை முறையாகும்.

வீரப்பனும், சேவியும் மீன் வலையை மணலில் புதைத்துக் கொண்டிருந்தனர், அப்போது தண்ணீர் குடிக்க வந்த ஒரு யானை வீரப்பனுக்குப் பின்னே நின்றது. வீரப்பனுக்கு எதிர்திசையில், உட்கார்ந்திருந்த சேவி மணலையும், இலை, சருகுகளை அள்ளி, வலை மீது தூவிக்கொண்டிருந்தார். எதிரில் ஏதோ அசைவது கடைக்கண்ணில் தெரிந்தது, இயல்பாகத் தலையைத் தூக்கிப் பார்த்தார்.

வீரப்பனின் தலைக்கு மேலே நின்ற யானையைப் பார்த்த பயத்தில், வீரப்பனிடம் என்ன சொல்லுவது என்று சேவிக்குத் தெரியவில்லை. “பே... பே...,” என உளறியபடியே இரண்டு கையிலும் ஆற்று மணலை வாரி யானை மீது வீசிவீட்டு, நாலு கால் பாய்ச்சலில் பின்னோக்கி ஓடினார்.

எதற்காகப் பாட்டன் இப்படிப் பயந்து ஓடுகிறார் என்பது தெரியாமல், வீரப்பன் திரும்பிப் பார்க்கிறார். அதற்கு முன்பாகவே வீரப்பனின் முதுகில் யானையின் தும்பிக்கை உரசியது. துதிக்கையால் தன்னைச் சுருட்டிப் பிடிப்பதற்கு முன்பாக எகிறிக் குதித்து, யானையிடமிருந்து தப்பினார். பாட்டன் பின்னோக்கி ஓடியது போலவே, வீரப்பனும் முன்னோக்கி, நாலுகால் பாய்ச்சலில் ஓடினார். பத்து எட்டு தூரம் ஓடியதுமே, யானை வாலைத் தூக்கிப்பிடித்துக் கொண்டு பிளிறத் தொடங்கியது.

ஒரு மனிதனால் எடுத்த எடுப்பில் 40 கிலோமீட்டர் வேகத்தில் ஓட முடியும். போகப் போக 30, 20 எனக் குறைந்து 10க்கு வந்து விடுவான். ஆனால், யானை 20 கி.மீ

வேகத்தில் ஓடத்தொடங்கி, போகப்போக அறுபது வரைக்கும் ஓடும். இந்த அடிப்படையில், நேரான பாதையில் ஓடினால், ஆயிரம் மீட்டர் தூரத்துக்குள், மனிதனை யானை மடக்கிப் பிடித்துவிடும். சிறுவனாக இருந்தாலும், வீரப்பனுக்கு இந்தக் கணக்குத் தெரியும்.

தனக்கு முன்னால் பாட்டன் ஐம்பது அடி தூரத்தில் ஓடிக் கொண்டிருக்கிறார், எப்படியும் அவர் தப்பி விடுவார். யானையிடமிருந்து தான் எப்படித் தப்பிப்பது எனக் கணக்கிட்டார். யானைக்கும், வீரப்பனுக்குமான நெருக்கம் குறைந்து கொண்டே வந்தது. யானையின் வாயிலிருந்து வரும் எச்சில்கூட வீரப்பன் மீது பட்டது. யானையின் வேகம் அதிகரித்து விட்டது, இனி தப்பிக்க முடியாது என்ற நிலையில், ஓடிக்கொண்டிருந்த பாதைக்கு வலது பக்கமிருந்த ஒரு பள்ளத்தில் குதிக்கிறார்.

மனிதனுக்கு உள்ளது போல கண்கள் நேராக இல்லாமல் யானையின் கண்கள் தலையின் பக்கவாட்டில் இருக்கும். அதனால், ஓடும்போது யானையால் நேராகப் பார்க்க இயலாது. தலையை இடதும், வலதும் ஆட்டிக்கொண்டே ஓடும். அப்போதுதான் முன்னே ஓடிக்கொண்டிருக்கும் உருவத்தைப் பார்க்கமுடியும். தலையை ஆட்டிக்கொண்டே இடது பக்கம் பார்த்த நேரத்தில், வீரப்பன் வலது பக்க பள்ளத்தில் விழுந்து விட்டார்.

வீரப்பனைப் பார்வையிலிருந்து தப்பவிட்ட யானை மீண்டும், கொஞ்சம் நின்று நிதானித்துப் பார்த்தது. தூரத்தில் சேவி ஓடிக்கொண்டிருப்பது தெரிந்தது. மீண்டும் சேவியை நோக்கி ஓடியது, யானையின் முதுகில் பட்ட மரக்கிளைகள் சடீர்...சடீரென உடைந்து விழுந்தன. சிறிதுநேரம் இந்தச் சத்தம் வீரப்பன் காதுகளில் கேட்டுக் கொண்டேயிருந்தது.

ஊனாங்கொடியும், இண்டஞ்செடியும் நிரம்பிய அந்தக் குழிக்குள் கொஞ்ச நேரம் இளைப்பாறினார். அரை மணி நேரத்துக்குப் பிறகு, உள்ளே தொங்கிக் கொண்டிருந்த ஊனாங்கொடிகளைப் பிடித்து மேலே ஏறிவந்தார். ஊனாங்கொடி என்பது, வெற்றிலையைப் போன்ற இலைகளுடன் நீண்டு படரும் கொடி. கை, கால் எலும்பு

ஒடிந்தவர்கள் அடிபட்ட இடங்களில் இதன் இலைகளை வேகவைத்து கட்டினால், ஒரு வாரத்தில் வீக்கம் குறையும். எலும்பும், சதையும் பழைய நிலைக்குத் திரும்பும். இது மிகச்சிறந்த மூலிகைச் செடி.

யானை மீண்டும் வருமா...? பாட்டன் தப்பித்தாரா...? எதுவும் தெரியவில்லை. வீரப்பன் தண்ணீர் இருந்த பள்ளத்துக்கே திரும்பி வந்தார். தண்ணீரை அள்ளிக் குடித்தார், புதைத்திருந்த வலையைச் சுருட்டி எடுத்துக்கொண்டு செங்கப்பாடிக்கு போகும் பாதையில் நடந்தார். பாட்டனை யானை மிதித்துக் கொன்றிருக்கும், ஊருக்குப்போய் இந்தச் செய்தியைச் சொல்லவேண்டும். துப்பாக்கியுடன் இருக்கும் ஆள்களைக் கூட்டிவந்து பாட்டனின் உடலைத் தேடவேண்டும் என்று கணக்குப் போட்டபடியே தே(ங்)ன்கல்மலைப் பள்ளத்தில் நடந்து கொண்டிருந்தார்.

அப்போது, சிலர் கூட்டமாகப் பேசிக்கொண்டு, எதிரே வருவது தெரிந்தது. "யாராக இருக்கும்..."? என நினைத்துக் கொண்டிருக்கும்போதே, சேவிப் பாட்டனுடன் பத்துபேர் எதிரில் வந்தனர்.

வீரப்பனைப் பார்த்த சேவி. "அடசாமி மொழுக்கா, அந்த மோள* ஆ(யா)னைகிட்டேயிருந்து எப்படிடா தப்பிச்சே..."? என்று கூறியபடியே வீரப்பனைக் கட்டி அணைத்துக் கொண்டார். பிறகு, யானையிடமிருந்து தப்பிய கதையைப் பாட்டனும், பேரனும் பேசிக்கொண்டே ஊருக்குச் சென்றனர்.

10 வயதுச் சிறுவனாக இருந்தபோதே வீரப்பன் யானையிடம் இருந்து தப்பியது அவருக்குத் கூடுதல் தைரியத்தைக் கொடுத்தது. யானை, காட்டெருமை போன்ற விலங்குகள் மீதிருந்த பயம் போனது. அதன் பிறகு, வீரப்பன் தனித்துக் காட்டுக்குள் போகத் தொடங்கினார்.

வீரப்பனுக்குச் சுமார் 12 வயது இருக்கும்போதே துப்பாக்கியைத் தூக்கினார், அப்போது அவர் வைத்திருந்த நாட்டுத் துப்பாக்கியை விடவும் உயரம் குறைவாகவே இருந்தார். ஊருக்கு மேற்கில் இருக்கும் எறக்கியம் காட்டுக்குள் வேட்டைக்குப் போவார். பாறை, புதர் மறைவுகளில்

P.K.RAMAPPA
Exp Date : 04.03.1999

பி,கே.ராமப்பா

உட்கார்ந்து கொள்வார். அந்த வழியாக வரும் காட்டுப்பன்றி, புள்ளிமான், கேளையாடு போன்ற விலங்குகளை வேட்டையாடுவார். தன் வயதுடைய சில நண்பர்களைக் கூட்டிக்கொண்டு போய், அவற்றை அறுத்து எடுத்து வந்து ஊருக்குள் கறி விற்பது வாடிக்கையானது.

அந்தக் காலத்தில், வீரப்பன் குடும்பம் மட்டுமல்ல, செங்கப்பாடியிலிருந்த பெரும்பாலான குடும்பங்களும் வறுமையிலேயே இருந்தன. வீரப்பனுடன் வேட்டைக்குப் போனால்தான் சோறு கிடைக்கும் என்ற நிலையில் பல வீடுகள் இருந்தன. அதனால் வீரப்பன் வேட்டையை எல்லோருமே ஆதரித்தனர்.

1975ஆம் ஆண்டு செங்கப்பாடிக்கு மேற்கில் எறக்கியம் பள்ளத்தின் குறுக்கே அணை கட்டப்பட்டது. அணையில் தேங்கும் தண்ணீரை விவசாயத்துக்குப் பயன்படும் வகையில் வாய்க்கால் வெட்டப்பட்டது. இதன் மூலம், செங்கப்பாடி சுற்றுப்பகுதியில் இருந்த பெரும்பாலான நிலங்கள் பாசனவசதி பெற்றன.

செங்கப்பாடியில் இருந்து ஆத்தூர் போகும் வழியில் ஏகிலி மேட்டின் தெற்கிலிருந்த கூசன் முனுசாமியின் நிலத்துக்கு பாசனவசதி கிடைக்கவில்லை. பரம்பரை நிலத்தில் வாழ்ந்து பயனில்லை என்ற முடிவுக்கு வந்தார் கூசன். செங்கப்பாடிக்குத் தெற்கிலிருக்கும் பொன்னாச்சி மணியக்காரரர் பி.கே.ராமப்பா என்பவரின் நிலத்தைக் குத்தகைக்குப் பிடித்து விவசாயம் செய்கிறார்.

இந்த நேரத்தில், கோட்டையூரில் இருந்த வீரப்பன் உறவினர்கள் சிலர் யானை வேட்டையாடினர். இவர்கள் வீரப்பனைப் போல, காட்டுக்குள் முழுநேரமும் வேட்டைக்குப் போவதில்லை. மான், பன்றி போன்ற சிறு விலங்குகளையும்

வேட்டையாடுவதில்லை. அடர்ந்த காடுகளுக்குள் சென்று யானையைச் சுட்டுக் கொல்வர். அதன் தந்தங்களை வெட்டி எடுத்துவந்து, கருங்கல்லூரில் இருக்கும் சேவிக்கவுண்டர் என்பவரிடம் விற்பனை செய்து வந்தனர்.

இதில் கிடைக்கும் பணத்தைக் கொண்டு காடு, தோட்டங்களை வாங்குவது, அவற்றில் கிணறு வெட்டுவது, ஆயில் எஞ்சின் வாங்கி வைப்பது எனத் தங்களின் வசதி வாய்ப்புகளை ஏற்படுத்தி வந்தனர். ஜனதா கட்சியில் முக்கியத் தலைவராக இருந்த காமகரே நாகப்பாவின் ஆதரவும் இவர்களுக்கு இருந்தது. இதன் மூலம், வனத்துறை அதிகாரிகளைச் சரிக்கட்டினர். தங்கள் மீது வழக்கு வராமலும், யானை வேட்டைக்குத் தடையில்லாமலும் பார்த்துக் கொண்டனர்.

வீரப்பன் பார்வை கோட்டையூர்க்காரர்களின் பக்கம் திரும்பியது. அதுதான் அவரை இந்நூலின் நாயகனாகவும் மாற்றியது.

******

(தமிழகத்தின் சேலம் மாவட்டப் பகுதியில் "மோள யானை" என்று சொல்லப்படும் தந்தமில்லாத ஆண் யானையை வனத்துறையினர் "மக்னா" என்பர். யானைகள் கூட்டம் கூட்டமாகவே வாழும், அந்தக் கூட்டத்திலுள்ள பலமான ஒரு ஆண் யானையே, பருவத்துக்கு வந்த ஒரு பெண் யானையுடன் உறவு கொள்ளும். இதற்காக ஆண் யானைகளுக்குள் கடுமையான போர் நடக்கும். இதில், ஒரு சில ஆண் யானைகள் செத்துப் போவதுமுண்டு. தந்தமில்லாத ஆண் யானையால் மற்ற யானைகளுடன் போட்டியிட்டு வெற்றி பெறமுடியாது. மக்னாவுக்கு ஆண் யானைக்கான முழு உடற்தகுதியிருந்தும் தந்தம் இல்லாததால் மற்ற யானைகளுடன் போட்டியிட்டு, வெற்றிபெற்று, பெண் யானைகளுடன் கூட முடியாமல் போகிறது. இதனால் ஏற்படும் மனத் தாக்குதலில், அந்த யானைக்கூட்டத்திலிருந்து விலகித் தனியாகக் காடுகளில் சுற்றுகிறது. இந்த வகை யானைகள் மாடு, எருமை, மனிதன் பல உயிர்களை அடித்துக் கொல்லும் குணம் கொண்டவை).

4

யானை வேட்டை

வீரப்பன்

வீரப்பனுக்கு முன்பிருந்தே யானை வேட்டையாடிய கோட்டையூர் மாதையனுக்கு ஐயண்ணன், ஐயந்துரை, தங்கவேலு என மூன்று அண்ணன்மார்கள் இருந்தனர். இவர்கள் எல்லோருமே ஊர்ப் பெரிய மனிதர்கள். இவர்களின் பேச்சுக்கும், சொல்லுக்கும் ஊர் மக்களிடம் மரியாதையும், பயமும் இருந்தன. இவர்கள், தங்கள் பங்காளி வகையைச் சேர்ந்த சிலரைத் தவிர வேறு யாரையும் வேட்டைக்குக் கூட்டிப் போவதில்லை. அதனால், இவர்களின் யானை வேட்டை முறையை வீரப்பனால் தெரிந்து கொள்ளவே முடியவில்லை.

மேட்டூர் பகுதியில் புகழ்பெற்ற யானை வேட்டைக்காரரர் கருங்கல்லூர் சேவிக்கவுண்டர். இவர் ஆங்கிலேயர் காலத்தில் காடுகளிலிருந்து ஊருக்குள் வரும் பன்றி, யானை, காட்டெருமை

போன்ற விலங்குகளைச் சுட்டுக்கொல்ல அனுமதி பெற்ற வேட்டைக்காரராக இருந்தவர்.

இவரது மாமனார் வீடு செங்கப்பாடியில் இருந்தது. பிற்காலத்தில் அந்த ஊரிலேயே தன் மகளையும் கட்டிக் கொடுக்கிறார். அந்த வகையில், உறவினர் வீட்டுக்கு வந்திருந்த சேவிக்கவுண்டரைச் சந்திக்கிறார் வீரப்பன்.

இதைப் பற்றி வீரப்பன் சொல்வதைக் கேட்போம். "பள்ளிக்கூடம் போகவேண்டிய வயசுல நான் மாடு மேய்க்கப்போனேன். மாடுன்னா எங்க சொந்த மாடு இல்லை, கூலிக்குத்தான் மாடு மேய்ப்பேன். காட்டுக்குள்ள இருக்கும்போது விலங்குகளை எப்படிச் சுடணும், எப்படி புடிக்கணுமுன்னு பார்ப்பேன். எங்க அப்பன் வேட்டைக்குப் போகும்போது என்னையும் கையாளாகக் கூட்டிக்கிட்டுப் போகும். அப்பவே மான், மரைகளை எப்படிச் சுடறாங்கன்னும் கவனிப்பேன்.

நாங்க ஜாதியில் வன்னியரா இருந்தாலும், தொழில் வேட்டையின்னு ஆயிட்டுது. அதை விட்டாலும் சாப்பாட்டுக்கு வழியில்லை. 10, 12 வயசிலேயே நான் துப்பாக்கியை எடுத்தேன். 13 வயசிலேயே மீறுன வேட்டைக்காரனா வந்துட்டேன். நாங்க வேட்டையாடுனது எல்லாம் வயித்து பொழப்புக்குத்தான். ஆனா, இந்தக் காட்டுல பல அதிகாரிகள் வந்து வேட்டையாடியிருக்காங்க. நீ வேட்டையாடுனது தப்புன்னு சொல்லற ஜட்ஜுகளே லைசென்ஸ் துப்பாக்கியைக் கொண்டுட்டு வந்து, மானைச் சுட்டு எடுத்துட்டுப் போவதைப் பார்த்திருக்கிறேன்.

நான் காட்டுக்குள்ள வேட்டைக்குப் போயிக்கிட்டிருந்த நேரத்தில், சேவிக்கவுண்டரும் அங்கே வந்தார். அவர் ஒரு வகையில் எனக்கு மாமன் முறை ஆகுது. "எங்க மாமா ஆ(யா)னை அடிக்கவா வந்தீங்கன்னு..." கேட்டேன்.

"ஆமாம் மச்சான் யானை வேட்டைக்குத்தான் வந்தேன்னு..." சொன்னார். சேவிக்கவுண்டர் குணம் என்னன்னா, எவ்வளவு சின்னப்பசங்களா இருந்தாலும் யாரையும் பேரைச் சொல்லி கூப்பிடமாட்டார். எல்லாரையுமே "வா மச்சான், போ மச்சான்னு..."தான் சொல்லுவார். என்னையும் பார்த்துட்டு "என்ன

மச்சான் பண்ணிக்கிட்டு இருக்கீங்க...”ன்னு கேட்டார்.

“எனக்கும் ஆ(யா)னை வேட்டை ஆடணுமுன்னு ஆசையா இருக்குது மாமா. ஆனையை எப்படி அடிக்கணும்...”ன்னு கேட்டேன்.

“அதுக்கென்ன மாப்ளே சொன்னாப் போச்சு”ன்னு சொன்னவர், என்னையும் வேட்டைக்குக் கூட்டிட்டுப் போனார்.

சேவிக்கவுண்டர்

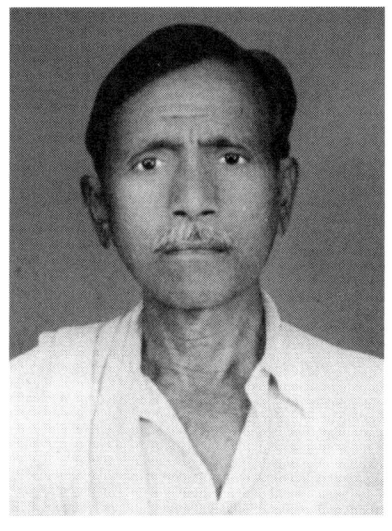

“ஆனையின் காதுக்குக் கொஞ்சம் கீழே அடிக்கணும். இல்லையின்னா நடு நெத்தியில் அடிக்கணும். அதுவும் இல்லையின்னா முன்னங்காலுக்குக் கொஞ்சம் தள்ளி அள்ளை நெஞ்சில் அடிக்கணும். இந்த எடத்தில் அடிச்சா குண்டு நல்லீரலுக்குள்ளே போகும், அந்த எடத்துலயே ஆனையைத் தள்ளிப்போடும். இதுதான் மாப்ளே ஆனையை அடிக்க வேண்டிய எடமுன்னு” சொல்லிக் குடுத்தார்.

அப்போ எங்கிட்டே நல்ல துப்பாக்கியில்லை, நாட்டுத் துப்பாக்கிதான் இருந்துச்சு. சேவி மாமன் வச்சிருந்த துப்பாக்கியைக் கேட்டேன். 577 டபுள் பேரல் துப்பாக்கியைக் குடுத்தார். அந்தத் துப்பாக்கியத் தூக்கிக்கிட்டு மாமங்கூடவே போனேன். செங்கப்பாடிக்கு மேற்கே இருக்கும் ராமதாளிக் காட்டில் ஒரு யானை இருந்தது. மாமன் சொன்ன மாதிரியே அள்ளையில் ஈடு குடுத்தேன், ஒரே அடியில் ஆனை கவுந்துகிட்டுக் கீழே விழுந்துட்டுது.

ஆனையின் கண்ணுக்கு மேலே நெத்தியில் ஒரு பெரிய பள்ளம் இருக்கும், அந்த இடத்தில் கோடரியில் ஒரு வெட்டு வெட்டி, நெத்தியில் இருந்த தோலைக் கிழிச்சு விட்டார். உள்ளே இரண்டு பக்கமும் மேல் கடைவாயில் இருந்த எலும்பு தெருஞ்சுது. அந்த எலும்பைக் கோடரி பின்பக்கத்தில் ஓங்கி ரெண்டு பக்கமும் நாலு அடி குடுத்தார்.

எலும்பு ஒடஞ்சு தனியாப் போயிட்டுது. எலும்பு பிடிப்பு விட்டதும், யானைத் தலையிலிருந்து தும்பிக்கை தனியாக் கழண்டு வந்துட்டுது. யானையின் கீழ்வாயில் இருந்த கொம்பு தனியாத் தெருஞ்சுது. அதைக் கோடாரியில் வெட்டி எடுத்துக்கிட்டுப் போனார். இதை எல்லாம் நானும் கூடவே இருந்து பார்த்தேன். இந்த வேலைகளைச் செய்ய நாலுபேர் கூட வந்திருந்தாங்க.

பிறகு நானே தனியா வேட்டையாடினேன். என்னைப் போலவே பலாயிரம் பேர் ஆனை வேட்டையாடுனாங்க. பல அரசியல்வாதிகளும், ஆளை வச்சி ஆனையை அடிச்சாங்க. ஆனா, பேர் மட்டும் என்மேல வந்துட்டுது. நான் மட்டுந்தான் காட்டுல இருக்கிற ஆனைகளைக் கொல்லறேன்னு சொன்னாங்க. பாரஸ்ட் அதிகாரிகள், போலீஸ் அதிகாரிகள் எல்லோருக்கும் லஞ்சம் குடுத்தேன். ஆனா யாரையும், நேரில் பார்த்ததில்லை. எங்க அண்ணன் மாதையன் அந்த வேலையை எல்லாம் பார்த்துக்குவான்" என்றார்.

வீரப்பனுக்கு 16 வயது நிரம்பிய நிலையில் மயிலைமலைக் கீழ்காட்டில் ஒரு யானையைச் சுட்டுக்கொல்கிறார். ஊருக்கு வந்து தன் நண்பர்களைக் கூட்டிக் கொண்டுபோனார். அந்த

கோட்டையூர்

யானையின் தந்தத்தை வெட்டி எடுத்துக் கொண்டுவந்து சேவிக்கவுண்டரிடம் விற்பனை செய்கிறார்.

யானையை அடித்த இடம், அடித்த விதம் போன்றவற்றை விசாரித்தவர், "இனிமேல், எந்தக் காரணம் கொண்டும் ஊருக்குப் பக்கமாவோ, மக்கள் நடந்து போகும் வழியிலோ யானையை அடிக்கக்கூடாது. அப்படிச் செய்தால், வனத்துறையினர் வந்து பார்ப்பாங்க. யானையைச் சுட்டவர்கள் மீது வழக்கு போடுவாங்க... அந்த வழக்கில் யாராவது ஒருவரைக் கைது செய்யவேண்டிய சூழ்நிலை வரும். யானை வேட்டையைக் கவனிக்காமலிருந்த காரணத்துக்காக அந்தப்பகுதி அதிகாரிகளுக்கு இடமாற்றம், சஸ்பெண்ட் நடவடிக்கைகள் இருக்கும். வனத்துறை அதிகாரிகளுக்குச் சிக்கல் வந்தால், யாரும் நமக்கு உதவி செய்யமாட்டாங்க. எந்தக் காரணம் கொண்டும் நீ அதிகாரிகளைப் பகைத்துக் கொள்ளக்கூடாது" என்று அறிவுரை கூறினார். வீரப்பனுக்கு 577 மேக்னம் ரைபிள் ஒன்றும் வாங்கிக் கொடுக்கிறார்.

25 கிலோ எடை இருந்த அந்தத் தந்தத்துக்கு சேவிக்கவுண்டர் மூவாயிரம் ரூபாய் பணம் கொடுக்கிறார். பணத்தை வாங்கிய வீரப்பன் தன்னுடன் வேட்டைக்கு வரும் தனது கூட்டாளிகளுக்கு நூறு, இருநூறு ரூபாய் எனப் பணத்தைப் பிரித்துக் கொடுக்கிறார். இதன் பயனாக வீரப்பனுடன் சேர்ந்து வேட்டைக்குப் போகவேண்டும் என்ற எண்ணம் செங்கப்பாடியில் இருந்த இளைஞர்கள் பலருக்கும் வந்தது. வீரப்பனின் பலம் கூடியது, வேட்டையும் பரந்து விரிந்தது. மாதக்கணக்கில் காடுகளில் தங்கி வேட்டையாடினர். மாதேஸ்வரன் மலைக்காடுகளில் பல ஆண் யானைகள் பலியாயின. வனத்துறை அதிகாரிகள் வீரப்பனைத் தேடினர்.

முதன்முறையாக வனத்துறை அதிகாரிகளிடம் வீரப்பன் சிக்குகிறார்.

******

5

முதல் கைது

சீரங்கன்

ஏழை மக்கள் மீதும், சமூகத்தின் மீதும் அக்கறை மிக்கவர்களே அடுத்தவர்களுக்கு நடக்கும் அநீதியைக் கண்டு ஆத்திரப்படுவர். அவர்களிடம் மக்களுக்கு உதவும் குணம் இயல்பாகவே இருக்கும். வீரப்பனும் இந்த வகையைச் சேர்ந்தவரே, அவருடைய வாழ் நாளின் இறுதிவரை அவர் இந்தப் பண்பைக் கைவிடவில்லை.

1972 ஆம் ஆண்டு, செப்டம்பர் மாதத்தின் ஒருநாள் காலை நேரம், வீரப்பன் செங்கப்பாடி வீதியில் நடந்து கொண்டிருந்தார். ஊர் கிணற்றின் முன்னே நான்கைந்து பெண்கள் நின்று கொண்டிருந்தனர். வயதான பாட்டி ஒருவர், "மொழுக்கா என்னோட வாளி கெணத்துகுள்ள விழுந்துட்டுது, கொஞ்சம் எடுத்துக் குடுப்பா..." என்றார். இன்னொருவர் வைத்திருந்த கயிற்றை வாங்கி, ஒரு முனையை, பக்கத்து வீட்டுப் பந்தல் காலில் கட்டினார், மறுமுனையைக் கிணற்றுக்குள் போட்டு அதைப் பிடித்துக்கொண்டு இறங்கினார்.

முதன்முதலில் வீரப்பனைக் கைது செய்தது குறித்து கார்டு சீரங்கனிடம் பேசினேன். "எனக்கு செங்கப்பாடி பீட்டில் வேலை, அப்போ ஏழை மக்கள் வயித்துப் பசிக்கு மான் வேட்டையாடுவாங்க. அதையெல்லாம் எந்த அதிகாரியும் பெருசா எடுத்துக்கமாட்டாங்க. வீரப்பனும் வேட்டைக்குப் போவான், அப்பப்ப எனக்கும், கறி கொண்டாந்து குடுப்பான். சில நேரங்களில், வேற ஆளுங்க மூலமாவும் கறி குடுத்தும் அனுப்புவான்.

என்னுடைய லிமிட்டில் அவன் யானையைக் கொன்னதில்லை. ஒருநாள் கொள்ளேகால் டி.எப்.ஓ. மீட்டிங் போட்டிருந்தார்."மொழுக்கன் டிவிசன் முழுசும் சுத்தி, யானையை வேட்டையாடிக்கிட்டு இருக்கான். நீதான் அவனைப் புடிச்சுட்டு வரணும்..."ன்னு சொன்னார்.

சரின்னு நானும் ஒரு வாரம் பூரா மொழுக்கன் வீட்டுக்குப் போயிப் பார்த்தேன், ஆள் ஊட்டுப்பக்கமே வரலேன்னு சொன்னாங்க. வீரப்பன் காட்டுக்குக் கெழக்காலக் காட்டுக்காரர் தம்பினகவுண்டர், எனக்குத் தெரிஞ்சவர். அவர்கிட்டே "மொழூக்கன் எப்போ வீட்டுக்கு வருவான்..."னு விசாரிச்சேன்.

"இருட்டுக் கட்டுன பின்னால பாங்காட்டிலிருந்து வீட்டுக்கு வருவான். காலையில பொழுது கிளம்பும் முன்னமே எந்திருச்சுக் காட்டுக்குப் போயிருவான்னு..." சொன்னார். "மொழுக்கன் வந்தான்னா எனக்குக் கொஞ்சம் தகவல் குடுங்கன்னு..." சொல்லிட்டு வந்தேன்.

ஒரு பத்துநாள் போயிருக்கும். நான், செங்கப்பாடி பாரஸ்ட் பங்களாவில் இருந்தேன். காலையில ஏழு மணிக்குத் தம்பினகவுண்டர் வந்தாரு. "சுப்பு முதலியார் வீட்டுக்கு முன்னாலே இருக்கும் கெணத்துல மொழுக்கன் இருக்கான்"னு சொன்னார். அப்போ, என்கூட வாட்சர் அந்தானியும் இருந்தான், அவனையும் கூட்டிக்கிட்டுக் கெணத்துக்குப் போனேன். வீரப்பன் தண்ணியில மூழ்கி இரும்பு வாளியை (பக்கெட்) எடுத்துக்கிட்டு இருந்தான்.

"மொழுக்கா மேல வாப்பா..."ன்னு சொன்னேன், வாளியைக் கயித்துலே கட்டி விட்டுட்டு மேல வந்தான். "என்னண்ணா பிரச்சனை.."ன்னு கேட்டான். "ஒண்ணுமில்ல சட்டையைப் போட்டுட்டு வா..."ன்னு சொல்லி, நேரா பாரஸ்ட் ஆபீஸ்க்குக் கூட்டிட்டு வந்துட்டேன். எட்டு மணி சுமாருக்கு மாதேஸ்வரன் மலைக்குப் போகும், கருங்கல் லோடு ஏத்தின லாரி ஒன்னு வந்துச்சு. அதுல மொழுக்கனை ஏத்தி மாதேஸ்வரன்மலை ரேஞ்சர் ஆபீசுக்குக் கூட்டிட்டுப் போயிட்டேன்.

அங்கிருந்த கார்டு தனராஜ்கிட்ட விட்டுட்டுப் பக்கத்திலிருந்த ரேஞ்சர் வீட்டுக்குப் போனேன். அப்பத்தான் ரேஞ்சர் குளுச்சுக்கிட்டு இருந்தார். வெளியே வந்ததும்

அந்தானி

ரேஞ்சர்கிட்டே "சார் மொழுக்கனைப் புடிச்சிட்டு வந்திருக்கேன். டி.எப்.ஓ.வுக்கு இன்பார்ம் பண்ணுங்க சார்..."ன்னு சொன்னேன்.

"இரு வாரேன்"னு சொல்லிட்டு அவர் டிரஸ் போடறதுக்காக வீட்டுக்குள்ளே போனார். அஞ்சு நிமிஷத்தில், அவரும் ரெடியாயிட்டார். நாங்க ரெண்டு பேரும் ஆபீஸில் வந்து பார்த்தா, மொழுக்கனைக் காணோம்.

"எங்கப்பா நான் கூட்டிட்டு வந்த பையனை..."ன்னு கேட்டேன். "ஒன்னுக்குப் போயிட்டு வாரேன்னு சொல்லிட்டு போனான், வந்துருவான் சார்..."னு தனராஜ் சொன்னார். அப்பப்போன மொழுக்கன் திரும்ப எங்க பார்வையில் படவேயில்லை.

அந்தானியையும், தனராஜையும், மொழுக்கன் எப்படிச் சரிக்கட்டிட்டுப் போனான்னு தெரியலை..." என்கிறார். (சாராயம் குடிக்கும் வழக்கமுள்ள தனராஜ், அந்தானி இருவரையும் பக்கத்திலிருந்த கடைக்குக் கூட்டிப்போன வீரப்பன் ஆளுக்கு கொஞ்சம் சரக்கு வாங்கிக் கொடுத்துவிட்டு, தப்பி விடுகிறார்)

வனத்துறையினர் பிடியிலிருந்து தப்பிய வீரப்பன் மீண்டும் செங்கப்பாடிக்கு வந்தார். அதற்குப் பிறகு, பகலில் ஊருக்குள் வருவதைத் தவிர்த்தார். மாலை நேரங்களில் ஊருக்குள் வருவார், தன் வயதை ஒத்த இளைஞர்களுடன் சேர்ந்து மாரியம்மன் ஆட்டம் போடுவார். இந்தப் பகுதியிலிருந்த இளைஞர்களுக்கே உரிய அனைத்து விதமான கேளிக்கை விளையாட்டுகளிலும் வீரப்பனும் ஈடுபட்டு வந்துள்ளார்.

முதலில், கோட்டையூரில் இருந்த ஒரு பெண்ணைத் தீவிரமாகக் காதலித்தார். வீரப்பனின் சட்ட விரோத யானை

வேட்டையைக் கண்டு பயந்த அப்பெண்ணின் குடும்பத்தினர் வேறு இடத்தில் அப்பெண்ணுக்குத் திருமணம் செய்து கொடுத்து விட்டனர். அடுத்த சில ஆண்டுகளுக்குப் பிறகு, மாத்துப்பரியில் இருந்த இன்னொரு பெண்ணையும் வீரப்பன் தீவிரமாக நேசிக்கிறார்.

வீரப்பன் திருமணம் செய்துகொண்டு குடும்ப வாழ்க்கைக்கு வந்து விட்டால் வேட்டைக்குப் போகமாட்டார். பிறகு, தங்களின் வருமானம் பாதிக்கப்படும் என வீரப்பனுடைய உறவினர்கள் நினைத்தனர். அவரது நெருங்கிய உறவினர்கள் சிலரே வீரப்பனைத் தவறான பாதைக்குக் கொண்டு சென்றுள்ளனர்.

வீரப்பனின் நெருங்கிய நண்பராகவும், கூட்டாளியாகவும் இருந்தவர் பெண்ணாகரத்தைச் சேர்ந்த பசவன் மணி, வீரப்பனின் இளமைக்காலம் குறித்து பேசும்போது, "எனக்குப் பொண்ணுப் பார்த்து திருமண ஏற்பாடு நடந்தபோதே, வீரப்பன் "எனக்கும் ஒரு பொண்ணுப்பாரு..."ன்னு சொன்னான்.

பெண்ணாகரம் பக்கமுள்ள மடத்திலிருந்த வாத்தியார் வீட்டுப் பெண்ணைப் பார்த்துப் பேசி முடிச்சுட்டேன். அந்தப் பெண்ணை வீரப்பனுக்கும் பிடிச்சுப் போச்சு. கல்யாணம் உறுதி பண்ணும் நேரத்தில், ஒரு நாள் வீரப்பனின் அண்ணன் கூசமாதையன் எங்க வீட்டுக்கு வந்தான். "அந்தப் பொண்ணு ஜாதகத்தை வாங்கிக் குடு.."ன்னு கேட்டான். நானும், வாங்கிக் குடுத்தேன். ஜாதகத்தை வாங் கிட்டுப் போயி அவனுக்கு வேண்டப்பட்ட ஜோசியர் கிட்டே குடுத்திருக்கான். அவரும் ஜாதகத்தைப் பார்த் துட்டு "பொருத்தம் எல்லாம் சரியா இருக்கு..."ன்னு சொல்லியிருக்கார்.

ஆனா, கூசமாதையன்

பசவன் மணி

ஜோசியக்காரனுக்கு பணத்தை குடுத்து, பொய் சொல்லச் சொல்லியிருக்கான். பணத்துக்கு ஆசைப்பட்ட ஜோசியக்காரனும், "இந்தப் பெண்ணை கல்யாணம் செஞ்சா அன்னைக்கே உன் கதை முடிஞ்சுரும்"ன்னு வீரப்பங்கிட்டே பொய் சொல்லிட்டான்.

ஜாதகத்தில் தீவிர நம்பிக்கை கொண்ட வீரப்பனும் அதை நம்பி "எனக்கு இந்தப் பொண்ணு வேண்டான்னு..." சொல்லிட்டான். அந்தக் கல்யாணம் நடந்திருந்தா வீரப்பன் ஒரு பெரிய ஆளா வந்திருப்பான். நல்ல முறையில் வாழ நினைத்த வீரப்பனின் வாழ்க்கையைக் கெடுத்ததே அவனுடைய அண்ணன் கூசமாதையனே..."என்கிறார்.

வீரப்பன் சம்பாதித்துக் கொடுக்கும் பணத்தை முதலீடாக வைத்து, பெரிய மனிதனாக வாழ்ந்து வந்த கூசமாதையன் ஊரின் முக்கிய பிரமுகராகிறார். ஊரில் அவருக்குச் செல்வாக்குக் கூடுகிறது. இந்த நேரத்தில் வீரப்பனுக்கும், கோட்டையூர் யானை வேட்டைக்காரர்களுக்கும் இடையே தொழில் முறையில் போட்டியும் அதிகரிக்கிறது.

செங்கப்பாடி மாரியம்மன் கோயிலில் ராஜாக்கவுண்டர், மந்திரிக்கவுண்டர் என்ற பட்டங்கள் உள்ளன. இந்தப்

ஆத்தூர்

பட்டங்களில் உள்ளவர்களே ஊர்ப் பொறுப்புகளை நிர்வாகம் செய்வர். ராஜாக்கவுண்டர் பட்டம் ஏற்கனவே வீரப்பன் பங்காளியான முனுசாமியிடம் இருந்தது. மந்திரிக்கவுண்டர் பட்டம் கோட்டையூர் மாதையனின் உறவினர்களிடம் இருந்தது. மந்திரிக்கவுண்டர் பட்டத்தையும் கூசமாதையனே பெற முயற்சி செய்கிறார். இதிலும் இரண்டு குழுக்களுக்குள் மோதல் உருவாகிறது.

வீரப்பன் வேட்டையாடிக் கொண்டே காட்டில் பாதி, வீட்டில் பாதி என வாழ்கிறார். இந்த நேரத்தில், அதே காடுகளில் இன்னொரு புகழ்பெற்ற நபரும் வாழ்ந்தார். சொந்தப் பகையின் காரணமாக ஒன்பது கொலைகளைச் செய்துவிட்டு, அந்தக் காடுகளில் பதுங்கி வாழ்ந்தவரின் பெயர் மேச்சேரி ஐயந்துரை. இந்தப் பெயரைச் சொன்னால் பலருக்கும் அவரை அடையாளம் தெரியாது. மலையூர் மம்பட்டியான் என்றாலே தெரியும். இந்த இடத்திலிருந்து வீரப்பன் கதையிலிருந்து விலகி, மம்பட்டியான் கதைக்குச் செல்வோம்.

வீரப்பன் தலைமறைவு வாழ்க்கைக்குச் செல்லவும், காவல்துறைக்கும், சட்டத்துக்கும் எதிராக நடக்கவும் மம்பட்டியானின் வரலாறும் முக்கியக் காரணம்.

******

6

மேச்சேரி மம்பட்டியான்

மம்பட்டியான்

சேலம் மாவட்டம், மேச்சேரியிலிருந்து ஓமலூர் செல்லும் வழியில் அரைக் கிலோமீட்டர் தூரத்திலுள்ளது கோல்காரனூர். வன்னியர் சமூக மக்கள் பெரும்பான்மையாக வசிக்கும் இவ்வூர், தற்போது மேச்சேரி பேரூராட்சியின் 14-வது வார்டில் உள்ளது.

இந்த ஊரிலிருந்த மொட்டையப்ப படையாச்சிக்கு இரண்டு மனைவிகள். முதல் மனைவி நல்லம்மாள் என்கிற சின்னப் பிள்ளைக்கு சுண்டக்காயன் என்கிற சின்னப்பன், கருமலை, மாரி, நல்லம்மாள் என நான்கு குழந்தைகள். இரண்டாம் மனைவி மாரியம்மாளுக்கு கொரட்டான் என்கிற நல்லப்பன், சேமன் என்கிற சின்னத்தம்பி, நல்லம்மாள், ஐயந்துரை, பழனி, பாப்பா, பழனியம்மாள் என ஏழு குழந்தைகள்.

இதில், மொட்டையப்ப படையாச்சியின் இரண்டாம் மனைவியின் நான்காம் குழந்தையான ஐயந்துரையே பிற்காலத்தில் மம்பட்டியான் என்ற பட்டப்பெயரோடு வாழ்ந்தவர்.

சோறுபோடத் திறமையுள்ளவரெல்லாம் எத்தனைப் பொண்டாட்டி வேண்டுமானாலும் கட்டிக்கொள்ளலாம், எத்தனைப் பிள்ளைகள் வேண்டுமானாலும் பெற்றுக் கொள்ளலாம் என்றிருந்த காலம் அது. ஒருவருக்கு இரண்டு பொண்டாட்டி, பதினோரு குழந்தைகள் என்பதெல்லாம் இந்தப் பகுதியில் மிகச் சாதாரண சமாச்சாரம்.

மேச்சேரி சுற்றுப்பகுதி வானம் பார்த்த பூமியாகும், சரியான பாசன வசதி இல்லை. இங்கே வாழ்ந்து வந்த மக்கள் சிறிய அளவிலான நிலங்களிலேயே கொத்துக்காட்டு விவசாயம் செய்து வந்தனர். ஊரைச் சுற்றிலும் இருந்த பெரும்பாலான நிலப்பகுதி ஆடு, மாடு மேய்ச்சலுக்குப் பயன்படும் மேய்ச்சல் காடுகளாகவே இருந்தது. மம்பட்டியானின் தந்தையான மொட்டையப்ப படையாச்சி குடும்பத்துக்கும், அவருடைய மாமா வகை உறவினரான முத்துசாமி படையாச்சி வகையறாவுக்கும் எப்போதும் முட்டலும், மோதலுமாகவே இருக்கும்.

ஊருக்கு ஒட்டினாற்போல மொட்டையப்பபடையாச்சி நிலமும், அதற்கடுத்து முத்துசாமி படையாச்சி நிலமும் இருந்து வந்தன. முத்துசாமி படையாச்சிக்கு சுருட்டையன், ஜெகநாதன், முத்துசாமி, சின்னக்குட்டி, குழந்தைவேல், மூத்தரையன், சுப்பிரமணி என அண்ணன் தம்பிகளுடன், பழனிக்கவுண்டர் (எ) மொண்டிப்பழனி என்ற மகனும் இருந்தனர். முத்துசாமி வகையறாவினர் நிலத்துக்கு மொட்டையப்பன் நிலத்து வழியாகவே போகவேண்டும். இதனால், இவர்களுக்குள் அடிக்கடி சண்டை ஏற்பட்டது.

மேச்சேரி மாரியம்மன் கோயில் சிலைகள் அனைத்துமே கோல்காரனூர் மாரியம்மன் கோயிலில் வைக்கப்பட்டிருக்கும். திருவிழா நடக்கும்போது, மாட்டு வண்டியில் இந்த சாமி சிலைகளை ஊர்வலமாக எடுத்துக்கொண்டு போவர். அந்த ஊர்வலத்தில் கலை நிகழ்ச்சிகளும், வாண வேடிக்கையும் நடக்கும். இராமாயண, மகாபாரதக் கதைகளில் வருகின்ற கதாபாத்திரங்களைப்போல வேடமிட்ட இளைஞர்கள் நடனமாடுவர். இந்தக் கோயிலில் யாருக்கு முதல் மரியாதை என்பதிலும் இந்த இரு குடும்பத்தினருக்கும் மோதல் இருந்தது.

மொட்டையப்ப படையாச்சி மகன் கருமலையின் மனைவி செம்பாயி என்பவர் மாட்டுக்குத் தண்ணீர் எடுத்துக்கொண்டு செல்கிறார். அப்போது அந்த வழியாக வந்த முத்துசாமி படையாச்சியின் மகன் மொண்டிப்பழனியின் மீது செம்பாயி கையிலிருந்த குடம் பட்டது. இதையடுத்து ஏற்பட்ட வாய்த் தகராறில் மொண்டிப்பழனி கை நீட்டி விட்டார்.

மொட்டையப்ப படையாச்சிக்கு கோபம் வந்தது. "ஆம்பளைங்களுக்குள் ஆயிரம் பிரச்சனை இருக்கலாம், ஆனா ஒரு பொம்பளை மேலே கை வக்கிறீயேடா.... நீயெல்லாம் ஒரு ஆம்பளையா..."? என்று முத்துசாமி படையாச்சி வகையறாவிடம் சண்டைக்குப் போயினர். கைகலப்பு ஆரம்பித்தது, ஒருவருக்கு ஒருவர் ஆதரவு காட்ட ஊரெங்கும் அடிதடியாக மாறியது.

இந்த நேரத்தில், மேச்சேரி மாரியம்மன் பண்டிகையும் வந்தது. வண்டி வேடிக்கையின்போது முத்துசாமி பங்காளிகளுக்கும், மொட்டையப்ப படையாச்சி பங்காளிகளுக்கும் சண்டை மூண்டது. விவகாரம் போலீஸ் கவனத்துக்குப் போனதால், இரண்டு தரப்பிலிருந்தும் 17 பேரைக் கைது செய்து வழக்குத் தொடர்ந்தனர்.

ஊர் நலன் கருதி இதைக் குற்றவியல் நடவடிக்கையாகக் கொண்டுபோகாமல், சுமுகமாகப் பேசித் தீர்வு காணும் நோக்கில் கோட்டாட்சியரின் விசாரணைக்கு அனுப்பினர். அப்போது ஒருங்கிணைந்த சேலம் மாவட்டத்தில் தருமபுரி கோட்டாட்சியரின் கட்டுப்பாட்டில் மேச்சேரி இருந்தது. ஒவ்வொரு வாரமும் இரு தரப்பினருமே விசாரணைக்காக தருமபுரி கோட்டாட்சியர் அலுவலகத்துக்குச் சென்றனர்.

13.5.1957அன்று இரண்டு தரப்பினரும் தருமபுரி சென்று விட்டு சைக்கிளில் மேச்சேரி திரும்பிக் கொண்டிருந்தனர். பக்கம் பக்கமாக போனால் வம்பு வளரும் என்பதால் மொட்டையப்ப படையாச்சி தரப்பினர் சற்றுப் பின்தங்கி வந்தனர். முதலில் வந்த முத்துசாமி படையாச்சி தரப்பினர் தாக்குதலுக்குத் தயாராகினர். ஆயுதங்களைத் திரட்டினர். இப்போது மேச்சேரியில் ராஜா திரையரங்கு இருக்குமிடம் அப்போது புதர் மண்டிக் காடாகக் கிடந்தது. அந்த இடத்தில், வெறுங்கையோடு வந்த மொட்டையப்ப படையாச்சி ஆள்களை முத்துசாமி, மொண்டிப்பழனி ஆள்கள் மடக்கித் தாக்கினர்.

இதில், ஐயந்துரையின் அப்பா மொட்டையப்ப படையாச்சி, சித்தப்பன் பொன்னுக்கவுண்டர் இருவரும் கொல்லப்பட்டனர். ஐயந்துரை அவனது அண்ணன், தம்பிகள் உள்ளிட்ட சிலர்

கடுமையான வெட்டுக்காயத்துடன் உயிர் தப்பினர். இது குறித்து மேச்சேரி போலீசார் வழக்குப் பதிவுசெய்து விசாரணை மேற்கொண்டனர். (மேச்சேரி காவல் நிலைய வழக்கு எண் *:66,67/1957)* முத்துசாமி, மொண்டிப்பழனி உள்ளிட்ட ஒன்பது பேர் கைது செய்யப்பட்டு சிறையில் அடைக்கப்பட்டனர். இவ்வழக்கு விசாரணை சேலம் மாவட்ட நீதிமன்றத்தில் நடந்தது.

இந்த நேரத்தில், மேச்சேரி வழியாகச் செல்லும் மேட்டூர்-ஓமலூர் சாலை புதிதாகப் போடப்பட்டது. பேருந்துகள் போக வசதியாகத் தார்ச்சாலை அமைக்கும் வேலை நடந்தது. சாலையோரம் இருந்த மரங்களை வெட்டவும், கற்களை அகற்றவும் மனிதசக்தியே பயன்படுத்தப்பட்டது. மண் திட்டுகளைக் கொத்து, கொந்தாலம் போன்ற கருவிகள் மூலம் கரைத்து எடுத்தனர். அந்த மண்ணை வெட்டி எடுத்துக் கூடையில் போடும் வேலைகள் ஒரு பக்கம் நடந்தன. மேச்சேரி சுற்றுப் பகுதியைச் சேர்ந்த பலர் இங்கே வேலை செய்தனர்.

மண்வெட்டியை மமுட்டி என்றே கிராமப்புற மக்கள் பேச்சு வழக்கில் சொல்வர். கட்டுக்கோப்பான உடலமைப்பைக் கொண்டிருந்த ஐயந்துரை, மண்வெட்டியைக் கையில் பிடித்து வேலை செய்வதில் கெட்டிக்காரரர். இதுதவிர, சாலை போடும் வேலை செய்த அந்தக் குழுவில், பலர் ஐயந்துரை என்ற பெயரிலிருந்தனர். அதனால் சாலைப்பணி ஒப்பந்ததாரரர் ஓர் அடையாளத்துக்காக ஐயந்துரையை, “மமுட்டியான்...” என்று கூப்பிட்டுள்ளார்.

இது ஐயந்துரையின் பெயரோடு ஓட்டிக்கொண்டது. பிற்காலத்தில், போலீஸ் பதிவுகளில் அடையாளத்துக்காக மமுட்டியான் என்கிற ஐயந்துரை என்று எழுதியுள்ளனர். காலப்போக்கில் மம்பட்டியான் என்பதே அவரின் பட்டப் பெயராகி விட்டது.

அப்போது நடந்த உள்ளாட்சித் தேர்தலில் பஞ்சாயத்துத் தலைவர் பதவியைப் பிடிக்க தி.மு.க, காங்கிரஸ் என இரண்டு அரசியல் கட்சிகளுக்கு இடையில் மோதல் ஏற்பட்டது. முத்துசாமி காங்கிரஸ் அணிக்காகவும், மம்பட்டியான் தி.மு.க அணிக்காகவும் வேலை செய்தனர். இது இவர்களுக்குள் இருந்த

மேட்டூர் அணைக்குள் மூழ்கிய நாயம்பாடி தேவாலயம்

பகை உணர்வை மேலும் மேலும் அதிகப்படுத்தியது.

நீதிமன்றத்தில் சாட்சி சொல்லும் நபர், அவருக்கு இரத்தச் சொந்தமாக இருந்தால் அந்தச் சாட்சியம் ஏற்றுக் கொள்ளப்படாது என்ற நிலை இருந்தது. மொட்டையப்ப படையாச்சி, பொன்னுப்பையன் ஆகிய இருவர் கொலையான வழக்கில் அவருடைய மகன்களே சாட்சியாக இருந்தனர். அப்போதைய நீதிமன்ற வழக்கப்படி, மம்பட்டியானும் அவருடைய தம்பிகள் சொன்ன சாட்சியம் ஏற்றுக் கொள்ளப் படவில்லை. மம்பட்டியானின் தந்தையைக் கொலை செய்தவர்களுக்கு, மூன்று ஆண்டுகள் மட்டுமே சிறைத் தண்டனைக் கிடைத்தது. சொந்தச் செல்வாக்கில், உடனே பிணையிலும் வெளியே வந்தனர். நீதிமன்றத்தை நம்பிப் பயனில்லை, என் தந்தையைக் கொலை செய்தவர்களை தானே பலி வாங்கவேண்டும் என்ற முடிவுக்கு வருகிறார் மம்பட்டியான்.

எதற்கும் தயார் என்ற நிலையிலிருந்த பத்து பேரைத் திரட்டினார். ஒன்பது தலைகள் உருளக் காரணமான நேரம் வருகிறது.

*****

7

ஒன்பது கொலைகள்

மம்பட்டியான் குடும்பம்

02.8.1959 அன்று மாலை மேச்சேரி மாரியம்மன் கோவிலுக்குப் போன மம்பட்டியான் குழுவினர் சாமி கும்பிட்டனர். கோயிலுக்குப் பக்கத்திலிருந்த பொரிக் கடையில் வியாபாரம் செய்து கொண்டிருந்த முத்துசாமி மீது தாக்குதல் தொடுத்தனர். முத்துசாமியின் தலை உருண்டது, அவருடைய மகன் பரமசிவம் லேசான காயத்துடன் தப்பினார். மம்பட்டியான் அணி அவரைத் துரத்தியது.

பொரிக்கடைக்குப் பின்பக்கத் தெருவுக்குள் ஓடியவர், அங்கே திறந்திருந்த ஒரு வீட்டுக்குள் புகுந்தார். அந்த வீட்டுப் பெண்ணொருவர் வீட்டு முற்றத்திலிருந்த பெரிய மூங்கில் கூடையைப் போட்டுப் பரமசிவத்தை மூடினார். (கூடையைப் போட்டு மூடிவைத்து காப்பாற்றப்பட்ட பரமசிவம் பின்னாளில் தாரமங்கலம் தொகுதி சட்டமன்ற உறுப்பினராகத் தேர்ந்தெடுக்கப்பட்டார்)

பரமசிவத்தைக் காணாமல் திரும்பியவர்கள் அந்தக் கடையின் பின்பக்கம் இருந்த முத்துசாமியின் வீட்டுக்குச்

சென்றனர். அங்கிருந்த முத்துசாமியின் மகன்கள் வேலாயுதம், சின்னக்குட்டி, வைத்தி என மூன்று பேரைப் பிடித்து, தெருவுக்குக் கொண்டுவந்து வெட்டிக்கொன்றனர்.

நான்கு உயிர்களைப் பலி கொண்டும் வெறி அடங்கவில்லை. மம்பட்டியான் குழு கோல்காரனூருக்குச் சென்றது. கோரைப்பாய் தறிக்கூடத்தில் சுப்பிரமணியம் நெசவு நெய்து கொண்டிருந்தார், அவருடனிருந்த மூத்தரையன், இன்னொரு சுப்பிரமணி என்ற மூவரையும் வெட்டிக்கொன்றனர். தறிப்பட்டறைக்கும் நெருப்பு வைத்தனர்.

தந்தையைக் கொன்றவர் பட்டியலில் சிலர் பாக்கியிருந்தனர், அவர்களைத் தேடி காட்டுவளவு நோக்கிச் சென்றது மம்பட்டியான் குழு. வீட்டு வாசலில் படுத்திருந்த ஆயுண்டான் என்பவரையும் வெட்டிக்கொன்றனர். இன்னும் ஒரு கணக்கு பாக்கியிருந்தது. ரெட்டியூருக்குச் சென்றனர், பச்சான் என்கிற பச்சியண்ணன் வீட்டில் குளித்துக் கொண்டிருந்தார். அவருடைய தலையும் துண்டானது. தண்ணீரில் குளித்தவரின் உடல் ரத்தத்தில் மிதந்தது.

அப்பா, சித்தப்பாவைக் கொலை செய்த எதிராளிகள் ஒன்பது பேரின் கணக்கும் முடிந்தது. சாவகாசமாக மேச்சேரிக்கு வந்த மம்பட்டியான் அணியினர் உணவகத்தில் சாப்பிட்டனர். போலீஸ் வருவதற்கு முன்பாகவே ஊரைவிட்டுத் தலைமறைவாயினர். மேச்சேரி போலீசார் மம்பட்டியானுடன் சேர்த்து பதினொரு பேர் மீது கொலை வழக்குப்பதிவு செய்தனர்.

தமிழகத்தையே உலுக்கிய இந்த ஒன்பது கொலை விவகாரம் தொடர்பாக விரைந்து நடவடிக்கை எடுக்க சேலம் மாவட்ட ஆட்சியர் அம்புரோஸ் உத்தரவிடுகிறார். காவல் துறை ஆணையாளர் ஆதித்த நாடார் மம்பட்டியானைப் பிடிக்கத் தனிப்படை அமைக்கிறார்.

தனிப்படை போலீசார் மம்பட்டியான் ஆட்களைக் கைது செய்யும் முயற்சியாக, மேச்சேரியைச் சுற்றியுள்ள காட்டுப் பகுதிகளில் தேடுதல் வேட்டை மேற்கொண்டனர். (மேச்சேரி காவல் நிலைய வழக்கு எண்: 62 முதல் 69/1959) போலீஸ் தேடுதலுக்குப் பயந்து மம்பட்டியான் வகையறாவினர்

வடக்கிலிருந்த பெரும்பாலைக் காட்டுக்குச் சென்றனர்.

மம்பட்டியான் கூட்டாளிகளின் உறவினர்கள், நண்பர்கள் எல்லோருமே போலீசாரின் அடி, உதைக்கு ஆளாயினர். தான் செய்த தவறுக்காக உறவினர்கள் பாதிக்கப்படுவதை உணர்ந்த சிலர் மனம் மாறினர். உறவினர்களை விட்டுவிட்டால், தாங்கள் சரணடைவதாக உள்ளூர்ப் பிரமுகர்கள் மூலம் பேச்சு வார்த்தை நடந்தது. சுப்பிரமணியம், சாமியண்ணன் என்ற இருவரும் முதலில் போலீசாரிடம் சரணடைந்தனர்.

இரண்டுபேர் சரணடையக் காரணமாக இருந்த, அதே வழிமுறையைப் போலீசார் தொடர்ந்தனர். தலைமறைவாக இருந்தவர்களின் உறவினர்களுக்கு போலீசாரின் நெருக்குதல் தொடர்ந்தது. அடுத்து சின்னண்ணன், நல்லப்பன், இரத்தினவேல் என்ற மூவரும் சரணடைந்தனர்.

மீதமிருந்த ஐவருடன் மேச்சேரியை விட்டுக் கிளம்பிய மம்பட்டியான், ஒகேனக்கல் காடுகளுக்குச் சென்றார். மக்களுக்குத் தெரியாத தலைமறைவு வாழ்க்கையை மேற் கொண்டார். மம்பட்டியான் தங்கியிருந்த காடுகளை ஒட்டியே காவிரி ஆறு ஓடுகிறது. இந்த ஆற்றைக் கடந்து கர்நாடக மாநில எல்லையிலுள்ள செங்கப்பாடி, ஆத்தூர், ஆலாம்பாடி, மாறுகொட்டாய், அப்பக்காம்பட்டி, ஜம்புருட்டுப்பட்டி போன்ற ஊர்களில் மம்பட்டியானின் உறவினர் சிலர் இருந்தனர்.

மேட்டூர் அணையின் நீர் மட்டம் 120 அடிக்கு வரும்போது அணையில் பெருமளவில் தண்ணீர் தேங்கும். இந்தத் தண்ணீர் ஒகேனக்கல் அருவிவரை ஆற்றின் இருபக்கமும் கரையை மூடி நிற்கும். அப்போது, ஆற்றை ஒட்டியுள்ள பல்லாயிரம் ஏக்கர் நிலங்கள் தண்ணீரில் மூழ்கும். தண்ணீர் குறையக் குறைய அந்த நிலங்களெல்லாம் வெளியே தெரியும். அடுத்த முறை அணை நிரம்பும்வரை, அந்த நிலத்தில் மானாவாரி விவசாயம் செய்யலாம். இதை முழுவடைக்காடு என்று சொல்வர்.

இப்படி ஆற்றோரம் உள்ள முழுவடை நிலங்களில் பலர் விவசாயம் செய்து கொண்டிருந்தனர். இப்போதும் இந்தப் பகுதியில் இப்படிப் பல குடும்பத்தினர் வாழ்ந்து வருகின்றனர். காடுகளில் மழை பொழியும் போது, காவிரியாற்றில் வெள்ளம் பெருக்கெடுத்து வரும், அதனுடன் சேர்ந்துவரும் தழைச்சத்து

மிகுந்த வண்டல் மண் முழுவடை நிலங்களில் படியும். இந்த நிலங்களில் விளையும் கடலை, சோளம், இராகி, மிளகாய் போன்ற குறுகிய காலப் பயிர்களின் மகசூல் சிறப்பாக இருக்கும். மற்ற நிலங்களில் விளையும் பயிர்களில் உள்ளதைக் காட்டிலும், முழுவடைகாட்டு பயிர்களின் கதிர்கள் அளவு பெரிதாகவும், சுவையாகவும் இருக்கும்.

ஆற்றை ஒட்டிய காட்டுப்பகுதியில் சிலர் பட்டி அமைத்து மாடுகளை வளர்த்து வருகின்றனர். வெளியுலகத் தொடர்புகள் இல்லாத இந்த மக்களிடம் மம்பட்டியான் கூட்டாளிகள் தஞ்சமடைந்தனர். அங்கே கிடைத்ததை உண்டு, அந்தக் காடுகளிலேயே மறைந்து வாழ்ந்தனர். இப்போதும்கூட இந்தப் பகுதியில் உள்ள மக்களிடம் தஞ்சமடையும் வெளியூர் மக்களுக்குக் காலம் முழுவதும் சோறு போடத் தயங்குவதில்லை.

காவல்துறையிடம் சரணடைந்து, சேலம் சிறையிலிருந்த மம்பட்டியான் கூட்டாளிகள் ஐந்து பேரில், இரத்தினவேல் 18 வயதுக்குக் குறைவாக இருந்தார். அதனால், அவர் மீதான வழக்கு மட்டும் தனியாகப் பிரிக்கப்பட்டது. ஏற்கனவே, மம்பட்டியானின் அப்பா மொட்டையப்ப படையாச்சி கொலை செய்யப்பட்ட வழக்கில், குற்றம் சாட்டப்பட்டிருந்த முத்துசாமி படையாச்சி, மொண்டிப்பழனி ஆள்களுக்கு மூன்று ஆண்டுகள் தண்டனையே கிடைத்தது. அதுபோல, தங்களுக்கும் மூன்று ஆண்டுகள்தான் தண்டனை கிடைக்கும் என்ற நம்பிக்கையிலேயே சிறையிலிருந்த ஐவரும் வழக்கை எதிர் கொண்டனர்.

ஆனால், போலீசார் இருந்ததும் இல்லாததும் என, 24 சாட்சிகளைக் கொண்டுவந்து நீதிமன்றத்தில் நிறுத்தினர். அவற்றில் பலர் பொய்சாட்சிகள். குழுவின் தலைவரான மம்பட்டியான் தலைமறைவாக இருந்தார். அவருடைய ஆள்களுக்குப் போதிய பண வசதி இல்லை. சரியான வழக்குரைஞரை வைத்து வாதாட முடியாமல் போனது. வழக்கு விசாரணை முடிவில், நால்வர் மீதான கொலைக் குற்றம் உறுதி செய்யப்பட்டது.

சுப்பிரமணியம், சாமியண்ணன், சின்னண்ணன், நல்லப்பன் ஆகிய நால்வருக்கும் தூக்குத் தண்டனை கிடைத்தது.

இரத்தினவேல் மீதான வழக்கைச் சிறுவர் நீதிமன்றம் விசாரித்தது. அவருக்கு ஐந்து ஆண்டுகள் சிறைத் தண்டனை வழங்கப் பட்டது. சேலத்தில் இருந்து 8.3.1961 அன்று செங்கல்பட்டு சிறுவர் சீர்திருத்தப் பள்ளிக்கு அனுப்பப்படுகிறார்.

ரத்தினவேல்

அடுத்த ஆண்டு மற்ற நால்வரையும் சேலம் சிறையில் தூக்கிலிட நாள் குறிக்கப் படுகிறது. அதற்கு ஒருவாரம் முன்பாக இரத்தினவேல் சேலம் சிறைக்கு வந்து நால்வரையும் பார்த்துவிட்டுச் சென்றுள்ளார். செங்கல்பட்டு சீர்திருத்தப் பள்ளியிலிருந்தபடியே எட்டாம் வகுப்பு மற்றும் பத்தாம் வகுப்பு படித்து முடிக்கிறார். பின்னர் 1966 இல் விடுதலையானார்.

சிறுவர் சீர்திருத்தப் பள்ளியிலிருந்த காலத்தில், அங்கு பணியாற்றிய கேரளாவைச் சேர்ந்த காவலர் ஒருவரின் மூலமாக கைத்தொழில்கள் பலவற்றைக் கற்றார். நல்ல பழக்கங்களைப் பின்பற்றினார். கேரளா மண்ணுக்கே உடைய கம்யூனிசக் கோட்பாடுகளில் இரத்தினவேலுக்கும் ஈடுபாடு ஏற்பட்டது. சிறையிலிருந்து வெளியே வந்தவர் முழுநேர கம்யூனிஸ்ட்டாகிறார். தற்போது மார்க்சிஸ்ட் கம்யூனிஸ்ட் கட்சியின் மேச்சேரி ஒன்றிய செயலாளராக உள்ளார்.

அதே நேரத்தில், காட்டுக்குள் சென்ற மம்பட்டியான் உள்ளிட்ட ஆறு பேரும் பெண்ணாகரம், ஏரியூர், நெருப்பூர், ஒகேனக்கல், சின்னாறு, சிகரல்ஹள்ளி, சிங்காபுரம், ஏமனூரை ஒட்டிய காட்டுப்பகுதிகளில் தலைமறைவாக வாழ்ந்தனர். இவர்களைப் பிடிக்க மயில்சாமி என்ற காவல் ஆய்வாளர் தலைமையில் தனிப்படை அமைக்கப்பட்டது. இந்தக் காடுகளைச் சுற்றிலுமுள்ள, மேட்டூர், பெண்ணாகரம் மற்றும் மைசூரு மாநிலம் கொள்ளேகால் காவல்துறையிடமும் உதவி கோரப்பட்டது.

மம்பட்டியானைப் பற்றித் துப்புக் கொடுப்பவருக்கு ஐயாயிரம் ரூபாய் பணமும், ஐந்து ஏக்கர் நிலமும் பரிசாக வழங்கப்படும் என சேலம் மாவட்ட போலீசார் அறிவித்தனர். மேச்சேரியிலிருந்து பெண்ணாகரம் செல்லும் வழியிலிருந்த பெரும்பாலைக் காட்டில் மம்பட்டியான் கூட்டாளிகளுடன் தங்கியிருந்தார்.

06.03.1961 அன்று தவுலத்அலி, நாகராஜன் என்ற காவல் உதவி ஆய்வாளர்கள் தலைமையில் சென்ற போலீசார் அந்தப் பகுதியைச் சுற்றி வளைத்தனர். மம்பட்டியான் ஆள்களுக்கும் போலீசாருக்கும் தாக்குதல் தொடங்கியது. இதில் மம்பட்டியானின் தம்பி பழனி என்கிற ஊமையன் சுட்டுக் கொல்லப்படுகின்றார். மம்பட்டியான் மற்ற நால்வருடன் காவிரி ஆற்றின் அக்கரைக்குச் செல்கின்றார். போலீசாரும் பின் தொடர்ந்தனர்.

08.07.1963 அன்று கொளத்தூர் அருகிலுள்ள கத்திரி மலைக்கும், தண்டாமலைக்கும் இடையே மம்பட்டியான் குழுவினர் தங்கியிருந்தனர். தனிப்படை ஆய்வாளர் மயில்சாமி தலைமையில் சென்ற போலீசார் அவர்களைச் சுற்றி வளைத்தனர். மம்பட்டியானுடன் நடந்த மோதலில், கண்ணுப்பையன், கோவிந்தன் என்ற இருவர் கொல்லப்பட்டனர். மற்ற இருவர் கைது செய்யப்பட்டனர். ஆனால், மம்பட்டியான் மட்டும் போலீசாரிடம் சிக்காமல் தப்பிச்சென்று விட்டார். அங்கிருந்து தப்பிய மம்பட்டியான், வடக்கிலிருந்த செங்கப்பாடி, ஆத்தூர், ஆலாம்பாடிக் காடுகளிலேயே பதுங்கியிருந்தார்.

"**செ**ங்கப்பாடிக்கு மேற்கால எறக்கியம் பாங்காட்டில் மூங்கில் கூப்பு இருந்துச்சு, அதுல நான் கணக்குப் புள்ளையா இருந்தேன். நாங்க ஐம்பது ஆளுங்க அங்கேயே தங்கி மூங்கில் வெட்டிக்கிட்டு இருந்தோம். அப்போவெல்லாம் மம்பட்டியான் அடிக்கடி அங்கே வருவான். இரண்டு படி அரிசியும், கோழிக்குஞ்சு ஒன்னும் கேட்டு வாங்கிட்டுப் போவான். ஒருசில நேரத்தில், வெங்காயம், தேங்காய் எல்லாம் வச்சு எங்க கூப்பில் இருக்கும் பொம்பளைங்களே மசால் அரச்சும் குடுப்பாங்க. அதை வாங்கிக்கிட்டுப் போயி காட்டுல சமைச்சுச் சாப்புட்டுக்குவான். நாம செஞ்ச சோத்தைக் குடுத்தா

வாங்கிச் சாப்பிட மாட்டான். வயித்துப் பசியின்னு வந்து கேட்டவனுக்கு எங்க பக்கத்து மக்கள் உதவி செய்யாம அனுப்ப மாட்டாங்க...” என்கிறார் வீரப்பனுடன் வாழ்ந்த ஆண்டி கிருஷ்ணா.

ஆண்டி கிருஷ்ணா

இந்தக் காடுகளில் வளரும் மூங்கில்களை வெட்ட ஏலம் எடுக்கும் முதலாளிகளுக்கு உதவியாளராக இருந்தவர் ஆண்டி கிருஷ்ணா. சென்னை, பெங்களூர், மும்பை எனப் பல ஊர்களுக்குச் சென்றவர். தமிழ், தெலுங்கு, மலையாளம், கன்னடம், இந்தி எனப் பல மொழிகளைக் கற்றவர். இவர்தான் கர்நாடகா, கேரளா எனப் பல மாநிலங்களுக்கு வீரப்பனைக் கூட்டிக்கொண்டுபோய் யானைத் தந்த வியாபாரிகளை அறிமுகம் செய்து வைத்தவர்.

வீரப்பனுக்கு முன்பாக தமிழக போலீசார் தனிப்படை அமைத்துத் தேடுதல் மேற்கொண்ட மற்ற குற்றவாளிகள் 1) ஆட்டையாம்பட்டி கூனாங்காலன், 2) மேச்சேரி மம்பட்டியான், 3) சீவலப்பேரி பாண்டி, 4) வேம்பத்தூர் வீரமணி ஆகிய நால்வருமாவர்.

*****

8
மம்பட்டியான் கொலை

மம்பட்டியான் பாறை

தருமபுரி மாவட்டம், பெண்ணாகரத்தில் இருந்து மேற்கே 15 கிலோ மீட்டர் தொலைவிலுள்ளது சிகரல்பட்டி என அழைக்கப்படும் சிகரல்ஹள்ளி. இந்த ஊரைச் சேர்ந்த பொன்னாக்கவுண்டருக்கு ஆறு குழந்தைகள். முதல் மகள் பொன்னம்மா, இரண்டாம் மகள் நல்லம்மா, மூன்றாம் மகள் செல்லம்மா, நான்காம் மகள் சடையம்மா. முதல் மகனின் பெயர் கருப்பணன் இரண்டாவது மகன் பெயர் பரமசிவம்.

ஊரைச் சுற்றியுள்ள காடுகளில் ஊறல் போட்டுச் சாராயம் காய்ச்சுவது, அதை விற்பனை செய்வதுபோன்ற வேலைகளில் ஈடுபட்டு வந்தவர் கருப்பணன். அந்தக் காட்டுக்குள் மறைந்து வாழ்ந்து கொண்டிருந்த மம்பட்டியானுக்கும், கருப்பணனுக்கும் தொடர்பு ஏற்பட்டது. இருவருமே வன்னியர் சமூகத்தைச் சேர்ந்தவர்கள். அதனால் மாமா, மச்சான் என்று கூப்பிட்டுக்

கொண்டனர். போகப்போக இவர்களின் உறவு காட்டைக் கடந்து, வீடு வரையிலும் சென்றது.

கருப்பணனின் சகோதரி ஒருவருடன் மம்பட்டியானுக்கு காதல் ஏற்பட்டது. முறைப்படி மம்பட்டியான் பெண் கேட்கிறார். ஏற்கனவே, இரண்டு திருமணம் செய்து, குழந்தை குட்டிகளுடன் வாழ்ந்து வந்தவர் மம்பட்டியான். ஒன்பது கொலைகள் செய்த வழக்கில் போலீசார் தேடிக்கொண்டிருக்கும் குற்றவாளி. இப்படிப்பட்ட ஒருவனுக்குத் தன்னுடைய மகளை மணம் முடித்துக் கொடுக்கக் கருப்பணனின் அப்பா பொன்னாக்கவுண்டருக்கும் மனம் ஒப்பவில்லை.

இதைச் சாடை மாடையாகக் கருப்பணனும், மம்பட்டி யானிடம் எடுத்துச் சொல்கிறார். ஆனால், கருப்பணனின் சொல்லை மம்பட்டியான் பொருட்படுத்தவில்லை. அவரது தங்கையுடனான நெருக்கத்தை அதிகமாக்கிக் கொண்டே சென்றார்.

இந்த நேரத்தில், கருப்பணனின் முதல் தங்கை பொன்னாத்தா ஒகேனக்கல் பரிசல் துறையில் கட்டில் கடை வைத்திருந்தார். அருவியில் குளிக்க வரும் வெளியூர் பயணிகளுக்குத் தேவையான பொருள்களை வைத்து வியாபாரம் செய்து வந்தார். மம்பட்டியான் அடிக்கடி பொன்னாத்தா கடைக்குப் போவதையும் வருவதையும் மேச்சேரி போலீசார் தெரிந்து கொண்டனர். கருப்பணனைத் தங்கள் வலையில் இழுத்துப்போட்டு, மம்பட்டியானின் கதையை முடிக்கப் போலீசார் திட்டமிட்டனர்.

“மம்பட்டியானைப் பிடித்துக் கொடு அல்லது காட்டுக் குள்ளேயே போட்டுத்தள்ளு... உனக்குத் தேவையான எல்லா வசதிகளையும் செய்து கொடுக்கிறோம்.” என்று போலீசார் உறுதி கொடுத்தனர். கள்ளச்சாராயம் காய்ச்சிவந்த கருப்பணனுக்கும் போலீசாரின் அனுசரணை தேவைப்பட்டது. கருப்பணன் போலீஸ் உளவாளியாக மாறுகிறார்.

முதலில், தன்னுடைய தங்கையின் வாழ்க்கையில் மம்பட்டியான் தலையிடுவதைத் தடுக்க வேண்டும். தன்னுடைய தயவில் வாழ்ந்து கொண்டு, தன் பேச்சுக்கு மரியாதை கொடுக்காமல் போகும் மம்பட்டியானைப்

போட்டுத் தள்ளவும் பின்னர் போலீசார் கொடுக்கும் பரிசுப் பணத்தை வாங்கவும் கருப்பணன் தயாரானார். கருப்பணனுக்கு ஒரு நாட்டுத் துப்பாக்கியும், செலவுக்குத் தேவையான பணமும் போலீசார் கொடுத்தனர்.

சிகரல்ஹள்ளி காட்டுப்பகுதியில் தங்கியிருந்த மம்பட்டியானுக்கு இரவுச் சாப்பாட்டைக் கொடுத்து அனுப்பினார் பொன்னாத்தா. உள்ளுக்குள் இருந்த பயத்தைப் போக்க கொஞ்சம் சாராயத்தைக் குடித்த கருப்பணன் தூக்குப்போசியை எடுத்துக்கொண்டு போகிறார். 23.07.1964 அன்று, மாலை ஏழு மணிக்கு மம்பட்டியானைச் சந்திக்கிறார், சற்று நேரம், இருவரும் பேசிக்கொண்டிருந்தனர். மம்பட்டியான் தூக்குப்போசியைத் திறந்து சாப்பிட்ட நேரத்தில் கருப்பணன் அவரைச் சுட்டுக்கொல்கிறார்.

சிகரல்ஹள்ளிக்கு மேற்கில் உள்ள ஓர் உயரமான கரட்டின் மீது பழங்குடி மக்கள் வாழும் இருளர் காலனி என்ற இடம் உள்ளது. அந்தக் கரட்டின் பின்பக்கத்திலிருந்து ஒகேனக்கல் வனப்பகுதி ஆரம்பிக்கிறது. அந்தக் கரட்டின் தென்பகுதியில் இருக்கும் பாறை மீதுதான் மம்பட்டியான் கொல்லப்பட்டிருக்கிறார். இப்போது இந்தப் பாறையின் ஒரு பகுதியில் கிருஷ்ணன் என்பவரின் மகன்கள் வாழ்ந்து வருகின்றனர்.

கிருஷ்ணன்

கிருஷ்ணனைச் சந்தித்துப் பேசினேன். “எனக்கு இப்போ வயசு 84 ஆகுது. அறுபது வருசத்துக்கு முன்னே மம்பட்டியான் இங்கதான் சுத்திக்கிட்டு இருந்தான். அப்போ இந்தப் பாறைமேல மூனு வூடுதான் இருந்துச்சு. காவிரி ஆத்தோரம் கர்ண மலை இருக்குது. அதுக்குப் பக்கம் ராமர் கோம்பையின்னு ஒரு இடம். அங்கேதான் பொன்னாக்கவுண்டர் காடு

இருக்குது. அங்கே கோசப்பழம் நிறையா வெளஞ்சு கெடக்கும். ஒரு கோசப்பழத்தில போலீசார் விஷ ஊசிபோட்டு வச்சிருந் தாங்க. அந்தக் கோசபழத்தைத் தின்ன மம்பட்டியான் செத்துப்போனான். அங்கிருந்து பொணத்தை இங்கே கொண்டாந்து போட்டதா ஜனங்க எல்லாம் பேசிக்கிட்டாங்க.

மம்பட்டியானைக் கொன்ன அன்னைக்கு நான் நாற்றாபாளையம் போயிட்டேன். இந்தப் பாறைமேல இருந்த மம்பட்டியானைக் கருப்பணன் இ(சு)ட்டிருக்கான். மம்பட்டியானை வெடியில் இ(சு)ட்டப்போ எங்க வூட்டுக்கு மேற்காலப் பக்கம் இருந்த புளியமரத்துக்குப் பக்கமா துப்பாக்கிக் குண்டு நெருப்பா போச்சுன்னு என் வீட்டுக்காரி சொன்னா. மம்பட்டியானைக் கொன்னதால இந்தப் பாறையை மம்பட்டியான் பாறையின்னு சொல்லுவாங்க. எனக்கு நாலு பசங்க. எல்லோருமே இந்தப் பாறை மேல ஆளுக்கு ஒரு தாவுல வூடுகட்டிக் குடியிருக்காங்க...” என்கிறார்.

மம்பட்டியான் பாறையின் கீழே உள்ள நிலத்தின் உரிமையாளர் நாகப்பகவுண்டர். முப்பது ஆண்டுகளுக்கு முன்பே இறந்து விட்டார். இவருடைய மனைவி தாயம்மாவிடம் பேசினேன்.

“பாங்காட்டு ஓரத்தில, இதே இடத்திலதான் நாங்க குடியிருக்கோம். அப்பவும் இந்தப் பாறை மேலதான் கூரை வூடு இருந்துச்சி. பணம், காசு வச்சிருந்த மம்பட்டியான் வந்து புடுங்கிட்டுப் போயிருவான்னு ஜனங்க எல்லாம் பயந்துக்கிட்டு இருப்பாங்க. ஆனா, மம்பட்டியான் அப்படியெல்லாம் நடந்ததில்லை.

மம்பட்டியானும் எங்க வீட்டுக்கு அடிக்கடி வருவான். எங்க வூட்டுக்காரர்கிட்டே மணிக்கணக்கில் உக்கார்ந்து பேசிக்கிட்டுடிருப்பான். படுக்கறதுக்கு பாங்காட்டுக்குப் போயிருவான். ஒருநாள் கூட அதைக் குடுங்க, இதைக் குடுங்கன்னு எங்ககிட்டே கேட்டதில்லை. மம்பட்டியானைத் தேடிக்கிட்டு போலீசாரும் லாரியில வருவாங்க. சாராயம் காய்ச்சிக்கிட்டு இருந்த ஆளுங்களையும் புடிப்பாங்க. அப்போவெல்லாம் சாராயம் குடிச்சாலே போலீஸ் கேஸ் போடுவாங்க. அதனால, போலீஸ் கையில சிக்குனா

தாயம்மா

அடிப்பாங்கன்னு பயத்துல எல்லா ஆம்பளைங்களும் ஓடிப் போய் பொதைக்குள்ளே ஒளிஞ் சுக்குவாங்க.

மம்பட்டியானைக் கொன்ன கருப்பணனும் எங்க வூட்டுக்கு வருவான். எங்க வீட்டுக்காரருக்கு சாராயம் கொண்டாந்து குடுப் பான், அவனும் குடிப்பான். எங்க வூட்டுக்காரர் ரெண்டு வெடி (நாட்டுத் துப்பாக்கி) வச்சிருப்பார், கருப்பணனும் வேட்டைக்குப்போக எங்க வெடியை வாங்கிக்கிட்டுப் போவான்.

ஒருநாள் இருட்டுக் கட்டுன பின்னால கருப்பணன் வந்தான். வெடிய வாங்கிட்டு "வேட்டைக்குப் போறேன்"னு சொல்லிட்டுப் போனான். பாறை மேல "டம்..."முன்னு ரெண்டு முறை வெடி வெடிச்ச சத்தம் கேட்டுது. கொஞ்ச நேரத்துல கருப்பணன் கீழே எறங்கி வந்தான். எங்க வூட்டுக்காரர்கிட்டே வெடியக் குடுத்துட்டு, வெடுவெடுன்னு ஊருக்குள்ளே போயிட்டான். வெடிஞ்ச பொறவு, லாரி லாரியா போலீஸ் வந்த பின்னாலதான், மம்பட்டியானைக் கொன்ன சமாச்சாரமே எங்களுக்குத் தெரியும்.

மம்பட்டியானைக் கொன்னுட்டாங்கன்னு தெரிஞ்சதும் காடே புடிக்காத அளவுக்கு ஜனங்க வந்து கூடிட்டாங்க. மத்தியானத்துக்கு மேலதான், மம்பட்டியான் பொணத்தை லாரியில போட்டு போலீசார் எடுத்துக்கிட்டுப் போனாங்க. நம்புன யாருக்கும் மனமறிந்து துரோகம் செய்யக்கூடாது சாமி. மம்பட்டியானைக் கொன்ன கருப்பணன் குடும்பமே இப்போ ஒண்ணுமில்லாமப் போயிட்டுது" என்று தலையில் அடித்துக் கொள்கிறார்.

உண்மை இப்படியிருக்க, காவிரி ஆற்றோரம் உள்ள காடுகளில் கோசப்பழம் பயிரிடுவர். அந்தப் பழங்களை மம்பட்டியான் எடுத்துக் கொண்டுபோய் தின்பார். இதைத்

தெரிந்துகொண்ட போலீசார், திட்டமிட்டு ஒரு கோசப் பழத்தினுள்ளே ஊசியின் மூலம் விஷத்தைச் செலுத்தி வைத்திருந்தனர். மம்பட்டியான் அந்தப் பழத்தை எடுத்துக் கொண்டுபோய் தின்றதால் மயக்கமடைந்துள்ளார். அதன்பிறகு, கருப்பணன் மம்பட்டியானைச் சுட்டுக்கொன்றுள்ளார் என்றுதான் இன்றளவும் மக்கள் பேசிக் கொள்கின்றனர். இதில் உண்மை இருக்கச் சாத்தியமில்லை.

கோசப்பழம் விளையும் காடுகள் உள்ள இடத்துக்கும், மம்பட்டியான் பாறை உள்ள இடத்துக்கும் ஆறு கிலோமீட்டர் தொலைவு உள்ளது. இந்த வழியிலுள்ள காட்டுப்பாதையில் ஓர் ஆள் நடந்து போகவே சிரமமாக இருக்கும். இதில், மம்பட்டியானைக் கொன்ற கருப்பணன், மம்பட்டியான் உடலை அவ்வளவு தூரம் தூக்கிக்கொண்டு போகச் சாத்தியமில்லை. அதுவுமில்லால் தாயம்மாவும், நிகழ்வு நடந்த நாளன்று மம்பட்டியானும் இருளர் காலனிப் பகுதியில் இருந்ததாகவே சொல்கிறார். துப்பாக்கி வெடிச்சத்தம் வருவதற்கு முன்பாக கருப்பணன் சாப்பாட்டுப் போசியுடன் மம்பட்டியான் இருந்த இடத்துக்குப் போனதையும் தாயம்மா பார்த்துள்ளார்.

மம்பட்டியானை ஒரு வீரனாகக் காட்டவேண்டும். மம்பட்டியானுக்குத் துரோகம் செய்த கருப்பணனைச் சூழ்ச்சிக்காரனாகக் காட்டவேண்டும் என்று சிலர் நினைத்துள்ளனர்.

இந்த நோக்கில் யாரோ ஒருவர் கோசப்பழத்தில் விஷம் வைத்துக் கொன்றதாகக் கட்டிய கதை மக்கள் மனதில் அப்படியே பதிந்து விட்டது. இந்த விஷக்கதையின் நம்பிக்கை அடிப்படையில்தான் வீரப்பனுக்கும், போலீசார் விஷம் வைத்துத்தான் கொலை செய்துள்ளனர் என்று மக்கள் நம்புகின்றனர். இந்த இரண்டு செய்திகளுமே உண்மையில்லை.

இந்தக் காடுகளில் மம்பட்டியான் தலைமறைவாக இருந்த நேரத்தில், வீரப்பன் யானை வேட்டையில் காலடி வைக்கிறார். தன்னுடைய கூட்டாளிகளுடன் அந்தக் காடுகளில் சுற்றித் திரிகிறார். செங்கப்பாடியில் இருந்து காட்டு வழியாக பெண்ணாகரம் போகவேண்டும் என்றால் சிகரல்ஹள்ளி

வழியாகத்தான் போகவேண்டும். வீரப்பன் அப்படிப்போன நேரத்தில், மம்பட்டியான்-வீரப்பன் இருவரும் பலமுறைச் சந்தித்துள்ளனர்.

வீரப்பன் கதை கேட்பதில் அதிக ஆர்வம் கொண்டவர். யாராவது வரலாற்று நிகழ்வுகளுடன் தொடர்புடைய கதைகளைச் சொன்னால், வீரப்பனுக்குச் சாப்பாடுகூடத் தேவையிருக்காது. அவ்வளவு ஆர்வமாகக் கதை கேட்பார். மம்பட்டியானைச் சந்தித்தபோது, அவருடைய வரலாறுகளை முழுமையாகக் கேட்டுத் தெரிந்துள்ளார்.

மம்பட்டியானின் அப்பாவைக் கொன்றவர்களைப் போலீசார் தண்டித்திருக்க வேண்டும் அல்லது மம்பட்டியானே பழிக்குப்பழி வாங்கியதைப் போலீசார் ஆதரித்திருக்க வேண்டும். ஆனால், போலீசார் இரண்டையுமே செய்யவில்லை. இதிலிருந்து போலீசார் நல்லவர்களுக்கு ஆதரவாக இருக்க மாட்டார்கள் என்ற எண்ணம் வீரப்பனுக்கு வருகிறது. அப்போது மம்பட்டியானுடன் இருந்த கருப்பணனையும் வீரப்பனுக்குத் தெரியும்.

கொலை செய்யப்பட்ட மம்பட்டியான்

மம்பட்டியானைக் கொன்றதுக்கு வெகுமதியாக கருப்பணனுக்குப் பரிசுத் தொகை ஐந்தாயிரம் ரூபாய், ஐந்து ஏக்கர் நிலமும் கிடைத்தது. இதுதவிர நிரந்தரத் துப்பாக்கி உரிமம், ஒகேனக்கல் காவேரி ஆற்றில் பரிசல் ஓட்டவும், மீன் பிடிக்கவும் காவல்துறை மூலமாக உரிமமும் பெற்றுக் கொடுக்கப் பட்டன.

மம்பட்டியான் மறைவுக்குப் பின்னர், அவரைப் போட்டுத் தள்ளிய கருப்பணனின் செல்வாக்கு அந்தப் பகுதியில் அதிகரித்தது. காவல்துறையுடன் தொடர்பு ஏற்பட்டது. யானை வேட்டையில் தீவிரமாக ஈடுபட்டிருந்த வீரப்பன் தனக்குத் தேவையான, துப்பாக்கி, தோட்டா போன்றவற்றைக் கருப்பணன் மூலமாகவே வாங்கியுள்ளார்.

இந்தக் கருப்பணனின் தம்பி பரமசிவம். இவர் தன்னுடைய அண்ணனை விடவும் பலசாலி. வேலை வெட்டியில்லாத இவரும் கிட்டத்தட்ட மம்பட்டியானைப் போலவே செங்கப்பாடி, ஆலாம்பாடிக் காடுகளில் சுற்றிக் கொண்டிருந்தார். பெண்கள் மீதான காமமோகம் அதிகம் கொண்ட பரமசிவம், பல இடங்களில் பாலியல் அத்து மீறல்களிலும் ஈடுபட்டுள்ளார். பரமசிவத்தின் பாலியல் இச்சைகளைப் பொறுக்க முடியாத முதல் மனைவி அவரை விட்டுப் பிரிந்து விடுகிறார்.

அந்தநேரத்தில், செங்கப்பாடிக்குச் சென்ற பரமசிவம் அங்கிருந்த மாது என்கிற குண்டிரிச்சி என்ற பெண்ணை இரண்டாவதாகத் திருமணம் செய்கிறார். முதல் மனைவிக்குப் பிறந்த மணிவண்ணன் என்ற நான்கு வயதுடைய ஆண் குழந்தையை மாது பராமரிப்பில் வளர்த்து வந்தார். செங்கப்பாடிக்குப் பக்கத்தில் காவிரி ஆற்றின் கிழக்குப் பக்கம் குழிப்பட்டி என்ற ஊர் உள்ளது. அங்கிருந்த முழுவடைக் காட்டில் கருப்பணன் குடும்பத்துடன் வசித்து வந்தார்.

அங்கிருந்த நான்கு ஏக்கர் பரம்பரைச் சொத்துத் தொடர்பாகவும் கருப்பணனுக்கும், பரமசிவத்துக்கும் முன்பகை இருந்தது. கருப்பணன் இல்லாத நேரத்தில் அவர் வீட்டுக்குப்போன பரமசிவம் அண்ணன் மனைவி மீது கை வைக்கிறார். இது கருப்பணனுக்குத் தன்மானப் பிரச்சனையானது. தன்னைவிடவும் பலசாலியான தம்பியை எதிர்க்க முடியாத கருப்பணன், வீரப்பனிடம் உதவி கேட்டுப் போனார்.

நண்பனுக்காகக் கொலையும் செய்யத் துணிந்தார் வீரப்பன்.

*****

9
முதல் கொலை

செங்கப்பாடிக்குத் தெற்கே உள்ளது செங்கப்பாடிபுதூர். இங்கு தாழ்த்தப்பட்ட சமூகத்தைச் சேர்ந்த கோழிக்கூட்டுவாயன் என்பவர் இருந்தார். கோழி, ஆடு, தேங்காய் போன்றவற்றைத் திருடுவதே இவருக்குத் தொழில். பலசாலியாகவும், அடாவடிக்காரனாக இருந்த இவரைக் கண்டு ஊரே பயப்பட்டது.

கோட்டையூரைச் சேர்ந்த ஒரு பெண்ணின் பட்டியிலிருந்த ஓர் ஆட்டுக்குட்டியை கோழிக்கூட்டுவாயன் திருடியுள்ளார். உள்ளூரிலிருந்த சில பெரியவர்களிடம் அந்தப் பெண் முறையிட்டுப் பார்த்தார். ஆனால், யாரும் கோழிக்கூட்டுவாயனிடம் நியாயம் கேட்க வரவில்லை. ஒருநாள் சிங்காபுரம் காட்டிலிருந்து, ஆத்தூர் வழியாக வந்த பரமசிவத்தைச் சந்திக்கிறார் அந்தப்பெண்.

"ஆயிரம் ரூபாய் பணமும், இன்னொரு ஆடும் குடுக்கிறேன். என்னோட ஆட்டைப் புடிச்சவன நீ கொல்லனும்..." என்று சொல்கிறார். அடுத்தநாளே கோழிக்கூட்டுவாயன் காவிரி ஆற்றில் பிணமாக மிதந்தார், கோழிக்கூட்டுவாயனைக் கொன்ற பரமசிவம் ஊர் பெரிய மனிதராகிறார்.

செங்கப்பாடி சுற்றுப்பகுதியில் வீரப்பனின் ஆள் பலமும், பண பலமும் அதிகரித்தது. வசதியில்லாத மக்களுக்கு வீரப்பன் பலவகையான உதவிகளையும் செய்து வந்துள்ளார். எந்தப் பிரச்சனையானாலும், வீரப்பனிடம் சொன்னால் தீர்வு கிடைக்கும் என்று மக்கள் நினைக்கத் தொடங்கினர். எந்தநேரமும் வீரப்பனுடன் பத்துக்கும் மேற்பட்ட, ஆயுதம் தாங்கிய இளைஞர் படை சுற்றிக்கொண்டே இருந்தது. பஞ் சாயத்துத் தேர்தலில் யாருக்கு ஓட்டுப் போடவேண்டும் என்று வீரப்பன் சொல்கிறாரோ அவருக்கே வெற்றி என்ற நிலை வந்தது.

இந்த நேரத்தில், வீரப்பனின் அண்ணன் கூசமாதையன் உள்ளூரில் செல்வாக்கு மிக்க காங்கிரஸ் கட்சிப் பிரமுகராகிறார். அனூர் தொகுதி சட்டமன்ற உறுப்பினராக இருந்த ராஜூகவுடா மாதையனுக்கு எல்லாவிதமான உதவிகளையும் செய்து கொடுத்துள்ளார். வீரப்பன் குடும்பத்தில் கொஞ்சம் வசதி வாய்ப்புகள் கூடின. செங்கப்பாடி பள்ளிக்கூடத்துக்கு அருகிலிருந்த ஏரிக்காடு என்ற இடத்தில், ராமு முதலியாரின் பத்து ஏக்கர் நிலத்தை வீரப்பனின் அண்ணன் கூசமாதையன் விலைக்கு வாங்குகிறார்.

பொன்னாச்சி மணியக்காரரர் பி.கே.ராமப்பாவின் நிலத்தைக் குத்தகைக்கு ஓட்டிக்கொண்டிருந்த வீரப்பனின் அப்பா கூசன் என்கிற முனுசாமி காட்டெருமை தாக்கி இறந்து விடுகிறார். முனுசாமி மறைவுக்குப் பிறகு குடும்பப் பொறுப்புகள் முதல் மகன் கூசமாதையன் கைக்கு மாறுகிறது. வீரப்பன் மீது இருந்த மரியாதையும், பயமும் சேர்ந்து அவருக்குப் பெரிய மனிதர் என்ற பட்டத்தைக் கொடுக்கிறது.

பொன்னாச்சி மணியக்காரரர் பி.கே.ராமப்பாவுக்குச் சொந்தமான நிலத்தை அவருக்குத் திருப்பிக் கொடுக்கக்கூடாது என கூசமாதையன் முடிவு செய்கிறார். உழுபவனுக்கே நிலம் சொந்தம் என்ற கோட்பாட்டை கையில் எடுக்கிறார். பி.கே. ராமப்பாவின் பெயரிலிருந்த வருவாய்த்துறை ஆவணங்களை கூசமாதையன் தன்னுடைய பெயருக்கு மாற்றிக்கொள்கிறார்.

இந்த நிலையில், வீரப்பன் குடும்பத்தை மிரட்டி, தான் குத்தகைக்கு விட்ட நிலத்தை பி.கே.ராமப்பாவால் காலி செய்ய முடியவில்லை. இதற்கு மாற்று வழியைத் தேடுகிறார். உள்ளூரில் சண்டியராக வலம் வந்த பரமசிவம் மூலமாகவே தான் இழந்த நிலத்தை மீட்க நினைக்கிறார். பரமசிவத்தைக் கூப்பிட்டுப் பேசினார்.

“வீரப்பனையோ, அல்லது கூசமாதையனையோ போட்டுத் தள்ளு. எத்தனை தலை உருளுதோ உருளட்டும். ஒரு தலைக்கு ஐந்து பவுன் நகையும் ஐயாயிரம் ரூபாய் பணமும் தருகிறேன்...” என்று பரமசிவத்திடம் சொல்கிறார்.

வீரப்பனுக்கு மக்களிடம் ஏற்பட்டிருந்த வளர்ச்சி கோட்டையூரில் இருந்த இன்னொரு யானை வேட்டைக்

கருப்பணன்

கும்பலைச் சேர்ந்த எதிராளிகளுக்கு அச்சத்தைக் கொடுத்தது. ராஜாக்கவுண்டர், மந்திரிக்கவுண்டர் பதவியிலும் இரு குழுவினருக்கும் மோதல் இருந்தது. தொழில் முறையில் போட்டியாளராக வளர்ந்து வரும் வீரப்பனின் கதையை முடிக்கவேண்டும் என்று அவர்களும் திட்டம் போட்டனர். இந்த நேரத்தில், அவர்களும் பரமசிவத்தின் உதவியை நாடினர்.

இரண்டு பக்கமிருந்தும் வந்த ஆதரவைத் தொடர்ந்து பரமசிவமும் வீரப்பனுடன் நேருக்கு நேராக மோதத் தயாரானார்.

இந்தச் செய்திகள் எல்லாம் கொஞ்சம் கொஞ்சமாக வீரப்பனின் காதுக்குப் போயின. ஏற்கனவே கோழிக் கூட்டுவாயனைக் கொலை செய்தது, பாலியல் தொல்லை தாங்காமல் பரமசிவனின் முதல் மனைவி ஓடிப்போனது, பரமசிவம் பெண் பித்தனாக இருந்தது என உள்ளூரில் அவருக்கு நல்ல பெயர் இல்லாத நேரம்.

இந்த நேரத்தில்தான் "பரமசிவத்தை என்னால கொல்ல முடியாது. நீ அவனைக் கொன்னு போடு. நானே கொலை செய்ததாகச் சொல்லிப் போலீசில் சரணடைந்து விடுகிறேன்..." என்று அவனது சொந்த அண்ணனான கருப்பணனே வலிய வந்து வீரப்பனிடம் உதவி கேட்கிறார்.

வீரப்பனும் பரமசிவத்தைப் பற்றி ஊருக்குள் விசாரிக்கிறார். "கோட்டையூர் மாதையன் பங்காளிகளுடன் நெருக்கமாக இருக்கிறான், உன்னைக் கொலை செய்யப் போவதாகச் சொல்லிக்கொண்டு கையில் துப்பாக்கியுடன் சுற்றிக் கொண்டுள்ளான்..." எனச் சில நம்பிக்கையான பெரியவர்களும் வீரப்பனிடம் சொல்கின்றனர். பரமசிவனைப் போட்டுத்தள்ள வீரப்பன் முடிவு கட்டினார்.

பி.கே.ராமப்பாவைச் சந்திக்க பரமசிவம் தன்னுடைய

கூட்டாளிகளுடன் பொன்னாச்சிக்குப் போகிறான் என்ற செய்தி வந்தது. பொன்னாச்சிக்குப் போன பரமசிவத்தின் வரவை எதிர்பார்த்து எறக்கியம் காட்டில் வீரப்பனும், கருப்பணனும் காத்திருந்தனர்.

17.02.1978 அன்று மாலை மூன்று மணி, முருகண்டிமலைக்குத் தெற்கிலுள்ள பொன்னாச்சி செல்லும் காட்டுப் பாதை. தூரத்தில் வருவதைப் பார்க்க முடியாத அளவுக்குக் குறுகலான வளைவு. இந்த இடத்தில், தூணுக்காலன் (எ) கிருஷ்ணா, கண்டியார் வீட்டு ராஜூ என்ற இரு நண்பர்களுடன் பரமசிவம் நடந்து வருகிறார்.

இதைக் கிழக்கிலிருந்த ஒரு பாறைமீது நின்று வீரப்பன் பார்க்கிறார். ஒரு கையில் நாட்டுத் துப்பாக்கியும், மறு கையில் பெரிய சூரிக்கத்தியுடனும் பரமசிவம் வந்தார். எனக்கு எதிராகத் துப்பாக்கியைத் தூக்க நினைத்தவனை உயிரோடு விடக்கூடாது என வீரப்பன் நினைத்தார். கருப்பணனைப் பார்த்து "உன் தம்பி பக்கமா வந்துட்டான். அந்த ஆச்சா மரத்துக்குப் பக்கமாப் போயி நில்லு. அவன் பேரைச் சொல்லிக் கூப்புடு. அவன் திரும்பிப் பார்ப்பான். நெஞ்சுக்கு நேரா நின்னு இ(சு)ட்டுட்டு வா..." என்று ஒரு துப்பாக்கியைக் கொடுத்து அனுப்பினார்.

துப்பாக்கியை வாங்கிய கருப்பணன், பரமசிவம் வந்த பாதைக்குப் போனார். மறைந்து நிற்க வசதியாக இருந்த ஒரு மரத்தடியில் பதுங்கினார். வீரப்பன் சொன்னபடியே "டேய் பரமசிவா... இங்க வாடா..." என்று சத்தம் போட்டுக் கத்தினார்.

தன் பெயரைச் சொல்லிக் கூப்பிடுவது யார் என்று பரமசிவம் நின்று நிதானித்து, சத்தம் வந்த திசையைப் பார்க்கிறார். பலமான உடலமைப்பை கொண்டிருந்த பரமசிவனைப் பார்த்ததும் கொஞ்சம் பயம் வந்தது. துப்பாக்கியைத் தூக்கிப் பரமசிவனுக்கு நேராகக் குறி பிடித்த கருப்பணனுக்கு கை, கால் எல்லாம் நடுங்கின. முரட்டுத் தோற்றத்துடன் எதிரில் வந்த பரமசிவத்தைப் பார்த்ததும் மிரண்டார். துப்பாக்கியைப் பரமசிவம் நெஞ்சுக்கு நேராகப் பிடித்தபடியே நிற்கிறார். ஆனால், சுட முடியவில்லை.

பரமசிவம் சுட்டுக் கொல்லப்பட்ட வளைவு

கருப்பணன் துப்பாக்கியுடன் நிற்பதைப் பார்த்த பரமசிவம் தன் இடது கையிலிருந்த சூரிக்கத்தியைக் கீழே போட்டார். வலது கையிலிருந்த துப்பாக்கியைத் தூக்கி, இடது கையால் தாங்கி நின்றார். நூறடித் தொலைவிலிருந்த கருப்பணன் மீது குறிபார்த்து பிடித்தார்.

கருப்பணனைச் சுட பரமசிவம் தயாராகி விட்டார் என்பது வீரப்பனுக்குத் தெரிந்தது."டேய் கருப்பணா... நீ முந்திக்க. இல்லையின்னா பரமசிவம் உன்னை இ(சு)ட்டுப் போடுவான்..." என்று வீரப்பன் சத்தம் போட்டுக் கத்தினார். அண்ணனுக்கு பின்னால் வேறு யாரோ இருக்கின்றனர் என்பதைப் பரமசிவமும் தெரிந்து கொண்டார், துப்பாக்கியைக் கீழே இறக்கினார். வீரப்பன் பேச்சுச் சத்தம் வந்த பகுதியைப் பார்க்கிறார்.

இந்த வாய்ப்பைப் பயன்படுத்தி கருப்பணன், பரமசிவனைச் சுட்டிருக்கலாம். ஆனால், அவருக்கு பயம் அதிகமானது. தப்பித்தோம், பிழைத்தோம் என்று துப்பாக்கியைக் கீழே தொங்கப் போட்டபடி வீரப்பன் இருந்த இடத்துக்குத் திரும்பி ஓடிவந்தார். பரமசிவமும் தூக்கிப் பிடித்த துப்பாக்கியுடன் வீரப்பன் இருந்த இடத்துக்கு வருகிறார். ஒரு கட்டத்தில், பரமசிவம், வீரப்பன் என இருவரும் நேருக்கு நேராக நின்றனர். இருவருக்கும் இடையில் கருப்பணன் இருந்தார்.

இப்போது பரமசிவம், கருப்பணன் மீது சுட்டால் அவர் மட்டுமே சாக மாட்டார், அவருக்கு அடுத்து நிற்கும் வீரப்பனும் சேர்ந்துதான் சாகவேண்டும். தன்னைக் காப்பாற்றிக் கொள்ளவேண்டிய நெருக்குதலில் வீரப்பன் தனது இரட்டைக் குழல் துப்பாக்கியைத் தூக்கினார். பரமசிவத்தைப் பார்த்துக் குறிபிடிக்கும் முன்பே, கருப்பணன் வீரப்பனுக்குப் பின்னால் வந்து ஒளிந்து கொண்டார். இப்போது, வீரப்பன் துப்பாக்கிக் குறியில் பரமசிவம் சிக்கினார். வீரப்பன் துப்பாக்கி விசையை இழுத்தார்.

"சட்..டீர்" என்ற ஒலியுடன் துப்பாக்கியிலிருந்து சீறிவந்த குண்டுகள் பரமசிவனின் வலது பக்க மார்பில் இறங்கின. "அம்மா..." என அலறிக் கொண்டே பரமசிவம் மண்ணில் விழுந்தார். பரமசிவனுடன் வந்த அவனுடைய கூட்டாளிகளும் கையைப் பிசைந்து கொண்டு நின்றனர்.

"பயப்படாதீங்க, நான் உங்களை ஒன்னுஞ் செய்யமாட்டேன். சீக்கிரமா இங்கிருந்து ஓடிப்போயிருங்கப்பா..." என்றார் வீரப்பன். கையெடுத்துக் கும்பிட்ட இருவரும் செங்கப்பாடிக்குப் போகும் வழியில் ஓடினர்.

நெடிய, தடித்த, முறுக்கேறிய உருவம் கொண்டவர் பரமசிவம். அவரை வீரப்பனின் தோட்டா, ஒரே அடியில் சாய்க்க முடியவில்லை. சரியான இடத்தில் அடி விழுந்தும், உயிர் போகாமல் கீழே கிடந்தார். வீரப்பன் பக்கத்தில் போனார். உயிர் போகாத நிலையில் கீழே கிடந்த தன்னை நோக்கி வீரப்பன் நடந்து வந்ததைப் பார்க்கிறார். பக்கத்தில் கிடந்த துப்பாக்கியை எடுக்க முயற்சிக்கிறார். வீரப்பன் பக்கத்தில் வந்து விட்டார். அரை மயக்கத்திலிருந்த பரமசிவம் கையை நிலத்தில் ஊன்றி தட்டுத் தடுமாறி எழுந்தார். இடது பக்கம் இருந்த நீரோடையைத் தாண்டி ஓடி முருகண்டி மலை மீது ஏறினார்.

பயந்து ஓடிய பரமசிவத்தைத் துரத்தாமல் விட்டிருந்தால்,
காலமெல்லாம் வீரப்பன் போலீசுக்குப் பயந்து
ஓடவேண்டிய அவசியம் வந்திருக்காது.

*****

10

முதல் வழக்கு

இதற்குமுன் வீரப்பனுக்கும், மனிதர்களைச் சுட்ட அனுபவமில்லை, இப்போதும்கூட கருப்பணன்தான் பரமசிவத்தை சுடப்போகிறான் என வீரப்பன் முடிவு செய்து வைத்திருந்தார். எதிர்பாராத நேரத்தில் வீரப்பனே சுடவேண்டியதானது. அதனால், பரமசிவத்துக்கு சரியாக அடி பிடிக்கவில்லை, உயிர் தப்பிய பரமசிவம் தப்பியோடினார். வீரப்பன் விடாமல் துரத்திக்கொண்டேபோனார்.

முருகண்டிமலையின் பாதி உயரத்திற்குப் போன பரமசிவம் கால் இடறிக் கீழே விழுகிறார். பக்கத்தில் போன வீரப்பனைப் பார்த்து பரமசிவம் பயப்படவில்லை. "இடு, இன்னொரு ஈடு இட்டு என்னைக் கொன்னு போட்டுரு..." என்று சொல்கிறார். அந்த இடத்தில் வைத்தே மீண்டும் ஒரு ஈடு கொடுத்து பரமசிவனின் கதையை முடிக்கிறார் வீரப்பன்.

"பரமசிவம் உயிருக்குப் பயந்தவன் இல்லை. அவன் தலையிலும், தோள் பட்டையிலும் இரட்டைச் சுழி இருக்கும். அது போலவே இரட்டை குண்டியும், இரண்டு உயிரும் பெற்றவன். அதனாலதான், வீரப்பன்கூட ரெண்டு முறை சுட்டுத்தான் அவனைக் கொல்ல முடிஞ்சுது...." என்கிறார் இந்தக் கொலை நடந்த நேரத்தில் அங்கிருந்த ஆண்டி கிருஷ்ணா.

இந்த நிகழ்வு குறித்து என்னோடு பேசிய வீரப்பன், "யானையை அடிச்சா மூச்சு அடங்க, கொறஞ்சது பத்து நிமிஷமாவது ஆகும். கடத்தியை அடிச்சாக்கூட, அது ஓடற போக்கிலயே கொஞ்ச தூரம் போயித்தான், கீழே விழுந்து சாகும். ஒரு சமயத்தில நான் கிட்டத்தில் போய்ப் பார்க்கும்போது, குண்டடிபட்டுக் கிடக்கும் கடத்தி, (கடமான்) யானை எல்லாம் கண்ணீர் விட்டு அழுதிருக்கு. சில யானையிலிருந்து நான் தந்தத்தை வெட்டிக்கிட்டு கிளம்பற வரைக்கும், சுடு இரத்தம் வந்துகிட்டே இருக்கும்.

எனக்கும்கூட சிலநேரத்தில், இதையெல்லாம் பார்க்கவே பாவமா இருக்கும். ஆனா என்ன செய்யறது, ஒன்னு செத்தாத்தான் நாலு ஜீவன் வயிறு கழுவ முடியுமுன்னு, எனக்கு வேண்டியதை எடுத்துக்குவேன். மீதியை மற்ற பறவை, பட்சிகளுக்கு இரையா விட்டுட்டு வந்திருவேன்.

நான் முதன்முதலா பரமசிவத்தை இட்டப்ப, சரியா அடி புடிக்கல. அடுத்த ஈ(சூ)ட்டில், ஒரே நொடியில் பேச்சு மூச்சில்லாமப் போயிட்டான். எம்பாட்டுக்கு இருந்த என்னைக் கொலைகாரன் ஆக்கீட்டயேன்னு நெனச்சு வருத்தப்பட்டேன். அப்புறம் வேற என்ன பண்ணறது, நானும், கருப்பணனும் சேர்ந்து, சுத்தியிலும் காஞ்சு கெடந்த கட்டையும், செத்தையும் பொறுக்கிப்போட்டு, நெருப்பு வச்சுட்டு வந்துட்டோம்..." என்றார்.

பரமசிவம் கொலை செய்யப்பட்ட இரண்டாவது நாளே இந்தச் செய்தி ஊருக்குத் தெரிந்தது. நான்கு நாள்களுக்குப் பிறகு செங்கப்பாடிக்கு வந்த இராமாபுரம் போலீசார் விசாரணை மேற்கொண்டனர். பரமசிவத்தை அவனுடைய அண்ணன் கருப்பணன்தான் சுட்டுக்கொன்றான் என்று தெரிகிறது. போலீசார் அப்படியே வழக்குப் பதிவு செய்தனர்.

இரண்டு ஆண்டுகளுக்குப் பிறகு, கண்டியார் வீட்டு ராஜூ வாயைத் திறந்த பின்னரே, பரமசிவத்தை வீரப்பனே சுட்டுக்கொன்றார் என்பது மக்களுக்குத் தெரிந்தது. அந்த நேரத்தில், வீரப்பன் குடும்பத்துக்குப் பெரிய அளவில் அரசியல் செல்வாக்கும் சேர்ந்தது. எந்த நேரமும் கையில் துப்பாக்கியுடன் வலம் வந்த ஓர் இளைஞர் படையும் இருந்தது. அதனால், அவர் மீது மக்களுக்கு அச்சமும் அதிகமானது. இதன் பயனாகப் பரமசிவத்தை வீரப்பன் கொன்றது குறித்து யாரும் புகார் கொடுக்கவில்லை.

பரமசிவத்தின் இரண்டாவது மனைவி மாதுவும், முதல் மனைவியின் மகன் மணிவண்ணனும் ஆதரவற்ற நிலைக்குத் தள்ளப்பட்டனர். வீரப்பனுக்கு மனசாட்சி உறுத்தியது. இந்த நிகழ்வு நடந்த சில நாள்களுக்குப் பின்னர், பரமசிவத்தின் மனைவி, அவரது மகனையும் தன்னுடைய வீட்டுக்குக் கூட்டிக்கொண்டு வருகிறார். தன்னுடைய அம்மாவிடம்

விட்டு, "நீ உயிரோடு இருக்கும் வரைக்கும் இவங்களை நல்லபடியா பாத்துக்கம்மா..." என்கிறார்.

பரமசிவத்தின் மகன் மணிவண்ணன் 12 வயது வரை வீரப்பனின் வீட்டில் வளர்கிறார். இப்போது நாமக்கல் மாவட்டம், குமார பாளையத்தில் பாட்டாளி மக்கள் கட்சியின் நகரச் செயலாளர் பொறுப்பில் இருக்கிறார். இந்த நூலை எழுதுவதற்காக அவரைச் சந்தித்தேன். "உங்கள் அப்பாவைச் சுட்டுக்கொன்ற வீரப்பன் மீது உங்களுக்குக் கோபமில்லையா..."? என்றேன்.

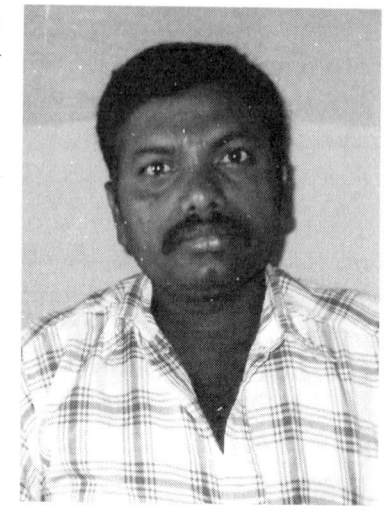

மணிவண்ணன்

"அந்தக் காலத்துல என்ன நடந்ததுன்னு யாருக்குமே சரியாத் தெரியலைங்க. எங்க அப்பன், பெரியப்பன் எல்லோருமே குடிகாரனாத்தான் இருந்திருக்காங்க. பொண்டாட்டி, புள்ளைங்க, குழந்தை, குட்டியைப் பத்தியெல்லாம் கவலைப்படாம காட்டையே சுத்திக்கிட்டே இருந்திட்டு, எங்க யாருக்கும் எந்தப் பிரயோஜனமும் இல்லாமலே ரெண்டுபேரும் செத்தும் போயிட்டாங்க.

என்னை வளர்க்க முடியாம, எங்க சின்னம்மா தற்கொலை செஞ்சுக்க முயற்சி பண்ணியிருக்காங்க. அப்போ வீரப்பன் மாமா எங்களைக் கூட்டிட்டு வந்து அவங்க வீட்டிலயே இருக்கச் சொன்னார். எனக்கு நினைவு தெரியற காலம் வரைக்கும், நான் வீரப்பன் மாமா வீட்டிலதான் வளர்ந்தேன். வீரப்பமாமனின் அம்மா (பொன்னுத்தாய்)தான் எனக்குச் சோறு போட்டு வளத்துனாங்க. என்னை அவங்க பெத்த பிள்ளை மாதிரிதான் பாத்துக்கிட்டாங்க. நான் கொஞ்சம் பெரியவன் ஆனதும், சிகரல்பட்டியில் இருக்கும் எங்க சின்னம்மா வீட்டுக்குப் போயிட்டேன்..." என்று சொன்னவரின் கண்களில்

தாரை தாரையாய் நீர் வழிந்தது.

மணிவண்ணன் விட்ட கண்ணீர் தன்னைப் பெற்ற அப்பா பரமசிவத்துக்காகவா...? இல்லை, வளர்த்த வீரப்பனுக்காகவா...? என்று தெரியவில்லை.

அப்போது இராமாபுரம் காவல் நிலைய உதவி ஆய்வாளராக இருந்தவர் வெங்கிடுசாமி. ஏ.டி.எஸ்.பியாகப் பதவி உயர்வு பெற்று, தற்போது ஓய்வு பெற்றுள்ளார். பரமசிவம் கொலை குறித்துப் பேசும்போது, "கொலை நடந்த அடுத்த நாள் கொளந்தைன்னு ஒருத்தன் ஸ்டேசனுக்கு வந்தான். கருப்பணனுக்கும், அவன் தம்பி பரமசிவனுக்கும் முன்பகை இருந்துச்சு. அந்த மோட்டிவில் பரமசிவத்தை எறக்கியம் காட்டில வச்சு கருப்பணன் சுட்டுக்கொன்னுட்டான்னு புகார் கொடுத்தான். *(Ramapuram P.S. Cr. No-14/1978).*

அப்போ நான் வேலைக்கு வந்து ஒரு வருஷம் ஆகியிருக்கும். அதுக்கு முன்னே எனக்கு கொலை வழக்குப் பதிவுசெய்த அனுபவமில்லை. அதனாலே மர்டர் கேஸ் எப்படி எப்.ஐ.ஆர் போடறதுன்னு தெரிஞ்சுக்க, கொள்ளேகால் போனேன். அங்கிருந்த இன்ஸ்பெக்டர் லக்கையாவைப் பார்த்தேன். பரமசிவம் கொலையானது பற்றிச் சொன்னேன். எப்படி வழக்குப் பதிவு செய்ய வேண்டும், என்னென்ன மெட்டீரியல் எடுக்கவேண்டும். எப்படி மகஜர் ரிப்போர்ட் போட வேண்டும் என்ற விவரமெல்லாம் சொன்னார்.

வெங்கிடுசாமி

"ஒன்பது பேரைக் கொன்னவன் மம்பட்டியான், அவனையே கொன்றவன் கருப்பணன். பெரிய ஆளா இருப்பான். நானே வயசானவன், நான் எங்கே வந்து கருப்பணனைப்

புடிக்கப்போறேன். நீயே போய் ஏதாவது செஞ்சிட்டு வா...”ன்னு சொல்லிட்டார்.

அப்போவெல்லாம் செங்கப்பாடிக்குப் போக பஸ் வசதியில்லை. அடுத்தநாள் பாலாற்றுக்குப் போனேன். அங்கிருந்து கருங்கல் குவாரிக்குப் போன ஒரு லாரியைப் பிடித்து, செங்கப்பாடிக்குப் போனேன். ஊர் பெரியவங்க திம்மராய செட்டியார், நடராஜ முதலியாரைக் கூப்பிட்டுப் பேசினேன். எப்படியாவது பரமசிவம் பாடியைக் கண்டுபிடிக்கணுமுன்னு சொல்லிட்டு வந்துட்டேன்.

அடுத்த நாள் ஒரு டீமோட செங்கப்பாடிக்குப் போனோம். உள்ளூர் பெரியவங்க ஏற்பாட்டின் பேரில், கொஞ்சம் ஆளுங்களைக் கூட்டிட்டு கொலை நடந்த இடத்துக்குப் போனோம். பரமசிவம் கொலை செய்யப்பட்ட இடத்திலிருந்து, ஆயிரம் அடி தொலைவில் ஒரு பள்ளத்தில உடலை எரிச்சுட்டுப் போயிருந்தது. அதை வச்சுத்தான் எப்.ஐ.ஆர். போட்டு கேஸ் பைல் பண்ணினேன்.

நான் செங்கப்பாடிக்கு போயிட்டு வந்தது தெரிஞ்சதும், கருப்பணன் தமிழ்நாட்டுக்குப் போயிட்டான். உள்ளூர் ஆளுங்ககிட்டே பேசி, அவனை வந்து சரணடையச் சொன்னேன். அதுக்குப் பிறகு, வக்கீல் மல்லிகார்ஜுனையா மூலம் கருப்பணன் கோர்ட்டில் சரணடைந்து, பின்னர் பெயிலில் போயிட்டான்.

பண்ணாடி (எ) பொன்னுசாமி

1990-வாக்கில் எஸ்.டி.எப். டீம் அமைக்கப்பட்ட பின்னர், நாங்க வீரப்பன் தொடர்பான பழைய கேஸ்களைப் பற்றியெல்லாம் விசாரிச்சோம். அப்போதுதான் பரமசிவத்தைக் கொலை செய்ததும் வீரப்பந்தான்னு தெரிஞ்சுது. ஆரம்ப காலத்தில் வீரப்பன் கொலை செஞ்சான்னா, பாடியைக் கண்டுபிடிக்க முடியாம செஞ்சிருவான். அதைப் போலவே, பரமசிவம் கொலையிலும்

உடலை அடையாளம் கண்டுபிடிக்க முடியாதபடி நெருப்பு போட்டு, எரிச்சிட்டுப் போயிருந்தான். இதையெல்லாம் கணக்கில் எடுத்துத்தான், இந்தக் கொலையையும் வீரப்பனே செய்துள்ளான் என்பதை உறுதிப்படுத்திக் கொண்டோம்" என்கிறார்.

செங்கப்பாடியில் சாராயக்கடை நடத்திய பாலவாடி பண்ணாடி என்கிற பொன்னுசாமியிடம் பேசும்போது, "போலீஸ்காரங்க பொணத்தைப் பார்த்தே ஆகணுமுன்னு சொன்னதால, நான்தான் உள்ளூர் ஆளுங்களைப் புடிச்சு போலீசாரைப் பாங்காட்டுக்குக் கூட்டிக்கிட்டுப் போனேன். எறக்கியம் பள்ளத்தில் கட்டையைப் போட்டு பரமசிவம் பொணத்தை எரிய விட்டுருந்தது. பரமசிவம் காலின் ஒரு பகுதியும், அஞ்சு வெரலோட கையின் ஒரு பகுதி மட்டுந்தான் கெடச்சுது. அதையெல்லாம் போலீசார் ஒரு பக்கெட்டில் போட்டு எடுத்துக் கிட்டுப் போனாங்க..." என்றார்.

வீரப்பனின் நெருங்கிய நண்பரான டி.பி.பெருமாள்:- "முதலில் கருப்பணன்தான் பரமசிவனைச் சுடப்போயிருக்கான், ஆளைப் பார்த்ததும் கை நடுங்கீட்டுது. அப்புறமாத்தான் வீரப்பனே சுட்டிருக்கான். பரமசிவனைப் பார்த்த என்னை மாதிரி ரெண்டு ஆள் அளவுக்குப் பெருசா இருப்பான்.

ஒரு மாசம் போன பிறகு, வீரப்பந்தான் செலவுக்கு மூவாயிரம் ரூபாய் பணம் குடுத்தான். "கருப்பணனைக் கூட்டிக்கிட்டுப் போயி கொள்ளேகால் கோர்ட்டில் சரண்டர் பண்ணீட்டு வந்திடு"ன்னு சொன்னான். நானும், கருப்பணனும் பெங்களூர் வழியா கொள்ளேகால் போனோம். வக்கீல் மல்லிகார்ஜுனையாகிட்டே 1,500 ரூபாயைக் குடுத்தேன். இன்ஸ்பெக்டர் லக்கையாகிட்டே 900 ரூபாயயைக் குடுத்து, கருப்பணனை கோர்டில் சரண்டர் பண்ணிட்டு வந்தேன்" என்கிறார்.

இந்த வழக்கில் கொலையை நேரில் பார்த்த சாட்சிகள் இல்லை. கொலை செய்யப்பட்டவரின் உடலும் கிடைக்காததால், வழக்கு விரைவாக நடந்து முடிந்தது. கருப்பணன் விடுதலையானார்.

ஏறக்கியம் காடு

பொதுமக்களுக்குத் தொல்லையாக இருந்த பரமசிவம் கொலை செய்யப்பட்ட பின், வீரப்பனைச் சந்தித்த ஊர் மக்களெல்லாம் "நீ பரமசிவனைக் கொன்னது சரிதான்" என்ற போக்கிலேயே பேசியுள்ளனர். குறிப்பாக காட்டுக்கு விறகு பொறுக்கவும், ஆடு, மாடு மேய்க்கச் செல்லும் பெண்கள் எல்லோருமே வீரப்பனைப் பார்த்ததும், கையெடுத்துக் கும்பிட்டுள்ளனர். வீரப்பனுக்கு இது ஒருவகையான போதையைக் கொடுத்துள்ளது.

அதன் பின்னர், செங்கப்பாடியிலுள்ள மக்களுக்குப் பிரச்சனை என்று வந்தால், அதற்காகக் கொலை செய்யவும் வீரப்பன் தயங்கமாட்டார் என்ற பெயர் ஏற்பட்டது. இந்தப் பெயரைத் தக்கவைத்துக் கொள்ளவே, வீரப்பன் மீண்டும் மீண்டும் கொலை செய்வதைத் தொடர்ந்துள்ளார்.

அப்படி நடந்த இரண்டாவது கொலையைப் பற்றி சற்றுப் பார்ப்போம்.

****

11

இரண்டாவது கொலை

தருமபுரி மாவட்டம், சிகரல்ஹள்ளியைச் சேர்ந்த கருமாறன் ஒரு போக்கிரி, திருமணம் ஆகாமலிருந்த இவன் வழிப்பறித் திருடன். தருமபுரி மாவட்ட மக்களெல்லாம் மாதேஸ்வரன் மலைக்குப் போக சிகரல்ஹள்ளி, செங்கப்பாடி காட்டு வழியாக நடந்து போவது வழக்கம். இப்படிப்போகும் மக்களை மிரட்டிப் பணம், நகைகளைப் பறிப்பது, பட்டியில் உள்ள ஆடு, மாடுகளைத் திருடுவது போன்ற வேலைகளில் ஈடுபடுகிறான். இவனுக்கு முட்டைக்கண்ணன், காடையன், கருப்பன் என ஊருக்கு ஒரு பெயர் இருந்தது.

காவிரி ஆற்றோரம் உள்ள அப்பக்காம்பட்டிக்கு மேற்கில் இருக்கும், தே(ன்)ங்கல் மலையில் உள்ள பாறை இடுக்குகளே கருமாறன் வாழ்விடம். இந்த மலையில் உள்ள பாறை அட்டுகளில், ஏராளமான மலைத்தேன் கூடுகள் இருக்கும். அதனால், இந்த மலையைத் தேன்கல் மலை என்று அழைத்துள்ளனர். காலப்போக்கில், தேங்கல் மலை என்று பெயர் மருவியது.

இப்பகுதி காடுகளில் ஆடு மேய்ப்பவர்கள் மிகவும் கவனமாக இருக்கவேண்டும். இல்லாவிட்டால், மேய்ச்சலுக்குப் போகும் ஆடுகளை, கருமாறன் திருடிக்கொண்டுபோய் அறுத்துத் தின்பார் அல்லது பெண்ணாகரம் சந்தையில் விற்று விடுவார்.

1970-80 காலகட்டத்தில், காவிரி ஆற்றில் ஓடும் பரிசல் செய்ய மாட்டுத்தோலே பயன்பட்டு வந்தது. விவசாயக் கிணறுகளில் தண்ணீர் இறைக்க, கபிலை என்ற முறை பயன்பாட்டில் இருந்தது. இதற்குப் பயன்படுத்திய சால்பரியில் இணைக்கும் தும்பிக்கும், மாட்டுத் தோலைப் பயன்படுத்தினர். ஒரு பெரிய மாட்டின் தோலுக்கு ஆயிரம் ரூபாய் விலை கிடைத்தது. செங்கப்பாடியைச் சுற்றி அப்பக்காம்பட்டி,

மாறுகொட்டாய், ஆலாம்பாடி, கொங்குருப்பட்டி, குழிப்பட்டி போன்ற ஊர்களை ஒட்டிய காட்டுப்பகுதிகளில் மேய்ச்சலுக்குச் செல்லும் மாடுகள், அடிக்கடி காணாமல் போவது வாடிக்கையானது.

மாட்டுப்பட்டிக்காரர்கள் ஒன்று சேர்ந்து காணாமல் போன மாடுகளைத் தேடுவர். அப்போது, தோல் உரிக்கப்பட்ட நிலையில் மாடுகள் செத்துக் கிடக்கும். அவற்றின் இறைச்சியைக் காட்டு விலங்குகள் தின்றுகொண்டிருக்கும். மாட்டுத்தோலை உரித்துக்கொண்டு போவது யார் என்று கண்காணித்தனர். கடைசியில், மாடுகளைத் திருடுவது கருமாறன் என்பது தெரிந்தது. ஆனாலும், தேங்(ன்)கல் மலைப்பகுதியில் ஒளிந்திருந்த கருமாறனை யாராலும் பிடிக்க முடியவில்லை.

மேய்ச்சலுக்குப் போகும் மாடுகள், காணாமல் போகும் பிரச்சனை வீரப்பன் காதுக்குப் போகிறது. கருமாறனைக் கூப்பிட்ட வீரப்பன், ஏழை மக்களின் ஆடு, மாடுகளின் மீது கை வைக்கும் திருட்டுத் தொழிலை விடுமாறு எச்சரிக்கிறார். ஆனாலும், கருமாறன் திருட்டை நிறுத்தவில்லை.

ஆலாம்பாடியிலிருந்து இருநூறு கிலோமீட்டர் தொலைவில் மாவட்டத் தலைநகர் மைசூர் உள்ளது. மாடுகளை இழந்த மக்கள் மாவட்ட ஆட்சியர் அல்லது காவல்துறைக் கண்காணிப்பாளரிடம் புகார் கொடுக்க இரண்டு நாள்கள் பயணம் செய்யவேண்டும். அந்தப் புகார் மீது, அதிகாரிகள் நடவடிக்கை எடுத்து, கருமாறனைக் கைது செய்ய ஏற்ற சூழல் அப்போது மட்டுமில்லை. இப்போதும்கூட இல்லை.

காவிரிக்கு கிழக்கிலுள்ள கர்ணமலைக் காட்டில், வயதான விதவைப் பெண்ணொருவர் மாட்டுப்பட்டி போட்டிருந்தார். அந்தப் பெண்ணின் பட்டியிலிருந்த இரண்டு மாடுகள் தோல் உரிக்கப்பட்டுக் கிடப்பதாக வீரப்பன் காதுக்குச் செய்தி கிடைத்தது. நேராக அந்த இடத்துக்குச் சென்றவர், அந்தப் பெண்ணைப் பார்த்து விசாரிக்கிறார். மாட்டுத் தோலை உரித்தது கருமாறன்தானா...? என்று உறுதி செய்கிறார்.

01.01.1979 அன்று மாலை, கூப்புக்கல் பாறை அட்டுகளில் பதுங்கியிருந்த கருமாறனைச் சந்திக்கிறார் வீரப்பன். கர்ணமலைக்

காட்டில் மாட்டுத்தோல் உரித்தது பற்றி விசாரிக்கிறார்.

"அந்த மாட்டுத்தோலை உரித்தது நான்தான்" என்று சொன்ன கருமாறன், "இனியும் அப்படிதான் செய்வேன்" என்கிறார். இருவருக்கும் இடையே மூன்று மணி நேரம் வாக்குவாதம் நடந்தது. ஒரு கட்டத்தில், கையிலிருந்த கொடுவாளால் வீரப்பனை வெட்டப் பார்க்கிறார் கருமாறன்.

அதுவரை மனிதனாக இருந்த வீரப்பன் வேறு உருவம் கொண்டார். கையிலிருந்த துப்பாக்கியால், கருமாறனைச் சுட்டுக்கொன்று, தனது இரண்டாவது கொலையை முடிக்கிறார். வழக்கம்போலவே, கருமாறன் உடலைச் சுற்றிலும், கட்டைகளைப் போட்டு தீ வைக்கிறார். இந்தக் கொலை நடந்த நேரத்தில், வீரப்பனுடன் அவருடைய கூட்டாளிகள் யாருமில்லை. அதனால், கருமாறன் கொலை செய்யப்பட்டது குறித்த விவரம், செங்கப்பாடியில் உள்ள எவருக்கும் தெரியவில்லை.

அவருடைய சித்தப்பா கீரியான் பொன்னுசாமியின் மகனான டைலர் சீனிவாசனிடம் இந்தக் கதையை ஒரு முறை வீரப்பனே சொல்லியுள்ளார்.

சீனிவாசன்

கருமாறன் கொலைக்குப் பிறகு, மூன்று ஆண்டுகள் வீரப்பன் வேறு யாரையும் கொல்லவில்லை. வீரப்பனுடன் யானை வேட்டைக்குச் செல்லும்போது, கூடவரும் ஆள்களின் எண்ணிக்கை அதிகமானது. அதனால், அனுபவமிக்க, தன்னுடைய மூத்த கூட்டாளிகள் மூலம் இரண்டு தனித்தனிக் குழுக்களை அமைக்கிறார். செங்கப்பாடியில் இருந்து ஒரே அணியாகக் கிளம்பும் இவர்கள் மாயாறு, குண்டல் பேட்டை போன்ற பெரிய

காடுகளுக்குள் சென்று யானை வேட்டையாடும் போது, தனித்தனிக் குழுக்களாகப் பிரிவர்.

நல்லூர் மாதையன், கொளந்தைப்பையன், வீரப்பனுடன் சிலர் என மூன்று குழுவாகப் பிரிந்து செல்வர். ஒவ்வொரு குழுவிலும், பத்துப்பேர் இருந்தனர். மூன்று குழுவினருமே குறிப்பிட்ட நாளில், குறிப்பிட்ட இடத்தில் ஒன்று சேர்வர். இடைப்பட்ட நாளில், இந்தக் குழுவின் தலைவர் பொறுப்பில் இருப்பவரே, அந்தக் குழுவை வழி நடத்துவார். மாதேஸ்வரன் மலையிலிருந்து, கேரள மாநில எல்லையில் உள்ள மாயாறு வரையிலும், நீண்ட பயணம் செய்தனர். இந்த வழியில் வாழ்ந்த, ஏராளமான ஆண் யானைகள் சுட்டுக் கொல்லப்பட்டன.

வேட்டைக்காக மட்டுமே காடுகளில் துப்பாக்கியுடன் திரிந்த வீரப்பன், ஒரு கட்டத்தில் நெறி தவறிய மனிதர்களுக்கு எதிராகவும் துப்பாக்கியைத் திருப்பினார். இதை நியாயப்படுத்த தர்மம், புண்ணியம் போன்ற வார்த்தைகளைப் பயன்படுத்தினார். "நாலுபேர் நன்றாக வாழ, கெட்டவன் ஒருவனைக் கொலை செய்வது தப்பில்லை..." என்ற அடிப்படையில் சில நேரங்களில் பேசினார். இதனால், வீரப்பனுடன் இருந்த கூட்டாளிகள் சிலரும் விருப்பம் போலக் கொலை செய்யத் தயாராயினர்.

சேத்துக்குழி கோவிந்தனின் அண்ணன் கொளந்தை என்கிற கொளந்தைப்பையன். இவர் வீரப்பன் கூட்டத்திலேயே பெரிய அடாவடிக்காரனாக இருந்தவர். வயதிலும், அனுபவத்திலும் மூத்தவரான இவர் வீரப்பனுக்கு மட்டுமே அடங்கி நடக்கக் கூடியவர்.

மடிக்கேரி மாவட்டம், விராஜ்பேட்டை வனப்பகுதியில் வீரப்பனின் மூன்று குழுக்களும் தனித்தனியே வேட்டைக்குச் சென்றனர். 27.8.1983 அன்று மாவுக்கல் என்ற இடத்தில் கொளந்தைப்பையன் குழுவினர் முகாமிட்டுத் தங்கியுள்ளனர். அப்போது, வனத்துறை வாட்சர் புட்டு என்பவர், வேட்டையாடிக் கொண்டிருந்த கொளந்தைப்பையன் ஆள்களை நேருக்கு நேராகப் பார்க்கிறார்.

அந்த இடத்தில் வீரப்பன் இருந்திருந்தால், நல்ல முடிவாக எடுத்திருப்பார். வீரப்பன் இல்லாத நிலையில்,

கொளந்தைப்பையன் தவறான முடிவை எடுக்கிறார். தன்னுடன் இருந்த ஆள்களைக் கொண்டே வயதான அந்த வாட்சரைப் பிடித்துக் கட்டிப்போட்டு அடித்துள்ளனர். நீண்ட நேரச் சித்திரவதைக்குப் பின்னர், அவரைச் சுட்டுக் கொன்றுள்ளனர். (பொன்னம்பேட்டை காவல் நிலைய வழக்கு எண்:-Cr. no:-64/1983).

இரண்டு நாள்களுக்குப் பிறகே இந்தச் செய்தி வீரப்பனுக்குத் தெரிந்தது. இதனால், கடுமையான கோபம் கொண்ட வீரப்பன், கொளந்தைப் பையனை அடித்துள்ளார். நமக்குத் தொல்லை கொடுக்காத ஒருவரை எதற்காகக் கொன்றாய்...? என்று திட்டுகிறார். இனிமேல், என்னோடு வரவேண்டாம் என்றும் சொல்லி விடுகிறார்.

இனி, அந்த இடத்தில் இருப்பது நல்லதல்ல என்று வீரப்பன் முடிவு செய்கிறார். தன்னுடைய கூட்டாளிகளிடம் இருந்த துப்பாக்கி, தோட்டா, வேட்டையாடி வைத்திருந்தத் தந்தங்களை எல்லாம் வழக்கம்போல, நிலத்தில் குழி தோண்டிப் புதைத்தனர். இருபதுக்கும் மேற்பட்ட தன்னுடைய ஆள்களைச் சிறுசிறு குழுக்களாகப் பிரித்து, மடிக்கேரியில் இருந்து வெளியே செல்லும் பேருந்துகள் மூலம் மைசூருக்கு அனுப்பினார்.

வாட்சர் புட்டு கொலை செய்யப்பட்டதால், காட்டிலிருந்து வெளியே போகும் பேருந்துகளை எல்லாம் போலீசார் சோதனை போட்டுள்ளனர். தமிழில் பேசியவர்களை எல்லாம் கைது செய்தனர். மைசூர் போகும் முடிவில் முதலில் வெளியேறிய முதல் அணி, போன வேகத்தில் திரும்பி வந்தது. "அண்ணா வழியெல்லாம் போலீஸ் நிக்கறாங்க... ஒரு ஆள் கூடத் தப்பிச்சுப் போகமுடியாது.." என்றனர்.

மடிக்கேரிக் காட்டிலிருந்து தன் கூட்டாளிகளைக் கூட்டிக்கொண்டு, இரண்டு நாள்கள் பயணத்தில், குண்டல்பேட்டைக் காட்டுக்கு வந்து சேர்கிறார். அங்கிருந்து இரண்டு பிரிவுகளாகப் பிரிந்து, கேரள மாநிலம் சுல்தான் பத்தேரி சென்ற ஒரு பிரிவினர் ஊட்டி வந்து, அங்கிருந்து செங்கப்பாடிக்கு வந்து சேர்ந்தனர். மற்றோர் அணியினர் குண்டல்பேட்டை, சாம்ராஜ்நகர், சத்தியமங்கலம் வழியாகச் செங்கப்பாடிக்கு வந்து சேர்ந்தனர்.

பெரியகுழிப்பள்ளம்

வாட்சர் புட்டு கொலை வழக்கில், வீரப்பன், அவரது தம்பி அர்ஜுனன், அம்மாசி மகன் மாதையன், சின்ராசு, முனுசாமி மகன் மாரியப்பன், ஆண்டி கிருஷ்ணா, கொள்ளேகால் துரைசாமி, கீஸா, கோபாலன், செங்கப்பாடி பொன்னுசாமி மகன் மாதா, தாபகாநாயக் மகன் அர்ஜுனன் மற்றும் வீரப்பனின் அண்ணன் கூசமாதையன் உள்ளிட்ட இருபது பேர் மீது வழக்குப் பதியப்பட்டுள்ளது.

கொளந்தைப்பையன் செய்த ஒரு கொலை, அடுத்த மூன்று கொலைகளுக்குக் காரணமாக அமைந்தது.

*****

12

காணாமல் போன யானைத் தந்தம்

விராஜ்பேட்டை காட்டில் கொளந்தப்பையனால் வாட்சர் புட்டு கொலை செய்யப்பட்டதைத் தொடர்ந்து வீரப்பன் செங்கப்பாடிக்குத் திரும்புகிறார். ஊருக்குப் பக்கத்துக் காடுகளிலேயே யானை வேட்டையில் ஈடுபட்டார். செங்கப்பாடியில் ரெட்டியார், செட்டியார், முதலியார், கவுண்டர், ஆசாரி, லம்பாடி நாயக்கர், உப்பிலிய நாயக்கர், தாழ்த்தப்பட்டோர், வீரப்பனின் சமூகமான வன்னியர் எனப் பல சமூகத்தினர் வசித்தனர். ஊரிலிருந்த அனைத்து சமூக இளைஞர்களும் சாதி வேறுபாடு இல்லாமல் வீரப்பனுடன் தொடர்பில் இருந்தனர்.

1983ஆம் ஆண்டு இறுதியில், ஒகேனக்கலுக்கு மேலே உள்ள கூலியம் காட்டில், வீரப்பன் ஒரு யானையைச் சுட்டுக் கொல்கிறார். 36 கிலோ எடையுள்ள அந்த யானையின் தந்தத்தை வெட்டி எடுத்து, ஈச்சம்புல் புதரில் சொருகி வைத்துவிட்டு வந்துள்ளனர். அப்போது, வீரப்பனுடன் அர்ஜுனன் என்ற லம்பாடி சமூக இளைஞரும், கிருஷ்ணா (எ) மாதா என்ற செட்டியார் சமூக இளைஞர் ஒருவரும் இருந்தனர்.

லம்பாடி இனத்தோர் மராட்டிய மாநிலத்தைப் பூர்வீகமாகக் கொண்டவர்கள். மராட்டிய மன்னர் சிவாஜி, மைசூர் நாட்டின்மீது போர் தொடுத்தபோது போர் வீரர்களுக்கு உதவியாக இந்த மக்களும் வந்துள்ளனர். போர் வீரர்களுக்குத் துணையாக வரும் இம்மக்கள், போர் நடக்கும் இடங்களில் ஊருக்குள் புகுந்து, கலவரம் ஏற்படுத்துவதற்காக ராணுவத்தால் அழைத்து வரப்பட்டவர்கள். மைசூர் போர் முடிந்த பின்னர் படைவீரர்கள் எல்லோரும் தாய்நாட்டிற்குத் திரும்பி விடுகின்றனர். லம்பாடி மக்களில் சில குழுவினர்,

இப்பகுதிக் காடுகளிலேயே குடிசை போட்டுத் தங்கி விட்டனர். இவர்கள் இப்போதும் தமிழக-கர்நாடக எல்லையில் பல ஊர்களில் சிறுசிறு குழுக்களாக வசிக்கின்றனர். காடுகளை ஒட்டிய பகுதியில் மறைந்திருந்து, அந்த வழியாகச் செல்லும் மக்களுக்குத் தொல்லை கொடுத்து வந்துள்ளனர். இந்தக் குழுவினரைச் சட்டத்தின் மூலம் கட்டுப்படுத்த முடியவில்லை.

1792-99 இல், சேலம் மாவட்ட ஆட்சியராக இருந்த அலெக்சாண்டர் ரீடு என்பவர் திப்புசுல்தானுடன் போரிட மைசூர் நோக்கிச் செல்கிறார். போகும் வழியில், காடுகளில் வாழ்ந்த இந்த மக்களைப் பற்றித் தெரிந்து கொள்கிறார். இவர்களை நல்வழிப்படுத்த முடிவு செய்கிறார். தனது இராணுவத்தின் மூலம் அவர்களை அடக்கி, கட்டுப்பாட்டுக்குள் கொண்டு வருகிறார்.

அதன் பின்னர், கொள்ளையிடும் வழக்கத்தைக் கைவிட்டு நல்வழிக்குத் திரும்பிய, அம்மக்களின் மறுவாழ்வுக்கென நிலங்களையும், கால்நடைகளையும் கொடுக்கிறார். காடுகளை ஒட்டிய பகுதிகளில் மானாவாரி விவசாயம் செய்யவும், மீதி நேரங்களில் ஆடு, மாடுகளை வளர்க்கவும் இம்மக்கள் கற்றுக் கொள்கின்றனர். இந்த லம்பாடி சமூகத்தைச் சேர்ந்த பலர் செங்கப்பாடியிலும் வாழ்ந்தனர். ஆண், பெண் என வேறுபாடில்லாமல் எல்லோருமே மது அருந்துவர். இப்போதும் கூட இம்மக்கள் வீட்டு விழாக்கள் எதுவுமே மதுவில்லாமல் நடக்காது.

கூலியம் காட்டில், வீரப்பன் யானைத் தந்தத்தைப் புதைத்து வைத்த மூன்றாம் நாளே, லம்பாடி அர்ஜுனனுக்கு சரக்கடிக்கப் பணம் தேவைப்பட்டது. அந்தத் தந்தத்திலிருந்து இரண்டு கிலோ அளவுக்கு ஒரு துண்டு வெட்டி எடுக்கிறார். அப்போது, மேட்டூரில் நேஷனல் ஸ்டோர் என்ற பழைய இரும்புக் கடை இருந்தது. இந்தக் கடையைத் திருச்சூரைச் சேர்ந்த ஒரு யானைத் தந்த வியாபாரியே நடத்தி வந்தார். அந்தக் கடைக்குப் போன அர்ஜுனன் தந்தத்தைக் கொடுத்து, இரண்டாயிரம் ரூபாய் பணம் கேட்டுள்ளார். அந்தக் கடையின் உரிமையாளர் நானூறு ரூபாய் மட்டும் கொடுத்துள்ளார்.

கூலியம் காட்டில் இரண்டு கிலோ யானைத் தந்தத்தை வெட்டிய அர்ஜுனன் அவசரத்தில், மீதி தந்தங்களைச் சரியாக மறைத்து வைக்காமல் வந்து விடுகிறார்.

இது நடந்த சில நாள்களுக்குப் பிறகு, அந்த வழியில் சந்திரசெட்டி என்ற வனத்துறை ஊழியர் நடந்து சென்றுள்ளார். அவரைப் பார்த்து, பயந்த ஒரு முள்ளம்பன்றி ஓடிப்போய் ஒரு புதரில் மறைந்துள்ளது. அதைப் பார்க்கப் போன சந்திரசெட்டியின் கண்ணில் இந்த யானைத் தந்தம் சிக்கியது. அர்ஜுனன் வெட்டியது போக மீதிமிருந்த இரண்டு தந்தங்களையும், எடுத்துக் கொண்டுவந்து பாலாறு வனத்துறை அலுவலகத்தில் சேர்த்து விட்டார்.

இதற்கிடையில், வீரப்பன் தம்பி அர்ஜுனன் தந்த வியாபார வேலையாக மேட்டூருக்குச் சென்றுள்ளார். அப்போது பழைய இரும்பு வியாபாரம் செய்யும் பாயைச் சந்திக்கிறார். பத்து நாள்களுக்கு முன் லம்பாடி அர்ஜுனன் இரண்டு கிலோ தந்தத்தைக் கொண்டுவந்தது, இரண்டாயிரம் ரூபாய் பணம் கேட்டது, அவர் நானூறு ரூபாய் கொடுத்தது என நடந்ததைச் சொல்கிறார்.

செங்கப்பாடிக்கு வந்த அர்ஜுனன், வீரப்பனிடம் விசாரிக்கிறார். கூலியம் காட்டில் ஈச்சம் புல் புதையில் தந்தத்தைப் புதைத்து வைத்தபோது, அர்ஜுனனும், மாதாவும் இருந்ததாகச் சொல்கிறார். குறிப்பிட்ட அந்த இடத்திற்குச் சென்ற வீரப்பனும், அர்ஜுனனும், தந்தத்தைத் தேடிப்பார்த்தனர். குழியில் புதைத்த தந்தம் காணாமல் போயிருந்தது. இதன் மூலம், “நாம வேட்டையாடி வைத்திருந்த தந்தத்தை அர்ஜுனன், மாதா இரண்டுபேரும் சேர்ந்து திருடியுள்ளனர்” என முடிவு செய்தனர். விவகாரம் வீரப்பனின் அண்ணன் கூசமாதையன் காதுக்குப் போகிறது. அவர் தனியாக விசாரணை நடத்துகிறார்.

இதைத் தொடர்ந்து, அர்ஜுனனும், மாதாவும் வீரப்பனோடு வேட்டைக்குப் போன நேரத்தில் எங்கெங்கெல்லாம் யானைத் தந்தம் புதைக்கப்பட்டனவே, அந்தந்த இடங்களுக்கு எல்லாம் ஆள் அனுப்புகிறார், புதைத்து வைத்த தந்தம் இருக்கிறதா...?

செங்கப்பாடி வடக்கிலிருந்து...

எனத் தேடிப் பார்த்தனர். வாட்சர் புட்டு கொலை நடந்த நேரத்தில், விராஜ்பேட்டை காட்டுப்பகுதியில் ஓரிடத்தில் 45 கிலோ எடையுள்ள இரண்டு தந்தங்களைப் புதைத்து வைத்திருந்தனர். அந்த இரு தந்தங்களும் காணாமல் போயிருந்தன.

நாட்டாமையாக மாறிய கூசமாதையன் இருவருக்கும் மரணதண்டனை விதித்துத் தீர்ப்பு எழுதினார்.

*****

13

அர்ஜுனன், மாதா கொலை

1983 டிசம்பர் மாத மத்தியில் அர்ஜுனனும், மாதாவும் வீட்டில் இருந்தனர். அப்போது, பெருமாள் என்பவர் அர்ஜுனன் வீட்டுக்கு வருகிறார், வீரப்பன் வேட்டைக்குக் கூப்பிட்டதாகச் சொல்லி இருவரையும் கூட்டிக்கொண்டு போகிறார். அங்கே வீரப்பனும், அர்ஜுனனும் இல்லை. வீரப்பனின் அண்ணன் கூசமாதையன், சேத்துக்குழி கொளந்தைப்பையன், வீரப்பனின் கூட்டாளிகள் சிலருமே இருந்தனர்.

"குடகு காட்டிலும், கூலியம் காட்டிலும் இருந்த யானைத் தந்தங்களை நீங்க ரெண்டு பேருந்தானே எடுத்துக்கிட்டுப் போய் வித்திருக்கீங்க...? யாருகிட்டே வித்தீங்க...? எவ்வளவுக்கு வித்தீங்க....? பணத்தை என்ன செஞ்சீங்க...?" என்று கூசமாதையன் விசாரணை செய்துள்ளார்.

"கூலியம் காட்டிலிருந்த யானைத் தந்தத்தில், இரண்டு கிலோ அளவுக்கு ஒரு துண்டு வெட்டிக்கொண்டு போனதை அர்ஜுனன் ஒத்துக்கொண்டார். அதே இடத்திலிருந்த மீதித் தந்தங்களும், குண்டல்பேட்டை காட்டிலிருந்த தந்தங்களும் எங்கே போயின என்பது எனக்குத் தெரியாது. இதற்கும் மாதாவுக்கும் எந்தத் தொடர்புமில்லை..." என்றே சொல்கிறார்.

அர்ஜுனன் சொன்னதைக் கூசமாதையனும், அவருடன் இருந்தவர்களும் நம்பவில்லை. "ஒரு தாவில கை வெச்சவன் ஏன், இன்னொரு தாவிலும் கை வச்சிருக்க மாட்டான்...?" என்று சந்தேகப்பட்டனர். இரண்டு இடங்களிலும் இருந்த தந்தங்களை அர்ஜுனன், மாதா இருவருமே திருடியுள்ளனர் என்று முடிவு செய்கின்றனர்.

"இந்தச் செட்டியும், லம்பாடியும் தந்தத்தில் கை வெச்ச விவகாரம் நாளைக்கு வெளியில தெரியும். அப்பறமா நம்ம சாதிக்காரப் பசங்க என்ன வேணுன்னாலும் செய்வானுங்க. அதனால, இதை இப்படியே விடக்கூடாது. மத்தவங்

கூசமாதையன்

களுக்குப் பயம் வருகிற மாதிரி ஏதாவது செய்யணும்" என்கிறார் கூசமாதையன்.

"உண்மையைச் சொல்லுங்க..." என்று இருவரையும் அடித்து உதைத்துள்ளனர். திருடியதற்கு தண்டனையாக இருவரையும் சுட்டுக்கொல்ல முடிவு செய்தனர். பெரியகுழிப்பள்ளத்தின் மேற்கே ஆள்கள் அதிகம் போகாத இடத்துக்கு மாதாவையும், அர்ஜுனனையும் கூட்டிக் கொண்டு போகச்சொல்கிறார் கூசமாதையன். ஓர் ஊஞ்சமரத்தில் இரண்டு பேரின் கையைப் பின்புறமாகக் கட்டிப் போட்டனர்.

பிறகு மாதா, அர்ஜுனன் இருவரின் உடல் உறுப்புகளை ஒருவர் அடையாளம் சொல்ல, மற்றொருவர் அந்த இடத்தைப் பார்த்து துப்பாக்கியால் சுட்டுள்ளனர். பயிற்சி இல்லாத சிலர் அர்ஜுனன், மாதா இருவரின் கை, கால் என ஒவ்வொரு பகுதியாகச் சுட்டு, பயிற்சி பெற்றுள்ளனர். கூசமாதையனுடன் இருந்த சுமார் பத்துபேர் இப்படி மாதாவையும், அர்ஜுனனையும் கை, கால், தொடை, இடுப்பு என ஒவ்வோர் உறுப்பாக மாறி மாறிச் சுட்டுள்ளனர். கொஞ்சம் கொஞ்சமாகக் குருதி வெளியேறி இருவரும் உயிரிழந்தனர்.

பிறகு, இருவரின் உடல்களையும் மேற்கிலிருந்து வரும் ஒரு காட்டாற்றின் பள்ளத்தில் தள்ளி, உடல்கள் மீது மரத்துண்டுகளைப் போட்டு எரிய விட்டுள்ளனர்.

அர்ஜுனன், மாதா இருவரும் கொலையானது பற்றி, அவர்களின் உறவினர்கள் கூடக் காவல்துறையில் புகார் கொடுக்கவில்லை. இந்தக் காலகட்டத்தில், வீரப்பனுக்கும், அவருடைய அண்ணன் கூசமாதையனுக்கும் எதிராகப் புகார் கொடுக்க செங்கப்பாடியில் யாருக்குமே துணிவில்லை.

"அர்ஜுனன், மாதா ரெண்டு பேரையும் கூசமாதையன் கொன்ன அன்னிக்கு வீரப்பன் பெங்களூர் போயிட்டான்.

அடுத்தநாள் காலையில் வந்ததும் இந்தச் சமாச்சாரம் அவனுக்குத் தெருஞ்சு போச்சு. உடனே வெடியைத் தூக்கிட்டு கூசமாதையனைத் தொரத்துனான். ஒரு வாரம் மாதையன் வூட்டுக்கு வராமல் காட்டிலேயே ஒளுஞ்சுக்கிட்டு இருந்தான். வீரப்பன் யானை வேட்டைக்காக காட்டுக்குப்போன பின்னாலேதான் கூசமாதையன் ஊருக்குள்ளே வந்தான்" என்கிறார் நல்லூர் மாதையன்.

அர்ஜுனனின் தம்பி கோபால் நாயக்:- "நானுங்கூட வீரப்பனோடு யானை வேட்டைக்கு போனவந்தான். குடகுக் காட்டுல பொதச்சு வைச்சிருந்த ரெண்டு யானைக்கொம்பு காணாமபப்போனது உண்மை. அந்தக் கொம்பை இரண்டு ஆளுங்க தனியாப்போயி எடுத்துட்டு வரமுடியாது, கொம்பு நீளமா, கணமா இருக்கும்.

வீரப்பன், அவன் தம்பி அர்ஜுனன், அண்ணன் கூசமாதையன், அவங்களை விட்டால் நான். எங்க நாலு பேருக்கு மட்டுந்தான் கொம்பு வியாபாரிகளைத் தெரியும். யானைக் கொம்பை எங்கே கொண்டுபோகணும், எப்படிக் கொண்டுபோகணும் என்ற விவரமெல்லாம் மத்த ஆளுங்களுக்குத் தெரியாது.

கொம்பு காணாமப் போனதுமே, எங்க அண்ணன்தான் கொம்பைக் கொண்டுபோய் வித்துட்டான்னு முடிவு பண்ணினது, வீட்டில் இருந்தவங்களை கூட்டிப்போய் கட்டிவெச்சு அடிச்சது, திருட்டுப் பட்டம் சுமத்தி அவங்களைச் சுட்டுக் கொன்னது எல்லாமே கூசமாதையன் செஞ்ச வேலை. அத்தோட விடாம, கொம்பு திருடினதுக்கு குத்தமுன்னு சொல்லி, எங்கம்மா வளத்திக்கிட்டு இருந்த 75 வெள்ளாட்டுக் குட்டிகளையும் கூசமாதையன் பட்டியோடு ஓட்டிக்கிட்டுப் போயிட்டான்.

அப்போ வெளியூர் போயிருந்த நான் ஒரு மாசத்துக்குப் பின்னாலதான் ஊருக்கு வந்தேன். எனக்குத் தகவல் தெரிஞ் சதும், மயிலைமலைக் காட்டில தங்கியிருந்த வீரப்பனைப் போய்ப் பார்த்தேன்.

"என்ன காரியம் செஞ்சுட்டீங்கன்னு..." கேட்டேன். என்னைப் பார்த்ததும் எந்திருச்சு வந்த வீரப்பன் என் கையைப் புடிச்சுக்கிட்டார். "எங்க அண்ணன் செஞ்ச தப்புக்கு நான்

மன்னிப்பு கேட்டுக்கிறேன். பத்து நாள் வெளியில போயிட்டேன். அதுக்குள்ளே இங்கே என்னென்னமோ நடந்து போச்சு. சத்தியமா நான் இந்த வேலையைச் செய்யலேன்னு" சொல்லி வருத்தப்பட்டார்.

கோபால் நாயக்

அப்புறமா "என் தம்பி அர்ஜுனன் கல்யாணத்துக்கு நீ கொடுத்த பணம் பத்தாயிரம். அவன் லாரி வாங்க நீ கொடுத்த பணம் 25ஆயிரம். எங்க அண்ணன் ஓட்டிக்கிட்டு வந்த ஆட்டுக்குட்டிகளுக்கு உண்டான பணம் எல்லாத்தையும் உனக்குத் திருப்பித் தாரேன்னு..." சொன்னார்.

"எப்ப குடுப்பீங்கன்னு..."? கேட்டேன். "இப்போதைக்கு எங்கிட்டே பணமில்லை. கைவசம் 300 கிலோ யானைக் கொம்பு இருக்குது அதையெல்லாம் நீயே எடுத்துக்கிட்டுப் போய் வித்துட்டு, உனக்குச் சேரவேண்டிய பணத்தை எடுத்துக்கிட்டு மீதியைக் கொண்டுவந்து எனக்குக் குடுன்னு..." சொன்னார்.

ஆனா, எனக்கு மனசு ஒப்பலை. உங்க பணமும் வேண்டாம், உங்க தொடர்பும் வேண்டான்னு சொல்லிட்டு வந்துட்டேன். இன்னைய வரைக்கும் அந்தப்பக்கம் திரும்பிக்கூட பார்க்கல. சாதாரணமா இருந்த வீரப்பங்கிட்டே இல்லாததையும், பொல்லாததையும் சொல்லி, அவனைக் கொலைகாரனா ஆக்கினதே வீரப்பனின் அண்ணன் கூசமாதையன்தான்..." என்கிறார்.

"குடகுக் காட்டில நாங்க வேட்டையாடிக்கிட்டு இருந்தோம். ஒருநாள் காலையில சகுனம் சரியில்லாம போச்சு. அதுக்கு மொதநாள், சேத்துக்குழியான் வீட்டு கொளந்தைப்பையன் ஒரு பாரஸ்ட் ஆளை அடிச்சுக் கொன்னுட்டான். இனி இங்கிருக்கக் கூடாதுன்னு வீரப்பன் எல்லோரையும் உடனே கிளம்பச் சொன்னான். நாங்க தங்கியிருந்த தாவில முப்பது ஆளுக்கான பத்தியம்

(உணவுப்பொருள்) ஐம்பது கிலோ எடை பிடிக்கும் இரண்டு பெரிய ஆனைத்தந்தம், ஆறு துப்பாக்கிகள் எல்லாத்தையும் பொதச்சு வச்சோம்.

அங்கிருந்து சுல்தான் பத்தேரி போயிட்டு, ஊருக்கு வந்து சேந்தோம். அப்போ எங்ககூட இந்தப் பசங்க அர்ஜுனன், மாதா இரண்டு பேரும் இருந்தாங்க. நாங்க செங்கப்பாடிக்கு வந்த கொஞ்ச நாளுக்குப் பிறகு, லம்பாடி அர்ஜுனனும், செட்டியார் பையன் மாதனும் கையில் கொஞ்சம் பணத்தை வச்சுக்கிட்டு, ஊருக்குள்ளே தடபுடலாகச் செலவு பண்ணிக்கிட்டு இருந்தாங்க.

பெரிய தண்டாவில ஒரு ஆனைக்கொம்பு வியாபாரி இருந்தான், அவன் மூலமாக வாடகை கார் எடுத்துக்கிட்டுப் போயி குடகுக் காட்டுல இருந்த ஆ(யா)னைக் கொம்பை எடுத்து வித்துட்டாங்கன்னு எங்க ஊர் ஆளுங்க பேசிக்கிட்டாங்க. அதுக்குப் பிறகு, ஒருநாள் வீரப்பன் எதோ தொந்தரவா (வேலையாக) வெளியில போயிட்டான். அன்னைக்குக் கூசமாதையன் என்னையும் (சின்னத்தம்பி) கோயிந்தபாடியான் சின்னராசையும் வரச்சொன்னான். எங்களுக்கு கைச்செலவுக்குப் பணம் குடுத்து, "நீங்க இரண்டு பேரும் கொம்பு வச்ச தாவுக்கு போங்க. அங்க நீங்க பொதச்சு வெச்ச கொம்பு இருக்குதான்னு பார்த்துட்டு வாங்கன்னு..." சொன்னான்.

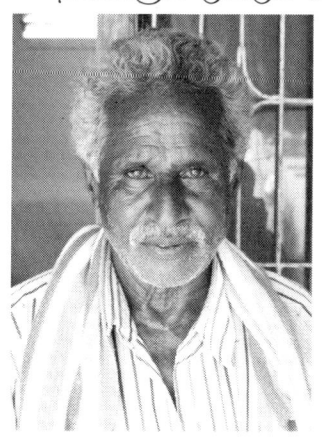

நாங்களும் குடகுக் காட்டுக்குப் போனோம். நான்தான் அந்தக் குழியைத் தோண்டி, கொம்பை பொதச்சு வச்சேன். அதனால குழி எதுன்னு நெப்புத் தெரிஞ்சுது. நாங்க ரெண்டு பேரும் போயிக் குழியைத் தோண்டிப் பார்த்தோம். நாங்க வச்சிட்டு வந்த யானைக் கொம்பு ரெண்டும் அந்தக் குழியிலே இல்லை. ஆனா, பக்கத்தில இன்னொரு குழியில வெச்ச கட்டை(துப்பாக்கி), பத்திய(உணவுப் பொருள்)மெல்லாம் பத்திரமா இருந்தது. ஊருக்கு வந்ததும், "மாதைய்யா, நாங்க வச்ச

பொரிக்கார சின்னத்தம்பி

தாவில கொம்பு இல்லையப்பான்னு..." சொன்னேன்.

"நான் நெனச்சது சரியாப்போச்சு மாமான்னு..." சொன்னான்."கொம்பு இல்லங்கிறது உண்மை. ஆனா, இந்தப் பசங்கதான் கொம்பை எடுத்தாங்கன்னு எப்படியப்பா உறுதியாச் சொல்லறது. எதுக்கும் வீரப்பன் வந்த பின்னால அவங்களைக் கூப்பிட்டு நேருல வச்சி விசாரிக்கலான்னு..." சொல்லிட்டு வூட்டுக்கு வந்துட்டேன்.

இது நடந்து நாலு நாளுக்குப் பிறகு, ஒரு நாள் சாயங்காலம், கண்டியார் வீட்டுப் பெருமாள் வந்தான். "உன்னையும், மாதா, அர்ஜுனன் மூனு பேரையும் கூட்டிட்டு, பெரிய குழிக்கு வரச்சொல்லி கூச மூ(வீ)ட்டு மாதையன் சொன்னான்னு..." கூப்புட்டான். "போடாப்பா..., கை, காலெல்லாம் வலிக்குதுன்னு சொல்லிட்டு வீட்டிலயே படுத்துக்கிட்டேன்.

அர்ஜுனையும், மாதாவையும் கண்டியார் வீட்டுப் பெருமாள்தான் கூட்டிட்டுப் போனான். வீரப்பனோட அண்ணன் கூசமாதையன், நல்லூரரான் மாதையன், சேத்துக்குழி கொளந்தைப்பையன் இன்னும் கொஞ்ச ஆளுங்க அங்கே இருந்திருக்காங்க. தனக்கன் கட்டையை எடுத்து, செட்டியார் பையன் மாதனையும், லம்பாடி பையன் அர்ஜுனனையும் அடியோ அடீன்னு அடிச்சிருக்கானுங்க.

"சாமி சத்தியமா நாங்க கொம்பை எடுக்கலை..."யின்னு அந்தப் பசங்க சொல்லி, மாதையன் காலை எல்லாம் புடிச்சுக்கிட்டு அழுதிருக்காங்க. இவனுக உடவே இல்லையப்பா. மசங்குன நேரம், ரெண்டு பேரையும் இட்டு (துப்பாக்கியால் சுட்டு) நெருப்புப் போட்டுக் கருக்கீட்டாங்கப்பா. இதெல்லாம் நடந்து பத்து நாளுக்குப் பின்னாலதான், ஊருக்கே இந்தச் சமாச்சாரம் தெரியும்.

இப்போ கொஞ்ச நாளைக்கு முன்னகூட, அந்தப்பக்கம் போயிருந்தேன். அர்ஜுனனையும், மாதாவையும் கொன்ன எடத்துல இத்துப்போன எலும்பெல்லாம் கெடந்தது" என்கிறார் பெரிய பொரிக்காரரர் வீட்டு சின்னத்தம்பி.

இவர் வீரப்பனை விடவும் வயதில் மூத்தவர்.
அவருக்கு நெருங்கிய உறவினர் மற்றும் கூட்டாளி.

*****

14

முத்தாலி கொலை

மாதா என்கிற கிருஷ்ணாவின் மனைவி பெயர் முத்தாலி, இவர் லம்பாடி சமூகத்தைச் சேர்ந்தவர். முத்தாலி பெயருக்கு அவளது கணவன் எழுதியது போல நான்கைந்து கடிதங்கள் வந்தன. முதல் கடிதத்தில் நானும், அர்ஜுனனும் ரப்பர் தோட்டத்தில் வேலை செய்யக் கேரளா வந்துள்ளோம். அடுத்த ஒரு மாதத்தில் ஊருக்கு வருகிறேன் என்று எழுதியிருந்தது.

ஒரு மாதத்துக்குப் பிறகு, இப்போது குடகு பக்கத்தில் உள்ள ஒரு காபி தோட்டத்தில் வேலை செய்கிறோம். மீண்டும் கேரளா போய்விட்டு ஊருக்கு வர இன்னும் ஒரு மாதம் ஆகும் என்று எழுதி இருந்துள்ளது. இப்படியே விட்டுவிட்டுப் பல கடிதங்கள் வந்துள்ளன.அர்ஜுனன், மாதா இருவரும் கொல்லப்பட்டு இரண்டு மாதத்துக்குப் பிறகே முத்தாலிக்கு கணவன் கொலை செய்யப்பட்டதும், கூசமாதையனே மாதாவை சுட்டுக்கொன்றதும் தெரிகிறது.

பிறகு கூசமாதையன், அவருடைய தம்பி அர்ஜுனன் இருவரையும் பார்க்கும்போதெல்லாம் “என்னுடைய புருஷன் எங்கே...”? எதற்காகச் சுட்டுக் கொன்னீங்க...? என்று முத்தாலி சண்டைக்குப் போகிறார். மனநிலை பாதிக்கப்பட்ட நிலையில், ஊருக்குள் சுற்றித்திரிந்த முத்தாலி தன்னுடைய கணவரைக் கொன்ற மாதையன், அர்ஜுனனைப் பற்றி ஊருக்குள் வருவோர் போவோரிடமெல்லாம் புகார் சொல்லி வந்துள்ளார்.

அந்த அப்பாவிப் பெண்ணின் மீது பரிதாபம் கொண்ட வீரப்பன் அவ்வப்போது, பண உதவியும் செய்து வந்துள்ளார். லம்பாடி சமூகத்தில் ஆண்களைப் போலவே, பெண்களும் சாராயம் குடிப்பர். உள்ளூர் சாராயக் கடையில், முத்தாலி வரும்போதெல்லாம் அவருக்குச் சரக்கு கொடுக்கும்படி வீரப்பன் சொல்லி விடுகிறார். இதனால், கடைக்குப் போன நேரமெல்லாம் சரக்கு கிடைத்தது. போதை குறையாமல் ஊருக்குள் சுற்றிக்கொண்டிருக்கிறார் முத்தாலி.

இந்தக் காலங்களில் வீரப்பன் அதிகம் காட்டைவிட்டு வெளியே வருவதில்லை. ஆனால் அர்ஜுனனும், மாதையனும் வெளியிலேயே இருந்துள்ளனர். இவர்கள் இருவரும் முத்தாலியின் நடவடிக்கையால் அதிகம் பாதிக்கப்பட்டனர். ஒரு நாள் இரவு முத்தாலி தூக்கில் தொங்குகிறார். உண்மை தெரிந்த யாரோ, "அர்ஜுனன்தான் முத்தாலிக்கு சாராயத்தில் விஷம் வைத்து கொலை செய்தான். பின்னர் தூக்கில் தொங்க விட்டான்..." என இராமாபுரம் காவல் நிலையத்துக்குக் கடிதம் மூலம் புகார் அனுப்பியுள்ளனர்.

இதைத் தொடர்ந்து, இராமாபுரம் காவல் நிலையக் காவலர்கள் விசாரணைக்காக வந்துள்ளனர். விசாரணையில், உண்மை என்ன என்பதும் தெரிகிறது. போலீசார் வந்திருப்பது தெரிந்த அர்ஜுனன், வழக்கம்போலவே தப்பியோடி விடுகிறார். வீட்டிலிருந்த கூசமாதையனைப் போலீசார் பிடித்துக் கொண்டு போகின்றனர்.

இராமாபுரம் காவல் நிலையத்துக்கு விசாரணைக்குப் போன மாதையன் காவல் ஆய்வாளர் சோமசேகர ரெட்டியைத் தக்கபடி கவனிக்கிறார். மறுநாள் இரவு, சோமசேகர ரெட்டியே தன்னுடைய இம்பாலா வண்டியிலயே கூசமாதையனைச் செங்கப்பாடிக்கு கூட்டிக்கொண்டு வருகிறார். அன்று இரவு வீரப்பன் வீட்டில் கோழிக்கறியுடன் விருந்து சாப்பிட்டு விட்டுச் செல்கிறார்.

ஆரம்ப காலத்தில், வீரப்பன் மற்றும் கூசமாதையனின் குற்ற நடவடிக்கைகளுக்கு கொள்ளேகால் காவல் ஆய்வாளர் சோமசேகர ரெட்டி பெரும் உதவியாக இருந்து, ஊக்கம் கொடுத்து வந்துள்ளார். இதைப்பற்றி லம்பாடி அர்ஜுனனின் சின்னம்மா மகனும், வீரப்பனின் கூட்டாளியான தனபாலிடம் பேசினேன்.

"அர்ஜுனனின் அம்மா பெயர் சுண்டி. எனக்குப் பெரியம்மா முறை ஆகுது. அர்ஜுனன், மாதா ரெண்டு பேரும் காணாமப் போனதால, ஊருக்குள்ள பஞ்சாயத்து வச்சோம். பஞ்சாயத்து நடக்கும்போது "கண்டியார் வீட்டுப் பெருமாள்தானே எங்க பையனைக் காட்டுக்குள்ளே கூட்டிட்டுப் போனான். அதனால, பெருமாளைக் கூப்புட்டு விசாரிங்க"ன்னு சொன்னோம்.

தனபால் நாயக்

அப்போ பெருமாள், வீரப்பன்கூட காட்டுக்குள்ளே போயிருந்தான். அதனால, அவனைக் கூப்பிட்டு விசாரிக்க முடியல, பஞ்சாயத்து நடந்துக்கிட்டு இருக்கும்போதே இராமாபுரம் போலீஸார் வந் தாங்க. என்ன நடந்ததுன்னும் விசாரிச்சாங்க.

நாங்களெல்லாம் "கடைசியா கூசமாதையன்தான் எங்க பையனைக் கூட்டிட்டு வரச் சொல்லி ஆள் அனுப்பினான். காட்டுக்குள்ளே போன அந்தப் பசங்களைக் கூசமாதையன் கொன்னுட்டான்னு..."ன்னு சொன்னோம். "சரி ஸ்டேஷனுக்குப் போலாம் வா..."ன்னுபோலீசார் மாதையனைக் கூப்பிட்டாங்க.

"எனக்கு வயித்திலே ஒட்டுக்குடல் ஆபரேஷன் செஞ்சிருக்கு. ஆஸ்த்துமா இருக்குது"ன்னு சொன்னான். "ஒன்னும் ஆகாது வா..."ன்னு போலீசார் ஜீப்பில் ஏத்திக்கிட்டுப் போனாங்க. போன ரெண்டே நாளில், போலீஸ் இன்ஸ்பெக்டர் காரிலேயே திரும்பி வந்துட்டான். அதுக்குமேலே போலீசார்கிட்டே சொல்லி நம்மால ஒன்னும் செய்ய முடியாதுன்னு முடிவுக்கு வந்துட்டோம். அதுக்குப் பிறகு, இதைப் பத்திப் பேசறதையே விட்டுட்டோம்" என்கிறார்.

தமிழ்நாடு-கர்நாடக சிறப்பு அதிரடிப்படையின் ஆவணங்களில் இந்த மூன்று கொலைகளும் வீரப்பனே செய்ததாகப் பதிவு செய்துள்ளனர். மாதா என்கிற கிருஷ்ணாவின் அண்ணன் மகனான பெருமாள். "நாங்க செட்டியார் சனத்தைச் சேர்ந்தவங்க. எங்க சித்தப்பா பெரிய தண்டாவில் காடு குத்தகைக்கு ஓட்டிக்கிட்டு இருந்தார். அப்போ அங்கிருந்த லம்பாடி சனத்தைச் சேர்ந்த முத்தாலியைக் காதலித்து கல்யாணம் செஞ்சுக்கிட்டார். கொஞ்ச நாளைக்குப் பின்னால, எங்க சின்னம்மா முத்தாலியையும் கூட்டிட்டு இங்கயே குடிவந்துட்டார். வீரப்பன் கூடச்சேர்ந்துட்டு யானை வேட்டைக்கும் போக,வர இருந்தார்.

அப்போ வீரப்பனுடன் லம்பாடி அர்ஜுனனும் இருந்தான். அவங்க சனத்துப் பெண்ணைக் கல்யாணம் செஞ்சதால, எங்க சித்தப்பா மேல அர்ஜுனன் பாசமா இருந்திருக்காரு. எப்பவுமே ரெண்டுபேருமே மாமா, மச்சான்னு கூப்புட்டுக்கு வாங்க. எங்கே போனாலும் ரெண்டு பேரும் ஒன்னாத்தான் போவாங்க, ஒன்னாவே சுத்திக்கிட்டு இருப்பாங்க. வேட்டைக்குப் போறதுக்காக கூசமாதையன் வரச் சொன்னதாகச் சொல்லி பெருமாள் கூட்டிக்கொண்டு போனதாச் சொன்னாங்க. அதுக்குப் பிறகு என்ன நடந்ததோ தெரியவில்லை. இன்னைக்கு வரைக்கும் எங்க சித்தப்பன் எலும்பைக்கூட எங்களால கண்டுபிடிக்க முடியல.

பெருமாள்

அதுக்குப் பின்னால, எங்க சின்னம்மா முத்தாலி பைத்தியம் புடிச்ச மாதிரியே ஊருக்குள்ள சுத்திக்கிட்டு இருந்தாங்க. மாரியம்மன் கோயிலுக்கு மேற்குப் பக்கம், ஒரு ஓலை வீடு இருந்தது. அதுலதான் சின்னம்மா தங்கியிருந்தாங்க. ஒருநாள், ஓலைச் சாலையில் தூக்குல தொங்கிக்கிட்டு இருந்தாங்க. பிறகு, இராமாபுரம் போலீசாரும், மாதேஸ்வரன் மலை போலீசாரும் பல தடவை வந்து விசாரிச்சாங்க. எல்லாத்தையும் எழுதி, எங்ககிட்டே கையெழுத்தும் வாங்கிக்கிட்டுப் போனாங்க... ஆனா, இதுவரை ஒன்னுமே நடக்கல..." என்றார்.

01.01.1984 அன்று இந்தக் கொலைகள் நடந்ததாகக் கர்நாடகப் போலீசார் பதிவு செய்துள்ளனர். வீரப்பன் செய்த 123 பேர் கொலைப் பட்டியலில், மாதா, அர்ஜுனன், முத்தாலி ஆகிய மூவரின் பெயர்களும் உள்ளன.

ஆரம்ப காலத்தில் வீரப்பனின் வளர்ச்சிக்கு இன்ஸ்பெக்டர் சோமசேகர ரெட்டியே பக்கபலமாக இருந்துள்ளார்.

*****

15

ஏ.சி.எப்.ஸ்ரீநிவாஸ்

தென்னிந்தியாவிலேயே யானைகள் அதிகம் வாழுமிடம் சாம்ராஜ் நகர் மாவட்ட வனப்பகுதி. இது தமிழ்நாடு, கேரளம், கர்நாடகம் என மூன்று மாநிலக் காடுகளின் சங்கமம். ஒவ்வோர் ஆண்டும் பருவ மாற்றங்களுக்கு ஏற்ப யானைகள் காடுகளை விட்டு இடம் மாறுவதை (வலசை போகுதல்) வழக்கமாகக் கொண்டவை. மழைக்காலத்தில் கேரளாவில் இருந்து கர்நாடகாவுக்கும், பனிக்காலத்தில் கர்நாடகாவில் இருந்து தமிழகத்துக்கும் யானைகள் இடம் மாறுபவை.

தமிழ்நாட்டில் வறட்சி ஆரம்பிக்கும்போது இந்த யானைகள் மீண்டும் கேரளக் காடுகளுக்குச் சென்றுவிடும். இப்படி யானைக் கூட்டங்கள் ஒரு காட்டிலிருந்து வேறு காட்டுக்கு இடம் மாறும்போது சாம்ராஜ்நகர் காடுகளின் வழியாகத்தான் போகவேண்டும். பரந்து விரிந்த இக்காடுகளில் முப்பதுக்கும் அதிகமான தனது கூட்டாளிகளுடன் வீரப்பன் களம் இறங்கினார். காட்டின் பல்வேறு பகுதிகளில் முகாம் அமைத்துத் தங்கினார். கூட்டாளிகளைப் பல பிரிவுகளாகப் பிரித்து, காட்டுக்குள் அனுப்பி யானை வேட்டையாடினார்.

இராமாபுரம் அருகிலுள்ள மார்டல்லி என்ற ஊரில் பால்ராஜ், பொன்னுசாமி என்ற இரண்டு பெரிய வேட்டைக் காரர்கள் இருந்தனர். இவர்களும் இருபதுக்கும் மேற்பட்ட கூட்டாளிகளுடன் வேட்டையாடினர். இது தவிர கர்நாடகம், கேரளா மற்றும் தமிழ்நாட்டின் காடுகளை ஒட்டிய பகுதிகளில் வீரப்பனைப் போலவே பல யானை வேட்டைக்காரர்கள் இருந்தனர். இவர்கள் சாம்ராஜ் நகர் காடுகளைக் குறி வைத்தனர். சாம்ராஜ் நகர் வனக்கோட்டத்தில் யானைகள் சரணாலயமாக இருந்த கன்னிமார்குடி, பிலிகிரி ரங்கன் பெட்டா, திருகனாம்பி, பந்திப்பூர் மற்றும் குண்டல்பேட்டை காடுகளில் ஏராளமான ஆண் யானைகள் வேட்டைத் துப்பாக்கிகளுக்குப் பலியாயின.

யானைகள் வழித் தடம்

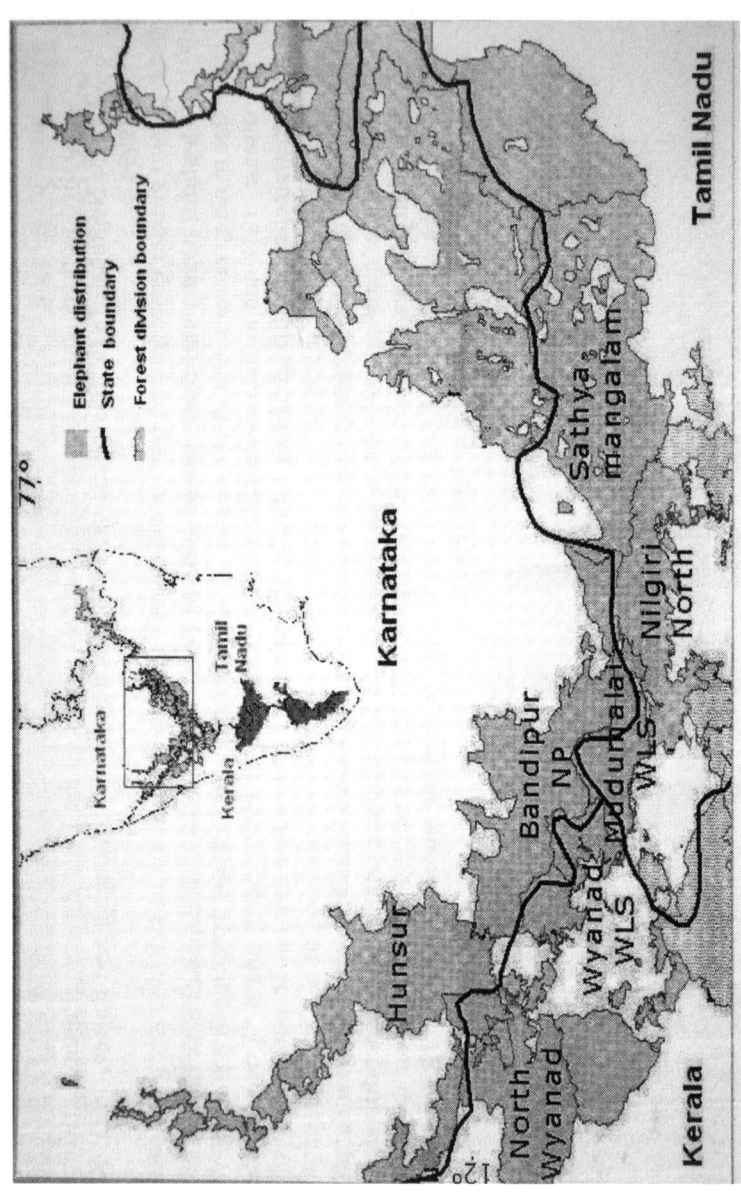

இந்திய அளவில் அதிக யானைகள் கொல்லப்படும் பகுதி என்ற பெயர் சாம்ராஜ் நகர் வனக்கோட்டத்துக்கு வந்தது. இந்த யானை வேட்டையை எப்படித் தடுப்பது என்று வனத்துறை அதிகாரிகளுக்குள் ஆலோசனைகள் நடந்தன. எல்லோருமே கையைப் பிசைந்தனர். பல கலந்தாய்வுக் கூட்டங்களை நடத்தினர். போலீசை உதவிக்கு அழைத்தனர். ஆனால், சரியான தீர்வு கிடைக்கவில்லை. சாம்ராஜ் நகர் வனக்கோட்டத்துக்கு வேலைக்குப் போகவே கர்நாடக வனத்துறை அதிகாரிகள் பலரும் பயந்தனர்.

இந்த நேரத்தில், குடகு மாவட்ட வனத்துறை உதவி வனப் பாதுகாவலராக (Assistant Conservator Of Forests) இருந்தவர் பி.ஸ்ரீநிவாஸ். இளம் IFS அலுவலரான இவர் திருமணம் ஆகாதவர். "யானை வேட்டையைத் தடுக்க சாம்ராஜ் நகர் மாவட்டத்திற்குப் போக விரும்புகிறேன்" என அரசுக்குக் கடிதம் எழுதுகிறார். உடனே சாம்ராஜ் நகர் உதவி வனக்கோட்ட அலுவலராகப் பணி மாற்றல் வழங்கப்படுகிறது.

ஆந்திர மாநிலம், மேற்கு கோதாவரி மாவட்டம், ராஜமுந்திரி பகுதியைச் சேர்ந்த பண்டிலப்பள்ளி என்பது ஸ்ரீநிவாஸ் அவர்களின் சொந்த ஊர். 12.09.1954 இல் பிறந்தவர். இவருடைய தந்தை ஆனந்தராவ், தாய் ஜெயலக்ஷ்மி. ஆரம்பக் கல்வியை தாய் வழிப் பாட்டி ஊரான காமராஜ் பேட்டையில் முடிக்கிறார். உயர்நிலைக் கல்வியை ராஜமுந்திரி நாகர்ஜுனா உயர்நிலைப் பள்ளியிலும், மேனிலைக் கல்வியை அங்குள்ள லென்றன் பள்ளியிலும் படிக்கிறார். இளங்கலைப் படிப்பை ராஜமுந்திரி அரசுக் கல்லூரியில் முடிக்கிறார்.

1977 இல் ஆந்திரப் பல்கலைக் கழகத்தில் முதுகலைப் பட்டம் பெறுகிறார். 1979 இல் இந்திய வனப்பணித் தேர்வில் வெற்றி பெற்றவர், அடுத்த ஆண்டு பயிற்சிக்குச் செல்கிறார். 1981 இல் இவருக்கு கர்நாடக மாநிலத்தில் பணி ஒதுக்கீடு செய்யப்படுகிறது. குடகு மாவட்ட உதவி வனத்துறை அலுவலராகப் பொறுப்பேற்கிறார். மிக எளிமையான குடும்பத்தைச் சேர்ந்த இவர் இயற்கையின் மீதும், காட்டு விலங்குகள் மீதும் அளவு கடந்த அன்பும், பற்றும் கொண்டவர்.

DCF ஸ்ரீநிவாஸ்

எந்த வேலையையும் நாளைக்குத் தள்ளி வைக்கலாம் என நினைக்க மாட்டார். செய்ய வேண்டும் என நினைக்கும் வேலையை இன்றே, இப்போதே செய்து முடிக்க வேண்டும் என்ற எண்ணம் கொண்டவர். தனக்குக் கீழுள்ள அதிகாரிகளுக்குத் தேவையான அனைத்து உதவிகளையும் உடனுக்குடன் செய்து கொடுக்கும் குணம் உடையவர். எளிய மக்களிடம் நன்றாகப் பழகக் கூடியவர்.

யானை வேட்டைத் தடுப்புச் சிறப்பு அதிகாரியாக இருந்ததால், தன்னுடைய எல்லைக்கு வெளியிலுள்ள கொள்ளேகால், குடகு மற்றும் மைசூர் மாவட்ட வன எல்லைகளிலும் யானை வேட்டையைத் தடுக்கும் வேலையில் இறங்கினார். ஒவ்வொரு சரகத்திலும் இருந்த வேட்டைத் தடுப்புக் காவலர்களை ஒருங்கிணைத்தார். கர்நாடகா மற்றும் தமிழ்நாட்டிலிருந்த யானை வேட்டைக்காரர்கள் குறித்த தரவுகளைச் சேகரித்தார். அவற்றையெல்லாம் ஆவணப்படுத்தினார்.

கேரளாவில் யானைத் தந்தங்களைக் கொள்முதல் செய்யும் வியாபாரிகள் பட்டியலையும் தயாரித்தார். அப்போதுதான் செங்கப்பாடியில் யானை வேட்டையில் கொடிகட்டிப் பறந்த மொழுக்கன் என்கிற வீரப்பனைப் பற்றிய தரவுகளும் ஏ.சி.எப். ஸ்ரீநிவாஸ் கைக்குக் கிடைத்தன.

11.07.1982 முதல் டி.சி.எப், ஆக (Deputy Conservator Of Forests) பதவி உயர்வு பெற்ற அவர் அடுத்த 14 நாள்கள் மட்டுமே அந்தப் பொறுப்பில் இருக்கிறார். அடுத்து காடுகள் மற்றும் வன உயிரினங்கள் மேம்பாடு குறித்த ஓராண்டுப் பயிற்சிக்காக அமெரிக்கா செல்கிறார். அதைத் தொடர்ந்து, வட இந்தியாவில் சில மாதங்கள் பயிற்சி பெறுகிறார்.

07.11.1983 முதல் மீண்டும் சாம்ராஜ் நகர் டி.சி.எப். பொறுப்புக்கு வருகிறார். அவர் பொறுப்பேற்றுக் கொண்ட அடுத்த சிலநாள்களில் கன்னிமார்குடி காட்டுப்பகுதியில் ஒரே இடத்தில் நான்கு ஆண் யானைகள் கொல்லப்பட்டு, அவற்றின் தந்தங்கள் கொடூரமான முறையில் வெட்டி எடுக்கப்பட்டிருந்தன.

அப்போது சாம்ராஜ் நகர் Deputy Superintendent Of Police ஆகப் பணியாற்றிய எம்.ஆர்.புஜார் தற்போது ஐ.ஜி.யாக ஓய்வு பெற்றுள்ளார். ஸ்ரீநிவாஸ் குறித்து அவரிடம் பேசும்போது, "கர்நாடக வனங்களில் நடக்கும் குற்றங்களை விசாரிக்கக் கர்நாடக பாரஸ்ட் செல் என்ற தனி விங் இருந்தது. எங்களுடைய எல்லையில் குற்றங்கள் நடந்தால், முதல் தகவல் அறிக்கையை மட்டும் நாங்கள் பதிவு செய்வோம். உடனே அந்த வழக்குடன் தொடர்புடைய ரெக்கார்டுகளை பாரஸ்ட் செல் விங்-கிற்கு அனுப்பிடுவோம். அவர்கள்தான் மேற்கொண்டு விசாரித்து, நடவடிக்கை எடுப்பாங்க. வீரப்பன் தொடர்புடைய மற்ற வழக்குகளும்கூட இப்படித்தான் கையாளப்பட்டன.

கன்னிமார்குடியில் நான்கு யானைகள் கொல்லப்பட்ட விதம் மிகக் கொடூரமாக இருந்தது. அதனால், இந்த வழக்கில் டி.சி.எப்.ஸ்ரீநிவாஸ் அவர்களுடன் நானும் விசாரணையில் கலந்து கொண்டேன். அவருடைய நேர்மை, எளிமை, எல்லோரிடமும் அன்பாகப் பழகும் விதத்தில் எனக்கு அவர்மீது ஒருவித ஈர்ப்பு ஏற்பட்டது. அவர் என்னைவிடவும் மூத்தவர். உயர் அதிகாரியும்கூட.

ஆனால், யாரிடமும் அந்தக் கண்ணோட்டத்தில் நடந்து கொள்ளமாட்டார். நாங்கள் இருவரும் நெருங்கிய நண்பர்களானோம். யானை வேட்டையைத் தடுக்க, தீவிர நடவடிக்கை எடுத்தார். பழைய வழக்குகளை எல்லாம் விசாரணை செய்தார். அந்த விசாரணைக்கு நானும் துணையாக இருந்தேன். இருவருமே பகல் நேரத்தில் எங்களுடைய வழக்கமான வேலைகளைப் பார்ப்போம். இரவு பத்து மணிக்கு மேல், சாம்ராஜ்நகரில் இருந்து கிளம்பி மேட்டூர், கொளத்தூர், அந்தியூர், கோவை போன்ற ஊர்களுக்குச் செல்வோம். யானை

வேட்டைக்காரர்கள் பற்றிய தரவுகளைச் சேகரித்து வந்தோம்.

கொளத்தூர் பக்கம் இருந்த ஒரு பஞ்சாயத்துத் தலைவர், கருங்கல்லூர் சேவிக்கவுண்டர் இருவரும் யானைத் தந்தம் வாங்கி வருகின்றனர் என்பது தெரிந்தது. பெண்ணாகரம் பக்கத்திலும் பசவன், நெருப்பூர் மணி என சில வேட்டைக்காரர்கள் இருந்தனர், எல்லோரையும் பிடித்தோம். கருங்கல்லூர் சேவிக்கவுண்டரைச் சந்தித்தோம். ஸ்ரீநிவாஸ் உடன் அவர் தெலுங்கில் பேசினார், என்னிடம் ஆங்கிலத்தில் பேசினார். எந்தக் கேள்விக்கும் தடுமாற்றம் இல்லாமல் பதில் சொன்னார். யானைத் தந்த நெட்வொர்க் பற்றிய பல தகவல்கள் அவர் மூலமே எங்களுக்குக் கிடைத்தன. எங்களைப் பார்த்து அவர் பயப்படவில்லை. எதையும் மறைக்காமல் வெளிப்படையாகப் பேசினார், அவருடைய மகன் அப்போது வக்கீலாக இருந்தார்.

அடுத்தடுத்த விசாரணைகளில் அந்தப் பகுதியில் யார் யாரெல்லாம் யானை வேட்டை ஆடுகின்றனர் என்பது தெரிந்தது. மார்டல்லி பக்கம் சுள்ளுவாடி என்ற ஊரில் பால்ராஜ், ஒட்டர்தொட்டியில் பொன்னுசாமி, ஒடக்காப் பள்ளத்தில் கெஞ்சான் போன்றவர்களையும் பிடித்து வந்தோம். அவர்களிடம் விசாரணை செய்ததில் தென்னிந்தியாவில் கோவை, திண்டுக்கல், கொச்சின், எர்ணாகுளம், திருச்சூர் போன்ற இடங்களில் யானைத் தந்த வியாபாரிகள் இருப்பது தெரிந்தது. அவர்களைப் பற்றிய தரவுகளைச் சேகரித்தோம், எல்லோரையும் தூக்கிக்கொண்டு வந்து பூதிபடுகா பங்களாவில் வைத்து விசாரிக்கவும் செய்தோம்.

செங்கப்பாடியில் இருந்த மொழுக்கனைப் பிடிக்கப் பலநாள் நாங்க இருவரும் அவனுடைய வீட்டுக்குப் போனோம், ஊருக்கு முன்னாலே, பாரஸ்ட் எல்லையிலேயே அவன் வீடு இருந்தது. நாங்க போகும்போது, அந்த வீட்டில் ஆண்கள் யாருமே இருக்க மாட்டாங்க. அவனுடைய கூட்டாளிகள் யாரும் வீட்டுக்குப் போக மாட்டாங்க, எல்லோருமே வீரப்பன் காட்டில் இருந்த வீட்டிலேயே தங்கியிருப்பாங்க. எல்லோருக்கும், அங்கேயே சாப்பாடு பிரிப்பேர் ஆயிரும். அப்படியே கூட்டாளிங்க வீட்டுக்குப் போனாலும், நாங்க ஊருக்குள் `போனதுமே, எல்லோரும்

எழுந்து காட்டுக்குள்ளே ஓடிப்போயிருவாங்க, எங்களுக்குத் தெரிஞ்ச பெயரில் உள்ள ஆளுங்களைப் பற்றி ஊரில் விசாரிச்சாலும், "எனக்குத் தெரியாது..."ன்னு மக்கள் எல்லோருமே பொய் சொல்லிருவாங்க.

அதனாலே, கிட்டதட்ட இரண்டு ஆண்டுகளுக்கும் மேல் நாங்க முயற்சி செய்தும்கூட, வீரப்பனுடைய ஆள் ஒருவரைக்கூடப் பிடிக்க முடியவில்லை. வீரப்பனுடைய நெட் வொர்க் பற்றிய ஒரு இன்பர்மேஷனைக்கூட எங்களால கலெக்ட் பண்ணவே முடியல. அப்போ, அந்தப் பக்கத்திலிருந்த டிபார்ட்மெண்ட் ஆள்கள் எல்லோருமே வீரப்பனுக்கு ஆதரவாகவே இருந்தாங்க.

கோவையிலிருந்த தந்த வியாபாரி *S.P.*சுப்பிரமணியம் என்பவனே வீரப்பனிடம் அதிகமாத் தந்தம் வாங்குகிறான்னு தெரிஞ்சுது. அவனையும் தேடிப்போனோம். விவேகானந்தா நகரில் அவனுடைய வீடு இருந்தது. லோக்கல் போலீஸ் உதவியுடன் அவனைப் பிடிக்க முயற்சி செஞ்சோம். உடனே ஹாஸ்பிடலில் போய் படுத்துக்கிட்டான்.

அப்போதே அவனுக்கு வயது அறுபதுக்கு மேல இருக்கும், அதனால கொஞ்சம் லிபரலா விட்டோம். அடுத்த முறையும் போனோம். அப்போவும் இதுபோலவே நடந்தது. ஆனால், உடம்புக்கு ஒன்னும் இல்லை. நல்லாத்தான் இருந்தான். ஆனால், ஸ்ரீநிவாஸ் சார் அவன் மேல ரொம்பப் பரிதாபப்பட்டார். தமிழ்நாடு லோக்கல் போலீஸ்கிட்டே நான் பர்சனலா விசாரிச்சேன். "இந்த ஆள் நடிக்கிறான்"னு சொன்னாங்க.

அடுத்தமுறை, ரெண்டு வண்டி கொண்டுட்டுப் போயிருந்தோம். அதில, சம்ராஜ்நகர் போலீஸ் இன்ஸ்பெக்டர் மல்லேஷ், பாரஸ்ட் ரேஞ்சர் ஜெகதீஷ் இரண்டு பேரையும் ஹாஸ்பிடலுக்கு எதிரில் நிறுத்தியிருந்தேன். நானும், ஸ்ரீநிவாஸ் சாரும் *S.P.*சுப்பிரமணியத்தை பார்த்துப் பேசிட்டுக் கிளம்பி பத்து கிலோமீட்டர் தொலைவில் வந்து ஒரு இடத்தில் நின்னுட்டோம். அடுத்த அரை மணி நேரத்தில் *S.P.*சுப்பிரமணியம் ஹாஸ்பிடலில் இருந்து டிஸ்சார்ஜ் செஞ்சுட்டு வெளியே வந்திருக்கான். வெளியில் காத்திருந்த

மல்லேஷ் அவனைத் தூக்கிட்டு வந்துட்டார்.

பூதிபடுகாவில் கொண்டுவந்து வச்சு விசாரித்தோம். தமிழ் நாட்டில் யானைத்தந்தம் வாங்கும் முக்கியமான ரிசிவர் இந்த ஆள் என்பது தெரிஞ்சது. வீரப்பனும் இந்தக் ஆளுக்குத்தான் தந்தம் சப்ளை செய்யறான்னும் கன்பார்ம் ஆயிட்டுது. இந்த ஆளுடைய வீடு, குடோன் எல்லாம் சர்ச் பண்ணினோம், ஒரு பீஸ் யானைத் தந்தம் கூட ரெக்கவர் பண்ண முடியல.

எம்.ஆர்.புஜார்

ஆனால், அந்த ஆளுடைய பிராபர்டி டாக்குமெண்டு எல்லாம் இருந்துச்சு. அதையெல்லாம் எடுத்துக்கிட்டு வந்துட்டோம். அவருடைய மகன் கோபால்தான் நார்த் இந்தியா நெட் வொர்க்கை பார்த்திட்டு இருந்தான். அவனையும் தூக்கிட்டு வந்தோம். இந்த ஆள் யானைத் தந்தத்தை பாம்பே அனுப்பறான். அங்கிருந்து அது வெளிநாடுகளுக்குப் போகுது. அங்கே போனாலும், ஒரு கிலோ தந்தம்கூட ரெக்கவர் பண்ண முடியாது. சட்டப்படி அவங்களைத் தண்டிக்கவே வாய்ப்பில்லை. எப்படிக் கேஸ் போட்டாலும், ஒரேநாளில் வெளியே வந்திருவாங்க.

அதனால, இனிமேல் *S.P.*சுப்பிரமணியம் தந்தம் வாங்காம இருக்கும் அளவுக்குச் சில வேலைகளைச் செஞ்சோம். ஒரு மாதிரியான பயம் காட்டி அனுப்பினோம், அதுக்காக நாங்க பெரிய போராட்டம் நடத்தினோம். அதுக்குப் பிறகு அவன் தந்தம் வாங்கவில்லை என்பது வேற ஆளுங்களை விசாரித்ததில் தெரிஞ்சுது" என்கிறார்.

கடத்தல்காரர்களிடம் மனித உரிமையைக் கடைபிடித்தால், காட்டு விலங்குகளைப் பாதுகாக்க முடியாது என்பது இவரைச் சந்தித்த பின்னரே எனக்குப் புரிந்தது.

*****

16

பாரஸ்டர் வாசுதேவமூர்த்தி

1985 ஆம் ஆண்டின் தொடக்கத்தில் ஒருநாள் நள்ளிரவு இரண்டு மணிக்கு, டி.சி.எப்.ஸ்ரீநிவாஸ் பாலாறு வனத்துறை அலுவலகத்திற்கு வருகிறார். அங்கிருந்த வனத்துறை அதிகாரிகளுடன் மூன்று மணி நேரத்துக்கும் மேலாகப் பேசினார். மொழுக்கன் என்கிற வீரப்பன் பற்றி அவர்களிடம் இருந்து எந்தப் பயனுள்ள செய்தியும் கிடைக்கவில்லை. தெரிந்த சிலரும், வீரப்பன் மீதிருந்த விசுவாசத்தில், "தெரியாது சுவாமி..." என்றே கூறினர்.

செங்கப்பாடி பீட் வாட்சர் சுப்பிரமணி என்பவர் மட்டும், "இங்கிருக்கும் ஆளுங்க ஒருத்தருக்குக்கூட முகத்தில் மீசையில்லை. எல்லோருக்கும் முழங்காலில் மீசை இருக்குது. நீங்க உத்தரவு குடுத்தா ஒரே மாசத்தில் வீரப்பனைப் புடிச்சி உங்க முன்னால கொண்டாந்து நிறுத்தறேன்" என்றார்.

வீரப்பனைப் பற்றி யாருமே வாய் திறக்காத நிலையில், துணிச்சலாகப் பேசிய சுப்பிரமணியின் வீரத்தைப் பாராட்டிய ஸ்ரீநிவாஸ் அந்த இடத்திலயே அவருக்கு ஆயிரம் ரூபாய் வெகுமதி கொடுத்துள்ளார். "உனக்கு எந்த உதவி வேணுன்னாலும் என்னிடம் கேள்" என்று சொல்லிவிட்டுச் சென்று விடுகிறார். அந்தக் காலத்தில் இந்தப் பகுதியில் ஒரு ஏக்கர் நிலத்தின் விலையே ஆயிரம் ரூபாய்.

இந்தச் செய்தி, சீக்கிரமே வீரப்பன் காதுக்குப்போனது, செங்கப்பாடி வனத்துறை அலுவலகம் முன்பாக நின்று கொண்டிருந்த சுப்பிரமணியை வீரப்பன் ஆள்கள் பிடித்தனர். குண்டு கட்டாகக் கட்டித் தூக்கிக் கொண்டுபோய், ஊட்டமலைக் காட்டுக்குள் கட்டி வைத்து மூன்று நாள்கள் புரட்டிப் புரட்டி அடித்துள்ளனர். இந்தத் தகவலறிந்த வாட்சர் ராஜேந்திரன் காட்டுக்குச் சென்று, வீரப்பனிடம் சமாதானம் பேசினார்.

“இனிமேல் நான் உயிருள்ளவரை வீரப்பன் என்ற பெயரை என் வாயால் சொல்லவே மாட்டேன். வீரப்பன் ஊர் உள்ள திசையில் தலைவைத்தே படுக்க மாட்டேன்” என்று சுப்பிரமணி சத்தியம் செய்து கொடுத்ததுடன், வீரப்பன் காலில் விழுந்து மன்னிப்புக் கேட்டுவிட்டு, உயிருடன் திரும்பி வந்துள்ளார். அதற்குப்பிறகு, ஸ்ரீநிவாஸ் பாலாற்றுக்கு வருகிறார் என்று தெரிந்தாலே சுப்பிரமணி அந்தப் பக்கமே போகாமல் இருந்தார்.

கர்நாடக வனத்துறையில் காடுகளைக் வளர்க்க, மரக்கடத்தலைத் தடுக்க, வன விலங்குகள் வேட்டையைத் தடுக்க எனத் தனித்தனிப் பிரிவுகள் இருந்தன. மூன்றாவது பிரிவைச் சேர்ந்தவர் வாசுதேவமூர்த்தி. 1985-ஆம் ஆண்டு பிப்ரவரி மாதம் பாலாறு பகுதிக் காட்டுக்கு யானை வேட்டைத் தடுப்பு பாரஸ்டர் பணிக்கு வருகிறார்.

ஒரு நாள் நள்ளிரவு நேரம் பாலாறு வனத்துறை சோதனைச் சாவடி வழியாக சாம்ராஜ் நகர் டி.சி.எப் ஸ்ரீநிவாஸ், *DySP* எம்.ஆர்.புஜார் இருவரும் மேட்டூர் பக்கம் சென்றுள்ளனர். திரும்பி வரும்போது வழக்கம் போலவே அங்குள்ள வனத்துறை ஊழியர்களை ஸ்ரீநிவாஸ் சந்திக்கிறார். புதிதாக வேலைக்குச் சேர்ந்திருந்த வாசுதேவமூர்த்தியையும் பார்க்கிறார்.

இந்தச் சந்திப்பு குறித்து வாசுதேவமூர்த்தி சொல்வதைக் கேட்போம். “அன்னைக்கு நைட் 12.00 மணிக்கு மேல இருக்கும். நான் தூங்கி எழுந்து ரோட்டுப் பக்கம் வந்தேன். வீர்செட்டின்னு ஒரு கார்டு செக்போஸ்ட் டியூட்டியில இருந்தான். “டி.சி.எப் சார் வந்திருக்கிறார், நீங்க போய் ஒரு சல்யூட் பண்ணீட்டு வாங்க...”ன்னு சொன்னான்.

“எந்த டி.சி.எப்...?”ன்னு கேட்டேன். “சாம்ராஜ்நகர் டி.சி.எப் ஸ்ரீநிவாஸ் ஸார். நல்ல மனுஷன் போய்ட்டு வாங்க சார்...”ன்னு சொன்னான்.

“கொள்ளேகால் டி.சி.எப் ஆக இருந்தால் போலாம். இவரைப் பார்க்க நான் எதுக்குப் போகணுன்னு...” சொல்லிட்டேன்.

“ஒரு சல்யூட் போடறதில் உங்களுக்கு என்ன சார் நஷ்டம் வரப்போகுது. போயிட்டு வாங்க...”ன்னு சொன்னான்.

சரின்னு நானும் போனேன். பாலாறு பாலத்தில் ஸ்ரீநிவாஸ் சார், எம்.ஆர்.புஜார் சார் ரெண்டு பேரும் உட்கார்ந்திட்டு, அங்கிருந்த வாட்சர்ங்ககிட்டேப் பேசிட்டு இருந்தாங்க. நான் ஒரு சல்யூட் போட்டேன். என்னைப் பற்றியும் விசாரிச்சார்.

"இந்தப் பக்கம் யானை வேட்டை, சிகாரி வேட்டை எல்லாம் நடக்குதா...?"ன்னு கேட்டார். "இந்தப் பக்கம் வேட்டை இல்ல சார். ஆனா செங்கப்பாடி பக்கத்தில் யானை வேட்டை நடக்குதுன்னு கேள்விப்பட்டேன்..."னு சொன்னேன். அவ்வளவுதான் உடனே டென்ஷன் ஆயிட்டார்.

"நீ இங்கே என்ன பண்ணிட்டு இருக்கே. அங்கே போயி என்ன நடக்குதுன்னு பார்க்க வேண்டாமா...?"ன்னு கேட்டார்.

"சார் எனக்கு துடுதுடுக்கி, பொரசல்நத்தம் பீட்லே டியூட்டி பார்க்கச் சொல்லி எங்க *FRO (Forest Range Officer)* சொல்லியிருக்கார், அங்கேதான் டியூட்டிக்குப் போயிட்டு இருக்கேன். இதுவரைக்கும் நான் செங்கப்பாடிப் பக்கம் போனதில்ல..."ன்னு சொன்னேன்.

"அங்கே யாரெல்லாம் வேட்டை பண்ணிட்டு இருக்காங்கன்னு" கேட்டார். எனக்கு "யாருன்னு தெரியாது சார்ன்னு" சொன்னேன். "மொழுக்கனைத் தெரியுமா...?"ன்னும் கேட்டார். "இல்லே சார்..."ன்னு சொன்னேன்.

"நீ பாரஸ்டர், உனக்கு எல்லையெல்லாம் கிடையாது. இந்த டிவிஷனில் எங்கெல்லாம் வேட்டை நடக்குதோ, அங்கெல்லாம் நீ போகணும். வேட்டைக்காரங்களைப் புடிக்கணும், அதுக்குத்தான் கவர்ன்மெண்ட் உனக்குச் சம்பளம் குடுக்குது. இன்னும் ஒரு மாசம் டைம் குடுக்கிறேன். அதுக்குள்ளே மொழுக்கன், யார்...? அவன் எங்கே இருக்கான்..? என்ன செய்யறான்..? எல்லா விவரமும் எனக்கு வந்தாகணும்.."ன்னு சொல்லிட்டுப் போயிட்டார். ஸ்ரீநிவாஸ் சார் நடந்துகிட்ட விதம், பேசிய தொனி, காட்டின் மீது வைத்திருந்த அக்கறை எல்லாம் எனக்கு ரொம்பவும் புடிச்சுப் போயிட்டுது. அடுத்த நாளே ஒரு பால் வேனைப் புடிச்சு செங்கப்பாடிக்குப் போனேன்" என்கிறார்.

செங்கப்பாடிக்குப் போன வாசுதேவமூர்த்தி ஊரிலுள்ள பலரிடமும் வீரப்பனைப் பற்றி விசாரிக்கிறார். "வீரப்பனா...?

வாசுதேவமூர்த்தி

எனக்கு யாருன்னே தெரியாது...'' "அவன் செத்து பத்து வருஷம் ஆச்சு..'' "நான் வெளியூருங்க, எனக்கு இந்த ஊரிலுள்ள யாரையும் தெரியாதுங்க...'' என்று பல்வேறு விதமான பதில்கள் வந்தன.

அந்த நேரத்தில், பாலாற்றுக்கு அடிக்கடி வந்துபோகும் ஆயில் எஞ்சின் மெக்கானிக் முனியன் என்பவர் வாசுதேவமூர்த்தியின் கண்களில் படுகிறார். முனியனைத் தனியாகத் தள்ளிக் கொண்டுபோய், சரக்கடிக்கப் பத்து ரூபாய் பணம் கொடுக்கிறார்.

சாராயக்கடைக்குப் போய்விட்டு வந்த முனியன், நிதானமான போதையில், வீரப்பனின் பூர்வீகம் முழுவதையும் விலாவாரியாகச் சொல்கிறார். எல்லாவற்றையும் மனதில் வாங்கிக்கொண்ட வாசுதேவமூர்த்தி, வீரப்பனின் வீட்டையும், காட்டையும் அடையாளம் காட்டச் சொல்கிறார். "இன்னும் கொஞ்சம் சரக்குப் போட்டுவிட்டு வருகிறேன்...'' என்ற முனியன் தலையைச் சொறிந்தார். வாசுதேவமூர்த்தி மீண்டும் இருபது ரூபாய் பணத்தைக் கொடுத்து அனுப்புகிறார்.

மாரியம்மன் கோயிலுக்குப் பின்பக்கம் இருந்த மரத்தடியில் வாசுதேவமூர்த்தியும், முனியனும் நீண்ட நேரமாகப் பேசிக் கொண்டிருந்தனர். இதைச் சாராயம் விற்பனை செய்த கோபால் என்பவர் பார்த்துள்ளார். மீண்டும் சரக்கடிக்கப் போன முனியனிடம், "முனியா நீ பாரஸ்ட்கார ஆளுங்ககிட்டே பேசிக்கிட்டிருந்த சமாச்சாரம், மொழுக்கன் (வீரப்பன்) காதுக்குப் போனால் என்ன நடக்கும் தெரியுமா..?.'' என்று கேட்டுள்ளார்.

ஒரு பெக் சரக்கை உள்ளே தள்ளிய முனியன் சாராயக் கடைக்குள்ளேயே படுத்துக் கொண்டார். இரண்டு மணி நேரமாக சாராயக்கடை வாசலிலேயே காத்திருந்த வாசுதேவமூர்த்தி, கடைசியில் முனியனைப் பார்க்காமலே பாலாற்றுக்குத் திரும்பினார்.

*****

17

மொழுக்கன் செத்துப் பத்து வருஷம் ஆச்சு

1985ஆம் ஆண்டில் தமிழ்நாடு - கர்நாடகா இடையே "இன்டர் ஸ்டேட்" பெர்மிட் வழங்கப்படவில்லை. தமிழகப் பேருந்துகள் மாநில எல்லையான, பாலாற்றின் கிழக்குக்கரைவரையிலும் போகும். கர்நாடகப் பேருந்துகள் எல்லாமே பாலாற்றின் மேற்குக் கரையிலேயே நின்றுவிடும்.

இருபக்கமிருந்து வரும் பொதுமக்களும் நடந்தே பாலத்தைக் கடந்து சென்று வேறு பேருந்துகளைப் பிடிக்கவேண்டும். அதனால், பாலாற்றில் எப்போதும் பயணிகள் கூட்டம் இருக்கும். பாலாற்றின் இரண்டு பக்கமும் பயணிகள் வசதிக்காக சிலர் தேநீர்க் கடை, சிறிய அளவிலான உணவகம் வைத்திருந்தனர்.

மாதேஸ்வரன் மலையில் அசைவ உணவுகள் செய்யவும், மது விற்பனை செய்யவும் அனுமதியில்லை. அதனால், பாலாற்றில் சாராயக்கடையும், அசைவ உணவகங்களும் இருந்தன. இந்தக்

கடைகளை நடத்தியவர்கள் சிலர், பாலாற்றில் குடும்பத்துடன் குடிசை போட்டும் தங்கியிருந்தனர். ஒருநாள் வீரப்பனிடம் அடிவாங்கிய வாட்சர் சுப்பிரமணி சாராயக்கடையில் இருந்தார்.

இதைப் பார்த்த வாசுதேவமூர்த்தி, அவரைப் பக்கத்திலிருந்த கிருஷ்ணன் என்பவரின் உணவகத்துக்குத் தள்ளிக்கொண்டு போகிறார். கூடுதலாகக் கொஞ்சம் சரக்கை வாங்கிக் கொடுத்து, "வீரப்பனைப் பிடிப்பதாகச் சபதம் போட்ட பின்னர் என்ன நடந்தது...?" என்று விசாரிக்கிறார்.

வீரப்பனுடன் எப்போதும், முப்பதுக்கும் அதிகமான ஆள்கள் இருக்கின்றனர். செங்கப்பாடிக்குள் இருக்கும் பெரும்பாலானோர் வீரப்பனுக்கு வேண்டப்பட்டவர்கள். அந்த ஊரில் வீரப்பனுக்கு எதிராக எந்த வேலையும், யாராலும் செய்யமுடியாது. செங்கப்பாடியிலுள்ள பெரும்பாலான மக்களுக்கு வேலைவாய்ப்பையும், பொருளாதார உதவியையும் வீரப்பன் செய்து கொடுக்கிறான்.

அதனால், வீரப்பனுக்கு எதிராக யாருமே வாய்திறக்க மாட்டார்கள். தப்பித் தவறி நீங்கள் ஊருக்குள் போனாலும், உங்களை வீரப்பனுக்குக் காட்டிக்கொடுத்து விடுவர். என்ன செய்தாலும் உங்களால், வீரப்பனைப் பிடிக்க முடியாது. ஊர் முக்கியஸ்தர்களாக இருக்கும் திம்மராய செட்டியார், நடராஜ முதலியார், தாசிரி செட்டியார் எனப் பலரும் வீரப்பனுக்கு ஆதரவாளர்கள் என்று அன்றிருந்த செங்கப்பாடியின் உண்மை நிலையைச் சொன்னார்.

"சரி, தொழில் முறையில் வீரப்பனுக்குப் போட்டியாட்கள் யார், அரசியலில் வீரப்பன் யார் பக்கம் இருக்கிறார்...?" என்பதைப் பற்றி விசாரிக்கிறார்.

"வீரப்பன் குடும்பத்தினர் ஆளும் கட்சியான இந்திரா காங்கிரஸ் கட்சியைச் சேர்ந்தவர்கள். (சைக்கிள் சின்னம்) ராஜூ கவுடாவுக்கு ஆதரவாக இருக்கின்றனர்" என்றார்.

காங்கிரசுக்குப் போட்டியான ஜனதா கட்சியில் (ஏர் உழவன்) யார் யாரெல்லாம் இருக்கின்றனர் என்று விசாரிக்கிறார். "செங்கப்பாடிக்குப் பக்கத்தில் கோட்டையூர் என்ற ஊர்

உள்ளது. அந்த ஊரைச் சேர்ந்த ஐயண்ணன் அவரது தம்பி மாதையன் ரெண்டு பேரும் ஜனதா கட்சியைச் சேந்தவங்க" என்கிறார்.

வீரப்பனைப் பிடிப்பதாகச் சூளுரை மேற்கொண்ட இந்த சுப்பிரமணியம், அடுத்த சில ஆண்டுகளுக்குப் பிறகு, தாளபெட்டா அருகிலுள்ள ஓடையில் பிணமாகக் கிடந்தார். அப்போதிருந்த வனத்துறை அதிகாரிகளும், காவல்துறையினரும், யானை மிதித்து அவர் இறந்து விட்டதாகக் கணக்குக் காட்டிவிட்டனர். உண்மையில் அவர் வீரப்பனால் கொல்லப்பட்டதாகவே இன்றளவும் பேசப்படுகிறது.

"எதிரிக்கு எதிரி நண்பன்" என்ற கோட்பாட்டை கையில் எடுக்கிறார் வாசுதேவமூர்த்தி. அரசியலில் வீரப்பனுக்கு எதிரும் புதிருமாக இருக்கும் ஜனதா கட்சியைச் சேர்ந்த கோட்டையூர் மாதையனைக் கைக்குள் போடவேண்டும். அவர் மூலமே வீரப்பனைப் பற்றிய தரவுகளைப் பெறமுடியும் என நினைக்கிறார்.

அடுத்தநாள், தமிழ்ப் பேசத்தெரிந்த மற்றொரு வாட்சர் சுப்பிரமணி என்பவரைக் கூட்டிக்கொண்டு மாலை நான்கு மணிக்குப் பாலாறு வனத்துறை அலுவலகத்திலிருந்து கிளம்பினார். காவிரி ஆற்று ஓரமாகவே நடந்து, இரவு எட்டு மணிக்குக் கோட்டையூர் போனார். வீட்டிலிருந்த ஐயண்ணன் தம்பி மாதையனைச் சந்தித்து, "உங்கிட்ட கொஞ்சம் தனியா பேசணும்..." என்றார்.

வாட்சர் சுப்பிரமணி முன்பாக எதையும் பேசக்கூடாது என நினைத்த கோட்டையூர் மாதையன், "நாளைக்கு ராத்திரி எட்டு மணிக்கு, கோட்டையூர் பிரிவுக்கு வாங்க..." என்கிறார்.

மறுநாள் இரவு எட்டு மணிக்கு வாசுதேவமூர்த்தி தனியாகப் போகிறார். இருவரும் சந்திக்கின்றனர். "யானை வேட்டையாடிட்டு இருக்கும் மொழுக்கனைப் பிடிக்கணும், அதற்கு நீ ஹெல்ப் செய்யணும்..." என்று வாசுதேவமூர்த்தி கேட்கிறார்.

"இந்தக் கதையெல்லாம் எங்கிட்டே பேசவேண்டாம். போன மாசம்கூட இப்படிப் பேசிக்கிட்டு தமிழ்நாட்டிலிருந்து

சி.பி.சி.ஐ.டி பாரஸ்டு செல் போலீஸ் ஏட்டு ஒருத்தன் வந்தான். எங்கிட்டே வீரப்பனைப் பற்றின எல்லா விவரம் கேட்டுத் தெரிஞ்சுக்கிட்டான். நேரா வீரப்பங்கிட்டேயே போயி, ஒன்பதாயிரம் ரூபாய் பணம் வாங்கிட்டு, “கோட்டையூர் மாதையனைக் கொஞ்சம் அடக்கி வை...”ன்னு சொல்லீட்டுப் போயிட்டான்.

உனக்குப் பணம் வேணுன்னா, நேராவே போயி வீரப்பங்கிட்டேயே கேட்டு வாங்கிக்கோ. உங்க ரேஞ்சர், கொள்ளேகால் போலீஸ் இன்ஸ்பெக்டர் எல்லோருமே மாச மாசம் வந்து வீரப்பங்கிட்டே பணம் வாங்கிட்டுப் போறாங்க. நீயும் அப்படி வந்த ஆளுதான். நான் வீரப்பனைப் புடிக்கப் போறேன்னு எங்கிட்டே வந்து பொய் சொல்ல வேண்டாம்...” என்கிறார்.

இதைக்கேட்ட வாசுதேவமூர்த்தி கடுப்பானார், “வீரப்பங்கிட்டே பணம் வாங்கி பொழைப்பு நடத்தவேண்டி நான் இங்கே டியூட்டிக்கு வரலப்பா... சாம்ராஜ் நகர் டி.சி.எப். ஸ்ரீநிவாஸ் சாய்ப்ரு* ஒரு மாசத்திலயே வீரப்பனைக் கண்டிப்பா புடிக்கணும்னு சொல்லி எனக்கு உத்தரவு போட்டிருக்கிறார். எப்படியாவது ஒரு மாசத்தில நான் வீரப்பனையோ, இல்லை வீரப்பனைப் பத்தின பூர்த்தி தகவல் தெரிஞ்ச யாராவது ஒருத்தனையாவது புடிக்கணும். அவனைக் கொண்டுபோய் சாய்ப்ரு முன்னால நிறுத்தணும். நானும், ஊருக்குள்ளே போயி நெறையா ஜனங்ககிட்டே விசாரிச்சேன். வீரப்பன் உயிரோடவே இல்லையின்னு பொய் சொல்லறாங்க. அதுக்காகத்தான் உங்கிட்டே உதவி கேட்கிறேன். நீயாவது எங்களுக்கு உண்மையைச் சொல்லணும்” என்றார்.

கொள்ளேகால் டி.சி.எப். என்று சொல்லியிருந்தால் கோட்டையூர் மாதையன் நம்பியிருக்க மாட்டார். சாம்ராஜ் நகர் டி.சி.எப். ஸ்ரீநிவாஸ் என்று வாசுதேவமூர்த்தி சொல்வதில் கொஞ்சம் உண்மை இருப்பதாக நினைத்தவர், “சரி, நான் வீரப்பனைப் பத்தின எல்லாத்தையும் சொன்னாலும் நீ வீரப்பனையும், வீரப்பனுடைய ஆளுங்களையும் எப்படிப் பிடிப்பே...” என்று கேட்கிறார்.

வாசுதேவமூர்த்தி கொண்டு போயிருந்த ஐந்து தோட்டாவுடன் இருந்த ரைபிளைக் காட்டி “நீ ஆளை

மட்டும் காட்டு, நான் துப்பாக்கியால சுட்டுப் பிடிக்கிறேன்..." என்கிறார்

"மொழுக்கனைப் பிடிக்க உங்ககூட எத்தனை ஆளுங்க வருவாங்க...?" என்றார் மாதையன். "நானு, ஸ்ரீநிவாஸ் சாய்ப்ரு, கூட ரெண்டு கார்டு வருவாங்க..!" என்றார்.

"எந்த நேரமும் மொழுக்கன் ஆளுங்க முப்பது, நாப்பது பேர் அவனுக்கு முன்னும், பின்னுமாகக் காட்டுக்குள்ளே கூட்டங்கூட்டமாப் போறாங்க. அதுல, பாதிப்பேர்கிட்டே வெளிநாட்டுத் துப்பாக்கிகள் இருக்குது. நீங்க மூனு பேரும், அஞ்சு தோட்டாவோடு ஒரு துப்பாக்கியைக் கொண்டுட்டுப்போய் எப்படிய்யா மொழுக்கனைப் புடிக்கமுடியும்...?" என்று நக்கலாகச் சிரித்தார்.

"இல்லை, எத்தனை பேர் கூட இருந்தாலும், மொழுக்கனைப் புடிச்சிட்டாலோ, இல்லை அவனைச் சுட்டுட்டாலோ எல்லாரும் பயந்து ஓடிருவாங்க. எங்களை, அவங்களால ஒன்னும் செய்ய முடியாது. நீ மட்டும் எங்களுக்குச் சரியான இன்பெர்மேஷன் குடுத்தா, நான் மைசூரிலிருந்து ஜாஸ்தி போலீஸ் படையையே கூட்டிட்டு வந்துருவேன். அப்படியே இந்த ஊரையே வளைச்சுப் புடிச்சு, மொழுக்கனைத் தூக்கிடுவேன்..." என்று தன்னுடைய இளமையின் வேகத்தில் சொல்கிறார்.

"சரி... நான் தகவல் குடுத்து, நீங்க மொழுக்கனைப் புடிக்கிறது இருக்கட்டும். நீ மொதல்ல கேட்ட மாதிரியே, மொழுக்கன் கூட்டாளி ஒருத்தனைப் புடிச்சுக் கொண்டுபோய் உள்ளே போடுங்க. அவங்கிட்டே விசாரிச்சா, மொழுக்கன் யாருன்னு உங்களுக்குத் தெரியும். பிறகு, நான் மொழுக்கனைப் பத்தி தகவல் குடுக்கலாமான்னு யோசிக்கிறேன்..." என்றார்.

வீரப்பனைப் பிடித்து கொடுக்க முயற்சி செய்வது தற்கொலைக்கு நிகரான முயற்சி என்பது கோட்டையூர் மாதையனுக்குத் தெரியும். தெரிந்திருந்தும், அதில் இறங்கினார்.

*****

*சாய்ப்ரு** : உயர் அதிகாரிகளை துரை என தமிழில் அழைக்கப்பட்டதைப் போலவே கன்னடத்தில் சாய்ப்ரு என அழைக்கின்றனர்.

18

அரசியல் ஆரம்பம்

செங்கப்பாடி மக்கள் எல்லோரும் வீரப்பனுக்கு ஆதரவாக இருந்த நிலையில், கோட்டையூர் மாதையன் மட்டுமே வீரப்பனைக் காட்டிக் கொடுக்க நினைக்கிறார். அரசியலில் இவர்கள் இருவரும் காங்கிரஸ் - ஜனதா என்ற காரணத்தினால் மட்டுமே இப்படி நினைக்கவில்லை.

சுதந்திரத்துக்குப் பிந்தைய காலத்தில், செங்கப்பாடி, பொன்னாச்சி என்ற இரு கிராமங்களுக்கும் மணியக்காரராக இருந்தவர் பி.கே.ராமப்பா. இவருடைய சொந்த ஊர் பொன்னாச்சி. நிர்வாக விவகாரமாக அடிக்கடி செங்கப்பாடிக்கு வந்து, போனார். அப்போது, செங்கப்பாடியைச் சேர்ந்த காளியம்மாள் என்பவரைச் சின்னவீடாக வைத்துக் கொள்கிறார். அதற்கு முன்பாகவே, புறம்போக்கு நிலம் ஏழு ஏக்கரை பி.கே. ராமப்பா சமன் செய்து அதைத் தன்னுடைய பயன்பாட்டில் வைத்திருந்தார்.

காளியம்மாள் மீதிருந்த ஈர்ப்பின் காரணமாக அந்த நிலத்தை அவருக்கு விட்டுக் கொடுத்தார். ஆண் வாரிசு இல்லாத காளியம்மாள், அந்த நிலத்தில் விவசாயம் செய்ய முடியவில்லை. அதனால், பி.கே.ராமப்பாவே முன்னின்று பேசி, வீரப்பனின் அப்பா கூசனுக்குக் குத்தகைக்கு விட்டிருந்தார்.

கூசமாதையனும் அவனது தம்பி வீரப்பனும் தலை தூக்கியதும் நிலைமை மாறியது. குத்தகைக்குக் கொடுத்திருந்த நிலத்தை காளியம்மாவால் மீட்க முடியவில்லை. அந்த நிலத்துக்கான பட்டா, சிட்டா, அடங்கல் எல்லாவற்றையும் வீரப்பனின் அண்ணன் கூசமாதையன் தன் பெயருக்கு மாற்றிக் கொண்டார்.

இடைப்பட்ட நேரத்தில், காளியம்மாளின் மகளைக் கோட்டையூர் மாதையனின் பங்காளி ஒருவர் திருமணம் செய்கிறார். இப்போது முறைப்படி கோட்டையூர் மாதையன்

பங்காளிகளுக்கு அந்த நிலம் சேரவேண்டும். தங்களுடைய குடும்பத்துச் சொத்தை, வீரப்பன் குடும்பம் அனுபவித்து வருவதை இவர்களால் பொறுத்துக்கொள்ள முடியவில்லை. இந்த விவகாரத்திலும் கோட்டையூர் மாதையன் பங்காளிகளுக்கு வீரப்பன் குடும்பத்தினர் மீது வன்மம் இருந்தது.

கோட்டையூர் மாதையன் பங்காளிகள் மாதத்துக்கு ஒரு யானை, இரண்டு யானை என்று சிறிய அளவில் யானைகளை வேட்டையாடிக் கொண்டிருந்தனர். இதை வனத்துறை அதிகாரிகளும் கண்டுகொள்ளவில்லை. வீரப்பன் வேட்டைக் களத்தில் இறங்கிய பின்னர், வாரத்துக்கு நான்கு ஐந்து யானைகள் பலியாயின. இது வனத்துறை ஊழியர்களுக்கும் தலைவலியானது. கோட்டையூர் ஐயண்ணன் வகையறாவின் யானை வேட்டையையும் பாதித்தது. வீரப்பன் கதையை முடித்து விட்டால், நம்முடைய யானை வேட்டையையும் தடையில்லாமல் நடத்தலாம். மணியக்காரரர் காடும் நமக்குக் கிடைக்கும் என்று இந்த அணி பல வகையில் கணக்குப் போட்டது.

இதைச் சரியாகப் பயன்படுத்திய வாசுதேவமூர்த்தி, கோட்டையூர் மாதையனைக் கொஞ்சம் கொஞ்சமாகத் தன் பக்கம் இழுத்துக் கொண்டார்.

கோட்டையூர் மாதையன் சொன்னதைக் கேட்டதும் "யாரை புடிச்சு உள்ளே போடணும்...? சொல்லு. உடனே செய்கிறேன்..." என்றார் வாசுதேவமூர்த்தி.

அப்போதைய சூழ்நிலையில், வீரப்பன் கூட்டாளிகளில் பிடிப்பதற்கு ஏற்ற இடத்தில் குடியிருந்தவர் பெரிய பொரிக்காரரர் வீட்டுச் சின்னத்தம்பி. இவருடைய வீடு செங்கப்பாடியிலிருந்து ஒகேனக்கல் போகும் வழியில் இருந்தது.

"சின்னத்தம்பியை நீ பிடித்துக் கொண்டுபோய் விசாரித்தால் உனக்கும், உங்க அதிகாரிகளுக்கும், வீரப்பனின் முழுமையான பலம் தெரியும். இந்த வேலையை நீ ஒழுங்கா செஞ்சிட்டா, அடுத்தடுத்து வீரப்பனைப் பற்றின இன்னும் கூடுதலான தகவல்களை எல்லாம் நான் கொடுக்கிறேன்" என்று கோட்டையூர் மாதையன் சொல்கிறார்.

வாட்சர் ராஜேந்திரன்

"சின்னத்தம்பியும் அவன் தம்பியும் ஒரே வீட்டில் வசிக்கின்றனர். இரவு பத்துமணிக்கு மேலதான் சின்னத்தம்பி வீட்டுக்கு வருவான். அவன் வருவதற்குள் தம்பி சாப்பிட்டுவிட்டு, வீட்டுக்குக் கிழக்குப்பக்கம் உள்ள கூரைச் சாலைக்குப் படுக்கப் போய்விடுவான். அதற்குப் பிறகு, வீட்டுக்கு வரும் சின்னத்தம்பி, சாப்பிட்டு விட்டு வீட்டுக்குள்ளேயே படுத்து விடுவான். எந்த நேரமும் லோடு செய்யப்பட்ட சுவிட்சர்லாந்து துப்பாக்கி ஒன்று, சின்னத்தம்பி கையிலயே இருக்கும்.

ஒரு நொடி அசந்தாலும் உன்னைப் போட்டுத் தள்ளிடுவான். பத்து மணிக்கு மேல வீட்டுக்குப் போனால் அவன் மட்டும் தனியாகத்தான் இருப்பான்" என்று சின்னத்தம்பி பற்றிய செய்திகளை கோட்டையூர் மாதையன் சொல்கிறார்.

அந்தச் செய்திகள் அப்படியே டி.சி.எப். ஸ்ரீநிவாஸ் காதுக்குப் போகின்றன. பிறகு, அவருடைய ஒப்புதலுடன் சின்னத்தம்பியைத் தூக்க முடிவு செய்யப்படுகிறது.

ஓரளவுக்கு நிலா வெளிச்சம் இருக்கும் ஒரு குறிப்பிட்ட ஒரு நாளை வாசுதேவமூர்த்தி தேர்வு செய்தார். தமிழ்ப் பேசத்தெரிந்த வாட்சர் ராஜேந்திரன், ஆச்சாரியா என்ற இருவரையும் தன்னுடன் அழைத்துக்கொண்டு செங்கப்பாடிக்குச் சென்றார்.

சின்னத்தம்பி வீட்டுக்குச் சற்றுத் தூரத்திலுள்ள பருத்திக் காட்டில் மூவரும் பதுங்கினர். மூவரும் அந்த வீட்டையே கண்காணித்துக் கொண்டிருந்தனர். இரவு, பத்து மணிக்கு மேலானது. காக்கிச்சட்டை போட்ட ஓர் உருவம் வீட்டுக்குள் போவது மங்கிய நிலா வெளிச்சத்தில் தெரிந்தது. சின்னத்தம்பி சாப்பிட்டு முடிக்கட்டும் என மூவரும் காத்திருந்தனர். அரை மணி நேரத்துக்குப் பிறகு, மூவரும் சின்னத்தம்பி வீட்டுக்குச் சென்றனர்.

செங்கப்பாடி கிழக்கிலிருந்து...

வாட்சர் ராஜேந்திரனை வீட்டு வாசலில் நிற்க வைத்துவிட்டு, வாசுதேவமூர்த்தியும், ஆச்சாரியாவும் வீட்டுத் திண்ணை மேல் ஏறினர். வாசல் கதவின் இடது பக்கம் ஒருவரும், வலதுபக்கம் ஒருவரும் தயாராக உட்கார்ந்து கொண்டனர். வீட்டு வாசலில் நின்ற ராஜேந்திரன் "சின்னத்தம்பியண்ணா... மொழுக்கன் உன்னை மணியக்காரரர் கொட்டாய்க்கு வரச்சொன்னான்..." என்றார்.

"இப்பதாண்டா அங்கிருந்து வந்தேன். மறுபடியும் எதுக்கடா மொழுக்கன் வரச்சொன்னான்..." என்று கேட்டுக்கொண்டே கதவைத் திறந்தார் சின்னத்தம்பி.

நிலா வெளிச்சம் ஆள் அடையாளம் தெரியும் அளவுக்கு இருந்தது. ராஜேந்திரனை அடையாளம் பார்த்து விட்டால் சிக்கல் என நினைத்த வாசுதேவமூர்த்தி வாசலில் நின்ற ராஜேந்திரனைக் கொஞ்சதூரம் தள்ளி நிற்கச் சொல்லி, சைகை காட்டுகிறார்.

சின்னத்தம்பியின் வீட்டு வாசலில் இருந்து ஐம்பதடி தொலைவுக்குச் சென்ற ராஜேந்திரன், சின்னத்தம்பி வீட்டுப்பக்கம் முதுகைக் காட்டித் திரும்பி நிற்கிறார்.

*****

19

கூட்டாளி கைது

கதவைத் திறந்த சின்னத்தம்பி, கழற்றி வைத்திருந்த சட்டையை எடுத்துப் போட்டுக்கொண்டே தலையை வெளியே நீட்டினார். வாசற்படியின் இருபக்கமும் மறைந்திருந்த வாசுதேவமூர்த்தியும், ஆச்சாரியாவும் சேர்ந்து சின்னத்தம்பியைப் பிடித்து வெளியே இழுத்துப் போட்டனர். ராஜேந்திரன் ஓடிவந்து, சின்னத்தம்பி சத்தம்போட வழியில்லாமல் வாயைக் கட்டினார். கைகள் இரண்டையும் பிடித்து, விலங்கை மாட்டினார்.

பின்னர், வீட்டுக் கதவின் நாதாங்கியை இழுத்து மாட்டி, பூட்டைப் போட்டுச் சாவியை வாசற்படியிலயே வைத்தனர். ரெட்டியார் தோட்டம் வழியாக சின்னத்தம்பியை வனத்துறை பங்களாவுக்குக் கொண்டு வந்தனர். தோட்டத்திலிருந்த பட்டி நாய்கள் குரைத்தன. பட்டி நாய்கள் சத்தம் கேட்டு, ஊர் நாய்கள் ஒவ்வொன்றாக அந்தப்பக்கம் வந்து எட்டிப் பார்த்து ஊளையிட்டன.

சந்தேகப்பட்ட சில வீட்டுக்காரர்கள் வெளியே வந்தனர். சின்னத்தம்பியைப் பிடித்துக்கொண்டு போவது தெரிந்தது. இச்செய்தி கூசமாதையனுக்குப் போனது. பாதுகாப்புக்காகத் சிலரைக் கூட்டிக்கொண்டு வனத்துறை அலுவலகத்துக்கு வந்த மாதையன், ஊர் பெரிய மனிதர்களுக்கு ஆள் அனுப்பினார்.

இப்படிதான் நடக்கும் என்பதை முன்கூட்டியே முடிவு செய்த வாசுதேவமூர்த்தி, ஒரு டிராக்டரை நிறுத்தி வைத்திருந்தார். சின்னத்தம்பியை அதில் ஏற்றிப் பாலாற்றுக்குக் கொண்டுவந்தார். மறுநாள் அங்கிருந்து சாம்ராஜ்நகருக்கு அழைத்துச் செல்கிறார். ஒரு வாரம் சின்னத்தம்பியைக் காவலில் வைத்து வாசுதேவமூர்த்தி, டி.சி.எப்.ஸ்ரீநிவாஸ் இருவரும் விசாரணை செய்தனர்.

ஒகேனக்கல் காட்டிலிருந்து யானை வேட்டையைத்

தொடங்கும் வீரப்பன், செங்கப்பாடி, மயிலைமலை, எறக்கியம், ஊக்கியம், கவுதள்ளி, ஒடக்காப்பள்ளம், கர்கேகண்டி, ஜல்லிபாளையம், மின்னியாம், உடையார்பாளையம், காடகநல்லி, புளிஞ்சூர், தாளவாடி, குண்டல்பேட்டை வழியாகக் குடகுவரை செல்வார். மீண்டும் முதுமலை, மாயாறு, பவானிசாகர், சத்தியமங்கலம், கடம்பூர், கேர்மாளம், குன்றியம், பர்கூர், போதமலை, கத்திரி மலை, பாலாறு வழியாகச் செங்கப்பாடிக்கு வருவார்.

இப்படி ஒரு நெடும்பயணம் சென்றுவர ஓர் ஆண்டுக்கு மேலாகும். வழி நெடுகிலும் உள்ள ஆண் யானைகள் சுட்டுக் கொல்லப்படும். யானைகளிலிருந்து வெட்டியெடுக்கும் தந்தங்களை வீரப்பன் பதுக்கி வைத்து விடுவார். யானைகள் சுட்டுக்கொல்லப்பட்ட இடத்தில், பொறுப்பிலிருந்த வனத்துறை அதிகாரிகளுக்குக் கவனக்குறைவாக இருந்ததாக குறிப்பாணை (மெமோ) வழங்கப்படலாம். அதன் பின்னர், அவர்கள் பணி மாற்றம் அல்லது பணி நீக்கம் கூடச் செய்யப்படலாம்.

இந்தப் பிரச்சனைகள் எல்லாம் முடிந்து, சூழல் அமைதியான பின்னர் வீரப்பன், அவருடைய தம்பி அர்ஜுனன் இருவரும் கார் அல்லது லாரியை எடுத்துக்கொண்டு போவர். யானைத் தந்தம் பதுக்கி வைத்துள்ள இடங்களுக்குப் பக்கத்தில் உள்ள சாலைகளில் வண்டியை நிறுத்திவிட்டு, காட்டுக்குள் நடந்து போவர். புதைத்து வைத்துள்ள தந்தங்களை எடுத்துக் கொண்டுவந்து, வண்டியில் ஏற்றி கோவை கொண்டுபோய் விற்பனை செய்கின்றனர் என்பதும் தெரிகிறது.

“சின்னத்தம்பிகிட்டே விசாரிச்சதில், ஆசாரி குருநாதன் பல்லடத்தில் இருக்கான். வீரப்பன், குருநாதனைப் பார்க்க அங்கே வருவான்னும் தெரிஞ்சுது. டி.சி.எப். ஸ்ரீநிவாஸ், *DySP M.R.*புஜார் எல்லோரும் பல்லடம் போனோம், ரெண்டுநாள் அங்கேயே தங்கினோம், சில ஆளுங்ககிட்டே விசாரிச்சோம். அங்கே ஒரு டெண்டு சினிமா டாக்கீஸ் இருந்துச்சு. பஸ்ட் ஷோ சினிமாவுக்கு வீரப்பன் வருவான்னு சொன்னாங்க. நாங்க வெளியிலிருந்தே வீரப்பன் வருவான்னு எதிர்பார்த்தோம். குருநாதன் மட்டும் வந்திருந்தான். அவன் உள்ளே போன பின்னால எங்க டீம் உள்ளே போகத் தயாரானது.

அப்போ எனக்கு ஒரு சந்தேகம் வந்துச்சு, இப்போ குருநாதனை நாம புடிச்சுட்டுப் போயிடலாம். ஆனா, சின்னத்தம்பி குருநாதனைக் காட்டிக்கொடுத்த சமாச்சாரம் வீரப்பனுக்குத் தெரிஞ்சுரும். அதுக்குப் பிறகு, சின்னத்தம்பி, ஆசாரி குருநாதன் இரண்டு பேருகிட்டேயுமே வீரப்பன் தொடர்பு வச்சுக்க மாட்டான். இந்தச் சூழ்நிலையில் யாரையுமே பிடிக்கவேண்டாம் சார். வீரப்பன் இருந்தா மட்டுமே உள்ளே போலாம்...:"ன்னு சொன்னேன். டி.சி.எப், *DySP* இரண்டு பேருமே "சரி..."ன்னு சொல்லிட்டாங்க. கைக்கு கெடச்ச குருநாதனையும் விட்டுட்டு வந்துட்டோம்.

அதுக்குப் பிறகு, "சின்னத்தம்பியை என்ன செய்யலா..."ன்னு டி.சி.எப் கேட்டார். "வீரப்பன்கூட ஐம்பது பேர் இருக்காங்க. இவன் மேல கேஸ் போட்டாலும் கூட, வீரப்பன் கும்பலின் யானை வேட்டை நிற்காது. வீரப்பனைப் பிடித்தால் மட்டுமே அது சாத்தியமாகும். இவனை உள்ளே தள்ளிவிட்டால், வீரப்பன் தொடர்பில் உள்ள மற்ற ஆளுங்க நம்முடைய பார்வைக்குச் சிக்கமாட்டாங்க.

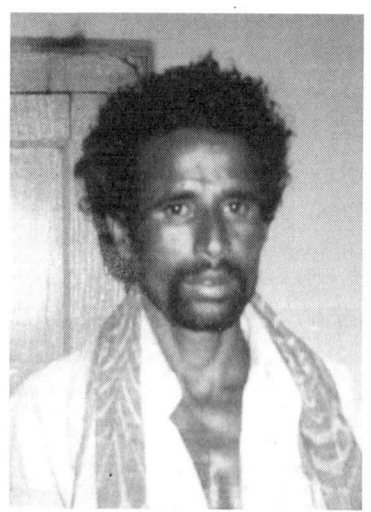

இந்த ஆளும்கூட, கேஸில் சிக்கி உள்ளே போய்விட்டுத் திருகா வெளியே வருவான். வந்ததும், காட்டுக்குள்ளே போவான். அப்புறமா வெளியே வரவேமாட்டான். இப்போதைக்கு கேஸ் எதுவும் போடாமல் விட்டுட்டா, மத்த ஆளுங்க கூட நம்மமேல பயமில்லாமல் எல்லோரும் காட்டைவிட்டு வெளியில வந்து போவாங்க. அதனால, இப்போதைக்கு சின்னத்தம்பியை விட்டுடலாம் சார்..." ன்னு சொன்னேன் என்றார் வாசுதேவமூர்த்தி.

பொரிக்கார சின்னத்தம்பி (பழைய படம்)

வீரப்பனுக்கு உறவினரும், நம்பிக்கைக்குரிய கூட்டாளியும், வீரப்பனை விடவும் வயதில் மூத்தவருமான சின்னத்தம்பியுடன் பேசினேன். "ஆ(யா)னை

பாரஸ்டர் வாசுதேவமூர்த்திதான் ஊட்டுல படுத்திருந்த என்னைப் புடிச்சுட்டுப் போனான். பத்துநாள் ஒரு தாவிலே வெச்சிருந்தாங்க. வெவ்வேறு ஆளுங்களெல்லாம் வந்து வெசாரிச்சாங்க. அதுக்குப் பின்னால, ஒரு நாள் சாயங்காலம் அஞ்சு மணிக்குச் செங்கப்பாடியிலயே கொண்டாந்து உட்டுட்டுப் போயிட்டாங்க.

அப்போ, எம்மேல மூனு ஆ(யா)னையை அடிச்ச கேஸ் இருந்துச்சு. அதுல உள்ளே போட்டுருவாங்களோன்னு நானும் பயந்தேன். உன்மேல இருக்கற ஆனையடிச்ச கேசை எல்லாம் நீ கோர்ட்ல பார்த்து முடிச்சுக்கோன்னு டி.சி.எப். சொல்லீட்டார். அந்த ஆளு நல்ல மனுஷன் தம்பி, உண்மையைச் சொல்லுன்னுதான் சொன்னார். மேல கை வைக்கவே இல்லை" என்கிறார்.

இது நடந்த ஒரு மாதத்துக்குப் பிறகு கூசமாதையன் பாலாற்றுக்கு வருகிறார். அங்கே உணவகம் நடத்தி வந்த கிருஷ்ணனைச் சந்திக்கிறார். கிருஷ்ணனிடம் நாற்பது ஆயிரம் ரூபாய் பணத்தைக் கொடுத்து, "இதை முன் பணமாக வச்சுக்கச் சொல்லு. வாசுதேவமூர்த்திக்கு மாசாமாசம் எவ்வளவு பணம் வேணுமோ அதை எங்கிட்டே வந்து வாங்கிக்க சொல்லு. தேவையில்லாமல் எங்க வழியில் தலையிட வேண்டாம்" என்று விலை பேசுகிறார்.

கிருஷ்ணன்

இதைப்பற்றி கிருஷ்ணன் சொல்வதைக் கேட்போம். "மாதையன் எங்கிட்டே கொடுத்த பணத்தை வாசுதேவமூர்த்திகிட்டே குடுத்தேன். ரொம்ப நேரம் அமைதியா இருந்துட்டு "நான் இந்தப் பணத்தை வாங்கிட்டு யானை வேட்டையைக் கண்டுக்காம இருக்கலாம். நான் வேற ஜாகாவுக்குப் ட்ரான்ஸ்பர் ஆன பின்னால திரும்பவும், இன்னொரு வாசுதேவமூர்த்தி இந்த இடத்துக்கு வருவான்.

அவனையும் கூட கூசமாதையன் சரி பண்ணலாம். அதற்கடுத்து இன்னொருத்தன் வருவான். இப்படியே, இங்கே வரும் எல்லோரையும் மாதையனால சரிக்கட்ட முடியாது. அதனால, எங்களைச் சரி செய்யற வேலையை விட்டுவிட்டு அவன் தம்பியைச் சரி செய்யச்சொல்லு. அதுதான் அவனுக்கும் நல்லது"ன்னு வாசுதேவமூர்த்தி சொல்லிட்டார். கூசமாதையன் எங்கிட்டே குடுத்த பணத்தை அவங்கிட்டேயே திருப்பிக் குடுத்துட்டு, வாசுதேவமூர்த்தி சொன்னதையும் சொல்லிட்டேன்." என்கிறார்.

இதையடுத்து வீரப்பனின் நடவடிக்கைகளை விடாமல் கண்காணிக்க வாசுதேவமூர்த்தி முடிவு செய்தார். மாலை ஆறு மணிக்கு பாலாற்றிலிருந்து காட்டு வழியாக நடப்பார், இரவு பத்து மணிக்குக் கோட்டையூருக்குப் போய் சேர்வார். அங்கிருந்து, ஆத்தூர் செல்லும் வழியில் கோட்டையூர் மாதையனின் உறவினர் பொன்னப்பகவுண்டருக்குச் சொந்தமான ஒரு மெத்தை வீடு உள்ளது. இரவு நேரங்களில் இந்த வீட்டின் மொட்டை மாடியில் வாசுதேவமூர்த்தி தங்குவார்.

பொன்னப்பகவுண்டர் மெத்தை வீடு

செங்கப்பாடி மாரியம்மன் கோயில்

இந்த வீட்டின் மொட்டைமாடியில் இருந்து செங்கப்பாடியைச் சுற்றிலும் உள்ள காடுகளைக் கண்காணிக்க முடியும். மேற்கிலுள்ள மயிலைமலை, தெற்கிலுள்ள நாகமலை, வடக்கிலுள்ள தேன்(ங்)கல் மலை, கிழக்கிலுள்ள கர்ணமலை என நான்கு பக்கத்தில் உள்ள மலைகளிலும் இருந்து ஆள்கள் இறங்குவதைக் கண்காணிக்க முடியும். எந்தப் பக்கமிருந்து இரவு நேரங்களில் பேட்டரி லைட் வெளிச்சம் ஊருக்குள் வருகிறது. ஊருக்குள் எந்தப்பகுதியில் இருந்து லைட் வெளிச்சம் மீண்டும் காட்டுக்குள் போகிறது என்பதை எல்லாம் கவனிப்பார். இதை வைத்தே வீரப்பன் ஆள்கள் காட்டில் இருக்கிறார்களா...? இல்லை ஊருக்குள் இருக்கிறார்களா...? என்பதைப் பற்றிய செய்திகளை டி.சி.எப். ஸ்ரீநிவாஸுக்குச் சொல்லி வந்துள்ளார்.

*****

20

பட்டுச் சட்டையில் வீரப்பன்

டி.சி.எப். ஸ்ரீநிவாஸ், பாரஸ்டர் வாசுதேவமூர்த்தி, கோட்டையூர் மாதையன் மூன்று பேரும் இணைந்து வீரப்பனைப் பிடிக்க முயற்சி செய்து வந்தனர். இந்த முயற்சியின் பலனாக வீரப்பனை நெருங்க முடியாவிட்டாலும், அவருடைய கூட்டாளிகள் பலர் கண்காணிப்புக்கு உள்ளாயினர். வீரப்பன் கூட்டாளிகள் பலரால் ஊரைவிட்டு, வெளியே போக முடியவில்லை. இதற்கு முக்கியக் காரணமாக இருப்பவர் கோட்டையூர் மாதையன். தன்னுடைய அதிகாரத்தைக் கொண்டு, கோட்டையூர் மாதையனைப் பயமுறுத்த முடிவு செய்கிறார் கூசமாதையன்.

கொள்ளேகால் காவல் ஆய்வாளர், மாதேஸ்வரன் மலை ரேஞ்சர் இருவரையும் சந்திக்கிறார். மூன்று பேர் கொண்ட கூட்டணியை உடைக்க, இன்னொரு மூவர் அணி சதித்திட்டம் தீட்டியது. தன்னுடைய ஆள் ஒருவர் மூலமாக இரண்டு யானைத் தந்தங்களைக் கொண்டுபோய் கோட்டையூர் மாதையன் வீட்டில் மறைத்து வைத்துவிட்டு வர கூசமாதையன் ஏற்பாடு செய்கிறார். அடுத்த நாள் மதியம் கோட்டையூர் மாதையன் வீட்டுக்கு போலீஸ் வந்தது.

வீரப்பனின் நெருங்கிய நண்பரான நல்லூர் மாதையன் சொல்வதைக் கேட்போம். "கொள்ளேகால் இன்ஸ்பெக்டர் சோமசேகர ரெட்டி வந்தப்போ கோட்டையூர் மாதையன் ஊட்டுலே இல்ல. எதோ வேலையா செங்கப்பாடிக்கு வந்துட்டான். போலீசார் ஒரு ஆளை அனுப்பி இங்கிருந்து கூட்டிட்டுப் போனாங்க. மாதையனைப் பார்த்ததும், "உன் வீட்டுல ஆனைக் கொம்பு இருக்குதுன்னு எங்களுக்கு இன்பெர்மேஷன் வந்திருக்கு. நீயா கொம்பை எடுத்துக் குடுத்துட்டா நல்லது. இல்ல நாங்க தேடி எடுத்தா உனக்கு நல்லதில்லன்னு" சோமசேகர ரெட்டி மிரட்டினார்.

கோட்டையூர் மாதையனும், "நான் இப்போ ஆனை வேட்டைக்குப் போறதில்லை, எங்கே வேணுன்னாலும் தேடிக்கோங்க. எங்க ஊட்டுல கொம்பு இருக்காது..."ன்னு சொல்லிட்டான்.

ஆனா, கூசமாதையன் கொண்டுபோய் வச்சிருந்த ரெண்டு கொம்பும், குப்பக்குழியில் கெடந்த மொளகா மாருக்குள்ளே இருந்திருக்கு. சோதனை போடற மாதிரி தேடிக்கிட்டுப்போன போலீசார், அந்தக் கொம்பு ரெண்டையும் எடுத்துட்டாங்க. ஆனைக் கொம்பு வச்சிருந்ததாச் சொல்லி கோட்டையூர் மாதையனைப் புடிச்சுட்டும் போயிட்டாங்க.

இந்தக் கேஸில் உள்ளே போன மாதையன் ஒரு மாசம் கழிச்சுத்தான் வெளியே வந்தான். இதெல்லாம் வீரப்பனுக்குத் தெரியாமலே நடந்தது" என்கிறார்

இதைப்பற்றி வாசுதேவமூர்த்தி சொல்லும்போது, "கோட்டையூர் மாதையன் எங்கூடச் சேர்ந்துட்டு வீரப்பனைப் பிடிக்க சப்போர்ட் செஞ்சிட்டு இருந்தார். அப்போ, மாதேஸ்வரன் மலை ரேஞ்சர் ராம்கிருஷ்ணையா, இன்ஸ்பெக்டர் சோமசேகர ரெட்டி ரெண்டுபேரும் வீரப்பனுக்கு ஆதரவா இருந்தாங்க. கிருஷ்ணாங்கிற ஒரு ஆள் மூலமா, அந்த யானைக் கொம்பை கொண்டுபோய், கோட்டையூர் மாதையா வீட்டில வச்சுட்டு வர கூசமாதையன் ஏற்பாடு செஞ்சிருக்கான்.

இதைத் தெரிஞ்சுக்கிட்டே போன இன்ஸ்பெக்டர் அங்கிருந்த யானைக் கொம்பை ரெக்கவர் செஞ்சுட்டார். கோட்டையூர் மாதையனையும் பிடிச்சுட்டார். கையில் விலங்கு மாட்டிக் கொண்டுட்டு வந்து பாலாறு செக்போஸ்டில் வச்சிருந்தாங்க. அப்போ *DySP M.R.*புஜார் சாரும் அங்கே வந்துட்டார்.

என்னைக் கூப்பிட்டு, "இவன் நமக்கு இன்பார்மர்னு சொன்னீங்க. இப்போ இவன் வீட்டில கொம்பு கெடச்சிருக்கு. என்னய்யா நீயும், உங்க டி.சி.எப்.பும் நாடகம் போட்டுட்டு இருக்கீங்களா...?..."ன்னு சொல்லித் திட்டினார்.

என் முன்னாலயே போலீசார் கோட்டையூர் மாதையனை அடிச்சுட்டாங்க, எனக்குத் தலை கெட்டுப்போச்சு. அடுத்தநாள் நான் ஊருக்குள்ளே போயி என்ன நடந்ததுன்னு விசாரிச்சேன்.

அப்போத்தான் இந்த நாடகம் முழுசாத் தெரிஞ்சுது. உடனே நான் டி.சி.எப். ஸ்ரீநிவாஸ் சாரைப் பார்த்துச் சொன்னேன், அவர் உண்மையைப் புரிஞ்சிட்டார். அதுக்குப் பிறகுதான் *DySP M.R.* புஜாரர்சாருக்கும் உண்மை தெரிஞ்சுது. அடுத்து, கூசமாதையன் ஆத்தூர் பொன்னுசாமி என்ற ஒரு ஆள் மூலம் என் மேலயும் ஒரு பொய் கேஸ் குடுக்க வச்சான். அப்போத்தான் போலீஸ் & பாரஸ்ட் டிபார்ட்மெண்ட்டில் வீரப்பனுக்கு உள்ள செல்வாக்கு தெரிஞ்சுது.

எம்.ஜி, நாயக் என்ற ஒருத்தன் வீரப்பனோட சுத்திக்கிட்டு இருக்கான், அவனும் வீரப்பனோட யானை வேட்டைக்கு போறான்னு தெருஞ்சுது. அவனைப் புடுச்சு விசாரிக்கலான்னு ஒருநாள் அவனுடைய வீட்டுக்குப் போனேன். “ஐயோ, ஐயோ...”ன்னு சத்தம் போட்டு ஊரையே கூட்டிட்டான். நெறையா ஜனங்க திரண்டு வந்துட்டாங்க, “இவங்கிட்டே சில இன்பெர்மேஷன் விசாரிக்க வேண்டியிருக்கு, பங்களாவுக்கு கூட்டிட்டுப் போனதும் விட்டிருவேன்”னு சொன்னேன்.

அப்போ திம்மராய செட்டியார், ஊர் பெரிய மனுஷங்க எல்லாரும் வந்துட்டாங்க, ஊர்க்கவுண்டர் சத்திவேல் என்பவர் “என்னுடைய வீட்டுக்குள்ளே கூட்டிட்டுப் போயி எவ்வளவு நேரம்னாலும் விசாரியுங்க, ஆனா ஆள இங்கிருந்து அனுப்ப மாட்டோம்”ன்னு சொல்லிட்டாங்க.

நானும் யோசனை பண்ணினேன், “இல்லேப்பா நான் இவன்கிட்டே என்னத்தை விசாரிக்கப்போறேன். டி.சி.எப். சாய்ப்ரு தான் விசாரிக்கணுன்னு சொன்னார். நாளா நாளைக்கு மதியம் பாலாறு பங்களாவுக்கு வந்திரு, அவரையும் வரச் சொல்லறேன். உன்னை விசாரிச்சிட்டு அனுப்பிடுவார்”ன்னு சொல்லிட்டு வந்தேன்.

அதே மாதிரி, அடுத்தநாள் பங்களாவுக்கு அவனே வந்தான். உள்ளே வச்சு விசாரிச்சேன். எனக்கு ஒண்ணுமே தெரியாதுன்னு சொன்னான். கதவை மூடிட்டு, என்னுடைய பாணியில் விசாரிச்சேன். பிறகுதான் உண்மையைச் சொன்னான்.

அதே மாதிரி, வெங்கடாச்சலம் என்ற எலக்ட்ரீஷியன் இருந்தான், வீரப்பன் ஆளுங்க ஊருக்குள்ளே வரும்போது ட்ரான்ஸ்பார்மரில் சுவிட்ச் ஆப் பண்ணிடுவான்.

வேலையெல்லாம் முடுச்சுட்டு வீரப்பன் ஆளுங்க காட்டுக்குள்ளே போன பின்னாலே சுவிட்ச் ஆன் பண்ணுவான். அவனையும், ஒரு நாள் பாலாறு பங்களாவில் வச்சு வெளுத்து எடுத்தேன்.

அப்போத்தான் வீரப்பனுக்கு முதுகெலும்பாக இருந்து கூசமாதையனே எல்லா வேலையும் செய்யறான். இந்த ஆள் மேல கை வைக்காமே வீரப்பனைப் பிடிக்க முடியாதுன்னு தெருஞ்சுது. அப்படியே கொஞ்சம் மெதுவாகவே எங்க நெட்வொர்க் வேலைகளை பண்ணிகிட்டே இருந்தோம், அப்போத்தான் கோட்டையூரில் ஒரு பங்க்ஷன் நடந்துச்சு. அதுக்கு வீரப்பன் வருவான்னு இன்பெர்மேஷன் கெடச்சுது, அங்கே வீரப்பனைத் தூக்கத் தயாரானோம்" என்றார்.

வீரப்பனின் நெருங்கிய உறவினர் கோட்டைக்காடு வீரப்பகவுண்டர் மகன் குப்புசாமி, இவருடைய மகள் பூப்பெய்தினார். இந்தப் பெண்ணுக்கு மஞ்சள் நீராட்டு விழாவும், தாய் மாமன் வகை உறவினர் சீர் வழங்கும் நிகழ்ச்சியும் நடத்த ஏற்பாடு செய்யப்பட்டிருந்தது. இந்தப் பகுதியில் இதுபோன்ற நிகழ்ச்சிகள் பெரும்பாலும் இரவு நேரங்களில் நடக்கும்.

1986 ஆம் ஆண்டு, தை மாதத்தில் இந்தச் சீர் நிகழ்ச்சி நடந்தது. இந்த நிகழ்ச்சிக்கு வீரப்பனும் வர முடிவு செய்துள்ளார். இதைப்பற்றிய விவரங்களை வாசுதேவமூர்த்தி முன்கூட்டியே தெரிந்து கொள்கிறார்.

கோட்டைக்காடு குப்புசாமி வீட்டுக்குப் போகும் வழி, அந்த வீட்டுக்கு வீரப்பன் ஆள்கள் எங்கிருந்து வருவார்கள், எப்படித் திரும்பிப் போவார்கள் என்ற விவரங்களை எல்லாம் வாசுதேவமூர்த்தி விசாரித்து டி.சி.எப்.ஸ்ரீநிவாஸுக்குச் சொல்கிறார்.

சீர் நடக்கும் நாளன்று சாயங்காலம் நான்கு மணிக்கே டி.சி.எப்.ஸ்ரீநிவாஸ் பாலாறு வந்தார். பாரஸ்டர் வாசுதேவமூர்த்தி, வாட்சர்கள் மாதேவா, புட்டா என மூவரையும் கூட்டிக்கொண்டு பாலாற்றிலிருந்து நடந்தே செங்கப்பாடிக்குச் சென்றனர். இரவு எட்டு மணிக்கு ஊருக்குக் கிழக்கிலுள்ள ஏகிலி மேடு என்ற ஒரு சிறிய கரட்டின் மீது ஏறி உட்கார்ந்தனர்.

இதற்கு முன்பாக வனத்துறை அதிகாரிகள் யாருமே வீரப்பனைப் பார்த்ததில்லை, இந்தச் சீர் நிகழ்ச்சிக்குப் போவதற்காக வீரப்பன் பட்டுவேட்டி, சட்டை வாங்கி வைத்துள்ளார் என்பது மட்டும் வாசுதேவமூர்த்திக்குத் தெரியும்.

இரவு நேரமானாலும், நிலா வெளிச்சம் பளிச்சென்று இருந்தது. அங்கிருந்து பார்த்தால், செங்கப்பாடியில் இருந்து கோட்டையூர் போகும் வழியிலிருந்த குப்புசாமியின் வீட்டுக்கு ஆள்கள் போவது, வருவது எல்லாமே தெரிந்தது. ஆனால், ஆள் யார் என்பதைச் சரியாக அடையாளம் காண முடியவில்லை. புதுப்பட்டு வேட்டி, சட்டையுடன் சீருக்கு வரும் வீரப்பனுக்காக நால்வரும் காத்திருந்தனர்.

சீர் நடப்பதற்கு ஒருவாரம் முன்பாகவே வீரப்பனுக்குப் பட்டு வேட்டி, சட்டையெல்லாம் வந்து சேர்ந்தன. அப்போது, வீரப்பனை விடவும் வயதில் மூத்தவரான பொரிக்காரரர் வீட்டு சின்னத்தம்பியும் அங்கே இருந்தார்.

“ஏன்டா மொழுக்கா, நீ மட்டும் பட்டு வேட்டி, சட்டையில சீருக்குப் போவே. உன் கூடவே சுத்திக்கிட்டு இருக்கிற நாங்களெல்லாம் கோ(வ)மணத்தைக் கட்டிக்கிட்டா போறதுன்னு...?” கொஞ்சம் காட்டமாகக் கேட்கிறார்.

சின்னத்தம்பி இப்படிக் கேட்டது ஒரு வகையில் நியாயமானது என்று வீரப்பனும் உணர்ந்தார். அப்போது தன்னுடன் இருந்த கூட்டாளிகள் 25 பேருக்கும் பட்டு வேட்டியும், சட்டையும் எடுத்துக் கொடுக்க முடிவு செய்தார்.

அடுத்தநாளே, தருமபுரியில் இருந்து பட்டு வேட்டி, சட்டைகள் வந்து சேர்ந்தன. இதைக் குப்புசாமி வீட்டுச் சீருக்குப்போகும் எல்லோருக்கும் கொடுக்கிறார்.

புதுப்பட்டு வேட்டி, சட்டையுடன் வீரப்பன் மட்டுமே வருவார், இந்த ஓர் அடையாளத்தை வைத்தே வீரப்பனைப் பிடிக்கலாம் என்ற எண்ணத்தில் வாசுதேவமூர்த்தி காத்துக் கொண்டிருக்கிறார். வீரப்பன் தன்னுடைய கூட்டாளிகள் 25 பேருக்கும் பட்டு வேட்டி, சட்டை எடுத்துக்கொடுத்த சமாச்சாரம் அவருக்குத் தெரியாது.

செங்கப்பாடி, மந்தக்கொரை, செங்கப்பாடிபுதூர், ஆத்தூர் எனப் பல இடங்களிலிருந்து புதுப்பட்டு வேட்டி, சட்டையுடன் பலர் சீர் வீட்டுக்கு வந்து கொண்டிருந்தனர். வாசுதேவமூர்த்திக்கு எதிர்பாராத குழப்பம். ஒரே மாதிரி பட்டு வேட்டி, சட்டையோடு வந்த பலரில் யார் வீரப்பன் என்பதை அவரால் கணிக்க முடியவில்லை. வீரப்பன் வந்து விட்டான் என்பதைத் எப்படித் தெரிந்து கொள்வது என்று குழம்பினார். வீரப்பன்கூட எப்பவுமே பத்து பேராவது இருப்பாங்க என்று கோட்டையூர் மாதையன் சொன்னது நினைவுக்கு வந்தது.

இதைப் பற்றி வாசுதேவமூர்த்தி சொல்லும்போது "இரவு பத்து மணிக்கும் மேல ஆயிடுச்சு, செங்கப்பாடிப் பக்கமிருந்து அஞ்சு, ஆறு பேர் வந்தாங்க. பட்டு வேட்டி, பட்டுச் சட்டைதான் போட்டிருந்தாங்க. அந்த ஆளுங்க முன்னாலயும், பின்னாலயும் கொஞ்சம் பேர் நடந்து போனாங்க. அவங்க யாருன்னு தெரிஞ்சுக்க முடியல.

கையிலே துப்பாக்கி இருந்துச்சானும் பார்க்க முடியல. எல்லோருமே ஆத்தூர் ரோட்டில போயி, தெற்குப் பக்கமாகத் திரும்பி குப்புசாமி வீட்டுக்குப் போனாங்க. அவங்க பேச்சுச் சத்தம் எல்லாம் ஜோரா இருந்துச்சு.

இதையெல்லாம் பார்த்துட்டு வீரப்பனும் இந்த டீமில் இருப்பான்னு டி.சி.எப் சார் சொன்னார். "இல்ல சார், வீரப்பன் அங்கே வந்ததும் எனக்கு சிக்னல் வரும் சார்..."ன்னு சொன்னேன்.

"என்ன சிக்னல்....?"னு கேட்டார். நாலு சின்னப்பசங்க சீர் வீட்டிலிருந்து வெளியே வருவாங்க. இந்தக் பக்கம் வந்து நின்று எனக்கு சிக்னல் கொடுப்பாங்க சார். நாம் அதுக்குப் பிறகு அந்த வீட்டுக்குப் போலான்னு" சொன்னேன் என்கிறார்.

புட்டன்

எதிலுமே, வேகமாக இருக்கும் டி.சி.எப்.ஸ்ரீநிவாஸ் அவர்களால் அந்த இடத்தில் அமைதியாக

இருக்க முடியவில்லை. "ஏன்றி விளையாட்டு பசங்களையா இன்பார்மரா வச்சிருக்கிறே..." என வாசுதேவமூர்த்தியைக் கண்டிக்கிறார். இதையடுத்து வாசுதேவமூர்த்தியும் அமைதியானார். "டைம் பத்து மணிக்கு மேல ஆயிட்டுது. எல்லோரும் சாப்பிடும் நேரம். இந்நேரம் வீரப்பனும் வந்திருப்பான். போகலாம் வாங்க..." என்கிறார்.

துப்பாக்கியைத் தூக்கிக்கொண்டு நால்வரும் மக்காச்சோளம் பயிர் செய்யப்பட்டிருந்த வயல்களின் வழியாகச் சீர் நடக்கும் குப்புசாமி வீட்டின் பின்பக்கம் சென்றனர்.

ஆண்கள், பெண்கள், குழந்தைகள் என நூறு பேருக்கும் அதிகமானோர் சீர் வீட்டில் கூடியிருந்தனர், அத்தனை பேரையும் சுற்றி வளைத்தனர்.

துப்பாக்கியுடன் வந்த வனத்துறை அதிகாரிகளைப் பார்த்ததும் அங்கிருந்த எல்லோருமே பதற்றமடைந்தனர். பெண்கள் "அய்யோ, அம்மா...." என சத்தம் போட்டனர். சீர் வீட்டில் பரப்பரப்பும், பதற்றமும் தொற்றிக் கொண்டன.

வீரப்பன், தம்பி அர்ஜுனனுடன் அவரது கூட்டாளிகள் இருபது பேரும் அங்கே இருந்தனர்.

******

21

பாதியில் நின்ற மஞ்சள் நீராட்டு விழா

வீரப்பனுடன் தொடர்பே இல்லாதவர்கள்கூட சீர் வீட்டில் இருக்கப் பயந்தனர். வீரப்பன் ஆள்கள் இருக்கும் இந்த இடத்தில் நாம் இருக்கக்கூடாது. இதனால், எதிர்காலத்தில் நமக்குப் பிரச்சனை வரும் என்று நினைத்தனர். குப்புசாமியின் வீட்டைச் சுற்றியிருந்த கம்பி வேலியை எம்பிக் குதித்து, இருட்டுக்குள் ஓடி மறைந்தனர்.

டி.சி.எப். ஸ்ரீநிவாஸ், வாசுதேவமூர்த்தி உள்ளிட்ட யாருமே வீரப்பனையும், அவரது கூட்டாளிகளையும் பார்த்ததில்லை. அதனால், தப்பி ஓடுவது யார் என்று தெரியாது. யார், யார் தப்பி ஓடினர்? யார் இருக்கின்றனர்? என்பதை அவர்களால் கண்டுபிடிக்க முடியவில்லை. ஒவ்வொருவராக பெயரைக் கேட்டே பிடித்தனர். வீரப்பனுடன் தொடர்பு உடையவர்கள் என வாசுதேவமூர்த்தி சிலருடைய பெயர்களைத் தெரிந்து வைத்திருந்தார்.

அந்தப் பெயரில் இருந்த டி.பி.பெருமாள், முனியன், தாவுநாயக், குழந்தைப்பையன் என நால்வரையும் பிடித்தனர். இதைப் பார்த்து சீர் நிகழ்ச்சிக்கு வந்திருந்த பெண்கள் வனத்துறை அதிகாரிகளுடன் வாக்குவாதம் செய்தனர். "சீர் நடக்கும் நல்ல நேரத்தில் இப்படிச் செய்வது நியாயமா...?" என்று கேள்வி கேட்டனர்.

பாரஸ்டர் வாசுதேவமூர்த்தியை அங்கிருந்த சிலருக்குத் தெரியும், அவர்தான் முன்னால் வந்து நின்று பேசினார். "உங்க வீட்டுக்காரங்களை நாங்க ஒன்றும் செய்யப் போவதில்லை. ஒரு மணி நேரம் பங்களாவுலே வச்சு விசாரிச்சுட்டு விட்டுட்டுப் போயிருவோம்" என்றார்.

இதற்கு முன்பாகவே, சாம்ராஜ்நகர் *DySP*எம்.ஆர். புஜார் தலைமையில் இருபது போலீசார் பாலாறு வந்திருந்தனர், அவர்களும் சரியான நேரத்திற்கு குப்புசாமி வீட்டுக்கு

வந்து சேர்ந்தனர். டி.சி.எப்.ஸ்ரீநிவாஸ் பிடித்து வைத்திருந்த நால்வரையும் புஜார் தன்னுடைய பொறுப்பில் வாங்கினார், அவர்களிடம் விசாரணை நடத்தினார்.

இந்தச் சீர் நிகழ்ச்சிக்கு வீரப்பன், அர்ஜுனன் இவர்களின் கூட்டாளிகள் எல்லோருமே வந்துள்ளனர். வனத்துறை அதிகாரிகளைப் பார்த்ததும் தப்பியோடி விட்டனர் என்பதும் விசாரணையில் தெரிந்தன.

டி.சி.எப்.ஸ்ரீநிவாஸ், எம்.ஆர்.புஜார் இருவரும் வீரப்பனைப் பிடிக்கவேண்டும் என்ற நோக்கத்தில் இரண்டு ஆண்டுகளாகக் கடும் முயற்சி மேற்கொண்டு வந்தனர். ஊருக்குள் யாருமே போலீசாருக்கு ஒத்துழைப்புக் கொடுக்கவில்லை.

அதே நேரத்தில், வீரப்பனுக்கு ஆதரவாக இருக்கின்றனர். ஊர்மக்கள் எல்லோருக்குமே வீரப்பனைப் பற்றி எல்லா செய்திகளும் தெரிந்துள்ளது. ஊரில் நடக்கும் எல்லா விசேஷத்திலும் வீரப்பன் கலந்து கொள்கிறார்.

ஆனால், போலீசால் அவரைப் பிடிக்க முடியவில்லை. ஊர்மக்கள் எல்லோருமே போலீசாருக்கு எதிராக உள்ளனர். துடிப்புமிக்க இளம் காவல்துறை அதிகாரியாக இருந்த எம்.ஆர். புஜாரால் இதை ஏற்றுக்கொள்ள முடியவில்லை. அவருக்குத் தன்மானப் பிரச்சனை தலை தூக்கியது.

குப்புசாமியின் வீட்டில் வேறு யாரும் பதுங்கியிருக்கலாம் என்ற சந்தேகத்துடன் உள்ளே போனார், ஒவ்வோர் இடமாகப் பார்த்துக்கொண்டே வந்தார். குப்புசாமி வீட்டுக் கதவின் பின்பக்கம் ஒரு பழைய நாட்டுத் துப்பாக்கி தொங்கியது. அதைப் பார்த்த புஜார், "என்ன இது...?" என்று குப்புசாமியிடம் கேட்கிறார்.

"இது எங்க அப்பன், தாத்தன் காலத்திலிருந்து வெச்சிருக்கிற பழைய துப்பாக்கிங்க சாமி..." என்றார்.

"லைசென்ஸ் இருக்கா...?"

"இல்லைங்க சாமி...".

"சரி... இந்த ஆளையும் வண்டியில் ஏத்துங்க..." என்கிறார்.

பாரஸ்டர் வாசுதேவமூர்த்தி உள்ளிட்ட யார் சொன்ன

சமாதானமும் எடுபடவில்லை. குப்புசாமியும் கைது செய்யப்படுகிறார்.

இந்த நேரத்தில், போலீசார் வந்துள்ள செய்தியறிந்த வீரப்பனின் அண்ணன் கூசமாதையனும் சீர் வீட்டுக்கு வருகிறார். சீர் வீட்டில் புகுந்து ஆள்களைக் கைது செய்த அதிகாரிகள் மீது கோபத்திலிருந்த மக்களைத் தூண்டி விடுகிறார். வீட்டைச் சுற்றிலும் இருந்த சோளக்காட்டுக்குள் இருந்து கல்வீச்சு தொடங்கியது. வனத்துறை, காவல்துறை அதிகாரிகள் கல்லடித் தாக்குதலுக்கு உள்ளாகின்றர்.

பிரச்சனை அதிகமாகும் என்பதை உணர்ந்த வாசுதேவமூர்த்தி டி.சி.எப். ஸ்ரீநிவாஸ், புஜார் அவர்கள் கைது செய்த ஐந்து பேரையும், ஜீப்பில் ஏற்றி அனுப்புகிறார். போலீசாரைக் கூட்டிக்கொண்டு நடந்தார். பின்னால் துரத்திக்கொண்டு வந்தவர்கள், போலீசாரைக் கல்லால் அடித்தனர். இதில் நான்கைந்து போலீசாருக்கு லேசான காயம். அவர்களைக் கூட்டிக் கொண்டுபோக, போலீஸ் ஜீப் திரும்ப வந்தது. ஜீப் மீதும் சரமாரியான கல்வீச்சு நடந்தது.

சீரும் சிறப்புமாக நடைபெற்றுக் கொண்டிருந்த குப்புசாமியின் வீட்டுச் சீர் நிகழ்ச்சி பாதியில் நின்றது. வந்தவர்களை வரவேற்று, உறவினர்களுக்கு விருந்து கொடுத்து அனுப்பவேண்டிய குப்புசாமி உள்ளே போனார்.

இந்தச் சீர் பாதியில் நின்றுபோனதன் விளைவுதான், செங்கப்பாடியின் சீரழிவுக்கான தொடக்கமாக அமைந்தது.

குப்புசாமி உறவினர்களிடம் கல்லடி வாங்கிய DySP எம்.ஆர்.புஜார், இராமாபுரம் காவல் நிலையத்திற்குச் சென்றார், கைதுசெய்து கொண்டு போன ஐந்து பேரையும் உள்ளே வைக்கிறார். வயர்லெஸ் மூலம் மைசூர் எஸ்.பி.யைத் தொடர்பு கொண்டு, செங்கப்பாடியில் நடந்ததைச் சொன்னார். போலீசார் மீது தாக்குதல் நடத்தியவர்களைக் கைது செய்யச் சொன்ன எஸ்.பி., கூடுதலாக ஐம்பது போலீசாரை அனுப்புகிறார்.

மறுநாள் விடியற்காலை நான்கு மணிக்கே, எம்.ஆர்.புஜார் மீண்டும் செங்கப்பாடிக்கு வந்தார். வனத்துறை, காவல்துறையின் கூட்டு நடவடிக்கையில் நாற்பது பேர் கைது செய்யப்பட்டனர்.

இதைப்பற்றி வாசுதேவமூர்த்தி சொல்வதைக் கேட்போம்.

"விடியற்காலை நேரம். பாலாற்றிலிருந்து பத்து வண்டியில் போலீசாரோட போனோம். எங்களுக்குச் சந்தேகம் இருந்த ஆளுங்க எல்லோரையும் புடிச்சுட்டோம். செங்கப்பாடி அணைக்கு மேலே இருக்கும் பங்களாவில் கொண்டுவந்து வச்சு விசாரிச்சோம். போலீசார் குடுத்த அடியைப் பார்க்க விரும்பாத டி.சி.எப். ஸ்ரீநிவாஸ் சார் வெளியே போயிட்டார்.

நாங்க விசாரிச்ச ஆளுங்க எல்லோருமே "கூசமாதையன்தான் எல்லாத்துக்கும் காரணம்"ன்னு சொன்னாங்க. கூசமாதையன் வீட்டுக்குப் போகாம, வேற எங்கேயோ தலைமறைவா இருக்கான்னும் தெரிஞ்சுது. கொஞ்சநேரத்தில், நடராஜ முதலியார் வாழைத்தோட்டத்தில் பதுங்கியிருக்கான்னு சொன்னாங்க. போலீஸ் போர்சைக் கூட்டிட்டு அங்கே போனோம்.

இப்போத்தான் கூசமாதையன் வீட்டுக்குப் போறான், வீரப்பன் கூடவே இருக்கும் முக்கியமான ஆளுங்க எல்லோருமே மயிலைமலைக்குப் போயிட்டாங்க. அர்ஜுனன் மட்டுந்தான் வீட்டுல இருக்கான்னும் தெரிஞ்சுது. இதை டி.சி.எப்.ஸ்ரீநிவாஸ் சார்கிட்டே சொல்லிட்டு, கொஞ்சம் அலார்ட்டா போவோம் சார்ன்னு சொன்னேன்.

உடனே, என் ரைபிளில் இருந்த தோட்டாவை அன் லோடு பண்ணச் சொன்னார். "இல்ல சார், அர்ஜுனன் வீட்டுல இருக்கான். ரைபிள் பயர் பொசிஷனில் இருக்கட்டும்"ன்னு சொன்னேன்.

"வேண்டாம், தோட்டாவை எடு"ன்னு சொல்லிட்டார். ரைபிளில் இருந்த தோட்டாவை எடுத்து, பையில் போட்டுட்டுத்தான் வீரப்பன் வீட்டுக்குப் போனோம்.

வீட்டுக்குப் பக்கமா போகும்போதே அர்ஜுனன், கோவிந்தப்பாடியான் சின்னராஜ் ரெண்டுபேரும் வீட்டிலிருந்து தப்பிக் காட்டுக்குள்ளே ஓடிட்டாங்க.

கூசமாதையன் வாசலில் உட்கார்ந்து ஆயில் பாத் எடுத்திட்டு இருந்தான். எங்களைப் பார்த்ததும், எழுந்து வந்து "எல்லோருக்கும் வணக்கம், வாங்க சாமின்னு..." சொன்னான்.

செங்கப்பாடி வனத்துறை அலுவலகம்

தன்னுடைய வயிற்றில் ஒட்டுக்குடல் ஆபரேஷன் செஞ்சிருக்கு, கை ஒடுஞ்சு போயி ஆபரேஷன் நடந்திருக்கு. என்னால எந்த வேலையும் செய்ய முடியாது சாமி..."ன்னான்.

"உன் தம்பி எங்கே...?"ன்னு புஜார் கேட்டார்.

"அந்த நாயைப் பார்த்து பல வருஷம் ஆச்சு சாமி. கேரளா காட்டுப்பக்கம் போயிட்டான்னு, அவன்கூட இருந்த பசங்க வந்து சொன்னாங்க. அவன் வந்தாலும், நான் வீட்டுக்குள்ளே விடமாட்டேன் சாமி.."ன்னு சொன்னான்.

"அர்ஜுனன் எங்கே போயிருக்கான், அவனும் மொழுக்கனோடதானே இருக்கான். நேற்றைக்கு நடந்த சீர் நிகழ்ச்சிக்கு உன் தம்பி வந்திருந்தான் தானே"ன்னு கேட்டார்.

"எனக்குத் தெரியாதுங்க சாமி, அந்த நாயி செய்யற வேலையப் பார்த்தா எனக்கு அவமானமா இருக்குது. நாலுபேர் கேட்கிற கேள்விக்குப் பதில் சொல்ல முடியறதில்ல. அதுக்குப் பயந்துகிட்டு, நான் ஊருக்குள்ளேயே போறதில்லை"ன்னு சொன்னான்.

"இப்போ, உன் வீட்டுக்குள்ளே இருந்து தப்பிப்போனது யாரு...?"ன்னு புஜார் சார் கேட்டார்.

“தலையில நல்லெண்ணெய் பூசிருக்கேன். கண்ணெல்லாம் எண்ணெயா இருந்துச்சு. யார் இங்கிருந்து போனாங்கன்னு நான் கவனிக்கலைங்க சாமி...”ன்னான்.

“யானை வேட்டையை விட்டுட்டு ஊருக்குள்ளே வந்து நல்லபடியா இருக்கச் சொல்லி, உன் தம்பிக்குப் புத்திமதி சொல்லமாட்டியா...”? ன்னும் புஜார் சார் கேட்டார்.

“எங்க சாமி நான் சொன்னாக் கேக்கிறான். நீங்க அவனைப் புடிச்சுட்டு வந்து என்கிட்டே குடுங்க சாமி. என்ன புத்திமதி சொல்லணுமோ எல்லாம் சொல்லறேன்.”ன்னு சொன்னான்.

கூசமாதையன் இப்படிச் சொன்னதைக் கேட்ட பிறகுதான், இவனையும் கூட்டிட்டு வாங்கன்னு...” *M.R.*புஜார் சார் சொன்னார். “சட்டை, வேட்டியை போட்டிட்டு வாரேன் சாமி...” ன்னான்.

“வேண்டாம், உனக்குச் சட்டை, வேட்டியெல்லாம் நாங்களே குடுக்கறோம், போலாம் வா...”ன்னு சொன்னவர், இவனைத் தூக்கிட்டு வாங்கன்னு கான்ஸ்டபில்ஸ் பக்கம் கண் காட்டிட்டுப் போனார்.

கொஞ்சதூரம் நடக்கவச்சுக் கூட்டிட்டுப் போனோம். போகும்போதே, கூடவந்த போலீசார்கிட்டே *DySP* சிக்னல் குடுத்துட்டார்” என்கிறார் வாசுதேவமூர்த்தி.

உயர் அதிகாரியிடம் இருந்து வந்த உத்தரவைத் தொடர்ந்து கூசமாதையனின் கைகள் இரண்டும் பின்பக்கமாக கட்டப்படுகின்றன. கழுத்தில் துண்டைப்போட்டு, ஒரு காவலர் பிடித்துக் கொள்கிறார்.

காலில் செருப்பும், இடுப்பில் வேட்டியும் இல்லாத நிலையிலயே அவருடைய வீட்டில் இருந்து ஒரு கிலோமீட்டர் தூரத்திலுள்ள செங்கப்பாடி பள்ளிக்கூடம்வரை இழுத்து வரப்படுகிறார். வரும்போது வழி நெடுகிலும், கூசமாதையனைப் போலீசார் அடித்துக்கொண்டே வந்தனர்.

செங்கப்பாடிபுதூர் பக்கம் தாழ்த்தப்பட்டோர் குடியிருப்பு உள்ளது. இந்தப் பகுதியில் வசித்த மக்கள் எல்லோரும் போலீசார் வருவதைப் பார்க்க ரோட்டுக்கு வந்தனர்.

அந்த மக்கள் முன்பாகவே கூசமாதையனைப் போலீசார் அடித்து, இழுத்துக்கொண்டு சென்றுள்ளனர். செங்கப்பாடி பள்ளிக்கூடத்துக்குப் பக்கத்தில் பொதுமக்கள் கூட்டம் இருந்தது. அந்த இடத்திலும், போலீசார் கூசமாதையனைத் துவைத்துக் காயப்போட்டுள்ளனர்.

ஊருக்குள் பெரிய மனிதனாக வளர்ந்து வந்து கொண்டிருந்த மாதையனுக்கு இருந்த மரியாதை சுத்தமாகப் போனது. வீரப்பன் குடும்பத்துக்கு ஆதரவாக இருந்தால், நமக்கும் இதுபோல நடக்கும் என ஊர்மக்கள் பயப்பட்டனர். சீர் வீட்டில் நடந்த நிகழ்வு, வீரப்பன் மனதில் ஆறாத வடுவானது. இதற்குக் காரணமாக இருந்த பாரஸ்டர் வாசுதேவமூர்த்தி, டி.சி.எப் ஸ்ரீநிவாஸ் இருவரையும் கொல்லப்போவதாக வீரப்பன் அப்போதே முடிவு செய்கிறார்.

ஏற்கனவே பிடித்து வைத்திருந்த நாற்பதுக்கும் மேற்பட்டவர்களுடன் கூசமாதையனும் சேர்க்கப்படுகிறார். எல்லோரும் இராமாபுரம் காவல் நிலையத்துக்குக் கொண்டு செல்லப்பட்டனர். அங்கிருந்த ஐந்துபேருடன் சேர்த்து, பூதிபடுகா கண்ணாடி மாளிகையில் சிறை வைக்கப்பட்டனர். வீரப்பனுடன் நேரடியாகத் தொடர்புடையவர்கள் கூசமாதையன், தாவுநாயக், டி.பி.பெருமாள், முனியன், கொளந்தப்பையன் ஐந்து பேர் மட்டுமே. இவங்களைத் தவிர மற்றவர்களை விட்டுவிடலாம் என்று வாசுதேவமூர்த்தி சொல்கிறார்.

நான்கு நாள்கள் நடந்த முதல் கட்ட விசாரணைக்குப் பின், குப்புசாமி உள்ளிட்ட இருபது பேர் விடுதலை செய்யப் படுகின்றனர். அடுத்து பத்து பேர், அதற்கடுத்து பத்து பேர் என வழக்குப் போடாமல் எல்லோரும் விடுதலை செய்யப்பட்டனர்.

வீரப்பனின் அண்ணன் கூசமாதையன், பெருமாள், முனியன் இந்த மூவரும் காட்டுக்குள் போவதில்லை. தாவு நாயக், கொளந்தைப்பையன் இருவரும் வீரப்பனுடன் யானை வேட்டைக்குப் போனவர்கள் என்பது தெரிகிறது.

அவர்களிடம் விசாரித்ததில், "வீரப்பனுடன் இருக்கும் எல்லோரும் சேர்ந்துதான் யானையை அடிப்போம், தந்தத்தை வெட்டி எடுப்போம். ஆனால் அந்த தந்தத்தைப் பதுக்கி

வைக்குமிடம் மட்டும், வீரப்பனைத் தவிர வேறு யாருக்கும் தெரியாது" என்றனர்.

இருபது நாள் வைத்து விசாரித்தபோதும், வீரப்பன் பதுக்கி வைத்திருந்த ஒரு தந்தத்தைக் கூட போலீசாரால் கைப்பற்ற முடியவில்லை. வியாபாரத் தொடர்புகளையும் தெரிந்துகொள்ள முடியவில்லை. ஐந்து பேரையும் முறைப்படி கைதுசெய்து, நீண்டநாள்கள் சிறையில் வைக்கப் போதிய ஆதாரமுமில்லை.

இவர்களை இப்படியே விட்டால், சிறைக்குப் போன மறுநாளே, வெளியே வந்துவிடுவர். மீண்டும் வீரப்பனுடன் சேர்ந்து, யானை வேட்டைக்குப் போவர். கூசமாதையன் பல வகையிலும் வீரப்பனுக்கு உதவியாக இருப்பவர். இவரையும் கொஞ்சநாள் உள்ளே வைத்தால் மட்டுமே மற்றவர்கள் வீரப்பனுடன் சேர்வதற்கு பயப்படுவர் என டி.சி.எப். ஸ்ரீநிவாஸ் நினைத்தார். அதற்கான வேலையைத் தொடங்கினார்.

காட்டிலிருந்த யானைகளைப் பாதுகாக்கவேண்டும் என்ற எண்ணமே, அவருடைய உயிருக்கு எமனாக அமைந்தது.

*****

22

கூசமாதையன் கைது

வீரப்பன் காட்டுக்குள் இருந்தாலும், ஊரில் நடக்கும் எல்லாச் செய்திகளையும் தெரிந்து கொள்வார். வியாபாரம், போலீஸ், வனத்துறை அதிகாரிகளைச் சரிகட்டுதல், வக்கீல் வைத்து வழக்கு நடத்துவது என அனைத்து வேலைகளுக்கும் தனித்தனியே ஆள் வைத்திருப்பார். உள்ளூர் பிரமுகர்கள் திம்மராய செட்டியார், நடராஜ முதலியார் இருவரும் வீரப்பனின் வெளியுலகத் தொடர்பாளர்கள்.

டி.சி.எப்.ஸ்ரீநிவாஸ் பிடித்துக் கொண்டுபோன கூசமாதையன் உள்ளிட்ட ஐந்துபேரும், ஒரு மாதம் கழித்தும் திரும்பி வரவில்லை. அதனால் செட்டியாரும், முதலியாரும் தங்களுக்குத் தெரிந்த அதிகாரிகள் மூலம் விசாரித்தனர். கொள்ளேகால், மைசூர் சிறைகளிலும் தேடிப் பார்த்தனர்.

அப்போதைய அனூர் தொகுதி காங்கிரஸ் சட்டமன்ற உறுப்பினர் ராஜூ கவுடாவும், காவல்துறை அதிகாரிகளிடம் பேசினார். அப்போதும், ஐந்துபேரும் எங்கே இருக்கின்றனர் என்ற விவரம் தெரியவில்லை.

இதையடுத்து, பெங்களூர் உயர் நீதிமன்றத்தில் வழக்குத் தொடர வீரப்பன் முடிவு செய்கிறார். செட்டியாரும், முதலியாரும் வேகமாகச் செயல்பட்டனர். ஸ்ரீநிவாஸ் பிடித்துக் கொண்டுபோன ஐந்து பேரின் மனைவியர் பெயர்களில் ஆட்கொணர்வு மனுக்கள் தாக்கல் செய்யப்பட்டன.

வீரப்பன் தரப்புக்காக இந்த மனுவைத் தாக்கல் செய்தவர் பின்னாளில் சென்னை உயர் நீதிமன்ற நீதிபதியாக வந்த மூத்த வழக்குரைஞர் சி.சிவப்பா.

"செங்கப்பாடி கிராமத்துக்கு சாம்ராஜ்நகர் வட்டத்தைச் சேர்ந்த வனத்துறை அதிகாரிகள் விசாரணைக்கு வந்துள்ளனர். இந்தத் தகவல், உள்ளூர் காவல்துறை, வனத்துறை அதிகாரிகளுக்குக் கூடத் தெரியவில்லை. சாம்ராஜ்நகர்

வனப்பகுதியில், யானைகள் சுட்டுக் கொல்லப்பட்டிருந்தால் அதை பாரஸ்ட் செல் போலீசாரே விசாரிக்கவேண்டும். சாம்ராஜ்நகர் டி.சி.எப்.ஸ்ரீநிவாஸ், DySP எம்.ஆர்.புஜார் இருவரும் அவர்களுடைய எல்லையைத் தாண்டி, அத்துமீறி செங்கப்பாடிக்கு வந்துள்ளனர். இவர்களுக்கு உண்மையிலேயே யானை வேட்டையைத் தடுக்கவேண்டும் என்ற நோக்கம் இருந்ததாகத் தெரியவில்லை. வேறு ஏதோ உள் நோக்கத்துடனே செயல்பட்டு வருகின்றனர்" என சி.சிவப்பா வாதிட்டார்.

போலீஸ் மற்றும் வனத்துறை அதிகாரிகளுக்கு எதிராக சி.சிவப்பா முன்வைத்த வாதத்தால் அரசு மிரண்டது. நேர்மையான அதிகாரிகளான ஸ்ரீநிவாஸ் மற்றும் எம்.ஆர்.புஜார் இருவரும் தவறான (மிரட்டிப் பணம் வாங்கும்) நோக்கத்தில் செயல்பட்டனர் என்ற குற்றச்சாட்டுக்கு ஆளாயினர்.

அதேநேரத்தில், அனூர் தொகுதி சட்டமன்ற உறுப்பினர் ராஜூகவுடா சட்ட மன்றத்திலும் கவன ஈர்ப்புத் தீர்மானம் கொண்டு வந்தார். அடிப்படை வசதி இல்லாத செங்கப்பாடிக் கிராமத்தில் ஐந்து பேர் காணாமல்போன செய்தி விதான் சவுதாவில் (கர்நாடக சட்டமன்றம்) பேசப்பட்டது.

செங்கப்பாடியிலிருந்து கர்நாடக வனத்துறையினர் பிடித்துக்கொண்டு போனதாகச் சொல்லப்படும் ஐந்து பேரும் எங்கே போனார்கள்...? 14 நாள்களுக்குள் அவர்களைக் கண்டுபிடித்துக் கொண்டு வரவேண்டும் எனப் பெங்களூர் உயர் நீதிமன்றம், மைசூர் மாவட்டக் காவல்துறைக்கு உத்தரவிட்டது.

கூசமாதையனைப் பிடித்துக் கொண்டுபோன நேரத்தில், கர்நாடகாவில் வனப் பாதுகாப்புச் சட்டம் மிக மிக எளிமையாக இருந்தது. வன விலங்குகளை வேட்டையாடியோர் மீது வழக்குப்போட்டு சிறைக்கு அனுப்பினாலும், அடுத்தநாளே அவர்களுக்குப் பிணை கிடைக்கும். காடு அல்லது வீட்டுக்கு வரி கட்டிய ரசீதைக் கொண்டுபோய் நீதிமன்றத்தில் கொடுத்து, உடனே பிணையில் வெளியே வந்து விடுவர்.

அதே நேரத்தில், தமிழ்நாட்டில், காட்டு விலங்குகளை வேட்டையாடியோர் மீதான சட்டம் கடுமையாக இருந்தது. வேட்டையாடிய வழக்கில் கைது செய்யப்பட்டோர் அவ்வளவு

எளிதில் வெளியே வரமுடியாது. பிணை கிடைக்கவும் நீண்ட நாள்களாகும். அப்படியே பிணை கிடைத்தாலும், வழக்கு தொடரப்பட்டுள்ள நீதிமன்ற எல்லையிலுள்ள இருவர் பிணை உறுதிப்பத்திரம் கொடுக்கவேண்டும்.

அதனால், இவர்களைத் தமிழகக் காடுகளில் வேட்டையாடியதாகக் கணக்குக் காட்டி, வழக்குப் போட்டு விடலாம். அப்படிச் செய்தால், இந்த ஐந்துபேரும் வழக்கு தொடரப்பட்டுள்ள நீதிமன்றத்தில் பிணை வாங்கவேண்டும். அதன் பிறகும், நீதிமன்ற எல்லைக்கு உட்பட்ட பகுதியில் வசிக்கும் பத்துப்பேரின் சொத்துப் பத்திரங்கள் மற்றும் வருவாய்த்துறை ஆவணங்களைத் தயார் செய்யவேண்டும். அல்லது அப்பீல் செய்ய, உயர்நீதி மன்றத்துக்கு போகவேண்டும்.

இத்தனை வேலைகளையும் செய்து, அவர்களை வெளியில் கொண்டுவர ஒரு வருடமாவது ஆகும். அதற்குள் வீரப்பனைப் பிடித்துவிடலாம் என டி.சி.எப், ஸ்ரீநிவாஸ் முடிவு செய்கிறார்.

இந்தநேரத்தில், பெங்களூர் உயர்நீதி மன்றத்தில் செங்கப்பாடியில் இருந்து வனத்துறையினர் பிடித்துக்கொண்டு போன ஐவர் மீதான ஆட்கொணர்வு மனு விசாரணைக்கு வருகிறது. சாம்ராஜ்நகர் மண்டல வன அலுவலரான ஸ்ரீநிவாஸ், *DySP* எம்.ஆர்.புஜார் இருவரும் நியாய தர்மத்தின்படி வேண்டுமானால் நல்லவர்களாக இருக்கலாம். ஆனால், சட்டத்தின்படி குற்றவாளிகளாக நின்று அவமானப்பட வேண்டிய நிலை உருவானது. இந்த இரண்டு பிரச்சனைகளில் இருந்தும் வெளியே வர ஒரு குறுக்கு வழியை டி.சி.எப். ஸ்ரீநிவாஸ் கையில் எடுத்தார்.

அண்டை மாநிலமான தமிழ்நாட்டின் தாளவாடி பக்கம் உள்ள தலமலையில் சிதம்பரம் என்பவர் ரேஞ்சராக இருக்கிறார். ஸ்ரீநிவாஸ் போலவே சிதம்பரமும், காடுகளைப் பாதுகாக்க வேண்டும் என்ற எண்ணம் கொண்டவர், இருவரும் நெருங்கிய நண்பர்கள். துறை ரீதியாக இருவரும் ஒருவருக்கு ஒருவர் உதவி செய்து கொள்பவர்கள். ரேஞ்சர் சிதம்பரத்திடம் மாதையன் உள்ளிட்ட ஐந்து பேரையும் ஸ்ரீநிவாஸ் ஒப்படைக்கிறார்.

வீரப்பனின் அண்ணன் மாதையன் உள்ளிட்ட ஐவரையும் தன்னுடைய பொறுப்பில் வாங்கிய தலமலை ரேஞ்சர் சிதம்பரம்,

அவர்கள் மீது ஒரு பொய் வழக்குப் பதிவு செய்கிறார். ஈரோடு மாவட்டம், தலமலை வனச்சரகம், மசக்கால் மொக்கை என்ற இடத்தில் நாங்கள் ரோந்து போனோம். அங்கே வந்த ஐந்து பேர் அடங்கிய யானை வேட்டைக் குழுவினரைக் கைது செய்தோம்.

அவர்களிடம் ஒரு நாட்டுத் துப்பாக்கியும், ஒரு ஜோடி யானைத்தந்தமும் இருந்தன. இவர்கள் மீது குற்றவியல் நடவடிக்கை மேற்கொண்டு விசாரிக்குமாறு தாளவாடி காவல்நிலைய உதவி ஆய்வாளர் ரங்கன் என்பவரிடம் ஒப்படைத்துள்ளார். *(தாளவாடி காவல் நிலைய குற்ற எண்:- 85/1986. நாள்:-30.04.1986). (இரு மாநில வேட்டைத் தடுப்பு கூட்டு நடவடிக்கையின்படி இப்போதும் கூட இதுபோல வழக்குப் போடுவதுண்டு).*

1986–இல் முனியன், கொளந்தைபையன், கூசமாதையன், டி.பி.பெருமாள் மற்றும் தாவு நாயக் உடன் ரேஞ்சர் சிதம்பரம்.

பெங்களூர் உயர்நீதிமன்றத்தில் வழக்குரைஞர் சி.சிவப்பா தாக்கல் செய்த ஆட்கொணர்வு மனு விசாரணைக்கு வந்தது. “செங்கப்பாடியில் இருந்து விசாரணைக்கு அழைத்துச் சென்ற

எல்லோரையும் விடுவித்துவிட்டோம். எல்லோருமே அவரவர் வீடுகளுக்குச் சென்றுவிட்டனர். நீதிமன்றத்தில் வழக்குத் தொடர்ந்துள்ள ஐந்து பேர் மீண்டும் யானை வேட்டைக்குச் சென்றுள்ளனர். அவர்களைத் தமிழ்நாடு வனத்துறையினர் பிடித்துள்ளனர். தற்போது தாளவாடி போலீசாரால் கைது செய்யப்பட்ட அவர்கள், சத்தியமங்கலம் கிளைச்சிறையில் உள்ளனர். இந்த ஐந்து பேரும் கைது செய்யப்பட்டது குறித்த ஆவணங்கள் மற்றும் விசாரணை அறிக்கை இதில் உள்ளன" என்று டி.சி.எப். ஸ்ரீநிவாஸ் பெங்களூர் உயர்நீதி மன்றத்தில் ஓர் அறிக்கை கொடுக்கிறார்.

இதன்மூலம், மைசூர் மாவட்ட காவல்துறை மற்றும் வனத்துறை அதிகாரிகள், உயர் நீதிமன்றத்தின் கண்டனத்திலிருந்து தப்பித்துக் கொண்டனர்.

கைது செய்யப்பட்ட முனியனைச் சந்தித்துப் பேசினேன், "குப்புசாமி மகளுக்குச் சீர் நடந்த அன்னைக்கு ராத்திரி பதினோரு மணி இருக்கும், சீர் முடியற நேரம். சாப்பாட்டுப் பந்தி ஒருபக்கம் நடந்துச்சு. நான் டி.வி, டெக் வச்சு, சினிமா படம் ஓட்ட ரெடி பண்ணிக்கிட்டு இருந்தேன்.

அர்ஜுனன் எங்க கூடத்தான் இருந்தான். வீரப்பன், அவங்க கூட்டாளிங்க எல்லோரும் கெணத்து மேட்டில் உட்கார்ந்து பேசிக்கிட்டு இருந்தாங்க. திடீர்னு போலீசும், பாரஸ்ட் அதிகாரிகளும் வந்துட்டாங்க.

போலீசைப் பார்த்ததுமே எல்லோரும் மாட்டுப்பட்டி வேலியைத் தாண்டி ஓடிட்டாங்க, சீர் வீட்டிலிருந்த யாரையும் போலீசாருக்கு அடையாளம் தெரியல. ஒவ்வொருத்தர் பேரையும் கேட்டுக் கேட்டுத்தான் புடிச்சாங்க. நான் வீரப்பனுடன் காட்டுக்குள்ளேயெல்லாம் போனதில்லை. வெளியூருக்கு எங்காவது போகன்னுனா, வீரப்பன் என்னைத்தான் கூட்டிட்டுப் போவான்.

அதனால, போலீசார் என்னையும் கூட்டிட்டுப்போய் விசாரிச்சாங்க. டி.சி.எப்.ஸ்ரீநிவாஸ் எங்களைப் பாதுகாப்பாத்தான் வச்சிருந்தார், மரியாதையாத்தான் நடத்தினார். ஒருவேளை எங்க மேலயும் கேஸ் போடாமலேயே வெளியே விட்டிருக்கவும் வாய்ப்பு இருந்தது. அதுக்குள்ளே

முனியன்

இந்த விவகாரம் பெங்களூர் வரைக்கும் போயிட்டுது. அதனாலதான், எங்களை சிதம்பரம் ரேஞ்சர்கிட்டே குடுத்தார்.

எனக்குத் தெரிய ஸ்ரீநிவாஸ் யாரையும் அடிக்க மாட்டார். டி.சி.எப்.ஸ்ரீநிவாஸ் சாருக்குக் கீழே ஏ.சி.எப். சீனிவாசன்னு ஒருத்தர் இருந்தார். இவர் டி.சி.எப். ஸ்ரீநிவாஸ்சாருக்கு நேர் எதிரான குணம் கொண்டவர். இந்த ஏ.சி.எப்.சீனிவாசன் கையில் சிக்கினவனை அடிக்காம விடமாட்டார், ரொம்ப மோசமான ஆள். எங்க அஞ்சு பேரையும் கொண்டுபோய் தாளவாடியில் தமிழ்நாடு ரேஞ்சர் சிதம்பரத்திடம் விட்டுட்டு வந்ததே ஏ.சி.எப் சீனிவாசன்தான்.

முப்பது வருசத்துக்கு மேல நடந்த இந்தக் கேஸ் 2017 செப்டம்பர் 16ஆம் தேதிதான் முடிஞ்சது. அதுக்குள்ளே என்னென்னவோ நடந்து போச்சு..." என்றார்.

டி.சி.எப்.ஸ்ரீநிவாஸ், ஏ.சி.எப் சீனிவாசன் இந்தப் பெயர்க் குழப்பமே வீரப்பன் வாழ்க்கையை மாற்றியமைக்கிறது.

*****

23

சுட்டுக்கொல்ல முயற்சி

வீரப்பனுக்கு முதுகெலும்பாக இருந்த கூசமாதையன் சிறைக்குச் செல்கிறார். உள்ளூரில் வீரப்பனுக்கு ஆதரவாக இருந்த மக்களுக்கு, போலீசார் மீது கொஞ்சம் பயம் வந்தது. மாதையன் கைதுக்கு, வாசுதேவமூர்த்தியே காரணம் என்பது எல்லோருக்கும் தெரிந்தது.

மாதையன் இல்லாத நேரத்திலேயே வீரப்பனையும் பிடித்துவிடலாம் என்ற நோக்கில் வீரப்பனைத் தீவிரமாகத் தேடினார் வாசுதேவமூர்த்தி. கூசமாதையன் உள்ளே போன பின்னர் கோட்டையூர் மாதையன் பங்காளிகளுக்கும் கொஞ்சம் தைரியம் வந்தது. பகிரங்கமாகவே வனத்துறையினருக்கு உதவி செய்தனர்.

டி.சி.எப். ஸ்ரீநிவாஸ் குறித்து வீரப்பன் என்னிடம் பேசும்போது, "என்னைப் பிடிக்கவேண்டும் என்ற குறிக்கோளுடன், பலவகையிலும் சட்டத்தை மீறியே செயல்பட்டான். என்னுடைய தோட்டத்தில் வளர்த்த 12 நாய்களுக்கும் வெசம் வெச்சுட்டான். அதைத் தின்ன அத்தனை நாய்களும் செத்துப்போச்சு. கோட்டையூரில் இருந்த என்னுடைய எதிரிகளைக் கூட்டுச் சேர்த்துக்கிட்டு, அவங்க மூலமா என்னை உயிரோடு பிடிக்கணுன்னு திட்டம் போட்டான்.

அது முடியாதென்று தெரிஞ்ச பிறகு, காட்டுக்குள் வீரப்பனைப் பார்த்தால், அவனைச் சுட்டாவது கொல்லுங்கன்னு அவங்களுக்கு அதிகாரம் குடுத்துட்டான். பாரஸ்ட் டிப்பார்ட்மென்ட், போலீஸ், பாரஸ்ட் செல் போலீஸ், கோட்டையூர் மாதையன் ஆளுங்க எல்லோரும் ஒன்னு சேர்ந்துக்கிட்டாங்க. நான் போற, வாற பாதை எல்லாம் ஒளிகூடு* வைச்சு உக்காந்திருந்தாங்க. நான் அந்த வழியாப் போனால், என்னை வழியில சுட்டுக்கொல்லத் துப்பாக்கியோட, காத்துக்கிட்டு இருந்தாங்க.

ஊரிலிருந்த நல்லவங்க பலபேர் உதவியாலதான் நான், அவங்களிடம் இருந்து தப்பிக்க முடிந்தது. என்னை அவர்கள் கொல்வதற்கு முன்பாக, நான் அவங்களைக் கொல்லவேண்டிய சூழ்நிலை வந்துட்டுது. அதனாலதான் ஒரு நாடகம் போட்டு, என்னுடைய எதிரிகள் ஏழுபேரையும் கொலை செய்தேன்..” என்றார்.

இதுகுறித்து நான் வாசுதேவமூர்த்தியிடம் கேட்டதற்கு, “பாலாற்றிலிருந்து செங்கப்பாடிக்கு போகும்போது ஊருக்கு முன்னாலயே வீரப்பன் ஜமீனும்(தோட்டம்) அவனுடைய வீடும் இருந்துச்சு. ஜமீனுக்கு மேற்குப் பக்கமும், தெற்குப் பக்கமும் காடு இருக்குது. வடக்குப் பக்கம் விவசாய நிலம், அங்கெல்லாம் வாழை, கரும்பு, சோளம் என எதாவது பயிர் செஞ்சிருப்பாங்க. அங்கிருந்து மேற்குப் பக்கம் போனால், செங்கப்பாடி அணை. இப்படி வீரப்பன் வீட்டிலிருந்து எந்தப்பக்கம் போனாலும், ரெண்டு நிமிஷத்தில் காட்டுள்ளே போயிறலாம்.

வீரப்பன் நெறையா நாய் வளத்துட்டு இருந்தான். இந்த நாய்கலெல்லாம் வீரப்பனோடவே வேட்டைக்கும் போகும். அவன் எப்போ காட்டைவிட்டு வெளியே வருவான்னு பாரஸ்ட் பவுண்டரியில் காத்துட்டு இருக்கும். வழக்கமா அந்தப் பக்கம் போற ஆளுங்க போனா, அவங்களை ஒன்னும் செய்யாது. எங்களை மாதிரி புது ஆளுங்க ஊருக்குள்ள போகும்போதே, இந்த நாய்கள் எல்லாம் உஷாராயிரும். எப்போ நாங்க போனாலும் சரி, இந்த நாய்கள் எங்களை ஊருக்குள்ளேயே விடாது. இந்த நாய்கிட்டே இருந்து தப்பிச்சுத்தான் வீரப்பன் வீட்டுக்குப் போவோம்.

வீரப்பன் வீட்டுக்குப் பின்னால, மாடு கட்டுறதுக்குன்னு இன்னொரு பெரிய வராண்டா இருந்துச்சு. இதுல வீரப்பன் கேங் ஆளுங்க எல்லாம் படுத்திருப்பாங்க. காட்டைச் சுத்திலும் இருக்கும் மரத்து நிழலில் கட்டிலைப் போட்டும் படுத்திருப்பாங்க. இந்த நாய்களெல்லாம் சத்தம் போட்டு எல்லோரையும் உஷார் பண்ணி விட்டுரும். நாங்க வீரப்பன் வீட்டுக்குப் போகும்போது, கேங் ஆளுங்க ஒருத்தன்கூட வீட்டில் இருக்க மாட்டாங்க.

நாயைக் கொல்லக்கூடாதுன்னு எங்களுக்கும் தெரியும். ஆனா, வேறு வழியில்ல. என்ன செய்யறது, டி.சி.எப்.ஸ்ரீநிவாஸ் சாரிடம் இதைப்பற்றிச் சொன்னேன். அவர் ஓ.கே சொன்ன பின்னாலேதான் கொளத்தூருக்குப் போயி, நாலு கிலோ மாட்டுக்கறி வாங்கிட்டு வந்தேன். அதிலே, பாய்ஷனைக் கலந்து போட்டேன்.

தனிப்பட்ட வீரப்பனைக் கொல்லவேண்டும் என்பது எங்க நோக்கமில்லை. ஒரு வாரத்துக்கு நாலு யானை, அஞ்சு யானைகளைக் கொன்று, தந்தம் எடுத்த வீரப்பனைக் கைது செய்யவேண்டும். முடியவில்லை என்றால், அவனைச் சுட்டுக் கொல்லவேண்டும் என்ற நிலை வந்தது. ஒரு கட்டத்தில், அதற்கும் நான் தயாரானேன்.

எங்களுக்கு சப்போர்ட் செஞ்ச கோட்டையூர் மாதையன், தங்கவேலும்கூட யானை வேட்டை செஞ்சவங்கதான். நீங்க உயிரோட இருக்கணுன்னா, யானை வேட்டையை விட்டுடுங்கன்னு சொன்னேன். அத்தோட வேட்டையை விட்டுடாங்க. நானும், அவங்களை ஒன்னும் செய்யல.

ஒருமுறை தமிழ்நாட்டிலிருந்து பாரஸ்ட் செல் சி.பி.சி.ஐ.டி போலீசார் கோபாலகிருஷ்ணனும், எஸ்.ஐ. ஒருத்தரும் ஒருநாள் ராத்திரி வந்தாங்க. அப்போ நான் பாலாறு பங்களாவில் படுத்திருந்தேன்.

"வீரப்பனைப் பிடிக்கவேண்டும் அல்லது சுட்டுக் கொல்லவேண்டும். போகலாம் வாங்க..."ன்னு என்னையும் கூப்பிட்டாங்க.

நான் வயர்லெஸ் மூலம் டி.சி.எப்.ஸ்ரீநிவாஸ் சாரிடம் பேசினேன். அவரும் கூடவே வருவதாகச் சொன்னார். அடுத்த நாலு மணி நேரத்தில், பாலாறு பாரஸ்ட் ஆபீஸுக்கு வந்துட்டார்.

டி.சி.எப். ஸ்ரீநிவாஸ் சாரும், நானும் ஆளுக்கு ஒரு ரைபிளை எடுத்துக்கிட்டோம். நான்குபேரும் நேரா கோட்டையூருக்குப் போனோம். கோட்டையூர் மாதையனின் அண்ணன் ஐயண்ணாவைப் பார்த்துப் பேசினோம். பக்கத்திலிருந்த ஆளுங்களிடம் ஐயண்ணன் விசாரித்தார்.

வீரப்பன் அப்பக்காம்பட்டிக்கும், மாறுகொட்டாயிக்கும் இடைப்பட்ட காட்டுப்பகுதியில் உள்ள தே(ங்)ன்கல் மலையில் தங்கியிருக்கான்னு தெரிஞ்சுச்சு. ஐயண்ணன் எங்களை ஒரு தெப்பத்தில் (பரிசல்) ஏற்றினார். ஆத்தூரிலிருந்து, தமிழ்நாட்டுப் பார்டர்க்குக் கூட்டிக்கிட்டுப் போனார். அங்கிருந்து நாலு கிலோமீட்டர் தூரம் வடக்குப் பக்கமா நடந்தே போனோம். கர்ணமலைக்கு பக்கமாப் போயிட்டோம். ஆத்துக்குப் பக்கமா இருந்த ஒரு பாறையில் வளர்ந்திருந்த மரங்களுக்கு இடையில் எல்லோரும் மறைந்து கொண்டோம்.

நாங்க பதுங்கியிருந்த இடத்துக்கு எதிரில், ஆற்றின் மேற்குப்பக்கம் முழுவடைக் காடு இருந்தது. அது சின்னக்குஞ்சி என்ற வீரப்பன் ஆதரவாளர் ஒருத்தர் காடு. அந்தக் காட்டுக்கு வீரப்பன் வருவான்னு சொன்னாங்க. மூனு நாள்கள் நாங்க ஐந்துபேரும் அந்த இடத்திலயே காத்துக்கிட்டு இருந்தோம். கீழே இருபது அடியில் காவிரியாறு நிரம்பத் தண்ணீர் போய்க்கொண்டு இருக்குது. ஆனால், கீழே இறங்கிப் போய் தண்ணீர் குடிக்க முடியல.

இருட்டின பிறகுதான், கீழே இறங்கிப் போகமுடியும். வெளிச்சம் வர்றதுக்குள்ளே போயி ஒரு லாரி டியூபில் கொண்டுவந்து வைத்திருந்த தண்ணியத்தான் நாங்க பகல் முழுவதும் குடிச்சிக்கிட்டு, அந்த மூனு நாள்களும் காத்திருந்தோம். சின்னக்குஞ்சி மட்டும் அப்பப்போ வெளியே போயிட்டு வந்தான்.

மூன்றாம் நாள் மாலை ஐந்து மணிக்கு, காக்கி பேண்டு, சட்டை போட்ட நாலு ஆளுங்க வந்தாங்க. அவங்க கையில கத்தி, துப்பாக்கி எல்லாம் இருந்துச்சு. கொஞ்சதூரம் போன பிறகு மறஞ்சுட்டாங்க. அரைமணி நேரம் போனதும், அந்த நாலு பேரும் திரும்பியும் வந்தாங்க. அவங்களோட சின்னக்குஞ்சியும், குண்டா, கனமா இருந்த ஒரு பொம்பளையும் சேர்ந்து வந்தாங்க. எல்லோர்கிட்டேயும் சாப்பாட்டுப் பாத்திரம் இருந்துச்சு. அதை எடுத்துக்கிட்டு வந்த வழியாகவே திரும்பவும் காட்டுக்குள்ளே போனாங்க.

வீரப்பன் அன்னைக்கு அவங்களோட வராமப் போனதால தப்பிச்சுட்டான். வந்திருந்தா ஆத்துக்கு இந்தப்பக்கம்

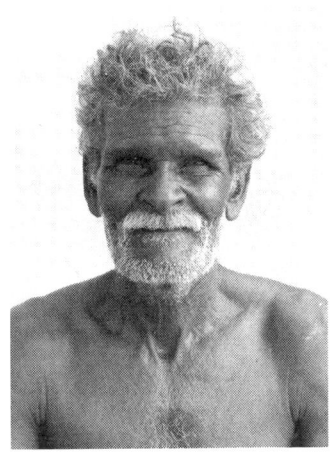

சின்னக்குஞ்சி

இருந்தே நான் அவனைப் போட்டிருப்பேன். அதற்குப் பிறகும்கூட ஐயண்ணன் ஆளுங்க கொஞ்சம் பேரைத் தயார் செய்து வச்சிருந்தேன். அவங்களுக்கும், நாட்டுத் துப்பாக்கி எல்லாம் தயார் செஞ்சு குடுத்திருந்தேன். என்னோடவே அவங்களையும் காட்டுக்குள்ளே கூட்டிட்டுப் போவேன். நான் இல்லாமல், அவங்க தனியாக் காட்டுக்குள்ளே போகக் கூடாதுன்னும் சொல்லியிருந்தேன். வீரப்பன் சரணடைய வாய்ப்பு கொடுத்தும், அவன் வராமல் போனதால்தான் இந்த நிலைக்குப் போனோம்" என்றார் வாசுதேவமூர்த்தி.

வீரப்பன் வேட்டையில் ஈடுபட்ட பாரஸ்டர் வாசுதேவமூர்த்தியின் மேலதிகாரிகளான மாதேஸ்வரன்மலை ரேஞ்சர், கொள்ளேகால் டி.சி.எப். இருவருமே வீரப்பனுக்கு ஆதரவானவர்கள். வனத்துறை சார்பில் வாசுதேவமூர்த்திக்கு ஓர் ஒற்றைக்குழல் துப்பாக்கியும், ஐந்து தோட்டாகளும் கொடுக்கப்பட்டன.

"ஒருவேளை காட்டுக்குள் போகும்போது வீரப்பன் ஆளுங்க எதிரில் வந்துவிட்டால் என்னைக் காப்பாற்றிக் கொள்ளக்கூட இந்த ஐந்து தோட்டாவும் பத்தாது. அதுவுமில்லாமல், இந்தத் தோட்டாக்கள் கடுகு அளவிலான சிறிய குண்டுகளைக் கொண்டவை. இதில் சுட்டால் ஆளுக்கு காயம் ஏற்படும், ஆனால், உயிர் போகாது. அதனால், எனக்கு இன்னும் கொஞ்சம் காட்ரேஜ் கொடுங்க..." என்று கேட்டுள்ளார்.

வீரப்பனுக்கு ஆதரவான நிலையில் இருந்த அந்த அதிகாரிகள் இருவரும், வாசுதேவமூர்த்திக்குக் கூடுதல் தோட்டாக்களைக் கொடுக்க மறுத்து விடுகின்றனர்.

தருமபுரி மாவட்டம், பெண்ணாகரத்தில் கள்ளத் துப்பாக்கி வியாபாரம் செய்யும் முத்துசாமி என்பவர் இருந்தார்.

மூன்று பக்கமும் காடுகள் சூழ்ந்துள்ள வீரப்பன் தோட்டம்

அவரிடம் ஐம்பது தோட்டா வாங்கிக்கொண்டு வந்து கொடுக்கும்படி கோட்டையூர் மாதையனிடம் பணம் கொடுத்து அனுப்பியுள்ளார் வாசுதேவமூர்த்தி. கோட்டையூர் மாதையன் தோட்டா வியாபாரி முத்துசாமியைச் சந்திக்க பெண்ணாகரம் போனார். அவரைச் சந்தித்து "ஐம்பது காட்ரேஜ் தோட்டா வேண்டும்" என்று கேட்டுள்ளார்.

பேச்சு வாக்கில் "இந்தத் தோட்டாவை எல்லாம் எனக்குத் தெரிஞ்ச பாரஸ்டர் ஒருத்தருக்கு கொடுக்கவேண்டும்" என்று கோட்டையூர் மாதையன் சொல்லி விடுகிறார். அப்போது, வீரப்பனின் கூட்டாளியான பெண்ணாகரத்தைச் சேர்ந்த பசவன் என்கிற லட்சுமணனும் அங்கே வந்துள்ளார்.

"கோட்டையூர் மாதையன் பாரஸ்டர் ஒருத்தருக்குத் தோட்டா வாங்கினார்" என்ற செய்தி அடுத்தநாளே கூசமாதையனுக்குப் போனது.

******

ஒளிகூடு* என்பது விலங்குகள் நடந்து போகும் வழியில், புதர்களுக்குள் ஆள் உட்காரும் வகையில் அமைக்கும் பதுங்குமிடம். வேடர்கள் இதில், மறைந்திருந்து எதிரில் வரும் விலங்குகளை வேட்டையாடுவர்.

24

தாயின் மரணம்

புற்றுநோய்த் தாக்குதலுக்கு ஆளான வீரப்பனின் அம்மா பொன்னுத்தாயின் உடல் நிலை மோசமானது. அப்போது வீரப்பன் சின்னாத்துக் காடுகளில் வேட்டையாடிக் கொண்டிருந்தார். மகனைப் பார்க்க வேண்டுமெனப் பொன்னுத்தாயி ஒருநாள் ஆள் அனுப்பியிருந்தார்.

இதையடுத்து குறிப்பிட்ட ஒரு நாளன்று மதியம் வீட்டுக்கு வந்த வீரப்பன், தன்னுடைய அம்மாவைச் சந்திக்கிறார். “டேய் தம்பி, உன்னைத் தேடிக்கிட்டு ஐயண்ணன் ஆளுங்க, தினமும் இந்தப் பக்கமா வாராங்கடா. எதுக்கும் கொஞ்சம் கவனமா இருப்பா. நான் இனி அதிக நாள் உயிரோட இருக்க மாட்டேன். சீக்கிரமே போய்ச் சேர்ந்திருவேன். உங்க அண்ணன் தம்பிகளுக்குத் தேவையான அளவுக்கு நில, புலன் எல்லாம் வந்துட்டுது. இனிமேல், யானை வேட்டைக்குப் பாங்காட்டுப் பக்கமெல்லாம் போகாதே. ஒரு பொண்ணைப் பார்த்து கல்யாணம் செஞ்சிக்கோ. குழந்தை குட்டியோடு ஊருலயே நல்லபடியா இருப்பா...” என்று சொல்கிறார்.

கண்களில் நீர்வழியத் தனது ஆசையை மகனிடம் கூறிய பொன்னுத்தாயிடம் கொஞ்ச நேரம் பேசினார். அவருக்கு ஆறுதல் சொன்னார். அவர் கையால் கொஞ்சம் சோறு வாங்கிச் சாப்பிட்டார். தன்னுடைய தங்கைகள் முனியம்மாள், மாரியம்மாள் இருவரின் நலம் விசாரித்தார். இருவருக்கும் செலவுக்குப் பணம் கொடுத்தார். அங்கிருந்து மீண்டும் காட்டுக்கே போகிறார்.

வீரப்பனின் அம்மா பொன்னுத்தாய்

அடுத்த சில நாள்கள் செங்கப்பாடிக்கு மேற்கிலுள்ள நாமதாரி காடுகளில் தங்கியிருந்தார். அந்த நேரத்தில், காட்டுக்கு வந்த சிலர் வீரப்பனைச் சந்தித்தனர். ஐயண்ணன் ஆள்கள் வீரப்பனைத் தேடிக்கொண்டு காட்டில் அலைவதைப் பற்றி அவர்களும் எச்சரிக்கை செய்கின்றனர். "எதுக்கும் நீ கொஞ்சக் காலத்துக்கு வேற எங்கேயாவது, தலை தெரியாத காட்டுக்குப் போங்க சாமி..." என்று சொல்கின்றனர்.

இரண்டாம் நாளே, அர்ஜுனனை வரச்சொல்லி ஆள் அனுப்பினார், "இனிமேலும் நான் இந்தக் காட்டிலிருந்தால் ஐயண்ணன் பங்காளிங்க என்னப் போட்டுத் தள்ளீருவாங்க. அதனால, நான் மாயாத்துக் (மாயாறு) காட்டுக்குப் போறேன். அங்கே ஒரு மாசம் தங்கியிருப்பேன். அப்படியே வடக்கே போனா, குண்டல்பேட்டை காட்டுக்கு யானைகள் வரும் சீசன் ஆரம்பிக்கும். அதுக்குள்ளே ஏதாவது முக்கியமான சமாச்சாரம் இருந்தால், இன்னிலிருந்து இருபதாவது நாள், பவானிசாகரில் இருக்கும் தனக்குத் தெரிந்த ஓர் இடத்துக்கு வரச்சொல்கிறார்.

அங்கே இருந்தவர்களில் முக்கியமான பத்துபேரை மட்டும் தன்னுடன் அழைத்துக் கொண்டார், மற்றவர்களை ஊரிலேயே இருக்கச் சொல்கிறார். தம்பியிடம் விடை பெற்றுக் கொண்ட வீரப்பன் மாயாற்றுக் காட்டுக்குக் கிளம்பினார். பொன்னாச்சி, தாளபெட்டா, ஓடக்காப் பள்ளம், கர்கேகண்டி, நல்லூர், குன்றியம், கேர்மாளம், கெத்தேசால், ஆசனூர், தாளவாடி காடுகள் வழியாகப் போகும்போதே யானை வேட்டையை நடத்தினார். இருவாரத்துக்குப் பின்னர் மாயாற்றுக் காட்டை அடைந்தார்.

தெங்குமராட்டாவிற்கு மேற்கிலுள்ள காடுகளில் வேட்டையாடிக் கொண்டிருந்த நேரத்தில் அர்ஜுனன் அங்கு வந்து

அர்ஜுனன்

சேர்கிறார். வீரப்பன் செங்கப்பாடியிருந்து கிளம்பிய ஐந்தாம் நாளே அம்மா இறந்து விட்டார். "எப்படியும் அம்மா சாவுக்கு நீ வருவேன்னு போலீசார், பாரஸ்ட்டு ஆளுங்க, ஐயண்ணன் ஆளுங்க எல்லாருமா நாலு நாள் காடு பூராவும் ஒழிகூடு வச்சுக் காத்துக்கிட்டு இருந்தாங்க. நீ அந்தப்பக்கம் வந்திருந்தால் ஒரே போடாப் போட்டிருப்பாங்க..." என்றார்.

இந்த நிகழ்வு பற்றி வீரப்பன் சொல்வதைக் கேட்போம். "நான் வாய்தாச் சொல்லிட்டு வந்திருந்த அந்த நாளில் அர்ஜுனன் அந்த இடத்துக்கு வந்து என்னைப் பார்த்தான். அம்மா எப்படி இருக்குது அர்ஜுனான்னு... கேட்டேன்.

"அண்ணா நீ கிளம்பி வந்த அஞ்சாம் நாளே அம்மா செத்துப் போச்சுண்ணா..."ன்னு சொன்னான்.

எனக்கு அப்பத்தான் வெறி கௌம்புச்சு. பெத்துப் பாலூட்டி வளர்த்த தாயிக்குக் கடைசி நேரத்தில், ஒருவாய் தண்ணிகூட ஊத்த முடியாம பண்ணீட்டீங்களே. உங்களுக்கு நாங்க என்னடா பாவம் பண்ணினோம். எம்பாட்டுக்கு இருந்த என்னை ஏன்டா இப்படி ஒளிஞ்சுக்கிட்டு வாழவேண்டிய நிலைக்கு கொண்டாந்து உட்டிங்களேன்னு நெனெச்சேன். கோபம் எல்லை கடந்து போயிட்டுது.

இனிமேல் உங்களை உயிரோட விடக்கூடாது, சுட்டுக் கொல்லணுமுன்னு முடிவு பண்ணினேன். அப்பத்தான் நான் கொலைகாரனா மாறினேன். நேரா மாயா(று)த்துக் காட்டிலிருந்து கிளம்பி செங்கப்பாடிக்குப் போனேன். ஊருக்குப் போற வழியில் எல்லாம் அங்கங்கே ஒளிகூடு வெச்சு, கோட்டையூர் ஆளுங்க காவல் காத்துக்கிட்டு இருந்தாங்க. அதுக்கெல்லாம் தப்பிச்சு, ராத்திரியோடு ராத்திரியாகவே போயி, எனக்கு வேண்டிய ஆளுங்களைப் பார்த்தேன். அந்த வாத்தியாருங்களைப் போடத் தயாரானேன்" என்கிறார்.

செங்கப்பாடியில் வீரப்பனின் நம்பிக்கைக்கு உரியவராக இருந்தவர் நல்லூர் மாதையன். மாயாற்றுக் காட்டிலிருந்து வந்த வீரப்பன் நல்லூர் மாதையனைச் சந்திக்கிறார். "நாளைக்கு கோட்டையூர் மாதையன் பங்காளிகளை இ(சு)டப் போகிறேன். நீயும் என்கூட வரணும்" என்கிறார்.

நல்லூர் மாதையன் சிறுவயதிலிருந்தே வீரப்பனுடன் யானை வேட்டை மற்றும் மான் வேட்டைக்கெல்லாம் கூடவே சென்றவர். செங்கப்பாடியில் வீரப்பனுக்கு நெருங்கிய ஆதரவாளராக இருந்தவர். ஆள்களைக் கொலை செய்யவேண்டும் என்று வீரப்பன் சொன்னதைக் கேட்டதும் நல்லூர் மாதையனுக்கு நாவெல்லாம் வறண்டது.

"வீரப்பா தப்பா நினைக்காதே... இத்தனை நாளா நீ கூப்பிட்டதுக்கெல்லாம் கூட வந்திருக்கிறேன். ஆனால் இந்த வேலைக்கு நான் வரமாட்டேன். நீ கொல்லறதா சொல்லற ரெண்டு பேருமே என்னுடைய வீட்டுக்காரிக்கு அண்ணன்மாருங்க. எனக்குச் சொந்த மச்சினன் முறை ஆகுது. உனக்கும் கூட அவங்க ரெண்டு பேரும் நெருங்கிய சொந்தக்காரங்கதான்.

எந்தப் பிரச்சனையா இருந்தாலும் நமக்குள்ளே பேசித் தீர்த்துக்கலாம். ஆளை இடற (சுடுகிற) அளவுக்குப் போகவேண்டாம்.

நீ நினைக்கிற மாதிரி இது சாதாரணமா முடிகிற வேலையில்லை. போலீஸ், கேசு, கோர்ட்டுன்னு வரும். நீயும், உன்கூட இருக்கிறவர்களும் வாழ்நாள் பூராவும் செங்கப்பாடிக்கும், மைசூருக்கும் அலையணும். கோட்டையூர் ஆளுங்க மேல என்ன கோபம் இருந்தாலும், கொஞ்சம் பொறுத்துக்கோ. இன்னும் நாலு நாள் போகட்டும், அப்புறமா அவங்களையும் கூப்பிட்டுப் பேசி முடிச்சுக்கலாம். அதுவரைக்கும் பொறுமையா இருப்பா..." என்று சொல்கிறார்.

*****

25

இரட்டைக் கொலை

வீரப்பனிடம் நல்லூர் மாதையன் சொன்ன சமாதானம் எடுபடவில்லை. கோட்டையூர் மாதையன் பங்காளிகளைக் கொன்றாக வேண்டும் என்பதில் வீரப்பன் பிடிவாதமாக இருந்தார். இதை நல்லூர் மாதையனும் தெரிந்து கொள்கிறார். மேற்கொண்டு வீரப்பனிடம் பேசிப் பயனில்லை என்ற முடிவில், "என்னை இந்த வேலைக்குக் கூப்பிடவேண்டாம்" என்று சொல்லிவிட்டு வீட்டுக்குத் திரும்புகிறார். இதுகுறித்து நல்லூர் மாதையனிடம் நான் பேசினேன்.

"வீரப்பன் ஒருநாள் பொழுது மசங்கின நேரம் எனக்கு ஆள் அனுப்பியிருந்தான். அவன் வரச்சொன்ன தாவுக்குப் போனேன். என் மச்சினன்மார்களைக் கொல்லப் போறதாச் சொன்னான். எவ்வளவு சொல்லியும் கேக்கல. என்னால வீரப்பனின் பிடிவாதத்தைத் தடுக்கவே முடியல. அப்பவே கோட்டையூருக்குப் போனேன். என் மச்சினன் ரெண்டு பேரையும் பார்த்துப் பேசினேன்.

வீரப்பன் உங்க மேல கொலை வெறியோட இருக்கிறான். எந்தக் காரணம் கொண்டும் உங்களை இ(சு)டாம விடமாட்டான். இன்னைக்கு ராத்திரியே நீங்க ஊரை விட்டுப் போயிருங்க. கொஞ்சநாள் போகட்டும். சூழ்நிலை சரியான பின்னால ஊருக்கு வரலாம். அதுக்குள்ளே நானே வீரப்பங்கிட்டே பேசிச் சமாதானம் செய்யறேன்னு சொன்னேன். ஒன்பது மணிக்கு மலைக்குப்போகும் மாதேஸ்வரா பஸ்சுக்குக் கிளம்பிப் போங்கப்

நல்லூர் மாதையன்

பான்னு எனக்கான வரைக்கும் சொன்னேன். நான் சொன்னதை என் மச்சினன்மாருங்களும் கேக்கல.

வீரப்பன் சொன்ன மாதிரியே அடுத்த நாள் சாயங்காலமே மாதையன், தங்கவேல் இரண்டு பேரையும் இ(சு)ட்டுப் போட்டான். இந்தக் கொலை மட்டும் நடக்காமல் போயிருந்தால் செங்கப்பாடியின் தலை எழுத்தே வேற மாதிரி போயிருக்கும்" என்றார்.

அப்போது, கூலியம் காட்டில் கர்நாடக வனத்துறை வாட்சராக இருந்தவர் வீரப்பன், இப்போதும் கர்நாடக் வனத்துறையில் கார்டாக பணியில் இருக்கிறார்.

"ஒருநாள் நானும் இன்னொரு வாட்சரும் கூலியம் காட்டுக்குப் போனோம். அங்கிருந்து மூங்கில் வெட்டித் தூக்கிட்டு வந்த தமிழ்நாட்டு ஆளுங்க மூனு பேரைப் புடுச்சுக்கிட்டு வந்தோம். அப்போ பாங்காட்டில் இருந்த வீரப்பன் என்னைப் பார்த்துட்டான். "பாவம் சோத்துக்கு வழியில்லாம மூங்கில் வெட்டினவன் மேலே எதுக்கு கேஸ் போடறீங்க, உட்டுட்டுப் போங்க..."ன்னு சொன்னான். நானும், அந்த ஆளுங்களை "இனிமேல் வந்து மூங்கில் வெட்டக்கூடாது"ன்னு சொல்லி விட்டுட்டேன்.

கார்டு வீரப்பன்

அப்போத்தான் என்கூடக் கொஞ்சநேரம் பேசினான். "நீ நேரா கோட்டையூர் மாதையன் கிட்டப் போயி, உன்னைக் கொல்லாமே விடமாட்டேன்னு வீரப்பன் சொன்னான்னு சொல்லு..."ன்னு எங்கிட்டே சொல்லி அனுப்பினான்.

நானும், கோட்டையூர் மாதையனைப் பார்த்தேன். "கொஞ்ச நாள் எங்கயாவது வெளியூருக்குப் போங்க..."ன்னு சொன்னேன். அவங்க பெரியாளு ஐயண்ணன் "அந்த நாயிக்குப் பயிந்துக்கிட்டு நாங்க ஊரைவிட்டுப் போறதா...?

செத்தாலும் இங்கேதான் சாவோம்..."ன்னு சொல்லிட்டான். சொன்ன மாதிரியே வீரப்பன் போட்டுத் தள்ளிட்டான்" என்றார்.

20.5.1986 அன்று மதியம் செங்கப்பாடி மாரியம்மன் கோயிலில் ஊர்ப் பஞ்சாயத்து ஒன்று நடந்தது. அந்தப் பஞ்சாயத்துக்கு, ஊர்ப் பெரிய மனிதராக இருந்த கோட்டையூர் மாதையன், அவரது தம்பி தங்கவேல் இருவரும் வந்தனர். ஊர்ப் பிரமுகர்கள் பத்துபேர், பொதுமக்கள் நூறு பேர் கலந்து கொண்ட அந்தப் பஞ்சாயத்து முடிய, மாலை நான்கு மணிக்கு மேலானது.

பஞ்சாயத்தை முடித்துக் கொண்டு வீட்டுக்குப் போவதற்காக மாதையன், தங்கவேல் இருவரும் ஏகிலி மேட்டைக் கடந்தனர். பாதுகாப்புக்காக இருவருமே கையில் நீண்ட கத்தி வைத்திருந்தனர். ஆத்தூர் சாலையிலிருந்து தெற்கே திரும்பி, கோட்டையூருக்குச் செல்லும் இட்டேரியில் நடந்தனர்.

அந்தத் தடத்தில் இருபக்கமும் நான்கடி உயரத்துக்குக் கருங்கல்லில் கட்டப்பட்ட சுவர் இருந்தது. இது, அந்த வழியாக மேய்ச்சலுக்குப் போகும் ஆடு, மாடுகள் விவசாய நிலங்களுக்குள் போகாமல் இருக்க ஏற்படுத்தப்பட்ட தடுப்புச்சுவர். மாதையன், தங்கவேலு இருவரின் இடுப்புவரை கருங்கல் சுவர் இருந்தது.

இந்தத் தடத்தின் கிழக்கில், வீரப்பனின் பூர்வீகக் காடு உள்ளது. இரண்டுக்கும் இடையில் "கல்லட்டி" என்று சொல்லக்கூடிய ஒரு பாறைக் குவியலின் இடையே பால(லை) மரங்கள், புதைபோல வளர்ந்திருந்தன. இந்தப் புதைக்குள் இருந்து நான்கைந்து துப்பாக்கித் தோட்டாக்கள் தொடர்ந்து வெடித்தன.

ஊரிலிருந்த மக்களெல்லாம் வெடிச்சத்தம் வந்த திசையை நோக்கி ஓடினர். நெஞ்சில் குண்டடிபட்ட தங்கவேல் விழுந்த இடத்திலேயே உயிரிழந்து விடுகிறார். இலேசான அடியுடன் தப்பிய மாதையன் கீழே படுத்து, கல்சுவரில் மறைந்து கொள்கிறார். அந்தப் பாதையின் கிழக்குப் பக்கம் இருந்த கற்சுவர் அவரைக் காப்பாற்றியது. தரையில் படுத்துத் தவழ்ந்து கொண்டே தெற்கு நோக்கி முன்னேறினார்.

கோட்டையூர் மாதையன் தப்பித்து விடுவார் என்று பயந்த வீரப்பன் ஆள்கள் ஆளுக்கு ஒரு பக்கம் பாறைத் திட்டுக்களின் மீது ஏறி நின்று குறிபார்த்தனர். தரையோடு, தரையாகப் படுத்திருந்த கோட்டையூர் மாதையன் தலைக்கு நேராகக் குறி பார்த்துச் சுட்டுள்ளனர். ஆனால், கிழக்குப் பக்க கற்சுவர் மாதையனைக் காப்பாற்றியது.

தொடர்ந்து வந்த குண்டுகளிலிருந்து தப்பித்துக் கொண்டே தெற்கு நோக்கித் தரையில் ஊர்ந்து சென்றார். இன்னும் ஐம்பதடி தூரம் கடந்து விட்டால், மேற்குப் பக்கம் பொன்னப்பகவுண்டர் காட்டுக்குப் போக ஒரு வழியுள்ளது. அந்த வழியாகத் தப்பிக் கரும்புக் காட்டுக்குள் போய்விடலாம். எனவே, அந்த இடத்துக்குப் போக, கோட்டையூர் மாதையன் முயற்சி செய்கிறார்.

அந்த இடத்துக்கு முன்பாகவோ ஓரிடத்தில் கிழக்குப் பக்கம் இருந்த கல் சுவர் சரிந்து விழுந்ததில் ஒரு வெற்றிடம் இருந்தது. அந்த இடத்தைத் தாண்டி விட்டால் போதும். வீரப்பன் ஆள்களின் துப்பாக்கிச் சூட்டிலிருந்து தப்பி விடலாம் என்ற எண்ணத்தில் மாதையன் அந்த சிறிய இடை வெளியைக் கடக்க முயற்சி செய்கிறார். வீரப்பனும் இந்த இடத்தை முன் கூட்டியே பார்த்துள்ளார்.

அந்தச் சிறிய இடை வெளியில் கோட்டையூர் மாதையன் தலையை நீட்டுகிறார். வீரப்பன் அதைப் பார்த்து விடுகிறார். ஆனாலும், இப்போது இ(சு)டக்கூடாது என்று காத்திருக்கிறார். அடுத்து காலில் ஒரு உந்து உந்தி உடலை இரண்டடி தூரம்

தங்கவேலு

முன்னுக்குக் கொண்டு வருகிறார்.

மாதையன்

மாதையனின் இடது பக்க மார்புக்குக் குறிவைத்துப் பிடிக்கிறார். மூன்றாவது நகர்வுக்காக நிலத்தில் காலை உந்தித் தள்ளிய மாதையனின் நெஞ்சில் வீரப்பனின் தோட்டா இறங்கியது. முன்னங்காலை உந்தித் தள்ளிய கோட்டையூர் மாதையன் தலை கவிழ்ந்து சரிந்தார்.

“கோட்டையூரான் ஈட்டு மேல உழுந்துட்டான் மாமா...”. பாறை மேலிருந்து யாரோ ஒருவர் போட்ட சத்தம் ஊருக்குக் கேட்டது. ஒவ்வொரு கல்லிலும் பதுங்கியிருந்த வீரப்பன் ஆள்கள் கீழே இறங்கி வந்தனர். தொடர்ந்து வெடித்த துப்பாக்கிச் சத்தம் கேட்டு செங்கப்பாடியில் இருந்து பல பொதுமக்கள் ஓடிவந்தனர். அவர்களைப் பார்த்து “யாரும் கிட்ட வராதீங்க, அங்கேயே நில்லுங்க...” என்று வீரப்பன் எச்சரித்தார்.

தயாராக வைத்திருந்த பெரிய சாக்குப்பைகளில் இருவரின் உடலையும் தூக்கிப் போட்டனர். சாக்குப்பையின் நான்கு முனைகளையும், ஆளுக்கு ஒருவர் பிடித்துத் தூக்கிக்கொண்டு, வடக்குப் பக்கம் காட்டுக்குள் சென்றனர். இரண்டு கிலோமீட்டர் தூரம் போன வீரப்பன் கூட்டாளிகள் மாதையன், தங்கவேலு உடல்களை ஒரு பாறையின் மீது வைத்துத் துண்டு துண்டாக வெட்டினர். அவற்றையெல்லாம் ஆறேழு சாக்குப் பைகளில் போட்டுக் கட்டி, காவிரி ஆற்றின் ஓரமாகவே, வடக்கே ஒகேனக்கல் பகுதிக்கு எடுத்துக்கொண்டு சென்றனர்.

வீரப்பன் ஆள்ட்கள் போன வழியிலிருந்த முழுவடை காட்டில் ராணியம்மா என்ற ஒரு பெண் சாராய வியாபாரம் செய்து வந்தார். வீட்டிலிருந்து ஆத்துக்கு, தண்ணீர் எடுக்க குடத்துடன் சென்ற ராணியம்மா, அந்த வழியாக வந்த வீரப்பன் ஆள்களை நேருக்கு நேராகச் சந்திக்கிறார்.

*****

26

தடயமே இல்லாத கொலைகள்

வழக்கமாக மான் வேட்டையாடும் வீரப்பன் ஆள்கள், மான் கறியை இப்படிதான் மூட்டை கட்டித் தூக்கிக்கொண்டு போவர். அப்போது யார் எதிரில் வந்தாலும், அவர்களுக்கும் கொஞ்சம் மான் கறியைக் கொடுத்து விட்டுப்போவது வீரப்பன் வழக்கம். அந்த ஆசையில் ராணியம்மாவும், “சாக்குப் பையில என்னண்ணா...?” என்று வீரப்பனிடம் கேட்டார்.

ஆனால், ராணியம்மாவின் கேள்வியைக் காதில் வாங்காமலே போனார் வீரப்பன். ராணியம்மாவை வீரப்பன் ஆள்கள் கடந்து செல்லும்போது, அந்த சாக்குப் பையிலிருந்து வீசிய இரத்த வாடை இது மான் கறியில்லை என்பது தெரிந்தது.

“என்னவோ இருந்துட்டு போகட்டும். நமக்கெதற்கு வம்பு” என்று ராணியம்மா ஆற்றுக்குப் போனார். குடத்தில் தண்ணீரை எடுத்துக்கொண்டு வீட்டுக்குத் திரும்பினார்.

ராணியின் பின்னால் போன வீரப்பன் கூட்டாளியான பெருமாள், நூறு ரூபாய் பணத்தைக் கொடுத்துவிட்டு ராணியம்மா வீட்டிலிருந்த இரண்டு லிட்டர் சாராயத்தை கேனுடன் எடுத்துக்கொண்டு திரும்பினார். அப்போது, “கோட்டையூர் மாதையனின் கறிதான் சாக்குப் பையில போகுது” என்று ராணியிடம் மெதுவாகச் சொல்லி விட்டுப் போகிறார்.

அதற்குப் பிறகு என்ன நடந்தது...? கோட்டையூர் மாதையன், அவரது தம்பி தங்கவேலின் உடல்கள் எங்கே போயின...? என்பதைக் கர்நாடகக் காவல்துறையால் இதுவரைக் கண்டுபிடிக்க முடியவில்லை. இதுகுறித்து கோட்டையூர் மாதையனின் உறவினரான ஜல்லிபாளையம் மாதையனிடம் பேசினேன்.

“செங்கப்பாடியில் இருந்த எங்க சின்ன மாமனாருங்க மாதையன், தங்கவேலு ரெண்டு பேரையும் செவ்வாய்க்கிழமை

அன்னைக்குத்தான் வீரப்பன் சுட்டுக் கொன்னுட்டார். எனக்குப் புதன்கிழமை காலையில தகவல் கெடச்சுது. அப்போ அனூர், இராமாபுரம், மாதேஸ்வரன்மலை மூனு போலீஸ் ஸ்டேஷனுக்கும் சோமையான்னு (முத்தாலி கொலை வழக்கில் சொல்லப்பட்ட சோமசேகர ரெட்டி அல்ல, இவர் பெயர் P.C. சோமையா) ஒரே இன்ஸ்பெக்டர்தான் பொறுப்பு. அவரும் கொள்ளேகாலில் இருந்தார்.

என்னுடைய ஜீப்பை எடுத்துக்கிட்டு கொள்ளேகால் போனேன். அங்கிருந்த இன்ஸ்பெக்டரைக் கூட்டிக்கிட்டு செங்கப்பாடிக்குப் போகும்போதே சாயங்காலம் ஆயிடுச்சு. கொலை நடந்த இடத்தைப் போய்ப்பார்த்தோம். தொட்டுப் பொட்டு வைக்கிற அளவுக்குக்கூட, அந்த இடத்தில ரத்தம் இல்லீங்க. கொலை நடந்ததற்கான ஒரு சின்ன அடையாளங்கூட இல்லை. சரின்னு இன்ஸ்பெக்டர் எல்லாத்தையும் விசாரிச்சுக் கிட்டு வந்துட்டார். FIR கூடப் போட்டாங்க. (M.M.Hills P.S. Cr. No:-46/1986, Date 20.5.1986) மேற்கொண்டு எந்த நடவடிக்கையும் எடுக்கவில்லை" என்றார்.

கோட்டையூர் மாதையன் மற்றும் தங்கவேலு கொலை வழக்குத் தொடர்பாக போலீசார் முறையாக விசாரணை செய்யாமல் இருந்தனர். இதில் நேரடியாகப் பாதிக்கப்பட்ட டி.சி.எப். ஸ்ரீநிவாஸ் ஓர் ஆண்டுக்குப் பிறகு, இந்த கொலை வழக்குத் தொடர்பாக பாரஸ்டர் வாசுதேவமூர்த்தி மூலமாகத் தனிப்பட்ட விசாரணையில் இறங்கினார்.

மாதையன், தங்கவேலு இருவரும் கொலை செய்யப் பட்ட இடத்திலிருந்து வீரப்பன் நடந்துபோன பாதை வழியாக விசாரணையைத் தொடங்கினார் வாசுதேவமூர்த்தி. அடுத்ததாக ராணியம்மாவைப் பிடித்து விசாரணை செய்துள்ளார். கூலியம் காட்டு ஓரமாக வசித்து வந்த பழங்குடி சமூகத்தைச் சேர்ந்த

ஜல்லிபாளையம் மாதையன்

எருமக்கோட்டான், அவரது மகனான புட்டன் என்கிற இருளப் பூசாரி ஆகிய இருவருக்கும் இந்தச் சம்பவம் பற்றித்தெரியும் என்பது தெரிந்தது. இதையடுத்து, அந்த இருவரையும் பிடித்து விசாரிக்கத் திட்டமிட்டார்.

இதைப் பற்றி டி.சி.எப். ஸ்ரீநிவாஸிடமும் பேசி அனுமதி வாங்கினார். ஒரு நாள் இரவு பத்து மணிக்கு வாட்சர் புட்டன், ராஜேந்திரன் என்ற இருவரையும் கூட்டிக்கொண்டு போகிறார். காட்டுக்குள் தனியாக இருக்கும் எருமக்கோட்டானின் குடிசையின் முன்பாக நெருப்பு எரிந்து கொண்டிருந்தது. பக்கத்திலேயே ஒருவர் துப்பாக்கியைத் தலைமாட்டில் வைத்து படுத்திருக்கிறார். இதை நெருப்பு வெளிச்சத்தில் வாசுதேவமூர்த்தி பார்க்கிறார். படுத்திருப்பவருக்குப் பக்கத்தில் வேறு யாராவது ஆள்கள் இருப்பார்கள் எனப் பயப்படுகிறார்.

விடியும்வரை அங்கேயே பதுங்கியிருந்து, பொழுது விடிந்ததும், தமிழ்ப் பேசும் கார்டு ராஜேந்திரனை அந்த வீட்டுக்கு அனுப்புகிறார். "தாளபெட்டா பள்ளத்தில் மாட்டுப்பட்டி போட்டிருக்கேன். பட்டியிலிருந்த ரெண்டு மாடு தப்பிப் போயிட்டுது. அந்த மாட்டைத் தேடிக்கிட்டு வந்தேன்"னு சொல்லு. அந்த வீட்டில் உள்ளவர்களைப் பற்றி கொஞ்சம் கொஞ்சமாக விசாரணை பண்ணு. எருமக்கோட்டான் அல்லது புட்டன் என்ற இரண்டு பேர் இருந்தா, உடனே எனக்குச் சைகை காட்டு. நானும், புட்டனும் வருகிறோம். அந்த ரெண்டு பேரையும் புடிச்சுட்டு வந்திடலாம்" என்று சொல்லி அனுப்பியுள்ளார்.

எருமக்கோட்டான், புட்டன் ரெண்டு பேருமே அங்கே இருப்பதாக ராஜேந்திரனிடமிருந்து குறிப்பு கிடைத்தது. வாட்சர் புட்டன் மற்றும் வாசுதேவமூர்த்தி இருவரும் வேகமாக ஓடுகின்றனர். முதலில் புட்டனைப் பிடித்து, அவனது இரு கைகளையும் பின்பக்கமாகச் சேர்த்துக் கட்டினர். இதைப் பார்த்துவிட்டுப் பக்கத்தில் வந்த அவனது அப்பன் எருமக்கோட்டானையும் பிடித்தனர். "எதற்கு சாமி என் மகனைப் புடிக்கிறீங்க..."? என்று கேட்டவரின் கன்னத்தில் ஓர் அறை விட்டார். "நாட்டுத் துப்பாக்கியை எடுத்துவா...?" என்றார் வாசுதேவமூர்த்தி.

"எங்கிட்டே ஏது சாமி துப்பாக்கி இருக்குது, நானே மாடு மேச்சுக்கிட்டு இருக்கிறேன்..." என்று எருமக்கோட்டான் பொய் சொல்கிறார். பிறகு, மகன் புட்டனுக்கு ஓர் அடி விழுந்தது. எருமக்கோட்டானின் மனைவி ஓடிவந்து "என் மகனை அடிக்கவேண்டாம்..." என்று தடுக்கிறார். பிறகு, எருமக்கோட்டானையும் அடிக்கவில்லை, மகன் புட்டனையும் அடிக்கவில்லை. புட்டனின் அம்மாவுக்கு இன்னொரு ஓர் அறை விட்டார். "துப்பாக்கியை எடுத்துத்தாரேன் சாமி...." என்று எருமக்கோட்டான் சொல்கிறார். வீட்டுக்கு அருகிலிருந்த புதரில் மறைத்து வைத்திருந்த, இரண்டு நாட்டுத் துப்பாக்கிகளை எடுத்துக் கொடுக்கிறார்.

இந்த எருமக்கோட்டான் குடும்பமே வீரப்பனுக்கு விசுவாசமான குடும்பம். எருமக்கோட்டானின் மகன் புட்டன் கையில் மாதையன், வீரப்பன் என்று தமிழில் பச்சை குத்தியுள்ளதை வாசுதேவமூர்த்தி பார்க்கிறார். இருவரையும் கொண்டுபோய் விசாரிக்க முடிவு செய்கிறார்.

உரிமம் இல்லாத நாட்டுத் துப்பாக்கி வைத்திருந்ததாக எருமக்கோட்டானையும், புட்டனையும் கைது செய்து, காட்டுவழியாக நடந்தே செங்கப்பாடிக்கு அழைத்து வருகிறார். செங்கப்பாடிக்குப் போகும் மற்றொரு பாதையில் வாசுதேவமூர்த்தியை முந்திக்கொண்டு, எருமக்கோட்டானின் மனைவி வேகமாக ஓடுகிறார்.

இந்தப் பெண் எதற்காக ஓடுகிறாள்..? என்று குழப்பமடைகிறார். அனேகமாக எருமக்கோட்டானைப் பிடித்துக்கொண்டு போகும் தகவலை வீரப்பனிடம் சொல்வார். அல்லது அவனுடைய அண்ணன் மாதையனிடம் சொல்லத்தான் ஓடுகிறாள் என்று நினைக்கிறார். இனிமேல், இந்தத் தடத்தில் போவது நல்லதல்ல என்ற முடிவில், செங்கப்பாடிக்குப் போன பாதையை மாற்றினார்.

"எருமக்கோட்டானைக் கூட்டிக்கொண்டு நீங்க பொன்னாச்சி காட்டு வழியாகத் தாளபெட்டாவுக்குப் போங்க" என வாட்சர்கள் ராஜேந்திரன், புட்டனிடம் சொன்னார். சிறு பையனாக இருந்த எருமக்கோட்டானின் மகன் புட்டனை "ஊருக்குப் போய் ஒழுங்கா இருந்துக்கோ. இனிமேல் வீரப்பன்

கூடவெல்லாம் சேரக்கூடாது..." என்று சொல்லி அங்கேயே விட்டுவிடுகிறார். பிறகு, தன்னுடைய துப்பாக்கியைத் தோளில் மாட்டிக்கொண்டு காட்டு வழியாக, செங்கப்பாடிக்கு நடந்து சென்றார்.

அவர் எதிர்பார்த்தது போலவே, ஊர் எல்லையில் நான்கைந்து ஊர்ப் பெரியவர்களுடன் வீரப்பனின் அண்ணன் கூசமாதையன் நின்றுள்ளார். தனி ஆளாகப் போன வாசுதேவமூர்த்தியைப் பார்த்து "என்னய்யா... அப்பாவி ஜனங்களை புடிச்சுட்டுப்போய், பொய் கேசப் போட்டுத் தொல்லை பண்றீங்க. உன்னால முடுஞ்சா வீரப்பனைப் புடிங்க... நாங்க என்ன, வேண்டான்னா சொல்லறோம். "வீரப்பனைக் காட்டுங்க, புடிச்சுக் குடுங்க"ன்னு சொல்லி, இப்படி அப்பாவி ஜனங்க மேல கை வெச்சா நான் சும்மா இருக்கமாட்டேன். இப்போ எருமக்கோட்டான எங்கே வச்சிருக்கீங்க..." என்று கேட்டுச் சத்தம் போட்டுள்ளார்.

"நான் எதுக்கப்பா எருமக்கோட்டானை புடிக்கப் போறேன்...? அவனுக்கும் எனக்கும் என்னய்யா சம்பந்தம். நான் எருமக்கோட்டானைப் புடிச்சதா...? உனக்கு யார் சொன்னாங்க..."? என்று கேட்ட வாசுதேவமூர்த்தி வேகமாக மாதையனைக் கடந்து ஊருக்குள் சென்று விடுகிறார்.

அவரைப் பின்தொடர்ந்து வந்த கூசமாதையன், "இத பாரு வாசுதேவமூர்த்தி. நீ செய்யறது சரியில்லை. அவ்வளவுதான் சொல்லமுடியும்..." என்று மிரட்டுகிறார். வாசுதேவமூர்த்தி அதைக் கண்டுகொள்ளாமலே ஊருக்குள் நின்ற பால் லாரியைப் பிடித்து, பாலாறு வந்து சேர்கிறார்.

பிறகு, பேருந்து மூலம் மாதேஸ்வரன் மலைக்குப் போகிறார். டி.சி.எப்.ஸ்ரீநிவாஸ்க்கு எருமக்கோட்டானைப் பிடித்தது பற்றி தகவல் கொடுக்கிறார். அங்கிருந்த ஜீப்பை எடுத்துக்கொண்டு தாளபெட்டாவுக்குப் போனவர், எருமக்கோட்டானை ஜீப்பில் ஏற்றினார். சாம்ராஜ்நகர் அருகிலுள்ள கண்ணாடி மாளிகை எனப்படும் பூதிபடுகா வனத்துறை ஓய்வு மாளிகைக்குக் கொண்டு சென்றார்.

*****

27

மீனுக்கு போடப்பட்ட மனித உடல்கள்

எருமக்கோட்டானிடம் மேற்கொண்ட விசாரணை குறித்து வாசுதேவமூர்த்தி சொல்வதைக் கேட்போம். "கோட்டையூர் மாதையனையும், தங்கவேலுவையும் சுட்டுக்கொன்ற வீரப்பன் கூட்டாளிகள், ரெண்டு பாடியையும் எட்டுத் துண்டுகளாக வெட்டி, சாக்குப்பையில் போட்டுக் கூலியம் காட்டுப் பக்கம் தூக்கிட்டுப் போயிருக்காங்க.

அங்கே மீசைக்காரன்னு ஒருத்தர் மீன் புடிச்சிட்டு இருந்திருக்கான். நைட் எட்டு மணிக்கு அந்த மீசைக்காரன் தெப்பத்தை, வீரப்பன் ஆள் ஒருத்தன் வாங்கிட்டு வந்திருக்கான். ராணியம்மா வீட்டிலிருந்து எடுத்திட்டுப் போன சாராயத்தை வீரப்பனைத் தவிர, மீதி எல்லோருமே குடிச்சிருக்காங்க. சாக்குப் பையிலிருந்த உடல்களை, அந்தத் தெப்பத்தில் போட்டுத் தமிழ்நாடு பார்டர்க்குக் கொண்டுட்டுப் போய்ட்டாங்க.

ஆண்டியப்பன், மாரியப்பன் என்ற வீரப்பன் கூட்டாளிங்க ரெண்டு பேருந்தான் பாடிய அங்கே வச்சு பீஸ்பீஸாக் கட் பண்ணின பிறகு, அள்ளி மீனுக்குப் போட்டுட்டு வந்துட்டாங்க. வரும்போது, ஆண்டியப்பன், மாரியப்பன் ரெண்டு பேரும் மாதையன், தங்கவேலு ரெண்டு பேரோட தலையையும் எடுத்திட்டு வந்திருக்காங்க. அதைப் பக்கத்திலயே வச்சு படுத்துத் தூங்கியிருக்காங்க. வெடிஞ்ச பின்னால, நெருப்பு மூட்டித் தலையை அதுல போட்டுக் கருக்கியிருக்கங்க. அதன் பிறகு, தலை புருடையைக் கீழே வச்சு, கல்லை எடுத்து மேலே போட்டு நசிக்கியிருக்காங்க. கடைசியா வீரப்பன் அதை எடுத்து ஆத்துல போட்டிருக்கான்.

அப்போ, வீரப்பன்கூட மலையாளம் பேசின ஒருத்தன் இருந்தான்னு தெரிஞ்சுது. அவன் யாருன்னு விசாரிச்சேன். வீரப்பனுக்கு பிளாஸ்டிக் ஷீட், காக்கித்துணி சப்ளை செய்யும் ஆளுன்னு சொன்னாங்க. அவனைத் தேடிட்டு, கேரளா ஸ்டேட்டில் இருக்கும் சுல்தான் பத்தேரிக்குப் போனோம். அங்கே வச்சு, அந்த ஆளைப் புடிச்சோம்" என்றார்.

வாசுதேவமூர்த்தி பிடித்த வீரப்பன் தொடர்பாளரின் பெயர் சந்திரன். கேரள மாநிலம், சுல்தான் பத்தேரியைச் சேர்ந்தவர். அங்குள்ள தனியார் பேருந்து நிலையம் எதிரில் பிரண்ட்ஸ் ஹோட்டல் என்ற உணவகமே சந்திரனின் தொடர்பு அலுவலகம். வாசுதேவமூர்த்தி, டி.சி.எப்.ஸ்ரீநிவாஸ் இருவரும் பிரண்ட்ஸ் ஹோட்டலுக்குச் சென்று விசாரித்தனர். புறநகர் பகுதில் இருந்த சந்திரனைப் பிடிக்கின்றனர்.

சந்திரனிடம் மேற்கொண்ட விசாரணையில் "கொலை செஞ்சவங்களுடைய உடல், தலை ரெண்டும் கெடச்சாத்தான் அந்தக் கொலையை கன்பார்ம் பண்ணமுடியும். இல்லன்னா கொலைக் கேஸ் நிற்காதுன்னு போலீஸ் இன்ஸ்பெக்டர் சோமையாவும், கொள்ளேகால் வக்கீல் நடராஜூம் சொன்னதா வீரப்பன் சொல்லியிருக்கிறான். வீரப்பனின் கிரிமினல் வேலைகளுக்கு போலீஸ் இன்ஸ்பெக்டர் ஒருத்தரே உதவி செஞ்சிருக்கார்.

அதனாலதான், வீரப்பன் தைரியமா கொலை செஞ்சுக்கிட்டு இருந்தான். எலெக்சன் நேரத்துல நான் வீரப்பனைப் பிடிக்க கொப்பம் பக்கம் ஒரு இடத்துல காத்திட்டுடிருந்தேன். அன்னைக்கு ஜனங்ககிட்டே ஓட்டுக்கேட்க வீரப்பன் வந்திருந்தான். கேன்வாஸ் எல்லாம் முடிஞ்ச பின்னால, காங்கிரஸ் எம்.எல்.ஏ ராஜூகவுடா கார்லயே வீரப்பன் வெளியே போயிட்டான்" என்றார் வாசுதேவமூர்த்தி.

இந்த நேரத்தில் டி.சி.எப்.ஸ்ரீநிவாஸுக்கு உதவியாக இருந்த சாம்ராஜ்நகர் *DySP M.R.*புஜார் பதவி உயர்வு பெற்று மைசூர் நகர *AdSP* யாகச் செல்கிறார்.

கோட்டையூர் மாதையன், தங்கவேலு கொலை நடந்த இருபது நாள்களுக்குப் பிறகு, வீரப்பன் செங்கப்பாடியில் இருந்து கிளம்புகிறார். நேராகக் குண்டல்பேட்டை காட்டுக்குச் செல்கிறார். இதற்கு முன்பு, வீரப்பன் அந்தப் பகுதிக்கு சென்றதில்லை. எந்தப் பக்கம் சாலை உள்ளது. எந்தப் பக்கம் வனத்துறை அலுவலகம் உள்ளது என்ற விவரம் தெரியாது.

இப்படிப்பட்ட நிலையில், **25.8.1986** அன்று, மைசூர் மாவட்டம், குண்டல்பேட்டை வனப்பகுதியில் உள்ள ஹலகோதனக் கோட்டை காட்டுப்பகுதியில் முகாமிட்டனர்.

ஒரு வாரம் முழுவதும் சுற்றியலைந்தும் ஒரு யானையைக்கூட அடிக்கமுடியாமல் போனது. அந்த வருத்தத்தில் அன்று இரவு ஒரு பாறைமீது வீரப்பன், தன் ஆட்களுடன் படுத்திருந்தார்.

இரவு நேரத்தில் காடுகளில் தங்கும்போது விலங்குகள் நடமாடும் பாதைக்கு அருகில் தங்கக்கூடாது. நீர்நிலைகளுக்குப் போகும் வழியாகவும் இருக்கக்கூடாது. யானை, காட்டெருமை போன்ற விலங்குகள் விரும்பி உண்ணும் புல் வகைகளும் பக்கத்தில் இருக்கக்கூடாது. எதிர்பாராமல், யானை, காட்டெருமை போன்ற பெரிய விலங்குகள் வந்தாலும் கூட படுத்திருக்கும் ஆளுக்குப் பக்கத்தில் வந்து விடாமல் தடுப்புகள் இருக்கவேண்டும்.

படுக்கும் இடம், கொஞ்சம் உயரமான பாறையாக இருக்க வேண்டும். அதையும் கடந்து யானை, காட்டெருமை போன்ற பெரிய விலங்குகள் ஆள்களைத் தாக்கவேண்டும் என்ற எண்ணத்தில் பக்கத்தில் வரலாம். அப்படிப்பட்ட சூழ்நிலையில், வேகமாக ஓடிப்போய் ஏறிக்கொள்ளும் வகையில் பெரிய உயரமான மரங்களும் பக்கத்தில் இருக்கவேண்டும். அந்த இடத்திலும்கூட பெரும்பாலும் நெருப்பு மூட்டிவிடுவர். விடியும்வரை அந்த நெருப்பு அணையாமல் புகைந்து கொண்டே இருக்கும்.

நெருப்பும், புகையும் வந்தால் விலங்குகளும், பாம்பு, தேள், பூரான் போன்ற உயிரினங்களும் வராது. இப்படிப் பல வகையான பாதுகாப்பும் கொண்ட, ஓரிடத்தைத் தேர்வு செய்துதான் வீரப்பன் தங்குவார். நானும், அப்படிப்பட்ட இடங்களில் அவருடன் தங்கியுள்ளேன்.

ஹலகோதனக் கோட்டைக் காட்டில் தங்கிய அன்றும் இப்படிப் பாதுகாப்பான இடத்தைத் தேர்வு செய்துள்ளார். தங்களிடமிருந்த பொருள்களைக் கொண்டு இரவு உணவு தயார்செய்து சாப்பிட்டுவிட்டு, பெரிய பாறையின்மீது படுத்துத் தூங்கியுள்ளனர். பக்கத்திலேயே கணகணப்பாக இருக்க நெருப்பும் போட்டுள்ளனர்.

அந்த இடத்திலிருந்து ஒரு கிலோமீட்டர் தூரத்தில் வனத்துறையின் கண்காணிப்புக் கோபுரம் இருப்பதை கவனிக்கத் தவறினர். இரவு பத்து மணியளவில் வனத்துறைக்

காவலர்கள் அந்தக் கோபுரத்தின்மீது ஏறிப் பார்த்தனர். அடர்ந்த காட்டுக்குள் நெருப்பு எரிவது தெரிகிறது. யாரோ வேட்டைக்காரர்கள் தங்கியுள்ளனர் என்பது தெரிந்தது. வேறு முகாம்களிலிருந்த கூடுதல் காவலர்களை வரவைத்தனர். வீரப்பன் ஆள்கள் இருந்த இடத்தைச் சுற்றி வளைத்தனர்.

ஆரம்பக் காலத்திலிருந்தே வீரப்பன் தூங்கும்போது, வலது கையைத் துப்பாக்கி மீது வைத்துக் கொண்டே தூங்குவார். இல்லையானால், அவர் மார்பின் மீது துப்பாக்கி இருக்கும்.

பனிப்பொழிவு இருக்கும் நேரத்தில், திறந்த வெளியில் தூங்கும்போது, துப்பாக்கியைத் தலைமாட்டின் கீழே வைத்துக்கொள்வது வழக்கம். காரணம், பனி பெய்யும்போது துப்பாக்கியின் பேரல் நனையும். அப்போது, அதன் உள்ளிருக்கும் தோட்டாவும் நனைந்து விடும். ஈரமாக இருக்கும் தோட்டா வெடிக்காமல் போகவும் வாய்ப்புள்ளது.

அன்று வழக்கத்தை விடவும் பனிப்பொழிவு அதிகமாகவே இருந்தது. வீரப்பனுடன் இருந்த பத்து பேரிடம் நான்கு துப்பாக்கிகள் மட்டுமே இருந்தன. நான்கையும் தரை விரிப்புக்கு அடியில் வைத்திருந்தனர். பகல் முழுவதும் வேட்டைக் காட்டில் சுற்றிய அசதியில் எல்லோருமே நன்றாகத் தூங்கினர். அப்போதெல்லாம் வீரப்பன் குழுவில், இரவு நேரத்தில் காவலிருக்கும் வழக்கம் இல்லை.

அந்த நேரத்தில், வீரப்பன் உள்ளிட்ட எல்லோருமே காக்கி நிறத்தில் பேண்டும், சட்டையும் அணிந்திருந்தனர். இவர்கள் காட்டுக்குள் போகும்போது யாராவது பார்த்தால் வனத்துறையினர் என்று நினைக்க வேண்டும். அதற்காகவே காக்கித் துணியைப் போட்டிருந்தனர்.

இரவு 11.00 மணிக்கு துப்பாக்கியுடன் வந்த பத்து வனத்துறை ஊழியர்கள் வீரப்பன் ஆள்கள் படுத்திருந்த இடத்தைச் சுற்றி வளைத்தனர்.

பெரிய கட்டையில் நெருப்புப் பிடித்து எரியும்போது, வெடிக்கும் சிறு சத்தம் தவிர, வேறு எந்தச் சத்தமும் இல்லை. காடு முழுவதும் அமைதியாக இருந்தது. ஷூ கால்களுடன் ஆளுயரம் வளர்ந்திருந்த ஈச்சம் புல் காட்டுக்குள்

வனத்துறையினர் நடந்து வந்தனர். புற்களின் அசைவுச் சத்தம் வீரப்பன் காதுகளில் விழுந்தது.

யானையோ அல்லது காட்டெருமையோ புற்களை மிதித்துக்கொண்டு பக்கத்தில் வருவது போல உணர்ந்தார். தலையைத் தூக்கிப்பார்த்தார், மங்கிய நிலா வெளிச்சத்தில், சிலர் காக்கிச் சட்டையுடன் சற்றுத் தொலைவில் நிற்பது தெரிந்தது. தன்னுடைய ஆள்கள்தான் சிறுநீர் கழிக்கச் சென்றுவிட்டுத் திரும்புகின்றனர் என நினைத்துக் கொள்கிறார்.

"எப்பா ஒன்னுக்குப் போனா சொல்லீட்டுப் போகமாட்டீங்களாடா....? யானையோ, எருமையோ வருதுன்னு பயந்துட்டேன்" என்றவர் மீண்டும் தலையைக் கவிழ்த்துப் படுத்தார்.

அடுத்த ஒரு சில நொடிகளில், வீரப்பன் முதலில் பார்த்த திசைக்கு, எதிர்த் திசையிலிருந்தும் காலடிச் சத்தம் கேட்டது. அவசரமாகத் தலையைத் திருப்பிப் பார்த்தார். மற்றொரு பகுதியிலிருந்து காக்கிக் குல்லாவுடன் சிலர் நடந்து வந்தனர். குல்லாவைப் பார்த்ததும்தான், வருவது வனத்துறையினர் என்பது வீரப்பனுக்குத் தெரிந்தது.

"டேய்... கொளந்தை எந்திரியப்பா.....பாரஸ்ட்டுகாரனுங்க வந்துட்டாங்க, சீக்கிரம் எந்திருச்சு ஓடுங்கப்பா..." என்று சொல்லிக்கொண்டே, தரை விரிப்புக்குக் கீழேயிருந்த துப்பாக்கியைக் கையில் எடுக்க முயன்றார்.

அதற்குள் ஒருவர் வீரப்பனைப் பிடித்துவிட்டார்.

*****

28

சித்தராம் நாயக் கொலை

வனத்துறை ஊழியர்கள், படுத்திருந்த வீரப்பன் கூட்டத்தை வேகமாக நெருங்கி வந்தனர், படுத்திருந்த பத்து பேரையும் ஆளுக்கு ஒருவர் எனப் பத்துப் பேரும் கட்டிப் பிடித்துவிட்டனர். வீரப்பனையும், ஒருவர் கட்டிப்பிடித்துக் கொண்டார். அவரைப் பிடித்துக் கீழே தள்ள வீரப்பன் போராடினார். வனத்துறை ஊழியரும், வீரப்பனை விடாமல் கெட்டியாகப் பிடித்து கொண்டார்.

இருவருக்குள்ளும் ஏற்பட்ட மோதலில் ஒருவரை ஒருவர் கட்டிப்பிடித்து உருண்டனர். ஒருவர் முகத்தில் இன்னொருவர் குத்தினர். பாறை மேலிருந்து வீரப்பனும், அவரைப் பிடித்திருந்த ஊழியரும் சேர்ந்து உருண்டனர். கீழே இருந்த 20 அடியாளப் பள்ளத்தில் விழுந்தனர். கீழே விழுந்த வேகத்தில், வனத்துறை ஊழியரின் பிடியிலிருந்து வீரப்பன் தன்னை விடுவித்துக் கொண்டார். ஒரே வினாடியில் தாவிக்குதித்து, உயரமாக வளர்ந்திருந்த ஒரு தேக்கு மரத்திற்குப் பின்னால் ஓடி ஒளிந்தார்.

வீரப்பனுடன் படுத்திருந்த எல்லோருமே சிக்கிக் கொண்டனர். பிடிபட்டவர்களைக் கைது செய்ய வனத்துறையினர் ஒரு பக்கம் போராடினர். அவர்களிடமிருந்து தப்பிக்க வீரப்பன் ஆள்கள் இன்னொரு பக்கம் போராட்டம் நடத்தினர். ஒருவரோடு ஒருவர் எனக் கட்டிப்பிடித்து சண்டை போட்டபடி, பாறை முழுவதும் உருண்டு கொண்டிருந்தனர். தூக்கக் கலக்கத்திலிருந்த வீரப்பனுக்கு யார் யார் எங்குள்ளனர் என்பதுகூடச் சரியாகத் தெரியவில்லை.

எப்படியாவது தரை விரிப்புக்குக் கீழே இருக்கும் தன்னுடைய துப்பாக்கியைக் கையில் எடுக்கவேண்டும். அந்த ஒரே நோக்கில், மரத்தின் பின்னால் ஒளிந்து நின்றுகொண்டே அங்கே நடப்பவற்றைக் கவனித்துக் கொண்டிருந்தார்.

வீரப்பன் ஆள்களை வனத்துறையினர் முகத்திலும், நெஞ்சிலும் மாறிமாறிக் குத்தினர். அடிவாங்கிய வீரப்பன் ஆள்கள் வனத்துறையினர் பிடியிலிருந்து தப்பிக்க அவர்களின் கை, கால்களைப் பிடித்துக் கடித்துள்ளனர்.

அர்ஜுனனின் மச்சினன் ரத்தினத்தை கட்டிப்பிடித்திருந்த வனத்துறை ஊழியரின் கையைப் பிடித்து அவர் கடித்துள்ளார். இதனால், ஏற்பட்ட வலி பொறுக்க முடியாத ஊழியர் தன்னுடைய ஆள்களைப் பார்த்து, "ஏன்ரீ ஜல்தி ஓடிரே... ஜல்தி ஓடிரே..." என்று கத்தியுள்ளார்.

ஒருவரை ஒருவர் முகம் பார்த்துக் கொள்ள முடியாத அளவுக்கு நல்ல இருட்டு. இரண்டு தரப்பினருமே காக்கி உடையில் இருக்கின்றனர். யாராலுமே என்ன நடக்கிறது என்பதைச் சரியாகக் கணிக்க முடியாத நிலை. துப்பாக்கியுடன் கொஞ்சம் தூரத்திலிருந்த வனத்துறை அதிகாரி ஒருவர் சடீர்... சடீர்... என நான்கு தோட்டாக்களைச் சண்டை நடந்த கூட்டத்துக்குள் அடித்தார்.

தோட்டா வெடித்த சத்தம் வந்ததும், இருதரப்பினரிடமும் பயம் வந்தது. இருக்கப் பிடித்திருந்தவர்களின் பிடி தளர்ந்தது, தப்பிய வீரப்பன் உள்ளிட்ட எல்லோருமே ஆளுக்கு ஒரு பக்கம் எட்டிக்குதித்து, ஈச்சம்புல் காட்டுக்குள் ஓடி விட்டனர். அவர்களைத் துரத்திக்கொண்டு ஓடிய வனத்துறையினரால் யாரையும் பிடிக்க முடியவில்லை. திரும்பி அந்த இடத்துக்கு வந்து பார்த்தபோது, வனத்துறை ஊழியர் சித்தராம் நாயக், வீரப்பனின் கூட்டாளியான இரத்தினம் என்ற இருவரும் குண்டடிபட்டு, பிணமாகக் கிடந்தனர். *(குண்டல்பேட்டை காவல் நிலையக் குற்ற எண்:-106/1986)*

இந்த நிகழ்வு குறித்து என்னிடம் பேசிய வீரப்பன், "எங்களுக்கு அப்போது வனத்துறை அதிகாரிகளைச் சுட்டுக் கொல்ல வேண்டும் என்ற நோக்கமெல்லாம் இல்லை. யாராவது எங்களைப் பிடிக்க வந்தால், முதலில் தப்பியோடத்தான் பார்ப்போம். முடியலேன்னா துப்பாக்கியைக் காட்டி மிரட்டுவோம். அதுக்கும் மீறினால், ஒரு ஈடு கொடுப்போம். அதுகூட அவங்க காலில் படாதபடி, நிலத்தைப் பார்த்துத்தான் சுடுவோம். ஆளுங்க மேலே எல்லாம் சுட்டதில்லை.

இந்தச் சம்பவத்தின்போது நாங்க வைச்சிருந்த துப்பாக்கிகள் எல்லாமே விரித்திருந்த போர்வைக்குக் கீழே இருந்துச்சு. எங்களால் ஒரு துப்பாக்கியைக்கூடக் கையில் எடுக்க முடியலே. ஆளுங்கதான் ஒருத்தரோடு ஒருத்தர், கட்டிப்புடிச்சு சண்டை போட்டுக்கிட்டு இருந்தாங்க.

"ஓடிரே... ஓடிரே..."ன்னு ஒருத்தன் கன்னடத்தில் கத்தினான். அந்தச் சத்தம் கேட்டதும் நான்கு, ஐந்து ஈடு எழும்பிட்டுது. அதுக்குப் பிறகு, நாங்க அங்கிருந்து ஓடியாந்துட்டோம்.

வாட்சர் ஒருத்தனும், ரத்தினமும் கட்டிப்புடிச்சுச் சண்டை போட்டுட்டு இருந்தாங்க. அப்போ வனத்துறை ஆளுங்க சுட்டுட்டாங்க. அவங்க சுட்ட குண்டடிபட்டுத்தான், ரெண்டு பேருமே செத்துப்போயிட்டாங்க. எங்க ஆளைச் சுடுகிறதா நெனச்சு அவங்க ஆளையே சுட்டுட்டாங்க. கடைசியில என்னாச்சு? வழக்கம் போலவே, வாட்சரைக் கொலை செய்த பழியும் என் மேலயே வந்துட்டுது..." என்றார்.

சாம்ராஜ்நகர் டி.சி.எப் ஸ்ரீநிவாஸ் கர்நாடகா, கேரளா, தமிழ்நாட்டில் உள்ள யானை வேட்டைக்காரர்கள் மற்றும் யானைத் தந்த வியாபாரிகள் பற்றிய முழுமையான தரவுகளைத் திரட்டி ஆவணப்படுத்தினார். இதையெல்லாம், கர்நாடக மாநில வனக் குற்றத்தடுப்புப் பிரிவு, மடிக்கேரி டிவிஷன் டி.ஐ.ஜி ஹர்லங்கர் பார்வைக்கு அனுப்பினார். யானை வேட்டைக் கும்பல்கள் குறித்த *MOB* தரவுகளை ஒழுங்குபடுத்திய அவர், வீரப்பனைப் பிடிக்கத் தீவிர முயற்சி மேற்கொள்கிறார்.

குற்றவாளிகளைக் கண்காணிப்பது, பின்தொடர்வது, பிடிப்பதில் வனத்துறையைக் காட்டிலும், காவல்துறையினர் அதிக அனுபவமுள்ளவர்கள். இந்த வகையில் வீரப்பனைப் பிடிக்கவேண்டும் என்பதில் டி.சி.எப். ஸ்ரீநிவாஸுக்குத் துணையாக ஹர்லங்கரும் களத்தில் இறங்கினார்.

ஹலகோதனக்கோட்டை *(H.T.Kottai)* காட்டுப்பகுதியில் நடந்த துப்பாக்கிச்சூடு தொடர்பான வழக்கைப் பதிவு செய்த குண்டல்பேட்டை போலீசார், அதை வனக்குற்றத் தடுப்பு டி.ஐ.ஜி பார்வைக்கு அனுப்பினர். டி.ஐ.ஜி ஹர்லங்கர் செங்கப்பாடிப் பகுதிக்கு விசாரணைக்கு வருகிறார்.

வாட்சர் சித்தராம் நாயக், ரத்தினம் இருவரும் இறந்துபோன நேரத்தில் வீரப்பனுடன், ஒன்பதுபேர் இருந்துள்ளனர். அவர்களிடம் நான்கு துப்பாக்கிகள் மட்டுமே இருந்தன. ஒரு 477 ரைபிள் மற்றும் மூன்று வேட்டைத் துப்பாக்கிகள் என நான்கையும் அந்த இடத்திலயே விட்டுவிட்டுத் தப்பிச் சென்றுள்ளனர். ஆக வீரப்பன் கூட்டத்திலிருந்த யாரிடமும் இப்போது துப்பாக்கியில்லை என்பது தெரிந்தது.

தமிழ்நாடு வனக்குற்றத் தடுப்புப் போலீசாரையும் சந்தித்து வீரப்பன் வழக்குகள் குறித்து விவாதிக்கிறார். வீரப்பன் பவானியில் உள்ள ராஜாமணி என்ற துப்பாக்கி வியாபாரியுடன் நெருக்கமாக இருக்கிறான். இவன்தான் அடிக்கடி வீரப்பனைச் சந்தித்து, துப்பாக்கி மற்றும் தோட்டா வாங்கிக் கொடுகிறான் என்பது தெரிகிறது.

இனி வீரப்பன் மீண்டும் யானை வேட்டைக்குப் போக வேண்டுமானால், வேட்டைத் துப்பாக்கி வேண்டும். அதற்காக எப்படியும் ராஜாமணியைச் சந்திப்பான் என ஹர்லங்கர் முடிவு செய்தார்.

உடனே பவானிக்கு ஆள் அனுப்பினார். ராஜாமணியை மடிக்கேரிக்கு, கொண்டுவந்து மூளைச் சலவை செய்தார். பணத்துக்காகச் சட்டத்துக்கு எதிரான வேலைகளைச் செய்யும் ராஜாமணியைப் போன்ற ஆள்கள் எப்போதுமே காவல்துறைக்கும், அதிகாரத்தில் உள்ளவர்களுக்கும் ஆதரவாகவே இருப்பர். ஹர்லங்கரின் திட்டம் வேலை செய்தது. வீரப்பனைப் பிடித்துக் கொடுக்க ராஜாமணியும் ஒத்துக்கொள்கிறான்.

துப்பாக்கி உள்ளிட்ட அனைத்தையும் குண்டல்பேட்டை காட்டில் இழந்த வீரப்பன் அடுத்து தன்னுடைய ஆள்களுடன் தாளவாடி காட்டுக்கு வருகிறார். அங்கிருந்த ஒரு துப்பாக்கியை எடுக்கிறார். தாளவாடிக்கு ஓர் ஆளை அனுப்பி செருப்புகள் மற்றும் உணவுக்குத் தேவையான மளிகைப் பொருள்களை வாங்கிக்கொண்டு வரச்சொல்கிறார். இன்னொரு ஆளை செங்கப்பாடிக்கு அனுப்பி, குண்டல் பேட்டை காட்டில் என்ன நடந்தது. போலீசார் ஊருக்கு வந்துள்ளனரா...? என்ற விவரங்களைத் தெரிந்து கொண்டு வரச்சொல்கிறார்.

நீலகிரி மாவட்டத்துக்கும் ஈரோடு மாவட்டத்துக்கும் எல்லையாக உள்ளது மாயாறு காட்டுப்பகுதி. ஒவ்வோர் ஆண்டும் ஆகஸ்டு, செப்டம்பர், அக்டோபர் மாதங்களில் கேரளா, தமிழ்நாடு, கர்நாடகா என மூன்று மாநில யானைகளும் இந்தக் காட்டுக்கு வரும். இங்கே வரும் யானைகள், ஜனவரி மாத வாக்கில் இங்கிருந்து மீண்டும் புறப்பட்ட இடத்துக்குத் திரும்பும். அடுத்த மூன்று மாதமும் அங்கே தங்கி வேட்டையாடத் திட்டமிட்டார்.

காடு முழுவதும் நிறைந்து நிற்கும் யானைகளை வேட்டையாட, அவர் கையிலிருந்த ஒரே ஒரு இரட்டைக்குழல் துப்பாக்கி போதுமானதாக இல்லை. புதிதாக ஒரு துப்பாக்கி வாங்கவேண்டும். கையிலிருந்த இரட்டை குழல் துப்பாக்கிக்குத் தோட்டாவும் வேண்டும். பவானி ராஜாமணியைச் சந்தித்த பின்னர்தான் அடுத்த வேலையை ஆரம்பிக்க முடியும்.

ஈரோடு மாவட்டம், தாளவாடியிலிருந்து சுமார் 30 கிலோமீட்டர் தொலைவிலிருந்த கொங்கல்லி காட்டுப்பகுதியில் வீரப்பன் தங்கியிருந்தார். அங்கிருந்து பவானி ராஜாமணிக்கு ஆள் அனுப்பினார். தன்னிடமுள்ள கோவர்தன் லாலா துப்பாக்கிக்கு, காட்ரேஜ் தோட்டா பத்து பாக்ஸ் எடுத்துக்கொண்டு வரச்சொன்னார்.

வீரப்பனுக்குத் தோட்டா தேவை என்ற தகவல் கிடைத்ததுமே, தோட்டாவை எடுத்துக்கொண்டு “தீ”யாக வந்து சேர்ந்தான் ராஜாமணி. வீரப்பனும், ராஜாமணியும் ஒருநாள் இரவு முழுவதும் ஊர்க் கதைகளைப் பேசினார்.

தன்னிடமிருந்த துப்பாக்கிகள் எல்லாமே கர்நாடகக் காடுகளில் விட்டுவிட்டு வந்துட்டோம். இப்போதைக்கு எனக்கு யானை வேட்டைக்கான ரைபிள் வேண்டும் என்று வீரப்பன் சொன்னார். இதைத்தான் ராஜாமணி எதிர்பார்த்தார், பழம் நழுவிப் பாலில் விழுந்தது.

“எத்தனை ரைபிள் வேணுன்னாலும் வாங்கிக்கலாமண்ணா... எனக்கு ஒரு மூனு நாள் வாய்தா குடுங்க. நமக்குத் தெரிஞ்ச கடைகளில் எல்லாம் சொல்லி வைக்கிறேன். நீங்க வந்தாலும் சரியண்ணா, இல்லே ஆளை அனுப்பினாலும் சரி கட்டையைக் குடுத்து அனுப்பறேன்” என்றார்.

கோட்டையூர் மாதையன், தங்கவேலு கொலை நடந்த வாச்சர் கல்லாட்டை.

துப்பாக்கியைப் பார்த்துப் பரிசோதித்து வாங்கும் அளவுக்கு அனுபவமிக்க ஆள்கள் யாரும் அப்போது வீரப்பனுடன் இல்லை. வீரப்பனேதான் துப்பாக்கி வாங்க பவானிக்கு வருவார் என நினைத்தார் ராஜாமணி.

நினைத்தபடியே மூன்று நாள்கள் கழித்து ஒருநாள் இரவு ஒரு மணிக்குப் பவானியிலிருந்த ராஜாமணி வீட்டுக்கு வந்தார் வீரப்பன்.

*****

29

பிடித்துக் கொடுத்த ராஜாமணி

பவானி வந்த வீரப்பன் ராஜாமணியைச் சந்தித்தார், கொடைக்கானலில் ஓரிடத்தில் வெள்ளைக்காரன் வைத்திருந்த வேட்டைத் துப்பாக்கி இருப்பதாக ராஜாமணி சொன்னார். அன்று இரவே புறப்பட்டனர். பழனிக்குச் சென்ற வீரப்பன் முருகனைத் தரிசித்தார். மதியம் மூன்று மணிகெல்லாம் கொடைக்கானல் சென்றனர். அங்கே ஒருநாள் முழுவதும் தேடியும், துப்பாக்கி இருப்பதாகச் சொன்ன தரகரைப் பிடிக்க முடியவில்லை.

திண்டுக்கல், கரூர், ஈரோடு போன்ற இடங்களில் இருந்த துப்பாக்கிக் கடைகளில் ராஜாமணி விசாரித்தான். கடைசியாக ஊட்டிக்கும் போனார்கள். அங்கும் கிடைக்கவில்லை. ஒருநாள் முழுவதும் அங்கிருந்த *STD* பூத்தில் இருந்து பல இடங்களுக்கு,போன் போட்டுப் பேசிக்கொண்டே இருந்தார்.

கடைசியில், "திருச்சூர் இல்லையின்னா பெங்களூரில் கிடைக்கும். அங்கே போலாமாண்ணா..." என்றார் ராஜாமணி.

பெங்களூர் போக வீரப்பனுக்குக் கொஞ்சம் தயக்கம். ஏற்கனவே கோட்டையூர் மாதையன், தங்கவேலு இரட்டைக் கொலை வழக்கு உள்ளது. இப்போது சித்தராம் நாயக் கொலை செய்யப்பட்டுள்ளார். அதனால், "வண்டியைத் திருச்சூருக்கு விடு..." என்றார்.

அங்கிருந்த எல்லா தரகர்களுமே "இங்கே ரைபிள் எல்லாம் கிடைக்காது அண்ணா, பிஸ்டல் இல்லன்னா ரிவால்வர் வேணுன்னா சொல்லுங்க ஏற்பாடு செய்யலாம். பெங்களூர் ஈவினிங் பஜாருக்குப் போங்க. எல்லாத் துப்பாக்கி வியாபாரிகளும் அங்கே வந்துடுவாங்க. எது எங்கே இருக்குன்னு விவரம் எல்லாத்தையும், நீங்க ஒரே இடத்தில் தெரிஞ்சுக்கலாம்..." என்றனர். ராஜாமணியும் இதைப்பற்றி ஏற்கனவே சொல்லியிருந்தார்.

பெங்களூர் போவதைத் தவிர வேறு வழியில்லை. நடப்பது நடக்கட்டும் என்ற முடிவில், வீரப்பன் பெங்களூர் போக முடிவு செய்தார். "கையிருந்த காசெல்லாம் செலவாகி விட்டது. அதனால, நாம தருமபுரியில் போய் ஓரிடத்தில் தங்கி, கொஞ்சம் பணத்தைத் தயார் பண்ணிக்கிட்டுத்தான் போகமுடியும். உயிரே போனாலும் நான் பெங்களூரில் தங்க மாட்டேன். போன வேலையைக் கையோடு முடிச்சுக்கிட்டு உடனே திரும்பிடணும்" என்றார் வீரப்பன்.

காட்டுக்குள் இருக்கும்போது காக்கிச் சட்டை கொள்வது வீரப்பனுக்குப் பிடிக்கும். அதேநேரம், காட்டை விட்டு வெளியே வந்தால், அடர்த்தியான நிறத்தில் சபாரி சூட் போடுவது வழக்கம். அன்று காபிக் கொட்டை நிறத்தில் ஒரு சபாரி சூட் போட்டிருந்தார்.

பெங்களூர் நகரின் மையப்பகுதியான சிக்பேட்டையில் இருக்கும் ஈவினிங் பஜாருக்குச் சென்றனர். புதிய, பழைய பொருள்கள் சாலை ஓரங்களில் வைத்து விற்பனை செய்யப்பட்டன. இன்னொருபக்கம் திருட்டுப் பொருள்களின் ரகசிய வியாபாரம் பரபரப்பாக நடந்தது.

வீரப்பன் காரிலேயே உட்கார்ந்து கொண்டிருந்தார். இரண்டொரு ஆள்களிடம் ராஜாமணி பேசினார். ஒருவரிடம் போன் நம்பர் வாங்கிக் கொண்டு வந்தார். அந்த நம்பருக்குப் பேசிவிட்டு, "அண்ணா நாம கேட்ட ரைபிள் ஹாசன் பக்கத்தில ஒரு பார்ட்டிகிட்டே இருக்கு, ஒரே தம்முல அங்கே போயிட்டு வந்திடலாம்..." என்றார்.

"பேசிக்கலாம் வா..." என்ற வீரப்பன் அவர் வழக்கமாகத் தங்கும் இந்தியா இன்டர்நேசனல் லாட்ஜில் அறை எடுத்துத் தங்கினர். இரவு முழுவதும் வீரப்பனுக்குத் தூக்கம் வரவில்லை. புரண்டு புரண்டு படுத்தார்.

அதிகாலை நான்கு மணிக்கு எழுந்து, ராஜாமணியை எழுப்பினார். "நான் ஹாசனுக்கு வருவது சரியா இருக்காது. நீயே போய் கட்டை(துப்பாக்கி)ய வாங்கிட்டு வா...." என்று செலவுக்குப் பணம் கொடுத்து ராஜாமணியை அனுப்பினார்.

ஹாசனுக்குப் போகவேண்டிய ராஜாமணி ஹர்லங்கருக்குப் போன் போட்டார், அவர் மைசூருக்கு வரச்சொன்னார்.

மைசூரில் உள்ள கர்நாடக வனத்துறை செல் அலுவலகத்திற்குப் போனார். வீரப்பனைக் கொண்டுவந்து பெங்களூரில் தங்கவைத்துள்ள விவரத்தைச் சொன்னார். அங்கிருந்த வனக் குற்றத்தடுப்பு போலீசாருடன், பெங்களூர் போலீசாரும் சேர்ந்த ஒரு கூட்டுப்படை தயாரானது.

ஹாசன் போவதாக சொல்லி விட்டுப்போன ராஜாமணி, மதியம் ஒரு மணிக்கு வீரப்பன் தங்கியிருந்த அறைக்கு வந்து சேர்கிறார். “அண்ணா கட்டைய எடுத்துக்கிட்டு வந்துட்டேன், ரொம்ப நாளா சும்மாவே கெடந்திருக்கு. அதனால, சர்வீசுக்கு குடுத்திருக்கேன். ஒரு மணி நேரத்திலே சர்வீஸ் முடிஞ்சுடும். நாம மொதல்ல போய்ச் சாப்பிடுவோம். அப்பறமா பஜாருக்குப் போயி கொஞ்சம் தோட்டா வாங்கிக்கிட்டு, நேரா ஊருக்குக் போலாம்” என்றார்.

“ரைபிள் கெடச்சுட்டுது...” என்ற செய்தி வீரப்பனுக்கு உற்சாகத்தைக் கொடுத்தது. அளவுக்கு அதிகமான சந்தோசம்தான் பெரும்பாலான மனிதர்களைச் சிக்கலில் மாட்டிவிடும். வீரப்பனுக்கும் இந்த உற்சாகத்தில்கண் முன்னே நிற்கும் ஆபத்தைக் கவனிக்கத் தவறினார்.

இருவரும், காரில் ஏறினர். கார் மெஜஸ்டிக் பேருந்து நிலையத்தின் வடக்குப் பக்கம் போனது. சங்கம் திரையரங்கத்துக்குப் பின் பக்கமிருந்த, இம்பாலா பிரியாணி ஓட்டலின் முதல் மாடிக்குச் சென்றனர்.

இந்த உணவகத்தில் நாட்டுக்கோழி பிரியாணி பிரமாதமாக இருக்கும். பலமுறை வீரப்பன் இந்த ஹோட்டலுக்குச் சென்றுள்ளார்.

முதலில் கை கழுவிக் கொண்டு வந்த ராஜாமணி ஒரு டேபிளில் உட்கார்ந்தார், வீரப்பனும் எதிரில் உட்கார்ந்தார். அப்போதே இரண்டு பேர் வித்தியாசமான பார்வையுடன் அந்த அறைக்குள் வந்தனர்.

இலையைப் போட்டுவிட்டு “ஏனு பேக்கு சுவாமி...?” என்று கேட்டார் பணியாள்.

“ரண்டு பிளேட் சிக்கன் பிரியாணி கொண்டாப்பா...” என்று வீரப்பன் தமிழில் சொன்னவர், தலைவாழை இலையை விரித்து, அதன் நடுத்தண்டைத் தட்டி இலை நிறையத் தண்ணீர்

தெளித்துக் கழுவினார்.

பொருத்தமில்லாத உடையுடன் ஒருவர் வீரப்பன் பக்கத்தில் உட்கார்ந்தார். இதைப்பற்றி வீரப்பன் சொல்வதைக் கேட்போம். "என்னடா தடிமாடு மாதிரி ஒருத்தன் வந்து பக்கத்தில உக்காருரானேன்னு நெனச்சேன். அப்பவே இன்னும் ரெண்டு பேர் என் பக்கத்தில வந்தானுங்க.

முதலில் வந்து உட்கார்ந்தவன், என்னுடைய பேண்ட் சோப்பில கையை விட்டுப் புடிச்சுக்கிட்டான். பக்கத்துல வந்த ரெண்டு பேரும், ஆளுக்கு ஒரு தோள்பட்டையை புடிச்சுக்கிட்டாங்க. ரெண்டு கையையும் ஒருத்தன் புடிச்சுக்கிட்டான். "பிஸ்டல் இருக்குதா..."? ன்னு கேட்டாங்க.

"இங்கே எங்கப்பா பிஸ்டல் இருக்குது. ஒன்னுமில்லை..."ன்னு சொன்னேன். "உன் பேர் என்ன...?"ன்னு கேட்டாங்க.

பேரைத் தெரிஞ்சுதானே புடிக்கிறீங்க. தனியா வேற சொல்லணுமா....? ன்னு நெனச்சுக்கிட்டே, "என் பேரு வீரப்பன். எங்க ஊர் செங்கப்பாடி. தமிழ்நாட்டு பாடர்ல எங்க ஊர் இருக்குது"ன்னு சொன்னேன்.

"உன் மேல என்ன கேஸ் இருக்குது?"ன்னு கேட்டாங்க.

"ரெண்டு கொலை கேஸ் இருக்குது. நாலஞ்சு ஆனையை அடிச்ச கேஸ்" இருக்குதுன்னு சொன்னேன்" என்கிறார்.

ராஜாமணியைப் பக்கத்து அறைக்குக் கூட்டிக்கொண்டு போயினர். அடி விழுந்ததோ, இல்லையோ அவர் "ஐயோ அம்மா, என்னை விட்டுடுங்க..." என்று கத்திக் கொண்டிருந்தார்.

பெங்களூருக்குப் போனால் என்ன நடக்கும் என்று வீரப்பன் எதிர்பார்த்தாரோ அது நடந்து விட்டது. போலீசாரிடம் சிக்கிவிட்டோம் என்ற பதற்றமில்லை. நிதானமாக அடுத்து என்ன செய்யலாம் என வீரப்பன் மெதுவாக யோசித்தார்.

"வா போகலாம்..."என்று வீரப்பனை மேலிருந்து கீழே அழைத்து வந்தனர். கீழே வாடகைக் காருமில்லை, ராஜாமணியும் இல்லை. முதலில், ஜெய்நகர் காவல் நிலையத்துக்குக் கொண்டு போயினர், அங்கிருந்து பெங்களூர் புறநகர்ப் பகுதியிலிருந்த ஒரு வீட்டுக்கு போலீசார் அழைத்துக்கொண்டு சென்றனர். (இது வனத்துறை செல் போலீஸ் சி.ஐ.டி அலுவலகமாக இருக்கலாம்).

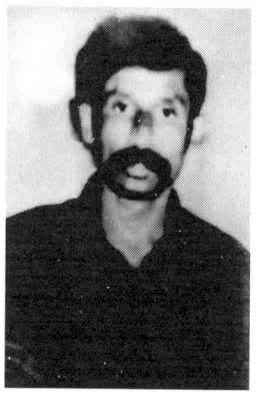 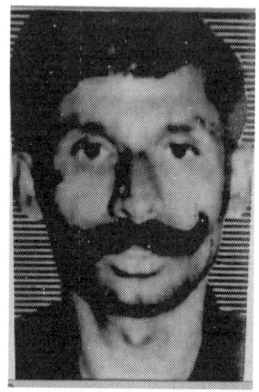

வீரப்பன் 1984   வீரப்பன் 1986

முதல் வேலையாக ஒரு போட்டோகிராபரை அழைத்து வந்து மார்பளவு, முழு அளவு, முகத்தின் இடது பக்கம், வலது பக்கம் என, புகைப்படம் எடுத்தனர். வீரப்பனை இரண்டு நாள்கள் அந்த வீட்டிலேயே வைத்திருந்தனர்.

வீரப்பனுக்குப் போர்த்திக் கொள்ள போர்வை கூடத் தரப்படவில்லை. வீரப்பன் கேட்ட எந்த கேள்விக்கும் அங்கிருந்த யாரும் பதில் சொல்லவில்லை. நேரத்துக்கு நேரம் நான்கு இட்டிலியும், பட்டை சாதமும் மட்டுமே வந்தன.

வீரப்பன் எதிர்பாராத ஒரு மனிதனை அங்கே சந்தித்தார். போலீஸ் டி.எஸ்.பி யாக இருந்த அவர் மனிதரில்லை. "கடவுளைப் போன்றவர்" என்கிறார்.

******

30

தப்பிக்கத் திட்டம்

வீரப்பனின் புகைப்படத்தை போலீசார் பிரிண்ட் போட்டனர், அதன் பிரதிகளை மைசூர், சாம்ராஜ்நகர் செங்கப்பாடி போன்ற இடங்களுக்கு அனுப்பினர். தாங்கள் கைது செய்து வைத்துள்ளது வீரப்பன்தானா...? என்பதை வனத்துறை சி.ஐ.டி போலீசார் உறுதிப்படுத்த வேண்டினர்.

சாம்ராஜ்நகர் டி.சி.எப்.ஸ்ரீநிவாஸ் பெங்களூரில் எடுத்த புகைப்படத்துடன் பாலாற்றுக்கு வந்துள்ளார். அங்கிருந்த வனத்துறை ஊழியர்களிடம் வீரப்பனின் புகைப்படத்தைக் காட்டி "இது வீரப்பன்தானா...?" என விசாரிக்கிறார்.

அப்போது பாலாறு சோதனைச் சாவடியிலிருந்த வாட்சர் ராஜேந்திரன் "நாங்க நாலு பேர் எப்போதுமே பாலாறு பங்களாவில்தான் இருப்போம், டி.சி.எப். ஸ்ரீநிவாஸ் சார் ராத்திரி நேரத்திலே இங்கே வருவார். யானை வேட்டைக்குப் போகும் ஆளுங்களைப் பற்றி விசாரிப்பார். அன்னைக்கும் ராத்திரி 1.30 மணிக்கு வந்தார். வீரப்பன் முறுக்கு மீசையோடு இருந்த போட்டோவ காட்டி, இது வீரப்பன்தானான்னு கேட்டார்" என்கிறார்.

பெங்களூரிலிருந்து போட்டோ செங்கப்பாடிக்கு வந்து, படத்திலிருப்பது வீரப்பன்தான் என்பது உறுதி செய்யப்பட்டு, அந்தப் படம் மீண்டும் பெங்களூர் போக மூன்று நாள்களாயின. நான்காம் நாள் காலையில் மாதேவசாமி என்ற ஒரு வனத்துறை சி.ஐ.டி.பிரிவு *DySP.* வீரப்பனைச் சந்திக்கிறார்.

பாதி நரைத்த மீசை, கால்வாசி நரைத்த தலைமுடி. காதிலும், புருவத்திலும் இருந்த முடிகள்கூட, ஒன்றிரண்டு நரைத்திருந்தன. ஆளுக்கு ஏற்ற உடலமைப்பும், கம்பீரமும் இருந்தது. அவர் தோற்றமும், பேச்சும், நடவடிக்கையும் சற்று மரியாதையைத் தரக்கூடியதாகவும் இருந்தது.

வீரப்பன் தங்கியிருந்த குப்பைக் குழி போன்ற இடத்திலிருந்து சுத்தமான இடத்துக்குக் கொண்டுபோனார். பேஸ்ட், பிரஷ், சோப்பு, துண்டு, லுங்கி, பனியன் எல்லாம் வாங்கிக்கொடுத்து, வீரப்பனைக் குளிக்கச் சொன்னார். அவர் குளித்து விட்டு வரும் வரை, மைசூரிலிருந்து வந்திருந்த வழக்கு ஆவணங்களைப் படித்துப் பார்த்தார்.

இந்த வேலைகள் முடிய மதியமானது. தனக்கும், வீரப்பனுக்கும் இரண்டு கோழி பிரியாணி வாங்கி வரச் சொன்னார். ஒன்றை வீரப்பனிடம் கொடுத்துச் சாப்பிடச் சொன்னார் பிறகு, அவரும் சாப்பிட்டுவிட்டு வந்து, வீரப்பனிடம் அன்போடு பேசினார்.

"உன்னைப் பற்றி எனக்கு எதுவும் தெரியாது. உன்னிடம் விசாரணை செய்யச் சொல்லி டி.ஐ.ஜி. சாய்ப்ரு சொன்னார். அதுக்காக நான் இங்கே வந்திருக்கேன். நீ எந்த அளவுக்கு உண்மையா நடந்துக்கிறயோ அந்த அளவுக்கு நானும் உண்மையாகவும், நேர்மையாகவும் நடந்துக்குவேன்" என்றார்.

DySP மாதேவசாமியின் பேச்சும், செயலும் நேர்மையாக இருந்தன. அவரிடம் வீரப்பன் பொய் சொல்ல விரும்பவில்லை. காடுகளில் மேற்கொள்ளும் யானை வேட்டை பற்றி விலாவாரியாகச் சொன்னார். உள்ளூரிலிருந்த போட்டியாளர்கள் தன்னைக் கொலை செய்யத் திட்டம் போட்டது. வனத்துறை அதிகாரிகள், கோட்டையூர் மாதையனுடன் கைகோர்த்துச் செயல்பட்டது. அதனால், கோட்டையூர் மாதையன், தங்கவேலு இருவரையும் தானே முந்திக் கொலை செய்தது பற்றி, ஒளிவு மறைவின்றி சொல்கிறார். வீரப்பன் சொன்ன செய்திகள் அனைத்துமே அவரது வாய்மொழி அறிக்கையாகப் பதிவு செய்யப்பட்டது. இந்த நடவடிக்கைகள் இரண்டு, மூன்று நாள்கள் தொடர்ந்தன.

பரந்து, விரிந்த பெருங்காடுகளில் சுதந்திரமாகச் சுற்றிக் கொண்டிருந்த வீரப்பனால், நான்கு சுவர்களுக்குள் உட்கார்ந்து கொண்டிருக்க முடியவில்லை. இங்கிருந்து வெளியே போகவேண்டும் என மனம் துடித்தது. மூன்றாவது நாள் விசாரணைக்காக *DySP.* மாதேவசாமி வந்தார், அன்றைய விசாரணையின் முடிவில், "என்னால இந்த இடத்தில இருக்க முடியவில்லை. உங்களுக்கு எவ்வளவு காசு வேணுன்னாலும்

கேளுங்க, நான் தாரேன். என்னை வெளியில அனுப்புங்க...” என்றார்.

பணம் பத்தும் செய்யும் என்பார்கள், அதன்படியே பணம் என்ற சொல்லைக் கேட்டதும் மென்மையாக சிரித்தார் *DySP* மாதேவசாமி.

“சரி...வீரப்பா, எனக்கு எவ்வளவு பணம் கொடுப்பே...? இப்போ எவ்வளவு பணம் வச்சிருக்கே,...? எங்கே வச்சிருக்கே...”? என்றார்.

DySP மாதேவசாமி சட்டென வழிக்கு வந்ததும் வீரப்பனுக்கு மகிழ்ச்சியே. ஆனாலும், வம்பில் மாட்டிக்கொள்ளக் கூடாது என நினைத்தார். “எங்கிட்டே கையில ஒரு காசுகூடக் கிடையாதுங்க... ஊரில கொஞ்சம் காடு, தோட்டம் இருக்குது. ரெண்டு தாவில இருக்கிற தோட்டத்தில் ஒன்னை வித்தாலும் ஒரு மூனு லட்சம் ரூபாய் கிடைக்கும். அதை வச்சுத்தான் பணம் தாரேன்னு சொன்னேன்...”. என்றார்.

“சரி..., உன் ஜமீனை (தோட்டம்) வித்தா மூனு மாசம், நாலு மாசம் போயித்தானே காசு கிடைக்கும். எனக்கு எப்படி உடனே காசு தருவே...”? என்று விவகாரமாகக் கேட்டார்.

எங்கிட்டே காசு பணம் இல்லன்னாலும், எங்க ஊரில காசு, பணம் கையில வெச்சிருக்கிற சில பெரிய மனுசங்க இருக்காங்க. அவங்ககிட்டே எப்பவுமே கையில காசு இருக்கும். எங்க தோட்டம் நல்ல தண்ணி வசதியோட இருக்குது. அதை வாங்கிக்க அவங்க தயாரா இருக்காங்க.

என்ன விசாரணைக்குக் கூட்டிக்கிட்டுப் போற மாதிரி, எங்க ஊருக்குக் கூட்டிக்கிட்டுப் போங்க. அவங்களைப் பார்த்து அப்படியே ரெண்டு வார்த்தை பேசினாபோதும். நான் சொன்ன மாதிரியே அவங்க பணம் கொண்டு வந்து,நான் சொன்ன எடத்திலே குடுப்பாங்க. அப்பறமா நான் வெளியில போனதும், அவங்களுக்கு என்னுடைய தோட்டத்தை, கிரையம் செஞ்சு குடுத்துக்கிறேன்” என்று தனது திட்டத்தைச் சொல்கிறார்.

DySP மாதேவசாமியிடம் பணம் தருவதாகச் சொல்லி அவரைத் தன்னுடைய ஊருக்கு அழைத்துச் செல்லவேண்டும்.

அப்படி நடந்தால், அங்கிருந்து அவர் தப்பிப் போவதற்காக மூன்று திட்டத்தை வைத்திருந்தார்.

முதல் திட்டம்:- DySP மாதேவசாமிக்கு தேவையான பணத்தைக் கொடுத்து விடுவது, காட்டில் உள்ள துப்பாக்கியை எடுத்துக் கொடுப்பதாகச் சொல்லி அவரைக் காட்டுக்கு அழைத்துக்கொண்டு போவது, அங்கிருந்து பாதுகாப்புக்கு வந்த போலீசாரைத் தாக்கிவிட்டுத் தப்பியோடி விடுவது, இது வீரப்பனின் முதல் திட்டம்.

இதற்கு DySP மாதேவசாமி உடன்படாமல் போனால், காட்டில் மறைத்து வைத்துள்ள யானைத்தந்தம், துப்பாக்கி போன்றவற்றை எடுத்துக் கொடுப்பதாகச் சொல்வது. அதைக் கைப்பற்ற காட்டுப்பகுதிக்கு போலீசாரை அழைத்துக்கொண்டு போவதைப்போல செங்கப்பாடிக்குப் போகவேண்டும்.

அங்குள்ள தனது கூட்டாளிகள், திம்மராய செட்டியார், நட்ராஜ முதலியார் போன்ற வீரப்பன் ஆதரவாளர்களுக்கு வீரப்பன் போலீசில் சிக்கிக்கொண்ட தகவல் தெரிந்துவிடும். அதன் பின்னர், தனக்கு வேண்டிய அரசியல்வாதிகள் மூலம் வெளியே கொண்டுவர முயற்சி செய்வர் அல்லது வழக்குரைஞர் மூலமாக நீதிமன்றத்தில் வழக்குப் போடுவர்.

இதுவரை வீரப்பன் போலீசில் சிக்கியதே வெளியில் தெரியாமல் இருக்கிறது. தான் போலீசாரிடம் சிக்கியுள்ள செய்தியை ஊரில் உள்ளவர்களுக்குத் தெரிவிக்கவேண்டும் என நினைத்தார். இது வீரப்பனின் இரண்டாவது திட்டம்.

மூன்றாவது திட்டப்படி, வீரப்பன் செங்கப்பாடிக்குப் போனால், அவர் மீது அளவு கடந்த பற்றுடைய முரட்டுப் பக்தர்களான ஆண்டியப்பன், பெருமாள், மாரியப்பன் போன்ற ஆள்களில் யாராவது ஒருவர் ஊரில் இருப்பார்கள். நான்கைந்து போலீசாருடன் வீரப்பன் ஊருக்குப் போவதைப் பார்த்தால் போதும். காட்டுக்குள் போகும்போதோ அல்லது ஊரிலிருந்து வரும் வழியிலோ எதாவது ஒரு தடையை ஏற்படுத்தி, போலீசாரிடமிருந்து தன்னை மீட்டுக்கொண்டு போவார்கள் என வீரப்பன் நினைத்தார், இது உண்மையும்கூட.

DySP மாதேவசாமிக்கு பணம் கொடுப்பதன் மூலம் இப்படி மூன்று வழிகளில் தான் தப்பிப்பதற்கு வாய்ப்புகள் உள்ளன.

செங்கப்பாடி தெற்கிலிருந்து...

இவற்றில் எதைக் கையில் எடுக்கலாம் என்று கணக்குப் போட்டுக்கொண்டிருந்தார்.

பெங்களூரில் நடைபெற்ற சார்க் மாநாடு முன்னெச்சரிக்கை நடவடிக்கை காரணமாக நடைபெற்ற சோதனையின்போதுதான் வீரப்பன் போலீசாரிடம் சிக்கியதாக பலரும் நினைக்கின்றனர். அதில், உண்மையில்லை.

வீரப்பன் சத்தியமங்கலத்தில் இருந்து வாடகைக்கு எடுத்துக்கொண்டு போயிருந்த கார் ஓட்டுநர் மூலம் ராஜாமணி தன்னைப் போலீசாரிடம் காட்டிக் கொடுத்ததைத் தெரிந்து கொள்கிறார். அதன்பிறகு, ராஜாமணியைக் கடத்திக்கொண்டு வரவும் முயற்சி செய்துள்ளார்.

அதற்கு முன்பாகவே வேறு யாரோ ஒருவர் ராஜாமணியைக் கொலை செய்து விட்டனர்.

*****

31

வட இந்தியப் பயணம்

வீரப்பன் போலீசாரிடமிருந்து தப்பிச்செல்லக் கணக்குப் போட்டுக் கொண்டிருந்தார். அதே நேரத்தில், பல குற்றவாளிகளுக்கு வகுப்பெடுத்த *DySP* மாதேவசாமியும்,வீரப்பன் எப்படிப்பட்டவன்...? என்பதை இன்னொரு பக்கம் விசாரித்துக் கொண்டிருந்தார்.

"வீரப்பனை அவனுடைய சொந்த ஊருக்குக் கூட்டிக்கொண்டு போனால், உங்களால் மீண்டும் அங்கிருந்து அவனைத் திருப்பி அழைத்துச் செல்லமுடியாது" என்று சாம்ராஜ்நகர் டி.சி.எப். ஸ்ரீநிவாஸ் அறிக்கை கொடுத்திருந்தார். இதையெல்லாம் விசாரித்துத் தெரிந்து வைத்திருந்த *DySP* மாதேவசாமி, அந்த ஆசைக்கெல்லாம் அசைந்து கொடுக்கவில்லை.

"தப்பா நினைக்காதே வீரப்பா... எங்கிட்டேச் சொன்ன மாதிரி மத்த யார்கிட்டேயும் பணம் தாரேன்னு சொல்லவேண்டாம். எனக்குப் பணத்தைக் கொடுத்துட்டு நீ இங்கிருந்து தப்பித்துப் போகலாம். ஆனா, ஏற்கனவே உன் மேலே இருக்கிற கேசோட இன்னும் ஒரு கேஸ் சேர்ந்திரும். எனக்கு அடுத்து வருகிற அதிகாரிகளும் உன்னைத் தேடிக்கிட்டுத்தான் இருப்பாங்க. இப்போ இருக்கிறதைவிடவும், கூடுதலான போலீசார் இந்த வேலைக்கு வருவாங்க.

நீ தனி மனிதன். நீ போனால் உன்னுடைய இடத்துக்கு இன்னொரு ஆள் வரமாட்டான். ஆனா அரசாங்கத்தில் ஒருத்தர் போனால், அந்த இடத்துக்கு இன்னொருத்தர்ன்னு தொடர்ந்து வந்துக்கிட்டேதான் இருப்பாங்க. அதனாலே பேசாம எங்ககூட ஒத்துழைப்புக் குடுத்து, கோர்ட்டுல வெச்சுக் கேசை முடிச்சிட்டு, வெளியில போறதுதான் உனக்கு நல்லது" என்றார்.

அதே நேரத்தில், வீரப்பன் மீதான வனக்குற்றம் தொடர்பான வழக்குகள். வாட்சர் புட்டு கொலை, வாட்சர் சித்தராம்நாயக்

கொலை, தங்கவேல், மாதையன் கொலை போன்ற வழக்கு விவரங்களை எல்லாம் வாங்கி, மீண்டும் ஒருமுறை படித்துப் பார்க்கிறார். "உன்மேலுள்ள எந்தக் கேசுக்கும், ஐ விட்னஸ் கிடையாது. வாட்சர் சித்தராம்நாயக் கொலை இரவு நேரத்தில் நடந்துள்ளது. அந்தக் கொலைக்கும், வீரப்பனுக்கும் உள்ள ஒரே தொடர்பு அந்த இடத்தில், வனத்துறை அதிகாரிகளால் சுட்டுக் கொல்லப்பட்டிருக்கும் இரத்தினம் என்ற நபர் தமிழ்நாட்டைச் சேர்ந்தவர் என்பது தவிர வேறு எந்த ஆதாரமும் இல்லை.

இதை மட்டுமே வைத்து, இந்த வழக்கில் உனக்குத் தண்டனை பெற்றுத்தர முடியாது. அதனாலே, நீ இந்தக் கேசைப் பார்த்துப் பயப்பட வேண்டாம். தைரியமா இரு உனக்கு நல்லபடியா வாழ்வதற்குத் தேவையான எல்லா ஏற்பாடுகளையும் நான் செய்கிறேன்" என்று சொன்னார். வீரப்பன் மனதில் மாற்றம் ஏற்பட்ட பின்னர், மீண்டும் இரண்டு நாள்கள் வீரப்பனைத் தனது பொறுப்பில் வைத்து விசாரித்தார்.

வீரப்பனிடம் இருந்த ஏழை மக்களுக்கு உதவும் குணம். காடுகள், விலங்குகள் பற்றிய தெளிவான அறிவு. எந்த ஒரு செயலிலும் முன்னெச்சரிக்கையுடன் இருப்பது. கிராமப்புற மக்களிடம் இருந்த அதே நேர்மை. தன்னைப்பற்றி ஒளிவு மறைவில்லாமல் பேசும் முழுமையான வெளிப்பாடு, கள்ளம் கபடமில்லாத, வெள்ளந்தியான பேச்சு என வீரப்பனின் குணங்கள் *DySP* மாதேவசாமியை வெகுவாகக் கவர்ந்தன.

வீரப்பனும் ஒருவகையில் சூழ்நிலைக் குற்றவாளிதான் என்பதை அவரிடம் மேற்கொண்ட விசாரணையில் தெரிந்து கொண்டார். அதே நேரம், வீரப்பனைச் சரியான வழிக்குக் கொண்டு வராமல்விட்டால், மிகப் பெரிய ஆபத்து உள்ளது என்பதையும் தனது உயர் அதிகாரிகளிடம் தெரிவித்தார்.

காடுகளில் உள்ள விலங்குகளைப் பற்றியும், விலங்குகள் காடுகளில் வாழ வேண்டியதன் அவசியம் பற்றியும் அவர் வீரப்பனுக்கு வகுப்பெடுத்தார். "யானைதான் இன்று உலகிலுள்ள பெரிய உயிரினம், யானையைப் போன்ற அரிய விலங்குகளை நாம் அழியாமல் காக்கவேண்டும். அதற்காகத்தான் நம் முன்னோர் அவற்றையெல்லாம், தெய்வமாக வழிபட்டனர் என விளக்கினார். யானை சபரிமலை ஐயப்பனின் மறு

வடிவம். அதை நீ தெரிந்தோ தெரியாமலோ வேட்டையாடி கொன்னிருக்கே. இனிமேல் நீ யானைகளைக் கொல்லமாட்டேன் என்று சொன்னால், உன்னை இந்த வழக்கிலிருந்து வெளியே கொண்டுவர நான் ஏற்பாடு செய்கிறேன்" என்று வீரப்பனிடம் உறுதிமொழி வாங்கினார்.

"இந்தத் தொழிலை விட்டால், எனக்கு வேறு தொழில் தெரியாது..." என்றார் வீரப்பன்.

"உனக்கு வேறு தொழில் தெரியாது என்பது உண்மையாக இருக்கலாம். ஆனால், உன்னால் வேறு தொழிலைக் கற்றுக்கொள்ள முடியும். அதற்கான எல்லா வழிமுறைகளையும் நான் சொல்லிக்கொடுக்கிறேன். உன்னை நல்ல மனிதனாகக் கொண்டு வரவேண்டிய, எல்லா ஏற்பாடுகளையும் நானே செய்கிறேன்..." என உறுதியும் கொடுக்கிறார். மனம் மாறிய வீரப்பனின் பேச்சு வேறுபக்கம் போனது.

"நானும்கூட இரண்டு வருசத்துக்கு முன்னே ரிசிகேஷ் பக்கம் போனேன், அங்கிருந்து அசாம், மேற்கு வங்காளத்துக்கெல்லாம் போயிட்டு வந்தேன். நம்முடைய ஊரில் ஒரு ரூபாய்க்குக் கிடைக்கும் தேங்காய், டெல்லியில் ஏழு, எட்டு ரூபாய் விலைக்கு விற்பனையாகுது. பேசாம யானை வேட்டையை விட்டுட்டு, நானும் தேங்காய் வியாபாரத்துக்கு போகலான்னு நினைத்தேன். அதற்குப் பின்னாலே ஏற்பட்ட சூழ்நிலை காரணமாக மீண்டும், பழைய தொழிலிலேயே இறங்கிட்டேன்" என்றார்.

நீ என்ன வேலைக்காக வட இந்தியாவுக்கு போனே வீரப்பா...? என்று கேட்டார் *DySP* மாதேவசாமி.

"பெண்ணாகரம் பகுதியைச் சேர்ந்த இராணுவ வீரர் ஒருத்தருக்கும் எனக்கும் பழக்கம். அசாம் காடுகளில் இங்கிருப்பதைக் காட்டிலும், பெரிய யானைகள் இருக்கிறதா சொன்னாங்க. அங்கே கொஞ்ச நாள்கள் போய் வேட்டை யாடலான்னு வட இந்தியாவுக்குப் போய்ப்பார்த்தேன். அசாமில் இருக்கும் யானைகளின் தந்தத்தின் உள்ளே ஓட்டை இருக்கும். அதில் பொம்மையெல்லாம் செய்ய முடியாதுன்னு சொன்னாங்க. அதனாலே திரும்பிட்டேன்" எனத் தனது வட இந்தியப் பயண அனுபவம் பற்றி, வீரப்பன் சொல்லியுள்ளார்.

டெல்லிக்குச் சென்று, தேங்காய் வியாபாரம் செய்வது பற்றி வீரப்பன் சொன்னதும், உடனே டெல்லியிலிருந்த தனது நண்பர் ஒருவரைத் தொலைபேசியில் தொடர்பு கொண்டார் DySP மாதேவசாமி. அங்கே ஒரு தேங்காய் எட்டு ரூபாய்க்கு விற்பதை விசாரித்து உறுதி செய்துகொள்கிறார். தமிழ்நாட்டிலிருந்து எப்படித் தேங்காயை டெல்லிக்கு அனுப்புவது என்பது குறித்தும் அந்த நண்பரிடம் விசாரிக்கிறார்.

வட இந்தியாவில் வெயில் கடுமையாக இருக்கும். நம் ஊரில் இருப்பதுபோல தேங்காய் ஓடு தெரியும் அளவுக்கு நார்களை உரித்து எடுக்கக் கூடாது. அப்படி உரித்தால் டெல்லி போவதற்குள்ளாகவே எல்லாத் தேங்காயும் வெடித்து விடும். நம் ஊரில் தேங்காய் மட்டை உரிப்பதுபோல உரிக்காமல், பலமாக உள்ள மேல் தோலை மட்டும் உரித்துவிட்டு, மீதமுள்ள சோற்றுப்பகுதி நார் முழுவதும் தேங்காயுடனே விட்டு விடவேண்டும்.

அதேபோல, தென்னை மரத்திலிருந்து தேங்காயைப் பறித்து, ஒரு மாத காலம் நிழலில் காயவைக்க வேண்டும். தேங்காயின் மேல் தோலில், கொஞ்சம்கூட ஈரமில்லாமல் காய் உலரவேண்டும். காயின் மேல் தோல் நன்றாகச் சிவந்திருக்க வேண்டும். அதுபோன்ற காய்களைத்தான் டெல்லியில் உள்ள மக்கள் விரும்பி வாங்குவர். நம் ஊரில் உள்ளதுபோல மேல்தோல் ஈரமாகவோ, வெள்ளையாகவோ இருக்கக்கூடாது எனத் தேங்காய் வணிகத்துக்கான, கூடுதல் செய்திகளைக் கூறியுள்ளார் DySP மாதேவசாமியின் டெல்லி நண்பர்.

செங்கப்பாடி, கோவிந்தபாடி, காவேரிபுரம், கருங்கல்லூர் மற்றும் கொளத்தூர் பகுதியில் இருக்கும், தனக்குத் தெரிந்த பலருக்கும் தோட்டங்கள் உள்ளன. அந்தத் தோட்டங்களுக்கு நேராகப் போய் தேங்காய் வாங்கவேண்டும். அவற்றைத் தன்னுடைய தோட்டத்துக்குக் கொண்டுவந்து, நன்றாகக் காயவைத்து உரிக்கவேண்டும். பிறகு, தன் தம்பி அர்ஜுனன் வைத்திருந்த காட்டுராஜா என்ற லாரியைப் பயன்படுத்தி தேங்காயை டெல்லிக்குக் கொண்டுபோய் விற்பனை செய்யும் முடிவுக்கு வந்தார்.

தன் வாழ்க்கையில் ஒரு மாற்று வழியைக் காட்டி, அதற்குத்

தேவையான உதவிகளைச் செய்து கொடுக்கத் தயாராக இருந்த DySP மாதேவசாமியை மனதார நம்பினார் வீரப்பன்.

"தன்னுடன் பிறந்த அண்ணன், தங்கை, தம்பியின் குழந்தைகள் எல்லோரையும் நல்லமுறையில் படிக்க வைக்க வேண்டும். அவர்களை எல்லாம் உங்களைப் போல நல்ல அதிகாரிகளாகக் கொண்டு வரவேண்டும். என்னை ஒரு குற்றவாளியாக நினைக்காமல், ஒரு மனுசனாக நினைத்து இந்தக் உதவியைச் செய்யவேண்டும்" என்று வீரப்பன் கேட்டுக் கொண்டார்.

"என்னை ஒரு காவல்துறை அதிகாரியாக நினைக்க வேண்டாம். உன்னுடைய அண்ணனாகவே நினைக்கலாம்" என்கிறார் DySP மாதேவசாமி. கர்நாடக மாநிலம் சாம்ராஜ் நகர், மாண்டியா போன்ற பகுதிகளிலிருந்த தன்னுடைய நண்பர்கள் சிலரிடமும் பேசினார். வீரப்பனின் தேங்காய் வியாபாரத்துக்குத் தேவையான சில உதவிகளையும், உத்தரவாதங்களையும் கொடுத்தார். அண்ணன் என்று சொன்னதுடன் இல்லாமல், அதுபோலவே நடந்து கொண்ட DySP மாதேவசாமியிடம் தன்னை முழுமையாக ஒப்படைத்தார் வீரப்பன்.

DySP மாதேவசாமியைக் கூட்டிக்கொண்டு வந்து, மைசூர் மாவட்டம், புளிஞ்சூர் மற்றும் கேர்மாளம் காடுகளில் இருந்த இரண்டு இணை யானைத்தந்தம், ஒரு நாட்டுத் துப்பாக்கியையும் எடுத்துக் கொடுத்து விடுகிறார். விரைவில் தான் காட்டை விட்டு வெளியில் வந்து, ஒரு புது வாழ்வைத் தொடங்கப் போவதைப் பற்றிய கனவுகளில் மிதந்தார்.

இந்த நாட்டில் ஒரு சாமானிய மனிதனாக வாழ வேண்டிய வீரப்பனை, 123 கொலைகளைச் செய்த குற்றவாளியாக மாற்றியமைத்த நிகழ்வுகள், அடுத்த சில நாள்களில் தொடங்கின.

*****

32

சார்க் (SAARC) மாநாடு

1986 ஆம் ஆண்டு, நவம்பர் *16, 17*-இல் தெற்காசிய நாடுகளின் ஒருங்கிணைப்பு மாநாடு *(SAARC)* பெங்களூரில் நடந்தது. இதில் பங்கேற்க இந்தியா, நேபாளம், பாகிஸ்தான், பங்களாதேஷ், இலங்கை, பூடான், மாலத்தீவுகள் என ஏழு நாட்டுப் பிரதமர்கள் பெங்களூர் வரவிருந்தனர்.

பெங்களூர் விமான நிலைய சாலையிலிருந்த வின்சர் மேனர் நட்சத்திர விடுதியில், இலங்கை அதிபர் ஜெயவர்த்தனே தங்குவதற்கான ஏற்பாடு செய்யப்பட்டிருந்தன. அந்த நேரத்தில், ஈழத்தமிழர்கள் மீது, கொலை வெறித்தாக்குதல் நடத்தி வந்த ஜெயவர்த்தனேவுக்கு சிறப்புப் பாதுகாப்பு வழங்க, மத்திய அரசு உத்தரவிட்டது. தமிழ் பேசத்தெரிந்த கர்நாடகக் காவல்துறை அதிகாரிகள் அனைவரும் பெங்களூரில் இருந்து வெளியேற்றப்பட்டனர்.

வீரப்பனை விசாரித்துக் கொண்டிருந்த *DySP* மாதேவசாமிக்கும் *SAARC* மாநாட்டு பாதுகாப்புக்கு வருமாறு உத்தரவு வந்தது. இதையடுத்து வீரப்பனைக் கர்நாடக வனத்துறை செல் எஸ்.பி. *M.V.*மூர்த்தி பொறுப்பில் விட்டுச் செல்கிறார். அடுத்து பொறுப்புக்கு வந்த மூர்த்தியும், அவருக்குக் கீழே இருந்த அதிகாரிகளும், மாதேவசாமிபோல நடந்து கொள்ளவில்லை.

வீரப்பனுக்குக் கொடுக்கப்பட்டிருந்த வேட்டி, சட்டையைப் கழற்றினார். முழங்கால் அளவுக்கு இருந்த ஒரு ட்ரவுசரும், கை வைத்த கரும்பச்சை நிறப் பனியனும் கொடுக்கப்பட்டன. காலிலிருந்த செருப்பும், முறுக்கு மீசையும் போனது. தூக்கி வாரி நேர்த்தியாகச் சீவப்பட்டிருந்த தலைமுடி ஒட்ட வெட்டப்பட்டது. வீரப்பனை ஒரு மனிதனாகவே அவர்கள் நடத்தவில்லை.

இரண்டு நாள்களுக்குப் பிறகு, கர்நாடக பாரஸ்ட் செல் எஸ்.பி. *M.V.*மூர்த்தி அவரை சாம்ராஜ்நகர் அருகிலுள்ள

பூதிபடுகா காட்டுப்பகுதிக்கு அழைத்து வருகிறார். அங்குள்ள ஆங்கிலேயர் காலத்திய வனத்துறை ஆய்வு மாளிகையான கண்ணாடி பங்களாவில் அடைத்து வைக்கிறார். வனத்துறை அதிகாரிகளும், காவல்துறை அதிகாரிகளும் சேர்ந்தே வீரப்பனை விசாரித்தனர்.

"யானைத்தந்தம் யார் யாருக்கு விற்பனை செய்தாய்...? எத்தனை யானைகளைக் கொன்றாய்...? எத்தனை துப்பாக்கிகள் இருக்கு..? உன்னுடன் யாரெல்லாம் வேட்டைக்கு வந்துள்ளனர்...? கடைசியாக எங்கிருந்து வெளியே வந்தாய்...?" என்று கேட்டனர்.

பூதிபடுகா கிராமம்

பூதிபடுகா பங்களாவில் வடிவில் மூன்று பெரிய அறைகள் உள்ளன. இதில் கிழக்குப் பக்க அறையில் இரண்டு கட்டில்கள் போடப்பட்டுள்ளன. மூன்றில் இரண்டு பங்கு இடம் தரையாக இருந்தது. அந்த இடத்தில்தான் வீரப்பனை வச்சிருந்தோம் என்று சொல்லும் கர்நாடக வனத்துறை ஊழியர் மாதேவா பல்ராம்;- "வீரப்பனை இங்கே கொண்டுட்டு வந்து பத்துநாள் வச்சு விசாரிச்சாங்க. பாரஸ்ட் செல் எஸ்.பி.மூர்த்தி சாய்புரு, டி.சி.எப்.ஸ்ரீநிவாஸ் சாய்புரு, ஏ.சி.எப்.சீனிவாசன் சாய்புரு எல்லோருமே விசாரிப்பாங்க. அப்போ, நானும் கூட இருந்தேன்.

சிக்மல்லன்

ஆறு ஆளுங்களையும், முப்பத்து ஒன்பது யானையும் கொன்னுருக்கேன்னு சொன்னான். வீரப்பனே இங்கே கொண்டுட்டு வரும்போது முறுக்கு மீசை எல்லாம் இல்லை. மீசை முடி கொஞ்சமா வளர்ந்திருந்தது. அப்போ அவன் பேரு மொழுக்கன்னு அதிகாரிங்க சொன்னாங்க. இங்கே வச்சு டி.சி.எப்.ஸ்ரீநிவாஸ் சாய்ப்ரு, வீரப்பனை போட்டோவேல்லாம் எடுத்தாங்க.

கோயம்புத்தூரிலிருந்து வீரப்பங்கிட்டே தந்தம் வாங்கின வியாபாரி ஒரு ஆளையும் கூட்டிட்டு வந்தாங்க. அந்த ஆளையும், இரண்டு ராத்திரி வச்சு விசாரிச்சாங்க.ராத்திரி, பகல் எல்லா நேரத்திலும் வீரப்பன் கையிலும், காலிலும் விலங்கு போட்டுத்தான் வச்சிருப்போம். ஒன்னுக்கு விட வெளியே போகும்போது, வாட்சர் சிக்மல்லனையும், வீரப்பன்கூட அனுப்புவாங்க. கை விலங்கின் ஒரு பக்கத்தை வீரப்பன் கையில் போட்டுட்டு, இன்னொரு பக்கத்தை சிக்மல்லன் கையிலே போட்டுட்டுத்தான் வீரப்பனை வெளியில் கூட்டிட்டுப் போவான். சிக்மல்லன் கனமான ஆளு, அவ்வளவு சீக்கிரம் யாரும் அவன்கிட்ட இருந்து தப்பிக்க முடியாது" என்கிறார்.

தவறான வழியில் பொருள் ஈட்டினாலும், தன்னைவிடவும் உயர்ந்த நிலையிலிருந்த பலருக்கும் கொடுத்துப் பழகியவர் வீரப்பன். அதுவரை எல்லா இடங்களிலும் சுதந்திரமாகவும், செல்வாக்குடணும் இருந்தவர். அப்படிப்பட்ட தன்னை ஆடு, மாடுகளைப் போல விலங்கினால் கட்டிப் போடப்பட்டிருந்ததால் தன்மான உணர்வால் வருந்தினார். மீசையுடன் கம்பீரமாக இருந்த வீரப்பனின் தோற்றம் மீசை மழிக்கப்பட்டு பரிதாபமானது.

"இரண்டு இணை யானைத் தந்தமும், ஒரு நாட்டுத்துப்பாக்கி மட்டுமே தன்னிடம் இருந்தன" என்று மாதேவசாமியிடம்

சொன்னதை பாரஸ்ட் செல் போலீஸார் நம்ப மறுத்தனர். செங்கப்பாடி, பாலாற்றுப் பகுதிக்குச் சென்ற டி.சி.எப். ஸ்ரீநிவாஸ், செல் எஸ்.பி. M.V.மூர்த்தி இருவரும் விசாரித்தனர்.

எப்போதும் வீரப்பனுடனே இருக்கும் குருநாதன், மாரியப்பன், பெருமாள், ஆண்டியப்பன், கொளந்தான், கொளந்தப்பையன் போன்றவர் இன்னும் ஊருக்கு வரவில்லை. இவர்கள் எல்லோரும் ஏதோ ஒரு மறைவிடத்தில் தங்கியுள்ளனர் என்பது தெரிந்தது. இது குறித்து, வீரப்பனிடம் விசாரணை செய்தனர்.

"நான் தாளவாடிக் காட்டிலிருந்து பஸ்ஸிலதான் பவானிக்குப் போனேன். கூட்டாளிங்க எல்லோரும் காட்டு வழியா நடந்தே, செங்கப்பாடிக்கு போகச் சொன்னேன். இன்னும் ஒரு மாசத்திற்கு பின்னாலேதான் அவங்கலெல்லாம் ஊருக்குப் போயிச்சேருவாங்க...." என்று வீரப்பன் சொல்கிறார்.

வீரப்பன் குழுவில் இருந்த ஆள்களிடம் வேட்டைத் துப்பாக்கியில்லை. அப்படியானால், எதுக்கு காட்டு வழியா நடந்து போகணும். வீரப்பன் கூடவே வெளியே வந்திருக்கலாமே எனப் போலீசார் சந்தேகப்பட்டனர். அதனால், "நீ கடைசியாகத் தங்கியிருந்த இடத்தைக் காட்டு..." என்கிறார் M.V.மூர்த்தி.

இரண்டு கைகளிலும், கால்களிலும் விலங்கிடப்பட்ட நிலையிலேயே வீரப்பனைத் தாளவாடிக் காட்டுக்கு அழைத்துச் சென்றனர். போகும்போது ஜீப்பின் பின்பக்க இருக்கைகளுக்கு இடையிலிருந்த இடத்தில் வீரப்பன் உட்கார வைக்கப்பட்டார்.

ஈரோடு மாவட்டம், தாளவாடிக்குத் தெற்கிலுள்ள மல்லிகார்ஜுனையா கோயிலுக்குப் பின்பக்கக் காட்டிலிருந்து வீரப்பன் வெளியே வந்திருந்தார். அந்த இடத்துக்கு நடந்து போகும்போது, வீரப்பன் காலிலிருந்த விலங்குடன் இணைக்கப்பட்டிருந்த நீண்ட சங்கிலியை ஒரு காவலர் கையில் பிடித்துக் கொண்டார். கையிலிருந்த விலங்கைக் கழற்றி, இடுப்புக்குப் பின்பக்கம் கையைத் திருப்பி, இரண்டு கையிலும் சேர்த்துப் போட்டனர்.

ஏற்கனவே தன்மான உணர்ச்சியில் வெந்து கொண்டிருந்த வீரப்பன், மீண்டும் கருகினார். கைகள் இரண்டும் பின்னால்

சேர்ந்துப் பிணைக்கப்பட்டதால், கால்கள் போன வேகத்துக்கு உடல் போக முடியவில்லை. நான்கு எட்டு நடந்தால் இரண்டு எட்டுத் தடுமாறியது.

மற்ற நேரமாக இருந்தால் வீரப்பன் இப்படிப்பட்ட நிலையில் நடந்து போக உடன்பட மாட்டார். ஆனால், இப்போது இன்னொரு திட்டத்தில்தான் எஸ்.பி. M.V. மூர்த்தி உள்ளிட்ட போலீசாரை அங்கே கூட்டிக்கொண்டு போகிறார். இந்த இடத்தில், வீரப்பன் திட்டப்படி நடந்தால், எஸ்.பி. M.V.மூர்த்தி உள்ளிட்ட இந்த ஆறு போலீசாரும் பிணமாகத்தான் திரும்புவர்.

தான் கடைசியாகத் தங்கியிருந்த இடத்தைக் காட்ட ஒத்துக்கொண்டு இந்த இடத்துக்கு போலீசாரைக் கூட்டிக்கொண்டு வருவதற்கும் ஒரு காரணம் இருந்தது. அந்த இடத்தில் வீரப்பனின் முக்கிய கூட்டாளிகள் எட்டுப்பேர் இருந்தனர். வீரப்பன் கையில் விலங்கோடு போலீசார் கூட்டிக்கொண்டு வருவதைப் பார்த்தால் போதும், அவர்களின் உயிரைக் கொடுத்தாவது, தன்னை மீட்டு விடுவர் என்று வீரப்பன் நம்பினார்.

அந்த நம்பிக்கையில்தான் தட்டுத்தடுமாறி நடந்து கொண்டிருந்தார்.

*****

33

கழன்றது கை விலங்கு

கூடலூர் பகுதியிலிருந்து மேற்குத் தொடர்ச்சி மலை இரு பிரிவுகளாகப் பிரிந்து கிழக்கு நோக்கி வருகிறது. இம் மலைத்தொடரின் நடுவே உள்ள, மாயாறு காடுகள் யானைகளின் புகலிடம். மாயாறு காட்டுப்பகுதியின் தென்பகுதியில் நீலகிரி மலைத்தொடரும், வட பகுதியில் தாளவாடி மலைத்தொடரும் கிழக்கு நோக்கிச் செல்கின்றன.

காட்டு பங்களா

நீலகிரி மலைத்தொடர் பவானி சாகர் அணையின் தென் பகுதியில் தெற்கு நோக்கித் திரும்புகிறது. அங்கிருந்து சிறுமுகை, மேட்டுப்பாளையம், பில்லூர் மலை, வெள்ளியங்கிரி மலை, செம்மந்தி மலை என நீண்டுகொண்டே கன்னியாகுமரி வரை செல்கிறது.

இன்னொரு பிரிவாகக் கிழக்கே வரும் தாளவாடி மலைத்தொடர் பவானிசாகருக்கு அருகில் வடக்கு நோக்கித் திரும்பி, பிறகு கிழக்கு வடக்காக வளைந்து வளைந்து கடம்பூர்,

அந்தியூர், மேட்டூர், மாதேஸ்வரன் மலை வழியாக ஓசூர்வரை செல்கிறது. இதுவே கிழக்குத் தொடர்ச்சி மலையாகும்.

வடபகுதி மலைத்தொடர் சற்றேறக் குறைய இரண்டாயிரம் முதல் மூன்றாயிரம் அடி உயரம்வரை உள்ளன. நீலகிரி மலைகள் இதைவிடவும் பல மடங்கு உயரமானவை. இங்குள்ள மிக உயரமான சிகரமான தொட்டபெட்டா 8,652 அடி உயரம் கொண்டது. இந்த இரண்டு மலைத்தொடர்களுக்கும் இடையிலுள்ள மாயாறு வனப்பகுதிதான் வீரப்பனின் யானை வேட்டை நடுவம்.

துப்பாக்கி வாங்குவதற்காகப் பெங்களூர் கிளம்பும் முன்பாக தன்னுடைய கூட்டாளிகளை, தாளவாடி மலைத்தொடரில் ஓர் இடத்தில் தங்க வைத்துவிட்டு வந்தார். இப்போதும் அந்த இடத்தில் தன்னுடைய கூட்டாளிகள் இருப்பர். கைது செய்து கொண்டுவரும் ஆறு போலீசாரிடமிருந்து தன்னை மீட்பர் என்று நம்பினார். அதனாலேயே உடல் வேதனைகளையும் பொறுத்துக்கொண்டு, அந்த இடத்தை நோக்கி நடந்து கொண்டிருந்தார்.

வீரப்பன் தங்கியிருந்த இடத்துக்கு வந்தபோது, அங்கே யாரும் தங்கியிருப்பதற்கான அறிகுறிகளே இல்லை. எதற்கும் பயன்படாத ஒரு நாட்டுத் துப்பாக்கி, நாலு அலுமினிய குண்டா, ஓர் இணை பழைய செருப்பு, இரண்டு போர்வை, கொஞ்சம் மளிகைப் பொருள்கள் மட்டுமே இருந்தன.

போலீசார் அந்தப் பொருள்களை எல்லாம், வேறு யாரும் பயன்படுத்தக் கூடாது என்ற நோக்கத்தில் கீழே கொட்டினர். பாத்திரங்களைப் போட்டு உடைத்தனர். பெட்சீட் மற்றும் துணிகளுக்கு நெருப்பு வைத்தனர். தன்னுடைய கூட்டாளிகள் எல்லோரும், நடந்தே ஊருக்குப் போவர். இப்போது, யாரும் தாளவாடி காட்டில் இருக்க மாட்டார்கள் என்று வீரப்பன் சொன்னது உறுதியானது.

அதனால், போலீசார் வீரப்பனைத் திருப்பி அழைத்துக் கொண்டு வந்தனர். நான் காட்டை விட்டுச் செல்லும்போது இங்கே இருந்த கூட்டாளிகள் எங்கே போனார்கள்...? என்னவானார்கள்...? என்ற பெரும் குழப்பத்துடனே வீரப்பன் அங்கிருந்து திரும்பினார்.

முன்பு தப்பிக்கப் போகிறோம் என்ற வெறியில் நடந்ததால் உடலில் சோர்வு தெரியவில்லை. இப்போது, தப்பிக்க வழியில்லை என்ற சோர்வில் நடப்பதால், கால்கள் நடக்க மறுத்தன, கண்கள் இருண்டன.

வீரப்பன் மனதில் வெறி ஏறிக்கொண்டே இருந்தது. தன்னை இந்த நிலைக்குக் கொண்டுவந்த அதிகாரிகளை அணுஅணுவாகச் சிதைத்துக் கொல்லவேண்டும் என்று முடிவெடுத்தார். இந்த இடத்தில், வீரப்பனுக்குத் தெரிந்த ஒரே பெயர் டி.சி.எப். ஸ்ரீநிவாஸ், அவரே இதற்கெல்லாம் காரணம் என நம்பினார்.

வீரப்பன் சென்ற இரண்டு வாரம்வரை அவருடைய கூட்டாளிகள் அந்த இடத்திலேயே தங்கியிருந்தனர். வீரப்பன் வராமல் போனதால், சந்தேகம் கொண்ட மாரியப்பனும், ஆண்டியப்பனும் செங்கப்பாடிக்குச் சென்றனர், அங்கிருந்த தொடர்பாளர்களிடம் விசாரித்தனர். வீரப்பன் எங்கே போனார் என்ற விவரம் தெரியவில்லை. கோவிந்தபாடிக்கு வந்து, மாமனார் வீட்டிலிருந்த அர்ஜுனனைச் சந்தித்தனர். அவனுக்கும், வீரப்பனைப் பற்றிய எந்தத் துப்பும் கிடைக்கவில்லை.

"நீங்க எல்லோரும் அண்ணன் சொன்ன தாவிலேயே தங்கியிருங்க. நான் பவானி போய் ராஜாமணியைப் பார்த்துட்டு வந்திடறேன். என்ன தகவல் இருக்குன்னு தெரிஞ்சு, அதை மாரியப்பனிடம் சொல்லியனுப்பறேன்..." என்றவர் ஆண்டியப்பனை மட்டும் தாளவாடிக்கே திருப்பி அனுப்பினார். பல முறை பவானிக்குச் சென்றும் அர்ஜுனனால், ராஜாமணியைச் சந்திக்க முடியவில்லை. பெங்களூர் போன இருவரும் சேர்ந்து, ஏதோ சிக்கலில் மாட்டிக்கொண்டதாகவே அர்ஜுனன் நினைக்கிறார்.

அடுத்து, "பெங்களூர் போன இடத்தில், ஏதோ விவகாரம் நடந்துள்ளது. என்ன நடந்தது என்பது தெரியவில்லை, அதனாலே, நீங்க தாளவாடிக் காட்டில் இருக்கவேண்டாம். உடனே கிளம்பி ஊருக்கு வாங்க..." என்று மாரியப்பனிடம் சொல்லி அனுப்புகிறார். நான்கு நாள்களுக்குப் பிறகு கோவிந்தபாடியில் இருந்து புறப்பட்ட மாரியப்பன் தாளவாடிக்குப் போகிறார்.

பூதிபடுகா ஆய்வு மாளிகை

ஒரு நாள் அங்கிருந்து விட்டு, காட்டிலிருந்த எல்லோரையும் கூட்டிக்கொண்டு கோவிந்தபாடிக்கு வருகிறார்.

"அண்ணன் வரும்வரை யாரும் ஊருக்குள் போக வேண்டாம்.." என்று அர்ஜுனன் சொல்கிறார். அதனால், ஆண்டியப்பன், மாரியப்பன், குருநாதன் உள்ளிட்ட பத்துபேர் அர்ஜுனனின் மாமனார் தோட்டத்தில் தங்கியிருந்தனர்.

இந்தச் செய்தி தெரியாத வீரப்பன், "இங்கிருந்த ஆளுங்க எங்கே போயிருப்பாங்க...?" என்ற குழப்பத்துடனே திரும்பி நடந்து கொண்டிருந்தார். போலீசாரும் விடாமல், "இங்கிருந்து போனவர்கள் எங்கே இருப்பார்கள்...?" என்று விசாரித்துக் கொண்டே வந்தனர்.

தாளவாடி நால்ரோட்டில் ஹோட்டல் நடத்தி வந்த ஐயாலு செட்டியாருக்கும், வீரப்பனுக்கும் நல்ல பழக்கம். பெரும்பாலும் வீரப்பனும் அவருடைய ஆள்களும் வெளியில் போகும்போதும், வெளியூரில் இருந்து, தாளவாடிக்கு வரும்போதும் இந்தச் செட்டியார் கடையில் சாப்பிடுவது வழக்கம். வீரப்பனுடன் வரும் எல்லோரையும் செட்டியாருக்குத் தெரியும்.

அந்தக் கடைக்கு முன்பாக வண்டியை நிறுத்துவதற்கு ஏற்பாடு செய்த வீரப்பன். "ஒரு அஞ்சு நிமிஷம் வண்டியை

நிறுத்துங்க. எங்க ஆளுங்க யாராவது தாளவாடி பஸ் ஸ்டாண்ட்டுப் பக்கம் இருந்தால் பார்த்துச் சொல்லறேன்" என்றார். போலீசாரும் வண்டியை ஐயாலு செட்டியார் கடை ஓரமாக நிறுத்தினர்.

எப்படியும் ஹோட்டல் கடை ஐயாலு செட்டியார் தன்னைப் பார்ப்பார், நாளையோ, நாளை மறுநாளோ தன்னுடைய ஆள்கள் யாராவது சாப்பிட வருவார்கள். அப்போது, போலீசார் தன்னைப் பிடித்துக்கொண்டு வந்தது பற்றிய செய்தியைச் சொல்லிவிடுவார் என எதிர்பார்த்தார்.

"டீ வேண்டும்" என்றார். ஒரு காவலர் தேநீர் வாங்கிக் கொடுத்தார். ஜீப்பின் பின்பக்கம் உட்கார்ந்து கொண்டே வீரப்பன் அந்தத் தேநீரைக் குடித்தார்.

வீரப்பன் எதிர்பார்த்தபடியே ஐயாலு செட்டியாரும் ஜீப்பைப் பார்த்தார். வீரப்பனையும் பார்க்கிறார். ஆனால், வீரப்பன் தலைமுடி ஒட்ட வெட்டப்பட்டு மீசை எடுக்கப்பட்டிருந்தது. அவர் போட்டிருந்த உடையும் காபி தோட்டத்தில் வேலை செய்பவரைப்போல இருந்தது.

அதனால், ஐயாலு செட்டியாருக்கு வீரப்பனை அடையாளம் தெரியவில்லை. நேருக்கு நேராக வீரப்பனைப் பார்த்தும்கூட அவர் அடுத்த வேலையைப் பார்க்கச் சென்று விட்டார். வீரப்பனின் இரண்டாவது நம்பிக்கையும் தகர்ந்தது. மீண்டும் பூதிபடுகா ஆய்வு மாளிகைக்குக் கொண்டு வரப்பட்டார்.

"யானைத்தந்தம் எங்கே விற்பனை செய்யப்பட்டது? யார் மூலம் விற்பனை செய்யப்பட்டது...?" என்று போலீசார் விசாரித்தனர். பெரும்பாலும் தன்னுடைய தம்பி அர்ஜுனன்தான், யானைத்தந்தம் கொண்டுபோய் வியாபாரம் செய்வான். ஒருமுறையோ, இருமுறையோதான் திருச்சூர் சென்று தந்தம் விற்பனை செய்ததாகச் சொன்னார் வீரப்பன்.

"சரி, அந்த இடத்தைக் காட்டு" என்று கேரளாவிற்குக் கூட்டிக்கொண்டு சென்றனர். திருச்சூரிலிருந்த பல இடங்களும் ஒன்று போலவே இருந்தன. அதனால், வீரப்பன் சொன்ன அடையாளங்களை வைத்து எந்த இடத்தையும், போலீசாரால் சரியாகக் கண்டுபிடிக்க முடியவில்லை.

பண்ணாரி மாரியம்மன் கோயில்

இருந்தாலும் கர்நாடகப் போலீசாருக்குக் கொஞ்சம் பாடம் நடத்தவேண்டும் என்று வீரப்பன் நினைக்கிறார். நான்கு ஆண்டுகளுக்கு முன்பு, ஒருமுறை யானைத்தந்தம் விற்பனை செய்த விபீஷணன் என்பவரின் கடையை அடையாளம் காட்டினார்.

அந்தக் கடைக்குச் சென்ற கர்நாடகப் போலீசாரை, "எதற்காக வந்தீர்கள்…"? என்று விபீஷணன் விசாரித்தார். கர்நாடகப் போலீசார் என்ன பதில் சொல்கிறார்கள் என்பதைக்கூட அவர் கேட்கவில்லை. கர்நாடகப் போலீசார் கடைக்கு வந்துள்ளது பற்றி உள்ளூர் போலீசாருக்குத் தகவல் கொடுத்தார்.

"எட்டு ஆண்டுகளுக்கு முன்பு ஆப்பிரிக்காவிலிருந்து இருபது கிலோ யானைத் தந்தம் வாங்கியுள்ளேன். அதிலிருந்து கொஞ்சம் கொஞ்சமாக வெட்டியெடுத்து கைவினைப் பொருட்கள் செய்து வருகிறேன். தந்தம் கொள்முதல் செய்ததற்கான (Bill) பற்றுச் சீட்டும் உள்ளது. திருட்டுத்தனமாகக் கொண்டு வரப்படும் யானைத்தந்தம் எதையும் நான் வாங்க மாட்டேன் என்று கடைக்கு முன்பக்கம் மலையாளம் மற்றும் ஆங்கிலத்தில் எழுதிய ஒரு போர்டு வைத்துள்ளேன். இந்தப்

போர்டைப் பாருங்க..." என்று கர்நாடக வனத்துறை செல் போலீசாரிடமும் காட்டினார்.

பத்து நிமிட நேரத்தில் கேரளாப் போலீசாரே கடைக்கு வந்தனர். "கர்நாடக மாநிலத்தில் எந்த காவல் நிலையத்தில் வழக்குப் பதியப்பட்டுள்ளது...? எந்த நீதி மன்றத்திலிருந்து இவரை விசாரணைக்கு எடுத்துக்கொண்டு வந்துள்ளீர்கள்...? கேரளத்துக்குக் கொண்டுவந்து விசாரணை செய்ய நீதிமன்றம் உங்களுக்கு அனுமதி கொடுத்துள்ளதா..."? என்று கர்நாடகப் பாரஸ்ட் செல் போலீசாரிடம் கேள்வி-மேல் கேள்வி கேட்டனர்.

கேரளப் போலீசார் கேட்ட எதையுமே கர்நாடகப் போலீசார் செய்யவில்லை. இன்னும் சொல்லப் போனால், வீரப்பனைக் கைது செய்ததைக்கூட நீதி மன்றத்திற்குக் காட்டவில்லை. சட்டத்திற்கு எதிரான வகையில்தான் வீரப்பனை இப்போது காவலில் வைத்துள்ளனர்.

இதைத் தெரிந்துகொண்ட கேரளப் போலீசார், "இன்னும் ஒரு மணி நேரத்தில் நீங்க திருச்சூரை விட்டுப் போய்விடவேண்டும். இங்குள்ள பொதுமக்கள் யாருக்காவது இந்தச் செய்தி தெரிந்தால்கூட, நீங்க இந்த ஆளைக் கர்நாடகாவுக்குக் கூட்டிக்கொண்டு போகமுடியாது. இங்குள்ள பொதுமக்களே உங்களைப் புடிச்சு கோர்ட்டுக்கு அனுப்பிடுவாங்க. நீதிமன்ற உத்தரவு இல்லாமல் இனிமேல் நீங்க கேரளாவுக்கு வந்திடாதீங்க..." என்று எச்சரித்து அனுப்பினர்.

தப்பித்தோம் பிழைத்தோம் என்று தமிழ்நாட்டிற்கு வந்த கர்நாடகப் போலீசார், கோவையில் இரவுச் சிற்றுண்டி சாப்பிட்டனர். பிறகு, சத்தியமங்கலம், பண்ணாரி வழியாகப் பூதிபடுகா கண்ணாடி மாளிகைக்குத் திரும்பிக் கொண்டிருந்தனர். பண்ணாரி மாரியம்மன் கோவிலுக்கு முன்பாக வண்டி வந்தது.

"ஆத்தா...ரெண்டு கைகளையையும் எடுத்து உன்னைப் பார்த்துக் கும்பிடக்கூட வழியில்லாத நிலையில் நான் இருக்கிறேன். இவங்ககிட்டே இருந்து நான் தப்பிக்க வழியே இல்லையா...? எப்படியாவது நீதான் என்னைக் காப்பாத்தணும்...!" என்று பண்ணாரி மாரியம்மனை மனமுருக வேண்டினார்.

பூதிபடுகா கல்வெட்டு

ஜீப்பின் பின்பக்கம் இருந்த சிறிய இடைவெளியில் வீரப்பன் உட்கார்ந்திருந்தார். விலங்கிடப்பட்ட இரு கைகளையும், தனது இடது முழங்காலுக்குள் விட்டுச் சாய்ந்தார்.

28 கொண்டை ஊசி வளைவுகளைக் கொண்ட திம்பம் மலைப்பாதையில், போலீசாரின் ஜீப் வளைந்து வளைந்து மேலே ஏறியது. விலங்கிடப்பட்ட வீரப்பனின் கைகளுக்கு உள்ளேயிருந்த, இடது முழங்கால் சாலை திருப்பத்தில் ஆட ஆட, வீரப்பனின் இடது கையில் மாட்டப்பட்டிருந்த கைவிலங்கு கொஞ்சம், கொஞ்சமாகத் தளர்ந்து கொண்டே வந்தது.

பாதி மலை ஏறியிருந்த நிலையில், ஒரு திருப்பத்தில் திரும்பும்போது பலமாக ஜீப் ஆடியது. வீரப்பனின் இடது கையில் மாட்டப்பட்டிருந்த விலங்கு, கழன்று கை தனியாக வந்தது.

நான் தப்பிப்பதற்காக பண்ணாரி மாரியம்மன் கொடுத்த கடைசி வாய்ப்பு இது என நினைத்தார் வீரப்பன்.

*****

34

சுட்டுக்கொல்ல முடிவு

பண்ணாரி மாரியம்மனே தனது கை விலங்கைக் கழற்றி விட்டதாக வீரப்பன் நினைத்தார். சத்தமில்லாமல், கைகள் இரண்டையும் மடிமீது எடுத்து வைத்தார். கழன்று போன இடது கை விலங்கின் வளையத்தை, வலது கையால் எடுத்தார். இடது கை விரல்களை நேராக நீட்டி, கையை உள்ளே தள்ளினார். இரண்டு நிமிட முயற்சிக்குப் பின்னர் கழன்று வந்த கை மீண்டும் விலங்குக்குள்ளே சென்றது.

இதைச் சரியாகப் பயன்படுத்திக் கொள்ளவேண்டும். எப்போது வாய்ப்புக் கிடைக்கிறதோ, அப்போது கை விலங்கைக் கழற்றிக்கொண்டு தப்பிவிட வேண்டும் என முடிவு செய்தார். பூதிபடுகா கண்ணாடி மாளிகைக்கு வந்த பின்னரும், அதற்கான தருணத்தை எதிர்நோக்கிக் காத்திருந்தார். ஓரிரண்டு நாள்கள் கடந்தன. வழக்கமாக வீரப்பனின் வலது கை அல்லது காலில் விலங்கைப் போட்டு வைத்திருந்தனர். சாப்பிடும்போது மட்டும் வலது கை விலங்கைக் கழற்றி இடது கையில் போட்டனர்.

கர்நாடகப் பாரஸ்ட், பாரஸ்ட் செல் போலீஸ் அதிகாரிகள் தொடர்ந்து ஆலோசனையிலேயே இருந்தனர். வீரப்பனை முறைப்படி கைது செய்து, நீதிமன்றத்தில் நிறுத்தி நீண்ட நாள்கள் காவலில் வைத்திருக்க முடியாது. இதற்கு முன் வீரப்பன்மீது தொடர்ந்துள்ள வழக்குகளில் அவருக்குத் தண்டனை வாங்கிக்கொடுக்கும் அளவுக்கு எதிலுமே பலமான ஆதாரமுமில்லை. கொள்ளேகால் போலீசார் வீரப்பனுக்கு ஆதரவான நிலையில் இருக்கின்றனர். அரசியல் செல்வாக்கும் உள்ளது. இப்போதுள்ள நிலையில் வீரப்பனைக் கொண்டுபோய் நீதிமன்றத்தில் விட்டால், உள்ளே போன மறுநாளே, பெயிலில் வெளியில் வந்து விடுவார்.

அதனால், யாருக்கும் தெரியாமல் வீரப்பனைக் கொன்றுவிட வனத்துறை செல் போலீசார் முடிவு செய்கின்றனர். காட்டுக்குள் ஓடவிட்டுச் சுட்டுக்கொல்வது, ஆள்களைக் கொண்டு அடித்துக் கொல்வது. இதில் எது சிறந்தது என ஆலோசனைகள் நடந்தன.

வீரப்பனின் அண்ணன் மாதையன் அரசியல் செல்வாக்கு உள்ளவர். வீரப்பனுக்கு ஏதாவது ஒன்று என்றால் சும்மா இருக்கமாட்டார். எங்களுக்கு ஏதாவது ஒரு வகையில் தொல்லை கொடுப்பார் என அங்கிருந்த வனத்துறை அதிகாரிகள் பயந்தனர். ஏற்கனவே டி.சி.எப்ஸ்ரீநிவாஸ், சாம்ராஜ்நகர் *DySP M.R.*புஜார் இருவர் மீதும் ஆட்கொணர்வு மனுப் போட்டு விசாரணைக்கு இழுத்ததை நினைவுபடுத்தினர்.

பிலிகிரி ரெங்கன் பெட்டாவில் யானைகள் முகாம் உள்ளது. இங்குள்ள வளர்ப்பு யானையைக் கொண்டுவந்து வீரப்பனை மிதித்துக் கொல்லலாம் என்று முடிவானது. அங்கிருந்த ஏழு வளர்ப்பு யானைகளுமே மனிதர்களுடன் அன்பாகப் பழகக்கூடியவை. யானைப் பாகன் கட்டளையிட்டாலும்கூட அங்கிருந்த யானைகள் மனிதனை மிதித்துக் கொல்லாது என்று வனத்துறை அதிகாரிகள் கை விரித்து விட்டனர்.

ஹுன்சூரில் ஜாகீர் என்ற வளர்ப்பு யானை இருந்தது. பாகன் கட்டளையிட்டால், அந்த யானை ஆளை மிதித்துக் கொல்லும் எனத் தெரிந்தது. அந்த யானையை லாரியில் ஏற்றிக் கொண்டு வரலாமா என ஆலோசனை நடந்தன.

உள்ளூர்ப் பொதுமக்களிடமும், கர்நாடக அரசியலிலும் நல்ல செல்வாக்குப் பெற்றுள்ள வீரப்பனை அடித்துக் கொன்றாலும் சரி, சுட்டுக்கொன்றாலும் சரி தங்களுக்கு ஏதாவது ஒருவகையில் சிக்கல் வரும். ஆனால் யானையை விட்டு மிதித்துக் கொன்று விட்டால், யானை வேட்டைக்குப் போனவனை யானையே மிதித்துக் கொன்று விட்டது என்று எளிதான வகையில் வழக்கை முடித்து விடலாம் என அதிகாரிகள் முடிவு செய்தனர்.

தன்னைக் கொல்லப் போகின்றனர் என்பது வீரப்பனுக்கும் கொஞ்சம் கொஞ்சமாகத் தெரிந்தது. இது குறித்துப் பேசும்போது, "டி.எஸ்.பி மாதேவசாமி பேச்சைக் கேட்டுட்டு நானும் கூட இனிமேல் யானை வேட்டையை விட்டுவிட்டு

தேங்காய் வியாபாரம் செய்யலான்னுதான் நெனச்சேன். அதுக்குப் பிறகு, என்னை விசாரணைக்குக் கூட்டிக்கிட்டு வந்த டி.சி.எப். என்னைக் கொல்லப் பார்த்தான்.

அங்கிருந்த ஒரு வாட்சர் பையன், "இன்றைக்கு ராத்திரி உன்னைக் கொல்லப் போறாங்க...."ன்னு சொன்னான். சாவதைத் தவிர வேறு வழி இல்லைங்கிற நிலையிலதான் அந்த காட்டுப் பங்களாவிலிருந்து தப்பினேன். இல்லையின்ன *DySP* மாதேவசாமி சொன்ன மாதிரியே கேசை எல்லாம் முடுச்சுட்டு நல்லபடியா வாழ்ந்திருப்பேன்" என்று என்னிடம் சொன்னார்.

ஆனால், அவரை எப்படிக் கொலை செய்யத் திட்டம் போட்டனர் என்பதும் வீரப்பனுக்குத் தெரியவில்லை. அதுபோலவே, வனத்துறை செல் எஸ்.பி. மூர்த்தி என்பவரும், ஏ.சி.எப்.சீனிவாசன் என்பவரும் அங்கே இருந்தனர் என்பதும் வீரப்பனுக்குத் தெரியவில்லை.

வீரப்பன் சொன்னது உண்மைதானா...? என்பதைத் தெரிந்து கொள்வதற்காகக் கண்ணாடி மாளிகையில் அவர் சிறை வைக்கப்பட்டிருந்த நேரத்தில் பணியிலிருந்த பல வனத்துறை அதிகாரிகளைச் சந்தித்தேன். அவர்களிடம் விசாரித்தபோது யானையை விட்டு மிதித்துக் கொல்லலாம் என்று போலீசார் பேசியது, திட்டமிட்டது அனைத்தும் உண்மை. ஆனால் இந்த வேலையை செய்ய டி.சி.எப். ஸ்ரீநிவாஸ் ஒப்புதல் கொடுத்தாரா...? என்பது தெரியவில்லை.

வழக்கம் போலவே, அன்று வீரப்பனுக்கு மதியச் சாப்பாடு கொடுக்கப்பட்டது. தட்டின் முக்கால் பாகம் மோரும், அதனுள் ஒரு கையளவு அரிசிப் பருக்கை, ஓரத்தில் கையளவு கீரைப் பொரியல் இருந்தன. இன்று தப்பிக்கப் போகிறோம், அடுத்தவேளை சாப்பாடு கிடைக்க இன்னும் எத்தனை நாள்களாகும் என்பது தெரியாது. இப்போது கிடைப்பதை முழுவதுமாகச் சாப்பிடவேண்டும் என்று முடிவெடுத்தார்.

தற்போது வீரப்பன் தங்கியுள்ள இந்த இடம் எந்தப்பகுதி என்பதைச் சரியாகக் கணிக்க முடியவில்லை. ஜீப்பில் வெளியே கூட்டிக்கொண்டு போகும்போதும், வரும்போதும் கண்ணைக்கட்டியே கூட்டிக்கொண்டு போகின்றனர். காட்டுப்பகுதியை கடந்த பிறகே, கண் கட்டுக்களை அவிழ்த்து

வீரப்பன் கட்டப்பட்டிருந்த ஜன்னல் கம்பிகள்

விடுகின்றனர். இது எந்தப்பகுதிக் காடு என மற்றவர்களிடம் விசாரிக்கவும் முடியவில்லை. எப்படித் தெரிந்து கொள்வது என்ற குழப்பத்தில் இருந்தார்.

பங்களாவுக்கு உள்ளே இருந்த கட்டிலில் இரண்டு போலீசார் படுத்திருந்தனர், "ஒண்ணுக்குப் போகணும், கை கழுவணும் கொஞ்சம் வெளியே கூட்டிப் போங்கப்பா..."என்றார்.

ஒரு காவலர் வந்து வீரப்பனின் வலது கையில் விலங்குடன் இணைத்துக் கட்டப்பட்டிருந்த சங்கிலியைக் கழற்றி வெளியே கூட்டிக்கொண்டு போனார். மரத்தடிக்குச் சென்று சிறுநீர் கழித்தார். அப்படியே தண்ணீர்த் தொட்டிக்குச் சென்று கை கழுவினார். சாப்பாட்டுத் தட்டு இருந்த இடத்துக்கு வந்தார், வெளிவாசல் கதவு மூடப்பட்டது. சாப்பாட்டுக் கையிலிருந்த விலங்கைக் கழற்றி, இடது கையில் போட்டனர். விலங்குடன் சேர்ந்திருந்த சங்கிலி பக்கத்திலிருந்த ஜன்னல் கம்பியில் கட்டிப் பூட்டினர்.

இரண்டு கால்களையும் மடக்கிச் சம்மணம் போட்டு உட்கார்ந்த வீரப்பன், "தினமும் பத்து பேருக்குச் சாப்பாடு போட்டுக் கொண்டிருந்த மகராசி பொன்னுத்தாயின் மகனுக்கு வந்த சோதனையைப் பார். நாய் குடிக்காத இந்தக் கஞ்சியை நான் குடிக்க வேண்டியுள்ளது..." என நினைத்தார். கண்களின் ஓரத்தில் நீர் கசிந்தது.

கீரைப் பொரியலைச் சாப்பாட்டுக் கையில் எடுத்து, கஞ்சித் தட்டைப் பிடித்து ஒரு வாய் கஞ்சியையும், கீரைப்பொரியலையையும் மாறி மாறி உள்ளே தள்ளினார். சாப்பிட்டு முடித்ததும், காவலாளி ஒருவர் கை கழுவத் தண்ணீர் கொண்டுவந்து கொடுத்தார். வீரப்பன் கையைக் கழுவியதும், அந்தத்தட்டை வாங்கிய காவலர் வீரப்பன் கைக்கு எட்டாத தொலைவில் வைத்தார்.

கொஞ்ச நேரம் சுவரில் சாய்ந்து உட்கார்ந்த வீரப்பன் கண்ணை மூடிக்கொண்டே இருந்தார். தனக்குக் காவலிருந்த காவலர்கள் சாப்பிடுவதற்கு வசதியாக அப்படியே தரையில் படுத்தார். காவலிருந்த போலீசார் இரண்டுபேரும் சாப்பிடப் போயினர். அவர்கள் சாப்பிட்ட கோழிக்கறிக் குழம்பின் வாசம் வீரப்பன் மூக்கில் ஏறியது. இரண்டு போலீசாரும் சாப்பிட ஆரம்பித்தனர், வீரப்பன் புரண்டு படுத்தார். கையிலிருந்த சங்கிலி எழுப்பிய சத்தம் கேட்டு ஒருகாவலர் மெதுவாக வந்து எட்டிப்பார்த்தார்.

வீரப்பன் ஒருக்கலித்து படுத்திருப்பதை பார்த்து விட்டு திரும்பிச் சென்றார். இனி ஒரு வினாடி கூட வீணாக்கக் கூடாது, இடதுகை விரல்களை ஒரு சேரக் குவித்து அழுத்திப் பிடித்தார். கை விலங்கை மெதுவாகக் கீழே தள்ளினார். பெருவிரலை அழுத்தி, சுருக்கி, கொஞ்சம் கொஞ்சமாக உள்ளங் கைக்குள் கொண்டு போனார்.

வீரப்பனின் கை நீண்டு, சிறுத்த, நெடிய விரல்களைக் கொண்டது. இரண்டே நிமிடத்தில் இடது கையிலிருந்து விலங்கைத் தனியாக உருவினார்.

இந்த இடத்தில் கழன்றது கை விலங்கு மட்டுமல்ல...
வீரப்பனுக்கும், சமூகத்துக்குமான உறவும்தான்.

*****

35

தப்பிப் பிழைத்த வீரப்பன்

தப்பி வந்த ஜன்னல் கதவு

வீரப்பன் எதிர்பார்த்த நேரம் வந்தது, தன் கை விலங்கைக் கழற்றினார், சத்தமில்லாமல் அதைத் தரையில் வைத்தார். இனி தாமதிக்க நேரமில்லை. இடது பக்கம் இருந்த சுவரில் குறுக்குக் கம்பிகள் இல்லாத ஜன்னல் இருந்தது. இடுப்பு உயரத்தில் இருந்த அந்த ஜன்னல் கட்டை மீது கையை ஊன்றி, வெளிய எட்டிக் குதித்தார். தலை கீழாக வெளியே வந்து விழுந்தார். விழுந்ததும் எழுந்து ஓடத் தயாரானார், எந்தப் பக்கம் போகவேண்டும் என்பது தெரியவில்லை.

நின்று, நிதானிக்க நேரமில்லை. தலையைக் குனிந்து உன்னிச்செடிக்குள் புகுந்தார், குனிந்தபடியே ஓடினார். செருப்பில்லாத கால், முள் குத்தியது. ஆயிரம் அடித் தூரம் ஓடியதும் “கள்ளா ஓடுதானே..., இடிரீ... இடிரீ...”என்ற சத்தம் கேட்டது. ஆய்வு மாளிகைக்குப் பின்பக்கமிருந்த சில பழங்குடி மக்கள் சத்தம் போட்டுக் கொண்டு ஓடி வந்தனர்.

வீரப்பன் தப்பியோடிய நேரத்தில், அங்கிருந்த மாதேவா பல்ராம் என்ற வனத்துறை காவலரைச் சந்தித்தேன். “இராமாபுரம் போலீஸ் ஸ்டேஷன் கான்ஸ்டபிள் ராமையா, மடிக்கேரி பாரஸ்ட் செல் போலீஸ் ராமலிங்கம் ரெண்டு பேரும் வீரப்பனோட இந்த ரூமிலேயே இருந்தாங்க. அவங்களுக்குப் படுக்க கட்டில் வசதியெல்லாம் இருந்தது. எங்க (பாரஸ்ட் டிபார்ட்மெண்ட்) ஆளுங்க கும்பையா, சிக்ஜடேகவுடா, ஜெயகீர்த்தி பண்டிட் என்ற வயர்லெஸ் ஆபரேட்டர் மூனு பேரும் வெளியில் டியூட்டில் இருந்தாங்க.

மீதி ஆளுங்க எல்லோரும் எங்க வழக்கமான பீட் வேலைக்குக் காட்டுக்குள்ளே போயிட்டோம். வீரப்பனுக்குச் சாப்பாடு குடுக்கிற நேரம். கையிலும், காலிலும் இருந்த விலங்கைப் போலீசார் அவுத்து விட்டுருக்காங்க. விலங்கிலிருந்த லீடிங் செயினை இந்த ஜன்னலில் போட்டு லாக் அடிச்சுட்டாங்க. வீரப்பனும் சாப்புட்டுட்டு இந்தப் பக்கம் தலையை நிலத்தில் வச்சு அமைதியா படுத்திருந்திருக்கிறான். வீரப்பன் சாப்பிட்ட பின்னாலே, எங்க டிபார்ட்மெண்ட் ஆளுங்க மூனு பேரும் தண்ணீர் எடுத்திட்டு வரவேண்டி பக்கத்தில் இருக்கும் ஓடைக்குப் போயிட்டாங்க.

போலீஸ்காரங்க ராமலிங்கம், ராமையா ரெண்டு பேரும் முன்னாலே இருக்கும் ரூமில் உள்ளே போய் உட்கார்ந்து சாப்புடுட்டு இருந்திருக்காங்க. அந்த நேரத்தில வீரப்பன் தப்பிச்சுப் போயிட்டான். அவன் கையிலிருந்த லீடிங் செயின் அப்படியே இருந்துச்சு. இந்த ஜன்னலின் நடுக்கதவு ஓப்பனாகி இருந்தது. டோர் மேலே ஒரு துண்டு காயப்போட்டு இருந்தது. இந்தக் கதவு வழியாத்தான் வீரப்பன் தப்பிச்சுப் போயிருக்கான்.

போலீசார் ரெண்டுபேரும் வீரப்பன் பின்னாலேயே ஓடியிருக்காங்க. அதைப் பார்த்துட்டுத் தண்ணி எடுத்திட்டு வந்த எங்க டிப்பார்ட்மென்ட் ஆளுங்க மூனு பேரும் அவங்க பின்னாலேயே தேடிப்போயிருக்காங்க. எனக்குத் தகவல் தெரிஞ்சு நானும் ரெண்டு ஆளுங்களைக் கூட்டிட்டு இன்னொரு வழியா கரிக்கும்ப காலனி பக்கம் போனேன். அங்கே ஒரு ஆள் மூனு மூட்டை சந்தனக் கட்டையை வச்சுக்கிட்டு இருந்தான். அவனைப் புடிச்சு வச்சுட்டு அதிகாரிகளுக்குத் தகவல் குடுத்தோம்.

மாதேவா பல்ராம்

அவனைப் புடுச்சுட்டு ராத்திரி எட்டு மணிக்கு அட்டுக்குளிப் பள்ளம் பக்கமா வரும்போது டி.சி.எப். ஸ்ரீநிவாஸ் சாய்ப்ரு எதுக்கால வந்தாங்க. விடிய விடியக் காடெல்லாம் தேடியும் வீரப்பனைக் கண்டுபிடிக்க முடியல. எங்ககிட்டே கஸ்டடி யில் இருக்கும்போது ஒரு முறை வீரப்பனுக்குக் கோழி பிரியாணி கூட வாங்கிக் கொண்டாந்து குடுத்தோம். இதுக்கு முன்னே வீரப்பனின் அண்ணா மாதையன், மார்டல்லி பால்ராஜ், அவன் தந்தை பட்டேல். சங்கீத்ராஜ், கெஞ்சான் இன்னும் கொஞ்ச ஆளுங்களைப் புடிச்சுட்டு வந்து சிலநாள் இங்கே வச்சி விசாரிச்சாங்க..." என்றார்.

கண்ணாடி மாளிகையின் இன்னொரு பக்கத்தில் பூதிபடுகா ஊர் உள்ளது. அந்த ஊரைச் சேர்ந்த பழங்குடி இளைஞர்கள் சிலர் வனத்துறை அலுவலகத்தில் சமையல் வேலை செய்து வந்தனர். அவர்களும் போலீசாருடன் சேர்ந்து வீரப்பனைப் பிடிப்பதற்காகக் காட்டை நோக்கி ஓடிவந்து கொண்டிருந்தனர். அந்தக் காட்டிலேயே வாழ்ந்து வரும் அவர்களுக்கு அந்தக் காட்டைப்பற்றி நன்றாகத் தெரியும். இங்கிருந்து எந்த வழியில் போனால், எந்த இடத்தில் வந்து சேருவார்கள் என்ற வழிமுறைகள் எல்லாம் அவர்களுக்கு அத்துப்படி.

நாம் இந்த நுட்பங்களையெல்லாம் கணித்து கவனமாகப் போகாவிட்டால் பழங்குடி இளைஞர்களிடம் சிக்கிக் கொள்வோம் என வீரப்பன் பயந்தார். அதேபோல, இது தனக்கு அறிமுகமில்லாத இடம். அதனால், முதலில் ஒரு மலைமீது ஏறி தெற்கு எது, வடக்கு எது என்பதைத் தெரிந்து கொள்ளவேண்டும். அதன் பின்னரே மேற்கொண்டு எங்கே போவது என்பதை முடிவு செய்யலாம். மலை மீது ஏறினால்தான், ஆள்கள் பின் தொடர்ந்து வருகிறார்களா...? என்பதையும் கண்காணிக்க முடியும். முதலில் ஒரு மலை மீது ஏறத் தோதான இடத்தைப் பார்த்து ஓடினார்.

தலைக்கு மேலே உயர்ந்த மரங்களாக இருந்ததால், மலையின் உச்சியைப் பார்க்க முடியவில்லை. கிட்டத்தட்ட முக்கால் மணிநேரம் ஓடி வந்ததில், எப்படியும் கண்ணாடி மாளிகையிலிருந்து மூன்று முதல் நான்கு கிலோமீட்டர் தொலைவு வந்திருக்கலாம் எனக் கணித்தார். தான் இருக்கும் மலையின் மேற்கிலும், கிழக்கிலும் காடுகள் அடர்த்தியாகவும், மலைகள் உயர்ந்தும் இருந்தன. அந்த இரண்டு பக்கமும் ஊர்கள் இருப்பதற்கான அறிகுறிகள் தெரியவில்லை.

அதுபோலவே தன்னைத் துரத்திக்கொண்டு வந்தவர்கள், தான் இருந்த இடத்திலிருந்து சுமார் ஒரு கிலோமீட்டர் கிழக்கிலிருக்கும் கணவாய் வழியாகத்தான் தன்னைத் தேடிக்கொண்டு தென்கிழக்கு திசையில் போவர். அந்த வழியாகத்தான் நாமும் வெளியே போகவேண்டும். கவனமாகப் போகாவிட்டால் பழங்குடி இன இளைஞர்களிடம் நான் சிக்கிக்கொள்வேன். அந்தக் கணவாயைக் குறுக்கில் கடந்து கிழக்கிலுள்ள மலை மீது ஏறித்தான் எங்கே போகவேண்டும் என்பதை முடிவு செய்யமுடியும். அதனால், பதுங்கிப் பதுங்கி மலையிலிருந்து கிழக்கு நோக்கிச் சென்று, கணவாய்க்குப் பக்கமாகக் கீழே இறங்கினார்.

மலையின் முடிவிலிருந்த ஒரு பள்ளத்தில் தண்ணீர் ஓடிக்கொண்டிருந்தது, வயிறு நிறையக் குடித்தார். ஓடையைக் கடக்கும்போது பக்கத்திலேயே ஒரு கொடித்தடம் போனது. அதில் சில காலடித்தடங்களும், சில ஷூ போட்டு நடந்த அடிகளும் இடமிருந்து வலமாகப் போனது, மண்ணில் பதிந்திருந்தது. நான் நினைத்தது சரிதான். இந்தப்பக்கம் என்னைத் தேடிக்கொண்டு போயிருக்கின்றனர். அவர்களிடம் சிக்காமல் நாம் குறுக்கு வழியில் போகவேண்டும்.

எந்த இடத்திலுமே பொதுமக்கள் நடக்கும் பாதையில் இனி நாம் நடந்து போகக்கூடாது என்று வீரப்பன் முடிவு செய்தார். கிழக்கிலிருந்த மலை முகட்டை நோக்கி நடந்தார். வழியிலிருந்த ஒரு மலை நெல்லி மரத்திலிருந்து கொஞ்சம் நெல்லிக் காய்களைப் பறித்து கால் சட்டைப்பையில் போட்டார். அதைக் கடித்துக்கொண்டே நடந்தார். கல்லும், பாறைகளும், செடி, கொடிகளும் நிறைந்திருந்த அந்த வழியாக, மாலை ஆறு மணிக்கு மலையின் கிழக்குப் பகுதிக்கு வந்துசேர முடிந்தது.

பசவராஜ்

செருப்பில்லாத காலில் ஏறிய வாளை முள்ளினால் ஏராளமான இடங்களில் காயமாகியிருந்தன. கால் எட்டி வைக்க முடியாத அளவுக்கு வலித்தது. உட்கார்ந்து, உட்கார்ந்தே நடந்து இருட்டும் நேரத்தில், கிழக்கு நோக்கிச் செல்லும் ஒரு பள்ளத்துக்கு வந்து சேர்ந்தார். முன்பனிக்காலத்தில், சூரியன் மறையத் தொடங்கியதுமே கடுங்குளிர் வீசியது. மரங்கள் அடர்வாக உள்ள இடமாக இருந்தால்தான் பனி குறைவாக இருக்கும். அதுதான் பாதுகாப்பானது. காலையில் பொழுது கிளம்பிய பின்னரே இந்த இடத்திலிருந்து நாம் போகவேண்டும் என முடிவு செய்தார். இரண்டு நெல்லிக்காய்களை எடுத்துக் கடித்துக்கொண்டே ஒரு பாறை மீது உட்கார்ந்தார்.

வீரப்பன் பூதிபடுகா பங்களாவில் இருந்து தப்பிவந்த நேரத்தில், டி.சி.எப் ஸ்ரீநிவாஸ் அவர்களின் ஜீப் ஓட்டுநராக இருந்த பசவராஜைச் சந்தித்தேன். "பாரஸ்ட் செல் போலீஸ்கிட்டேயிருந்து வீரப்பனை இங்கே விசாரணைக்காகக் கூட்டிட்டு வாறோம்ன்னு மெசேஜ் வந்துச்சு. ஸ்ரீநிவாஸ் சாய்ப்ரு கூட நானும் பெங்களூர் போனேன். அங்கிருந்து பாரஸ்ட் செல் போலீசார் வீரப்பனைக் கூட்டிட்டு வந்து, பூதிபடுகா கண்ணாடி பங்களாவில் வைச்சு விசாரிச்சுட்டு இருந்தாங்க. பெரும்பாலும், பாரஸ்ட் செல் போலீசாரும், ஏ.சி.எப். சீனிவாசன்சாரும் வீரப்பனை விசாரிப்பாங்க. ஒரு முறை போலீசார் விசாரணைக்காக வீரப்பனைக் கேரளாவுக்கு கூட்டிக்கிட்டுப் போனாங்க. அப்போ நானும், டி.சி.எப் ஸ்ரீநிவாஸ் சாய்ப்ருவும் அவங்க கூடப்போனோம்.

அங்கே வீரப்பன் விற்பனை செஞ்சிருந்த யானைக்கொம்பு எதையும் ரெக்கவர் பண்ணமுடியலை. திருகா இங்கே வந்தும் போலீசார் விசாரிச்சாங்க, அப்போ திருச்சூரிலேயே வேற ஒரு கொம்பு வியாபாரியப் பத்தின விவரம் கெடச்சுது.

பூதிபடுகா பங்களா செல்லும் வழி

அந்த ஆளைப் பார்த்து விசாரிக்க டி.சி.எப்.சாய்ப்ருவும், நானும் கேரளாவுக்குப் போனோம். கொம்பு வியாபாரியைப் பார்த்து விசாரிச்சுட்டு அங்கிருந்து திம்பம் பக்கமா வந்திட்டு இருக்கும்போது "வீரப்பன் தப்பிச்சுட்டான்"னு வயர்லஸ் மெசேஜ் வந்தது" என்கிறார்.

*****

36

பெயர்க் குழப்பம்

ஒரு மனிதன் தனிமையில் இருக்கும்போதுதான் கடந்த காலங்கள் அவன் நினைவுக்கு வரும். வீரப்பனின் நினைவுகள் பெங்களூருக்குப் போனது, யானை வேட்டையை விட்டுவிட்டுத் தேங்காய் வியாபாரத்துக்குப் போகலாம் என்று முடிவு செய்திருந்தார். *DySP* மாதேவசாமி வேறு வேலைக்குப் போகிறார். பெங்களூரிலிருந்த வீரப்பனை டி.சி.எப்.ஸ்ரீநிவாஸ் சாம்ராஜ்நகருக்குக் கொண்டு வருகின்றனர்.

இங்கே வந்த பின்னர் ஒவ்வொரு நாளும் தனக்குச் சித்திரவதையும், அவமானமும் ஏற்பட்டன. தினமும் தனது விதி முடிந்து, மீண்டும் பிறந்தது போன்ற உணர்வுதான் வீரப்பனுக்கு இருந்தது. இப்போது, காலில் போடச் செருப்பும், உடுத்த நல்ல உடுப்பும் இல்லாமல், நட்ட நடுக்காட்டில் அநாதையாக நின்று கொண்டுள்ளேன். எனக்கு இந்த நிலை வர டி.சி.எப். ஸ்ரீநிவாஸ்தான் காரணம் என நினைக்கிறார். அவரைப் பிடித்துக் கொண்டுவந்து அணுஅணுவாகச் சித்திரவதை செய்து கொல்லவேண்டும் என்றும் வீரப்பன் முடிவெடுத்தார். ஒருபக்கம் கடுங்குளிர், இன்னொரு பக்கம் காலில் குத்திய முள்ளால் ஏற்பட்ட வலியால் தூக்கம் வரவில்லை.

இயற்கை வளம்மிக்க அந்தக் காட்டில் ஏராளமான யானைகள் இருந்தன, இரவு முழுவதும் வீரப்பன் திரும்பிய பக்கமெல்லாம் யானைகளின் பிளிறல் சத்தம் கேட்டுக்கொண்டே இருந்தது. விடிய விடியத் தூங்காமல் உட்கார்ந்திருந்தார். பொழுது கிளம்பியதும் தனது பயணத்தைத் தொடர்ந்தார். கடுமையான குளிரில் இரத்த ஓட்டம் குறைவாக இருந்ததால், காலில் முள் குத்திய காயங்களில் வலி பிடுங்கி எடுத்தது. கால்களை நிலத்தில் வைக்க முடியவில்லை. பூப்போல ஒவ்வோர் அடியாக, எடுத்து வைத்து, கிழக்கே தெரிந்த மற்றொரு கணவாயை நோக்கி நடந்தார். முதல் நாள்

சில ஆள்கள் ஷூ காலுடன் அந்தப் பாதையில் போயிருந்த அடையாளம் தெரிந்தது.

இந்த அடையாளங்கள் நேற்றுப் பார்த்ததல்ல. இன்னும் வேறு சில ஆள்கள் நம்மைத் தேடிக்கொண்டு இந்த வழியாகச் சென்றுள்ளனர். தேடிக்கொண்டு போனவர்கள் காட்டுக்குள் குறிப்பிட்ட தொலைவுவரை சென்றுவிட்டு, இதே வழியில் திரும்பி எதிரில் வரக்கூடும். இப்போது உள்ள சூழ்நிலையில் யாராவது துரத்தினால் வீரப்பனால் நூறு அடித் தூரம்கூட ஓடமுடியாது. அந்த அளவுக்குக் காலெல்லாம் புண்ணாகிப் போயிருந்தது. பேசாமல் வழக்கமான பாதையை விட்டுவிட்டு ஓடை, கொடித்தடங்கள் வழியாகவும் நடந்தே அந்தக் கணவாயைக் கடந்து அடுத்த காட்டுக்குப் போய்ச் சேர்ந்தார்.

அங்கும் ஒரு கரட்டின் உச்சியில் ஏறி நின்று இது எந்தப் பகுதி எனப் பார்த்தார். மலையின் அமைப்பு சுத்தமாகத் தெரியவில்லை. எங்காவது மாட்டுப்பட்டிகள், ஊர் இருப்பதற்கான அடையாளம் தெரிகிறதா...? எனத் தேடினார். எதுவுமே இல்லை. தெற்கில் நான்கைந்து மலைகள் ஒன்றின் பின் ஒன்றாக மடிந்து மடிந்து இருப்பது தெரிந்தது. வடக்கிலும் அதுபோலவே மலைத்தொடர் சென்றது. சூரியன் தலைக்கு மேலே இருந்தது. கிழக்கு நோக்கிப் போவதுதான் சரியாக இருக்கும் என்ற நினைப்பில் கீழே இறங்கி, ஒரு கொடிக்கால் வழியாக நடந்தார். பசி கண்களைக் கட்டியது.

முதல் நாள் பறித்துப்போட்ட ஒரு நெல்லிக் காயை வாயில் எடுத்துப் போட்டார். ஒரு நல்ல மரக் குச்சி ஒன்று காய்ந்து கிடந்தது. அதை எடுத்துக் கையில் பிடித்துக் கொண்டார். பாம்பு, பல்லி எதாவது வழியில் வந்தால் அதை அடிப்பதற்கு ஏற்றதாக இருக்கும். கொஞ்சமாகத் தண்ணீர் ஓடிக்கொண்டிருந்த ஓடை வழியாக நடந்து சென்று கொண்டிருந்தார். அப்போது, கால் இடறிக் கீழே விழாமல் இருப்பதற்கும் இந்தக் குச்சி பயன்பட்டது.

கர்நாடக முன்னாள் காவல்துறை இயக்குநர் டி.தினகர் எழுதிய "வீரப்பனின் நட்சத்திரக் கடத்தல்" என்ற நூலில், பெங்களூரில் உள்ள உப்பார்பேட் காவல் நிலைய எல்லையில் வீரப்பனைப் போலீசார் கைது செய்தனர். பின்னர்

பாரஸ்ட் செல் காவல் கண்காணிப்பாளர் M.V.மூர்த்தியிடம் ஒப்படைக்கப்படுகிறார். 1986 நவம்பர் 3ஆம் தேதி சாம்ராஜ்நகர் வனத்துறை அதிகாரியான ஸ்ரீநிவாஸ் விசாரணைக்காக வீரப்பனை அழைத்துச் செல்கிறார்.

பூதிபடுகா காட்டில் உள்ள விருந்தினர் மாளிகையில் வைக்கப்பட்டிருந்த வீரப்பன் நவம்பர் 17ஆம் தேதி அங்கிருந்து தப்பிச் செல்கிறார். இதை உறுதிப்படுத்தவோ, மறுக்கவோ ஸ்ரீநிவாஸ் இப்போது உயிருடன் இல்லை. அதே நேரத்தில், எம்.வி.மூர்த்தி டி.சி.எப்.ஸ்ரீநிவாஸுக்கு எதிராகப் பல புரளிகளைக் கிளப்பினார்" என்று குறிப்பிடுகிறார்.

என் தம்பி போலீசில் இருந்து தப்பி வந்த அன்று இந்திராகாந்தியின் பிறந்தநாள் (நவ-19) என்று வீரப்பனின் அண்ணன் கூசமாதையனும் சொல்கிறார். இந்தக் கணக்குப்படி பார்த்தால், நவம்பர் 17ஆம் தேதி பூதிபடுகா பங்களாவில் இருந்து தப்பிய வீரப்பனைத் தேடி நவம்பர் 19 ஆம் தேதி போலீசார் செங்கப்பாடிக்கு வந்துள்ளனர் என்பது தெரிகிறது. இந்த இரண்டு தரவுகளுமே ஓரளவு ஒத்து வருகின்றன.

அப்போது பாரஸ்ட் செல் காவல்துறை கண்காணிப்பாளராக இருந்த எம்.வி.மூர்த்தி, போலீஸ் ஐ.ஜி.யாகப் பணியாற்றி ஓய்வு பெற்றுள்ளார். அவரிடம் பேசினால் இதுகுறித்த உண்மையை அறியலாம் என நினைத்தேன். பெங்களூரில் உள்ள கன்னடர்-தமிழர் நட்புறவு அமைப்பின் தலைவரான நண்பர் ராமச்சந்திரன் அவர்களிடம் இது பற்றிக் கூறினேன்.

"எம்.வி.மூர்த்தி எனக்கு அறிமுகம் ஆனவரே, கோலார் தங்கவயல் எஸ்.பி.யாக இருந்தபோது நான் அவரைச் சந்தித்திருக்கிறேன். அவருடைய கைப்பேசி எண் கொடுக்கிறேன் நீங்கள் அவருடன் பேசுங்கள்" என்றார்.

30.10.2019 அன்று மாலை ஏழு மணிக்கு நண்பர் இராமச்சந்திரன் கொடுத்த எண்ணில் தொடர்பு கொண்டு என்னைப் பற்றி அறிமுகம் செய்துகொண்டு M.V.மூர்த்தியிடம் பேசினேன். நான் பேசியதையெல்லாம் முழுமையாகக் கேட்டார். கடைசியில் "இது மூர்த்தியின் எண்ணில்லை" என்று சொல்லி விட்டார். வாட்ஸ் அப் சுயவிவரத்தில் அவர் வைத்திருந்த புகைப்படத்தை எடுத்து இராமச்சந்திரனுக்கு

எம்.வி.மூர்த்தி

அனுப்பினேன். இது எம்.வி. மூர்த்திதான் என்பதை அவர் உறுதிப் படுத்தினார்.

திரு. எம்.வி. மூர்த்தி என்னிடம் நடந்து கொண்ட விதத்தைப் பார்க்கும்போது, அவரைப் பற்றி டி.தினகர் குறிப்பிட்டுள்ளது சரியானதாகவே தெரிகிறது. வீரப்பனைப் பற்றி ஆய்வு மேற்கொண்டுவரும் கர்நாடக முன்னாள் DGP குருபிரசாத் அவர்களும் பல காவல்துறை அதிகாரிகளை நேரில் சந்தித்துப்பேசி வந்தார். அவரிடமும், "எம்.வி.மூர்த்தியைச் சந்தித்தீர்களா...?" என்று கேட்டேன்.

"எம்.வி.மூர்த்தி இதைப்பற்றிப் பேச மறுக்கிறார். அவர் இந்த விவகாரத்தில் நேர்மையாக நடந்து கொள்ளவில்லை" என்றார்.

வீரப்பனிடம் மேற்கொள்ளப்பட்ட விசாரணைகளிலும், அவரிடம் இருந்து யானைத்தந்தங்கள் மற்றும் துப்பாக்கிகளைக் கைப்பற்றுவதில் டி.சி.எப். ஸ்ரீநிவாஸ் அவ்வளவாக ஆர்வம் காட்டவில்லை. கேரளாவில் உள்ள சர்வதேச யானைத்தந்த வியாபாரிகளின் கட்டமைப்பை முடக்கவேண்டும். சக்தி வாய்ந்த வெளிநாட்டுக் கடத்தலுக்கான சங்கிலித் தொடர்பை உடைத்தால் மட்டுமே, ஆண் யானைகள் கொல்லப்படுவது தடுக்கப்படும் என நினைக்கிறார். அதற்காக வீரப்பனிடம் தந்தம் வாங்கும் வியாபாரிகள் விவரத்தை வாங்கிக்கொண்டு வெளியே கிளம்பி விடுவார். அவர்களைப் பற்றிய தரவுகளைச் சேகரிப்பது, சிலரைத் தூக்கிக் கொண்டுவந்து பூதிபடுகாவில் வைத்து விசாரிப்பது போன்ற வேலைகளைத்தான் இவர் செய்து வந்துள்ளார்.

வீரப்பன் பூதிபடுகாவில் இருந்த நேரத்திலேயே டி.சி.எப். ஸ்ரீநிவாஸ் இரண்டு முறை கேரளாவுக்கும், இரண்டு முறை

கோயம்புத்தூருக்கும், ஒரு முறை திண்டுக்கல்லுக்கும் சென்று திரும்பியுள்ளார் என அப்போது அவருக்கு ஜீப் ஓட்டுநராக இருந்த பசவராஜ் சொல்கிறார்.

வீரப்பனிடம் விசாரணை செய்வது, அவர் பதுக்கி வைத்துள்ள யானைத்தந்தம், துப்பாக்கி போன்றவற்றைப் பறிமுதல் செய்வது. வேட்டைக்கு போகும் கூட்டாளிகள் பட்டியலைத் தயாரிப்பது. காட்டுக்குள் வேறு யார், யாரெல்லாம் வேட்டையாடுகிறார்கள் என்ற விவரங்களைச் சேகரிப்பது போன்ற வேலைகளை, பாரஸ்ட் செல் கண்காணிப்பாளர் *M.V.*மூர்த்தி, சாம்ராஜ்நகர் ஏ.சி.எப்.சி. சீனிவாசன் ஆகிய இருவருமே செய்து வந்துள்ளனர்.

டி.சி.எப். *P.*ஸ்ரீநிவாஸ் குற்றவாளிகளைப் பிடித்தால் அவர்களிடம் மென்மையாக விசாரிக்கக் கூடியவர். *M.V.*மூர்த்தி, ஏ.சி.எப். சி.சீனிவாசன் இருவருமே அதற்கு நேர்மாறானவர்கள். குறிப்பாக குற்றவாளிகளை மோசமாக நடத்தும் குணம் கொண்டவர்கள்.

வீரப்பன் பூதிபடுகா பங்களாவில் சிறை வைக்கப்பட்டிருந்த நேரத்தில் ஏ.சி.எப், டி.சி.எப் என இரண்டு பொறுப்பிலும் ஒரே பெயரை கொண்டவர்களே இருந்துள்ளனர். இந்த விவரங்கள் வீரப்பனோடு தொடர்பிலிருந்த யாருக்குமே தெரியவில்லை. அப்போது இருந்த சூழ்நிலையில் இந்த வீரப்பனுக்கும்கூட ஏ.சி.எப். சி.சீனிவாசன், டி.சி.எப். *P.*ஸ்ரீநிவாஸ் என்ற வேறுபாடு தெரிந்திருக்க வாய்ப்பில்லை.

வீரப்பன் என்னிடம் பேசும்போது டி.சி.எப்.சீனிவாசன் மிகக் கொடூரமாக நடந்து கொண்டார். ஊரிலுள்ள தன் ஆதரவாளர்களை விசாரணைக்காகக் கூட்டிக்கொண்டு போகும்போது, அவர்களை மிகக்கடுமையாக அடித்து உதைத்துள்ளார் என்று சொன்னார்.

ஆனால், டி.சி.எப் *P.*ஸ்ரீநிவாஸ் மென்மையான குணம் கொண்டவர். அவரால் கைது செய்யப்பட்ட பலரும் இதை ஒத்துக் கொள்கின்றனர். வீரப்பனின் நெருங்கிய நண்பர்களாக இருந்த நல்லூர் மாதையன், டி.பி.பெருமாள், முனியன் போன்றவர்களும் இதை உறுதிப்படுத்துகின்றனர்.

ஆனால், ஏ.சி.எப். C.சீனிவாசன் கொடூரமானவர், தனக்குப் பிடிக்காத யார் மீது வேண்டுமானாலும் வழக்குப்போடும் குணம் கொண்டவர். இவர், கோலார் தங்கவயலைச் சேர்ந்தவர். அதே ஊரைச் சேர்ந்த முனுசாமி என்கிற IAS அலுவலர், மைசூர் ரீஜனல் கமிஷனராக இருந்துள்ளார். இவருக்கும், ஏ.சி.எப். C.சீனிவாசனின் அப்பாவுக்கும் முன்பகை இருந்துள்ளது. இதை மனதில் வைத்துக்கொண்டு முனுசாமியைப் பழி வாங்க ஏ.சி.எப். C.சீனிவாசன் காத்திருக்கிறார்.

IAS அதிகாரியான முனுசாமி வேட்டைப் பிரியர், காட்டுப் பகுதிக்குப் போகும்போது துப்பாக்கியோடுதான் போவார். ஒரு முறை ஆய்வுக்காக சாம்ராஜ்நகர் வட்டாட்சியர் அலுவலகத்துக்கு வந்தவர், அங்குள்ள விருந்தினர் மாளிகையில் தங்குகிறார். இரவு எட்டு மணிக்குத் துப்பாக்கியுடன் சிக்கோலா அணைப்பகுதிக்குப் போகிறார். சாலை ஓரத்தில் மேய்ந்து கொண்டிருந்த இரண்டு முயல்களைச் சுட்டுப் பிடித்துள்ளார்.

மூத்த IAS அதிகாரியான முனுசாமி சாம்ராஜ் நகருக்கு வந்தால் வேட்டைக்குப் போவார் என்பதை ஏ.சி.எப் C.சீனிவாசன் சரியாகக் கணிக்கிறார். அவரைப் பின்தொடர்ந்து கண்காணித்துக் கொண்டே போகிறார். சிக்கோலா அணைக்காட்டில் வன உயிர்களைச் சட்ட விரோதமாக வேட்டையாடிய முனுசாமியைக் கைது செய்கிறார். அவர் மீது வழக்கும் போடுகிறார்.

மிகவும் பிற்படுத்தப்பட்ட சமூகத்தைச் சேர்ந்த முனுசாமி விரைவில் சீப் செக்ரெட்டரி பொறுப்புக்கு வர இருந்தவர். பொறுப்புக்கு வந்து விட்டால் அடுத்த ஆறு ஆண்டுகளுக்கு அந்த இடத்தில் நிரந்தரமாக உட்கார்ந்து விடுவார். முனுசாமி அந்த இடத்துக்கு வரக்கூடாது என்று உயர் சமூகத்தைச் சேர்ந்த பல IAS அதிகாரிகள் காத்திருந்தனர். சரியான நேரத்தில் முயல் வேட்டை வழக்கைக் கையில் எடுத்தனர். முனுசாமி மீது வழக்குப் பதிவான விவகாரம் கர்நாடக அரசியலில் பெரிய புயலை உருவாக்கியது.

இந்த நிகழ்வின்போது முனுசாமிக்கு ஆதரவாகவும் சில மூத்த IAS அதிகாரிகள் முதல்வரைச் சந்தித்து பேசியுள்ளனர். முதல்வருக்கு இரு பக்கம் இருந்தும் நெருக்கடி ஏற்பட்டுள்ளது.

முனுசாமியைக் காப்பாற்றும் முயற்சியாக இந்த வழக்கிலிருந்து அவரை விடுவிக்க டி.சி.எப் P.ஸ்ரீநிவாஸிடம் பேசியுள்ளனர்.

"முனுசாமியைக் கைது செய்த விதம் வேண்டுமானால் தவறாக இருக்கலாம். ஆனால், அவர் முயல் வேட்டையாடியது உண்மை. அவரைக் கைது செய்ததில் தவறில்லை" என்று சொல்கிறார்.

இந்த நேரத்தில் P.ஸ்ரீநிவாஸ் சாம்ராஜ்நகர் டி.சி.எப் பொறுப்புக்கு வந்து மூன்றாண்டுகள் முடிந்தன, இதையடுத்து 05.06.1987 அன்று சிக்மங்களூருக்கு இடமாற்றம் செய்யப்பட்டார்.

வீரப்பன் குறித்து நூல் எழுதிய பலரும் வீரப்பனைத் தப்பவிட்ட காரணத்துக்காகவே டி.சி.எப் P.ஸ்ரீநிவாஸ் இடமாற்றம் செய்யப்பட்டார் என்றே எழுதியுள்ளனர். இது உண்மையல்ல. வீரப்பன் தப்பிச் சென்ற ஏழு மாதங்கள் P.ஸ்ரீநிவாஸ் சாம்ராஜ்நகரில் டி.சி.எப் ஆகப் பணியாற்றியுள்ளார்.

ஒரு சீனியர் IAS அதிகாரியாக இருந்த முனுசாமியையே தண்ணி காட்டியவர் ஏ.சி.எப். C.சீனிவாசன். மிகச் சாதாரண மனிதரான வீரப்பனை இவர் என்ன பாடுபடுத்தியிருப்பார் என்பதை நான் சொல்லத் தேவையில்லை.

கர்நாடக மாநிலத்தின் உள்துறைச் செயலாளராக வரவேண்டிய முனுசாமி IAS இந்தச் சம்பவம் நடந்த சில ஆண்டுகளில் சாலை விபத்து ஒன்றில் பலியாகி விடுகிறார். அப்போது ஏ.சி.எப். ஆக இருந்த C.சீனிவாசன் தற்போது CCF ஆகப் பணியாற்றி ஓய்வு பெற்றுள்ளார். மைசூர் ஆந்தோலன் சர்க்கிள் அருகில் குடியிருக்கும் அவரைச் சந்திக்க 02.11.2018 அன்று காலை ஏ.சி.எப். வாசுதேவமூர்த்தியுடன் சென்றேன்.

ஒரு மணி நேரம் பல உலக விவகாரங்கள் பற்றி பேசினார். அதற்கு முதல் நாள் நடந்த தாழ்த்தப்பட்ட சமூகத்தினருக்கான பதவி உயர்வில் முன்னுரிமை வழிமுறைகள் குறித்த உச்சநீதி மன்றத் தீர்ப்பு வெளியாகி இருந்தது. அது குறித்து, "நமக்குச் சாதகமாக உள்ளதா...? இல்லையா...?" என்று நீண்ட நேரம் அவருடைய நண்பர்களுடன் பேசினார்.

இறுதியாக "டி.சி.எப்.ஸ்ரீநிவாஸ்-வீரப்பன் பற்றி" என்று நான் ஆரம்பிக்கும் போதே "சாரி, அதைப்பற்றிப் பேச விருப்பமில்லை" என்று சொல்லிக் கும்பிடுபோட்டு விட்டார்.

வீரப்பன் வரலாறு குறித்த தரவுகளைச் சேகரிக்க நான் ஆயிரத்துக்கும் அதிகமானவர்களை சந்தித்துள்ளேன். எல்லோருமே அவர்கள் காலத்தில் நடந்ததை என்னிடம் கூறினர். நான் சந்தித்தவர்களில் இதைப்பற்றிப் பேச விரும்பாதவர்கள் எம்.வி.மூர்த்தி, C.சீனிவாசன் இருவர் மட்டுமே.

இந்த இருவருமே வீரப்பன் தப்பிய நேரத்தில் டி.சி.எப் P.ஸ்ரீநிவாஸ் அவர்களுடன் பணியாற்றியவர்கள். டி.சி.எப் P.ஸ்ரீநிவாஸ் மீது வீரப்பனுக்கு கடுமையான கோபம் ஏற்பட, இந்த இருவருமே முக்கியக் காரணமாகவும் இருந்துள்ளனர் என்பது விசாரணையில் தெரிகிறது.

பெங்களூரில் வீரப்பனைப் பிடித்தது, விசாரித்தது, அவருக்கு மொட்டையடித்தது, மீசை எடுத்தது எல்லாம் வனத்துறை செல் போலீசார் செய்த வேலை. அதன்பிறகு, வீரப்பனை பூதிபடுகா காட்டுப் பங்களாவிற்கு அழைத்து வந்து விசாரித்து, அவருடைய கை, கால்களில் விலங்கு போட்டு கட்டி வைத்தது, சுட்டுக்கொல்ல முயற்சி செய்தது போன்ற வேலைகள் அனைத்தையும் எம்.வி.மூர்த்தி, ஏ.சி.எப். சி.சீனிவாசன் ஆகிய இந்த இருவர் கூட்டணிதான் செய்துள்ளது.

இதில், எஸ்.பி.யார்...? ஏ.சி.எப். யார்...? டி.சி.எப் யார்...? என்ற வேறுபாடுகள் எல்லாம் அந்தச் சூழ்நிலையில் வீரப்பனுக்குத் தெரிய வாய்ப்பில்லை. சீனிவாசன் என்ற பெயரை வைத்தே ஏ.சி.எப். சி.சீனிவாசன் செய்ததை எல்லாம் டி.சி.எப் P.ஸ்ரீநிவாஸ் செய்ததாகவே வீரப்பன் நினைக்கிறார்.

இந்தப் பெயர்க் குழப்பமே, செய்யாத தவறுக்கு டி.சி.எப் P. ஸ்ரீநிவாஸ் அவர்களுக்குத் தண்டனை வாங்கிக் கொடுத்து விட்டது.

*****

37

ஊர் தெரிந்தது

மாலை மூன்று மணிக்கு கிழக்கிலிருந்த இரண்டு மலைகளைத் தாண்டி ஒரு பள்ளத்துக்கு வந்தார் வீரப்பன். இந்தப் பக்கமும் மாட்டுப்பட்டிகளோ, ஊர்களோ இருப்பதற்கான அடையாளமே தெரியவில்லை.

தமிழ்நாடு காடுகளாக இருந்தாலும், கர்நாடகாவில் தமிழர்கள் வசிக்கும் பகுதிக் காடுகளாக இருந்தாலும், அந்தப் பகுதிகளில் கட்டாயம் மாட்டுப்பட்டிகள் இருக்கும். மாட்டுப்பட்டிகள் இல்லை என்றால் இது கர்நாடகக் காடுதான். இன்னும் தமிழ்நாட்டு எல்லைக்குப் பக்கமாகவே வரவில்லை என்பது தெரிந்தது. வெறும் வயிற்றில் நெல்லிக்காயைத் தின்றதால் தலைசுற்றியது. கொஞ்சநேரம் ஒரு பாறை மீது படுத்தார்.

எப்படியாவது நாம் இருக்குமிடத்தைக் கண்டுபிடிக்க வேண்டும். அப்போதுதான் அடுத்து எங்கே போகலாம் என்பதைப் பற்றி முடிவு செய்யமுடியும். மீண்டும் நடையைத் தொடர்ந்தார். வடக்குப் பகுதியில் ஒரு மலை மட்டுமே இருந்தது. அதற்கு அடுத்துத் தொலை தூரத்தில் வேறு சில மலைத்தொடர்கள் இருப்பது மங்கலாகத் தெரிந்தது. இரண்டுக்கும் இடையில் பள்ளத்தாக்கோ அல்லது ஊர்களோ இருக்கலாம் என நினைத்தார்.

பொழுது சாய்ந்து கொண்டிருந்தது. இருட்டுவதற்குள் மலைமீது ஏறி நின்று எங்காவது ஊர் தெரிகிறதா...? எனப் பார்த்துவிட வேண்டும். முதலில் வயிற்றுக்கு ஏதாவது கொடுத்தாக வேண்டிய கட்டாயத்திலிருந்தார்.

பொழுது சாய்ந்த நேரத்தில் அந்த மலை மீது ஏறி விட்டார். கீழே சுமார் இரண்டு கிலோமீட்டர் தொலைவில் காட்டை ஒட்டியே தோட்டமும், அதில் சில வீடுகளும் இருப்பது தெரிந்தது. அந்தத் திசையை நோக்கி நடந்தார்.

மழை நீரில், மேல் மண்ணெல்லாம் அரித்துக்கொண்டு

போன நிலையில் சிறிய கற்களும், மரங்களின் வேர்களும் மட்டுமே அந்த மலையில் இருந்தன. செருப்பு இல்லாமல், புண்ணாகிப் போயிருந்த காலால் ஒவ்வொரு அடியும் நிலத்தில் வைக்கும்போது உயிர் போய், உயிர் வந்தது. கால் பாதங்களில் பல இடங்களில் கொப்பளங்கள் போட்டுவிட்டன. உயிரைக் கொடுத்து நொண்டி நொண்டி நடந்தே ஏழரை மணி வாக்கில் அந்த வீட்டை அடைந்தார்.

அந்தச் சிறிய வீட்டின் வாசலில், தானியங்கள் காய வைப்பதற்கான ஒரு களம். களத்தினுள் கிடந்த கயிற்றுக் கட்டிலில் கணவனும் மனைவியும் உட்கார்ந்திருந்தனர். அவர்களுக்குப் பக்கத்தில் போன வீரப்பன் "ஐயா, நான் ஒடதாரப்பள்ளத்தில் மாட்டுப்பட்டியில் வேலை செய்யறேன். நாலு நாளுக்கு முன்னே எங்க பட்டியிலிருந்த மூனு மாட்டுக் கன்று முட்டிக்கிட்டு ஓடிப்போயிட்டுது. எங்காவது பக்கத்திலதான் இருக்குமுன்னு அப்படியே தேடிக்கிட்டு காட்டுக்குள்ளே நடந்தேன். நெப்புத் தெரியாம அலங்காட்டுக்குள்ளே சிக்கிக்கிட்டேன். மூனு நாளைக்குப் பிறகு இப்பத்தான் உங்க வூட்டைக் கண்டுபுடிச்சேன், இது எந்த ஊருங்க சாமி..."? என்றார்.

"அட பாவி..., நீ யாரு பெத்த புள்ளையோ நல்லபடியா ஆ(யா)னைக் காட்டிலிருந்து தப்பிச்சு வந்துட்டேயே அதே போதுமப்பா... இதுதினலி சத்தியமங்கலத்திலிருந்து மின்னியம் போகும் பாதையில் உள்ள தோட்டம்" என்று சொல்லியுள்ளனர்.

அப்பாடா, கிட்டத்தட்டச் சரியான இடத்துக்குத்தான் வந்துள்ளோம் என்பது தெரிந்தாலும், "இங்கிருந்து கேர்மாளம் எப்படிப் போகணும்...?" என்று அவர்களிடம் விளக்கம் கேட்டார் வீரப்பன். மின்னியம், ஹூக்கியம் வழியா ஜல்லிபாளையம் போயி அங்கிருந்து போகலாம் என்று அந்த வீட்டுக்காரர் சொன்னார்.

இரண்டு நாளாகச் சாப்பிடாத தன்னுடைய வயிற்றுப் பசிக்குக் கொஞ்சம் சாப்பாடும், காலில் போட்டுக்கொண்டு நடப்பதற்கு ஒரு பழைய செருப்பும் வேண்டும் என்று வீரப்பன் அந்த வீட்டுக்காரரிடம் கேட்டார்.

தங்கள் வீட்டுக்கு முன்னிருந்த மாட்டுச் சாலையின் தாழ்வாரத்தில் சொருகி வைத்திருந்த ஒரு பழைய செருப்பைக்

கொண்டுவந்து கொடுத்தார். "பக்கத்திலுள்ள எங்க அண்ணன் காட்டில புதுக்கம்பு ஒடித்துப் பொங்கல் வச்சாங்க. நாங்க ரெண்டுபேரும் அங்க போய்ச் சாப்புட்டுட்டு வந்துட்டோம். எங்களுக்குத் தனியா சாப்பாடு செய்யலயப்பா. நீயும் மொல்ல அந்த வயலைத் தாண்டிப் போனா எங்க அண்ணன் கொட்டாய் இருக்கிறது. அங்க போயி கொஞ்சம் சாப்புட்டுட்டு போப்பா..." என்று சொன்னார்.

காட்டுக்குள் வாழும் மனிதனுக்கு மிகமிக அவசியத் தேவை தீப்பெட்டி, அதனால், அந்த வீட்டுப் பெண்ணிடம் தீப்பெட்டி கேட்டார்.

"எனக்கு இப்போவும் நல்ல ஞாபகம் இருக்குது. ஒரு தீப்பெட்டியில் எட்டுக் குச்சியைப் போட்டு அந்த வீட்டுக்கார அம்மா என்கிட்டே குடுத்தாங்க..." என்கிறார் வீரப்பன். அத்துடன், "போகும்போது பசி வந்தால் சாப்புட்டுக்கப்பா..."என்று தன் வீட்டில் வேகவைத்திருந்த இரண்டு சோளக்கதிர்களையும் கொடுத்தார். இதையெல்லாம் வாங்கித் தனது கால் சட்டைப்பைக்குள் போட்டுக்கொண்டு, பக்கத்துக் காட்டிலுள்ள அவருடைய அண்ணன் வீட்டுக்கு நடந்தார். பழைய செருப்பு காலுக்கு வந்ததும் வீரப்பன் மனதில் கொஞ்சம் நம்பிக்கை பிறந்தது.

கொங்கு நாட்டில் உள்ள விவசாயக் குடிமக்கள் தங்கள் நிலங்களில் பயிரிடப்பட்ட கம்பு, சோளம், ராகி போன்ற கதிர்கள் விளைந்ததும், முதலில் அறுவடை செய்யும் தானியங்களைக் கொண்டு புதுப்பொங்கல் வைத்து, சூரியனுக்குப் படைத்த பிறகே, அறுவடையைத் தொட ங்குவர். வீரப்பன் தேடிவந்த வீட்டுக்குப் பக்கத்தில் போகும்போதே, நாய் குரைத்துக் கொண்டு வந்தது. தன் கையிலிருந்த குச்சியைப் பாதுகாப்பாக முன்னால் நீட்டிக்கொண்டே போனார். வீட்டை நெருங்க நெருங்க.... கம்மஞ்சோறும், பூசணிக்காய் சாம்பார் வாசமும் கமகமவென வீசியது.

நாய் குரைத்துக் கொண்டுபோன திசையைப் பார்த்து "யாரப்பா அது...?" என்றார் அந்த வீட்டுக்காரர்.

"சாமி நான் ஒடதாரப்பள்ளத்து மாட்டுப்பட்டியில வேலை செய்கிறவன்" என்று வீரப்பன் தன்னை அறிமுகம் செய்து கொண்டார். பக்கத்தில் வந்து நின்ற வீரப்பனின் நிலையைப்

பார்த்தும் தெரிந்து கொண்டார்.

"சரி...சரி... ரண்டு நாளா சாப்படாம வந்திருப்பே. அந்தப் பூசணிச்செடியில ரெண்டு எ(இ)லையை கிள்ளிக்கிட்டு வா..." என்றார்.

வீட்டுக்குப் பின் பக்கமிருந்த பூசணிச் செடியிலிருந்து இலையைக் கிள்ளிக்கொண்டு வந்த வீரப்பன் இலையையும், கையையும் கழுவிக்கொண்டு வந்தார். வாசலில் வைத்திருந்த பொங்கல் பானையிலிருந்து இரண்டு அகப்பை கம்மஞ் சோற்றைத் தோண்டி, பூசணி இலையில் வைத்து சாம்பாரை ஊற்றினார். பசி மயக்கம் முதலில் சாப்பாடு தொண்டையில் இறங்க மறுத்தது. கொஞ்சம் தண்ணீர் குடித்த பிறகு மெதுவாகப் பேசிக்கொண்டே சாப்பிட்டார்.

வீட்டுக்கு வெளியே மங்கிய நிலையில் மின் விளக்கு எரிந்து கொண்டிருந்தது. அந்த விளக்கு வெளிச்சம் வீரப்பன் மீதும் பட்டது. அந்த வீட்டிலிருந்த ஒரு சிறுவன் சாப்பிட்டுக் கொண்டிருந்த வீரப்பனைப் பக்கத்தில் வந்து பார்த்தான்.

"அப்பா... இந்தாளு, பொய் சொல்லறான். இவன் மாட்டுக்காரன் இல்லப்பா, இவனை யாரோ போட்டு அடிச்சிருக்காங்கப்பா... பார்த்தாலே திருடனாட்டந் தெரியுது. இவன் முழியே சரியில்லை, கை, காலெல்லாம் காயமா இருக்குது" என்று சொல்கிறான்.

"மாடு மேய்க்கிற என்னை யாருப்பா அடிக்கப் போறாங்க..., ரெண்டு நாளா வழி தெரியாத காடு, மேடெல்லாம் சுத்துனதில காலெல்லாம் முள்ளும், கல்லுமா ஏறிக்கிடக்குது சாமி..." என்று அந்தச் சிறுவனிடம் சொன்னார். சாப்பிட்டு முடிந்ததும், "கேர்மாளம் காட்டுக்குப்போக வழி எது..?" என்று அந்த வீட்டுக்காரரிடம் கேட்டு விசாரித்துக் கொண்டார்.

அங்கிருந்து கிளம்பத் தயாரானவரிடம், "அடேயப்பா.. இந்த நேரத்தில அலங்காட்டுக்குள்ளே போகாதேப்பா. மின்னியம், ஹூக்கியம் காட்டுலயெல்லாம் யானை கூட்டங்கூட்டமாத் திரியுது. அந்தப்பக்கம் போனீனா, நீ உயிரோடு ஊர் போய்ச் சேரமுடியாது. அதனாலே இந்த வயலுக்குக் கீழே இருக்கிற கம்மங்காட்டுல பரண் இருக்கும். அதுல போயி வெடிய வரைக்கும் படுத்திருந்துட்டு, காலையில எந்திருச்சுப் போப்பா" என்று சொன்னார்.

வீரப்பனின் நிலைமையை உணர்ந்தவர் தன்னுடைய வீட்டிலிருந்த ஒரு பழைய போர்வையையும் கொண்டுவந்து கொடுத்தார்.

வீரப்பனுக்கு உதவி செய்த அவர்கள் ஈரோடு மாவட்டம், சத்தியமங்கலம் பகுதியைப் பூர்வீகமாகக் கொண்ட கொங்கு வெள்ளாளர் சமுதாயத்தைச் சேர்ந்தவர்கள். “அந்த ரெண்டு குடும்பத்தாரையும் தன்னுடைய வாழ்நாளில் மறக்கவே முடியாது. அவர்களுக்கு ஏதாவது நான் பரிகாரம் செய்யவேண்டும். அன்னைக்கு ராத்திரி உங்க கையில் சோறு வாங்கித் தின்றது நான்தான்னு... அந்த வீட்டில் இருப்பவர்களிடம் சொல்லவேண்டும்” என்று சொன்னார்.

அந்த நன்றி உணர்ச்சியில், ஒவ்வொரு முறையும் அந்தப் பக்கமாகப் போகும்போதும் அந்த வீட்டைத் தேடிப் பார்த்துள்ளார். ஆனால், நவம்பர் 2000-த்தில் நான் வீரப்பனைக் கடைசியாகச் சந்தித்த நேரம்வரை, வீரப்பனால் அந்த வீட்டை அடையாளம் கண்டுபிடிக்கவே முடியவில்லை என்று சொன்னார்.

விடியும் முன்பாகவே, அப்பகுதிக் காடுகளிலிருந்த பறவைகள் எழுந்து இரை தேடிக் கூட்டங் கூட்டமாகப் புறப்பட்டு வானில் பறந்தன. அவற்றின் பேச்சொலிச் சத்தம் கேட்டு எழுந்த வீரப்பன் பரணிலிருந்து இறங்கினார். சூரியன் உதிப்பதற்கு அறிகுறியாய், கீழ் வானில் வெளிச்சம் தோன்றியது. அதைக் கணக்கிட்டு கிழக்கு நோக்கி நடந்தார்.

அந்த வழியில் மின்னியம், ஹூக்கியம், கூடலூர், நல்லூர் எனப் பல ஊர்கள் உள்ளன. அங்கெல்லாம் வீரப்பனுக்குத் தெரிந்தவர்களும் இருந்தனர், அவர்களிடம் போய் உதவி கேட்கலாம் என நினைத்தார். நமக்கு முன்பாகவே போலீசாரும், வனத்துறை ஊழியர்களும் தன்னைத் தேடிக்கொண்டு அங்கே போயிருப்பர். அவர்களிடம் வலியப் போய் சிக்கிவிடக் கூடாது. நேராக தமிழ்நாட்டுப் பகுதிக்குப் போகவேண்டும் என்று முடிவு செய்தார். காட்டு வழியாக துருசனம்பாளையம் நோக்கி நடந்தார். பதினோரு மணிக்குத் தனக்கு வேண்டப்பட்ட ஒருவரின் மாட்டுப்பட்டிக்குப் போனார்.

******

38
வழி மறித்த DySP மாதேவசாமி

பாலாறு நதி

மீசை இல்லாமல், மொட்டைத்தலையுடன் இருந்த வீரப்பனை அந்தப் பட்டியில் இருந்தவர்களால் அடையாளம் காண முடியவில்லை. முதலில் தடுமாறினர், பிறகு, வீரப்பனின் பேச்சை வைத்து அடையாளம் கண்டனர்.

அவசர அவசரமாக ராகி மாவைக் கொட்டிக் களி கிளறி, மாட்டுப் பாலைக் கறந்து களியைக் கரைத்துக் கொடுத்தனர். இளம் இனிப்பாக இருந்த இரண்டு குண்டா களியைக் குடித்த வீரப்பன் வயிறு நிறைந்தது. அந்தப் பட்டியில் இருந்த சிறுவர்கள், வீரப்பன் காலில் குத்தியிருந்த முள்ளை எல்லாம் இடுக்கியைக் கொண்டு பிடுங்கியெடுத்தனர்.

தேங்காய் எண்ணெயை ஊசியில் தொட்டு எடுத்து, நெருப்பில் காட்டி, இளம் சூட்டில் இருந்த எண்ணெய்யை முள் குத்தியிருந்த காயங்களில் விட்டனர்.

சீழ் பிடித்து குடைந்து கொண்டிருந்த புண்களிலிருந்த சீழ் வெளியேறியது. சுடு எண்ணெய் உள்ளே போனதும் கால்வலிக்கும், குடைச்சலுக்கும் இதமாக இருந்தது. மாட்டுப்பட்டிக்குப் பின்பக்கமிருந்த ஊஞ்சமர நிழலில் கட்டிலைப் போட்டுக் கொடுத்தனர். பொழுது சாயும்வரை நிம்மதியாகப் படுத்துத் தூங்கினார்.

இது குறித்து வீரப்பன் சொல்வதைக் கேட்போம். "பட்டியிலிருந்த பெரியவங்க எல்லோரும் மாட்டை ஓட்டிக்கிட்டு போயிட்டாங்க. சிறு பசங்க எனக்கு ராகி மாவைப் போட்டுக் களி கிளறிக் குடுத்தாங்க. சாயங்காலமா மரம் வெட்டப்போன ரெண்டு பேர் பட்டிப்பக்கம் வந்தாங்க. கட்டலில் படுத்திருந்த என்னைப் பார்த்ததும் அடையாளம் தெரியலே. பேச்சுச் சத்தத்தை வச்சு அடையாளம் கண்டு புடிச்சுட்டாங்க.

"அட மாமா நீயா, என்ன மாமா நடந்தது.."ன்னு கேட்டாங்க. என்னத்த சொல்லறது மாப்பளே. என் கதை இப்பிடிப் போயிட்டுதுன்னு சொல்லீட்டு, அவங்க கூடவே போயிட்டேன்.

அவங்க வீட்டிலிருந்து நல்ல வேட்டியும் சட்டையும் வாங்கிப் போட்டுக்கிட்டு, நான் போட்டிருந்ததை எல்லாம் கழட்டி வீசிட்டேன்.

ஒருநாள் அங்கே இருந்துட்டு, அடுத்தநாள் லாரியை எடுத்துக்கிட்டு வரச்சொல்லி ஆள் அனுப்பினேன். சொன்ன மாதிரயே ராத்திரி ஒரு மணிக்கு லாரி வந்துட்டுது. அங்கிருந்து கிளம்பி நம்ம ஆளுங்க தங்கியிருக்கும் இடத்துக்கு போகலாமுன்னு புறப்பட்டேன். மேட்டூரிலிருந்து கொளத்தூர் போகும்போது,அணையைத் தாண்டினதும் மேற்குப்பக்கம் மேட்டில ஒரு வளைவு வரும், அந்த வளைவைத் தாண்டியதும் ஒரு கர்நாடக போலீஸ் ஜீப் நின்னுக்கிட்டு இருந்தது" என்கிறார்.

ஜீப்புக்கு முன்பாக பெங்களூரில் பார்த்த *DySP* மாதேவசாமி நின்று கொண்டிருந்தார். அவரைச் சுற்றிலும் பெங்களூரில் வீரப்பனைப் பத்துநாள்கள் காவலில் வைத்து விசாரித்த போலீசாரும் இருந்தனர். அவர்களைப் பார்த்ததும் வீரப்பனுக்கு

அடிவயிறு கலங்கியது.

அதுவரை ஓட்டுநருக்குப் பின்பக்கம் இருக்கும் சீட்டில் உட்கார்ந்து கொண்டிருந்த வீரப்பன் அப்படியே காலை நீட்டிப்படுத்தார். ஆண்டவன் விட்ட வழி, ஏழு மலையேறி, எட்டு காடுகளைத்தாண்டி, செத்துப் பிழைத்து வந்து இப்போது, பழைய ஆள் கையிலேயே சிக்கப்போகிறோம் என்று நினைத்தபோது வீரப்பனின் மனம் பதறியது. நடப்பது, நடக்கட்டும் எனக் கையைத் தூக்கி நெற்றிமீது வைத்தபடியே ஓட்டுநருக்குப் பின்பக்கமிருந்த சீட்டில் படுத்துக் கண்ணை மூடினார்.

லாரி ஓட்டுநரிடம், "எங்கே இருந்து வர்றே...? எங்கே போறே...? வண்டியில என்ன இருக்கு...? என்ற கேள்விகளுடன், உள்ளே இருக்கிறது யாரு...?" என்றார் DySP மாதேவசாமி.

"கடலைக்கொட்டை ஏவாரீங்க. கோயிந்தபாடிக்கு கடலைக்காய் லோடு ஏத்தப் போறோமுங்க.." என்றார் லாரி ஓட்டுநர்.

ஒரு காவலர் டார்ச் லைட்டை பிடித்தபடியே லாரியின் பின்பக்கம் ஒரு காவலர் ஏறிப்பார்த்தார். இன்னொருகாவலர் கேபினில் ஏறி உள்ளே படுத்திருந்த வீரப்பன் முகத்திலும் அடித்துப் பார்த்தார். மீசையில்லாமல், மொட்டைத் தலையுடன் படுத்திருந்த வீரப்பனை அவரால் அடையாளம் காண முடியவில்லை.

"போகலாம்...." என்று ஒருபோலீசார் கை அசைத்தார், வண்டி அங்கிருந்து நகர்ந்தது. அதற்குப் பிறகுதான் வீரப்பனுக்கு உயிர் வந்தது. அதற்குப் பிறகே, கடந்த ஒரு மாதமாக நடந்த கதைகளை எல்லாம் லாரி ஓட்டுநரிடம் சொன்னார். "இனி வழியில கொஞ்சம் பார்த்துப் போப்பா..." என்று எச்சரித்தார்.

இப்போதுள்ள நிலையில் செங்கப்பாடிக்குப் போகமுடியாது. போகும் வழியெல்லாம் போலீசார் இருப்பர். அதனால், லாரியைக் கோவிந்தபாடிக்கு முன்னாலேயே நிறுத்தச் சொன்னார். அங்கிருந்து கத்திரிமலை அடிவாரத்திலிருந்த அர்ஜுனனின் உறவினர் தோட்டத்துக்குச் சென்றார்.

அங்கே ஆண்டியப்பன், பெருமாள், மாரியப்பன் உள்ளிட்ட

ஆறு கூட்டாளிகள் இருந்தனர். பவானியில் ராஜாமணியைச் சந்தித்தது முதல், கடந்த ஒரு மாதமாக நடந்த கதையை எல்லோரும் கேட்டுத்தெரிந்து கொண்டார்.

மறுநாள் காலை சாப்பிட்டு முடித்த பின், அரிவாள், குத்தீட்டி, கோடாரி போன்ற சில பொருள்களைக் கையில் எடுத்துக்கொண்டு காட்டு வழியாகவே செங்கப்பாடிக்கு நடந்தனர். செங்கப்பாடிக்குப் போன பின்னர் வீரப்பனால் பழையபடி யானைத் தந்த வேட்டையைத் தொடர முடியவில்லை.

டி.சி.எப் ஸ்ரீநிவாஸ் மேற்கொண்ட நடவடிக்கையால் கோவை, திண்டுக்கல் மற்றும் கேரளாவிலிருந்த வீரப்பனின் வணிகத் தொடர்புகள் முற்றிலும் துண்டிக்கப்பட்டன.

உலகளவில் காட்டு விலங்குகள் மீது அக்கறை கொண்ட ஸ்ரீநிவாஸ் போன்றோர் போராட்டத்துக்கு வெற்றி கிடைத்தது. ஐக்கிய நாடுகள் சபையில் யானைத்தந்தத்தில் செய்யப்பட்ட கைவினைப் பொருள்களுக்குத் தடை விதிக்கப்பட்டது.

பாலாறு பீட் வேட்டைத்தடுப்பு பாரஸ்டராக இருந்த வாசுதேவமூர்த்தியை மாற்ற வீரப்பனின் அண்ணன் கூசமாதையன் முயற்சி எடுக்கிறார். அனூர் சட்டமன்றத் தொகுதி எம்.எல்.ஏ. ராஜூகவுடா மூலம் நெருக்கடி கொடுக்கப்படுகிறது.

பாலாறு பீட்டில் இருந்த வாசுதேவமூர்த்தி மதுவனஹள்ளி என்ற இடத்தில் இருந்த மரக் குடோனுக்கு மாற்றப்படுகிறார். கொள்ளேகால் டி.சி.எப். ஆக இருந்த ரவி ரால்ப் என்பவரிடம் “இன்னும் ஒரு மாதம் மட்டும் டைம் குடுங்க சார்” என்று வாசுதேவமூர்த்தி கையெடுத்து கும்பிட்டுக் கேட்கிறார்.

“நீ வேற எங்கனாலும் போ... ஆனா, பாலாறு பீட் உனக்கு இல்லை...” என்று டி.சி.எப். கை விரிக்கிறார்.

*****

39

ரேஞ்சர் சிதம்பரம்

சத்தியமங்கலம் வனச்சரகராக இருந்த சிதம்பரத்துக்குச் சொந்த ஊர் சேலத்திலுள்ள மெய்யனூர். அங்குள்ள மாரியம்மன் கோயிலருகில் பெரிய வீடு. ஊரில் பரம்பரையாகச் செல்வாக்கும், மரியாதையும் மிக்க குடும்பம். அங்குள்ள மாரியம்மன் கோவிலுக்குத் தேவையான நிலத்தைச் சிதம்பரத்தின் தந்தையார் தானமாகக் கொடுத்தவர். இன்றளவும் கோயிலின் அறங்காவலராகச் சிதம்பரம் குடும்பத்தாரே உள்ளனர்.

சிதம்பரம் சேலம் சிறுமலர் மேல்நிலைப்பள்ளியில் படித்தவர். படிப்பிலும், விளையாட்டிலும் அவரே முதலிடம் பிடிப்பார். 1959 இல் பாரஸ்டராக வேலையில் சேர்ந்தார். படித்தோம், வேலைக்கு வந்தோம் என்றில்லாமல், வனத்துறையைத் தீவிரமாக நேசித்தார். காடுகளையும், காட்டிலுள்ள உயிரினங்களையும் காப்பது, வேட்டை மற்றும் இயற்கை அழிவிலிருந்து அவற்றைத் தடுப்பது போன்ற தனக்குக் கொடுக்கப்பட்டுள்ள வேலைகளைச் சரியாகச் செய்தவர்.

1979-83 காலகட்டத்தில் சிதம்பரம் பர்கூர் ரேஞ்சராக இருக்கிறார், இவருக்குக் கீழே 12 பாரஸ்டர்கள் பணியாற்றியுள்ளனர். அப்போது, சேலம் மாவட்டம், மேட்டூரில் தனியாக வனச்சரகர் அலுவலகம் இல்லை. சேலம் மாவட்டம், கொளத்தூர், மேட்டூர் பகுதிகள் எல்லாமே பர்கூர் வனச்சரகத்தில் இருந்தன. அந்தக் காலகட்டத்தில். (1977-88) மேட்டூர் சட்டமன்ற உறுப்பினராக இருந்தவர் கொளத்தூர் கே.பி.நாச்சிமுத்து.

இவர் அ.தி.மு.க.வைச் சேர்ந்தவர். அதன் தலைவர் எம்.ஜி.ராமச்சந்திரனின் தீவிர விசுவாசி மட்டுமல்ல, அவரது முரட்டுப் பக்தர். எம்.ஜி.ராமச்சந்திரனிடம் நேரடியாகத் தொடர்புடையவர். வம்பு, தும்புக்கு அஞ்சாதவர்.

ரேஞ்சர் சிதம்பரம்

அதனால், கே.பி.நாச்சிமுத்து விவகாரத்தில் அரசு அதிகாரிகள் யாருமே தலையிட அச்சப்படுவர். வழக்கமான அரசியல்வாதிகளைப் போலவே இவரும் காட்டை அழித்து, வீட்டை வளர்ப்பதை நோக்கமாகக் கொண்டவரே.

கொளத்தூருக்கு மேற்கில், ஜர்த்தல், நீதிபுரம், பெரிய தண்டா போன்ற ஊர்களிலிருந்து தமிழ்நாட்டுக் காடுகள் தொடங்குகின்றன. அங்கிருந்து ஆறு முதல், பத்து கிலோமீட்டர் தொலைவில், பாலாற்றுக்கு அந்தப்பக்கம் கர்நாடகக் காடுகள் வருகின்றன.

பாலாற்றின் அக்கரையில் உள்ள கர்நாடகக் காடுகளிலுள்ள வளர்ந்த மூங்கில் கூப்புகள், பட்டுப்போன மரம், கடுக்காய், ஈச்சம் புல் போன்றவற்றை வெட்டி வெளியில் கொண்டுவந்து விற்பனை செய்ய கர்நாடக வனத்துறையினர் ஒவ்வோர் ஆண்டும் கூப்பு ஏலம் விடுவர். கர்நாடகக் காடுகளில் லாரிகள் செல்ல சரியான சாலை வசதிகள் இல்லை. அங்கே வெட்டியெடுக்கப்படும் மரங்கள் பெரும்பாலும் தமிழ்நாட்டுக் காடுகள் வழியாகவே வெளியே கொண்டு வரப்படும். காட்டுக்கு அருகிலுள்ள மேட்டூர், சேலம், ஈரோடு போன்ற பகுதிக்கு விற்பனைக்குக் கொண்டு செல்வது வழக்கம்.

தமிழ்நாடு, கர்நாடகக் காடுகள் ஒரு சேர இருப்பதால், பெரும்பாலும் தமிழ்நாட்டுக் காடுகளை ஏலம் எடுத்துள்ள குத்தகைதாரர்களே கர்நாடகக் காடுகளையும் ஏலம் எடுப்பர். அப்போதுதான் ஆட்களைக் கொண்டுபோவது, மரங்களை வெட்டுவது, லாரியில் பாரம் ஏற்றுவது போன்ற பணிகளைச் சிரமமில்லாமல் செய்யமுடியும்.

கே.பி.நாச்சிமுத்து பதவிக்கு வந்ததும், வனத்துறையின் மூங்கில் கூப்பு ஏலத்தையும் அவரே எடுத்துள்ளார். வனத்துறையினரால் ஏலம் விடப்படும் மூங்கில் கூப்புகள் மற்றும் வறண்டுபோன மரங்களை வெட்டித் துண்டாக்குவர்.

பிறகு ஒவ்வொரு துண்டு மரமும், எவ்வளவு நீளம், எவ்வளவு அகலம், எத்தனை உருப்படிகள் உள்ளன என்ற விவரங்களைப் பட்டியலிட வேண்டும். ஒவ்வொரு மரத்துண்டுக்கும் தனித்தனியே குறியீட்டு எண் கொடுத்து அதை ஒவ்வொரு மரத்துண்டிலும் எழுதி வெட்டிய இடத்திலேயே அதிகாரிகள் ஆய்வு செய்யவேண்டும். அதன் பின்னரே கட்டைகளை லாரியில் ஏற்றிக் காட்டைவிட்டு வெளியே கொண்டு வரவேண்டும் என்பது விதி.

ஆனால் கே.பி.நாச்சிமுத்து ஒப்பந்ததாரராக வந்ததும், இந்த விதிமுறைகள் எல்லாம் காற்றில் பறக்க விடப்பட்டன. தமிழ்நாட்டு எல்லையில் உள்ள ஆயிரக்கணக்கான தேக்கு, கடம்பு, ஈட்டி, வேங்கை, பலா, மருது, சந்தனமரம் என பலவகை மரங்கள் அனுமதியில்லாமலே வெட்டப்பட்டன. லாரியில் ஏற்றி வெளியே கொண்டு வரும்போது, கர்நாடகக் காடுகளில் அனுமதி வாங்கி வெட்டிய சில மரத்துண்டுகள் அதிகாரிகளின் கண்ணுக்குத் தெரியும்படி வைக்கப்படும். இவை எல்லாமே கர்நாடகக் காடுகளில் வெட்டி எடுத்து வரப்படுகின்றன என்று கணக்குக் காட்டப்படும்.

இப்படி நாளொன்றுக்கு ஆறு முதல் பத்து லாரிகள் அளவுள்ள மரங்கள் தமிழ்நாட்டுக் காடுகளிலிருந்து கள்ளத்தனமாக வெளியே கொண்டு வரப்படும். இதற்குக் கைமாறாக வனத்துறை அதிகாரிகளுக்குத் தேவையான கவனிப்பும் செய்து வந்துள்ளார். ரேஞ்சர் சிதம்பரம் இங்கே பணிக்கு வந்ததும், கே.பி.நாச்சிமுத்துவின் மரக் கடத்தல் வேலையை நிறுத்தச் சொல்லியுள்ளார்.

ஆனால், அவருக்குக் கீழே வேலை பார்க்கும் சில அதிகாரிகளை கே.பி.நாச்சிமுத்து கைக்குள் போட்டிருந்தார். ரேஞ்சர் சிதம்பரத்துக்கு அல்வா கொடுத்துவிட்டு, வழக்கம் போலவே கடத்தலைத் தொடர்ந்து நடத்தி வந்துள்ளார்.

நள்ளிரவு நேரம் கொளத்தூரிலுள்ள நால்ரோடு வனத்துறை சோதனைச் சாவடியில் பாரஸ்டர் மோகன்ராஜ் என்பவர் பணியில் இருக்கிறார். அவரை முறையாகக் கவனித்துவிட்டு, ஆறு லாரிகள் மரங்களோடு மேட்டூரை நோக்கி வந்துள்ளன. தகவலறிந்த ரேஞ்சர் சிதம்பரம், லாரிகளை வழிமறித்து நிறுத்தி,

கர்நாடக அதிகாரிகள் கொடுத்திருந்த பர்மிட்டை வாங்கிப் பார்க்கிறார். பர்மிட்டில் இருந்த அளவுகளின்படி ஒரு லாரி அளவுக்குத்தான் பல ஜாதி மரங்கள் இருக்கவேண்டும்.

"எப்படி ஆறு லாரிகளுக்கு கட்டை எங்கிருந்து வந்தது...?" என்று விசாரிக்கிறார். லாரியில் வந்த ஆள்களிடம் சரியான பதிலில்லை.

ஐந்து லாரி மரங்கள் தமிழ்நாட்டுக் காடுகளில் வெட்டி எடுத்து வரப்பட்டவை என்பது தெரிந்தது. கட்டையுடன் இருந்த லாரிகளை நேராக மேட்டூர் வனத்துறை அலுவலகத்துக்கு எடுத்துக்கொண்டு வருகிறார். அதிகாலை ஐந்து மணிக்கே கூலி ஆள்களைக் கூப்பிட்டார். லாரியிலிருந்த மரங்களை எல்லாம் இறக்கி ஒவ்வொன்றையும் வகைப்படுத்தி அடுக்கினார். கர்நாடக மாநிலத்தில் அனுமதி வாங்கி வெட்டியது. தமிழ் நாட்டுக் காடுகளில் அனுமதியில்லாமல் வெட்டியது என தனித்தனியாகப் பிரித்து அடுக்கும் வேலைகள் நடந்தன.

பிடிபட்ட லாரி ஓட்டுநர்களின் பெயர் விவரம், ஆர்.சி புக், லாரி பர்மிட் போன்றவற்றை வாங்கி அதிகாரிகளிடம் கொடுத்து எப்படி வழக்குப் பதியவேண்டும் என்ற வழிமுறைகளைக் கூறினார். பிறகு ரேஞ்சர் சிதம்பரம் குளிப்பதற்காகத் தனது வீட்டுக்குச் சென்றார்.

மரம் ஏற்றிக்கொண்டு வந்த தன்னுடைய லாரிகள் பிடிபட்டது தெரிந்ததும் காலை ஆறு மணிக்கு கே.பி.நாச்சிமுத்து தனது TMZ131என்ற எண் கொண்ட அம்பாசிடர் காரில் வனத் துறை அலுவலகத்துக்கு வந்து சேர்கிறார். நேராக ரேஞ்சர் சிதம்பரம் வீட்டுக்கு வந்தார்.

"நீ தான் புதுசா வந்த ரேஞ்சராப்பா...? யார் லாரி, என்னான்னு விசாரித்துப் பிடிக்க மாட்டியாப்பா...."? என்று கேட்டுக்கொண்டே சிதம்பரத்துக்கு அருகில் வந்துள்ளார்.

"நீங்க... யாரு...?, எந்த வேலையாக இருந்தாலும்ஆபீசுக்கு வாங்க. இது என்னுடைய வீடு, இங்கே யாரும் வந்து என்னைத் தொந்தரவு செய்யக்கூடாது." என்று கே.பி.நாச்சிமுத்துவை அங்கிருந்து அனுப்பினார்.

சீருடையை மாட்டிக்கொண்டு அலுவலகத்துக்கு வந்தவர்,

கே.பி.நாச்சிமுத்துவை அலுவலகத்துக்கு வெளியிலேயே நிற்க வைத்தார். ஈரோடு, கோவையிலுள்ள தனது மேலேதிகாரிகளுக்கு ஆறு லாரிகள் கடத்தல் மரங்களைப் பிடித்தது பற்றித் தொலைபேசி மூலம் தகவல் கொடுத்துள்ளார்.

தன்னுடைய லாரிகளைப் பிடித்ததுடன், உயரதிகாரிகளுக்குத் தகவல் கொடுக்கும் சிதம்பரத்தை இனிச் சரிக்கட்ட முடியாது என்பதை கே.பி.நாச்சிமுத்து தெரிந்துகொண்டார். இனி இங்கிருப்பதில் பலனில்லை என்ற முடிவில் அங்கிருந்து கிளம்பினார்.

உடனே, வனத்துறை அமைச்சர் ஆர்.எம். வீரப்பனைத் தொடர்பு கொண்டார் கே.பி.நாச்சிமுத்து. கர்நாடகாவிலிருந்து அரசு அனுமதியோடு வெட்டி எடுத்து வந்த லாரிகளை ரேஞ்சர் சிதம்பரம் பிடித்து வைத்துள்ளார். லாரிகளை விடப் பணம் கேட்டுத் தொல்லை செய்வதாகப் பொய்ப் புகார் சொல்லியுள்ளார். தன்னை மதிக்காத சிதம்பரத்தை வேறு இடத்துக்குத் தூக்கியடிக்கும் வேலையைத் தொடங்கினார்.

கே.பி.நாச்சிமுத்து, வனத்துறை அமைச்சர் மூலம் தனக்கு நெருக்குதல் கொடுப்பதைத் தனது உயர் அதிகாரிகளின் பேச்சின் மூலம் ரேஞ்சர் சிதம்பரமும் தெரிந்து கொள்கிறார். தன்னைக் காப்பாற்றிக்கொள்ள உடனடியாக மாற்று வழியில் இறங்கினார். அப்போது, சேலம் இரண்டாவது தொகுதி சட்டமன்ற உறுப்பினராக இருந்தவர் ஆறுமுகம். இவர் சிதம்பரத்தின் மனைவி பாப்பம்மாளின் நெருங்கிய உறவினர். தவிர, சிதம்பரமும் அவரும் ஒன்றாகப் படித்தவர்கள், இருவரும் நெருங்கிய நண்பர்களும்கூட. அவருடைய காதுக்கு கே.பி.நாச்சிமுத்து மூலம் தனக்கு ஏற்பட்டுள்ள நெருக்குதல் குறித்து சொல்கிறார்.

இந்த ஆறுமுகம் சட்டமன்றத் தேர்தலில் சுயேச்சையாக டின் சின்னத்தில் போட்டியிட்டவர். அதனால் இவருக்கு டின் ஆறுமுகம் என்ற பட்டப்பெயரும் உண்டு.

உடனே வனத்துறை அமைச்சர் ஆர்.எம்.வீரப்பனைத் தொடர்புகொண்ட டின் ஆறுமுகம், "சிதம்பரம் எங்க சொந்தக்காரன். மனசாட்சிக்குக் கட்டுப்பட்டு நேர்மையாக நடப்பவன். எந்த இடத்திலும் தப்பு செய்யமாட்டான்.

கே.பி.நாச்சிமுத்து எப்படிப்பட்ட அடாவடிக்காரன் என்பது உங்களுக்கே தெரியும். அவனுக்கு சப்போர்ட் பண்ணி ஒரு நல்ல அதிகாரியைப் பலியாக்க வேண்டாம்" என்று சிதம்பரத்துக்கு ஆதரவாகப் பேசியுள்ளார்.

இரண்டு பக்கமும் ஏற்பட்ட நெருக்கடிகளை அடுத்து, உடனடியாக சேலம், ஈரோடு மாவட்ட வன அதிகாரிகளை அமைச்சர் தொடர்பு கொள்கிறார். "உடனடியாக மேட்டூருக்கு போங்க, ரேஞ்சர் சிதம்பரம் பிடித்து வைத்திருக்கும் மரங்களை நேரில் பார்த்து ஆய்வு பண்ணுங்கள். இரு தரப்பையும் நேரில் வைத்து விசாரியுங்கள். யார் மீது தவறுள்ளதோ, அவர் மீது நடவடிக்கை எடுங்க..." என்று சொல்லிவிடுகிறார்.

இரு மாவட்ட வன அதிகாரிகளும் மேட்டூருக்கு வந்தனர். ரேஞ்சர் சிதம்பரத்தால் பிடித்து வைக்கப்பட்டிருந்த லாரியில் இருந்த மரங்களை ஆய்வு செய்தனர். பெரும்பாலான மரங்கள் தமிழ்நாட்டில் உள்ள காடுகளில் அனுமதியில்லாமல் வெட்டிக்கொண்டு வரப்பட்டவை என்று தெரிகிறது. அதனால், சிதம்பரத்தைப் பாராட்டிவிட்டு,"மேற்கொண்டு சட்டப்படி நடவடிக்கை எடுங்கள்..." என்று சொல்லிவிட்டுக் கிளம்பி விட்டனர்.

இது முடிந்த சில நாளுக்குப் பிறகு, வனத்துறை உயரதிகாரிகள் வழிகாட்டுதலோடு சமாதான உடன்பாடு ஏற்படுகிறது. இதில், சிதம்பரமும், கே.பி.நாச்சிமுத்துவும் நேரடிப் பேச்சுவார்த்தை நடத்தியுள்ளனர்.

இனிமேல் தமிழகக் காடுகளில் தன்னுடைய எல்லைக்குள் உள்ள மரத்தை வெட்டக்கூடாது. மற்றபடி கர்நாடகக் காடுகளில் அனுமதிக்கப்பட்ட அளவுகளுக்கு மேலே வெட்டி எடுத்துக்கொண்டு வரப்படும் மரக்கட்டைகளை சிதம்பரம் கண்டு கொள்ளக்கூடாது. இந்த இரு நிபந்தனையுடன் இருவரும் சமாதானமாகப் போக முடிவானது.

கே.பி.நாச்சிமுத்து அரசியல்வாதியாயிற்றே சும்மா இருப்பாரா..? ஆறுமாதம் முடிந்தது. இரவோடு இரவாக, சிதம்பரத்தை இராமநாதபுரம் மாவட்டம் காரைக்குடிக்குப் பணி மாறுதல் உத்தரவைப் போட்டு அனுப்பி விட்டார். இந்தச் செய்தி தெரிந்ததுமே சிதம்பரம், மாறுதல் உத்தரவைக்

கையில் வாங்காமல் நேராக சத்தியமங்கலம் சென்று விடுகிறார். அங்கிருந்து, தன் மனைவி பாப்பம்மாள் மூலம், மீண்டும் எம்.எல்.ஏ ஆறுமுகத்திடம் பேசினார். நேரடியாக முதலமைச்சர் எம்.ஜி.ஆரைச் சந்தித்து விளக்கம் சொல்ல ஏற்பாடானது.

இரவு 12.00-மணிக்குச் சேலம் வழியாகச் சென்னை செல்லும் புளூ மவுண்டன் இரயிலில், எம்.எல்.ஏ. டின் ஆறுமுகமும், சிதம்பரத்தின் முதல் மகன் நடராஜனும் சென்னை கிளம்பினர். காலையில் பழைய சட்டமன்ற உறுப்பினர் விடுதியில் குளித்தனர். கிருஷ்ண பவனில் சிற்றுண்டி முடித்து, ஒன்பது மணிக்கு இராமாபுரம் தோட்டம் சென்றனர். முதலமைச்சர் எம்.ஜி.ஆர் உடல் நிலை சுகமில்லாமல் இருந்த நேரம்.

“என்ன விஷயம்...?” என்று கைச் செய்கையின் மூலமாகக் கேட்டுள்ளார். சிதம்பரத்தின் பணி மாறுதல் உத்தரவு குறித்து டின் ஆறுமுகம் விளக்கமாகச் சொல்கிறார்.

“நீ நேராக ஆர்.எம்.வீரப்பனைப் போய் பார்...” என்று எம்.ஜி.ஆர் சொல்கிறார். தனது உதவியாளர் மூலம், ஆறுமுகத்துத் தேவையானதைச் செய்து கொடுக்கச்சொல்லி அமைச்சர் ஆர்.எம்.வீரப்பனுக்கும் தகவல் சொல்கிறார்.

அமைச்சர் ஆர்.எம்.வீரப்பன் வீட்டுக்கு இருவரும் போனார்கள். “நேரா எங்கிட்டே வர மாட்டாயா...? தலைவரிடம் போய் இதையெல்லாம் சொல்லணுமா...?”என்று அன்பாகக் கடிந்து கொள்கிறார்.

“சரி சரி என்ன வேலை...?”என்று விசாரிக்கிறார். ரேஞ்சர் சிதம்பரம்-எம்.எல்.ஏ கே.பி.நாச்சிமுத்து மோதல் குறித்து விசாரித்துத் தெரிந்து கொள்கிறார். உடனே சிதம்பரத்தின் பணிமாற்ற உத்தரவு ரத்து செய்யப்படுகிறது.

மீண்டும் பர்கூர் ரேஞ்சிலேயே பணியாற்ற உத்தரவு போடுமாறு சீப் கன்சர்வேட்டருக்குச் சொல்கிறார். இந்தத் தகவல் மேட்டூர் வட்டார (சரக) காவல் ஆய்வாளருக்கு வயர்லஸ் மூலமாகச் சொல்லப்படுகிறது. அங்குள்ள காவலர்கள் மூலம் மேட்டூர் வனத்துறை அலுவலகத்துக்கு “சிதம்பரத்தின் பணி மாறுதல் உத்தரவு விலக்கிக் கொள்ளப்பட்டதாக...” தகவல் சொல்லப்படுகிறது.

ரேஞ்சர் சிதம்பரம் பிடித்த சந்தனக்கட்டைகள்

இதன்பின், மூன்று ஆண்டுகள் சிதம்பரம் பர்கூர் ரேஞ்சராக இருந்துள்ளார். அதன் பிறகு, சத்தியமங்கலம் சந்தனக்கட்டை சேமிப்புக் கிடங்கு பொறுப்பு அதிகாரியாகச் செல்கிறார். இரண்டு ஆண்டுகள் அந்தப் பணியில் இருக்கிறார். கொளத்தூரில் எம்.எல்.ஏ கே.பி.நாச்சிமுத்து எப்படி அடாவடிக்காரராக இருந்தாரோ அதேபோல, அங்கேயும் ஒரு அடாவடி எம்.எல்.ஏ இருந்தார். அவர் கோவை மாவட்டம், கிணத்துக்கடவு தொகுதி சட்டமன்ற உறுப்பினராக இருந்த நெகமம் கே.வி.கந்தசாமி.

கே.வி.கந்தசாமியும் தன் பங்குக்கு மரங்களைக் கடத்தி வந்துள்ளார். குண்டேரிப்பள்ளம் அணையிலிருந்து, வீடு கட்ட மணல் கொண்டு போகிறேன் என்று கணக்குக் காட்டிவிடுவார். ஆனால், மணல் லாரிக்குள், தேக்கு, ஈட்டி, வேங்கை, பலா மற்றும் சந்தன மரங்கள் அடுக்கப்பட்டிருக்கும். இப்படி சத்தியமங்கலம் வனச்சரகத்திலிருந்த மரங்களைக் கணக்கு வழக்கில்லாமல் வெட்டி கடத்திக்கொண்டிருந்தார்.

சிதம்பரம் பொறுப்புக்கு வந்ததும், கொங்குருபாளையம்,

குண்டேரிபள்ளம், பங்களாபுதூர், சத்தியமங்கலம், பவானி சாகர், சிக்கரசம்பாளையம் பகுதிகளிலிருந்து மரம் வெட்டுவோர், மரம் கடத்துவோர் பற்றிய விவரங்களைத் தனக்குக் கீழுள்ள நம்பிக்கையான ஆள்கள் மூலம் திரட்டினார். அந்தப்பகுதிகளில் தீவிர கண்காணிப்பு மேற்கொண்டார்.

சத்தியமங்கலம் ரேஞ்சராக பொறுப்பெடுத்துக் கொண்ட ஒரு மாதத்தில், 1987 ஜூன்-24 அன்று, பூ மூட்டைகளுக்குள் வைத்து அம்பாசிட்டர் காரில் கடத்தப்பட்ட 1.5 இலட்சம் ரூபாய் மதிப்புடைய சந்தனக்கட்டைகளைப் பிடித்துள்ளார். சிதம்பரத்தின், அதிரடியான நடவடிக்கை மூலம் தடையில்லாமல் நடந்து வந்த நெகமம் கே.வி.கந்தசாமியின் சந்தனமரக் கடத்தலுக்கும் தடை ஏற்பட்டது.

அந்தக் காலகட்டங்களில் நடந்த இந்த வரலாறுகளை அப்போது ரேஞ்சர் சிதம்பரத்துடன் இருந்த அவருடைய முதல் மகன் நடராஜன் என்னுடன் பகிர்ந்து கொண்டார்.

இந்த நேரத்தில்தான், யானை வேட்டைக்காரனாக இருந்த மொழுக்கன் என்கிற வீரப்பன், சந்தனமரக் கடத்தல்காரனாக மாறுகிறார். அந்த வரலாற்றைக் கொஞ்சம் விரிவாகக் காண்போம்.

*****

40

சுல்தான் பத்தேரி சந்திரன்

நிலத்தில் வாழும் உயிரினங்களிலேயே பெரியது யானை. இந்தியா உள்ளிட்ட தென்கிழக்கு ஆசியா, ஆப்பிரிக்கா தவிர உலகில் வேறெங்கும் யானைகள் இல்லை. இரண்டாயிரம் ஆண்டுகளுக்கு முன் இந்தியக் காடுகளில் 11வகையான யானை இனங்கள் வாழ்ந்தன என வரலாற்று ஆய்வாளர்கள் குறிப்பிடுகின்றனர். இப்போது ஆசியா முழுவதிலும் ஒரே யானை இனம் மட்டுமே தப்பியுள்ளது. மீதி இனங்களெல்லாம் வேட்டையின் மூலமாக முற்றிலும் அழிக்கப்பட்டுவிட்டன.

இந்த யானை அழிப்பிற்கு முக்கியக் காரணம் அதன் தந்தங்களே. யானைத் தந்தங்கள் விலை மதிப்பு மிக்கவை. மேற்கத்திய நாடுகளில் உள்ள செல்வந்தர் வீடுகளில் செஸ் போர்டில் இருக்கும் குதிரை, ராஜா, ராணி போன்ற காய்களுக்கும், கேரம் போர்டில் உள்ள வெள்ளைக் காய்களுக்கும் யானைத் தந்தத்தைப் பயன்படுத்தினர். வரவேற்பறையில் யானைத் தந்தத்தினால் செய்யப்பட்ட சிறு சிறு பொம்மைகளை வைப்பதையும் பெருமையாகக் கருதினர். கை வேலைப்பாடுகள் மிகுந்த யானைத் தந்தத்தில் செய்யப்பட்ட பொம்மைகளை வாங்க பெரும் தொகை கொடுக்கவும் தயாராக இருந்தனர்.

கிழக்கு ஆசிய நாடுகளில், பெண்கள் அணியும் கை வளையல், புத்தரின் உருவ பொம்மைகள் தந்தத்தில் செய்யப்பட்டிருக்கும். பர்மா மற்றும் தாய்லாந்து நாட்டு நகைக் கடைகளில், தங்கம், வெள்ளி போலவே யானைத் தந்தமும் விற்பனை செய்யப்பட்டது.

உலகெங்கும் நடக்கும் யானை வேட்டைக்கு இதுதான் முக்கிய காரணம், இந்த நிலை நீடித்தால் உலகில் யானைகள் இனமே இல்லாமல் போய்விடும் என ஐக்கிய நாடுகள் அவை அச்சம் கொண்டது. இதையடுத்து, 1986-ஆம் ஆண்டு

யானைத் தந்தத்தினால் செய்யப்பட்ட கைவினைப் பொருள் வணிகத்துக்குத் தடை விதித்தது. இந்தோனேசியா, தாய்லாந்து, பர்மா மற்றும் ஆப்பிரிக்க நாடுகளிலிருந்து பறிமுதல் செய்யப்பட்ட பல ஆயிரம் கிலோ யானைத் தந்தங்கள் தீயிட்டுக் கொளுத்தப்பட்டன.

கேரளாவிலிருந்து வெளிநாடுகளுக்கு ஏற்றுமதி செய்யப்பட்டு வந்த யானைத் தந்த கைவினைப் பொருள்களின் விற்பனை நின்றது. வீரப்பன் பதுக்கி வைத்திருந்த தந்தங்களை விற்பனை செய்ய முடியவில்லை. அப்போதுதான் வீரப்பனுக்கு சுல்தான் பத்தேரி சந்திரனின் நினைவு வந்துள்ளது. ஓர் ஆளை அனுப்பி சந்திரனை வரச் சொன்னார்.

சுல்தான் பத்தேரி சந்திரன்

சுல்தான் பத்தேரி சந்திரன், கன்னியாகுமரி மாவட்டத்தைச் சேர்ந்தவர், நாகர்கோவில் இந்து கல்லூரியில் பி.ஏ. படித்துள்ளார். குடும்ப வறுமையால் படிப்பைப் பாதியில் விட்டுவிட்டு சுல்தான் பத்தேரி பகுதியிலிருந்த மரம் அறுக்கும் ஆலைக்கு வேலைக்குப் போகிறார். மர ஆலையில் வேலை செய்து வந்த நேரத்தில், அங்கிருந்த சந்தனக் கடத்தல்காரர்களுடன் தொடர்பு ஏற்படுகிறது.

காட்டுக்குப் போவது, காட்டிலிருந்த சந்தன மரங்களை வெட்டிக் கொண்டுவந்து காய வைப்பது. பிறகு அதைச் சிறுசிறு குச்சிகளாக வெட்டி, சூட்கேஸ்களில் அடுக்கிக் கொண்டுபோய் பாலக்காட்டிலிருந்த சந்தன எண்ணெய் ஆலைகளுக்கு விற்பனை செய்து வந்தார்.

1984ஆம் ஆண்டின் தொடக்கத்தில், வீரப்பன் தன்னுடைய ஆள்களுடன் குண்டல்பேட்டை பகுதியிலிருந்து மாயாறு காட்டுப்பகுதிக்கு நடந்து வந்து கொண்டிருந்தனர். அப்போது தலையில் சந்தனக்கட்டை சுமையுடன் சந்திரன் உள்ளிட்ட

பத்ரசாமி

ஐந்து பேர் எதிரில் வந்தனர். வீரப்பன் ஆட்கள் காக்கிச் சட்டையுடன் இருப்பதைப் பார்த்த சந்திரன் ஆள்கள் தப்பியோடினர்.

சந்திரனைக் கைது செய்த வனத்துறை அதிகாரி பத்ரசாமி சொல்வதைக் கேட்போம். "தப்பியோடிய சந்திரனை வீரப்பன் ஆளுங்க தொரத்திப் புடிச்சு, கொண்டுவந்து வீரப்பன் முன்னாலே விட்டிருக்காங்க. சந்திரனிடம் "நீ யார், இங்கே எதற்கு வந்தே"ன்னு வீரப்பன் விசாரணை செஞ்சிருக்கான். கல்லூரி மாணவனான சந்திரன் குடும்ப வறுமையால் மரம் அறுக்கும் ஆலைக்கு வேலைக்குப் போனது, பிறகு சந்தனமரம் வெட்டிக் கடத்துவது பற்றிச் சொல்லியிருக்கிறான்.

சந்திரனின் சோகக் கதையைக் கேட்டு வீரப்பன் நெகிழ்ந்து விட்டான். சந்திரன்மேல் பரிதாபப்பட்ட வீரப்பன் அவனைக் கொஞ்சகாலம் தன்னுடனே வச்சுக்கிறான். பிறகு, சுல்தான் பத்தேரிக்குப் போன சந்திரன் வீரப்பனுக்குத் தேவையான யூனிபார்ம், பிளாஸ்டிக் ஷெட், துப்பாக்கி, தோட்டா எல்லாம் வாங்கிக் குடுத்துகிட்டு இருந்தான். வீரப்பன் சந்தனக் கட்டை கடத்துவதற்கு சந்திரனே வழி காட்டினான்" என்கிறார்.

சுல்தான் பத்தேரியிலிருந்து வந்த சந்திரன், காட்டிலிருந்த வீரப்பனைச் சந்திக்கிறார். "யானைத் தந்த வியாபாரம் சுத்தமா நின்னுபோச்சு. காட்டுலே திரும்பின பக்கமெல்லாம் சந்தனமரம் காஞ்சுபோய்க் கெடக்குது. இனி சந்தனமரம் கடத்தலை ஆரம்பிக்கலாம். எதுக்கும் நீயும் அர்ஜுனனும் போயி பேசிட்டு வாங்க..: என்று சந்திரனையும், தம்பி அர்ஜுனனையும் அனுப்புகிறார்.

பாலக்காட்டிலிருந்த சந்தன எண்ணெய் ஆலை

உரிமையாளர்களைச் சந்திரனும், அர்ஜுனனும் சந்தித்தனர். சந்தனக்கட்டை விற்பதற்கான வழிமுறை குறித்துக் கேட்டனர்.

"சந்தனக்கட்டைகளை நீங்களே நேரடியாகக் கேரளாவுக்குக் கொண்டுவந்து விற்பது சிரமம். இப்போது சிலர் அரசியல் செல்வாக்கின் மூலம் இந்த வேலையைச் செய்து வருகின்றனர். அவங்க மூலமாக கொஞ்சநாள் வியாபாரம் செய்யுங்க. இதிலுள்ள வியாபார நுணுக்கங்களைத் தெரிந்தபின், நீங்களே நேரடியா எங்களுக்குக் கட்டை அனுப்புங்க..." என்றனர்.

அப்போது கோவை மாவட்டத்தின் செல்வாக்கு மிக்க சட்டமன்ற உறுப்பினராக இருந்தவர் நெகமம் கே.வி.கந்தசாமி. இவருடைய உறவினரான சின்னத்தம்பி என்பவரிடம் அர்ஜுனனை அனுப்பியுள்ளார்.

நெகமத்திற்குச் சென்ற அர்ஜுனன், சின்னத்தம்பியைச் சந்தித்தார். "கிலோ 25 ரூபாய் விலையில், எவ்வளவு கட்டை இருந்தாலும் வாங்கிக்கிறேன்..." என்கிறார்.

அப்போதைய சந்தனக்கட்டை மார்க்கெட் பற்றி அர்ஜுனனுக்குத் தெரியாது. அதனால், சொன்ன விலைக்குக் கட்டை அனுப்பத் தயார் என்கிறார்.

"குண்டேரிப்பள்ளம் அணைக்குப் பக்கமாகச் சந்தனக்கட்டை கொண்டாந்து வையுங்க, இருட்டிய பிறகு, லாரியில் பாடியின் பாதி அளவுக்குக் கட்டையை அடுக்கி, அதன் மீது ஆற்று மணலைப் போட்டு நிரப்பி வையுங்க. இரவு எழு மணிக்குப் பிறகு, லாரியை எடுத்து திருப்பூர், பல்லடம் வழியாக நெகமத்துக்கு கொண்டாந்துருங்க. இங்கிருந்து கிணத்துக்கடவு, கோவிந்தாபுரம் வழியாக கேரளாவுக்கு லாரியைக் கொண்டுபோகணும். அங்கே போயி மணலைக் கழித்து விட்டுக் கட்டையை எடை போட்டதும், உங்களுக்குச் சேர வேண்டிய பணத்தை குடுத்துடறேன்" என்றார்.

இரவு நேரத்தில், சந்தனக்கட்டை லாரியில் போகும்போது அர்ஜுனன் புல்லட் மோட்டார் சைக்கிளில் "பைலட்" ஆக போகவேண்டும். வனத்துறை, காவல்துறை அதிகாரிகள் யாராவது லாரியைப் பிடித்தால் "நெகமம் கந்தசாமி வீட்டுக்கு மணல் ஏற்றிக்கொண்டு போகிறோம்..." என்று சொன்னால் போதும் லாரியை விட்டு விடுவர்.

அதையும் மீறி யாராவது லாரியைப் பிடித்து நிறுத்தினால், மோட்டார் சைக்கிளில் போகும் அர்ஜுனன், சின்னத்தம்பிக்கு தகவல் சொல்வார். சின்னத்தம்பி அங்கிருந்தபடியே பிடிபட்ட லாரியை விடுவிக்க ஏற்பாடு செய்வார். இதுதான் சின்னத்தம்பிக்கும் அர்ஜுனனுக்குமான ஒப்பந்தம். இதன்படி அர்ஜுனனும், சந்திரனும் சேர்ந்து முதல் கட்டமாக, ஒரு அம்பாஸிடர் காரில் சந்தனக் கட்டையை கொண்டு போகின்றனர். அதை விற்பனை செய்ததில் 11.000 ரூபாய் வீரப்பன் கைக்கு வந்தது.

யானைக் கொம்பு வியாபாரத்தை விடவும் இது நல்லது என்ற முடிவுக்கு வருகிறார் வீரப்பன்.

******

குறிப்பு:– அடுத்த இரண்டு ஆண்டுகளுக்குப் பிறகு நெகமம் சின்னத்தம்பி, அவருடைய மனைவி மற்றும் குழந்தைகள் எனக் குடும்பத்தை சேர்ந்த நால்வர் கொலை செய்யப்படுகின்றனர். சுசீலா என்ற அந்த லாரிக்குள்ளேயே நால்வரின் உடல்களையும் போட்டுக் கொண்டுவந்து கோவை அரசு மருத்துவமனை அருகில் லாரியை விட்டுவிட்டுச் சென்றுள்ளனர். "காட்டை அழித்த யாருமே நல்லமுறையில் வாழ முடியாது. அவர்களுக்கு இயற்கை தக்க தண்டனை கொடுத்துவிடும்" என்கிறார் ஓய்வு பெற்ற *DFO* பத்ரசாமி.

41

"சந்தனக் கடத்தல்" ஆரம்பம்

"**ச**ந்தனமரம்" என்பது எல்லோருக்கும் தெரிந்ததே. ஆனால், இந்த மரம் எங்கே வளர்கிறது, எப்படி சந்தனம் உருவாகிறது என்பது பலருக்கும் தெரியாது. உலகிலேயே அதிக விலையுடைய இரண்டாவது மரம் இது.

தென்னிந்தியாவைப் பூர்வீகமாகக் கொண்ட இந்த மரம், இலங்கை ஆஸ்திரேலியா போன்ற சில நாடுகளில் வளர்கிறது. இந்தியாவில் தமிழ்நாடு மற்றும் கர்நாடகா என இரு மாநிலங்களில் மட்டுமே உள்ளன. குறிப்பாக வீரப்பன் வாழ்ந்த கிழக்குத் தொடர்ச்சி மலைக்காடுகளில் ஏராளமாக இருந்தன.

20 அடி உயரம் முதல் 35 அடி உயரம் வரை வளரும் இம்மரம், அதிகக் கிளைகள் இல்லாத சிறு மரங்கள் வகையைச் சேர்ந்தது. மற்ற மரங்களைப் போல சந்தனமரம் தனித்து வளராது. சிறு செடிகள், கொடிகள், குத்துச் செடிகள் நிரம்பிய இடங்களில் சந்தன விதைகள் முளைக்கும்.

இந்த மரத்தின் வேர்களின் வழியாகச் சுண்ணாம்பு, புரதம் உள்ளிட்ட சில சத்துகள் மட்டுமே மரத்துக்குப் போகும். நைட்ரஜன், பாஸ்பேட் போன்ற மரங்களின் வளர்ச்சிக்கு அவசியமான சத்துகளைச் சந்தன மரத்தின் வேர்கள் மூலம் பெற இயலாது. அதற்காகப் பக்கத்தில் இருக்கும் மரங்கள், செடிகளின் வேர்களுடன் புல்லுருவியாக சேர்ந்தே சந்தனமரம் எடுத்துக் கொள்கிறது. பத்து ஆண்டுகள் வளர்ந்த ஒரு சந்தனமரம் தன்னைச் சுற்றிலும் 90 அடிவரையுள்ள மரங்களின் வேர்களில் புல்லுருவியாக ஊடுருவி வளர்கிறது.

இப்படி வளரும் சந்தனமரத்தில் வேர்கள் விரைந்து, நேராக மண்ணுக்குள் செல்லக்கூடாது. மரத்துக்குக் கீழே கரடு முரடான சரளைக் கல், பாறைக் குன்றுகள் இருக்கவேண்டும். கற்கள், பாறைகளுக்கு இடையே உள்ள மண்ணில் வேர் பிடித்து வளரவேண்டும். பத்து வயதுக்கு மேலே மரம் வளரும்போது, அதன் வேர்கள் மண்ணுக்குள் இருக்கும் பாறைகளின் மேலே

படரும். ஏப்ரல், மே மாதங்களில் வெப்பம் அதிகரிக்கும் போது பாறையின் வெப்பம் தாங்காமல், சந்தன மரத்தின் நுனி வேர்களிலிருந்து ஒருவிதமான மஞ்சள் திரவம் வெளியேறும்.

நாளாக, நாளாக இந்தத் திரவம் வேப்பமரத்தில் உள்ள கோந்து போல உருவாகும். இது சந்தன மரத்தின் நுனி வேரைச் சுற்றிலும் ஒட்டிக்கொண்டு உருண்டு, திரண்டு சிறு கட்டியாக மாறும். அடுத்து வரும் மழைக்காலங்களில் ஆணிவேர் வளரும்போது அந்த வேரின் மூலம் மரத்துக்குச் செல்லும் உயிர்ச் சத்துடன் கோந்து கட்டியில் இருக்கும் சத்தும் சேர்ந்து மண்ணுக்கு மேலே உள்ள மரத்தை நோக்கிச் செல்லும். இந்தக் கோந்துக் கட்டியிலிருந்து உருவாகி வருவதுதான் சந்தனம்.

இம்மரம் வளர்வதற்கு, சுமாரான மழையும், அதிகமான வெப்பமும் தேவை. இதுபோன்ற சூழல் உள்ள மலைக்காடுகளில் வளரும் மரத்தில்தான் அதிக அளவு சந்தன எண்ணெய்ப் பதம் இருக்கும். இப்படி மரம் வளர்வதற்கு ஏற்ற சூழல் தமிழ்நாடு, கர்நாடகா மாநில எல்லையில் உள்ள காடுகளில் மட்டுமே உள்ளன. இதை ஒட்டி அமைந்துள்ள நீலகிரி மாவட்ட எல்லையிலும், கேரளா மாநிலக் காடுகளில் கூடச் சந்தனமரம் இல்லை. தப்பித்தவறி அந்தக் காடுகளில் சந்தனமரம் வளர்ந்தாலும், அதில் சந்தனம் இருக்காது.

கற்களும், பாறையும் இல்லாத மண்வளம் மிகுந்த இடங்களில் சந்தனமரம் வளர்ந்தாலும் அதில், போதிய அளவு எண்ணெய்ப் பதம் இல்லாத விறகு மரங்களாகவே இருக்கும்.

இந்தத் தொழிலும் பரவாயில்லை. இதை விட்டாலும் வேறு வழியில்லை என்ற நிலையில் இருக்கிறார் வீரப்பன். அதனால் சின்னத்தம்பியிடமிருந்து பத்தாயிரம் ரூபாயை முன்பணமாக வாங்குகிறார். கொங்குருபாளையம், குன்றியம் வனப்பகுதியிலிருந்த மலைவாழ் மக்களைத் திரட்டினார். காட்டில் காய்ந்து கிடந்த சந்தனக் கட்டைகளைப் பொறுக்கி ஓரிடத்தில் கொண்டு வந்து சேர்த்து வைக்கிறார்.

அந்தக் காலகட்டத்தில், சத்தியமங்கலம் மலைக்காடுகளில் நிறைய சந்தனமரங்கள் இருந்தன. திரும்பிய பக்கமெல்லாம் சந்தனமரங்கள் காய்ந்து கிடந்தன. ஒரே நாளில் நாலு டன் அளவுக்குக் கட்டைகள் சேர்ந்தன. அந்தக் கட்டையைக்

கேரளாவுக்கு அனுப்ப லாரியை எடுத்து வர அர்ஜுனனையும், சந்திரனையும் அனுப்புகிறார்.

முதல்நாள் இரவு வரவேண்டிய சின்னத்தம்பியின் சுசீலா என்ற பெயருடைய லாரி *TNQ 0007* மறுநாள் காலை எட்டு மணிக்கு வந்தது. கூடவே வந்த அர்ஜுனனும், சந்திரனும் புல்லட் மோட்டார் சைக்கிளை குண்டேரிப்பள்ளம் அணைக்குக் கிழக்கிலுள்ள கனகராஜ் என்பவரின் தோட்டத்து தென்னை மரத்து நிழலில் நிறுத்திவிட்டுக் காட்டுக்குள் நடந்தனர்.

அந்த நேரத்தில், குண்டேரிப்பள்ளம் அணையில் தண்ணீர் குறைவாக இருந்தது. மணலும், வண்டல் மண்ணும் அணைப்பகுதி முழுவதும் படிந்திருந்தன. இதை எடுத்துக் கொண்டுபோக லாரி மற்றும் டிராக்டர்களும் பகல் முழுவதும் தொடர்ந்து வந்து கொண்டேயிருந்தன. அதனால், பகல் நேரத்தில் சந்தனக்கட்டையை லாரியில் ஏற்றி, வெளியே அனுப்புவது சரியாக இருக்காது என வீரப்பன் முடிவெடுத்தார்.

லாரி ஓட்டுநரைக் கூப்பிட்டு, “தம்பி... லாரியக் கழுவி பூஜை போட்டுக் கொண்டுவந்து ஒரு மரத்து நிழலில் நிப்பாட்டு. அப்படியே போய் ஓட்டலில் சாப்பிட்டு அங்கேயே படுத்துத் தூங்கு. சாயங்காலம் அஞ்சு மணிக்கு வா...” என்றார்.

“சரீங்கண்ணா... நான் நேரா கோபிக்குப் போய் சாப்டுட்டு, அப்படியே மேட்னி சினிமா பார்த்துட்டு சாயங்காலம் வந்துருவேன்...” என்று சொல்லி விட்டுக் கிளம்பினார்.

வீரப்பனுடன் இருந்தவர்களுக்கு என்னென்ன வேலைகள் உள்ளன, அவற்றையெல்லாம் எப்படிச் செய்யவேண்டும் என்பதைச் சொன்னார். கொளந்தான், குருநாதன் இருவரையும் அணையின் வடக்குப் பகுதியில் கிடந்த சந்தனக் கட்டைக்குக் காவல் வைத்தார். மீதமிருந்த ஆள்களுடன் மலைமேல் தங்கியிருந்த இடத்துக்குத் திரும்பினார்.

வீரப்பன் அங்கிருந்து கிளம்பியதும், சந்திரன், நெருப்பூர் மணி, அவினாசி முருகேசன் மூவரும் பொடி நடையாகக் காட்டை விட்டு வெளியே வந்தனர்.

சத்தியமங்கலம் போனதும், சந்திரன் நெகமம் சின்னத்தம்பியை பார்த்து, இரவு சந்தனக்கட்டை லாரி குண்டேரிப்பள்ளத்தில்

இருந்து கிளம்பும் தகவலைச் சொல்லப்போகிறார். நெருப்பூர் மணியும், அவினாசி முருகேசனும் ஊருக்குப் போகின்றனர்.

அணையின் தென்பகுதிக்கு வந்த நேரத்தில் குண்டேரிப் பள்ளம் பகுதி காட்டைக் கண்காணிக்கும் வனத்துறைக் காவலர் நாகேந்திரன் இவர்களைப் பார்க்கிறார். மூவரையும் பிடித்துக் கொண்டுபோய் சத்தியமங்கலம் ரேஞ்சர் சிதம்பரத்திடம் ஒப்படைக்கிறார்.

ரேஞ்சர் சிதம்பரத்தின் முதல்கட்ட விசாரணையில் மொழுக்கன் என்ற வீரப்பன் சந்தனக்கட்டை வைத்துள்ளது. கட்டை ஏற்றிக்கொண்டு போக வந்த லாரி கோபியில் நிற்பது, லாரி கேரளாவுக்கு வருவது குறித்து தகவல் சொல்ல சந்திரன் கிளம்பியது, என எல்லா விவரங்களையும் சந்திரன் சொல்லி விட்டார்.

ரேஞ்சர் சிதம்பரம் மற்ற இருவரிடமும் விசாரித்ததில் பயனுள்ள செய்திகள் எதுவும் கிடைக்கவில்லை. நெருப்பூர் மணி மீது ஏற்கனவே பவானிசாகரில் யானை வேட்டை வழக்கு நிலுவையில் இருந்தது. அவர்களைத் தனியாக விசாரிக்க முடிவு செய்து, தனித்தனியாக அடைத்து வைக்கிறார். ரேஞ்சர் சிதம்பரத்துக்கு வீரப்பன் யானை வேட்டைக்காரன் என்பது மட்டுமே தெரியும். அவனுடன் எத்தனை பேர் உள்ளனர். அவர்கள் எப்படிப்பட்டவர்கள் என்ற பின்புலமெல்லாம் தெரியாது. அப்போது வீரப்பன் மீது தமிழ்நாட்டில் எந்த வழக்கும் இல்லை.

அதனால் வீரப்பனைப் பற்றி வேறு அதிகாரிகளிடம் விசாரித்துத் தெரிந்து கொள்ளவும் வழியில்லை. வீரப்பனைப் பிடிக்கத் தன்னுடைய அலுவலகக் காவலர்களுடன் தலமலை ரேஞ்சர் சையத் மகபூப்பையும் வரச் சொல்கிறார்.

14.07.1987 செவ்வாய்க் கிழமை, மதியம் ஒரு மணிக்கு சத்தியமங்கலத்திலிருந்து புறப்பட்டு குண்டேரிப்பள்ளம் அணைக்குச் செல்கின்றனர். வழக்கம்போல, சீருடையில் போனால், கடத்தல்காரர்கள் தப்பி ஓடி விடுவர். அதனால் தன்னுடன் வந்த அதிகாரிகள் எல்லோரும் வெள்ளை வேட்டி சட்டையில், சாதாரண கிராமத்து ஆள்களைப் போன்ற தோற்றத்தில் சென்றனர்.

குண்டேரிப்பள்ளம் அணை

வீரப்பன் மேலே போனதுமே கொளந்தான், குருநாதன் இருவரும் சந்தனக்கட்டைக்குப் பக்கத்தில் உட்கார்ந்திருந்தனர். மதிய நேர வெய்யில் பலமாக அடித்து. மரத்து நிழலின் கீழே, ஆற்று மணல் உட்கார்ந்திருந்த இருவருக்கும் நல்ல தூக்கம் வந்தது. சந்தனக்கட்டைகளுக்குப் பக்கத்திலேயே குவிந்து கிடந்த மணலில் படுத்துத் தூங்கினர்.

குண்டேரிபள்ளம் அணைக்குத் தென்பக்கமே லாரியை நிறுத்திவிட்டு ரேஞ்சர் சிதம்பரம் தலைமையிலான அதிகாரிகள் நடந்து சென்றனர். வீரப்பன் கொண்டுவந்து வைத்திருந்த சந்தனக் கட்டை குவியலை சந்திரன் தூரத்திலிருந்தே காட்டினார். சந்தனக்கட்டையைச் சுற்றிலும் பரவிக் கிடந்த மணல் மீது வனத்துறையினர் மெதுவாக நடந்தனர். தூங்கிக் கொண்டிருந்த கொளந்தான், குருநாதன் இருவரையும் அமுக்கிப் பிடித்தனர். அவர்கள் வைத்திருந்த துப்பாக்கிகளை சிதம்பரம் கைப்பற்றினார்.

சீருடையில்லாமல் இருந்த வனத்துறை அதிகாரிகளைப் பார்த்ததும், "யார்ரா... நீங்க...?" என்று கொளந்தான் கேட்கிறார்.

கேட்டவன் கன்னத்தில் "பளார்" என்று ஓர் அறை விழுந்தது. பொறி கலங்கிப்போன கொளந்தான் தலையை உதறிக்கொண்டு நன்றாக உற்றுப் பார்க்கிறார்.

வனத்துறை அதிகாரிகளுக்கு நடுவில் கைகள் கட்டப்பட்ட நிலையில் சந்திரன் நின்று கொண்டிருந்தார்.

ஆகா... வந்திருப்பது வனத்துறை அதிகாரிகள் என்பதை குருநாதன் புரிந்து கொள்கிறார். திடீரென முசுக்கொந்தி (கருங்குரங்கு) கத்துவது போல, அடிவயிற்றிலிருந்து ஒருவித ஒலியெழுப்பி, "கியோவ்வ்....." என்று இரண்டு முறை, நீண்ட சத்தம் போட்டுக் கத்தினார்.

ரேஞ்சர் சிதம்பரத்துக்கு இதையெல்லாம் கவனிக்க நேரமில்லை. மேலே தங்கியுள்ள மொழுக்கன் உள்ளிட்ட மற்ற ஆள்களையும் பிடிக்கவேண்டும் என நினைக்கிறார். குருநாதன், கொளந்தான் இருவரின் கைகளையும் அதிகாரிகள் பிடித்துக் கொண்டு நின்றனர்.

"நீங்க யார்...? உங்ககூட இன்னும் எவ்வளவு பேர் வந்துள்ளனர்..."? என்று கேட்டார். முதலில் விசாரணைக்கு ஒத்துழைக்க மறுத்த இருவருக்கும் அடி பலமாக விழுந்தது. கொளந்தானின் இரண்டு கன்னங்களும் வீங்கின. குருநாதனுக்குப் பல் உடைந்து வாயிலிருந்து இரத்தம் வந்தது. அந்த இடத்திலிருந்த சந்தனக்கட்டைகளைத் தங்களுடைய அலுவலகத்துக்கு எடுத்துக்கொண்டு போக லாரியை அருகில் எடுத்து வருமாறு சொல்கிறார் ரேஞ்சர் சிதம்பரம்.

அணையின் தென்பகுதியில் நின்ற சுசீலா என்ற லாரியை பக்கத்தில் கொண்டுவந்து நிறுத்தினர். லாரியின் பின்பக்கச் சக்கரத்தில் குருநாதனையும், கொளந்தானையும் கட்டிப்போட்டு, மேலும் நாலு அறை கொடுத்து விசாரித்தார்.

இருவரும் தங்களுக்குத் தெரிந்ததை ஒன்றுவிடாமல் சொன்னதுடன், வீரப்பன் தங்கியிருந்த இடத்தையும் அடையாளம் காட்டினர்.

உடனே வீரப்பனைப் பிடித்து வருமாறு தன்னுடன் வந்திருந்த ஊழியர்களை மலை மேல் அனுப்புகிறார் சிதம்பரம்.

சந்தனமரம்

பிடிபட்ட இருவரிடமும், "இங்கே எப்ப வந்தீர்கள்...? வீரப்பனுடன் யார்.. யார்..? இருக்கின்றனர்? இந்தச் சந்தனக்கட்டைகளை எங்கிருந்து எடுத்தாந்தீங்க...?" என்று தொடர்ந்து விசாரித்துக் கொண்டிருந்தார்.

இந்த விசாரணை முடியப்போவதில்லை என்பது சிதம்பரத்துக்குத் தெரியவில்லை.

****

42

வீரப்பனிடம் சிக்கிய ரேஞ்சர் சிதம்பரம்

குண்டேரிப்பள்ளம் அணைக்குக் கிழக்கிலிருந்த ஒரு மலையின் பாதி உயரத்தில் வீரப்பன் வீடியம் (தங்குமிடம்) அமைத்திருந்தார். அங்கே மாலை உணவுக்கான சமையல் வேலைகள் நடந்து கொண்டிருந்தன. கூட்டாளிகளுடன் பேசிக்கொண்டிருந்த வீரப்பன் வலது கால் மீது ஒரு பல்லி ஏறியது. இது கெட்ட நிகழ்வின் அறிகுறி.

"டேய்... பசங்களா... எல்லோரும் கவனமா இருங்கப்பா. சயனம் சரியில்லாமல் இருக்குது. தேவையில்லாமல் யாரும் வீடியத்திலிருந்து கீழே இறங்க வேண்டாம்..." என்று சொல்லிவிட்டுப் பக்கத்திலிருந்த தேக்கு மர நிழலில் படுத்தார்.

பத்தாவது நிமிடத்தில் தலைக்கு மேலே காக்கைக் கூட்டம் கத்திக்கொண்டே வட்டமிட்டது. பகல் நேரத்தில் இப்படிக் காக்கைக் கூட்டம் தலையைச் சுற்றினால், மனித உயிர் பலியாகும் என்பது வீரப்பன் வாழ்க்கையில் கண்ட உண்மை.

"டேய் பசங்களா... இன்றைக்கு இரண்டு கெட்ட சயனம் நடக்குதப்பா, எல்லாரும் கொஞ்சம் எச்சரிக்கையா இருங்க..." என்று சொல்லிக் கொண்டே படுக்கையை விட்டு எழுந்தார். சமையல் வேலையில் மும்முரமாக இருந்த ஆண்டியப்பனிடம் "சூடா டீ போடப்பா..."என்றார்.

மலைமீது வீரப்பன் தங்கியிருந்த இடத்திலிருந்து சந்தனக்கட்டை அடுக்கியிருந்த இடம் கிட்டத்தட்ட இரண்டு கிலோமீட்டர் தொலைவிலிருந்தது. அதனால், அங்கே நடப்பது தெளிவாகத் தெரியவில்லை.

வீரப்பன் குழுவில் எல்லா இடங்களிலும், எல்லா நேரங்களிலும் எச்சரிக்கையுடன் இருப்பவர் சேத்துக்குழி கோவிந்தன். அந்த நேரத்தில் அவர் சின்னப்பையன். துப்பாக்கியை எடுத்துச் சுடுமளவுக்கு பயிற்சியுமில்லை, வயதுமில்லை. ஒரு நாவல் மரத்தின் நிழலில் உட்கார்ந்து,

சந்தனக்கட்டை அடுக்கியிருந்த இடத்தையே பார்த்துக் கொண்டிருந்தார்.

முசுக்கொந்தி போலக் குருநாதன் கத்தியது கோவிந்தனுக்குக் கேட்டது. சமையல் வேலையில் மும்முரமாக இருந்த மற்ற யாரும் இதைக் கவனிக்கவில்லை. சிறிது நேரத்துக்குப் பிறகு, உயர்ந்து வளர்ந்திருந்த மரங்களுக்கு இடையில் ஆள்கள் நடமாடுவதும் கோவிந்தன் கண்ணுக்குத் தெரிந்தது.

"அண்ணா... நம்ம ஆளுங்க இருந்த தாவுக்கு வேற யாரோ வந்துட்டாங்க போலத் தெரியுது..." என்றார்.

கோவிந்தன் சொன்னதைக் கேட்டதும், எழுந்து வந்த வீரப்பன் அந்த இடத்திலிருந்து கீழே பார்க்கிறார். அடர்த்தியாக வளர்ந்திருந்த மரங்களுக்கு இடையே வெள்ளை வேட்டி, சட்டையில் சிலர் சந்தனக்கட்டை அடுக்கியிருந்த இடத்தில் நடமாடுவது தெரிந்தது.

மணல் ஏற்ற வந்தவர்களா...? அல்லது வனத்துறையினரா...? என்பதை வீரப்பனாலும் கணிக்க முடியவில்லை. அதுபோலவே சிலர் அணையின் கிழக்குப் பக்கம் விளாங்கோம்பை செல்லும் வழியில் மலை மீது ஏறி வருவதும் தெரிந்தது. ஏற்கனவே நடந்த கெட்ட சகுனத்தின் அடிப்படையில், இன்று ஏதோ ஆபத்து வருகிறது என்பதை வீரப்பன் கணித்தார்.

"ஆகா..., கட்டைக்குக் காவலிருந்த சாப்பாட்டு ராமனுங்க படுத்துத் தூங்கீட்டாங்க போலத் தெரியுது. ஆண்டியப்பா வா, கீழ போய்ப் பார்க்கலாம்..." என்றார். ஆண்டியப்பன் துப்பாக்கியை எடுத்துத் தோளில் மாட்டினார், பால்ராஜ், துரைசாமி எல்லோரும் எழுந்து வந்தனர். குறுக்கு வழியில் வீரப்பன் வேகமாகக் கீழே இறங்கினார். அப்போது மேலே ஏறிக்கொண்டிருந்த வனத்துறையினர் வேறு ஒரு வழியில் சென்றனர்.

லாரியின் வலது பக்கச் சக்கரத்தில் பின்பக்கமாகக் கைகள் கட்டப்பட்ட நிலையில் கொளந்தானும், குருநாதனும் வாய், மூக்கெல்லாம் இரத்தம் வடிந்த நிலையில் தலை தொங்கிக் கிடந்தனர். அவர்களுக்கு எதிரில் வேறு ஆள்கள் மூன்றுபேர் நின்று கொண்டிருந்தனர். சுல்தான் பத்தேரி

சந்திரனும் கைகள் பின்பக்கமாகக் கட்டப்பட்டிருந்த நிலையில் உட்கார்ந்திருந்தார்.

இவற்றையெல்லாம் புதர் மறைவில் நின்று பார்த்த வீரப்பன், தன்னுடைய கூட்டாளிகள் அடிபட்டுக் கிடப்பதைப் பார்த்து ஆத்திரப்பட்டார். ஆண்டியப்பன், துரைசாமி, பால்ராஜ் மூவரையும் கையைச் சொடுக்கிப் பக்கத்தில் கூப்பிட்டார். நின்று கொண்டிருந்த வனத்துறை அதிகாரிகள் மூவரையும் ஆளுக்கு ஒருவர் எனக் குறி பார்த்துத் துப்பாக்கியைப் பிடிக்கச் சொன்னார்.

ஒரு மண் திட்டின்மீது ஏறி நின்று கொண்டு, "டேய்... யாரும் ஒரு அடிகூட நகரக்கூடாது, அப்படியே நில்லுங்க..." என்று உரக்கக் குரல் கொடுத்துக் கொண்டே, வானத்தை நோக்கிச் சுட்டார்.

வீரப்பன் பார்வையிலிருந்து கொஞ்சம் விலகி, வேகமாகத் தரையில் படுத்தார் ரேஞ்சர் சிதம்பரம். அவரது இடுப்பிலிருந்த கையடக்கப் பிஸ்டலை எடுத்து வீரப்பன் மீது, "சடீர்... சடீர்..." என இரண்டு முறை சுட்டார். வீரப்பனுக்கும் - சிதம்பரத்துக்குமான தொலைவு சற்று அதிகமாக இருந்ததால், குண்டுகள் வீரப்பன் பக்கமாகப் போகவில்லை.

அதற்குள்ளாகச் சிதம்பரத்தின் வலது பக்கத்தில் இருந்த துரைசாமி துள்ளிக் குதித்து வந்து, சிதம்பரத்தின் முதுகின் மீது துப்பாக்கியை வைத்து அழுத்திப் பிடித்தார். தன் முதுகின் மீது துப்பாக்கியை ஊன்றியதும் சிதம்பரம் சுடுவதை நிறுத்தினார். எதிரியிடம் ஆயுதம் சிக்கக்கூடாது என்ற எண்ணத்தில் பிஸ்டலை குவிந்திருந்த ஆற்று மணலின் உள்ளே வேகமாகச் சொருகினார்.

வீரப்பனுக்குப் பின்னால் நின்று கொண்டிருந்த ஆண்டியப்பன், பால்ராஜ் இருவரும் வேகமாக ஓடிச்சென்று வனத்துறையினர் பிடுங்கி வைத்திருந்த தன்னுடைய ஆள்களின் துப்பாக்கிகளை எடுத்தனர். கட்டிப்போட்டிருந்த கொளந்தான், குருநாதனின் கைக் கட்டுகளை அவிழ்த்து விட்டனர்.

ஐந்து நிமிடங்களுக்கு முன்பு இருந்த நிலை தலைகீழாக மாறியது. இப்போது கைகளை மேலே தூக்கியபடி மூன்று வனத்துறை அதிகாரிகளும் நின்று கொண்டிருந்தனர்.

ரேஞ்சர் சிதம்பரத்திடம் அடி வாங்கிய கொளந்தானும், குருநாதனும் கட்டு அவிழ்த்து விடப்பட்ட பின்னர், தங்களுடைய துப்பாக்கியை வாங்கினர். தங்களை அடித்துத் துவைத்த சிதம்பரத்தைச் சுடத் தயாராயினர்.

“டேய் கொஞ்சம் பொறுமையா இருங்கப்பா...” என்ற வீரப்பன் விசாரணையைத் தொடங்கினார். “கரையான் திங்கிற சந்தனக்கட்டையை ஒன்னு நீ எடுத்துக்கிட்டு போய் வித்து இல்லாத ஏழை பாழை ஜனங்களுக்குக் குடு. இல்லையின்னா நான் எடுத்துட்டுப்போய் வித்துக் குடுக்குறேன். அது தப்புன்னு சொன்னா என்மேலே கேசைப் போடு. அதை உட்டுப்போட்டு வாயி மூக்கெல்லாம் இரத்தம் வார அளவுக்கு எதுக்கடா பசங்களை அடிக்கறீங்க....”? என்றவர், “இதுல ரேஞ்சர் சிதம்பரம் யாரு...?” என்றார்.

“அவர் எங்களுடைய அதிகாரி, அவர் பெயரை நீ எதுக்கடா கேக்கரே...? உம் பேரு என்னடா...?” என்று வீரப்பனைப் பார்த்து கொஞ்சம் அதட்டலாகக் கேட்டார் சிதம்பரம்.

மேற்கொண்டு சிதம்பரத்திடம் எதுவும் பேசவில்லை. பக்கத்தில் நின்று கொண்டிருந்த அலுவலக எழுத்தரான உதயராஜூக்கு பக்கத்தில் போன வீரப்பன், தனது துப்பாக்கியைத் தூக்கினார். நின்றுகொண்டிருந்த உதயராஜ் தலையில் ஓங்கி ஒரு குத்து விட்டார்.

துப்பாக்கியின் பின்கட்டை அடித்த வேகத்தில், உதயராஜின் வலதுபக்க நெற்றியில் மூன்று இடங்களில் மண்டை ஓடு உடைந்தன. பொங்கி வந்த இரத்தம் அவரின் கண்களை மறைத்தது. இருகைகளையும் சேர்த்து நெற்றியில் வைத்து அழுத்திப் பிடித்தபடியே “ஐயா...” என்று சொல்லிக்கொண்டே நிலை தடுமாறிக் கீழே விழுகிறார்.

விழுந்தவரிடம் “உம் பேரு என்னடா...? என்ன வேலை செய்யறே...? உன் ஜாதி என்னடா...?” என்று வீரப்பன் விசாரிக்கிறார்.

“எம் பேரு உதயராஜ், சத்தியமங்கலம் பாரஸ்ட் ரேஞ்சர் ஆபீசில் ரைட்டர் வேலை பார்க்கிறேன். முதலியார் ஜாதி” என்று தடுமாற்றத்துடன் சொன்னார்.

ரேஞ்சர் சிதம்பரம்

அடுத்து, தலைமலை ரேஞ்சர் சையது மகபூப் தலையிலும், வீரப்பன் துப்பாக்கியின் பின்பக்கக் கட்டை இறங்கியது. "என் பெயர் சையது மகபூப், தலைமலை ரேஞ்சர், நான் பாய்..." என்றார்.

அவரை விட்டுவிட்டு மீண்டும் உதயராஜின் பக்கம் வீரப்பன் திரும்பினார். கீழே விழுந்த உதயராஜ் எழுந்து உட்கார்ந்தார். அவர் முகத்தில் அடிக்க வசதியாக வீரப்பன் துப்பாக்கியைத் திருப்பினார்.

இதைப் பார்த்த சிதம்பரம், "டேய்... என் பேருதான் சிதம்பரம். நான்தான் சத்தியமங்கலம் ரேஞ்சர். உனக்கு என்னடா வேண்டும்...?" என்று அதட்டலாகக் கேட்டார்.

சிதம்பரம் என்ற பெயரைச் சொன்ன மாத்திரத்தில், வெறிகொண்ட வேங்கையைப்போல உறுமிக்கொண்டே திரும்பி வந்த வீரப்பன். "உன் ஜாதி என்ன..."? என்று கேட்கிறார்.

"படையாச்சி..."என்றார் சிதம்பரம்.

"நீதான் சேலத்துப் படையாச்சியா...?" என்று கேட்ட வீரப்பனின் கண்கள் சிவந்தன, அடக்கமுடியாத ஆத்திரத்தில் பற்களைக் கடித்தார்.

"ஆமாம்" என்றார் ரேஞ்சர் சிதம்பரம்.

வீரப்பன் கேள்விக்குப் அவர் பதில் சொல்லிக்கொண்டிருக்கும் போதே சிதம்பரத்தின் நெஞ்சுக்கு நேராக வந்து நின்ற வீரப்பன், இரட்டைக்குழல் துப்பாக்கியை தூக்கிப்பிடித்தார்.

அன்று தூக்கிய துப்பாக்கியை,
கீழே வைக்க வாய்ப்பில்லாமல் போனது.

*****

43

ரேஞ்சர் சிதம்பரம் கொலை

"ஏண்டா நீயும் படையாச்சி, நானும் படையாச்சி. கர்நாடகா டி.எப்.ஓ. சீனிவாசன் (ஸ்ரீநிவாஸ்) புடிச்சுக் குடுத்த எங்க அண்ணன் மேலே ஏண்டா பொய் கேஸ் போட்டே..." என்று சொல்லிக்கொண்டே பற்களை நறநறவெனக் கடித்தார்.

அதற்கடுத்து வீரப்பன் வாயிலிருந்து வேறு சொற்கள் வரவில்லை. அவருடைய துப்பாக்கி வெடித்தது. குண்டுகள் சீறி வந்து சிதம்பரத்தின் சட்டைப் பை வழியாக, இடது பக்க மார்புக்குள் புகுந்தன. துப்பாக்கிக்குண்டின் தாக்குதலில் சிக்கிய சிதம்பரம், உடலைச் சுண்டியிழுத்த அதிர்வுடன் ஆற்று மணல் மீது மல்லாந்து விழுந்தார்.

குண்டடிபட்டு சிதம்பரம் விழுவதைக் கவனித்த உதயராஜ் தட்டுத்தடுமாறி எழுந்தார், நெற்றியிலிருந்து வழிந்த இரத்தம் அவரது இரு கண்களையும் மறைத்தது. என்ன நடக்கிறது என்பதுகூட சரியாகத் தெரியாத நிலையில் வீரப்பனைப் பார்த்து "எதுக்குங்க ஐயாவை சுட்டீங்க..."? என்று கேட்கிறார்.

வீரப்பனிடமிருந்து பதிலில்லை. ஏற்கனவே, சிதம்பரத்திடம் அடிவாங்கிய குருநாதனும், கொளந்தானும் துப்பாக்கியைக் கையில் வைத்திருந்தனர். ரேஞ்சர் சையத் மகபூபையும், உதயராஜையும் சுட்டுத் தள்ளத் துடித்தனர்.

"இவங்க ரெண்டு பேரும் உங்களை அடிச்சாங்கலாப்பா..."? என்று வீரப்பன் விசாரிக்கிறார். இருவரும் "இல்லை..." என்றே கூறினர்.

"அப்ப இவங்களைச் சுடவேண்டாம், தப்புச் செய்யாதவங்களை நாம அடிக்கக் கூடாது. விட்டுடுங்கடா..." என்கிறார். கைகள் கட்டப்பட்ட நிலையில் உட்கார்ந்திருந்த சந்திரனின் கைக்கட்டுகளை அவிழ்த்துவிடச் சொல்கிறார். எழுந்து நின்ற சந்திரன் பக்கம் போன வீரப்பன், அவர் தோள்மீது கை போட்டபடியே நடந்து காட்டுக்குள் சென்றார்.

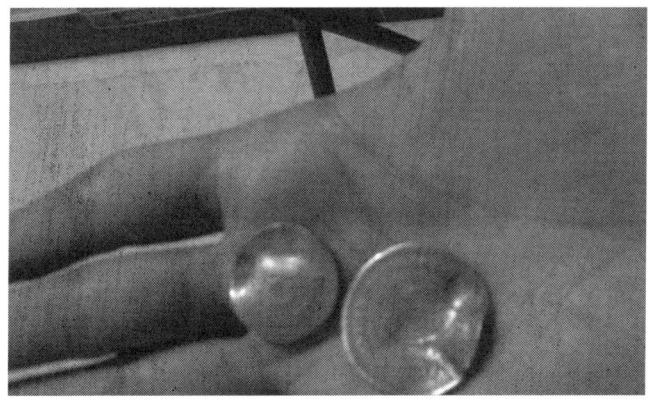

சிதம்பரம் உடலில் இருந்த நாணயங்கள்

துப்பாக்கி வெடிச்சத்தம் கேட்டு மணல் எடுக்க வந்திருந்த லாரி ஓட்டுநர்களும், கூலி ஆள்களும் திரண்டு வந்தனர். ஆயிரம் மீட்டர் தூரத்தில் நின்று நடப்பதை வேடிக்கை பார்த்துக் கொண்டிருந்தனர். வீரப்பனுடன் போன ஒருவர் திரும்பி வந்தார். சிதம்பரம், கழுத்திலிருந்த ஆறு பவுன் தங்கச்சங்கிலி, மூன்று பேர் கையிலும் கட்டியிருந்த கைக் கடிகாரத்தைப் பிடுங்கினார். அவர்கள் சட்டைப்பையில் வைத்திருந்த பணத்தையும் எடுத்துக்கொண்டு மீண்டும் காட்டுக்குள் ஓடினார்.

வீரப்பன் ஆள்களின் தலைகள் மறைந்தபின், மெதுவாக எழுந்தார் உதயராஜ். உடலெல்லாம் வழிந்தோடிய இரத்தத்துடன் கீழே விழுந்து கிடந்த சிதம்பரம் பக்கத்தில் போனார், "அய்யா, எந்திரிங்க அய்யா எந்திரிங்க...." என்று சொல்லிக்கொண்டே அவரது கைகளைப் பிடித்து இழுத்தார்.

ரேஞ்சர் சிதம்பரம், சட்டைப்பையில் வைத்திருந்த, 50 பைசா, 25 பைசா நாணயங்கள் துப்பாக்கி குண்டுகளுடன் சேர்ந்து அவரது உடலுக்குள் சென்றன. சிதம்பரத்தின் உடல் தோலின் மேல்பகுதியில் கொழுப்பு மிகுதியாகப் படிந்திருந்தது. அந்தக் கொழுப்பும், நாணயங்களும் துப்பாக்கிக் குண்டு உள்ளே சென்ற வழியை அடைத்தது. அதனால், அவரது உடலிலிருந்து வேகமாகக் குருதி வெளியே வரமுடியாமல் தடுத்தது. அதனால், சிதம்பரம் உயிர் போகாமல் துடித்துக் கொண்டிருந்தார்.

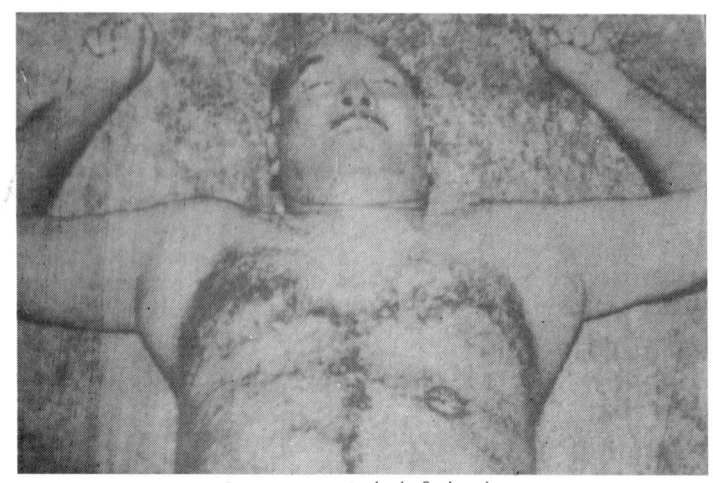

கொலையான ரேஞ்சர் சிதம்பரம்

அந்த நிலையிலும் உதயராஜின் தலையில் இருந்த காயத்தைப் பார்க்கிறார். அதிலிருந்து வழிந்த குருதியைத் துடைக்க முயற்சி செய்கிறார். "உனக்கு ஒன்னும் ஆகாது பயப்படாதே..." என்று சொன்னவர், உதயராஜைக் காப்பாற்ற வேண்டும் என்ற நோக்கத்தில், நிலத்தில் கையை ஊன்றி எழுந்து நிற்க முயற்சிக்கிறார். முடியவில்லை, அப்படியே கை சோர்ந்து தலை கீழே சாய்கிறது. கொஞ்சம் கொஞ்சமாக நினைவிழந்தார். நினைவு திரும்பாமலே உயிரையும் இழந்தார்.

குண்டேரிப்பள்ளம் அணையின் இன்னொரு பக்கம், லாரிகளில் மண் ஏற்றிக் கொண்டிருந்த பொதுமக்களைப் பக்கத்தில் கூப்பிட்டார் தலைமலை ரேஞ்சர் சையத் மகபூப். அங்கிருந்த வனத்துறை அதிகாரிகள் எல்லோருமே சீருடையில்லாமல் இருந்ததால், இவர்கள் யார் எனத் தெரியாமல் பொதுமக்கள் பக்கத்தில் வரத் தயங்கினர்.

"நாங்க பாரஸ்ட்டுகாரங்கதான்" என்று சத்தம் போட்டுக் கொண்டே பொதுமக்கள் இருந்த பகுதிக்கு ஓடினார். வீரப்பன் ஆள்கள் ரேஞ்சர் சிதம்பரத்தைத் துப்பாக்கியால் சுட்ட செய்தியைச் சொல்கிறார்.

என்ன நடந்தது என்பதைப் புரிந்துகொண்ட பொதுமக்கள் மற்றும் லாரி ஓட்டுநர்கள் உதவிக்கு ஓடி வருகின்றனர். சிதம்பரம் ரேஞ்சரையும், காயம்பட்ட இருவரையும் லாரியில்

ஏற்றி, கோபிசெட்டிபாளையம் மருத்துவமனைக்குக் கொண்டு செல்ல முயற்சி செய்கின்றனர். அதற்குள்ளாகவே சிதம்பரம் நிரந்தரமாகக் கண்களை மூடினார். (பங்களாபுதூர் காவல் நிலையக் குற்ற எண்:-*192/1987 Date 14.07.1987*)

இந்த நிகழ்வு நடந்து முடிந்த 30 ஆண்டுகளுக்குப் பின் தாளவாடி ரேஞ்சராக இருந்த உதயராஜைச் சந்தித்தேன். "இந்தக் காட்டில் சிங்கம் இல்லை. சிதம்பரம் சார் சிங்கம் போல உலாவிக் கொண்டிருந்தார். காட்டிலுள்ள, ஒவ்வொரு மரத்தைப் பற்றியும் அவர் தெரிந்து வைத்திருப்பார். ஒழுக்கம், நேர்மை, கண்டிப்பு எல்லாவற்றுக்குமே அவரே உதாரணம். அன்றைக்குச் சந்திரனைப் பிடித்ததும், அவங்கிட்டே விசாரிச்சார். அவன் சொன்ன தகவல்களை வைத்து வீரப்பனையும் அவன் கும்பலையும் பிடிக்கவேண்டும் என்ற ஆர்வத்தில் காட்டுக்குப் போனார்.

சிதம்பரம் சார்கூட ரெய்டுக்குப் போனவங்க யாருக்குமே புல்லட் மோட்டார் சைக்கிள் ஓட்டத்தெரியாது. அதனாலே புல்லட் ஓட்டத் தெரிந்த என்னையும் கூட்டிட்டுப் போனார். அதற்கு முன்னே வீரப்பன் யார்...? அவனது கூட்டாளிகள் யார்...? என்ன செய்து கொண்டுள்ளான் என்ற எந்த விவரமும் எங்களுக்குத் தெரியாது. என்ன நடக்கிறது என்பதை நான் அனுமானிக்கும் முன்பாகவே எல்லாம் நடந்து முடிந்து விட்டது. தன்னுயிர்போகும் நிலையிலும், என் தலையிலிருந்த காயத்தைப் பார்த்துத்தான் பயப்பட்டார். எப்படியாவது அவரைக் காப்பாற்றி விடவேண்டும் என்று நாங்கள் முயற்சி செய்தோம். லாரியில் ஏத்துவதற்கு முன்பாகவே அவருடைய நாடித்துடிப்பு நின்று விட்டது" என்றார்.

ரேஞ்சர் உதயராஜ்

வீரப்பன் துப்பாக்கியின் பின் கட்டையால் தன் நெற்றி யின் வலது பக்கத்தில் அடித்த இடத்தைக் காட்டினார். அரை அங்குல அகல நீளத்தில் அந்த வடு குழியாக இருந்தது.

ரேஞ்சர் சிதம்பரத்தின் மகன் நடராஜ்

காட்டையும், காட்டு விலங்குகளையும் காப்பாற்றப் போராடி உயிர் விட்ட சிதம்பரத்தின் மனைவிக்குத் தமிழக அரசு முதல் கட்டமாக 10-ஆயிரம் ரூபாயும், இரண்டாம் கட்டமாக 31,500 ரூபாயும் கொடுத்தது. அத்துடன், சிதம்பரத்தின் பதவிக்காலம் வரை மாதம் 738 ரூபாய் உதவித்தொகையும், அதன் பின்னர், அவருடைய மனைவி பாப்பம்மாள் மறையும் வரை மாதம் 436 ரூபாய் உதவித் தொகையும் கொடுத்துள்ளது.

ரேஞ்சர் சிதம்பரத்தின் உடல்

ரேஞ்சர் சிதம்பரத்தின் உறவினர்கள்

ரேஞ்சர் சிதம்பரத்தின் முதல் மகன் நடராஜ் அவருடைய அப்பாவின் வாழ்வில் நடந்த பல நிகழ்வுகளை எனக்குக் கூறினார்.

"சாகும்போது அப்பாவுக்கு 52 வயது, திங்கள் கிழமையன்று அவருக்கு டி.எப்.ஓ. பதவி உயர்வு கொடுத்து, வேலூருக்குப் போய் பொறுப்பேற்கச் சொல்லி உத்தரவும் அனுப்பீட்டாங்க. அந்த உத்தரவு புதன்கிழமை அன்றைக்குத்தான் எங்களுக்குத் தபாலில் வந்து சேர்ந்தது. அதுக்கு முதல் நாளே அப்பாவை, வீரப்பன் சுட்டுக் கொன்னுட்டான்.

கடைசிவரை காடுகளுக்காகவே வாழ்ந்த எங்க அப்பா எங்களுக்கென எதையும் சேர்த்து வைக்கவில்லை. சத்தியமங்கலம் வனச்சரக அலுவலகத்தில் அவருக்கு ஒரு நினைவிடம் கட்டவேண்டும் என்பதே எங்களின் ஒரே ஆசை..." என்கிறார்.

எதிர்கால இளைஞர் சமுதாயம் இயற்கையையும், காடுகளையும் நேசிக்க வேண்டுமெனில் இது அவசியமும் கூட

*****

44

சிதம்பரத்துடன் போன நாகேந்திரன்

ரேஞ்சர் சிதம்பரம் சுட்டுக் கொல்லப்பட்டபோது கார்டாக இருந்த நாகேந்திரன் தற்போது பாரஸ்ட்டராக பணி ஓய்வு பெற்றுள்ளார். "அன்னைக்குக் காலையிலேயே 9.00 மணிக்கு, குண்டேரிப்பள்ளம் போனேன். அங்கிருந்து விளாங்கோம்பைக்குப் போகும்போது என் கூடவே வாட்சர்கள் சுப்பிரமணியம், பழனிசாமி, பிளாட் வாட்சர் ஏழூரான் மூனுபேரும் வந்தாங்க. நாங்க நாலு பேரும், அணை ஓரமாகவே வடக்குப் பக்கமா நடந்து போயிக்கிட்டு இருந்தோம்.

அப்போ வினோபா நகரிலிருந்து எனக்குத் தெரிஞ்ச பழங்குடி மக்கள் கீழே வந்தாங்க. "மொழுக்கன்னு ஒருத்தன் காட்டுக்குள்ளே சந்தனக்கட்டை வெட்டிக்கிட்டு இருக்கான். அணைக்கு மேலே ஒரு எடத்துல அட்டி போட்டு வச்சிருக்கான்"னு சொன்னாங்க. ஈரோட்டுக்காரர் கனகராஜ் தோட்டத்தில கட்டை வெட்ட வந்த நாலுபேர் இருக்காங்கன்னும் தெரிஞ்சுது.

ஆளுங்க யாருன்னு பார்க்கலான்னு நாங்க நாலு பேரும் அங்க போனோம். கனகராஜ் வீட்டுக்கு முன்னாலேயே ஒரு புல்லட் மோட்டார் சைக்கிள் நின்னுது. அதைப் பார்த்துக்கிட்டு இருக்கும்போதே அங்கிருந்த நாலுபேரும் பாரஸ்டு பவுண்டரிப் பக்கமா வேகமா நடந்து போனாங்க. இதைப் பார்த்துட்டு நாங்க மூனு பேரும் ஓடிப்போய் ஆளுக்கு ஒருத்தரைப் புடிச்சுக்கிட்டோம்.

வீரப்பன் தம்பி அர்ஜுனன் மட்டும் தப்பிச்சு ஓடினான், அவனைத் தொரத்திக்கிட்டு ஓடின ஏழூரான் புழுதிக்காட்டில் கெடந்த மண்ணாங்கட்டியை எடுத்து வீசினான். அர்ஜுனன் நடுமுதுகிலேயே அடி விழுந்தது. ஆனாலும், அர்ஜுனன் தப்பித்து ஓடிட்டான். மீதி மூனு பேரையும் புடிச்சு, மணல் ஏத்திக்கிட்டுப் போன ஒரு லாரியில் வாணிப்புதூர் கொண்டாந்து சேர்த்தோம்.

நாகேந்திரன்

அங்கிருந்து டவுன் பஸ்சில் ஏத்தி சத்தியமங்கலம் கொண்டு போனேன். பழைய பஸ் ஸ்டாண்டில் இருந்த ஒரு பாய் பழக்கடையில் அவங்களை உக்கார வச்சேன். போன் பூத்தி லிருந்து ரேஞ்சர் சிதம்பரம் அய்யாவுக்கு போன் போட்டேன். "குண்டேரிப்பள்ளம் அணை யில் சந்தனக்கட்டை வெட்டி வெச்சிருக்கும் மூனு பேரைப் புடிச்சிருக்கேன்..."னு சொன்னேன்.

உடனே, தலைமலை ரேஞ்சர் மகபூப் பாஷா சார் ஜீப்பைக் *(TDQ-590)* குடுத்து, டிரைவர் குமாரசாமி கூட நாலு பேரை அனுப்பி வைத்தார். நாங்க எல்லோரும் சேர்ந்து, மூனு பேரையும் கொண்டுபோய் ரேஞ்சர்கிட்டே விட்டுட்டோம். மணி, முருகேசன் ரெண்டுபேர் மேலேயும் யானை அடுச்ச கேஸ் இருந்துச்சு. அதனாலே, அவங்களைத் தனியா லாக் அப்பில் வெச்சுட்டோம்.

சந்திரனை விசாரிச்சதில், "குன்றியத்தைச் சேர்ந்த ஆளுங்க நூறு பேர் சந்தனக் கட்டைகளைப் பொறுக்கியாந்து போட்டிருக்காங்க. நாலு டன் கட்டை லோடு ஏற்றத் தயாரா இருக்குதுன்னு சொன்னான். அங்கே வீரப்பன் உள்பட பத்து பேர் இருக்காங்கன்னு தெரிஞ்சுது. கட்டை ஏத்திக்கிட்டுப் போக நேத்து ராத்திரியே லாரியை வரச்சொல்லியிருந்தான். ஆனால் லாரி வர லேட்டாயிட்டது. அதனாலே, வெறும் லாரியை இங்கே நிறுத்துனா சந்தேகம் வரும். கோபி ஆர்ட்ஸ் காலேஜ் பக்கத்தில் லாரியை நிறுத்தச் சொல்லி சொன்னதாத் தகவல் சொன்னான். அதுக்கு பிறகு, மதியம் ஒரு மணிக்கு தலமலை ரேஞ்சர் வண்டியிலேயே எல்லோரும் கோபிக்குப் போனோம்.

சிதம்பரம் ஐயா கூட தலைமலை ரேஞ்சர் மகபூப் பாஷா, பாரஸ்டர்கள் ராமச்சந்திரன், சுப்பிரமணியம், கார்டு

அங்கப்பன், ரைட்டர் உதயராஜ் எல்லோரும் வந்தாங்க. போகும்போது, "அவங்க எல்லோர்கிட்டேயும் துப்பாக்கி இருக்குதுங்க சார்..."ன்னு சந்திரன் சொன்னான்.

அதுக்கு சிதம்பரம் சார் கொஞ்சம்கூட யோசிக்காம, "அவன் துப்பாக்கியை வச்சுக்கிட்டு என்னத்தப் புடுங்கப்போறான். லாரியோட சேர்த்து எல்லாக் கட்டைகளையும் பறிமுதல் செஞ்சுக்கிட்டு வரலாமுன்னு..." சொல்லிக்கிட்டே வந்தார்.

கோபியில் காலேஜ் ரோட்டில் நின்ன லாரியும் எடுத்துக்கிட்டு மூனு மணிக்குக் குண்டேரிப்பள்ளம் அணைக்குப் போயிட்டோம். கட்டைக்குக் காவலாகப் படுத்திருந்த குருநாதனை நான் புடிச்சேன், கொளந்தானை ராமச்சந்திரன் புடிச்சார். ரெண்டு பேரையும் புடிச்சு வச்சி விசாரித்ததில், மொழுக்கன் வட்டப்பாறையில் இருக்கிறான்னு தெரிஞ்சுது.

அந்த இடத்துக்குப் போக ஒரு மணி நேரத்துக்கும் மேலாகும். அதனாலே, பாரஸ்டர் ராமச்சந்திரன், "சார் இப்போ இந்தக் கட்டையையும் ஆளையும் கொண்டு போயிடலாம். நாளைக்குப் போலீஸ் பார்ட்டியோட மேலே போலாம் சார்..."ன்னு சொன்னார்.

"இதா பாரு ராமச்சந்திரா... உனக்குப் பயமா இருந்தா இங்கேயே இருந்து இவங்களைப் பார்த்துக்கோ. நான் மலை மேலே போயிட்டு வாரேன்"னு சிதம்பரம் சார் சொன்னார்.

அதுக்குப் பிறகு, பாரஸ்டர் ராமச்சந்திரன், கார்டுகள் சுப்ரமணியம், அங்கப்பன், கணேசன், நாகராஜன், நான் எல்லோரும் வட்டப் பாறைக்குப் போனோம். அப்போ, கார்டு அங்கப்பனுக்குத் தண்ணீர்த் தாகம் எடுத்துட்டுது. அணையின் கிழக்குப் பக்கம் இருந்த ஈரோட்டுக்கவுண்டர் தோட்டத்துக் கெணத்துக்குப் போனோம். அங்கபோயித் தண்ணி குடிச்சிட்டு அப்படியே குறுக்கு வழியில் மலை மேலே ஏறினோம்.

மலைக்கு மேலே போய்ப் பார்க்கும்போது ஒரு பாத்திரத்தில் சாப்பாடு தயாரா இருந்தது, இன்னொரு அலுமினியச் சட்டியில் தக்காளிப்பழம் வெட்டிப்போட்ட சாம்பார் கொதிச்சுக்கிட்டு இருந்தது. அன்னபூரணா மசால்பொடிப் பொட்டலம் நெறையா இருந்தது, மான் கறி வெட்டிக் காயப்

போட்டிருந்தாங்க. முட்டைப் பொரியல் ஒரு பாத்திரத்தில் இருந்தது. இதையெல்லாம் அடிச்சு, உடைச்சு, மண்ணில் போட்டு மூடிக்கிட்டு இருந்தோம்.

அப்போவே கீழே ரேஞ்சர் சார் இருந்த இடத்திலிருந்து ஈடு எழும்புச்சு, பத்து நிமிஷம் போனதும் இன்னொரு ஈடு எழும்புச்சு. வீரப்பன் ஆளுங்க வெச்சிருந்த ரெண்டு நாட்டுத் துப்பாக்கியையும் ரேஞ்சர் சார் அன்லோடு செய்யச் சொல்லியிருப்பார். நிலத்தைப் பார்த்து சுட்டிருப்பாங்கன்னு நெனைச்சுகிட்டே நாங்க ஆறுபேரும் கீழே இறங்கி வந்தோம்.

ஆறு மணிக்குப் பக்கமா அங்கே வந்து சேர்ந்தோம். மண் எடுத்துக்கிட்டுப் போக வந்திருந்த ஜனங்கள் நெறையப்பேர் சுத்திலும் நின்னுக்கிட்டு இருந்தாங்க. நடுவில சிதம்பரம் அய்யா நெஞ்சில் குண்டுக்காயத்துடன் பொணமாக் கிடந்தார்.

சத்தியமங்கலத்தில் இருந்து டி.எப்.ஓ பாலாஜி, கோபியிலிருந்து இன்ஸ்பெக்டர் பொன்.சந்திரசேகர், சத்தி எஸ்.ஐ. லட்சுமணசாமி எல்லோரும் வந்து சேரவே ஏழு மணிக்கு மேலாயிட்டுது. சட்டப்படி உயரதிகாரிகள் வந்து பார்த்து, காலையில்தான் பாடியை இங்கிருந்து எடுக்கமுடியுமுன்னு சொன்னாங்க.

"இது யானைகள் தண்ணீர் குடிக்கவரும் பாதை, இனிமேல் இங்கே இருக்கறது நல்லதில்லை..."ன்னு சொன்னேன். உடனே போலீசாரும், ஏதோ பேசினாங்க.

எஸ்.ஐ.லட்சுமணசாமிதான், "சிதம்பரம் சார் பாடியை இங்கிருந்து எடுத்துக்கிட்டுப் போனாத்தானே சார் சிக்கல். குண்டடிபட்ட சிதம்பரம் சார் உயிருக்கு போராடிக் கொண்டிருந்தார். அவரைக் காப்பாற்றும் நோக்கில் மருத்துவமனைக்குக் கொண்டுபோனோம். போற வழியிலேயே உயிர் போயிட்டுதுன்னு சொல்லிக் கேசை எழுதிருவோம். அப்படியே பாடியை மார்ச்சுவரிக்கு அனுப்பலாம்"ன்னு சொன்னார்.

அதன்படியே நாங்கள் சிதம்பரம் சார் பாடியை அங்கிருந்து எடுத்துக்கிட்டு கோபி கொண்டு வந்து சேர்த்தோம்" என்றார்.

இந்த வழக்குத் தொடர்பாக விசாரணை மேற்கொண்ட

எஸ்.ஐ.லட்சுமணசாமி

லட்சுமணசாமி தற்போது, DSP ஆகப் பணியாற்றி ஓய்வு பெற்றுள்ளார். "ரேஞ்சர் சிதம்பரத்தைக் கொலை செய்த வீரப்பன் சுல்தான் பத்தேரி சந்திரனைக் கூட்டிக்கொண்டு போய் விட்டான். அதே ஆண்டு தீபாவளி அன்னைக்கு இரவு நானும், ரேஞ்சர் பத்ரசாமியும், செங்கப் பாடிக்குப் போனோம்.

வீரப்பன் வீட்டுக்கு நாங்க போகும்போதே அர்ஜுனன் தப்பி ஓடிட்டான். சந்திரனை மட்டும் புடுச்சுக்கிட்டு வந்தோம். அவனை வச்சுத்தான், மற்ற ஆளுங்களை எல்லாம் கைது பண்ணினோம். அந்த நேரத்தில், கர்நாடகப் போலீஸ் இன்ஸ்பெக்டர் சோமசேகர ரெட்டி வீரப்பன் குடும்பத்துக்கு ஆதரவாக இருந்தார். அங்கிருந்த எந்தப் போலீசாரும் எங்களுக்கு எந்த உதவியும் செய்யவில்லை" என்கிறார்.

****

45

சிதம்பரம் போட்ட பொய் வழக்கு

சத்தியமங்கலம் ரேஞ்சர் சிதம்பரத்துக்கும், வீரப்பனுக்கும் அறிமுகமும் இல்லை, தொடர்பும் இல்லை. சொல்லப் போனால், சத்தியமங்கலம் வன எல்லையில் வீரப்பன் மீது வழக்குமில்லை. தனக்கு முன்பின் பழக்கமில்லாத ஒரு வனத்துறை அதிகாரியை வீரப்பன் எதற்காகச் சுட்டுக் கொன்றார். இதற்கு வீரப்பன் கூறிய விளக்கம் சற்று விரிவானது.

கோட்டைக்காடு குப்புசாமி மகள் சீர் நடந்தபோது வீரப்பனின் அண்ணன் மாதையன் உள்ளிட்ட ஐந்துபேரை சாம்ராஜ்நகர் டி.சி.எப். ஸ்ரீநிவாஸ் பிடித்துக்கொண்டு போகிறார். அவர்கள் எங்கே இருக்கின்றனர் என்பது தெரியவில்லை. இதையடுத்து பெங்களூர் உயர்நீதி மன்றத்தில் ஆள்கொணர்வு மனு போடப்படுகிறது. அதன் பிறகே தமிழ்நாட்டில் உள்ள தலைமலை ரேஞ்சில் யானை வேட்டை ஆடியதாக கூசமாதையன் உள்ளிட்ட ஐவர் மீது ரேஞ்சர் சிதம்பரம் பொய் வழக்குப் போடுகிறார்.

இந்தச் செய்தியைத் தெரிந்த வீரப்பன் சத்தியமங்கலம் காட்டில் தங்கியிருந்த நேரத்தில் ரேஞ்சர் சிதம்பரம் எப்படிப்பட்டவர் என்று விசாரிக்கிறார். ரேஞ்சர் சிதம்பரம் கடத்தல்காரர்களிடம் பரிவு காட்டாதவர். அவரைப் பற்றி கருத்துச் சொன்ன எல்லோருமே "சிதம்பரம் மோசமானவர், கண்ணு, மண்ணுத் தெரியாமல் அடிப்பார். அவருகிட்டே சிக்கினால் போச்சு. தோலை உரிச்சுக் காயப் போட்டுருவார்" என்றே சொல்கின்றனர்.

இதனால் சிதம்பரம் கொடூரமானவர் என்ற முடிவுக்கு வீரப்பன் வருகிறார். எதிர்பாராத இந்த நேரத்தில், வீரப்பனின் சந்தனக் கட்டை லாரியையும், இரண்டு கூட்டாளிகளையும் சிதம்பரம் பிடிக்கிறார். அவர்களை மீட்க வந்த வீரப்பன்,

நேருக்கு நேரராக ரேஞ்சர் சிதம்பரத்தைப் பார்க்கிறார். தன்னுடைய உறவினர்கள் மீது பொய் வழக்குப் போட்டதற்காக அவரைச் சுட்டுக் கொல்கிறார்.

சிதம்பரம் ரேஞ்சர் கொலை வழக்கில் வீரப்பன், அர்ஜுனன், ஆண்டியப்பன், குருநாதன், கொளந்தான், துரைசாமி, பால்ராஜ், கோவிந்தன் ஆகியோர் தொடர்புடையதாக முதல் தகவல் அறிக்கையில் பதியப்பட்டுள்ளது. சிதம்பரம் கொலை செய்யப்பட்ட இடத்தில், வீரப்பனின் அண்ணன் கூசமாதையன் இல்லை. இவருக்கும் இந்த வழக்குக்கும் தொடர்பே இல்லை.

யானை வேட்டையாடியதாக ரேஞ்சர் சிதம்பரத்தால் போடப்பட்ட வழக்கிலிருந்து மாதையன் பிணையில் வந்து ஒரு மாதமே ஆகியிருக்கும். மாதையன் பிணையில் வந்தது கூட வீரப்பனுக்குத் தெரியாது. அதற்குள்ளாகவே சிதம்பரம் கொலை செய்யப்படுகிறார்.

32 ஆண்டுகளாக சிறையில் இருந்த கூசமாதையன், வயது மூப்பின் காரணமாகவும், உடல்நலக்குறைவாலும் 2022, மே மாதம், சிறையிலேயே உயிரிழந்தார். அதே ஆண்டு, நவம்பர் மாதம் ஆண்டியப்பன், பெருமாள் இருவரும் தமிழ்நாடு அரசால் விடுதலை செய்யப்பட்டனர்

தனக்கு வேண்டாதவர்களை வீரப்பனின் பெயரைச் சொல்லி மிரட்டுவது. அடங்காதவர்களைக் கொலை செய்யத் தூண்டுவது, வீரப்பனைத் தேடி வரும் அதிகாரிகளைச் சரிக்கட்டுவது. வக்கீல் வைத்து அதிகாரிகளுக்குத் தொல்லை கொடுப்பது எனப் பலவகையிலும் வீரப்பனை இயக்கியவர் கூசமாதையன். இவரை உள்ளே தள்ளினால் மட்டுமே வீரப்பனை அடக்க முடியும் எனக் கர்நாடக வனத்துறைஅதிகாரிகள் முடிவு செய்தனர்.

அதற்காகவே சிதம்பரம் கொலை வழக்கில் கூசமாதையனையும் குற்றவாளியாகச் சேர்க்க ஏற்பாடு செய்தனர். இந்த வழக்கு பங்களாபுதூர் காவல் நிலையத்திலிருந்து 14.3.1988 இல் ஈரோடு CBCID-க்கு மாற்றப்பட்டது. பிறகு, CBCID-யில் உள்ள OCI பிரிவு விசாரணை மேற்கொண்டது. CBCID-க்கு மாற்றப்பட்ட பிறகே A-9 பெருமாள், A-10 மாதையன்

இருவரும் குற்றவாளிகளாகச் சேர்க்கப்பட்டனர்.

சத்தியமங்கலம் காட்டில் யானை வேட்டையாடிய கூசமாதையனை ரேஞ்சர் சிதம்பரம் கைது செய்து சிறையில் அடைக்கிறார், அதற்காகச் சிதம்பரத்தைப் பழி வாங்கவேண்டும் என்று தம்பி வீரப்பனைத் தூண்டி விட்டுள்ளார். இதனாலேயே வீரப்பன் ரேஞ்சர் சிதம்பரத்தைச் சுட்டுக் கொன்றுள்ளார் என்று கூசமாதையனுக்கு எதிராக சி.பி.சி.ஐ.டி போலீசார் வழக்குத் தொடர்ந்தனர்.

போலீசாரால் சொல்லப்பட்ட காரணம் மிகச் சரியாக இருந்ததால், மாதையனுக்கு வாழ்நாள் தண்டனை கிடைத்தது. இந்த வழக்கில் கைது செய்யப்பட்ட மாதையன், ஆண்டியப்பன், பெருமாள் மூவரும் முப்பது ஆண்டுகளுக்கும் மேலாகச் சிறையில் இருக்கின்றனர்.

இது கொலை வழக்காக மட்டுமே இருந்திருந்தால் இவர்களுக்குப் பத்தாண்டுகளில் தண்டனைத் தளர்வு கிடைத்திருக்கும். இருபது ஆண்டுகளுக்கு முன்பே விடுதலை செய்யப் பட்டிருப்பர். செத்துப்போன சிதம்பரத்தின் கழுத்திலிருந்த தங்கச்சங்கிலி, அவர் சட்டைப் பையிலிருந்த பணம். இன்னொரு ரேஞ்சரான மகபூப் பாஷாவின் கடிகாரம், எழுத்தர் உதயராஜ் வைத்திருந்த சம்பளப் பணத்தையும் வீரப்பன் ஆட்கள் பிடுங்கிக்கொண்டு சென்றுள்ளனர். கொலையுடன், சேர்த்துக் கொள்ளை, கூட்டுக்கொள்ளை, தடை செய்யப்பட்ட ஆயுதங்களைப் பயன்படுத்தியமை எனப் பல சட்டப்பிரிவுகள் சேர்க்கப்பட்டுள்ளன. அதனால் வீரப்பன் கூட்டாளிகளுக்குத் தண்டனைத் தளர்வு கிடைக்க வழியே இல்லாமல் போனது.

காட்டு விலங்குகளைப் பாதுகாக்க வேண்டும் என்ற எண்ணம் கொண்ட டி.சி.எப்.ஸ்ரீநிவாஸ், ரேஞ்சர் சிதம்பரமும் மிகச் சிறந்த வனத்துறை அதிகாரிகள். சுற்றுச்சூழல், பல்லுயிர் பெருக்கம் குறித்த விழிப்புணர்வு இல்லாத காலத்திலேயே இந்த இரு அலுவலர்களும் காட்டையும், காட்டு விலங்குகளையும் பாதுகாக்கக் கடுமையாகப் போராடியுள்ளனர் என்பதை இங்கே அவசியம் பதிவு செய்ய வேண்டியுள்ளது.

அதேநேரம், ரேஞ்சர் சிதம்பரம் எதற்காகக் கர்நாடக மாநில வன அலுவலரான டி.சி.எப். ஸ்ரீநிவாஸுக்கு

ஆதரவாகச் செயல்பட்டார்...? கர்நாடகத் தமிழரான வீரப்பன் குடும்பத்தினர் மீது எப்படிப் பொய் வழக்கு போட்டார்...? ஒரு மாநிலத்தைச் சேர்ந்த அதிகாரிகளுக்குள் வேண்டுமானால் ஒருவர் பிடித்துக் கொடுக்கும் ஆள் மீது இன்னொருவர் பொய் வழக்குப் போடுவது இயல்பு. நேர்மையான அதிகாரியான சிதம்பரமும் இப்படி நடந்துகொள்ள மிக முக்கியமான காரணம் ஏதாவது இருக்கவேண்டும். அதை அறிந்துகொள்ள நான் தமிழ்நாடு வனத்துறையினர், சிதம்பரம் குடும்பத்தாரிடம் விசாரித்தேன்.

சாம்ராஜ்நகர் டி.சி.எப். ஸ்ரீநிவாஸுக்கு ஆதரவாகச் சிதம்பரம் நடக்க வேண்டிய அளவுக்கு அவசியமான ஒரு நிகழ்வு நடந்துள்ளது. இதைப்பற்றித் தெரிந்துகொள்ள நாம் சற்றுப் பின் நோக்கிச் செல்லவேண்டும்.

1984 ஆம் ஆண்டு மே மாதம் 02 ஆம் தேதி மாலை நான்கு மணி, சத்தியமங்கலம் வன அலுவலகத்திற்கு சாம்ராஜ்நகர் மாவட்ட வன அலுவலகத்திலிருந்து தந்தி வந்தது. அதில், கோரமடுவுத்தொட்டிப் பகுதியைச் சேர்ந்த யானை வேட்டைக்காரர்கள் ஐம்பதுக்கும் மேற்பட்டோர் ஆசனூர் காட்டுக்கு வேட்டைக்குச் சென்றுள்ளனர். யானை வேட்டையை முடித்துக்கொண்டு இன்று இரவு தமிழ்நாடு-கர்நாடகா எல்லையிலுள்ள காரப்பள்ளம் வழியாக கோரமடுவுத்தொட்டிக்குத் திரும்புகின்றனர்.

இரவு ஏழு மணிக்கு நாங்கள் காரப்பள்ளம் காட்டுக்கு வந்து விடுவோம். நீங்களும் உங்கள் எல்லைக்கு வந்து விடுங்கள். கோரமடுவுத்தொட்டியைச் சேர்ந்த யானை வேட்டைக் காரர்களைப் பிடிக்கவேண்டும்.." என்று அந்த தந்தியில் தெரிவித்திருந்தனர்.

இதைப் பார்த்ததும் சத்தியமங்கலம் ரேஞ்சர் சுருளிவேல் தன்னுடன் இருந்த கார்டு, வாட்சர்கள் ஆறு பேரைக் கூட்டிக்கொண்டு மாநில எல்லையான காரப்பள்ளத்திற்குக் கிளம்பினார். இரவு ஏழு மணிக்குத் தமிழ்நாடு வனத்துறை அலுவலர்கள் குறிப்பிட்ட இடத்துக்குச் சென்று விட்டனர்.

ஆனால் கர்நாடக வனத்துறையினர் அந்த இடத்துக்கு வந்து சேரவில்லை. தந்தியில் சொல்லியிருந்ததைப் போலவே,

காரப்பள்ளம் வழியாக ஐம்பதுக்கும் மேற்பட்ட கடத்தல் காரர்கள் வரிசையாக வந்தனர். ஒவ்வொருவர் கையிலும், துப்பாக்கி அல்லது யானைத் தந்தம் இருந்தது.

கடத்தல்காரர்களைவிடத் தமிழ்நாடு வனத்துறை அதிகாரிகள் எண்ணிக்கையில் குறைவாக இருந்தனர். இருந்தாலும் தங்களிடம் இருந்த நான்கு துப்பாக்கிகளைக் காட்டி, மிரட்டி அவர்களைப் பிடிக்க முயன்றனர்.

கடத்தல்காரர்கள் முதலில் தப்பிப்பதற்காகத் தமிழ்நாட்டு அதிகாரிகள் மீது கற்களை வீசினர். அடிகளை வாங்கிக்கொண்டே கடத்தல்காரர்களை நெருங்கிச் சென்றுள்ளனர். கனமான தந்தங்களுடன் இருந்த கடத்தல்காரர்களால் ஓட முடியவில்லை. தப்பிக்க வழியில்லாத நிலையில், தங்களிடம் இருந்த நாட்டுத் துப்பாக்கியால் தமிழ்நாடு வனத்துறை அதிகாரிகள் மீது சுட்டுள்ளனர். பதிலுக்குத் தமிழ்நாடு வனத்துறையினரும் கடத்தல்காரர்கள் மீது திருப்பிச் சுட்டனர்.

இருதரப்பிலும் ஏற்பட்ட இந்தத் துப்பாக்கிச் சூட்டில், கோரமடுவுத்தொட்டியைச் சேர்ந்த முத்தே கவுடா, அவருடைய மகன் ரங்கசாமி என இருவர் உயிரிழந்தனர்.

இந்த இரு உயிர்களே ரேஞ்சர் சிதம்பரம், டி.சி.எப். ஸ்ரீநிவாஸ் என இருவருக்கும் எமனாக மாறியது.

*****

46

டி.சி.எப்.ஸ்ரீநிவாசன்-ரேஞ்சர் சிதம்பரம் தொடர்பின் பின்னணி

எண்ணிக்கையில் அதிகமாக இருந்த கடத்தல்காரர்கள் தமிழ்நாடு வனத்துறையினர் மீது எதிர்த் தாக்குதல் நடத்தினர். உயிருக்குப் பயந்த தமிழ்நாடு வனத்துறையினர் ஏழு பேரும் ஆளுக்கு ஒரு பக்கமாகத் தப்பியோடினர். வழி தெரியாமல் பிரிந்து போன ஏழு பேரும் இரண்டு மணி நேரத்துக்கும் மேலாக அங்கிருந்த பாறைக் குழிகளில் ஒளிந்திருந்தனர். நிலா வெளிச்சம் வந்த பிறகே வெளியே வந்தனர்.

கோரமடுவுத்தொட்டி

சத்தியமங்கலம் - சாம்ராஜ்நகர் சாலையில் லாரிகள் போகும் சத்தம் கேட்டது. அதை வைத்து சாலை உள்ள திசையைக் கண்டுபிடிக்கின்றனர். இரவு 1.00 மணிக்குப் பிறகு ஒவ்வொருவராகச் சாலைக்கு வந்தனர். அந்த வழியாக வந்த போக்கு லாரிகளைப் பிடித்து இரண்டு பேரும், நடந்தே மூன்று பேரும் ஆசனூர் வனத்துறை அலுவலகத்துக்கு வந்து சேர்ந்தனர்.

வழி தெரியாமல் காட்டுக்குள் சிக்கியிருந்த ரேஞ்சர் சுருளிவேல் நன்றாகப் பொழுது விடிந்த பிறகே வெளியே வந்தார். ஜீப் இருந்த இடத்தைக் கண்டுபிடித்து, வண்டியை எடுத்துக் கொண்டு ஆசனூர் வருகிறார். அப்போதும் சிவமல் என்ற கார்டு ஒருவர் வந்து சேரவில்லை.

தமிழ்நாடு வனத்துறையினரால் சுட்டுக்கொல்லப்பட்ட இருவரின் உடலையும் தூக்கிய கடத்தல்காரர்கள் கோரமடுவுத் தொட்டிக்குச் செல்கின்றனர். ஒரு பகுதி கடத்தல்காரர்கள் ஒரு லாரியை எடுத்துக் கொண்டு சாம்ராஜ் நகருக்குச் சென்றனர். வழியெங்கும் உள்ள ஊர்களில் எல்லாம் முத்தே கவுடாவும், ரங்கசாமியும் கொல்லப்பட்ட செய்தியைச் சொல்லிக் கொண்டே சென்றனர். ஆங்காங்கே சாலை மறியல் ஆரம்பமானது. சாம்ராஜ்நகர் சென்று கடத்தல்காரர்கள் தங்களுக்கு வேண்டிய வழக்குரைஞர்களைப் பார்த்து ஆலோசனை செய்தனர்.

"நாங்கள் அப்பாவி விவசாயத் தொழிலாளிகள். இரவு தமிழ்நாடு வனத்துறை அதிகாரிகள் வந்தனர். "யானைக் கொம்பு, சந்தனக் கட்டையெல்லாம் யார் வீட்டில் உள்ளது" என்று ஊர் மக்களிடம் கேட்டனர். எங்க ஊர்க்காரரர்கள் சிலரை விசாரணைக்கு கூட்டிப்போக வேண்டும் என்றனர். "எங்க ஊர் போலீசார் இல்லாமல் நாங்கள் விசாரணைக்கு வரமாட்டோம்" என்று சொன்னோம். ஆத்திரத்தில், வீட்டில் படுத்திருந்த எங்க ஊர் மக்கள் மீது தமிழ்நாடு வனத்துறையினர் துப்பாக்கியில் சுட்டனர். இதில் முத்தேகவுடா அவருடைய மகன் ரங்கசாமி என இருவர் கொல்லப்பட்டு விட்டனர்" என சாம்ராஜ்நகர் கிழக்கு காவல் நிலையத்தில் ஒரு புகார் கொடுத்துள்ளனர்.

எளிதில் உணர்ச்சி வசப்படும் கர்நாடக மக்கள் உண்மை என்ன என்று தெரிந்து கொள்ளாமல் சாலை மறியலில் ஈடுபட்டனர். சுட்டுக் கொல்லப்பட்ட இருவரும் அந்தப் பகுதியில் பெரும்பான்மையாக உள்ள சமூகத்தைச் சேர்ந்தவர்கள். நள்ளிரவு நேரத்திலும், சாம்ராஜ்நகர் பரபரப்பானது. புளிஞ்சூர், கோழிப்பாளையம், கும்பாரக்குண்டி, சிக்கோலா போன்ற ஊர்களில் சாலை மறியல் நடந்தது. மைசூரில் இருந்து

கூடுதலாகப் போலீஸார் வரவழைக்கப்பட்டனர்.

தமிழ்நாடு வனத்துறையினர் மீது புகார் பதிவு செய்த கர்நாடகப் போலீசார், இரவோடு இரவாகக் கோரமடுவுத்தொட்டிக்கு வந்தனர். சுட்டுக் கொல்லப்பட்ட இருவரின் உடல்களையும், உடற்கூறு ஆய்வுக்காக சாம்ராஜ்நகர் அரசு மருத்துவமனைக்கு அனுப்பினர். பிறகு தாளவாடி காவல் நிலையத்துக்குச் சென்றனர். அங்கிருந்த ஆய்வாளர் மணியைச் சந்திக்கின்றனர். தமிழ்நாடு வனத்துறை அதிகாரிகளை விசாரிக்க வேண்டும் என்று சாம்ராஜ்நகர் போலீசார் சொல்கின்றனர். அதிகாலை நேரத்திலேயே கர்நாடகப் போலீஸ் அதிகாரிகள் சத்தியமங்கலத்தை நோக்கிக் கிளம்பினர்.

காலை ஏழு மணிக்கு ரேஞ்சர் சுருளிவேல் ஜீப்பை எடுத்துக்கொண்டு ஆசனூர் வனச்சரக அலுவலகம் வந்து விடுகிறார். அப்போதும் சிவமல் என்ற கார்டு ஒருவர் வந்து சேரவில்லை. சிவமல் தாளவாடி மலைப்பகுதியைச் சேர்ந்தவர். இந்த மலைப்பகுதி முழுவதையும் நன்கு தெரிந்தவர். எப்படியும் வழி கண்டுபிடித்து வந்து விடுவார் என்று எல்லோரும் முடிவு செய்தனர்.

“நாங்கள் கிளம்புகிறோம். சிவமல் வந்தால் சத்தியமங்கலம் வரச்சொல்” என்று அங்கிருந்த ஊழியர்களிடம் சொல்லிவிட்டு மற்ற ஆறுபேரும் ஜீப்பை எடுத்துக் கொண்டு கிளம்பினர். கேர்மாளம், நாகரனை, திம்பம் பகுதிகளுக்குச் சென்றனர். அங்குள்ள வனத்துறை சோதனைச் சாவடியில் பணியாற்றும் ஊழியர்களுக்கு ரேஞ்சர் சுருளிவேல் சம்பளம் கொடுக்கிறார். எட்டு மணிக்கு சத்தி நோக்கித் திரும்புகிறார்.

சாம்ராஜ்நகர் போலீசார் காலை எட்டு மணிக்கு சத்தியமங்கலம் வனத்துறை அலுவலகத்திற்கு வந்து சேர்ந்தனர். நேற்று இரவு காரப்பள்ளம் பகுதிக்கு ரேஞ்சர் சுருளிவேல் ரெய்டுக்குச் சென்றுள்ளார். போனவர்கள் இன்னும் திரும்பி வரவில்லை என்ற செய்தி கிடைத்தது. கோரமடுவுத்தொட்டி மக்கள் மீது துப்பாக்கிச் சூடு நடத்தியவர்கள் யார் என்பது தெரிகிறது.

ஆசனூர் வனத்துறை அலுவலகத்தில் இருப்பார்கள் அல்லது திம்பம் மலைப்பாதையில் திரும்பி வருவார்கள். வரும்

வழியிலேயே மடக்கி விடலாம் என்ற எண்ணத்தில் கர்நாடகப் போலீசார் மீண்டும் ஆசனூர் மலை மீது ஏறிக்கொண்டிருந்தனர்.

காலை பத்து மணிக்கு திம்பம் வனத்துறை சோதனைச் சாவடியில் கர்நாடகப் போலீசாரும், தமிழ்நாடு வனத்துறை யினரும் நேருக்கு நேர் சந்திக்கின்றனர். "நேற்று இரவு நீங்கள் நடத்திய துப்பாக்கிச் சூட்டில், இரண்டு பேருக்குச் சிறிய அளவில் காயம் ஏற்பட்டுள்ளது. ரெண்டுபேரும் சாம்ராஜ்நகர் மருத்துவமனையில் சிகிச்சையில் இருக்கின்றனர். இதுகுறித்து எங்களுக்குப் புகார் வந்துள்ளது. அதைப்பற்றி விசாரணை செய்ய வேண்டியுள்ளது. அதற்காகத் தாளவாடி இன்ஸ்பெக்டர் மணியைக் கூட்டிக்கொண்டு வந்துள்ளோம். நீங்கள், சாம்ராஜ்நகர் காவல் நிலையத்துக்கு வரவேண்டும். என்ன நடந்தது என்பது குறித்து உங்கள் வாய்மொழி அறிக்கையை (வாக்குமூலத்தை) எழுதிக் கொடுத்துவிட்டு வந்து விடலாம்" என்று சாம்ராஜ்நகர் காவல் ஆய்வாளர் சுதாகர் சொல்கிறார்.

"எங்களோடு ரெய்டுக்கு வந்த சிவமல் என்ற கார்டு ஒருவரைக் காணவில்லை. அவரும் வரட்டும். அதற்குள்ளாக நாங்களும், எங்களுடைய உயரதிகாரிகளைச் சந்தித்துப் பேசிவிடுகிறோம். குளித்து, சாப்பிட்டுவிட்டு மதியத்திற்கு மேலாக சாம்ராஜ்நகர் வருகிறோம்..." என்று ரேஞ்சர் சுருளிவேல் கூறினார்.

"சார் நீங்க நினைக்கிற மாதிரி இது பெரிய பிரச்சனையில்லை, போனதும் வந்திடலாம் வாங்க..." என்று வனத்துறை அலுவலர்களை வற்புறுத்தியுள்ளனர். அவர்களுடன் வந்திருந்த தாளவாடி இன்ஸ்பெக்டர் மணியும், ரேஞ்சர் சுருளிவேலை வற்புறுத்திக் கூட்டிக்கொண்டு போகிறார். ஆசனூர் காவல்நிலையம்வரை வனத்துறை அதிகாரிகளுடன் இன்ஸ்பெக்டர் மணியும் வந்துள்ளார். அங்கே எல்லோருக்கும் தேநீர் வாங்கிக் கொடுத்துள்ளார்.

"சார், நீங்க முன்னாலே போங்க. நான் எஸ்.பி.க்கு ஒரு கடிதம் அனுப்பவேண்டும். கோர்ட்டு டியூட்டிக்குப் போகும் ஏட்டு இப்போ கிளம்பிடுவார். அவர்கிட்டே அந்தக் கடிதத்தை எழுதிக் குடுத்திட்டு, பின்னாலேயே ஜீப்பை எடுத்துக்கிட்டு நகரத்துக்கு (சாம்ராஜ்நகரம்) வந்துடறேன்" என்றார்.

ரேஞ்சர் சுருளிவேல்

சத்தியமங்கலம் ரேஞ்சர் உள்ளிட்ட ஆறு பேரையும் கர்நாடகக் காவல் துறையினரோடு அனுப்பிவிட்டு, இவர் ஆசனூரிலேயே கழன்று கொண்டார். தமிழ்நாடு எல்லையான காரப்பள்ளம்வரை கர்நாடகப் போலீசார் பிரச்சனை செய்யாமல் சென்றனர். அவர்களின் எல்லைக்குள் போனதுமே நடவடிக்கை மாறியது. வழக்கத்துக்கு மாறாக புளிஞ்சூரில் போலீசார் குவிக்கப்பட்டிருந்தனர். நான்கைந்து கர்நாடகக் காவல்துறை வண்டிகள் நின்றன.

அந்த வண்டிக்குப் பக்கத்தில் கொண்டுபோய் தமிழ்நாடு வனத்துறையினர் வண்டியை நிறுத்தினர். அங்கே நின்று கொண்டிருந்த இரண்டு கர்நாடகப் போலீசார், தமிழ்நாடு வனத்துறையினர் சென்ற வண்டியில் ஏறினர். ஓட்டுநரை இறங்கிப்போய், "அந்த வண்டியில் ஏறு..." என்று உத்தர விட்டனர். அதற்கு ஓட்டுநர் எதிர்ப்பு தெரிவிக்கிறார். அவர் வலுக்கட்டாயமாக இறக்கி விடப்படுகிறார்.

தமிழ்நாடு வனத்துறையின் வண்டியைக் கர்நாடகப் போலீசார் எடுத்துக் கொண்டனர். போகப் போகக் கர்நாடகப் போலீசாரின் நடவடிக்கைகள் முற்றிலும் மாறின. சாம்ராஜ்நகர் காவல்நிலையம் போனதும், தமிழ்நாடு அதிகாரிகள் கொலைக் குற்றவாளிகள் ஆக்கப்பட்டனர். கைது செய்யப்பட்டு, அவர்கள் தரையில் உட்கார வேண்டிய நிலை வந்தது.

சாம்ராஜ்நகர் ஆய்வாளர் சுதாகர், உதவி ஆய்வாளர் மல்லேஷ் இருவரும் தமிழ்நாடு வனத்துறை அதிகாரிகளுக்குத் தண்டனை வாங்கிக் கொடுக்காமல் விடமாட்டோம் என்று சபதம் போட்டனர்.

சாம்ராஜ்நகர் போலீசார் தமிழ்நாடு வனத்துறை அதிகாரிகளை, மூன்றாம் தரக் குற்றவாளிகளைப் போல நடத்தினர்.

*****

47

வழக்கில் தப்பிய சிவமல்

காலை எட்டுமணிவரை நன்றாகத் தூங்கிய சிவமல், அதற்குப் பிறகு எழுந்து பக்கத்திலிருந்த ஓர் ஓடைக்குச் சென்று பல் விளக்கி முகம் கழுவினார். முதல் நாள் துப்பாக்கிச் சூடு நடந்த இடத்திற்குப் போனார், யானைத்தந்தம், துப்பாக்கி எதுவும் கீழே கிடக்கிறதா...? என்று தேடினார். ஒன்றும் இல்லாமல் போனதால், அங்கிருந்து நடந்தே காலை பத்து மணிக்கு ஆசனூர் வனத்துறை அலுவலகத்துக்கு வந்து சேர்ந்தவர், அங்கிருந்து பேருந்து மூலம் சத்தியமங்கலம் போனார்.

தாளவாடி போலீஸ் இன்ஸ்பெக்டருடன் சென்ற தமிழ்நாடு வனத்துறை அதிகாரிகள் ஆறுபேரும் கைது செய்யப்பட்டுள்ளனர். சாம்ராஜ்நகர் போலீசார் இவர்கள் மீது கொலை வழக்குப் பதிவு செய்துள்ளனர் என்ற செய்தி அன்று இரவு தமிழ்நாடு வனத்துறை அதிகாரிகளுக்குத் தெரிந்தது.

சாம்ராஜ்நகர் கிழக்குக் காவல் நிலையம்

"**சா**ம்ராஜ்நகர் போலீசார் என்னையும் தேடிக்கிட்டு வந்தாங்கன்னு தெரிஞ்சுது என்ன செய்யறதுன்னே புரியலை. இங்கிருந்த அதிகாரிகள் யாரும் எனக்கு உதவி செய்கிற மாதிரித் தெரியல. அடுத்தநாள் நேரா சேலம் போனேன், வீட்டிலிருந்த சிதம்பரம் ஐயாவைப் பார்த்தேன். அப்போ அவர் சேலம் சோசியல் பாரஸ்ட் விங்கில் இருந்தார். எங்கிட்டே நடந்த எல்லா விவரத்தையும் கேட்டார். என்னை அவருடைய வீட்டிலேயே இருக்கச் சொல்லிட்டு, உடனே சாம்ராஜ்நகரத்துக்குப் போனார். அங்கிருந்த டி.சி.எப். ஸ்ரீநிவாஸ் சாரைச் சந்தித்துப் பேசிட்டு, ரெண்டு நாள் அங்கே இருந்தார்.

மைசூர் சிறையிலிருந்த எங்க டிபார்ட்மெண்ட் ஆளுங்களைப் பார்த்துப் பேசி, அவங்களுக்கு வேண்டிய உதவிகளைச் செய்து குடுத்திருக்கார். ஒரு வக்கீலையும் ஏற்பாடு செஞ்சிட்டுத்தான் ஊருக்குத் திரும்பினார். என்னைக் கொஞ்ச நாள் தன்னுடைய வீட்டிலேயே இருக்கச்சொன்னார். எனக்கு முன்ஜாமீன் வாங்கும் வேலையில் இறங்கினார்.

சாம்ராஜ்நகர் பாரஸ்ட் ஆபீசில் இருந்து வந்த தந்தி, தமிழ்நாடு-கர்நாடக பாரஸ்ட் டிபார்ட்மெண்ட் ஜாயின்ட் ஆப்ரேசன் நடத்திய விவரம், சாம்ராஜ் நகரத்தில் கோரமடுவுத்தொட்டி கடத்தல்காரர்கள் மேலே உள்ள கேஸ் விவரம், இன்னும் கேஸுக்குத் தேவையான ஆதாரங்களை எல்லாம் டி.சி.எப்.ஸ்ரீநிவாஸ் சார் மூலமாக வாங்கினார். அதையெல்லாம் எங்க வக்கீல்கிட்டே குடுத்துத்தான் மைசூர் கோர்ட்டில் எனக்கு முன் ஜாமீன் கெடச்சுது.

ரேஞ்சர் சுருளிவேல் சாருக்கு மூன்று மாசத்துக்குப் பிறகு, உடல் நிலையைக் காரணம் காட்டி பெயில் வாங்க முடிஞ்சுது. மற்ற ஐந்து பேரும், ஆறுமாசம் கழிந்த பின்னாலே வெளியே வந்தாங்க. அப்போதெல்லாம் எங்களுக்கு நானூறு, ஐந்நூறு ரூபாய்தான் சம்பளம். அதை வச்சுக்கிட்டு குடும்பம் நடத்தவே சிரமமா இருக்கும். எங்க டிபார்ட்மெண்ட் சார்பா யாரும், எந்த உதவியும் செய்யல. கையில் காசில்லாமல் ஒழுங்கா கேஸும் நடத்த முடியாமல் நாங்க பெரிய கஷ்டத்திலிருந்தோம்.

நல்லவேளையா டிபார்ட்டுமெண்டில் எங்களுக்குச்

சம்பளமும் கொடுத்து நீதிமன்றத்துக்கு போகவர லீவும் குடுத்தாங்க. மத்த செலவெல்லாம் நாங்கதான் பார்த்துக்கிட்டோம். இதைவிடப் பெரிய சிக்கல், சாம்ராஜ்நகர் போலீஸ் எஸ்.ஐ.மல்லேஷ் "உங்களுக்குத் தண்டனை வாங்கிக் குடுக்கலன்னா, எப்.ஐ.ஆர் போட்ட இந்தக் கையை நான் வெட்டிக்குவேன்.."னு எங்கிட்டே சவால் விட்டுட்டு இருந்தான்.

சாம்ராஜ்நகருக்குப் போயி அங்கிருக்கும் அதிகாரிகளிடம் பேசி எங்களுக்கு உதவி செய்கிற அளவுக்கு சத்தியமங்கலத்தில் சரியான ஆளுங்க இல்லை. எங்களாலும் இந்த வேலையைச் செய்யமுடியாது, நாங்க ஏழுபேரும் உயர் அதிகாரிங்ககிட்டே பேசினோம். சேலத்திலிருந்த சிதம்பரம் ஐயாவை சத்தியமங்கலத்துக்குப் போடுங்கன்னு கேட்டோம். அப்போ சந்தனக் கட்டை குடோன் ரேஞ்சர் போஸ்டிங் காலியா இருந்தது. அந்த இடத்துக்குச் சிதம்பரம் ஐயாவைக் கொண்டு வந்தோம்.

சாம்ராஜ்நகருக்குப் போகவர போக்குவரத்துச் செலவு, வக்கீலுக்குப் பணம் குடுக்கவெல்லாம் எங்களுக்கு வழியில்லை. பண்ணாரி செக்போஸ்ட்டில் நின்னாவே போதும். லாரிக்காரங்க ஒன்னோ, ரெண்டோ காசு குடுப்பாங்க. மத்த அதிகாரிகளா இருந்தால் அதிலேயும் பங்கு கேப்பாங்க. ஆனா, சிதம்பரம் ஐயா அதையெல்லாம் விரும்ப மாட்டார். அந்தக் காசை வாங்கி, நாங்க கோர்ட்டு செலவைப் பார்த்துக்கலான்னு முடிவு பண்ணினோம்.

மறுபடியும், கோயம்புத்தூர் போனோம். கன்சர்வேட்டரைப் பார்த்து, "சிதம்பரம் ஐயாவை சத்தியமங்கலம் ரெகுலர் ரேஞ்சுக்கு டியூட்டி போடுங்க..."ன்னு கேட்டோம். நிலைமையைப் புருஞ்சுக்கிட்டு உடனே சத்தியமங்கலம் ரெகுலர் ரேஞ்சுக்கு போட்டுக் குடுத்தாங்க. டியூட்டிக்கு வந்த ரெண்டு மாசத்திலேயே எதிர்பாராத விதத்தில் நடந்த இந்தச் சம்பவத்தில் ஐயா போயிச் சேர்ந்துட்டார்.

அதற்குப் பிறகும், சாம்ராஜ்நகர் டி.சி.எப்.ஸ்ரீநிவாஸ் சார் கர்நாடகாவில் எங்களுக்குத் தேவையான எல்லா உதவிகளையும் செய்து குடுத்தார். ஆறு வருஷத்துக்குப் பிறகு

கேஸ் முடுஞ்சுது. அப்போதெல்லாம், கோரமடுவுத் தொட்டி, கோழிப்பாளையத்தில் போயி யானைத் தந்தம் வேணுன்னு சொன்னாப்போதும். அங்கிருக்கும் புள்ளை, குட்டி, கிழவன், கிழவி எல்லாம் ஆளுக்கு ஒரு தந்தத்தைத் தூக்கிக்கிட்டு வந்து விலை சொல்லுவாங்க. அந்த அளவுக்கு யானைத் தந்தத்தை வீட்டிலேயே வைத்து சாதாரணமா வியாபாரம் செஞ்சுக்கிட்டு இருந்தாங்க.

அங்கே டி.சி.எப்.ஸ்ரீநிவாஸ் சாரும், இங்கே சிதம்பரம் சாரும் வந்த பின்னாலேதான் கொஞ்சம் கொஞ்சமாக யானை வேட்டை குறைந்தது. டி.சி.எப்.ஸ்ரீநிவாஸ் சார் எடுத்த நடவடிக்கைகளால்தான் இந்தக் காட்டில கொஞ்சம் ஆண் யானைகளாவது மிஞ்சியிருக்குது. இல்லன்னா ஆண் யானை வம்சமே இல்லாமப் போயிருக்கும். சிதம்பரம் சார் கொல்லப்பட்ட சம்பவத்துக்குப் பிறகுதான், தமிழ்நாடு - கர்நாடகக் கூட்டுப்படை என்பது, இரண்டு மாநில வனத்துறை அதிகாரிகள் கொண்டதாக மட்டும் இல்லாமல், அந்தந்தப் பகுதியைச் சேர்ந்த காவல்துறை அதிகாரிகளையும் சேர்த்து ஒரு வேட்டைத் தடுப்புக் கமிட்டி போடப்பட்டது. அதற்கெல்லாம் டி.சி.எப். ஸ்ரீநிவாஸ் சார்தான் காரணம். கோரமடுவுத்தொட்டி சிக்கலில் மாட்டிக்கிட்ட எங்களைக் காப்பாற்றத்தான் சிதம்பரம் ஐயா சத்தியமங்கலத்துக்கு வந்தார். இல்லன்னா அவர் சேலத்தில் நிம்மதியா இருந் திருப்பார்" என்கிறார் சிவமல்.

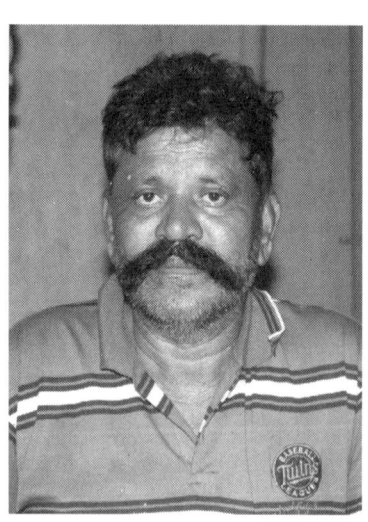

சிவமல்

இந்தத் தொடருக்குத் தேவையான சில செய்தி களைப் பெறுவதற்காக ஓய்வு பெற்ற ரேஞ்சர் சிவமல் அவர்களிடம் செல்பேசியில் பேசினேன். அந்த நேரத்தில், தனது தலையின் பின்பகுதி மூளையில் ஏற்பட்ட ஒரு சிறு கட்டியைக் கரைப்பதற்காக ஒரு வாரமாக சத்தியமங்கலம்

மருத்துவமனையில் சிகிச்சையில் இருப்பதாகக் கூறினார். மாலை மருத்துவமனையிலிருந்து வீட்டுக்கு வந்ததும் என்னைக் கூப்பிட்டார்.

"யார் கூடவும் பேசக்கூடாது, ஒரு மாசம் ஓய்வு எடுக்கனுன்னு டாக்டர் சொல்லியிருக்கிறார். ஆனாலும், நீங்க சிதம்பரம் ஐயாவைப் பத்தி பேசணுமுன்னு சொன்னதால்தான் உங்களை உடனே கூப்பிட்டேன். இந்த உடம்பு சிதம்பரம் ஐயா போட்ட சாப்பாட்டைத் தின்று வளர்ந்த உடம்புங்க..." என்றார் நெகிழ்ச்சியுடன்.

இந்த நிகழ்வின்போது சேலத்தில் பணியிலிருந்த சிதம்பரம், பலமுறை சாம்ராஜ்நகர் சென்றுள்ளார். தமிழ்நாடு வனத்துறை ஊழியர்களைக் கொலை வழக்கிலிருந்து, காப்பாற்ற உதவி கேட்டுள்ளார். அந்த நேரத்தில், சிதம்பரத்துக்குத் தேவையான அனைத்து உதவிகளையும் டி.சி.எப்.ஸ்ரீநிவாஸ் செய்து கொடுத்துள்ளார். அதற்குக் கைமாறாகத்தான் வீரப்பனின் அண்ணன் கூசமாதையன் உள்ளிட்ட ஐந்துபேர் மீது ரேஞ்சர் சிதம்பரம் வழக்குப் பதிவு செய்துள்ளார்.

டி.சி.எப். ஸ்ரீநிவாஸ், தமிழ்நாடு வனத்துறை அதிகாரிகளுக்கு செய்த உதவியும், சிதம்பரம் ரேஞ்சர் டி.சி.எப். ஸ்ரீநிவாஸுக்கு செய்த உதவியுமே இருவருக்கும் எமனாக மாறியது.

*****

48

குடும்பத்தையே அழிக்கத் திட்டம்

சத்தியமங்கலம் ரேஞ்சர் சிதம்பரத்தைக் கொலை செய்த வீரப்பன் நேராகச் செங்கப்பாடி காட்டுக்குப் போனார். ஓராண்டுக்கும் மேலாக அங்குள்ள காடுகளிலேயே மறைந்திருந்தார். சர்வதேச அளவில் தடை செய்யப்பட்டிருந்த யானைத் தந்த வியாபாரம் கள்ளச்சந்தையில் மீண்டும் சூடுபிடித்தது.

இந்த நேரத்தில், தலைமறைவு வாழ்க்கையில் அர்ஜுனனுக்குச் சலிப்பு ஏற்பட்டது. வக்கீல் மல்லிகார்ஜுனய்யா மூலம் நீதிமன்றத்தில் சரணடைகிறார். கர்நாடகாவில் கோட்டையூர் மாதையன், தங்கவேல் கொலை வழக்கும், தமிழ்நாட்டில் சிதம்பரம் ரேஞ்சர் கொலை வழக்கும் அவர் மீது இருந்தன. மைசூர் சிறையில் இருந்தபடியே இரண்டு நீதிமன்றத்துக்கும் சென்று வந்தார்.

கோட்டையூர் மாதையன், தங்கவேல் கொலைக்குப் பழிக்குப் பழியாக வீரப்பனைக் கொலை செய்யக் காத்திருந்தது கோட்டையூர் ஐயண்ணன் தரப்பு. அத்துடன், வீரப்பனுக்குக் கெட்ட பெயர் ஏற்படுத்தும் வகையில், அவரது பெயரைப் பயன்படுத்தி ஆட்டுப்பட்டியில் ஆட்டைப் பிடித்துக்கொண்டு போவது, தோட்டத்துக் களத்தில் காயும் மிளகாயை அள்ளிக்கொண்டு போவது, வீடுகளில் புகுந்து கொள்ளையடிப்பது எனவும் சில எல்லை தாண்டிய வேலைகளையும் இந்தக் குழு ஈடுபட்டுள்ளது. வீரப்பனைச் சந்தித்தால், அவரைச் சுட்டுத்தள்ளும் நோக்கில் செங்கப்பாடியைச் சுற்றியுள்ள காடுகளில் ஐயண்ணன் ஆள்கள் சுற்றி அலைந்தனர்.

சரியான நேரம் பார்த்து ஐயண்ணன் பங்காளிகள் கதையை முடிக்க வீரப்பனும், ஐயண்ணன் பங்காளிகள் வீடு, காடுகளுக்குச் சென்று பார்க்கிறார். முன்கூட்டியே இதைத்

தெரிந்து கொள்ளும் எதிர்தரப்பினர் தலைமறைவாகி விடுவர். வீரப்பன் வலையிலிருந்து இப்படிப் பலமுறை தப்பினர்.

ஏற்கனவே கோட்டையூர் மாதையன், தங்கவேலு இருவரைக் கொலை செய்துள்ளோம். இந்த முறையும், ஒருவரையோ இருவரையோ போட்டாலும், மீதி இருக்கும் ஆள்கள் நமக்குத் தொல்லை கொடுத்துக்கொண்டே இருப்பார்கள். அதனால் அந்தக் குடும்பத்தில் உள்ள எல்லோரையும் ஒரேநேரத்தில், ஒரே இடத்தில் வைத்து போட்டுத்தள்ள வேண்டுமென வீரப்பன் திட்டம் போட்டார்.

இப்படியே நேர்வழியில் போனால், இவர்களைப் பிடிக்க முடியாது. குறுக்கு வழியில்தான் இவர்களை ஒரே நேரத்தில் பிடிக்கமுடியும் என வீரப்பன் நினைக்கிறார். தனது மாமன் வகை உறவினரான ஆத்தூர் பொன்னுசாமி, அம்மாசி இருவரின் மூலம் ஐயண்ணன் பங்காளிகளுடன் சமாதானமாகப் போகலாம் என்று பேச்சுவார்த்தை நடத்தியுள்ளார்.

"அலங்காட்டில் திரியும் யானையை அடிப்பதில் நமக்குள் போட்டி, பொறாமை வேண்டாம். இனிமேல், நாம இரண்டு பேருமே அவங்க அவங்க வேலையைப் பார்ப்போம். ஊருக்குள் நடக்கும் எல்லா நல்லது, கெட்டதுக்குமே நாம இரண்டு பேருமே சேர்ந்து கலந்துக்குவோம். இனி ஒருத்தருக்குப் பயந்து இன்னொருவர் காட்டுக்குள் ஒளிந்து வாழவேண்டாம். இரண்டு பேருமே நல்லபடியா ஊருக்குள்ளே வாழலாம். அதுக்கு நீதான் மாமா ஏற்பாடு செய்யவேண்டும்..." என்று பொன்னுசாமியிடம் வீரப்பன் சொல்லியுள்ளார்.

"இரண்டு தரப்பும் சமாதானமாகப் போவதுதான் ஊருக்கு நல்லது..." என்று சொன்ன பொன்னுசாமியும், அதற்கான வேலைகளில் இறங்கினார். முதலில் ஐயண்ணன் இந்தச் சமரச முயற்சியை நம்பவில்லை.

இந்த நேரத்தில் ஐயண்ணன் பங்காளிகளுக்கு இன்னொரு பிரச்சனையும் வந்தது. தாசரி செட்டி என்பவருக்குச் சொந்தமான இரண்டு ஏக்கர் நிலம் ஊருக்கு மேற்கே இருந்தது. அந்த நிலத்தை கோட்டையூர் மாதையன் விலைபேசி, முன் பணமும் கொடுத்திருந்தார். ஆனால் கிரயம் முடியும் முன்பாகவே, அவரை வீரப்பன் கொன்று விடுகிறார். கோட்டையூர்

மாதையன், தங்கவேல் இருவரையும் வீரப்பன் சுட்டுக் கொன்றதாக ஐயண்ணன் போலீசில் புகார் கொடுக்கிறார்.

அந்தப் புகாரில், தாசரி செட்டியாரும் வீரப்பனுக்குத் துணையாக இருந்ததாகச் சேர்த்துக் கொடுத்துள்ளார் அல்லது போலீசாரே எழுதி விட்டனர்.

இதனால் வெறுப்படைந்த தாசரி செட்டியார், "எந்த வம்புக்கும் போகாத என் மீது எதற்காகப் புகார் கொடுத்தீங்க...? என்மேலே பொய்ப் புகார் கொடுத்த உங்களுக்கு மாதையனிடம் பேசியபடி என்னுடைய நிலத்தை எழுதிக் குடுக்கமாட்டேன். உங்க தம்பி கொடுத்த பணத்தை வேணுன்னா திருப்பி வாங்கிக்கங்க..." என்று ஐயண்ணனிடம் சொல்லி விட்டார்.

ஐயண்ணன் ஊருக்குள் பெரிய மனுசனாக இருந்து, பலருடைய பிரச்சனைகளுக்கு பஞ்சாயத்துப் பேசி தீர்ப்பு சொல்லி வருபவர். தன்னை மதிக்காமல் தாசரி செட்டி நடப்பது அவருக்குப் பெரிய அவமானமாக இருந்தது. இந்த நேரத்தில்தான், வீரப்பனும் "நாமெல்லாம் சமாதானமாகப் போகலாம்" என்று தூதும் அனுப்பியுள்ளார்.

இதைப் பயன்படுத்தி தன்னுடைய பிரச்சனையை முடித்துக்கொள்ள ஐயண்ணன் முடிவு செய்கிறார். "தனக்கும் தாசரி செட்டியாருக்கும் உள்ள பிரச்சனையை வீரப்பன் தலையிட்டு முடித்து வைக்கவேண்டும். இந்தப் பிரச்சனை முடிந்தால் மேற்கொண்டு சமாதானமாகப் போவது குறித்துப் பேசலாம்" என்று பஞ்சாயத்துப் பேசவந்த ஆத்தூர் பொன்னுசாமியிடம் சொல்லி அனுப்புகிறார்.

வீரப்பனும் இதுகுறித்து தாசரி செட்டியிடம் பேசினார், "முடியவே முடியாது. என்மீது பொய்ப் புகார் கொடுத்த ஐயண்ணன் வகையறாவுக்கு என்னுடைய நிலத்தைத் தரமாட்டேன்" என்று தாசரி செட்டியும் பிடிவாதமாக இருந்தார்.

"பேசியபடியே நிலத்தை ஐயண்ணன் குடும்பத்துக்கு எழுதிக் கொடுப்பதுதான் முறை" என்று வீரப்பனும் தாசரியை வற்புறுத்தினார்.

"ஆமாம் வீரப்பா, கோட்டையூர் காளியம்மாளுக்குப் பொன்னாச்சி மணியக்காரரர் ஏழு ஏக்கர் நெலத்தை விட்டுக்

குடுத்திருந்தார். அந்த நிலத்தை நீங்க குத்தகைக்குத்தானே ஓட்டிக்கிட்டு இருந்தீங்க. பின்னாலே அந்த நிலம் எங்களுக்குத்தான் சொந்தமுன்னு உங்க அண்ணன் சொல்லீட்டான். அப்புறமா நீங்க அண்ணன், தம்பிகள் எல்லோரும் சேர்ந்து கோட்டையூர் வகையறாவை ஏமாற்றி, உங்க பெயருக்கு அந்த நிலத்து ரெக்கார்டுகளை எல்லாம் மாத்திக்கிட்டீங்க.

எங்கிட்டே நியாயமா நடந்துக்கணுமுன்னு நீ சொல்றது சரிதான். அதுக்கு முன்னே நீயும், உங்க அண்ணனும் நியாயமா நடந்துக்கங்க. நீங்க அனுபவிக்கும் மணியக்காரன் தோட்டத்து நிலத்தை கோட்டையூர் ஐயண்ணன் பங்காளிகளுக்கே எழுதிக் குடுத்துடுங்க. அப்படிச் செஞ்சுட்டீங்கன்னா நானும் என்னுடைய நிலத்தைக் கோட்டையூர் மாதையனிடம் பேசினபடியே அவங்க பங்காளிகளுக்கு, கிரயம் செஞ்சு குடுத்துடுறேன்" என்று வீரப்பனுக்கும் சேர்த்து ஆப்பு வைத்துள்ளார் தாசரி செட்டியார்.

கோட்டையூர் ஐயண்ணனுக்காக தாசரி செட்டியிடம் பஞ்சாயத்து பேசப்போனதில், தனக்கும் அவமானம் ஏற்பட்டதாக வீரப்பன் நினைக்கிறார். உண்மையும் அதுதான்.

இதைத் தனக்குச் சாதகமாகப் பயன்படுத்திய வீரப்பனின் அண்ணன் கூசமாதையன், "இனிமே நாமெல்லாம் ஊருக்குள் வாழ்ந்தா என்ன செத்தா என்ன...? தாசரி செட்டி சொன்ன இந்த விஷயம் வெளியில் தெரிந்தால், நான் ஊருக்குள்ளேயே போகவே முடியாது..." என்று வீரப்பன் கோபத்திற்குத் தூபம் போட்டார்.

இதையடுத்து வீரப்பன் ஒரு முடிவுக்கு வருகிறார், முடுஞ்ச அளவுக்குப் பேசினேன். தாசரி செட்டியார் ஒத்துவரவில்லை, உங்களையும், என்னையும் மதிக்காத செட்டியாரை உயிரோடு உட்டு வைக்கக்கூடாது. ராத்திரிக்கு செட்டி காட்டுக் கொட்டாயிலதான் படுத்திருப்பான். நீங்க நாலு பேரும் நாளைக்கு ராத்திரி காட்டுக்குப் போங்க, கட்டலில் படுத்திருக்கும் தாசரி செட்டியை இ(சு)ட்டுக் கொல்லுங்க. பொணத்தை அப்படியே கட்டிலோடு தூக்கிக்கிட்டு அணை மேட்டுக்கு வாங்க. நான் என்னுடைய ஆளுங்களோட

அங்கே வந்திருவேன். ரெண்டுபேரும் சேர்ந்து செட்டியாரைத் துண்டு துண்டா வெட்டி மீனுக்குப் போட்டுருவோம். இந்தக் கேஸுக்கு ஆகும் செலவையும் நானே பார்த்துக்கிறேன்" என்று ஐய்யண்ணனுக்குத் தூது அனுப்புகிறார்.

ஏற்கனவே தாசரி செட்டியார் மீது ஐயண்ணன் ஏகப்பட்ட கடுப்பிலிருந்தார். வீரப்பனும் "போட்டுத்தள்ளு..." என்று சொல்கிறார். அதனால் வேலையைச் செய்ய ஆயத்தமாகிறார்.

1988 ஆம் ஆண்டு ஜூன் மாதத்தில் குறிப்பிட்ட ஒரு நாள் இரவு ஐயண்ணன் பங்காளிகள் ஆறுபேரும் தாசரி செட்டியார் தோட்டத்துக்குச் சென்றனர். கட்டிலில் படுத்திருந்த தாசரி செட்டியாரைத் துப்பாக்கியால் சுட்டனர். இரண்டு குண்டுகளை உடலில் வாங்கிய தாசரி செட்டியார் தப்பி, வாழைத் தோட்டத்துக்குள் புகுந்து ஊர்ப்பக்கம் ஓடுகிறார். துப்பாக்கி வெடித்த சத்தம் கேட்டு ஊர் மக்கள் திரண்டனர். உயிருக்குப் போராடிய தாசரிசெட்டியாரை கார் வைத்து, மேட்டூர் மருத்துவமனைக்குக் கொண்டு சென்றனர். போகும் வழியிலேயே அவர் உயிரிழந்தார்.

செங்கப்பாடி அணை

செங்கப்பாடி அணை

கோட்டையூர் ஐயண்ணன் பங்காளிகள் துப்பாக்கியோடு போய் தாசரி செட்டியைச் சுட்டுக் கொன்றதை ஊர் மக்கள் பலரும் நேரில் பார்த்துள்ளனர். இது தொடர்பாக ஐயண்ணன் பங்காளிகள் ஆறு பேர் மீது, மாதேஸ்வரன் மலை போலீசார் வழக்கு தொடர்ந்தனர். வீரப்பன் சொன்னபடி ஐயண்ணன் பங்காளிகள் நடந்ததில், சிறு தவறு ஏற்பட்டு விட்டது.

திட்டமிட்டபடியே தாசரி செட்டியார் கொலை செய்யப்பட்டிருந்தால் ஆறு பேரும், செட்டியாரைத் தூக்கிக்கொண்டு அணை மேட்டுக்குப் போயிருப்பர். அங்கே காத்திருக்கும் வீரப்பன், செட்டியாரைத் தூக்கிக்கொண்டு வரும் ஐயண்ணன் பங்காளிகள் ஆறு பேரையும் சுட்டுக் கொன்றிருப்பார். செட்டியார் தப்பியதால், ஐயண்ணன் பங்காளிகளும் அன்று தப்பி விடுகின்றனர்.

வீரப்பன் இப்படிக் கணக்குப் போட்ட விவகாரம் வேறு யாருக்குமே தெரியாது. இதை வீரப்பனே என்னிடம் தெரிவித்தார்.

*****

49

வலையில் விழுந்த எதிரிகள்

தாசரி செட்டியார் கொலையைத் தொடர்ந்து, ஐயண்ணன் பங்காளிகளையும் போலீசார் தேடினர், ஆறு பேரும் கொங்குருபட்டி காடுகளில் தலைமறைவாக இருந்தனர். இதற்குப் பிறகு, வீரப்பன் மீது ஐயண்ணன் பங்காளிகளுக்குக் கொஞ்சம் நம்பிக்கை வந்தது. நமக்குள் சண்டை போட்டுக் கொள்ளாமல் இருக்கலாம் என்ற முடிவுக்கு வருகின்றனர். இரண்டு தரப்பினருக்குமான முதல் கட்டப் பேச்சுவார்த்தைக்கு ஆலாம்பாடி போகும் வழியிலுள்ள கருமாறன் என்பவரின் முழுவடைக் காட்டில் நடந்தது.

அங்கே வீரப்பனும், ஐய்யண்ணனும் சந்திக்கின்றனர் அப்போது, கருமாறன் மடிப்பையிலிருந்த வெற்றிலையை வாங்கிய வீரப்பன், அதை ஐயண்ணன் கைமேல் வைக்கிறார். மற்றொரு கையை வெற்றிலை மீது வைக்கிறார். "இந்த இலைமேல் சத்தியமாக உங்க அண்ணன் தம்பி யாருக்கும் நான் எந்தப் பாதகமும் செய்யமாட்டேன்." என்று சத்தியம் செய்கிறார்.

கூடவே, "தாசரி செட்டியார் கொலை வழக்கில் சிக்கிய உங்களை நானே எங்க வக்கீல் நாகேந்திரன் (எம்.எல்.ஏ ராஜூ கவுடாவின் மகன்) மூலமா வெளியில கொண்டுவர ஏற்பாடு செய்கிறேன். நான் சொன்னதாலதானே நீங்க தாசரி செட்டியாரைக் கொலை பண்ணுனீங்க. அதனாலே, கோர்ட்டுச் செலவுக்கும் நானே பணம் குடுத்துடறேன். இதை வச்சுகங்க..." என்று இரண்டாயிரம் ரூபாயை ஐயண்ணனிடம் கொடுக்கிறார்.

அதன் பின்னர் ஐயண்ணன், அவருடைய மகன், தம்பி, தம்பி மகன்கள் எல்லோரும் சேர்ந்து வீரப்பனைச் சந்திக்கப் போவது என முடிவு செய்தனர். தே(ங்)ன்கல் முனியப்பன் கோவிலில் இரு தரப்பும் சந்தித்துப் பேசுவது, சாமி முன்பாக தேங்காய், பழம் வைத்து, கற்பூரம் ஏற்றி, பூப் போட்டு,

ஐயண்ணன்

ஐயந்துரை

முத்துக்குமார்

சாமி முன்பாகச் சத்தியம் செய்து, பழைய பகையை மறந்து சமாதானமாகப் போவது என முடிவு செய்யப்பட்டது.

"நான் காட்டுக்குள்ளேயே இருக்கறேன் அதனாலே, துப்பாக்கியை வெச்சுட்டு வரமுடியாது. ஐயண்ணன் பங்காளிகள் துப்பாக்கியில்லாமல் வரவேண்டும். முனியப்பன் கோயிலுக்குத் தென்புறம் உள்ள ஓடைக்கு வந்ததும், நீங்க இரண்டு பேர் மட்டும் முன்னாலே வாங்க. அவங்க எல்லோரும் அங்கேயே நிற்கட்டும்.

நான் உங்களோடவே வந்து முன்னே நடந்த எல்லாத்துக்கும் மன்னிப்புக் கேட்டுக்கிட்டு அவங்களைக் கூட்டிட்டு வாரேன். பிறகு கோயிலில் கற்பூரம் ஏற்றி, சாமி முன்பாக சத்தியம் செய்து, சமாதானம் செய்து கொள்கிறேன். என்னுடைய கையால் உங்க யாரையும் சுட மாட்டேன், இது சத்தியம்..." என்று கருமாறன், பொன்னுசாமி, அம்மாசி முன்பாக மீண்டும் ஐயண்ணனுக்குச் சத்தியம் செய்து கொடுக்கிறார் வீரப்பன்.

எரியும் கற்பூரத்தை அடித்து சத்தியம் செய்வது, குழந்தையைப் போட்டுத் தாண்டுவது, தோளில் போட்டிருக்கும் துண்டைப் போட்டுத் தாண்டுவது எனச் சத்தியத்தில் பலவகைகள் உள்ளன. இந்தப் பகுதியில் வெற்றிலையில் அடித்து சத்தியம் செய்வது என்பது காலங்காலமாக உள்ள இறை நம்பிக்கை. இதை நம்பித்தான் ஐயண்ணன் பங்காளிகள் வீரப்பனுடனான இந்தச் சமாதான உடன்படிக்கைக்கு ஒத்துக்கொண்டனர்.

சாமிநாதன்

வீரப்பன் சொன்னபடியே, 04.01.1989 அன்று மாலை மூன்று மணிக்கு ஐயண்ணன் பங்காளிகள் ஆறுபேரும் ஆத்தூர் வந்தனர். சமாதானத் தூதர்கள் பொன்னுசாமி, அம்மாசியுடன் ஒகேனக்கல் செல்லும் காட்டுப் பாதையில் நடந்தனர். தன்னுடைய முழுவடைக்காட்டுக் கொட்டகையில் கருமாறன் படுத்திருந்தார். அவரையும் எழுப்பி, "வாங்க மாமா போகலாம்..." என்று தே(ங்)ன்கல் முனியப்பன் கோயிலை நோக்கி நடந்தனர். கோயிலுக்குத் தெற்கே இருந்த ஓடைக்குப் பக்கத்திலேயே ஐயண்ணன் பங்காளிகள் ஆறுபேரும், கருமாறனும் நின்றனர்.

பொன்னுசாமியும், அம்மாசியும் தே(ங்)ன்கல் முனியப்பன் கோவிலை நோக்கிச் சென்றனர். இவர்களுடன் பெண்ணாகரத்திலிருந்து யானைக் கொம்பு விற்ற பணத்தை வாங்கி வந்த வீரப்பன் கூட்டாளியும், கருமாறனின் தம்பியுமான சின்னக்குஞ்சியும் போகின்றனர். தே(ங்)ன்கல் முனியப்பன் கோயிலின் முன்பாக இருந்த ஒரு கல்லுத்திட்டில் வீரப்பனும், கொளந்தானும் உட்கார்ந்திருந்தனர்.

கோவிந்தபாடியான் சின்னராஜ்

பொன்னுசாமியைப் பார்த்ததும், "வா மாமா..." என்ற வீரப்பன் கீழே இறங்கி வந்தார். வீரப்பனின் பேச்சுச் சத்தம் கேட்டதும், இன்னொரு பக்கம் உட்கார்ந்திருந்த சாமிநாதன், ஆண்டியப்பன், மாரியப்பன், உள்ளிட்ட இன்னும் சிலர் எழுந்து வந்தனர்.

எல்லோரும் ஓடையின் வடக்குப் பக்கம் வந்து நின்றனர், ஐயண்ணன் பங்காளிகளுக்குக்

கும்பிடு போட்டு வரவேற்றனர். சுற்றிலும் கிடந்த பாறைக் குன்றுகள் மீது ஆளுக்கு ஒரு பக்கமாக உட்கார்ந்தனர்.

சின்னக்குஞ்சி கொண்டு வந்திருந்த யானைக்கொம்பு விற்ற பணத்தை வீரப்பன் வாங்கினார். அதை எண்ணிச் சரிபார்த்து கொளந்தானிடம் கொடுக்கிறார். இருவரும் கொம்பு விற்பனைக்குப் போய்விட்டு வந்த கதையைப் பற்றிப் பேசினர். சின்னக்குஞ்சியை மட்டும் தன்னுடன் கூட்டிக்கொண்டு, ஐயண்ணன் ஆள்கள் இருந்த நரிக்குட்டிப் பள்ளம் பக்கமாக வந்தார் வீரப்பன். "டேய் சின்னக்குஞ்சி... ஒரே ஓட்டமா போயி நாலு கற்பூரம், ரெண்டு தேங்காய், பத்து ரூபாய்க்கு வாழைப்பழம், வெற்றிலை, பாக்கு, பொரி எல்லாம் வாங்கிக்கிட்டு சீக்கிரமா வா...." என்றார். நூறு ரூபாய் பணத்தைக் கொடுத்தார்.

ஐயண்ணன் ஆள்கள் ஓடைக்குத் தென்பக்கமும், வீரப்பன் ஆள்கள் வட பக்கமும் இருந்தனர். இரு தரப்பினரும் பொதுவான ஊர்க் கதையைப் பேசினர். இரு தரப்புக்குள்ளும் கொஞ்சம் இறுக்கம் இருந்தது, போகப்போக இரண்டு தரப்புமே பழையதை மறந்து, ஒருவரோடு ஒருவர் இயல்பாகப் பேசினர்.

ஆண்டியப்பன், பெருமாள், மாரியப்பன், சாமிநாதன், கொளந்தான், கோவிந்தன், வெள்ளையன் என வீரப்பன் ஆள்கள் ஒவ்வொருவராக வந்தனர். வீரப்பனுக்குப் பக்கத்தில் இருந்த பாறை மீது உட்கார்ந்தனர், எல்லோர் கையிலும் துப்பாக்கி இருந்தது. தேங்காய், பழம் வாங்கப்போன சின்னக்குஞ்சி ஒரு மணி நேரத்துக்கு மேலாகியும் வரவில்லை.

"என்ன மாமா, மரம் ஏறித் தேங்காய் போட்டிருந்தால்கூட இந்நேரம் வந்திருக்கலாமே..." என்று ஐயண்ணன் சந்தேகத்தை எழுப்பினார்.

இதைக்கேட்ட வீரப்பன், "டேய் கொழந்தை அந்தக் குடிகாரப்பயல் வாரானா...? இல்லையான்னு போய் கரட்டு மேலே ஏறிப் பாருப்பா...." என்றார்.

வேகமாகப்போன கோவிந்தனும், கொளந்தானும் ஒரு பாறை மீது ஏறினர். செங்கப்பாடியிலிருந்து தே(ங்)ன்கல் முனியப்பன் கோயிலுக்கு வரும் பாதையைப் பார்த்துக்கொண்டே நின்றனர்.

ஆண்டியப்பன், மாரியப்பன் இருவரும் இன்னொரு பக்கமாகச் சென்று கரட்டு மீது ஏறி நின்று, சின்னக்குஞ்சியின் வரவை எதிர்பார்த்தனர்.

செங்கப்பாடி போன சின்னக்குஞ்சி தேங்காயும் வாங்கவில்லை, பழமும் வாங்கவில்லை. அணை மேட்டில் சாராயம் விற்ற மாது என்பவரின் கடைக்குப் போனார். பழம் வாங்கக் கொடுத்த பணத்தை மாதுவிடம் கொடுத்தார். ஒரு கையில் டம்ளரும், மறு கையில் அவித்த மொச்சைக் கொட்டையும் இருந்தன.

மார்கழி மாத முன்பனிக்காலம். அடர்ந்த காடுகளுக்கு அருகிலேயே காவிரி ஆறு ஓடி வருகிறது. அதனால், செங்கப்பாடி காடுகளில் மாலை நான்கு மணிக்கே குளிரத் தொடங்கும். காட்டுக்குள் ஆடு, மாடு மேய்ச்சலுக்குக் கொண்டு போனவர்களெல்லாம் மாலை நான்கு மணிக்கே காட்டைவிட்டு வெளியே வந்து விடுவது வழக்கம். அன்று மேய்ச்சலுக்குப் போன கடைசி மாட்டு மந்தையும் தே(ங்)ன்கல் முனியப்பன் கோயில் வழியாக ஊருக்குத் திரும்பியது. இனிமேல் காட்டிலிருந்து வெளியே வருவோர் யாருமில்லை. அங்கே என்ன நடந்தாலும் பார்ப்பதற்கும், கேட்பதற்கும் நாதியில்லை.

அப்போதும், கற்பூரம் வாங்கப்போன சின்னக்குஞ்சி வரவில்லை. வீரப்பன், ஐயண்ணன் இருவரும் உட்கார்ந் திருக்கும் இடத்திலிருந்து தெற்கே நூறடித் தொலைவில் ஐயந்துரை இருக்கிறார். அவர் மனதுக்கு இது நல்லதுக்கில்லை எனத் தெரிகிறது.

“என்ன மாமா... நேரமாகிக்கிட்டு இருக்குது, சூடம் வாங்கப் போனவன் இன்னும் வரலையே... இன்றைக்கே பேசி முடிக்கணும்னு அவசியமில்லை. இன்னொரு நாளைக்குக்கூட நாம் கலந்து பேசிக்கலாம். எனக்கும் கொஞ்ச அவசர வேலையிருக்கு சீக்கிரமே வூட்டுக்குப் போகணும்...” என்கிறார்.

இதற்குப் பதில் வரும் முன்பாகவே, பக்கத்திலிருந்த தனபாலிடம் என்னவோ பேசினார். அதற்குத் தனபாலும், தலையாட்ட எல்லோருமே “போய்விட்டு நாளைக்கு இல்லை யின்னா... நாளா நாளைக்குக் கூட வந்து பேசிக்கலாம்...”

செங்கப்பாடி அணை, முனியப்பன் கோயில்

என்று ஒருசேரச் சொன்னார்கள். ஐயண்ணன் பங்காளிகள் ஆறு பேரையும் சுற்றி கொளந்தான், கோவிந்தன், மாரியப்பன், துரைசாமி, ஆண்டியப்பன், பெருமாள், குருநாதன் என வீரப்பன் ஆள்கள் அரை வட்ட வடிவில் வியூகம் அமைத்து துப்பாக்கியுடன் வந்தனர்.

"பொன்னுசாமி மாமா எங்களைக் கொண்டாந்து அநியாயமா மொழுக்கங்கிட்ட சிக்க வச்சிட்டீங்களே...?" என்று ஐயண்ணன் சொன்னார்.

அதைச் சொல்லி முடிப்பதற்குள், வீரப்பன் பக்கமிருந்து இருந்து ஈடு எழும்பியது.

******

50

சாய்ந்தன ஐந்து தலைகள்

கிழக்கு, மேற்கு, வடக்கு என மூன்று திசைகளிலும் இருந்து சீறி வந்த துப்பாக்கிக் குண்டுகளுக்கு ஐயந்துரை, குணசேகர், முத்துக்குமார் மூன்று பேரும் அந்த இடத்திலேயே பலியாயினர். தனபால் காலில்பட்ட குண்டுக் காயத்துடன் ஊஞ்சக்காட்டுக்குள் தப்பியோடினார். ஐயண்ணன் மீது மூன்று முறை சுட்டும் அடி சரியாகப் பிடிக்கவில்லை. மேற்குப் பக்கம் காட்டுக்குள் ஓடினார். அவரைப் பெருமாளும், மாரியப்பனும் துரத்திக்கொண்டு ஓடினர். முனியப்பன் கோவிலில் இருக்கும் ஊத்து மரத்துக்குப் பக்கத்தில் வளைத்துப் பிடித்தனர். தப்பிக்க முயன்றவரை பிடித்துக் கீழே தள்ளினர். அவரது இரு காலையும் பிடித்து இழுத்துக்கொண்டு வந்தனர்.

வழியில் தன்னுடைய பங்காளிகள் மூன்று பேர் பிணமாகக் கிடப்பதைப் பார்த்துக் கதறிய ஐயண்ணன், "டேய்... மொழுக்கா... எம் பரம்பரையையே அழுச்சிட்டியேடா." என்று தலையில் அடித்தபடி கத்திக்கொண்டே வந்தார். பக்கத்தில் கொண்டுவந்து போட்ட பிறகு, வீரப்பன் தன் கையிலிருந்த துப்பாக்கியால் ஐயண்ணனின் நடு நெஞ்சில் சுட்டார்.

அப்போதும் கூட உயிர் பிரியாமல் கீழே விழுந்த அவரது வாய் எதையோ முணுமுணுத்தது. ஐயண்ணன் இடுப்பிலிருந்த வேட்டியை உருவி வீசிய வீரப்பன், அவரது அரைஞாண் கயிற்றை அறுத்துப் போடும்படி சொன்னார். அரிவாளுடன் ஓடிவந்த கோவிந்தபாடியான் சின்னராஜு, ஐயண்ணன் இடுப்பிலிருந்து அரைஞாண் கயிற்றை அறுத்துப் போட்டார். அதிலிருந்து மந்திரித்துக் கட்டிய மூன்று தாயத்துக்கள் தனித்தனியே துள்ளி விழுந்தன.

"இதுதாண்டா உன்னை இத்தனை நாள் எங்கிட்டிருந்து காப்பாத்துச்சு..." என்று வீரப்பன் அந்தத் தாயத்துகளைக் காலில் தூக்கித் தள்ளினார். அதன் பிறகு ஐயண்ணன் நெஞ்சில் மீண்டும் ஒரு தோட்டாவை இறக்கினார்.

ஐந்து தோட்டாக்கள் ஐயண்ணனின் உடலில் இறங்கிய பின்னரே அவர் முனகல் நின்றது, மூச்சும் அடங்கியது. முதல் தோட்டா வெடித்ததுமே, ஆத்தூர் பொன்னுசாமி சுண்டைக்காய் செடிகள் நிரம்பிய ஊஞ்சமரக் கொரைக்குள் தெற்குப் பக்கம் புகுந்து ஓடினார்.

"மாமா இங்கே ஒருத்தன் ஒழிஞ்சிருக்கறான்." என்று ராசி மலையின் பாதியில் நின்றுகொண்டு, ஒட்டனூர் சாமிநாதன் கத்தினார். சத்தம் வந்த பக்கம் ஆண்டியப்பன், மாரியப்பன், பெருமாள் என மூவரும் துப்பாக்கியை லோடு செய்து கொண்டே ஓடினர்.

பத்து மணித்துளிகள் இடைவெளியில், மீண்டும் இரண்டு தோட்டாக்கள் வெடித்தன. ஆறு மணிக்கு முன்பாகவே முனியப்பன் கோயிலுக்குத் தென்புறமாக ஐயண்ணன் பங்காளிகள் ஐந்து பேரின் உடல்களும் சிதறிக்கிடந்தன. ஆறாவதாக இருந்த ஐயண்ணன் மகன் மாதேஷ் என்பவர் மட்டும் தப்பியோடி விடுகிறார். அவரையும் இரண்டு பேர் துரத்திக் கொண்டு ஓடினர்.

நடந்த கொடுமைகளைப் பார்த்துக்கொண்டு என்ன செய்வது என்று தெரியாமல் நின்ற கருமாறன் கால்கள் நடுங்கிக் கொண்டிருந்தன. "எல்லாம் முடிஞ்சுது, நீ வெடுக்குனு போப்பா..." என்று கொளந்தான் சொன்னார். அப்பாடா தப்பித்தோம் என்று நினைத்த கருமாறன் தனது முழுவடைக்காட்டை நோக்கி ஓடினார்.

"எந்தச் சூழ்நிலையிலும் ஐயண்ணன் பங்காளிகளை வீரப்பன் கொல்லப் போறானுங்கிறது எனக்கு நல்லாத் தெரியும். போகும்போதே தடம் வழி சய(கு)னம் பார்த்துட்டுப் போலாமுன்னு சொன்னேன். "எங்களுக்கு சய(கு)னம் நல்லா இருக்குது. நீ வேண்ணா பார்த்துக்க மாமா..."ன்னு சொன்னானுங்க.

"சரி வாங்க, நான் என்ன சொல்லறது. விதி விட்டபடி நடக்கட்டுமுன்னு" நானும் கூடப்போனேன். போகும்போதே எதுக்கால ரெண்டு பேரு ஒரு மொசலைப் (முயல்) புடிச்சு, கையில எடுத்துக்கிட்டு வந்தாங்க.

“அட சாமி, இப்போ நாம போறது நல்லதுக்கு இல்லன்னு” சொன்னேன். “எங்களுக்கு எல்லாம் நல்லாத்தான் இருக்குது”ன்னு சொல்லிட்டாங்க. முனியப்பன் கோயிலுக்கு முன்னாலே எல்லோரும் உக்கார்ந்துக்கிட்டோம். நான் உட்கார்ந்திருந்த தாவுக்கு வந்த வீரப்பன் தோளிலிருந்த துப்பாக்கியைக் கழட்டி மடிமேல் வச்சுகிட்டே என் பக்கத்தில உக்கார்ந்தான்.

சத்தமில்லாமே “இங்கிருந்து போ மாமா....”ன்னு சொல்லத்தான் என்கிட்டே வந்திருக்கிறான். ஆனா, அந்தநேரம் பாத்து, ஐயண்ணனும், அவங்க ஆளுங்களும் எங்கிட்டே வந்து உக்காந்தாங்க.

வீரப்பன் மடியிலிருந்த துப்பாக்கிக் குழாயில் ஒரு சின்னப் புள்ளி இருந்தது. “இது எதுக்கு மாமா..”ன்னு ஐயண்ணன் கேட்டான். அதுக்கு என்னமோ பதில் சொல்லிக்கிட்டே வீரப்பன் துப்பாக்கிய மடக்கினான். துப்பாக்கிக் குழாய்க்கு உள்ளேயிருந்து தோட்டா விசுக்குன்னு வெளியே தாவுச்சு. அதைப் பார்த்த பின்னாலேயாவுது இந்தப் பாவிகள் எந்திருச்சு போயிருக்கலாம். விதி யாரை விட்டுது. மணிக் கணக்குல உக்காந்து பேசிக்கிட்டே இருந்தாங்கப்பா. வீரப்பன் எந்திருச்சு பள்ளத்துக்கு வடக்கால போனான், இவங்களும் பின்னாலேயே போனாங்க. கொஞ்ச நேரத்தில, குருநாதன், “இங்க வாண்ணா...”ன்னு சொன்னதும், வீரப்பன் எந்திருச்சு மேக்காலப் பக்கம் போனான்.

அம்மாசி

அடுத்த நிமிஷம், சொல்லி வெச்சமாதிரியே நாலாப் பக்கம் இருந்தும், படீர்... படீர்னு ஈடாவுது. மூனு பேர் அந்த தாவிலேயே உளுந்துட்டாங்க. கொரைக்குள்ளே பூந்து வடக்கே போன ஒருத்தனையும் கொன்னு இழுத்தாந்து போட்டுட்டாங்க.

தனபாலன் தெக்கால போனவனை ரெண்டு இருளப் பசங்க போய் புடிச்சு இழுத்துக்கிட்டு வந்தாங்க. கையெடுத்துக் கும்புட்டுகிட்டே வந்த அவனையும் ஒரே ஈட்டில கீழே தள்ளீட்டாங்க. அப்படியே கும்பிட்ட கையோடு மணல்ல விழுந்து உயிரைவிட்டான். எல்லாம் முடிஞ்சுது. பைத்தியம் புடிச்ச மாதிரி நான் நின்னுகிட்டே இருந்தேன். "அடப் பாவி இப்பிடி சமாதானம் பேச வாங்கன்னு சொல்லிக் கழுத்தை அறுத்துட்டயேடா. நானெல்லாம் இனிமேல் எப்படிடா வெளியில போறது..."ன்னு வீரப்பங்கிட்ட கேட்டேன்.

"நான் முந்திக்காமப் போனா என்ன கொன்னுருவாங்களே. என்னை மன்னுச்சுக்கோ மாமா..."ன்னு வீரப்பன் என்னுடைய காலைப் பிடிக்க வந்தான். "வேண்டாமடா சாமி, உங்க சாவகாசமே வேணாம். நான் செத்தாலும், என் வூட்டுக்கு நீ வரவேண்டாம். நீ செத்தாலும், உன் வூட்டுக்கு நான் வரமாட்டேன்"னு சொல்லீட்டு வந்துட்டேன். இன்னைக்கு வரைக்கும் அவங்க வீட்டு நல்லது கெட்டதுக்கு நான் போவதில்லை..." என்றார் ஆத்தூர் அம்மாசி.

"என்னப்பா செய்யறது...? வேண்டாமடா பசங்களா., மொழுக்கனை (வீரப்பனை) நம்ப முடியாது. எதுவாயிருந்தாலும் ஊருக்குள்ளேயே பேசி முடிக்கலாம். நீங்க தனியாக் காட்டுக்குப் போகவேண்டா..."ன்னு நானும், எனக்கு ஆன வரைக்கும் சொல்லிப் பார்த்தேன்.

"முடியவே முடியாது, நீயும் வா மாமா..."ன்னு சொல்லி ஆறு பேரும் ஒத்தைக் காலில் நின்னாங்க. வேற வழியே இல்லாமத்தான் நானும் அவங்க கூடப்போனேன். தே(ங்)ன்கல் முனியப்பன் கோயிலுக்குப் போகும் போதுகூட எங்களையெல்லாம் விட்டுவிட்டு நாலு மார்த்தூரம் அந்த பசங்க முன்னாலேயேதான் போனாங்க. திட்டம் போட்ட மாதிரியே வீரப்பன் அஞ்சு பேர் கதையையும் அந்த எடத்துலேயே முடிச்சிட்டான்.

ஐயண்ணன் பங்காளிகளும் லேசுப்பட்ட ஆளுங்க இல்லையப்பா...! அன்னைக்கு வீரப்பன், இவங்களைப் போட்டுத்தள்ளாம உயிரோடு விட்டுருந்தான்னா, இவங்க வீரப்பனைக் கொன்னுருப்பாங்க. ஒருத்தரை முந்தி ஒருத்தருன்னு

இரண்டு பேருமே போயிச் சேர்ந்துட்டாங்க...” என்று கடந்த கால நினைவுகளைக் கூறினார் கருமாறன்.

கருமாறன்

வீரப்பன் சொல்லியனுப்பும் பொருள்களை, குறித்த நேரத்தில் கொடுத் தனுப்பும் தொழில் முறை கூட்டாளி திம்மராய செட்டியார் ஓர் ஆளை அனுப்பியிருந்தார். அந்த ஆள் மூலம், ஐந்து லிட்டர் சாராயம், இருபது கோணிச் சாக்கு, கற்பூரம், ஊதுபத்தி, தேங்காய், பழம் எல்லாம் சரியான நேரத்துக்கு வந்து சேர்ந்தன.

நரிக்குட்டிப் பள்ளத்தில் இறங்கி முகம் கழுவிய வீரப்பன் கற்பூரம், ஊதுபத்தி எடுத்துக்கொண்டு தே(ங்)ன்கல் முனியப்பன் கோவிலுக்குச் சென்றார். தன்னுடைய எதிரிகளை ஒழிக்கத் துணை நின்ற முனியப்பனுக்கு முன்பாக நின்று மனமுருக நன்றி சொன்னார். வழக்கம்போலவே இரட்டைக் கிடாய் வெட்டி, பொங்கல் வைப்பதாக வேண்டி, சாமி கும்பிட்டார்.

சாராயக் கேனைத் திறந்த ஆண்டியப்பன், முதல் டம்ளரை உள்ளே இறக்கினார். அடுத்து பெருமாள், மாரியப்பன், சாமிநாதன், சின்னராஜூ என எல்லோர் வயிற்றுக்குள்ளும் சரக்கு இறங்கியது. சிறுமூளை சுறுசுறுப்பானது, நரம்புகள் முறுக்கேறின.

ஒவ்வொருவரும் தோளில் கிடந்த துண்டை எடுத்து வாயைத் துடைத்து, உதறித் தலையில் கட்டினர். தரையில் கிடந்த ஐயண்ணன் பங்காளிகள் உடலைப் பிடித்துத் துண்டுத் துண்டாக வெட்டினர். சாராயக் கேனின் அளவு குறைய, குறைய ஒவ்வொரு உடலும் பல துண்டுகளாயின.

சிதறிக் கிடந்த கை, கால்களெல்லாம் தனித்தனிச் சாக்குப் பைகளில் போட்டு மூட்டை கட்டப்பட்டன. ஆளுக்கு

காவிரி ஆற்றில் மீன் வேட்டை

ஒரு மூட்டையைத் தூக்கித் தலையில் வைத்துக்கொண்டு ஆலாம்பாடிக்குப் போகும் காட்டுவழியில் நடந்தனர். அப்பக்காம்பட்டி பக்கமுள்ள முழுவடைக் காட்டுக்குப் போனதும், ஐந்து பேரின் உடல்களும் கீழே இறக்கி வைக்கப்பட்டன. பரிசலில் ஏற்றி காவிரி ஆற்றின் அக்கரையிலிருந்த கருப்பணன் என்பவரின் காட்டுப்பக்கம் கொண்டு போயினர். (மம்பட்டியானைக் கொன்ற கருப்பணன்)

காவல்துறையின் கண்களுக்குச் சாட்சியம் சிக்கக்கூடாது என்பதற்காக வீரப்பன் ஆலோசனையின் பேரில், ஐந்து பேரின் உடல்களும் சிறுசிறு துண்டுகளாக வெட்டப்பட்டு, காவிரி ஆற்றிலிருந்த மீன்களுக்கு அள்ளிப் போட்டனர்.

*****

51

வீரப்பன் ஆதரவு போலீஸ் இன்ஸ்பெக்டர்

வீரப்பன் ஆள்கள் சுட்டதில் ஐயண்ணன் மகன் மாதேஷின் முழங்காலில் துப்பாக்கிக் குண்டுகள் இறங்கின. குண்டுக்காயத்துடன் தப்பி வந்த மாதேஷ் சொன்ன பிறகே, ஐந்துபேர் கொல்லப்பட்ட தகவல் மாதேஸ்வரன்மலை போலீசுக்குத் தெரிந்தது. அதன் பிறகு, வீரப்பன் மீது கொலை வழக்குப் பதியப்பட்டது. (மாதேஸ்வரன் மலை காவல் நிலைய வழக்கு எண்-1/1989. நாள்:- 4.1.89) ஐயண்ணன் குடும்பத்தில் தப்பிப் பிழைத்த மாதேஷ், இப்போது கோட்டையூரில் ஊர்க் கவுண்டராக இருக்கிறார்.

"வீரப்பன் தேங்காய் வாங்கிக்கிட்டு வரச் சொல்லி சின்னக்குஞ்சியை அனுப்பும்போதே எனக்குச் சந்தேகம். எங்க சித்தப்பன், ஐயந்துரை, தம்பிங்க, முத்துக்குமார், தனபால், எல்லோரும் ஒரு தாவில உட்கார்ந்து அவங்களுக்குள்ளே பேசிக்கிட்டு இருந்தாங்க. எங்க அப்பா (ஐயண்ணன்) மட்டும் தலையைக் கீழே தொங்கப் போட்டுக்கிட்டு எதோ யோசனையோடவே இருந்தார். நான் மட்டும் கொஞ்சம் கிழக்கே தள்ளி, தனியா ஒரு தாவில நின்னுக்கிட்டு இருந்தேன்.

அப்போ வீரப்பனும் எங்க பக்கத்தில இருந்தான். அதனாலே, பின்னாலே இருக்கிற யாரும் சுடமாட்டாங்கன்னு நெனச்சுக்கிட்டேன். நேரம் அஞ்சு மணிக்கு மேலே ஆயிட்டுது. தேங்காய், பழம் வாங்கப் போனவன் என்ன ஆனான்னு தெரியலையேன்னு சொல்லிக்கிட்டே வீரப்பன் எழுந்து மேற்குப்பக்கம் போனான். போகும்போது அங்கிருந்த யாரோ ஒருத்தன் பேரைச் சொல்லி, "இங்கே வாடா..."ன்னு கூப்பிட்டுக் கிட்டேபோனான். வீரப்பன் வெளியே போயிட்டான், நாம எல்லோரும் மாட்டிக்கிட்டோம், யார் நம்ம மேலே மொத ஈடு குடுக்கப் போறாங்கன்னு நெனச்சேன்.

அப்பவே கொளந்தான் வெடியைத் தூக்கினான். நின்னது நிற்க எங்க பங்காளிங்க மேலே இட்டுட்டான்.

நான் நின்ன எடத்திலிருந்து ஒரே தாவுல கெழக்குப் பக்கம் இருந்த அட்டு(கரடு) மேலே ஏறி, கொரைக்குள்ளே பூந்து ஓடினேன். ஆனா, எனக்கு நேர் எதிரில் இருந்த பாறை மேலே ஆண்டியப்பனும், மாரியப்பனும் நின்னுக்கிட்டு இருந்தாங்க. என்ன நெனச்சாங்களோ தெரியல என் மேலே இ(சு)டுல. அவங்க இ(சு)ட்டுருந்தா நானும் அந்த எடத்துலேயே செத்திருப்பேன். நான் தப்பிச்சு ஓடிக்கிட்டு இருக்கும்போதே, பின்னாலே இருந்து வந்த ஒரு (சூ)ஈட்டில் என் கால்லேயும் அஞ்சாறு குண்டு பரல்கள் உள்ளே போயிட்டுது, என்னையும் தொரத்திக்கிட்டு யாரோ ஒருத்தன் ஓடியாந்தான்.

ராசி மலையில் பாதி மலைக்கு மேலே ஏறினேன். போகப் போக எனக்கு ஒரு சந்தேகம் வந்தது. வீரப்பன் ஆளுங்க எப்பவுமே ஒரே எடத்துல இருக்க மாட்டாங்க. பல தாவிலயும் உயரமான எடத்துலே மறஞ்சு உக்கார்ந்துக்கிட்டு இருப்பாங்க. இந்த மலை மேலேயும் யாராவது ஒரு ஆள் இருப்பான். நாம நேராப் போயி அவங்கிட்டே ஈட்டுக்கு சிக்கிக்குவோமுன்னு நெனச்சேன். உடனே அந்த மலை மேலே போறதை விட்டுட்டு, அப்படியே வடக்குப் பக்கமா திரும்பி வந்துட்டேன். கால் பூராவும், முள்ளும், துப்பாக்கிக் குண்டுமா இருந்தது. ஆனாலும் நிக்காமே ஓடிப் பொழுது இருட்டும்போது அப்பகாம்பட்டிக்கே போயிட்டேன். அங்கிருந்த மயில்சாமின்னு ஒருத்தர் வீட்டில தங்கினேன்.

காலையில் காட்டு வழியா நடந்து போறதுக்குப் பயம், கால் வலியும் அதிகமா இருந்தது. அதனாலே ஒரு பரிசலை வாங்கி மயில்சாமி கூடவே காவிரி ஆத்துக்குள்ளே எங்க ஊருக்கு வந்தேன். இங்கிருந்து என் வீட்டுக்காரி, மாமியார், என்னுடைய பையன் மூனு பேரையும் கூட்டிக்கிட்டு, அந்தப் பரிசலிலேயே அடிப்பாலாறு போனேன். அங்கே பரிசலை விட்டுட்டு என்னுடைய வீட்டுக்காரியை அவங்க அப்பா ஊருக்குப் பஸ்ஸில் வச்சு அனுப்பினேன். அதுக்குப் பிறகு, சின்னக்காவல் திட்டில் இருந்து பஸ் புடிச்சு நான் மாதேஸ்வரன் மலை போலீஸ் ஸ்டேசனுக்குப் போகும்போது அடுத்த நாள் சாயங்காலம் ஆறு மணி ஆயிட்டுது.

“எங்க அப்பா, சித்தப்பாவை வீரப்பன் சுட்டுக் கொன்னுட்டான்”னு நான் குடுத்த கேஸைப் போலீஸ்

கண்டுக்கவே இல்லை. அடுத்தநாள் காலையில இராமாபுரம் ஸ்டேஷனுக்குக் கூட்டிட்டுப் போனாங்க. அங்கே கொண்டு போய் ஒரு நாள் வெச்சிருந்தாங்க. தாசரி செட்டியாரை எங்க பங்காளிங்க கொலை செய்திருந்த கேஸில் என்மேலேயும் கேஸ் போட்டுட்டாங்க.

அடுத்தநாள் சோமையாங்கிற இன்ஸ்பெக்டர் என்னைக் கூட்டிட்டுப் போய் டாக்டர்கிட்டே காட்டினார். அப்படியே கொள்ளேகால் ஸ்டேசனுக்குக் கூட்டிக்கிட்டுப் போனார். அங்கே ஒரு நாள் என்னை வச்சிருந்த பின்னாலே, வீரப்பன் அண்ணன் கூசமாதையனையும் கூட்டிட்டு வந்தாங்க. பின்னாலே, என்னையும், மாதையனையும் புடிச்சு ஒரே நேரத்தில கோர்ட்டுக்கு கூட்டிக்கிட்டுப் போனாங்க.

கோர்ட்டுக்குப் போற வழியில டி.சி.எப்.ஸ்ரீனிவாசனும், டி.எஸ்.பி. ஒருத்தரும் எதுக்கால வந்தாங்க. என்மேலே என்ன கேஸ் போட்டிருக்குன்னு டி.எஸ்.பி. கேட்டார். இன்ஸ்பெக்டர் சோமைய்யா கையில் வச்சிருந்த பேப்பரை வாங்கிப் படிச்சுப் பார்த்தார்.

“அவன் குடும்பமே அழிஞ்சு போய் நிக்குது இன்னைக்கு பார்த்துத்தான் அவனை பழைய கேஸுல கைது செய்யணுமா...?, உனக்கெல்லாம் மனசாட்சியே இல்லையான்னு” இன்ஸ்பெக்டர் சோமையாவைப் பார்த்து கன்னடத்திலே திட்டுனார்.

அப்பத்தான் தெரிஞ்சுது அஞ்சு பேரைக் கொன்ற கேஸில் கூசமாதையனை சேர்த்தல. ஏற்கனவே இருந்த எங்க சித்தப்பாவை வீரப்பன் கொன்ன பழைய கேசுலதான் (கோட்டையூர் மாதையன், தங்கவேலு கொலை) சேத்தியிருந்தாங்க. அதுலயும், மாதையன் சீக்கிரமா வெளியே வருகிற மாதிரி சின்னதா ஒரு கேஸ் மட்டும் இன்ஸ்பெக்டர் சோமையா போட்டிருந்தான். அங்கேயே மாதையன் மேலே கேஸ் எழுதின பேப்பரை வாங்கிப்

கோட்டையூர் மாதேஷ்

படிச்சுப் பார்த்த டி.எஸ்.பி, அதை அங்கேயே கிழிச்சுப் போட்டுட்டார்.

அதுக்கு பிறகு, "இந்த பையனை மட்டும் கோர்ட்டுக்கு கொண்டுட்டுப் போ, மாதையனை நாளைக்கு அனுப்பலாம். அவன் மேலே இன்னும் நெறைய கேஸ் போட வேண்டியிருக்குது"ன்னு சொன்னார்.

கூசமாதையனைத் திரும்பவும் போலீஸ் ஸ்டேசனுக்கு கூட்டிக் கொண்டு போயிட்டாங்க. அதுக்கு பிறகுதான், டி.எஸ்.பி. எழுதின கேஸில் மாதையன் உள்ளே போனான். அன்னைக்குப் போனவன் இன்னைக்கு வரைக்கும் வெளியே வரமுடியல. இன்ஸ்பெக்டர் சோமைய்யா மொதல்ல எழுதின கேஸுல மாதையன் உள்ளே போயிருந்தால் ஒரே வாரத்தில் வெளியில வந்திருப்பான். இந்த ஊருல மிச்சம் மீதி ஒன்னுமே இல்லாமப் போயிருக்கும்" என்றார்.

"1994ஆம் ஆண்டு ஆரம்பத்தில பில்லூர் அணைப் பக்கமுள்ள சர்க்கல் எஸ்டேட் பக்கத்திலே வீரப்பன் தங்கியிருந்தான். எங்க (கர்நாடகா) டி.ஐ.ஜி சங்கர்பிதிரி சாரோடு பேச்சுவார்த்தை நடத்த விரும்புவதாகச் சொல்லி செல்வராஜ் என்பவர் மூலமா ஓர் ஆடியோ கேசட் அனுப்பிருந்தான். அதில், "சங்கர் பிதிரி அய்யாவுக்கு வணக்கம், நான் சந்தன வீரப்பன் பேசுகிறேன். என்னைப் பிடிக்க நீங்க ரொம்ப கஷ்டப்பட்டுத் தேடிக்கிட்டு இருக்கீங்கன்னு நினைக்கிறேன். உங்களுக்கு அந்தச் சிரமம் வேண்டாம். நானே சரண்டர் ஆகலாமுன்னு இருக்கிறேன்.

அதாவது வந்து நான் கும்பிடும் ஆஞ்சநேயர் மேல் சத்தியமாச் சொல்லறேன். எனக்கு சில கோரிக்கைகள் இருக்குது. அதையெல்லாம் எனக்கு நீங்க செஞ்சி கொடுக்கணும். அது பற்றி நான் உங்களோட பேச்சுவார்த்தை நடத்தணும். பேச்சுவார்த்தை நடத்த போலீஸ் அதிகாரிகள் எங்கிட்டே வரப் பயப்படுவாங்க. முன்னே கொள்ளேகாலில் இன்ஸ்பெக்டராக இருந்த சோமசேகரரெட்டியை என்கிட்டே அனுப்புங்க. அவருக்கு எங்க குடும்பத்தைப் பத்தி நல்லாத் தெரியும்"ன்னு வீரப்பன் சொல்லியிருந்தான்.

இதையடுத்து வீரப்பனுடன் பேச்சுவார்த்தை நடத்த சங்கர் பிதிரி சாரும் முடிவு செஞ்சுட்டார். பவானிசாகர் ஐ.பி.யில்

இருந்துட்டு இன்ஸ்பெக்டர் சோமசேகர ரெட்டியைக் கூட்டிட்டு வந்து தெங்குமராட்டா காட்டுக்கு அனுப்ப முயற்சி பண்ணினார். புருஷனைத் தனியா அனுப்ப பயந்த ரெட்டியின் சம்சாரமும், அவர் கூடவே வந்துட்டாங்க.

"வீரப்பனோட அண்ணன் மாதையனுடன் எனக்குப் பழக்கம் இருக்கு. தம்பி அர்ஜுனனையும் எனக்கு ஓரளவுக்குத் தெரியும். ஆனால். வீரப்பனை நான் பார்த்தது கூட இல்லை. தயவு செய்து என்னை விட்டு விடுங்கன்னு..." ரெட்டி சொன்னார்.

இரண்டு மணி நேரம் சங்கர் பிதிரி சார் சமாதானம் செஞ்சார். அதுக்குப் பின்னாலே, கொஞ்சம் பயத்துடனே செல்வராஜின் மோட்டார் சைக்கிளில் ஏறினார். தெங்குமராட்டா போகும் வழியில் சோமசேகர ரெட்டியும், செல்வராஜும் காட்டுக்குள்ளே போனாங்க. சுமார் ஐந்து கிலோமீட்டர் தொலைவுக்குப் போனதும், "ஒன்னுக்கு வருது வண்டியை ஓரமா நிறுத்து..."ன்னு ரெட்டிசொல்லியிருக்கார். செல்வராஜ் வண்டிய ஓரமா நிறுத்தியிருக்கார்.

கீழே இறங்கினதுமே செல்வராஜின் கையை புடிச்சுட்டு "என்னை வீரப்பங்கிட்டே கூட்டிக்கொண்டு போகவேண்டாம். என்னைப் பார்த்ததுமே வீரப்பன் சுட்டுக் கொன்னுடுவான். இல்லனா புடிச்சுவச்சுக்குவான். இன்னும் கொஞ்சநேரம் போயி நாம இப்படியே திரும்பிப் போயி வீரப்பன் வரவில்லையின்னு சொல்லிடலாம்"ன்னு சொல்லி செல்வராஜைத் திருப்பி கூட்டிட்டு வந்துட்டார்.

பவானிசாகருக்கு வந்த பின்னாலே, "நாங்க வீரப்பன் சொன்ன இடம் வரைக்கும் போனோம். ஆனா, வீரப்பன் வரல"ன்னு சொல்லிட்டு அங்கிருந்து சோமசேகர ரெட்டி கிளம்பிப் போயிட்டார்.

அதுக்கு பிறகுதான் "சார் ஒரு தப்பு நடந்து போச்சுங்க....!"ன்னு செல்வராஜ் இந்த உண்மையைச் சொன்னார்." என்கிறார் அப்போது கர்நாடக அதிரடிப்படை ஆய்வாளராக இருந்த வெங்கிடுசாமி.

*****

52

சந்தனக் கடத்தல் மன்னனாகும் வீரப்பன்

1989ஆம் ஆண்டுக்குப் பிறகு வீரப்பனுடன் இருந்த ஆள்கள் எண்ணிக்கைக் கூடியது, போதிய அளவு வருவாய் கிடைக்கவில்லை. காவிரியின் கிழக்கே உள்ள சிங்காபுரம் காட்டில் வீரப்பன் தங்கியிருந்தார். அப்போது, ஒகேனக்கல் பக்கமிருந்து பத்துப் பேர் தலையில் விறகுச் சுமையைத் தூக்கிக்கொண்டு தெற்கே வந்தனர். காவிரி ஆற்றைக் கடந்து, காக்கிச் சீருடையில் வந்த வீரப்பன் ஆள்களைப் பார்த்தனர். இவர்களெல்லாம் போலீசார் என நினைத்துப் பயந்தனர்.

அந்த நேரம் பார்த்து வீரப்பனும் "எல்லோரும் இங்கே வாங்க..." என்று கையாட்டிக் கூப்பிட்டார்.

போலீசார்கிட்டே வசமா சிக்கிக் கொண்டோம் என்று பயந்த பத்துபேரும் விறகுச் சுமையைக் கீழே போட்டுவிட்டு ஆளுக்கு ஒரு திசையில் தப்பியோடினர். வழக்கம்போலவே வீரப்பன் ஆள்கள் அவர்களைத் துரத்திப் பிடித்தனர். பிடிபட்ட ஆள்களிடம் வீரப்பன் விசாரணை நடத்தினார்.

"எங்க ஊர் நெருப்பூருங்க. ஊருல வேலை, வெட்டி ஒன்னும் இல்லீங்க. கட்டை வெட்டிக்கிட்டுப் போயிக் குடுத்தா பத்து, நூறு பணம் கெடைக்கும். ஊட்டமலைக் காட்டில கொஞ்சம் சந்தனமரம் இருக்குது. அங்கே போயி வெட்டிக்கிட்டு வரோம். இப்படியே ஆத்துப்பக்கமாவே தூக்கிட்டுப்போயி நாகமரை கரட்டுல கட்டைய போட்டுருவோம். நாங்க அங்கே போகும்போதே, நெருப்பூர் மாதேஷ் இல்லன்னா காமராஜ்பேட்டை கோவிந்தன் யாராவது ஒருத்தர் வந்துருவாங்க. கட்டையை எடை போட்டுட்டு எங்களுக்குக் கிலோவுக்கு 40 ரூபாய் மேலே பணம் குடுப்பாங்க. நாலு மாசமா நாங்க இவங்களுக்குத்தான் கட்டை வெட்டிக் குடுத்துக்கிட்டு இருக்கறோம் சாமி..." என்றனர்.

இதற்கு அடுத்து காமராஜ்பேட்டை கோவிந்தன் சொல்வதைக் கேட்போம்:- "நாங்க அனுப்புன ஆளுங்க பத்துப்

பேரில் ஒன்பது பேரை வீரப்பன் புடிச்சு அங்கேயே இருக்கச் சொல்லிட்டார். ஒரு ஆளை மட்டும் அனுப்பி "கோயிந்தன் இல்ல மாதேஷ் யாரோ ஒருத்தரைக் கூட்டிட்டு வான்னு..." சொல்லியிருக்கார்.

அந்த ஆள் எங்கிட்டே வந்து, "வீரப்பன் உங்களை கூட்டிட்டு வரச்சொன்னார். அதுவரைக்கும் நம்ம ஆளுங்க ஒன்பது பேரும் அங்கேதான் இருக்கணுமுன்னு சொல்லீட்டார். சீக்கிரம் போலாம் வா மாமான்னு..." சொன்னான்.

"**வீ**ரப்பன் நம்ம ஆளுங்களைப் புடிச்சு வெச்சுக்கிட்டாரு..."ன்னு சொன்னதுமே என் கூட்டாளி மாதேஷ் "அய்யோ, அப்பா ஆளவுடு நான் அந்தப்பக்கம் வரமாட்டேன்னு..." சொல்லிட்டு ஓடிப்போயிட்டான்.

எனக்கும் வீரப்பங்கிட்டே போகக் கொஞ்சம் பயமாத்தான் இருந்தது. நம்ம ஆளுங்க ஒன்பது பேர் அங்கே இருக்காங்க. நாம போகலையின்னா நல்லாயிருக்காதுன்னு நேரா சிங்காபுரம் காட்டில் வீரப்பன் இருக்கிறதா சொன்ன இடத்துக்குப் போனேன்.

காவிரி ஆத்து ஓரமா ஒரு இடத்தில வீடியம் போட்டுத் தங்கியிருந்தாங்க. அங்கிருந்த வீரப்பனைப் பார்த்தேன். என்னைப்பத்தி எல்லா விவரங்களையும் விசாரிச்சார். எத்தனை நாளா கட்டை ஓட்டிக்கிட்டு இருக்கே...? எங்கே கொண்டுபோய் கட்டையை வியாபாரம் செய்யறே...? கிலோவுக்கு எவ்வளவு குடுக்கறாங்க...? இங்கிருந்து கட்டையை எப்படிக் கொண்டு போறேன்னு எல்லாத்தையும் விவரமாக் கேட்டார்.

சோறு சாப்பிடச் சொன்னார், சாப்பிட்டேன். இதற்குள்ளே பத்து வாட்டி டீ குடுச்சோம். கடைசியா எங்கிட்டேயும், கொஞ்சம் சந்தனக்கட்டை இருக்குது. எனக்கும் கொஞ்சம் பணப் பற்றாக்குறை வந்துட்டுது. அதுல இரண்டு டன் கட்டையை ஓட்டிக் கொண்டுபோய் வித்துட்டு நீயும் கொஞ்சம் எடுத்துக்கிட்டு, எனக்கும் கொஞ்சம் பணம் குடு..."ன்னு சொன்னார்.

வேறு வழியே இல்லாத நிலையில், நானும் "சரி மாமா..."ன்னு சொல்லிட்டேன். அன்னைக்கு ராத்திரி நானும்

அங்கேயே இருந்தேன். விடிய விடிய நெறையா பேசினார்.

"நீ தனியா செஞ்சுக்கிட்டிருக்கும் இந்த நானூறு கிலோ கட்டை கொண்டுபோய் விற்கும் வியாபாரத்தை விட்டுரு. நாலு, அஞ்சு டன் கட்டை கொண்டாந்து நானே லாரியில லோடு ஏத்தி விடறேன். நீ வண்டிக் கூடப் போயி கட்டையை வித்துட்டு பணத்தை வாங்கிக்கிட்டு வந்துட்டாப் போதும். ஒரு நடைக்கு எல்லா செலவும் போக உனக்கு ஐயாயிரம் ரூபாய் குடுத்துடுறேன். நீ கூட்டிக்கிட்டு வந்த இந்த ஆளுங்களையும் நம்மகூடவே இருந்து வேலை செய்யச்சொல்லு, அவங்களுக்கு உண்டான கூலியைக் குடுத்துடறேன்"ன்னு சொன்னார் என்கிறார் கோவிந்தன்.

வீரப்பன் போட்ட ஒப்பந்தம் காமராஜ்பேட்டை கோவிந்தனுக்கும் பிடித்திருந்தது. அதனால், அவரும் ஓ.கே சொல்லி விட்டார். இந்த இடத்திலிருந்து யானை வேட்டைக்காரனாக மொழுக்கன் என்ற அடைமொழியுடன் வாழ்ந்த வீரப்பனுக்கு *"சந்தனக்கடத்தல் வீரப்பன்"* என்ற பட்டப் பெயர் வருகிறது.

ஓசூரில் இருந்து பாகலூர் வழியாக கள்ளிப்பள்ளத்துக்குச் சென்ற காமராஜ்பேட்டை கோவிந்தன் சந்தனக்கட்டை வாங்கும் வியாபாரிகளைப் பார்த்துப் பேசுகிறார். தமிழ்நாட்டை ஒட்டியே கர்நாடக மாநில எல்லையில் அந்த வியாபாரிகள் தோட்டம் இருந்தது. பாபு, உசேன், காதர் என அண்ணன் தம்பிகள் மூவரையும் காமராஜ்பேட்டை கோவிந்தன் சந்தித்துப் பேசினார்.

எதிர்பார்த்தபடியே மேட்டர் ஓ.கே ஆனது. விறகு, தேங்காய், நெல், அரிசி வியாபாரம் எனப் பல தொழில்களை அந்த மூவரும் கவனித்து வந்தனர். எந்த நேரமும் இவர்களின் வீட்டுக்குப் பக்கத்திலிருந்த தோட்டத்துக்குள் நாலு லாரிகள் நின்று கொண்டேயிருக்கும். அந்த இடத்துக்குச் சந்தனக் கட்டை போன உடனே வேறு வண்டிக்கு மாற்றப்படலாம் அல்லது அந்த வண்டியிலேயே வேறு சரக்கும் ஏற்றப்பட்டு வட இந்தியாவுக்கு அந்த வண்டி கிளம்பிப் போகும்.

காதரின் தென்னந்தோப்பில் நின்ற ஒரு லாரியை எடுத்துக் கொண்டு காமராஜ்பேட்டை கோவிந்தன் கோவிந்தபாடிக்கு

வருகிறார். வண்டியை மாரியம்மன் கோயிலுக்கு பக்கத்தில் நிறுத்திவிட்டு கோவிந்தன் மட்டும் சிங்காபுரம் காட்டுக்குப் போகிறார். வீரப்பனைச் சந்தித்து லாரி ரெடி என்கிறார்.

"ஆண்டியப்பா செட்டிப்பட்டிக்குப் போயி, பத்து ஆளைக் கூட்டிக்கிட்டு வாழங்குளிப்பள்ளத்துக்குப் வா... அங்கிருக்கும் கட்டையை லாரியில் ஏத்தி அனுப்பணும்" என்கிறார். வீரப்பனுடன் சிங்காபுரம் காட்டிலிருந்து பத்துப் பேர் துப்பாக்கியுடன் கிளம்பினர். சொன்னபடியே ஆண்டியப்பன் பத்து ஆள்களைக் கூட்டிக்கொண்டு வாழங்குளிக்கு வந்தார்.

எல்லோரும் பெரிய தண்டா காட்டுப்பகுதிக்குப் போயினர். அங்கிருந்த இரண்டு டன் சந்தனக்கட்டை லாரியில் ஏற்றப்படுகிறது. காமராஜ்பேட்டை கோவிந்தன் லாரியுடன் போகிறார். கள்ளிப்பள்ளத்தில் சந்தனக்கட்டையை விற்கிறார். முதல்நடை கொண்டுபோன கட்டையை விற்றதில், 1,32,000 ரூபாய் பணம் கைக்கு வந்தது. அடுத்த இரண்டு ஆண்டுகள் காமராஜ்பேட்டை கோவிந்தன் தலைமையில் கடத்தல் தொழில் தடையில்லாமல் நடந்தது. இதில் மட்டுமே வீரப்பன் ஒரு கோடி ரூபாய் பணத்தைச் சம்பாதிக்கிறார்.

கொளத்தூர் அல்லது தருமபுரி மாவட்டக் காடு களிலிருந்து லாரியில் ஏற்றும் சந்தனக்கட்டையுடன் வழித் துணையாக காமராஜ்பேட்டை கோவிந்தனே போவார். காட்டுப்பகுதியைக் கடக்கும் வரை லாரிக்கு ஏற்படும் இழப்புகளுக்கு வீரப்பனே பொறுப்பாளி. லாரி காட்டுப் பகுதியைக் கடந்து விட்டால் அதற்குப் பிறகு கட்டை வாங்கும் உரிமையாளரின் பொறுப்பு.

வழியில் ஏற்படும் சிக்கல்களை எல்லாம் சரி செய்து கட்டையைக் கள்ளிப்பள்ளம் கொண்டுபோகும் வேலையை அவர்களே பார்த்துக் கொள்ளவேண்டும். இதற்காகத் தனியாக சில ஆள்களை

காமராஜ்பேட்டை கோவிந்தன்

கட்டை வாங்கும் மில் உரிமையாளர்களே நியமித்து விடுவர். கட்டை லாரிக்குப் பாதுகாப்பாக அந்த ஆள்கள் காரில் சென்று கொண்டிருப்பர்.

சேலம், தருமபுரி மாவட்டங்களில் வீரப்பனைப் போலவே பலரும் சந்தனக்கட்டை வெட்டிக் கடத்தினர். அடுத்த ஒரே ஆண்டில் சேலம் மாவட்ட எல்லையில் உள்ள காடுகளிலிருந்த சந்தன மரங்களெல்லாம் தீர்ந்தன. இந்த நிலையில் ஈரோடு மாவட்டம், பர்கூர் வனப்பகுதியில் ஏராளமான மரங்கள் இருந்தன. இந்த மரங்களை வெட்டிக் கொண்டுவர ஆள்கள் தேவைப்பட்டனர். தன்னுடைய கூட்டாளியான ஆண்டியப்பனை ஊருக்கு அனுப்பி நூறு ஆள்களைத் திரட்டிக்கொண்டு வருமாறு வீரப்பன் சொல்கிறார்.

ஏமனூர், கோவிந்தபாடி, செட்டிப்பட்டி, காரைக்காடு போன்ற ஊர்களுக்குப் போன ஆண்டியப்பன் நூறு ஆள்களுடன் திரும்பி வருகிறார். அதில், குள்ளரம்பட்டியைச் சேர்ந்த செட்டி என்ற ஒருவரும் இருந்தார். இந்தச் செட்டிக்கு இடது கை இல்லை. இதை விடப் பெரிய பிரச்சனை அவருக்கு ஒரு கண்ணும் இல்லை. ஒரு கையில்லாத செட்டியையும் மலையில் சந்தனக் கட்டை வெட்டும் வேலைக்கு ஆண்டியப்பன் அழைத்து வந்துள்ளார்.

செட்டியைப் பார்த்த வீரப்பன் அதிர்ச்சியடைகிறார் "ஆண்டியப்பா, இந்த ஆள் வயித்துக்கு சோத்தப்போடு, நாலு நாளைக்கு இங்கேயே சோத்தைத் தின்னுக்கிட்டு இருக்கட்டும். ஊருக்குப் போகும்போது செலவுக்குப் பணத்தைக் குடுத்து அனுப்பியுடுப்பா. காட்டுக்குள்ளே கூட்டிட்டுப் போயி வம்பை விலை கொடுத்து வாங்க வேண்டாம்..." என்கிறார்.

ஆனால், ஆண்டியப்பனும் செட்டியும் விடுவதாக இல்லை. "எனக்கு சோடியா இன்னொருத்தன் மரம் வெட்டுனான்னா நான் இந்த மரத்துல தூக்குப் போட்டு தொங்கிருவேன். அஞ்சு வயசில அருவா புடிச்சவன், பத்து வயிசுல கோடரி எடுத்தவன். என்னைப் பார்த்து இப்பிடிச் சொல்லீட்டியே அண்ணா..." என்று வீரப்பனைப் பார்த்து வீராப்பாகப் பேசினார் செட்டி.

"ஆமான்னா... செட்டிக்கு இருக்கிறது ஒத்த கை தான். இருந்தாலும், கோடரியை எடுத்து இட்டான்னா அம்பது

சந்தனமர கடத்தல் குழுவினர்

வருஷத்து புளியமரமே நாலு ஈட்டில கீழே உளுந்துரும்" என்றார் ஆண்டியப்பன்.

"உன் தலையில் எழுதின எழுத்தை யாரால மாத்த முடியும். நடக்கறது நடக்கட்டும் போங்க..." என்று செட்டியையும் பர்கூர் காட்டுக்கு மரம் வெட்ட வீரப்பன் அனுப்புகிறார்.

செட்டி உள்ளிட்ட நூறு பேரைக் கூட்டிக்கொண்டு பர்கூர் காட்டுக்குப் போன ஆண்டியப்பன் அந்தப் பகுதிக் காடுகளில் இருந்த சந்தனமரங்களை வெட்டினார். அங்கிருந்து வரும் வழியில், சோளகர் அணை என்ற இடத்திலிருந்த விவசாய நிலங்களில் ஏராளமான சந்தனமரங்கள் இருந்தன. லிங்காயத்து சமூகத்தைச் சேர்ந்த வயதான பெரியவர் வீட்டு முன்பாக இருந்த ஒரு மரத்தை செட்டி வெட்டியுள்ளார்.

லிங்காயத்து சமூக மக்கள் காடுகளையும், காட்டு விலங்குகளையும் இறைவனாக நினைத்து வழிபாடு செய்பவர்கள். அப்படிப்பட்ட ஒரு பெரியவர் வீட்டுக்கு முன்பிருந்த சந்தனமரத்தையே செட்டி வெட்டினார்.

இதைப் பார்த்த அந்த வீட்டுக்காரரும், அவரது மனைவியும் "வூட்டுக்கு முன்னாலேயே இருக்கும் இந்த மரத்தை

வெட்டவேண்டாம் சாமி. காட்டுக்குள்ளே இருக்கும் மரத்தை வெட்டிக்கிட்டுப் போனா எங்களுக்கு எந்தப் பிரச்சனையும் வராது. இந்த மரத்தை வெட்டுனா, நாளைக்கு பாரஸ்ட்காரங்க வந்து விசாரிப்பாங்க. வெட்டினது யாருன்னு எங்களுக்குத் தெரியாதுன்னு சொன்னா எங்களைப் போட்டு அடிப்பாங்க சாமி...” என்று கெஞ்சினர்.

அந்த பாட்டியம்மா எவ்வளவு சொல்லியும் கேட்காத செட்டியுடன் சென்ற நான்குபேரும் அந்த மரத்தை வெட்டி எடுத்து வந்தனர். அடுத்த நாள் மாலை, ஆறு டன் சந்தனக் கட்டை வாழங்குளிப்பள்ளத்துக்கு வந்து சேர்ந்தது. காமராஜ்பேட்டை கோவிந்தன் லாரியை எடுத்துக் கொண்டுவர கள்ளிப்பள்ளம் சென்று விட்டார்.

பர்கூர் காட்டிலிருந்த சந்தன மரங்கள் வெட்டப்பட்ட செய்தி ஈரோடு மாவட்ட வனத்துறைக்குத் தெரிந்தது. அடுத்த நாள் வனத்துறை அதிகாரிகள் விசாரணைக்குப் போயினர். மரம் வெட்டப்பட்ட இடங்களிலிருந்த மக்களைப் பிடித்து விசாரித்தனர். ஒரு கையும், கண்ணும் இல்லாத ஒருத்தன் மரம் வெட்ட வந்த கும்பலில் இருந்தான் என்ற செய்தி அதிகாரிகளுக்குத் தெரிகிறது.

சோளகர் அணைக்குப் பக்கத்தில் இரண்டு மலைகளிலும் இருந்த மரங்கள் முழுமையாக வெட்டப்பட்டு மொட்டையாக இருந்தன. இது வீரப்பன் வேலையாகத்தான் இருக்கும். வெட்டப்பட்ட கட்டை இன்று இரவே கொளத்தூர் வழியாக வெளியே போகும். உடனே மேட்டூர் ரேஞ்சுக்குத் தகவல் சொல்லுங்கள். நம்முடைய ஆள்களும் மேட்டூருக்குப் போகவேண்டும் என பர்கூர் வனத்துறை அதிகாரிகள் முடிவு செய்தனர். மாதப்பன் என்ற கார்டு மூலமாக மேட்டூர் ரேஞ்சுக்குத் தகவல் அனுப்பினர்.

**கார்டு மாதப்பன் சோளகர் அணையிலிருந்து
கையில் கொடுவாளுடன் கிளம்பினார்.**

*****

53

காட்டிக் கொடுத்த ஒற்றைக் கண்

கார்டாக இருந்து பின்னாளில் உதவி வனக் கோட்ட அலுவலராக ஓய்வு பெற்ற அழகேசன் சொல்வதைக் கேட்போம். “அப்போ நான் பாலாறு பீட்டில் கார்டாக வேலை பார்த்துக்கிட்டு இருந்தேன். ஒருநாள் காலையில் பர்கூர் பீட் கார்டு மாதப்பன் அங்கிருந்து நடந்தே பாலாற்றுக்கு வந்தார்.

“என்னண்ணா சமாச்சாரமுன்னு...?” கேட்டேன். முந்தாநாள் மத்தியானம் சோளகர் அணையிலிருந்து சந்தன மரங்களை எல்லாம் வீரப்பன் ஆளுங்க வந்து வெட்டிக்கிட்டுப் போயிட்டாங்க. நூறு ஆளுங்களுக்கு மேலே வந்துருப்பாங்க போலத் தெரியுது. ரெண்டு மலையில் இருந்த மரமெல்லாம் காலியாயிருச்சு. கட்டை வெட்ட வந்த ஆளுங்களில் ஒருத்தன் ஒரு கை, ஒரு கண்ணோடு இருந்திருக்கிறான். அவன் யாருன்னு கண்டு புடிச்சாலே நீங்க கட்டையை ரெக்கவர் பண்ணிடலாம்.

சோளகர் அணையிலிருந்து வரும் வழியில், தோணிமடுவு, கத்திரிமலை, சொரக்காய் மடுவு பக்கமெல்லாம் பார்த்தேன். அங்கெல்லாம் கட்டையும் இல்லை. கட்டை எடுத்துக்கிட்டுப் போனதுக்கான அடையாளமும் இல்லை. அநேகமா வாழங்குளிப்பள்ளம் பக்கமாகத்தான் கட்டை போயிருக்கும். அந்தப் பகுதியைக் கொஞ்சம் கவனமாப் பாருங்கன்னு...” சொன்னார்.

எங்க கேம்பில இருந்த சாப்பாட்டை போட்டுச் சாப்பிட வச்சி, அவரை அங்கிருந்து அனுப்பி வச்சுட்டு, உடனே நான் கொளத்தூருக்கு வந்தேன். மேட்டூரிலிருந்த சத்தியநாதன் ரேஞ்சருக்கு போன் பண்ணி இந்தத் தகவலைச் சொன்னேன்.

“கார்டு மாதப்பன் அடையாளம் சொன்ன அந்த ஆள் யாருன்னு விசாரித்துக் கண்டுபிடி. இன்னும் ஒரு மணி நேரத்தில் நான் காவிரிபுரம் கேம்புக்கு வந்திருவேன்”னு சொன்னார்.

அழகேசன்

எனக்குத் தெரிஞ்ச இடங்களில் எல்லாம் விசாரிச்சேன். இரண்டே மணி நேரத்தில், ஒத்தக் கை, ஒத்தக் கண்ணோடு இருந்த செட்டியைத் தூக்கிட்டு வந்துட்டேன். அவனை மேட்டூருக்குக் கொண்டுட்டு வந்து நாலு சாத்து சாத்தினோம். அவன்கூடக் கட்டை வெட்ட வந்த மற்ற சில ஆளுங்களைப் பற்றின விவரத்தைச் சொல்லிட்டான்.

உடனே ஜீப்பை எடுத்துக்கிட்டுப் போயி எல்லோரையும் தூக்கிட்டு வந்துட்டோம். அன்னைக்குச் சாயங்காலமே சந்தனக் கட்டை இருந்த இடமும் எங்களுக்குத் தெரிஞ்சுது. அந்தக் கட்டையெல்லாம் சோளகர் அணையில் வெட்டிக்கிட்டு வந்ததான்னு தெரியலை. மொதல்ல ஒரு லாரியைக் கொண்டுபோய், கட்டையெல்லாம் ஏத்திக்கிட்டு வரலான்னு ரேஞ்சர் சொன்னார்.

மேட்டூர், கொளத்தூரிலிருந்த வாடகை லாரி டிரைவர்களைப் பார்த்து "கட்டை எடுக்கப் போகலாம் வாங்க"ன்னு கூப்பிட்டேன்.

"வீரப்பன் வெட்டின கட்டையை எடுக்க வரமாட்டேன்"னு சொல்லிட்டாங்க. கெஞ்சிக் கூடப் பார்த்துட்டேன். யாருமே வரலை. வீரப்பன் மேலே அந்த அளவுக்குப் பயம் இருந்தது. வேறு வழியே இல்லாம மேட்டூர் மின்சார வாரிய ஆபீஸுக்குப் போனோம். இரும்பு பாடி கட்டின லாரியைக் குடுத்தாங்க, அந்த லாரியை எடுத்துக்கிட்டுப் போய், சந்தனக்கட்டையை எல்லாம் ஏத்திக்கிட்டு வந்தோம்.

அப்பத்தான் கோயிந்தன்னு ஒருத்தன் லாரி எடுத்துக்கிட்டு வர பெங்களூருக்குப் போயிருக்கிறான். இன்றைக்கு இரவு லாரி வருமுன்னு தெரிஞ்சுது. சத்தியநாதன் ரேஞ்சர் கூட

நாங்க எல்லாம் கொளத்தூர் செக் போஸ்டில் தயாரா நின்னு, அந்த வழியா வந்த எல்லா லாரிகளையும் நிறுத்தி செக் பண்ணிக்கிட்டு இருந்தோம்" என்கிறார்.

கள்ளிப்பள்ளம் போன காமராஜ்பேட்டை கோவிந்தன் அங்கிருந்து ஒரு டாரஸ் லாரியை எடுத்துக்கொண்டு, மேட்டூர் நோக்கி வருகிறார். அந்த லாரி காட்டுக்குப்போய் சந்தனக்கட்டை லோடு ஏற்றிக்கொண்டு நேராக டெல்லி போகவேண்டியது. சந்தனக்கட்டையை மறைத்து எடுத்துக் கொண்டு போக அந்த லாரியிலேயே, பத்து கிலோ டி.டி.கே பவுடர், ஆரியக் கூளம் முப்பது மூட்டைகள் தயாராக இருந்தன.

லாரியில் கொண்டுபோகும் சந்தனக் கட்டையின் வாசம் வெளியே வீசாமல் இருப்பதற்காக இந்த டி.டி.கே பவுடர் பாக்கெட்டை உடைத்துச் சந்தனக் கட்டைகளின் மேலே தூவி விடுவர். சில நேரங்களில், பத்து லிட்டர் டீசலை சாக்குப் பைகளின் மேலே தெளித்து, அந்த சாக்குகளை சந்தனக் கட்டைகளுக்கு இடையே போட்டு விடுவர். அப்போது, டீசல் நாற்றமே மிகுதியாக இருக்கும். பெங்களூர் அல்லது ஈரோட்டிலிருந்து மாட்டுத்தோல் கழிவுகளையும் சாக்கில் மூட்டைகட்டி எடுத்துக்கொண்டு வருவர். அதை சந்தனக் கட்டைகளுக்கு மேலே போட்டுவிட்டால் தோல் கழிவு நாற்றமே மிகுதியாக இருக்கும். இப்படிக் கடத்தல்காரர்கள் இடத்துக்குத் தக்கபடி வேறு கெட்ட வாசனையுள்ள பொருள்களைச் சந்தனக் கட்டையுடன் கலந்து லாரியில் எடுத்துக்கொண்டு போவது வழக்கம்.

கொளத்தூரிலிருந்து சந்தனக் கட்டையுடன் டெல்லிக்குப் போகும் அந்த லாரியில் இரண்டு ஓட்டுநர், இரண்டு கிளீனர், ஒரு முதலாளி என ஐந்து பேர் இருந்தனர். இந்த ஐந்து பேரில் ஒருவருக்குக் கூடத் தமிழ் தெரியாது. காமராஜ்பேட்டை கோவிந்தனுக்கு தமிழைத் தவிர வேறு மொழி தெரியாது.

பெங்களூரிலிருந்து டெல்லி பார்ட்டிகளுக்கு கை சைகை மூலம் வழி காட்டியே மேட்டூர்வரை கூட்டிக்கொண்டு வந்து விட்டார். நள்ளிரவு இரண்டு மணி லாரி மேட்டூரைக் கடந்து, கொளத்தூர் நோக்கிச் சென்றது.

கொளத்தூர் செக்-போஸ்ட்டுக்குப் போகாமல் ஊருக்குள் போவதுதான் நல்லது எனக் கோவிந்தன் மனதில் பட்டது. மேட்டூரிலிருந்து கொளத்தூர் போகும் வழியில் சாலையின் இடது பக்கம் சென்ராயப்பெருமாள் கோயில் உள்ளது. இந்தக் கோயிலைத் தாண்டியதும், வலது பக்கம் ஒரு மண் பாதை போகும், மேட்டூர் அணையில் தண்ணீர் 80 அடிக்கு மேலே வந்து விட்டால் இந்த வழியாகப் போகமுடியாது.

அணைத் தண்ணீர் தேங்கி நிற்கும்போது இந்தப் பாதை தண்ணீருக்குள் மூழ்கிவிடும். தண்ணீர் குறைவாக இருக்கும் நேரத்தில் இந்த வழியாகப் போனால் கொளத்தூர் சந்தைப்பேட்டைக்குப் போகலாம். கொளத்தூர் சந்தைக்கு காய், கறி கொண்டுபோகும் மாட்டு வண்டி, டிராக்டர் எல்லாமே இந்த வழியாகவே போகும்.

வழக்கமாக காமராஜ்பேட்டை கோவிந்தனும் இந்த வழியாகத்தான் லாரியை எடுத்துக்கொண்டு போவார். இந்த வழியாகப் போனால் வனத்துறை சோதனைச்சாவடி, காவல் நிலையம் இருக்கும் பக்கத்திற்குப் போகத் தேவையில்லை. நேராகக் கொளத்தூருக்குள் புகுந்து பாலாறு செல்லும் சாலைக்குச் சென்று விடலாம்.

லாரி அந்த மண் பாதைக்குப் பக்கமாகப் போனதும், "இந்தரோட்டில் போகவேண்டும்...." என்று கோவிந்தன் கை காட்டிச் சொன்னார்.

ஆனால், மொழி புரியாத ஓட்டுநர் லாரியை நேராகத் தார் ரோட்டிலேயே கொளத்தூர் நோக்கி விட்டு விட்டார். அதற்குப் பிறகு, இந்த மொழி தெரியாத ஆள்களிடம் எப்படிப் பேசி லாரியைத் திருப்புவது என்பது கோவிந்தனுக்குத் தெரியவில்லை.

சரி போனால் போகட்டும்.... வெறும் வண்டிதானே போகிறது. அதுவும் இல்லாமல் மலைப்பகுதியிலிருந்து வெளியே வரும் வண்டியைத்தானே வனத்துறை அதிகாரிகள் சோதனை போடுவர். நம்ம வண்டி எதிர்ப் பக்கம் இருந்து மலைப்பகுதியை நோக்கித்தானே போகிறது. இந்த வண்டியை யார் குறுக்காட்டப் போகிறார்கள்...? அப்படியே நிறுத்திப் பார்த்தாலும் வண்டிக்குள்ளே கட்டையில்லை. அப்புறமென்ன

கொளத்தூர் வனத்துறை சோதனைச் சாவடி

என்ற தைரியத்தில் கோவிந்தனும் லாரியை மேற்கொண்டு போக விட்டு விடுகிறார்.

கொளத்தூர் வனத்துறைச் சோதனைச் சாவடியில் கோவிந்தன் லாரியுடன் வருவான் என்று எதிர்பார்த்துக் காத்திருந்த ரேஞ்சர் சத்தியநாதன், பாரஸ்டர் எல்லப்பன், கார்டுகள் வீரப்பன், அழகேசன் அடங்கிய டீம் இந்த வண்டியையும் கை காட்டி நிறுத்தினர். வழக்கமாக ஆளே இல்லாமல் இருக்கும் சோதனைச் சாவடி முன்பாக நான்கைந்து பேர் நின்றனர். ஜீப்பில் ரேஞ்சர் உட்கார்ந்து கொண்டு இருக்கிறார். என்ன வில்லங்கம் நடக்கப் போகுதோ எனக் கோவிந்தன் நினைத்துக் கொண்டேபோனார்.

ஓட்டுநர் இருக்கைக்கு எதிர்ப்பக்கம் மேலே ஏறிய பாரஸ்டர் எல்லப்பன் கேபினுக்கு உள்ளே பார்க்கிறார். கோவிந்தனுடன் சேர்ந்து ஆறுபேர் இருந்தனர். அவர்களைப் பார்த்து இதுலே "யாரப்பா கோயிந்தன்..."? என்றார்.

என் பெயர் இவருக்கு எப்படித் தெரியும்...? கோவிந்தனின் தலையில் மின்னல் இறங்கியது போல இருந்தது.

இதற்குள் லாரியின் பின்பக்கம் ஏறிய கார்டு அழகேசன், வீரப்பன் இருவரும் தாறுமாறாகக் கிடந்த இராகிப் பொட்டு மூட்டைகளை எல்லாம் தூக்கிப் பார்த்தனர். தேவையே

இல்லாமல் இருந்த பத்து கிலோ டி.டி.கே பவுடர் உள்ளே கிடந்தது. பாரம் கட்ட பத்துக் கயிறுக் கட்டுகளும்,பெரிய தார்ப்பாயும் உள்ளே இருந்தன. இவற்றையெல்லாம் பார்த்ததும் இது சந்தனக் கட்டை லோடு ஏற்ற வந்த வண்டியாகத்தான் இருக்கும் என்று சந்தேகப்பட்டனர்.

"வண்டி எங்கிருந்து வருது, எங்கே போகுது..."? என்று லாரி ஓட்டுநரிடம் விசாரித்தனர். உள்ளே இருந்த ஐந்துபேருமே இந்தியில் பேசினர். இதை வைத்தே இந்த வண்டி சந்தனக் கட்டைக்குத்தான் வந்துள்ளது என்பதை வனத்துறையினர் உறுதி செய்தனர். மேற்கொண்டு லாரியில் இருந்தவர்களிடம் விசாரணை செய்ததில், வண்டியிலிருந்த ஐந்து பேருக்குமே மொழி தெரியவில்லை.

தமிழ் தெரிந்த காமராஜ்பேட்டை கோவிந்தன், "போக்கு லாரியில் ஏறி கோவிந்தபாடிக்குப் போகிறேன்" என்று சொன்னார்.

இதில் உண்மையில்லை என்பது தெரிந்த வனத்துறையினருக்குத் தெரிகிறது. ஆறு பேரையும், லாரியுடன் பிடித்து, நேராக மேட்டூர் வனத்துறை அலுவலகத்துக்குக் கூட்டிக்கொண்டு வந்தனர்.

மேட்டூர் வனத்துறை அலுவலகத்துக்குள் கோவிந்தன் போகும்போதே நான்கைந்து பேர் குத்தவைத்து உட்கார்ந்து கொண்டிருந்தனர். அதில் முதல் ஆளாக இருந்தவர் குள்ளரம்பட்டி செட்டி.

"உன் தலையில் எழுதின எழுத்தை யாரால மாத்த முடியும்" மூன்று நாள்களுக்கு முன் வீரப்பன் சொன்னது நடந்துவிட்டது.

*****

54

தப்பிப் போன கடத்தல்காரர்கள்

முதல் ஆளாக உட்கார்ந்திருந்த குள்ளரம்பட்டி செட்டிக்குப் பின்னால், இன்னும் நான்கைந்து பேர் இருந்தனர். செட்டி உள்ளிட்ட யாருமே இதற்குமுன் காமராஜ்பேட்டை கோவிந்தனைப் பார்த்ததில்லை. அதனால் கோவிந்தன் தப்பித்தார். கோவிந்தனை வேறு ஓரிடத்தில் கொண்டுபோய் உட்கார வைத்தனர்.

அந்த இடத்தில், ஒரு வாரம் முன்பாக குன்றியம் காட்டிலிருந்து வெட்டிக் கொண்டுவந்து பாலாற்றில் பதுக்கி வைத்திருந்த மூன்று டன் கட்டைகளைப் பறிமுதல் செய்து கொண்டுவந்து வைத்திருந்தனர். இந்தக் கட்டைகள் எல்லாம் நேற்று முன்தினம் பர்கூரில் வெட்டிய கட்டைகள் அல்ல என்பது கோவிந்தனுக்குத் தெரிகிறது.

"நீ வீரப்பன் ஆளா, நீதான் லாரி எடுத்துக் கொண்டுவரப் பெங்களூர் போனவனா..."? என்று ரேஞ்சர் சத்தியநாதன் கேட்கிறார், "அய்யா சாமி எனக்குக் கட்டையும் தெரியாது. பெங்களூரும் தெரியாது. செட்டிப்பட்டிக்கு அந்தப்பக்கம் ஏமனூர் காட்டில் மாட்டுப்பட்டி போட்டிருக்கேன், எம் பேரு மாதையன்" என்று சொல்லி விடுகிறார்.

லாரி ஓட்டுநர், உரிமையாளரிடம் விசாரித்ததில் அவர்கள் இந்தியில் சொன்னது வனத்துறை அதிகாரிகள் யாருக்கும் புரியவில்லை.

மேட்டூரில் உள்ள கெம்பிளாஸ்ட் நிறுவனத்துக்கு லோடு ஏற்ற வட இந்தியாவிலிருந்து நிறைய லாரிகள் வரும். இங்கிருந்தும் வட இந்தியாவுக்குப் பல லாரிகள் போகும். அதில் இந்தி தெரிந்த தமிழர்கள் யாராவது இருக்கிறார்களா..? என்று ஓர் ஆளை அனுப்பி விசாரிக்க முடிவு செய்கின்றனர்.

அப்போது நேரம் அதிகாலை மூன்று மணி. விசாரணையை அத்துடன் விட்டு, விட்டு ரேஞ்சர் வீட்டுக்குக் கிளம்பினார்.

மறுநாள் காலை கெம்பிளாஸ்ட் லாரி ஸ்டாண்டுக்குப் போன அதிகாரிகள் இந்தி தெரிந்த தமிழரைத் தேடினர். ஆனால் தமிழ் தெரிந்த இந்திக்காரரர் ஒருவர் கிடைத்தார். அவரைக் கூட்டிக்கொண்டு வந்து லாரியில் இருந்தவர்களிடம் பேசவைத்து யார், எங்கே வந்தனர்...? என்று விசாரித்தனர்.

காவலில் இருந்தவர்களும், லாரி ஓட்டுநரும் கால் மணி நேரம் கரே முரே எனக் கத்திக்கொண்டிருந்தனர்.

போகும்போது "இவங்க எல்லோரும் நாக்பூரிலிருந்து பருப்பு லோடு எடுத்துக்கிட்டு சேலம் லீ பஜாருக்கு வந்திருக்காங்க. இப்போ மக்காச்சோளம் லோடு ஏத்த கொள்ளேகால் போய்க்கிட்டு இருக்காங்க. அங்கிருந்து லோடு ஏத்தினதும் டெல்லிக்குப் போறவங்க..." என்று வனத்துறை அதிகாரிகளிடம் சொல்லிவிட்டுத் தமிழ் தெரிந்த இந்திக்காரர் கிளம்பினார்.

வெளியே போனதும், டெல்லியில் இருக்கும் லாரி உரிமையாளருக்குத் தொலைபேசி போடுகிறார். மேட்டூர் வனத்துறை அலுவலகத்தில் ஐந்துபேர் லாரியுடன் சிக்கிக்கொண்ட செய்தியைச் சொல்கிறார். டெல்லிக்குச் சென்ற செய்தி சில நிமிடங்களில் பெங்களூருக்கு வருகிறது. அங்கிருந்து கிளம்பிய வழக்குரைஞர்கள் மதியம் ஒரு மணிக்கெல்லாம் மேட்டூர் வனத்துறை அலுவலகத்துக்கு வந்தனர். மூன்று மணிக்கு டெல்லி பார்ட்டிகள் ஐந்து பேரையும் வெளியே கூட்டிக் கொண்டு போய் விட்டனர்.

பெங்களூரிலிருந்து வந்த வழக்குரைஞர் பக்கத்திலிருந்த காமராஜ்பேட்டை கோவிந்தனின் முகவரியை வாங்கினார். "தேவைப்பட்டால் எனக்கு போன் பண்ணு..." என்று அவருடைய முகவரி அட்டையைக் கொடுத்து விட்டுப்போகிறார்.

கட்டை ஏற்றப் போன லாரி வனத்துறை அதிகாரிகளிடம் சிக்கிவிட்டது என்பது தெரிந்ததும் கள்ளிப்பள்ளத்தில் இருந்து இன்னொரு லாரி புறப்பட்டது. அந்த லாரி ஓட்டுநர் ஏற்கனவே கோவிந்தபாடிக்கு வந்து சந்தனக் கட்டை ஏற்றிக்கொண்டு போனவர். அவர் சந்தனக்கட்டை வியாபாரியுடன் நேராக கோவிந்தபாடிக்கு வந்து விடுகிறார்.

ஏற்கனவே காமராஜ்பேட்டை கோவிந்தன் மூலம் அறிமுகமான இன்னொரு லாரி ஓட்டுநரான சத்தியாநகர்

அருணாசலம் என்பவரைச் சந்திக்கிறார். அடுத்து ஏமனூர் காட்டிலிருந்த வீரப்பனைப் போய்ப் பார்க்கின்றனர். அப்போதுதான் காமராஜ்பேட்டை கோவிந்தன் வனத்துறை அதிகாரிகளிடம் சிக்கிய விவரம் வீரப்பனுக்குத் தெரிகிறது. உடனடியாக வேறு ஆள்களை அனுப்பி, சோளகர் அணையிலிருந்து வந்த கட்டையை ஏற்றிக் கொண்டுபோக ஏற்பாடு செய்கிறார். கத்திரிமலை கீழ்க் காட்டிலிருந்த எட்டு டன் சந்தனக்கட்டைகளை அந்த லாரியில் ஏற்றி, பெங்களூர் அனுப்பி விட்டனர்.

மேட்டூர் வனத்துறை அலுவலகத்திலிருந்த காமராஜ்பேட்டை கோவிந்தனிடம் வீரப்பன் கூட்டாளி என்று கைது செய்வதற்கு ஏற்ற எந்த ஆதாரமும் இல்லை. அதனால், அவர் மீது நாற்பது கிலோ சந்தனக் கட்டையை வைத்து ஒரு வழக்கு போட்ட வனத்துறையினர், பவானி நீதிமன்றத்தில் ஆஜர்படுத்தினர். பவானி கிளைச் சிறையில் அடைக்கப்பட்ட கோவிந்தனுக்கு ஜாமீன் கொடுக்கப் போகும்படி அவருடைய அம்மாவுக்கு வீரப்பன் தகவல் அனுப்புகிறார். 32-ஆவது நாள் கோவிந்தன் ஜாமீனில் வெளியே வருகிறார்.

தினமும் மேட்டூர் வனத்துறை அலுவலகத்தில் கையெழுத்துப் போடவேண்டும் என்று நீதிமன்றம் நிபந்தனை விதித்தது. இரண்டாவது நாள் காலையில் கையெழுத்துப் போட்டுவிட்டு, கோவிந்தன் கொளத்தூர் வருகிறார். கொடி கோவிந்தராஜ், மாணிக்கம், கொங்குருபட்டி மணி உள்ளிட்ட வீரப்பன் ஆள்கள் சிலர் காமராஜ்பேட்டை கோவிந்தனைச் சந்திக்கின்றனர்.

"அண்ணன் வரச் சொன்னார். போகலாம் வா..." என்று ஏமனூர் காட்டுக்கு அழைத்துக்கொண்டு போயினர்.

வீரப்பன் அந்த இடத்தில் இல்லை. மறுநாள் காலையில் வந்த வீரப்பன் கோவிந்தனைக் கட்டிப்பிடித்து ஆறுதல் கூறினார். பவானி நீதிமன்றத்தில் செலவான தொகை 6,500 ரூபாயை ஓர் ஆளிடம் கொடுக்கிறார். இந்தப்பணம் மறுநாள் காலை கோவிந்தன் வீட்டுக்குப் போய்ச் சேர்கிறது. அதன் பிறகு, இரண்டு மாதம் காமராஜ்பேட்டை கோவிந்தனை வெளியில் எங்கும் விடாமல் வீரப்பன் தன்னுடனே வைத்துக்

கொள்கிறார். அதன் பின்னரும் பெங்களூருக்கான தொடர்பு முழுவதும் கோவிந்தன் வசமே இருந்தது. இதுகுறித்து காமராஜ்பேட்டை கோவிந்தன் சொல்வதைக் கேட்போம்.

"**மா**க்கம்பாளையம், குன்றியம், கேர்மாளம், பெஜிலட்டி பக்கத்தில் உள்ள காடுகளில்தான் நெறைய சந்தன மரம் இருந்துச்சு. வெளியூர் ஆளுங்க போய் அந்தக் காட்டில் மரம் வெட்டக்கூடாது. மீறி வெட்டினால், அந்த ஊர் ஆளுங்க வந்து தடுப்பாங்க. அதனாலே அந்த ஊர் ஆளுங்களை வெச்சுதான் கட்டை வெட்டுவோம். கிலோவுக்கு ஆறு ரூபாய் முதல் பத்து ரூபாய் வரை கூலி குடுத்திருவோம். அங்கிருக்கும் ஆளுங்க கட்டையை எடுத்துக்கிட்டு இந்த பக்கத்துக் காட்டுக்கு வரமாட்டாங்க.

அதனாலே, கொளத்தூர் பக்கம் இருந்து ஆம்பளை ஆளுங்களை கூட்டிக்கிட்டு போய்த்தான் கட்டையை எடுத்துக்கிட்டு வருவோம். சராசரியா ஓர்ஆள் நாற்பது கிலோவில் இருந்து அறுபது கிலோ வரைக்கும் கட்டையைத் தூக்கிட்டு வருவாங்க. ஒரு குரூப்புக்கு அறுபது முதல் நூறு ஆளுங்க கட்டை எடுக்கப் போவாங்க. எங்க ஆளுங்க பத்துப் பேர் துப்பாக்கியோடு அவங்களுக்குப் பாதுகாப்பாகக் காவலுக்குப் போவோம். வழியில் சாப்பாடு, தண்ணி எல்லாம் நாங்க ஏற்பாடு செஞ்சி குடுப்போம். நாங்க சொன்ன இடத்துக்குக் கட்டை வரும்போது, வீரப்பன் அந்த இடத்துக்கு வந்துருவார். கிலோவுக்கு இருபது ரூபாய் மேலே கணக்குப் போட்டு, எல்லோருக்கும் கூலியைக் குடுத்திடுவார். கூலியை வாங்கின கையோடு எல்லோரும் சாப்பிட்டு முடுச்சுட்டு அங்கிருந்து கெளம்பிருவாங்க. அன்னைக்கு இராத்திரியே நான் கள்ளிப்பள்ளம் கிளம்புவேன்.

அடுத்த நாள் சாயங்காலம் லாரி இங்கே வந்துரும். கட்டை அடுக்கியிருக்கும் தாவுக்குப் பக்கத்தில் ரோடு ஓரமா லாரியைக் கொண்டுவந்து நிறுத்திடுவேன். வீரப்பனிடம் லாரி வந்த தகவலைச் சொல்லுவேன். ஓர் ஆளை அனுப்பி ஊரிலிருந்து ஐம்பது ஆளுங்களைக் கூட்டிட்டு வரச்சொல்லுவார். அவங்க வரும்போதே லாரியை எடுத்துக்கிட்டு வருவாங்க. ஒரு மணி நேரத்தில் காட்டுக்குள்ளே அடுக்கியிருக்கும் கட்டை லாரிக்குப்

போயிடும். லோடு ஏற்றி முடித்ததும், ஆளுங்களுக்கு ஏற்றுக் கூலியாக ஐயாயிரம் ரூபாய் பணத்தைக் குடுத்துடுவார்.

அதுக்குப் பிறகு, லாரிக்கு முன்னாலே ஆட்டுக்கெடாய் வெட்டி, பூஜை போடுவோம். பூஜை முடுஞ்சதும் அங்கிருக்கும் எல்லோருக்கும் பொரி கடலை, வாழைப் பழத்தை எடுத்து வீரப்பனே குடுப்பார். சாமி கும்பிட்டுவிட்டு வேலைக்கு வந்த ஆளுங்க எல்லோரும் கிளம்பிப் போயிருவாங்க. இருட்டுக் கட்டுவதற்கு முன்னமே எங்க கூட இருக்கும் மற்ற ஆளுங்க எல்லோரையும் வேற தாவுக்குப் போங்கன்னு அனுப்பிடுவார்.

இருட்டின பிறகு, வண்டியை எடுக்கும்போது அங்கிருக்கும் ஆளுங்க யாருமே நான் வண்டியில் ஏறுவதைப் பார்க்காதபடி பார்த்துக்குவார். லாரியில யார் போறாங்க என்ற விவரத்தையும் வேற யார் கிட்டேயும் சொல்லவும் மாட்டார். நான் கட்டையைக் கொண்டுபோய் கள்ளிப்பள்ளத்தில் சேர்த்ததுமே, ரெண்டு மணி நேரத்தில் எடையைப் போட்டு, கணக்குப் பார்த்து, பணத்தைக் குடுத்துடுவாங்க.

அடுத்த நாள் காலையில பாதுகாப்பா அவங்களே கார் குடுத்து என்னை ஊருக்கு அனுப்புவாங்க. மழவல்லி, கொள்ளேகால் வழியாக மாதேஸ்வரன் மலைக்கு வந்து அங்கிருந்து பாலாறு வருவேன். இல்லன்னா... அஞ்செட்டி, பெண்ணாகரம் வழியா கீரைக்காரனூர் வந்து அங்கிருந்து சிங்காபுரம் போவேன். இப்படியே இரண்டு வருட காலம் கட்டை ஓட்டினோம். இங்கிருந்து மொத்தம் 21 லோடு கட்டை பெங்களூருக்கும், பாலக்காட்டுக்கும் ஓட்டியிருக்கிறேன்" என்கிறார்.

இந்தக் காலகட்டத்தில், சிங்காபுரம் காட்டில் வீரப்பன் இரண்டு, மூன்று மாதங்கள் எல்லாம் ஒரே இடத்தில் தன்னுடைய ஆள்களுடன் நிரந்தரமாகத் தங்கியுள்ளார். மூன்று மாதம் வரையிலும், அந்த இடத்தில் வைத்த அடுப்பின் நெருப்பு அணையாமல், சமையல் நடந்து வந்துள்ளது. அப்போது பொறுப்பிலிருந்த தமிழ்நாடு, கர்நாடக வனத்துறை அதிகாரிகள் அனைவருக்கும் இந்த விவகாரங்கள் அனைத்தும் முழுமையாகத் தெரியும்.

******

55

கார்டு மோகனையா

சத்தியமங்கலம் காட்டிலிருந்து சந்தனக் கட்டைகளை பர்கூர் காட்டு வழியாக பாலாறு, கோவிந்தபாடி காடுகளுக்குக் கொண்டு வந்து, அங்கிருந்து லாரி மூலம் வெளியே அனுப்பி வந்தார். வனத்துறை கண்காணிப்பு அதிகமானதும், வழியை மாற்றினார் வீரப்பன்.

பாலாறு வரும் கட்டைகளை காவிரி ஆறு வழியாகப் பரிசல் மூலமாக, அக்கரைக்குக் கொண்டு செல்வர். கட்டைகள் அதிகமாக இருந்தால் அவற்றைச் சுமை கட்டி ஒன்று சேர்த்துத் தெப்பம் ஆக்குவர். பிறகு அதை ஆற்றுத் தண்ணீரில் போட்டு, கயிற்றில் கட்டி இழுத்துக் கொண்டே ஆற்றின் மறு கரைக்குக் கொண்டு செல்வர். அங்கிருந்து கட்டைகளை எடுத்துக் கொண்டுபோய் சிங்காபுரம், ஏமனூர் (தருமபுரி மாவட்டம்) காட்டுப்பகுதியில் சேர்க்கவேண்டும். பின்னர் அங்கிருந்து லாரியில் ஏற்றி கள்ளிப்பள்ளிக்கு அனுப்புவர்.

சந்தனமரக் கடத்தலில் தீவிரமாக ஈடுபட்டு வந்த வீரப்பனைப் பிடிக்க வேண்டும். அவனது சந்தன மரக் கடத்தலைத் தடுக்கவேண்டும் என கொள்ளேகால் டி.சி.எப். பி.கே.சிங் முடிவு செய்கிறார். இதற்காகப் பாலாறு சோதனைச் சாவடியில் மோகனையா என்ற கார்டு ஒருவரைப் பணியமர்த்தினார். கர்நாடக மாநிலத்தின் கூர்க் பகுதியைத் தாயகமாகக் கொண்ட மோகனையா துப்பாக்கியால் சுடுவதில் கை தேர்ந்தவர்.

மோகனையா காட்டுக்குள் சென்று வீரப்பனைத் தேடிக் கண்டுபிடித்து, அவரைச் சுட்டுக் கொல்லவும் டி.சி.எப். பி.கே.சிங் அதிகாரம் கொடுத்திருந்தார். வீரப்பனின் எதிர் குரூப் ஆள்களுடன் மோகனையா தொடர்பை ஏற்படுத்திக் கொண்டார். வீரப்பனுக்கு ஆதரவாகச் செயல்படும் சிலர் மீதும் பொய் வழக்குப் போட்டுள்ளார். சில நேரங்களில் வீரப்பனுக்குத் தொடர்பில்லாத சிலரையும் கைது செய்து

உள்ளே தள்ளியுள்ளார். இன்னும் சில இடங்களில் மூங்கில் வெட்டப் போன அப்பாவி மக்கள் மீதும் துப்பாக்கிச் சூடு நடத்தியுள்ளார்.

பாலாறு வழியாகச் சந்தனக் கட்டையை எடுத்துக் கொண்டுவரும் வீரப்பன் ஆள்களைக் குறிவைத்தும் மோகனையா தாக்குதல் தொடங்கினார். ஒரு முறை மாக்கம்பாளையத்தில் இருந்து 80 ஆள்கள் தலைச்சுமையாக சந்தனக்கட்டை எடுத்துக்கொண்டு, பாலாற்றை நோக்கி வந்தனர். அந்த அணிக்கு காமராஜ்பேட்டை கோவிந்தன், கொங்குருப்பட்டி மணி, கொடி கோவிந்தராஜ் என மூன்று பேர் தலைமை தாங்கி வந்தனர்.

இந்தக் குழுவினரைச் சுரைக்காய் மடுவுப் பகுதியில் கார்டு மோகனையா மடக்கி, துப்பாக்கியால் சுட்டுள்ளார். இரு தரப்பினருக்கும் இடையிலான தொலைவு சற்று அதிகமாக இருந்தது. அதனால், கோவிந்தனைக் குறி பார்த்துச் சரியான இடத்தில் சுட முடியவில்லை. மோகனையாவின் துப்பாக்கியிலிருந்து வந்த தோட்டா கோவிந்தனின் கையில் உரசிக்கொண்டு போனது. இதைத் தொடர்ந்து, கோவிந்தனும் திருப்பிச் சுட்டுள்ளார்.

ஒரே நேரத்தில் இரண்டு இடங்களிலிருந்து துப்பாக்கி வெடிச்சத்தம் வந்தது. கோவிந்தனுக்குப் பின்னால் கட்டையைத் தூக்கிக்கொண்டு வந்தவர்கள் எச்சரிக்கை அடைந்தனர். வழியில் எதோ சிக்கல் உள்ளது என்பதைத் தெரிந்து கொண்டனர். தலையில் இருந்த சந்தனக் கட்டைகளைத் தூக்கிக்கொண்டு வந்த 80 பேரும், இண்டஞ்செடி புதரில் மறைவாகப் போட்டுவிட்டு ஓடி விட்டனர்.

மறுநாள் மீண்டும் அந்த இடத்துக்குச் சென்ற வீரப்பன் ஆள்கள், புதரில் கிடந்த சந்தனக் கட்டைகளைச் சேதமில்லாமல் எடுத்து வந்தனர்.

அடுத்த சிலநாள்களில் கொக்கரைப்பள்ளம் வழியாக 80 ஆள்கள் சந்தனக்கட்டையைத் தலையில் எடுத்து வந்துள்ளனர். அந்த அணிக்கு ஐயந்துரை தலைமை ஏற்று வந்துள்ளார். அந்த அணியை வழி மறித்த கார்டு மோகனையா துப்பாக்கியால் சுட்டுள்ளார்.

ஐயந்துரையை அவர் நேருக்கு நேராக நின்று சுட்டபோதும், மோகனையாவின் துப்பாக்கியிலிருந்த தோட்டா சரியான நேரத்தில் வெடிக்காமல் போனது. ஆனால், ஐயந்துரை திருப்பிச் சுட, மோகனையா பின்வாங்கி ஓடிவிடுகிறார். அப்போது அவருடன், இரண்டு வனத்துறை ஊழியர்களும் இருந்துள்ளனர்.

ஐயந்துரை பின்னால் வந்து கொண்டிருந்த ஆள்கள் இதைப் பார்த்துப் பயந்து விடுகின்றனர். அவர்கள் தூக்கிக்கொண்டு வந்த சந்தனக்கட்டைகளை வழியிலேயே போட்டு விட்டு, தப்பியோடி விட்டனர். நான்கு டன் எடையுள்ள அந்தச் சந்தனக் கட்டைகளைக் கர்நாடக வனத்துறையினர் கைப்பற்றினர். இதன் மூலம், டி.சி.எப், பி.கே.சிங்கிடம் மோகனையாவின் செல்வாக்கு முன்பு இருந்ததைக் காட்டிலும் அதிகமானது.

இந்த நேரத்தில் மோகனையாவுக்குக் கொடுக்கப்பட்ட அதிகாரமும் உயர்ந்தது. மோகனையாவின் எல்லைக்கு உட்பட்ட பாலாறு வனப்பகுதிக் காடுகளைக் கடந்து, செங்கப்பாடி, ஆலாம்பாடி காடுகளுக்கும் அவர் சென்றுள்ளார். வீரப்பன் குழுவினரை வேட்டையாட வசதியாக, அவர் பயணம் செய்வதற்குத் தனியாக ஒரு ஜீப்பும் பி.கே.சிங் கொடுத்துள்ளார்.

இந்த வண்டியில், நாள்தோறும் காலை, மாலை என இரு நேரமும், பாலாற்றிலிருந்து காவிரி ஆற்று ஓரமாகவே ஆலாம்பாடிவரை போவார். அங்குள்ள வீரப்பன் எதிரணி ஆள்களைச் சந்தித்துப்பேசுவார். இரவு ஏழு மணிக்குள்ளாக பாலாற்றுக்குத் திரும்பி விடுவார். இப்படியே வீரப்பன் நடவடிக்கைகளைக் கண்காணித்து வந்துள்ளார். அந்த நேரத்தில், செங்கப்பாடியில் உள்ள மக்களைச் சந்திக்கும் மோகனையா "நான் வீரப்பனைச் சுட்டுக்கொல்லாமல் இங்கிருந்து போகமாட்டேன்." என்று வீரப்பாகவும் பேசியுள்ளார்.

ஒரு மனிதனுக்கு அளவுக்கு அதிகமாக அதிகாரம் கொடுக்கும்போது அது தவறான வழியிலும் செலுத்தப்படுகிறது. இதற்கு மோகனையாவும் விதிவிலக்கல்ல. ஒகேனக்கல் அருவிக்கு வடக்கில் கூலியத்துக்கு மேலே தகரதாளி என்ற

இடம் உள்ளது. கர்நாடகக் காட்டுப் பகுதியான இந்த இடத்தில் ஒரு சனீஸ்வரன் கோயிலும் இருக்கிறது.

இந்தப்பகுதியில் விளைந்திருக்கும் கல் மூங்கில், கூடை முடைவதற்கு ஏற்றது. பெண்ணாகரம், பாலக்கோடு, தருமபுரி, மேச்சேரி சுற்றுப்பகுதிகளில் கூடை முடையும் குறவர் சமூக மக்கள் குடும்பத்தினர் பலர் உள்ளனர். இந்த மக்கள் கூலியம் காட்டு மூங்கில்களை வாங்கிக் கூடைகள் செய்வர். மற்ற இடங்களில் உள்ள மூங்கிலைக் காட்டிலும் இந்த மூங்கிலுக்குக் கூடுதல் விலையும் கொடுத்தனர்.

பெண்ணாகரம் அருகிலுள்ள கிராமங்களைச் சேர்ந்த மக்களுக்குப் போதிய வேலைவாய்ப்பும் இல்லை. அந்தப் பகுதியில் வேறு எந்தத் தொழிலும் இல்லை. ஆண்கள், பெண்கள் என ஐம்பது பேர் கொண்ட குழுக்களாக ஒன்று சேருவர். ஒகேனக்கல் காட்டு வழியாகக் காவிரி ஆற்றைக் கடந்து கர்நாடகக் காட்டுப்பகுதிக்குப் போவர். கூலியம் காடுகளில் விளைந்துள்ள மூங்கில்களை வெட்டிக் கட்டி, தலைச்சுமையாகத் தூக்கிகொண்டு, காட்டு வழியாகவே ஆலாம்பாடிவரை வருவர்.

இரவு நேரம் காவிரி ஆற்றின் மேற்குக் கரையில் ஓரிடத்தில் மூங்கில்களை கொண்டுவந்து மொத்தமாகப் போட்டுவிட்டுத் தங்குவர். மறுநாள்காலையில் எழுந்து, மூங்கில் கட்டுகளை எல்லாம் ஒன்றின் மீது ஒன்றாக அடுக்கி, தெப்பம் கட்டுவர். பிறகு தெப்பத்தைக் காவிரி ஆற்றின் தண்ணீரில் மிதக்கவிட்டு, ஆற்றின் கிழக்குக் கரையில் உள்ள ஊட்டமலைப் பகுதிக்குக் கொண்டுவந்து சேர்ப்பர்.

அங்கிருந்து தெப்பத்தைப் பிரித்து அவரவர் மூங்கில் கட்டுகளை எடுத்து தலையில் வைத்து பெண்ணாகரம் கொண்டுவர வேண்டும். செவ்வாய்க்கிழமை வாரச்சந்தையில் இந்த மூங்கிலை விற்று, அதில் கிடைக்கும் காசில்தான் இந்த ஏழை மக்கள் தங்கள் வீட்டுக்குத் தேவையான உணவுப் பொருள்களை வாங்கிக்கொண்டு போவர். பெண்ணாகரத்தில் இருந்து புறப்பட்டது முதல் இந்த வேலை முடிய நான்கு நாள்களாகும்.

1989ஆம் ஆண்டு ஜூன் மாதம் முதல் வாரத்தில், பெண்ணாகரத்தை அடுத்துள்ள கள்ளிபுரம் காலனி, நால்ரோடு பகுதியைச் சேர்ந்த ஒரு குழுவினர் மூங்கில் வெட்டச் சென்றுள்ளனர். இரண்டு நாள்களுக்குப் பிறகு மூங்கில் வெட்டி எடுத்துக்கொண்டு ராசி மலைக்குக் கீழே ஓர் இடத்தில் தங்கியுள்ளனர்.

சாப்பாட்டுக்கு வழியில்லாமல், வயிற்றுப் பசிக்காகக் காடுகளில் மூங்கில் வெட்டப்போன அந்த மக்கள் மீது கார்டு மோகனையா துப்பாக்கியால் சுட்டுள்ளார். இதில் பலர் இறந்து போனதாக வீரப்பன் காதுக்குச் செய்தி கிடைத்துள்ளது.

மோகனையா வெறும் வாயால்தான் பேசிக்கொண்டிருப்பான் என்று நினைத்துக் கொண்டிருந்த வீரப்பனுக்கு இது பெரிய அதிர்ச்சியைக் கொடுத்தது. ஏற்கனவே காமராஜ்பேட்டை கோவிந்தன் மீதும், ஐயந்துரை மீதும் துப்பாக்கியால் சுட்டது. இப்போது பொதுமக்கள் மீதும் சுட்டது என எல்லாவற்றையும் கணக்கிட்டுப் பார்க்கிறார். இனிமேல் மோகனையாவை விட்டு வைக்கக் கூடாது என முடிவு செய்கிறார்.

2.7.1989 அன்று சிங்காபுரம் காட்டிலிருந்த வீரப்பன் நாலு பேருக்குக் கட்டுச்சோறு கட்டச் சொல்கிறார்.

மற்ற இடங்களில் புளி சாதம் என்று சொல்லப்படுவதைக் கொங்கு நாட்டில் கட்டுச்சோறு என்பர். வெளியூர்களுக்குச் செல்லும் மக்கள், வெள்ளைத் துணியில் இந்தச் சாதத்தை மூட்டையாகக் கட்டி எடுத்துக் கொண்டு போவர். தண்ணீர் உள்ள இடத்தில் பிரித்து சாப்பிட்டு விட்டு, பயணம் செய்ய வசதியாக இருக்கும். புளிக்கரைசலில் நன்றாக ஊறவைத்துக் கட்டப்பட்ட இந்தக் கட்டுச்சோறு நான்கு, ஐந்து நாள்கள்வரை கெடாமல் இருக்கும்.

வீரப்பன் கட்டுச்சோறு கட்டச் சொன்னால், எங்கே வெளியூர் போகிறார். அங்குள்ள யாரையோ போட்டுத் தள்ளப் போகிறார் என்று பொருள்!

*****

56

குறியில் சிக்கிய மோகனையா

1989ஆகஸ்டு மாதம், மூன்றாம் நாள் மாலை நான்கு மணிக்குத் தருமபுரி மாவட்டம், ஏமனூர் காட்டிலிருந்த வீரப்பன் நாலு பேருக்குக் கட்டுச்சோறு மூட்டை கட்டச் சொன்னார். காமராஜ்பேட்டை கோவிந்தன், ஊட்டமலை ராமு, சுண்டா வெள்ளையன் மூன்று பேரையும் தன்னுடன் வருமாறு கையால் சாடை காட்டினார். ஏழு மணிக்கு கிளம்பிய வீரப்பன் உள்ளிட்ட நால்வரும், காவிரியைக் கடந்து அடிபாலாறு அருகில் ஒரு கல்லட்டில் தங்கினர்.

பர்கூர் காட்டிலிருந்து சந்தன மரம் கொண்டுவந்த ஆள்களுக்குக் காவலாக வந்த கோவிந்தபாடியான் சின்னராஜ் உள்ளிட்ட ஆறுபேர் "சாப்பிட்டு இரண்டு நாளாச்சு...." என்றனர். கட்டுச்சோறு மூட்டையை அவர்களுக்கு கொடுத்தனுப்பிய வீரப்பன், அன்று இரவு அங்கேயே படுத்தார். காலையில் எழுந்தும் கொக்கரைப்பள்ளத்திற்கு வடக்கிலிருந்த செட்டிப்பட்டிக்காரரர் மாட்டுப்பட்டிக்குச் சென்றனர்.

அந்த மாட்டுப் பட்டியில் எப்போதும் சர்க்கரை, டீ தூள், ராகி மாவெல்லாம் இருக்கும். அந்தப்பட்டிக்கு போனால், பசித்த வயிறுக்கு இரை கிடைக்கும். மாட்டுப்பட்டியிலிருந்த பெரியவர் வீரப்பனுக்கு அறிமுகமானவர். ஓர் இளங்கன்று மாட்டில் பால் கறந்து நால்வருக்கும் தேநீர் போட்டுக் கொடுத்தார். அடுத்த அரை மணி நேரத்தில் சுடச்சுடக் களியும் கிளறி முடித்தார். வீரப்பன் சாப்பிட்டுக் கொண்டிருக்கும் போதே "இந்த கார்டு மோகன் தொல்லை தாங்க முடியலை..." என்று முனகினார்.

"என்னாச்சு பாட்டா...?" என்றார் வீரப்பன்.

"பத்து நாள் முன்னே கார்டு மோகன் மாட்டுப்பட்டிக்கு வந்தான். நீயெல்லாம் வீரப்பனுக்கு சப்போர்ட் செய்யறீங்கன்னு சொல்லி என்னைப் போட்டு அடிச்சான்" என்கிறார்.

சாப்பிட்டு முடித்து எழுந்த வீரப்பனிடம் அவர் போட்டிருந்த காக்கிச் சட்டையைக் கழட்டிக் காட்டினார். அந்தப் பெரியவரின் முதுகில் வரிவரியாகத் தோல் கருத்துப் போயிருந்தது. மெதுவாகப் பெரியவரின் முதுகு மேல் வீரப்பன் கைவைத்துப் பார்த்தார், மோகனையா தடியால் அடித்த இடத்தில், மேல் தோல் உரிந்திருந்தது.

இதைப் பார்த்ததுமே வீரப்பனுக்கு கோபம் தலைக்கேறியது. பற்களைக் கடித்தார். கெட்ட வார்த்தைகளால் திட்டிக்கொண்டே இன்றைக்கு மோகனையாவுக்கு முடிவு கட்டவேண்டும் என்று சொன்னார்.

"இதற்கு முன்னே நான் மோகனையாவைப் பார்த்ததில்லை, உனக்கு அடையாளம் தெரியுமா..."? என்று தன்னுடன் இருந்த மற்ற மூவரையும் பார்த்துக் கேட்டார். மூவருமே உதட்டைப் பிதுக்கினர். அந்த மாட்டுப்பட்டியின் சாணம் பொறுக்கிக் கொண்டிருந்த ஒரு சிறு பையனைக் கூப்பிட்டார். "உனக்கு மோகனையாவை அடையாளம் தெரியுமா மாப்ளே...?" என்று கேட்டார்.

"தெரியும்..." என்று சொன்ன அந்தச் சிறுவன் புத்திசாலித்தனமாக "நீங்க எதுக்கு மாமா அவனைப் பத்திக் கேக்கிறீங்க..."? என்று இன்னொரு கேள்வியும் கேட்டான்.

பாலாறு வனத்துறை அலுவலகம்

விவகாரமாகக் கேள்வி கேட்ட அந்தச் சிறுவனைப் பக்கத்தில் கூப்பிட்ட வீரப்பன், அவன் தோள் மீது கையைப் போட்டார். "நாங்க இந்தப் பாங்காட்டில் ஒழிஞ்சு இருந்துக்கிட்டு சந்தனக்கட்டை ஓட்டிக்கிட்டு இருக்கிறோம். காசு குடுக்காமே நாங்க கட்டையை கொண்டுட்டுப் போறதால அவனுக்கு எங்க மேலே கோவம். அதனாலேதான் உங்கள மாதிரி பட்டியில இருக்கிறவங்களை எல்லாம் புடிச்சு அடிக்கிறான்.

அதுக்குத்தான், இன்னைக்கு மோகனையாவே நேருல பார்த்துப் பேசி, கொஞ்சம் காசைக் குடுத்து சரி பண்ணி வச்சுக்கணும். அப்பத்தான் யாரையும் அடிக்க மாட்டான். அதுக்காக அவங்கிட்டே சமாதானம் பேசலான்னு வந்திருக்கேன். ஆனா, எங்களுக்கு அந்த ஆளை அடையாளம் தெரியாது. அதுக்குத்தான் மாப்ளே உனக்கு அடையாளம் தெரியுமான்னு கேட்டேன்" என்று கதையைக் கொஞ்சம் மாற்றிப் போட்டார்.

"அதுக்கென்ன மாமா... நானே உங்களுக்கு அடையாளம் காட்டறேன். இருங்க... அந்த ஆள் இருக்கானான்னு பாத்துட்டு வாறேன்..." என்று சொல்லிவிட்டுப் போனான். பத்து நிமிடத்தில் திரும்பி வந்தவன், "மோகனையாவோட அக்கா ஊரிலிருந்து வந்துருக்காங்க, அவங்களைக் கூட்டிக்கிட்டு மேட்டூருக்குப் போயிருக்கிறான். மத்தியானத்துக்கு மேலே வருவானாம்..." என்றான்.

"சரிப்பா, எங்களுக்கும் ஒரு சின்ன வேலை இருக்குது, மத்தியானம் அவன் வந்ததும், நீ நேரா கொக்கரைப்பள்ளத்தைப் புடிச்சுக்கிட்டே மேற்குப் பக்கம் வா. செங்கப்பாடி ரோட்டுக்கு மேற்கால ஒரு ஆச்சாமரமும், நக(நாவல்) மரமும் சேர்ந்தாப்பல இருக்கும். அந்த எடத்துல வந்து நின்னுகிட்டு சீக்கி போடு. உன்னோட சீக்கிச் சத்தம் கேட்டதும் நாங்க வந்துருவோம்." என்று சொன்னார்.

"சரி மாமா..." என்று சொன்ன அந்தப் பையனிடம் நூறு ரூபாய் பணத்தைக் கொடுத்துவிட்டு, கொக்கரைப் பள்ளத்தின் வழியாக மேற்கே நடந்தார் வீரப்பன்.

மதியம் இரண்டரை மணிக்கு நாவல் மரத்துக்குப் பக்கத்திலிருந்து சீக்கிச் சத்தம் வந்தது. சுண்டா வெள்ளையன்

மட்டும் போனார். பட்டிக்காரப் பையன் மட்டும் தனியாக வந்துள்ளான் என்பதை உறுதி செய்து கொண்டதும் பின் கடமான் போலக் கத்தினார். அதைக் கேட்ட வீரப்பன் அந்த இடத்துக்கு வந்தார்.

"மேட்டூருக்குப் போய்விட்டு வந்த மோகனையா, திரும்பவும் மாதேஸ்வரன் மலைக்குப் போயிட்டான். அவங்க அக்காவை ஊருக்குப் போக பஸ் ஏத்தியுட்டுட்டு இப்பத்தான் மாமா வந்தான்..." என்று மாட்டுப்பட்டி சிறுவன் சொன்னான்.

நல்ல செய்தியைச் சொன்ன அந்த சிறுவனின் முதுகில் தட்டிக்கொடுத்து, கொக்கரைப்பள்ளத்தின் வழியாகவே சிறுவனைக் கூட்டிக்கொண்டு நடந்தார். பாலாற்றின் மேற்கு கரையில் உள்ள கர்நாடக வனத்துறை சோதனைச்சாவடி எதிரில் மேடாக உள்ள ஓரிடத்தில் இருவரும் நின்றனர். ஆள் நிற்பது தெரியாத அளவுக்கு அந்த இடத்தில் புதர் வளர்ந்திருந்தது. எதிரிலிருந்த பிள்ளையார் கோயில் திட்டு மீது நான்கு பேர் உட்கார்ந்து கொண்டிருந்தனர். அதில் சிவப்பாக, உயரமாக, காக்கி பேண்டும், வெள்ளை சட்டையும், காலில் ஷூவும் போட்டிருந்த ஒருவரைக் காட்டி "அதுதான் மாமா... மோகனையா..." என்று அடையாளம் காட்டினான்.

"சரிடா மாப்ளே... ராத்திரிக்கு நாங்க அவங்கிட்டே பேசிச் சமாதானமாப் போயிடறோம், இனிமேல் அவன் உங்க யாரையும் அடிக்க மாட்டான். நிம்மதியாப் போ..." என்று சொல்லி அவனை வடக்கே கூட்டிக்கொண்டு வந்தவர், திரும்பவும் சிறுவனுக்கு நூறு ரூபாய் கொடுத்து அனுப்பினார். சிறுவன் நின்று அடையாளம் காட்டிய இடத்துக்குக் கிழக்கே சீரிச்செடிகள் நிரம்பியிருந்தன.

காம்ராஜ்பேட்டை கோவிந்தன், ஊட்டமலை ராமு, சுண்டா வெள்ளையன் என மூன்று பேரும் சீரிச்செடிகளுக்குள் தரையோடு தரையாகப் படுத்து ஒளிகூடு கட்டிக்கொண்டிருந்தனர். வீரப்பன் வந்ததும், அவருக்கு ஓர் இடத்தை ஒதுக்கிக் கொடுத்த ஊட்டமலை ராமு வேறு இடத்துக்குப் போகிறார்.

சீரிச்செடி என்பது சுண்டைக்காய் செடியைப் போலவே சொரசொரப்பான இலைகளுடன் இருக்கும். ஆள் உயரத்துக்கு வளரும், இந்தச்செடியில் அடர்த்தியான கிளைகளும்,சிறிய

இலையும், அதன் நுனியில் கூரிய முள்ளும் இருக்கும்.

பாலாற்றின் மேற்குக் கரையில், மாதேஸ்வரன் மலைக்குச் செல்லும் சாலையின் தென்பக்கம் பிள்ளையார் கோயில் ஒன்று உள்ளது. அந்தக் கோயில் திண்ணையில் கார்டு மோகனையா உட்கார்ந்திருந்தார். அவருக்கு இருபக்கமும் இரு நண்பர்கள் இருந்தனர். அவர்களிடம், ஒகேனக்கல் ஆற்றில் துப்பாக்கிச் சூடு நடத்தியதைப் பற்றி மோகனையா சுவாரசியமாகச் சொல்லிக் கொண்டிருந்தார்.

மோகனையா உட்கார்ந்துள்ள இடத்துக்கு எதிரில், சாலையின் வடக்குப் பக்கம், மரங்களும், புதர்களும் நிறைந்திருந்த மறைவான இடத்தில் வீரப்பன் இருக்கிறார். தன்னுடைய இரட்டைக் குழல் துப்பாக்கியைத் தூக்கிப் பல முறை கார்டு மோகனையாவின் நெஞ்சுக்குக் குறி வைத்தார். ஆனாலும், சரியாக அடி விழும் என்ற நம்பிக்கை வரவில்லை. இருவருக்கும் இடையிலான தூரம் சற்று அதிகமாக இருந்தது. அதுவுமில்லாமல், இருவருக்கும் இடையிலுள்ள சாலையில் யாராவது ஒருவர் குறுக்கே வருவதும், போவதுமாகவே இருந்தனர். ஒரு கட்டத்தில், மோகனையாவின் தலை வீரப்பனின் ஈட்டுக்குச் சரியாகக் கிடைத்தது.

அப்போது, மோகனையா தலைக்குப் பின்னால், பிள்ளையார் சிலை இருந்தது. மோகனையா உடலுக்குள் புகுந்து இரத்தத்துடன் வெளியே செல்லும் துப்பாக்கிக் குண்டுகள், சாமி சிலை மீதும் அடிக்கும் என்று காமராஜ்பேட்டை கோவிந்தன் சொன்னார். அது தெய்வக் குற்றமாகும் என நினைத்த வீரப்பன் சுடுவதை நிறுத்தினார். கிட்டத்தட்ட ஒரு மணி நேரம் மூவரும் அந்த இடத்திலேயே உட்கார்ந்து கொண்டிருந்தனர்.

கார்டு மோகனையா

பொறுமையிழந்த சுண்டா வெள்ளையன், தன்னுடைய நாட்டுத் துப்பாக்கியை எடுத்து வீரப்பனிடம்

பிள்ளையார் கோயில்

கொடுத்தான். "இதுல அடியண்ணா, நாலு இஞ்சி மருந்தும், 25பரலும்(குண்டு) போட்டுக் கட்டியிருக்கிறேன். ஒரே ஈட்டில மூனு பேருமே உழுந்துருவாங்க..." என்றான்.

"எதுக்கடா சம்பந்தமே இல்லாத இன்னும் இரண்டு பேரைக் கொல்லணும். அந்தப் பாவம் எனக்கு வேண்டாம்..." என்கிறார் வீரப்பன்.

"நீ பேசாம படுத்துக்க, நான் பாத்துக்கிறேன்"என்றவர் மோகனையா மட்டும் தனியாக வரும் நேரத்துக்காகக் காத்திருந்தார். அந்த நேரத்தில், வீரப்பனுக்கு மட்டுமல்ல வேட்டைக்காரர்களுக் கெல்லாம் பரம எதிரியான ஒருவன் வீரப்பன் தலைக்கு மேலே வந்தான்.

துப்பாக்கியுடன் இருந்த வீரப்பனையும் பார்த்து விட்டான். வீரப்பன் போலீசைப் பார்த்துப் பயந்ததை விடவும் இவனைப் பார்த்துதான் அதிகம் பயந்துள்ளார். இந்த நேரத்திலும், அந்த எதிரியைப் பார்த்த வீரப்பனுக்கு அடிவயிறு கலங்கியது.

******

57

மோகனையா கொலை

நரிக்குறவர் சமூகத்தை சேர்ந்தவர்களுக்கு வேட்டையாடுவதே முழுநேரத் தொழில். பழக்கப்படுத்திய நாட்டு மாடுகளைக் கூட்டிக்கொண்டு கண்மாய், ஏரி, குளம், ஆற்றோரம் என மக்கள் நடமாட்டம் இல்லாத இடங்களுக்கு போவர். மாடு மேய்ப்பது போலவே மாட்டை ஒட்டி நின்று காட்டைக் கண்காணிப்பர். உணவு தேடி அலையும் காட்டுப்பூனை, நரி, முயல், கீரி, பெருச்சாளி போன்ற விலங்குகளை வில், அம்பு போன்ற ஆயுதங்களைக் கொண்டு, வேட்டையாடி வந்தனர். காலப்போக்கில், துப்பாக்கி பயன்பாட்டுக்கு வந்த பின்னர், அவர்களும் நாட்டுத் துப்பாக்கியைப் பயன்படுத்தத் தொடங்கினர்.

போகப்போக மக்கள்தொகை பெருக்க மிகுதியால், பயன்பாடில்லாத தரிசு நிலங்களெல்லாம் பயன்பாட்டுக்கு வந்தன. இதனால், காடுகளும் சுருங்கின. அதில் வாழும் விலங்குகள் எண்ணிக்கையும் குறைந்தன. அதனால், நரிக்குறவர்களும், விலங்குகளை விட்டுப் பறவைகள் பக்கம் திரும்பினர். கொக்கு, நாரை, காக்கை எனக் கிடைத்த பறவைகளையெல்லாம் வலை போட்டும், சுட்டும் வேட்டையாடி உண்டனர்.

2000 முந்தைய ஆண்டுகளில் நம்முடைய ஊர்ப்புறங்களில் வாழும் காக்கைகள், நரிக்குறவர்களைப் பார்த்தாலே தலை தெறிக்க ஓடும். போகும்போது பேரிரைச்சல் போட்டுக் கத்திக் கதறிக்கொண்டே பறக்கும். இந்தக் காலகட்டங்களில் தலைமுடியை விரித்துப் போட்டுக்கொண்டு, பழைய கிழிந்த உடைகளைப் பயன்படுத்தி வந்த நரிக்குறவர்கள், கொஞ்சம் நவீன உடைக்கு மாறி விட்டனர்.

இந்த மாற்றங்களை எல்லாம் காக்கைகளும் கணித்து வந்தன. அதற்குப் பிறகு, துப்பாக்கியைக் கையில் எடுத்துகொண்டு போகும் ஆள்களைப் பார்த்தாலே காக்கைகள் கதறிக்கொண்டு

ஓடும். துப்பாக்கி வைத்திருக்கும் வேட்டைக்காரன் ஏதாவது ஓர் இடத்தில் பதுங்கினால், அந்த இடத்தைச் சுற்றிலும் காக்கைக் கூட்டம் வட்டமடித்துக்கொண்டு கத்தும். நிலத்திலிருக்கும் மற்ற விலங்குகளுக்கும் எச்சரிக்கை கொடுத்து விடும்.

காக்கை ஒரு வீட்டுப் பறவையே... அடர்ந்த காட்டுப்பகுதியில் காக்கைகள் இருக்காது. ஆனால், ஊரை ஒட்டியுள்ள காட்டு ஓரங்களில் நிறைய காக்கைகள் இருக்கும். இந்தக் காக்கைகளுக்கு பயந்தே வீரப்பன் பகல் நேரங்களில் அந்தப் பகுதிகளுக்கு வரமாட்டார். துப்பாக்கியுடன் வரும் வீரப்பனையோ, அவருடைய கூட்டாளிகளையோ பார்த்து விட்டால், காக்கைக் கூட்டம் அவர்களைச் சுற்றிக்கொண்டே வரும்.

கார்டு மோகனையாவை போட்டுத்தள்ளக் கிளம்பிய நேரத்திலும், காக்கைக் கூட்டம் வந்து விட்டது. இந்த வேட்டை எதிரிகளிடம் இருந்து தப்பிக்க, தன் கூட்டாளிகள் வைத்திருந்த துப்பாக்கிகளை எல்லாம் தரையில் போட்டுவிட்டு, புதருக்குள் உட்கார்ந்து கொண்டனர். அரை மணி நேரத்துக்குப் பின்னரே காக்கைகள் அங்கிருந்து சென்றன.

4.8.1989 மாலை 4.30 மணி, கொளத்தூரிலிருந்து மணல் எடுக்க ஒரு லாரி வந்தது. பாலாற்றின் கிழக்குக் கரையில் சாலையின் தென்பக்கம் ஆற்றுக்குள் இறங்கியது. மணல் எடுக்க வந்தவர்கள், ஆற்றில் தண்ணீர் உள்ளதா...? மணல் ஈரமில்லாமல் இருக்கிறதா...? என்று பார்த்தனர்.

இதைப் பார்த்ததும், பிள்ளையார் கோயில் திட்டில் உட்கார்ந்திருந்த மோகனையா கீழே இறங்கி, கிழக்கே நடந்து வந்தார். பாலத்தின் மேலே நின்றுகொண்டு, ஆற்றுக்குள் இறங்கிய லாரியை மேலே எடுத்துக்கொண்டு வரச்சொன்னார். லாரியில் இருந்தவர்கள் ஏதோ பதில் சொல்ல, அவர்களைப் பார்த்துத் திட்டிக்கொண்டே பாலத்தின் மீது கிழக்கே நடந்தார் மோகனையா.

தனக்கு நல்லநேரம் வந்ததாக நினைத்த வீரப்பன் தன்னுடைய துப்பாக்கியைத் தூக்கிப் பிடித்து, குறி பார்க்கத் தயாரானார். அதற்குள் மோகனையா பாலத்தின் தென் பக்கம் இருக்கும் கைப்பிடிச் சுவருக்குப் பக்கமாகப் போய்

நின்று கொண்டார். அந்த இடத்தில் நின்ற மோகனையாவை குறிபார்த்துச் சுட முடியாதவாறு பாலத்தின் வடக்குப் பக்கக் கைப்பிடிச் சுவர் தடுத்தது. அவசரம் அவசரமாகச் செடிகளை விலக்கிக்கொண்டு போன காமராஜ்பேட்டை கோவிந்தன் ஒரு வழியை உருவாக்கினார்.

சுமார் ஆறடி தூரம் புதருக்கு அடியில் தவழ்ந்து சென்று ஒரு மண் திட்டின் மீது ஏறி நின்றார். அங்கிருந்து சிறியதாக ஒரு கல்லைத் தூக்கி வீரப்பன் மீது எறிந்தார். வீரப்பன் கல் வந்த திசையில் திரும்பிப் பார்க்கவும், தனக்குப் பக்கத்தில் வருமாறு கோவிந்தன் கை காட்டினார். முயல்குட்டியைப்போல அந்த சிறிய வழியில் வீரப்பன் புகுந்து சென்றார். கோவிந்தன் பக்கத்தில் எழுந்து நின்று பார்க்கிறார். வடக்கு பக்கம் மூன்று வரிசைகளைக் கொண்டிருந்த கைப்பிடிச் சுவருக்கு இடையில் மோகனையாவின் முதுகும், இடுப்பும் தெரிந்தது.

அப்போதும்கூட மோகனையா இடது பக்கம் ஒருவரும், வலது பக்கம் ஒருவரும் நெருக்கமாக நின்று கொண்டிருந்தனர். கீழே மணல் அள்ளுவதற்காக இறங்கிய லாரியை, மேலே எடுத்துக்கொண்டு வருமாறு மோகனையா தொடர்ந்து சத்தம் போட்டுக் கொண்டிருந்தார். மோகனையாவோ, அவருக்குப் பக்கத்தில் நின்று கொண்டிருக்கும் ஆள்களில் யாராவது ஒருவர் கொஞ்சம் அசைந்தாலும், வீரப்பன் வைத்த குறி தவறி விடும்.

பாலத்தின் கைப்பிடிச் சுவருக்கு வடக்கில் நூறடி தூரத்தில் வீரப்பன் இருக்கிறார். பாலத்தின் மறுபக்கம் உள்ள கைப்பிடிச்சுவரைக் கையில் பிடித்துக்கொண்டு, மோகனையா நிற்கிறார். இரண்டுக்கும் இடையில் பாலத்தில் 26 அடி இடைவெளி உள்ளது. பாலத்தின், மட்டத்திலிருந்து அரை அடி இடைவெளியும், அதற்கு மேலே அரை அடிக்குக் கிழக்கு மேற்காக, குறுக்குக் கைப்பிடிச் சுவர் உள்ளது. பிறகு அரை அடிக்கு இடைவெளி, மேலே அரை அடிக்கு அடுத்த குறுக்குச் சுவர் என வரிசையாக இருந்தன. இந்த அரையடி இடைவெளியில்தான் குறி பார்த்துச் சுடவேண்டியிருந்தது.

தனது கவனம் முழுவதையும், வீரப்பன் கண்களில் நிறுத்தி, கைகளை இறுக்கிப் பிடித்தார். மோகனையாவின் நடுமுதுகைக் குறி வைத்து விசையை இழுத்தார். குபீரென வெடித்த

துப்பாக்கியிலிருந்து குண்டுகள் வெளியேறின. சலுக்கென்ற சத்தத்துடன் பாலத்தைக் கடந்தது.

துப்பாக்கி வெடிச் சத்தம் காடு முழுவதும் பரவியது. வீரப்பன் தலைக்கு மேலே இருந்த வாகை மரத்தில் உட்கார்ந்திருந்த பறவைகளெல்லாம் அலறியடித்துப் பறந்தன. ஓய்ந்திருந்த காக்கைக் கூட்டம் மீண்டும் வீரப்பனைச் சூழ்ந்தன.

துப்பாக்கியிலிருந்து வெளியே வந்த ஒரு பகுதி குண்டுகள் அரை அடி இடைவெளியின் இருபக்கமும் இருந்த சுவரில் பட்டுச் சிதறின. ஆனாலும், பெரும்பகுதி குண்டுகள் சேதமில்லாமல் நேராகச் சென்று மோகனையாவின் முதுகில் புகுந்தன. அப்போதும் பாலத்தின் கைப்பிடிச் சுவரைக் கையில் பிடித்தபடி லாரி ஓட்டுநருடன் சண்டை போட்டுக் கொண்டிருந்தார்.

முதுகில் என்னவோ சட்டென அடித்தது போல மோகனையா உணர்கிறார், என்ன பட்டது...? எனத் திரும்பிப் பார்க்கிறார். மேற்குப் பக்கமாகத் திரும்பினார், திரும்பிய வேகத்தில் அப்படியே நிலை தடுமாறி, கையில் எதாவது ஒரு தடுப்பைப் பிடிக்க முயற்சி செய்கிறார். பிடிப்பதற்கு ஒன்றுமில்லை, வடக்குப் பக்கம் சாய்ந்து தலை கவிழ்ந்தபடி தரையில் விழுந்தார்.

கீழே விழுந்த வேகத்தில் கையை ஊன்றி மீண்டும் எழ முயன்றார். முதுகிலிருந்து வெளியேறிய இரத்தம் அவரது வெள்ளைச் சட்டையில் சிவப்புக் கோடுகளைப் போட்டது. மேற்குப் பார்த்தபடி கவிழ்ந்த மோகனையா பாலத்தின் மேலேயே உயிரை விட்டார்.

துப்பாக்கி வெடித்த சத்தம் கேட்ட இடத்துக்கு இரண்டு பேர் ஓடி வந்தனர். "ஒரு எட்டு முன்னாலே வச்சாலும், தலைக்காய் செதறிப்போயிரும்" என்று சொல்லிக்கொண்டே தன் கையிலிருந்த துப்பாக்கியை உயர்த்திக் காட்டினார் சுண்டா வெள்ளையன். வந்த இரண்டு பேரும் அப்படியே நின்று விட்டனர்.

சீரிச்செடி புதையிலிருந்த சுண்டா வெள்ளையனையும், ஊட்டமலை ராமுவையும் அப்படியே மாட்டுப்பட்டிக்கு

மோகனையா சுட்டுக்கொல்லப்பட்ட இடத்தில் உள்ள கல்வெட்டு

வருமாறு வீரப்பன் கையால் சாடை காட்டினார். வீரப்பனும், காம்ராஜ்பேட்டை கோவிந்தனும் நின்ற இடத்திலிருந்து அப்படியே வடக்கு பக்கம் நடந்தனர், நால்வரும் ஒன்றாகச் சேர்ந்து மாட்டுப்பட்டிக்குச் சென்றனர்.

மோகனையா விரட்டியதால், ஆற்றிலிருந்து மணல் எடுக்காமலே லாரி மேலே வந்தது. இரண்டு வனத்துறை ஊழியர்கள் ஓடிப்போய் அதைக் கை காட்டி நிறுத்தினர். மோகனையா குண்டடிபட்டு விழுந்து கிடந்த இடத்துக்குக் கொண்டுவந்தனர். உயிருக்குப் போராடிய மோகனையாவைத் தூக்கி லாரியில் போட்டனர். காப்பாற்றி விடலாம் என்ற

நம்பிக்கையில் மோகனையாவின் உடலுடன் மாதேஸ்வரன் மலைக்குச் சென்றனர்.

சாலையின் இருபக்கமும் இருந்த கடைக்காரர்களும், பேருந்துக்காகக் காத்திருந்த பொதுமக்களும் திகைத்தனர். அடுத்து என்ன நடக்கப் போகிறதோ...? என்ற அச்சத்தில் செய்வதறியாமல் நின்று கொண்டிருந்தனர்.

மாட்டுப்பட்டிக்குச் சென்ற வீரப்பனும், மற்ற மூவரும் அங்கே தேநீர் குடித்துக் கொண்டிருந்தனர். அங்கு வந்த மாட்டுப்பட்டிச் சிறுவன், "ஏ மாமா, பஞ்சாயத்து பேசறேன்னு சொல்லீட்டு, இப்பிடி பண்ணீட்டீங்களே....? இனி நான் இந்தப் பக்கம் எங்கேயும் இருக்கவே முடியாது" என்று புலம்பினான்.

மோகனையா குண்டடிபட்டுக் கீழே விழுந்தபோது உயிர் இருந்ததாகவும், லாரியில் ஏற்றும்போதே ஆவி அடங்கி விட்டதாகவும் அந்தச் சிறுவன் சொன்னான். மாட்டுப்பட்டியில் வைத்திருந்த துணி மூட்டையைத் தூக்கிக்கொண்டு, பாலாற்றில் இறங்கி, செட்டிப்பட்டிக்குப் போவதற்காக சின்னக்காவல் திட்டு மாரியம்மன் கோவிலை நோக்கி ஓடினான்.

கர்நாடக வனத்துறை காவலர் (கார்டு) மோகனையாவை வீரப்பன், அவரது கூட்டாளிகள் மறைந்திருந்து சுட்டுக்கொலை செய்ததாக வழக்குப் பதியப்பட்டது. (மாதேஸ்வரன்மலை காவல் நிலைய வழக்கு எண்;-*33/1989*). இதில் வீரப்பன், சுண்டா வெள்ளையன், ஊட்டமலை ராமு, காமராஜ்பேட்டை கோவிந்தன், ஐயந்துரை, மாரியப்பன் ஆகியோருடன் கார்டு மோகனையாவை அடையாளம் காட்டிய முனிராஜ் என்ற சிறுவனும் குற்றவாளிகளாகச் சேர்க்கப்பட்டனர்.

மோகனையா கொலை பற்றி என்னிடம் பேசிய வீரப்பன், "என்னுடைய தனிப்பட்ட காரணத்துக்காக மட்டும் கார்டு மோகனையாவைச் சுட்டுக் கொல்லவில்லை. ஆலாம்பாடி பக்கம் மொசமடுவுன்னு ஒரு இடம் இருக்குது. அதுக்கே மேலே மெட்டேரி, ராசிமணல் பகுதி இருக்குது. இந்தப் பகுதிக்கு பெண்ணாகரம் பக்கம் இருந்து மூங்கில் வெட்டி எடுத்துக்கிட்டு போயி வியாபாரம் செய்ய ஏழை மக்கள் எல்லாம் வருவாங்க. அவங்கமேலே கார்டு மோகனையா

சுட்டிருக்கான். அதில் மூனு பேர் செத்துப் போயிட்டாங்க. இவன் பாலாறுக்கு வந்ததும், “நான் வீரப்பன் கேங்கைச் சுட்டுப் போட்டு வந்துட்டேன்”னு மெசெஜ் குடுத்துட்டான்.

ஆடி 18 பண்டிகை, அன்னைக்கு நான் சிங்காபுரத்தில் என்னுடைய ஆயுதங்களுக்கு பூஜை போட்டுக்கிட்டு இருந்தேன். நம்ம ஊர் வழியா நிறைய ஜீப் வடக்கே போயிக்கிட்டு இருந்தது, எஸ்.பி. காரோட சேர்த்து 18 வண்டி போச்சு. அதிகாரிங்க ஒகேனக்கல்லில் போய் விசாரித்ததில், மோகன் சுட்டுட்டு வந்தது எல்லாம் அப்பாவி ஜனங்கன்னு தெரிஞ் சிருக்கு. விசாரிக்கப்போன அதிகாரிகள் அந்த மக்களுக்கு ஏதாவது செஞ்சிருக்கணும் இல்லையா...? எதுவுமே செய்யல. செத்துப்போன மக்களின் சொந்தக்காரங்க தமிழ்நாடு போலீசில் சொல்லியிருக்காங்க. இது கர்நாடகாவில் நடந்த விவகாரம். நாங்க தலையிட முடியாதுன்னு சொல்லிக் கை விரிச்சுட்டாங்க.

கர்நாடக அரசாங்கம் எதாவுது செய்யுமான்னு பார்த்துக்கிட்டே இருந்தேன். எதுவுமே செய்யல. அதனாலே நாமதான் மோகனையாவுக்குத் தண்டனை குடுக்கனுன்னு முடிவு பண்ணினேன். நானே போனேன். இவனை விடக்கூடாதுன்னு காலையிலே பத்து மணியிலிருந்து ஒளிஞ் சிருந்தேன். ஒகேனக்கல்லில் சுட்டதைப் பற்றியே பேசிக்கிட்டு இருந்தான். சாயங்காலம் நாலு மணிக்குத்தான் கொஞ்சம் வெலகி வந்தான். அப்பவும் போலீஸ் ஏட்டு ஒருத்தனும், அவன் கூடவே ஒட்டிக்கிட்டுப் போனான், ஒரு தாவுக்குப் போனதும் தனியா மோகனையா மட்டும் ஈட்டுக்குச் சிக்கினான். இழுத்து விட்டேன், ஒரே ஈட்டுல ஔறிக்கிட்டுக் கீழே விழுந்தான்.

இது அரசாங்கம் செய்யவேண்டிய கடமை. அதைச் செய்யாமப் போனதால நான் இந்த வேலையைச் செய்தேன். நான் சொன்னது நிஜமா பொய்யான்னு அங்கேபோய் விசாரித்தாலே தெரியும்” என்றார் வீரப்பன்.

மோகனையா சுட்டுக்கொல்லப்படுவதற்குக் காரணமாக இருந்த இந்த நிகழ்வு குறித்து உண்மை நிலையறிய, 28.12.2018 அன்று பெண்ணாகரம் சென்றேன். இந்திய கம்யூனிஸ்ட் கட்சியைச் சார்ந்த வழக்குரைஞர் மாதையன் அவர்களின் உதவியுடன், கள்ளிபுரம், கிருஷ்ணாபுரம், நால்ரோடு பகுதிகளில்

இருந்து மூங்கில் வெட்டக் காட்டுக்குப் போனவர்களைப் பற்றி விசாரித்தேன். நெடிய தேடுதலுக்குப் பின், பலர் உயிரிழந்து விட்டனர். இப்போது ஒரு சிலரே உயிருடன் இருப்பதாகச் தெரிந்தது.

பெண்ணாகரம் ஊராட்சி ஒன்றிய அலுவலகம் அருகில் நால்ரோட்டில் குடியிருக்கும் அர்ஜுனன். "அந்த வருஷம், கடுமையான பஞ்சம் சாமி, ஊருல ஒரு வேலையும் இல்லை. ஆடி மாதம் பொறக்குது, ஊரெல்லாம் ஒரே பண்டிகையும்,கொண்டாட்டமா இருந்தது. ஆனா, எங்க வூட்டுல அடுப்புப் பத்த வைக்கக்கூட வழியில்ல. இங்கிருந்து ஒகேனக்கல் வரைக்கும் பஸ்ஸில போவோம். அங்கிருந்து காவிரியைக் கடந்து, கர்நாடகக் காட்டுக்குள்ளே ஒருநாள் முழுக்க நடந்தே போவோம். அன்னிக்கு ராத்திரி அங்கேயே தங்கிட்டு மறுநாள் மூங்கில் வெட்டி, சுமை கட்டி 30 மைல் தூரம் நடந்தே மூங்கிலைத் தலையில தூக்கிக்கிட்டு வருவோம். கிருஷ்ணாபுரத்தில் கொண்டாந்து வித்தா 200 ரூபா காசு கெடைக்கும்.

மூங்கிலுக்குப் போயிட்டு திரும்பி வர நாலு நாளாகும். மூங்கிலை இறக்கி வைக்கும் வரையிலும் உச்சந்தலை நெருப்பா எரியும். ரெண்டு நாளுக்குக் கழுத்தும், கெண்டைக்காலும் வின்னுவின்னுன்னு வலிக்கும். என்ன சாமி பண்ணறது வயிற்றுக் கொடுமைக்காக அந்த வேலையையும் செஞ்சோம்.

அர்ஜுனன்

அன்னைக்கும் நாங்க அறுபது பேர் காட்டுக்குப் போனோம். கூலியத்துக்கு மேலே சனீஸ்வரன் கோயில் காட்டுல மூங்கில் வெட்டித் தூக்கிக் கிட்டு வரும்போது ரெண்டா பிரிஞ் சிட்டோம். முதலில் வந்த முப்பது பேர் ராத்திரி ராசி மணல்லே படுத்துத் தூங்கினோம். விடியக் காலையில எழுந்திருச்சு, மூங்கில் கட்டை சேர்த்து தெப்பம் கட்டத் தயாரானோம். எப்பவுமே நானும், கள்ளிப்புரத்தைச் சேர்ந்த பிகிலி,

காவிரி ஆறு

மாணிக்கம் மூனு பேரும் சேர்ந்துதான் தெப்பம் கட்டுவோம்.

அன்னைக்கும், நாங்க மூனு பேரும் இடுப்பளவு தண்ணியில நின்னு தெப்பம் கட்டிக்கிட்டு இருந்தோம். இருபது பேர் ஆம்பளை, பொம்பளை எல்லோரும் மூங்கிலைக் கொண்டாந்து எங்ககிட்டே குடுத்துக்கிட்டு இருந்தாங்க. அப்போ, இந்தப் புள்ளை சின்னத்தாயி நின்னது நிக்க "அய்யய்யோன்னு...." சத்தம் போட்டுது.

"என்ன புள்ளே...?"ன்னு நான் கேட்டதுக்குள்ளே மூனு ஈடு (துப்பாக்கிச் சூடு) எழும்பிடுச்சு...

*****

58

மோகனையா செய்த கொலைகள்

"யார் சுட்டாங்க, யாருக்கு அடி விழுந்தது, யார் எங்கே போனாங்கன்னே தெரியலை. ஆளுக்கு ஒரு பக்கமா எல்லோரும் செதறி ஓடிட்டாங்க. நானும், தெப்பத்தை அப்படியே வுட்டுட்டுத் தண்ணிக்குள்ளே மூழ்கி கொஞ்சதூரம் மேற்குப் பக்கம் போனேன். ஒயரமா இருந்த பாறை அட்டுக்குக் கீழே மறஞ்சு நின்னுக்கிட்டேன். என் தலைக்கு மேலே இருந்த பாறை மேலேயே நின்னுக்கிட்டு மறுபடியும் நாலஞ்சு தடவை சுட்டாங்க. கன்னடத்துல ரவரவன்னு பேசின சத்தம் மட்டும் கேட்டுக்கிட்டே இருந்தது.

சுமார் ஒரு மணி நேரம் அந்த கல்லுக்குள்ளேயே இருந்தேன். பேச்சுச் சத்தம் நின்ன பொறவு வெளியில வந்து பார்த்தேன். நாங்க வெட்டிக்கிட்டு வந்த மூங்கிலெல்லாம் கரையோரமா இழுத்துப்போட்டு நெருப்பு வச்சிருந்தாங்க. அந்தப் பக்கமா எங்க ஆளுங்க யாரையுமே காணோம். காவிரி ஆத்தைக் கடந்து இந்தப் பக்கம் வந்துட்டேன். ஊட்டமலை, ஒகேனக்கல் பகுதியிலெல்லாம் எங்க கூட வந்த ஆளுங்க யாராவது இருக்காங்களான்னு தேடிப்பாத்தேன். கொஞ்சம் பேர் ஆளுக்கு ஒரு தாவில இருந்தாங்க. அங்கே இருந்தவங்க எல்லாம் ஒன்னு சேர்ந்து ஊருக்குப் பொறப்பட்டு வந்துட்டோம்.

இந்தப் புள்ளை சின்னத்தாயி வீட்டுக்காரன் மாதையன் மட்டும் வரவேயில்லை. எங்களுக்குச் சந்தேகம் வந்துட்டுது. மூனு நாள் விட்டு, மாறுகொட்டாய், செங்கப்பாடி பக்கமெல்லாம் போயி எதாவது பொணம் வந்துதான்னு அங்கிருந்த ஆளுங்ககிட்டே வெசாரிச்சோம். பொணமெல்லாம் வரலையின்னு சொன்னாங்க. அங்கிருந்து அக்கரையில் நாலுபேரும், இக்கரையில் நாலுபேருமா சேர்ந்து காவிரி ஆற்றோரம் தேடிக்கிட்டே ஒகேனக்கல் பக்கமாகவே நடந்து வந்தோம். ஐம்புருட்டுக்குக் கொஞ்சம் கீழே ஒரு பாறை ஜாலு மேலே மாதையன் உடம்பு குப்புற அடிச்சுக் கிடந்தது. முகமெல்லாம் மீன் அரிச்சுட்டுது.

அவன் கையில ஒரு தாயத்துக் கட்டியிருந்தான். அதை அடையாளமா வெச்சு, இது மாதையன்தானுன்னு தெரிஞ்சுது. பிறகு, தண்ணியில் இறங்கி பொணத்தை மேட்டுக்குக் கொண்டாந்தோம். நாங்க நாலுபேர் அங்கேயே இருந்துக்கிட்டு இந்தப் புள்ளைக்கு (சின்னத்தாயி) ஒரு ஆளனுப்பி கூட்டிக்கிட்டு வரச்சொன்னேன்.

நாங்க எடுத்து வச்சிருந்த பொணத்தை பார்த்து இந்தப் புள்ளையும், "இது என் வீட்டுக்காரன்"தான்னு சொல்லிடுச்சு. ஒகேனக்கல் போலீசில் போய் சொன்னோம்.

"கர்நாடகாவுல சம்பவம் நடந்திருக்கு எங்களால ஒன்னும் செய்ய முடியாது"ன்னு சொல்லிட்டாங்க. அதுக்குப் பொறவு பொணத்தை அப்படியே ஆத்து மேட்டுல போட்டு, கட்டையை அடுக்கி நெருப்பு வெச்சிட்டு வந்துட்டோம்" என்றார்.

பக்கத்திலிருந்த சின்னத்தாயி, "எனக்கு அஞ்சு கொழந்தைங்க சாமி. கடசிப்புள்ளை மூனு மாசக் கைக் கொழந்தை. காலம்பர பால் குடுத்துப் பக்கத்து வீட்டுல குடுத்துட்டு மூங்க வெட்டப்போன கூட்டத்தோட நானும் போனேன். நாலு நாள் காட்டுல நடந்து மூங்க கொண்டாந்து போட்டா பொம்பளைக்கு நாப்பது ரூபாய் காசு கெடைக்கும். அதை விட்டாலும் பொழைக்க வேற வழியில்ல. நானும், என் வீட்டுக்காரனும் போனோம்.

மூனாவது நாள் ஆத்துல தெப்பம் கட்டிக்கிட்டு இருந்தப்போ, பாரஸ்ட்டு ஆளுங்க என் புருஷனைச் சுட்டுட்டாங்க. ஆம்பளைங்க எல்லோரும் தண்ணிக்குள்ளே எறங்கீட்டாங்க. நான் மேட்டுக்கு ஓடினேன். அப்ப ஒருத்தன் என் தலையில போட ஒரு கல்லைத் தூக்கிக்கிட்டு ஓடியாந்தான்.

"அண்ணா... எனக்கு அஞ்சு புள்ளைங்க இருக்குது சாமீ. அத்தனையும் பட்டினியா வூட்டுல உட்டுட்டு வந்திருக்கேன்னு" சொல்லிகிட்டே மண்டி போட்டு உக்காந்து அவனைக் கையெடுத்துக் கும்பிட்டேன்.

என்ன நெனச்சானோ மவராசன் அப்படியே கல்லைக் கீழே போட்டுட்டு வடக்குப் பக்கமா இருந்த பொதையைக் காட்டி இந்தப் பக்கம் போன்னு சொல்லற மாதிரி கை காட்டினான். அவன் காலைத் தொட்டுக் கும்புட்டுட்டு பொதைக்குள்ளே

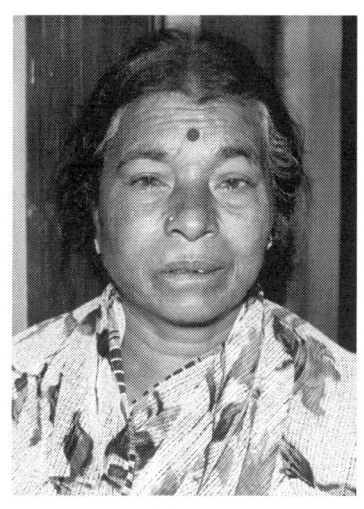

சின்னத்தாயி

உருண்டு உழுந்தேன். சுத்திலும் அய்யோ, அம்மான்னு ஒரே சத்தம். கொஞ்ச நேரத்துல எனக்கு மயக்கம் வந்துட்டுது.

மத்தியானமாத்தான் மயக்கம் தெளிஞ்சு எந்திருச்சுப் பார்த்தேன். ஒருத்தரையும் காணோம். ஆத்தோரமாவே நடந்து ஆலாம்பாடிக்குப் போனேன். அங்கிருந்து பரிசலில் இக்கரைக்கு வந்தேன். ஆத்து மேட்டுல இருந்தவங்ககிட்டே வெசாரிச்சுக்கிட்டே ஊருக்கு வந்து சேர்ந்தேன்.

புருஷன் செத்த பின்னாலே எனக்கிருந்த அஞ்சு பிள்ளைகளில் ரண்டு தவறிப்போயிட்டுது. இப்போ மூனு பேர் இருக்காங்க. ரெண்டுபேர் சுமக்கவேண்டிய சுமையை நான் ஒண்டியாத் தூக்கிக்கிட்டு நிற்கிறேன்...” என்கிறார்.

சின்னத்தாயின் கண்களில் அன்று நடந்த நிகழ்வின் மிரட்சி குறையாமல் இருந்தது.

அதே நாளில் இவர்களுக்குப் பின்னால் மற்றொரு குழுவினர் மூங்கில் சுமையுடன் வந்துள்ளனர். அவர்கள் ராசிமணல் என்ற இடத்தில் மூங்கிலைப் போட்டுவிட்டுப் படுத்திருந்தனர். அதிகாலை நேரத்தில், அங்கு வந்த மோகனையா அவர்கள் மீதும் துப்பாக்கியால் சுட்டுள்ளார். இதில் கள்ளிபுரத்தைச் சேர்ந்த முனியன் என்பவர் அந்த இடத்திலேயே உயிரிழந்து விடுகிறார்.

அவருக்குப் பக்கத்தில் படுத்திருந்த அக்குமாரன் என்பவரின் இடது காலின், மூட்டெலும்பைத் துளைத்த தோட்டா, வலது கால் முட்டிக்குள் சென்றுள்ளது. எழுந்து நிற்கக்கூட முடியாமல் அக்குமாரன் மயங்கிக் கிடந்துள்ளார். மோகனையா தலைமையில் வந்த கர்நாடக வனத்துறையினர் அவரைக் கைது செய்து கொண்டுபோய் மைசூர் சிறையில் அடைத்துள்ளனர்.

அக்குமாரன்

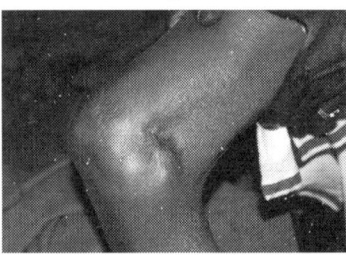

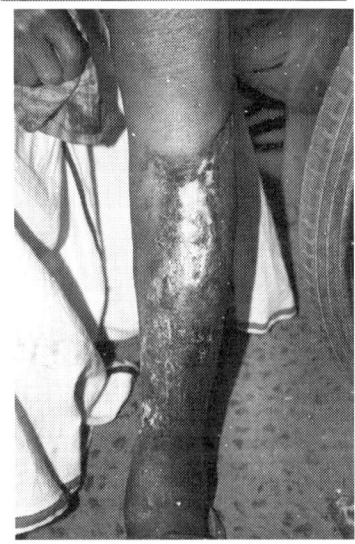

மூன்று மாதம் மைசூர் அரசு மருத்துவமனையில் சிகிச்சை பெற்றபின், வலது கால் மூட்டு எலும்புக்குள் இருந்த தோட்டாவை வெளியே எடுத்துள்ளனர். பின்னர், ஒரு ஆண்டு மருத்துவமனையில் சிகிச்சைக்குப் பிறகு பிணையில் வெளியே வந்துள்ளார். அவர் மீதான வழக்கு 15 ஆண்டுகள் நடந்தது. கடந்த 2005 இல் அவருக்கு வழக்கில் விடுதலை கிடைத்துள்ளது.

"கர்நாடக பாரஸ்ட் ஆளுங்க சுட்டதில் என் இடது கால் எலும்பு நொறுங்கிப் போயிருச்சு. அந்த எலும்பு இன்னும் சரியாகாமத் தொடர்ந்து பிரச்சனை குடுத்து கிட்டே இருக்கிறது" என்கிறார் அக்குமாரன்.

இரண்டு ஆள் கனமுள்ள மூங்கில் கட்டுகளைத் தூக்கிக் கொண்டு நடந்த அக்குமாரன் இப்போது நிற்கக் கூட முடியாமல் வாழ்கிறார். நடக்க முடியாத நிலையிலும் குடும்பத்தைக் காப்பற்று வதற்காக பெண்ணாகரம் பேருந்து நிலையத்தின் எதிரில் தள்ளுவண்டியில் வாழைப்பழ வியாபாரம் செய்து வருகிறார்.

வயிற்றுக் கொடுமைக்காக மூங்கில் வெட்டச் சென்ற தங்கள்மீது துப்பாக்கியால்

இருளப் பூசாரி

சுட்டது கர்நாடக வனத்துறை கார்டு மோகனையா என்பதும் இந்த மக்களுக்குத் தெரியாது. இந்த அப்பாவிகள் மீது துப்பாக்கியால் சுட்ட குற்றத்துக்காக கார்டு மோகனையாவை அடுத்த சில நாள்களிலேயே வீரப்பன் சுட்டுக்கொன்று விட்டார் என்பதும் இவர்களுக்குத் தெரியாது.

ஆலாம்பாடியில் இருக்கும் எருமக்கோட்டானின் மகனான புட்டன் என்கிற இருளப் பூசாரி. “வீரப்பன் குடும்பத்துக்கும், எனக்கும் நெடுநாள் தொடர்பு உண்டு. எனக்கு வீரப்பன்தான் கல்யாணம் செய்து வைத்தார். ஒருநாள் நானும் எங்க சோளகர் ஆளு ஒருத்தனும், மொசமடுவு பள்ளத்துல உடும்பு புடிக்கப்போனோம். ராத்திரி பத்து மணிக்குப் பள்ளத்துல நடந்து வந்திட்டு இருந்தோம். அப்போ பாரஸ்டு கார்டு மோகனையா என்னைத் துப்பாக்கியில சுட்டுட்டான்.

குண்டியிலும், உயிர் நிலையிலும் சல்லடை மாதிரி குண்டு உள்ளாரே போயிட்டுது.. எந்திரிக்க முடியாமே அங்கேயே உழுந்துட்டேன். அடுத்தநாள் பாரஸ்ட்டு வாச்சரா இருந்த கோல்காரன் வீட்டு முனுசாமி இங்க வந்திருக்கான். ஆடு மேச்சுக்கிட்டு இருந்த எங்க ஆளுங்ககிட்டே “மொசமடுவு பள்ளத்தில ஒரு ஆளை இ(சு)ட்டுப் போட்டுட்டு வந்துட்டோம். போய்ப் பாருங்க, உசுரு இருந்தாலும் இருக்குமுன்னு....” சொல்லீட்டுப் போயிட்டான்.

அப்பறமா என் வீட்டுக்காரிக்குத் தகவல் தெரிஞ்ச பின்னாலே எங்க ஊரிலிருந்த ஆளுங்களைக் கூட்டிட்டு வந்துட்டா. என்னைப் பாடை கட்டித் தூக்கிட்டுப் போயி தருமபுரி பூங்கொடி ஆஸ்பத்திரியில் சேர்த்தாங்க. செலவு பணத்தை எல்லாம் வீரப்பன்தான் குடுத்தார். அந்த

பி.கே.சிங்

விசுவாசத்துக்குத்தான் கையில் கூட அவருடைய பேரை பச்சை குத்தியிருக்கிறேன்..." என்றார்.

கார்டு மோகனையா பாலாற்றில் இருந்த நேரத்தில், கொள்ளேகால் டி.சி.எப். ஆக இருந்த பி.கே.சிங் அவர்களிடம் பேசினேன். "அப்போ பாலாறு பீட் கார்டாக மோகனையாவும், *M.M.*ஹில்ஸ் ஏ.சி.எப்.ஆக சிவராஜ்சிங்கும் இருந்தார். அப்போ முரளி என்ற டிரைவர் இருந்தான். இவங்க எல்லோருமே இளைஞர்கள், கொஞ்சம் வேகமா இருந்தாங்க. அந்தத் துப்பாக்கிச் சூட்டுக்கு முழுக்காரணம் இவங்க மூனு பேருமே..." என்கிறார்.

*****

ஒகேனக்கல் நீர் வீழ்ச்சி

59

வீரப்பனுக்குத் தெரியாமல் நடந்த கொலைகள்

யானை வேட்டையாடுதல், இதில் ஏற்படும் போட்டியில் எதிரணியில் இருப்பவர்களைக் கொலை செய்வது. காட்டிலுள்ள சந்தன மரங்களை வெட்டிக் கடத்துவது, தடுக்கவரும் அதிகாரிகளைச் சுட்டுக்கொல்லுவது என வீரப்பனின் நடவடிக்கைகள் சட்டத்தை மீறி நடந்து கொண்டிருந்தன. அவருடன் இருந்த கூட்டாளிகள் சிலரும், வீரப்பனைப் போலவே செயல்பட்டுள்ளனர். அதனால், வீரப்பனுக்குத் தெரியாமலும் சில கொலைகள் நடந்துள்ளன.

07.8.1989 அன்று அந்தியூர் அருகிலுள்ள கர்கேகண்டி வனப்பகுதியில் ரோந்து சென்ற தமிழ்நாடு வனத்துறைக் காவலர்கள் பழனிசாமி, சுப்பிரமணியம் அவர்களின் உதவியாளர் மாதேஷ் ஆகிய மூவரையும் வீரப்பன் கடத்திக்கொண்டு போய் கொலை செய்து விட்டதாக பர்கூர் காவல் நிலையத்தில் ஒரு வழக்கு உள்ளது (பர்கூர் காவல் நிலையக் குற்ற எண்;-30/1989). உண்மையில் என்ன நடந்தது என்று பார்ப்போம்.

காவிரி ஆற்றின் கிழக்கிலுள்ள தருமபுரி மாவட்டம், சிங்காபுரம் காட்டில், தங்கியிருந்த வீரப்பன் அங்கிருந்து பெங்களூருக்குச் சந்தனக்கட்டை ஓட்டிக் கொண்டிருந்தார். அந்த நேரத்தில், ஈரோடு மாவட்டம், குன்றி।।।ர் காட்டுப் பகுதியில் இருந்து சந்தனக்கட்டை எடுத்துக்கொண்டு வருவதற்காக 80 பேர் கொண்ட ஒரு குழு சென்றது. இந்தக் குழுவுக்கு சிங்காபுரத்தைச் சேர்ந்த மீசைக்கார கோவிந்தன், செங்கப்பாடி தனபால் நாயக், செங்கப்பாடிபுத்தூரைச் சேர்ந்த கொடி கோவிந்தராஜ், ஈஸ்வரன், மாதேஷ், (கண்டியார் வீட்டு இராமன் மகன்) ஆகிய ஐந்து பேரும் துப்பாக்கியுடன் பாதுகாப்புக்காகச் சென்றனர்.

ஆடி மாதம் 18 ஆம் தேதியன்று, ஈரோடு மாவட்டம், அந்தியூர் அருகிலுள்ள கிருஷ்ணாபுரம் என்ற ஊரில், குருநாதசாமி கோயில் திருவிழாவில் மிகப் பெரிய

மாட்டுச்சந்தை நடைபெறும். இந்தச் சந்தைக்குக் கர்நாடக - தமிழ்நாட்டுக் காட்டுப் பகுதிகளில் வளர்க்கப்படும் பர்கூர் மலைமாடுகள் விற்பனைக்கு வரும். கர்கேகண்டி என்ற இடத்தில் ஓடும் பாலாறு தமிழக-கர்நாடக எல்லை. இந்த வழியாகவே கர்நாடகாவில் இருந்து மாடுகளைக் குருநாதசாமி கோயிலுக்குக் கொண்டு வருவர்.

தமிழ்நாடு வனத்துறை ஊழியர்களான பழனிசாமி, சுப்பிரமணியம் என்ற இருவரும் வேலாம்பட்டி பிரிவில் நின்று கொண்டு அந்த வழியாகச் சந்தைக்கு வரும் மாடுகளுக்குத் தலைக்கு இரண்டு ரூபாய் பணம் வசூலித்துக் கொண்டிருந்தனர்.

சந்தைக்கு மாடு கொண்டுவந்த மக்கள், வீரப்பன் ஆள்களைப் பார்த்து, “பாரஸ்ட்காரங்க மிரட்டி பணம் வாங்கறாங்க...” என்று கூறியுள்ளனர். இதைக் கேட்ட மீசைக்கார கோவிந்தன் வனத்துறை ஊழியர்களைத் திட்டிக் கொண்டே போகிறார். மாட்டுக்காரர்களிடம் பணம் வசூலித்துக் கொண்டிருந்த தமிழ்நாடு வனத்துறைக் காவலர்கள் வீரப்பன் கூட்டத்தைப் பார்த்து விட்டனர். “இத்தனை பேர் எதுக்கடா பாங்காட்டுக்குள்ளே போறீங்க..?”என்று பழனிசாமி விசாரிக்கிறார்.

வீரப்பன் ஆள்கள் ஏதாவது ஒரு பொய்யான காரணத்தைச் சொல்லிவிட்டு வந்திருக்கலாம். இதற்கு நான்கு நாள்கள் முன்புதான் கார்டு மோகனையாவை வீரப்பன் சுட்டுக் கொன்றுள்ளார். இந்தப் போதையிலிருந்த மீசைக்கார கோவிந்தன், தன்னுடன் இருந்த கொடி கோவிந்தராஜூவையும், தனபாலையும் பார்த்து “மொழுக்கன், மோகனைய்யாவைப் போட்டுத் தள்ளியது மாதிரியே, தமிழ்நாடு பாரஸ்ட்டுக்காரனுங்க நாலு பேரைப் போட்டாத்தான் நம்ம மேலே பயம் வரும். மூனு பேரையும் புடிச்சு கையைக் கட்டிக் கொண்டாங்க...” என்று சொல்லியுள்ளார்.

இதற்கு, மற்றவர்களும் உதவி செய்ய பழனிசாமி, சுப்பிரமணியம், மாதேஷ் என மூவரையும் பிடித்து கையைக் கட்டியுள்ளனர். அங்கிருந்து ஒரு கிலோமீட்டர் தொலைவுக்குக் காட்டுக்குள் கொண்டுபோய் சுட்டுள்ளனர். துப்பாக்கிக் குண்டடிபட்ட பழனிசாமியும், சுப்பிரமணியமும் அந்த

இடத்திலேயே உயிரிழந்தனர். பாதி அடியில், உயிர் போகாமல் அங்கிருந்து தப்பியோடிய மாதேஷை, தனபாலும், கொடி கோவிந்தராஜூம் துரத்திச் சென்று பிடித்துள்ளனர். அவரை, மீசைக்கார கோவிந்தன் சூரிக்கத்தியால் குத்தியே கொலை செய்கிறார்.

வனத்துறை ஊழியர்கள் கையிலிருந்த கடிகாரம், மோதிரம், மாட்டுக்காரர்களிடம் வசூல் செய்து வைத்திருந்த நானூறு ரூபாய் பணம், தொப்பி, எவர்சில்வர் விசில் போன்றவற்றை மீசைக்கார கோவிந்தன் எடுத்துக்கொண்டு சென்று விடுகிறார்.

தமிழ்நாடு வனத்துறை ஊழியர்கள் கொல்லப்பட்ட மூன்றாம் நாள் மாலை மீசைக்கார கோவிந்தன் ஆள்கள் அடிப்பாலாறு காட்டுப்பகுதிக்கு வந்துள்ளனர்.

அதற்கு முன்பாகவே, இருநூறுக்கும் அதிகமான தமிழ்நாடு-கர்நாடகப் போலீசார், சின்னக்காவல் திட்டுப் பகுதியிலிருந்து, அடிப்பாலாறு வரை காவிரி ஆற்றின் இரண்டு பக்கமும் சூழ்ந்து நின்றனர். காவிரி ஆற்றைக் கடந்து, தருமபுரி மாவட்டக் காடுகளுக்குச் செல்ல முயற்சி செய்து கொண்டிருந்தனர். அந்த இடத்தில் வீரப்பனின் செல்வாக்கு மிகவும் அதிகமாக இருந்தது. அதனால், முழுவடைக் காடுகளில் இருந்த ஒரு சில பரிசல் ஓட்டிகளும், பாலாற்றில் மீன் பிடித்துக் கொண்டிருந்த ஒரு சில மீன் வேட்டைக்காரர்களும் போலீசாரைப் பரிசலில் ஏற்றாமல், பரிசலை எடுத்துக்கொண்டு ஆற்றின் மறுகரைக்குத் தப்பிச் சென்று விட்டனர்.

மாலை நேரச் சூரியன் மாதேஸ்வரன் மலைக்கு இடையில் இறங்கத் தொடங்கியது. மீசைக்கார கோவிந்தன் தலைமையில், சந்தனக் கட்டையுடன் வந்தவர்கள் போலீசார் நின்று கொண்டிருந்த இடத்துக்குச் சற்று வடக்குப் பக்கமாகக் கர்நாடகக் காட்டுப்பகுதிக்கு வந்து சேர்ந்தனர். அக்கரையிலிருந்து பரிசலை எடுத்துக்கொண்டு வருமாறு விசில் அடித்து கூப்பிடுகிறார்.

மீசைக்கார கோவிந்தன் தலைமையில் வரும் ஆள்கள் கொண்டுவரும் சந்தனக்கட்டைகளை எடுத்துக்கொண்டு போவதற்காக வந்த காமராஜ்பேட்டை கோவிந்தன் மறைவான ஓர் இடத்தில் இருந்தார். அளவுக்கு அதிகமாக தமிழ்நாடு

போலீசார் வந்திருப்பதைப் பார்த்த சந்தேகத்தில், "போன பக்கம் என்னடா எளவு எடுத்துட்டு வந்திருக்கறீங்க...?" என்று மீசைக்கார கோவிந்தனிடம் கேட்டார்.

"வேலாம்பட்டி காட்டிலே தமிழ்நாடு பாரஸ்ட்டுகாரனுங்க ரெண்டு பேரையும், மலைக்காரன் ஒருத்தனையும் இ(சு)ட்டுப் போட்டுட்டு வந்துட்டோம்..." என்று சொல்லியுள்ளார்.

"இந்த நிலைமையில், வீரப்பன் உங்களைப் பார்த்தால் நாலு பேரையும் கொல்லாமல் விடமாட்டார். ஒரு பத்து நாளைக்கு நீங்க எங்கேயாவது ஓடிப்போயிருங்க" என்று சொல்லி அவர்களை ஆற்றோரமாகவே செங்கப்பாடிக்கு அனுப்புகிறார். இந்தநேரத்தில், எண்பது பேர் கொண்டு வந்திருந்த கட்டைகளையும் கூட சிங்காபுரம் பகுதிக்கு எடுத்துக்கொண்டு போவது ஆபத்தாகப் போகும். அதனால், கட்டைகளை எல்லாம் ஆற்றுத் தண்ணீரில் போட்டு மூழ்க வைத்து மேலே அடையாளம் போடுகிறார். பிறகு, காமராஜ்பேட்டை கோவிந்தன் மட்டும் அக்கரைக்குச் சென்று வீரப்பனிடம் தமிழ்நாடு வனத்துறை ஊழியர்கள் சுட்டுக்கொல்லப்பட்ட செய்தியைக் கூறியுள்ளார்.

அதன் பின்னரே வீரப்பனுக்கு மூன்று பேர் கொல்லப்பட்ட செய்தி தெரிந்தது. வீரப்பன் இல்லாமல் நடந்த இந்தக் கொலையிலும், வீரப்பனே முதல் குற்றவாளியாகச் சேர்க்கப்பட்டுள்ளார். இந்த நிகழ்வுக்குப் பிறகு மீசைக்கார கோவிந்தனை, வீரப்பன் தன்னுடைய கூட்டத்திலிருந்து துரத்தி விட்டார்.

அடுத்த இரு மாதங்களுக்குப் பிறகு, தருமபுரி மருத்துவமனைக்குச் சென்ற மீசைக்கார கோவிந்தனை எஸ்.பி. கராத்தே கோபாலகிருஷ்ணன் தலைமையில் சென்ற போலீசார் கைது செய்துள்ளனர். எடப்பாடி காவல் நிலையத்தில் வைத்து சிலநாள்கள் விசாரணை செய்துள்ளனர். பின்னர், மீசைக்கார கோவிந்தன் கணக்கு முடிக்கப்படுகிறது. இதுவரை மீசைக்கார கோவிந்தன் எங்கே என்பது தெரியவில்லை.

"பர்கூரில் இருந்து வேலாம்பட்டிக்கு வந்துக்கிட்டு இருந்த ஜனங்க எல்லாம் தமிழ்நாடு பாரஸ்ட்டுகாரனுங்க நடந்து போறவங்ககிட்டே எல்லாம் பணம் கேட்டுத் தொல்லை

பண்ணறாங்கன்னு சொன்னாங்க. "சரி நாங்க அண்ணங்கிட்டே சொல்லறோம்.."ன்னு சொல்லீட்டுப் போனோம். மேற்கே போயிக்கிட்டு இருந்த எங்களைக் கூப்பிட்ட பாரஸ்ட்டுக்காரங்க அடிக்க வந்தாங்க. ஒருத்தன் சூரிக்கத்தியை எடுத்துக் குத்த வந்தான். அதுக்குப் பிறகுதான், அங்கிருந்த மூனு பேரையும் புடிச்சு கையைக் கட்டிக் கொண்டுபோய் ஒரு பாறை மேலே நிற்கவச்சி இ(சு)ட்டுப் போட்டாங்க.

தேவர்மலையைச் சேர்ந்த தொல்லன் என்கிற ஒருத்தன் தப்பிச்சுப் போயிட்டான். மீதி மூனு பொணத்தையும் கட்டை வெட்டிப்போட்டு வெடியவெடிய கருக்கிட்டுத்தான் அங்கிருந்து போனோம்" என்கிறார் அந்த இடத்திலிருந்த ஈஸ்வரன்.

"வேண்டாமப்பா ஏதாவது பிரச்சனையா இருந்தா இந்த ஆளுங்களை புடிச்சு வீரப்பங்கிட்டே கூட்டிட்டுப் போகலாம். அவரு விசாரிச்சு முடிவு எடுக்கட்டும். தமிழ்நாட்டு ஆளுங்களைக் கொலைசெய்ய வேண்டான்னு சொன்னேன். அதுக்குள்ளேயே எல்லாம் முடுஞ்சுட்டுது" என்கிறார் தனபால்.

இதைப்பற்றி விசாரணை மேற்கொண்ட வனத்துறை அதிகாரி பத்ரசாமியிடம் பேசினேன். "பாரஸ்ட் ஆளுங்க பணம் காசு வசூலித்தனர் என்று சொல்வது தவறு. காடுகளில் மேயும் ஒரு ஆட்டுக்கு இரண்டு ரூபாய், மாட்டுக்கு மூன்று ரூபாய், எருமைக்கு நான்கு ரூபாய் என்று வசூலிக்க அரசு உத்தரவிட்டுள்ளது. கர்நாடகாவிலிருந்து காட்டு வழியாக தமிழ்நாட்டுக்கு வரும்போது நான்கு ஐந்து நாள்கள் ஆகும். அந்த நேரத்தில் மாடுகளுக்கு பாஸ் குடுத்து கட்டணம் வசூலிக்கும் வேலையைத்தான் அந்த ஆளுங்க செஞ்சாங்க.

மிகக் கொடூரமாக நடந்த இந்தக் கொலைகளில், மூன்று பேரின் உடல்களும் நெருப்பில் எரிய விட்டிருந்தனர். அவர்கள் உடல்களில் ஒட்டிக் கருகிப்போயிருந்த துணியை வைத்துத்தான் யார் என்பதையே அடையாளம் கண்டு பிடித்தோம்" என்கிறார்.

******

60

வனக்காவல் படை

1987 ஜூலை மாதம் சத்தியமங்கலம் ரேஞ்சர் சிதம்பரம் கொலை செய்யப்படுகிறார். இதைத் தொடர்ந்து வீரப்பனைப் பிடிப்பதற்காகத் தமிழ்நாடு, கர்நாடகம் என இரு மாநிலங்களும் இணைந்து சிறப்புப்படை ஆரம்பிக்கப்பட்டது. இது பற்றிய ஒரு பார்வை:-

"சத்தியமங்கலம் ரேஞ்சர் சிதம்பரம் கொலையான நேரத்தில் நான் புதுக்கோட்டையில் ரேஞ்சராக இருந்தேன். வீரப்பனைப் பிடிக்க வில்லிங் கேட்டுக் கடிதம் கொடுத்தேன். என்னுடைய தலைமையில் தமிழ்நாடு-கர்நாடகக் கூட்டுப்படை அமைக்கப்பட்டது. இதில் சத்தியமங்கலம் எஸ்.ஐ. லட்சுமணசாமி, பாரஸ்டர்கள் ராஜ்மோகன், ஆறுமுகம், கார்டு வீரப்பன், கர்நாடக போலீஸ் தரப்பில் எஸ்.ஐ. ஈஸ்வரமூர்த்தி, பாரஸ்டர் வாசுதேவமூர்த்தி, கார்டு மோகனையா எனப் பத்துபேர் கொண்ட சிறிய அளவிலான கூட்டுப் படையாகவே இருந்தது.

எங்களுக்கு எந்தவிதமான அடிப்படை வசதிகளும் செய்து கொடுக்கப்படவில்லை. நாங்க எல்லோருமே தனித்தனியாகக் காட்டுப் பகுதிகளுக்குப் போவோம். வீரப்பன் நடமாட்டம் பற்றி விசாரிப்போம். வீரப்பன் எந்த இடத்தில் இருக்கிறான் என்பதைத் தெரிந்து கொள்வோம். பின்னர் உயர்அதிகாரிகளுக்குத் தகவல் குடுப்போம். அதிகாரிகள் ஆலோசனை செய்து ஆயுதப்படை (A.R)போலீசை அனுப்புவர். நாங்க தகவல் குடுத்து போலீஸ் வருவதற்கான பிராசஸ் நடக்கக் குறைந்தது ஒரு வாரம் ஆகும்.

அதற்குப் பிறகு, 80 பேர் கொண்ட ஆயுதப்படை போலீசார் ஒரு டி.எஸ்.பி. தலைமையில் வருவாங்க. நாங்க போகும்போது வீரப்பன் அங்கே இருக்கமாட்டான். தேடுதல் வேட்டைக்கு வரும் ஆயுதப்படை போலீஸ் 80 பேருக்குமான சாப்பாட்டுச் செலவை நானே செய்யணும். சில நேரங்களில் சத்தியமங்கலம்

*S.I.*லட்சுமணசாமியும் பணம் கொடுப்பார். நான் வாங்கிய சம்பளம் எல்லாம் இந்தச் செலவுக்கே பத்தல. வீரப்பனைப் பிடிக்கப் போலீசைக் கூட்டிக்கொண்டு போகும் செலவுக்கு வெளியிலே கடன் வாங்க வேண்டியதாயிட்டுது.

15 ஆயிரம் ரூபாய்க்கு வாங்கிய வி.சி.ஆர் ஒன்று இருந்தது. அதைப் பத்தாயிரம் ரூபாய்க்கு விற்றேன். 30 ஆயிரம் ரூபாய்க்கு வாங்கிய ஒரு கேமராவை இருபதாயிரம் ரூபாய்க்கு விற்று, அந்தப் பணத்தை வீரப்பனைப் பிடிக்கும் கூட்டுப்படைக்குச் செலவு செய்தேன்.

சத்தியமங்கலத்திலிருந்து மாக்கம்பாளையத்துக்கு ஜீவா பஸ் ஒன்னு போச்சு. அந்த வண்டியை அஞ்சனைவரை மட்டுமே வரலாம், அதுக்கு மேலே வந்தா நீ உயிரோடு போக முடியாதென்று பஸ் டிரைவர்கிட்டே வீரப்பன் சொல்லிட்டான். அஞ்சனைப் பிரிவில், இதற்கு மேலே பஸ் வரக்கூடாதுன்னு போர்டும் வச்சுட்டான்.

அதனாலே மின்சார வாரிய ஆளுங்க, ஸ்கூல் டீச்சர்ஸ், போஸ்ட் மேன் யாருமே "போர்டுக்கு அந்தப்பக்கம் போக மாட்டோம்"னு சொல்லீட்டாங்க. 15 கிலோமீட்டர் தொலைவுக்கு பொதுமக்கள் எல்லோருமே நடந்து போகவேண்டிய நிலை வந்தது. இதைப் பற்றிக் கோபி *A.S.P* யாக இருந்த சைலேந்திரபாபு சார்கிட்டே சொன்னேன். அவருடைய தலைமையில் கொஞ்சம் போலீசைக் கூட்டிக்கிட்டு ஒருமுறை பஸ்ஸில் போனோம்.

போகும்போதே வீரப்பன் ஆளுங்க எங்க மேலே துப்பாக்கியால சுட்டாங்க. ஆனால் எந்த உயிரிழப்பும் இல்லை. நல்லபடியா போய்விட்டுத் திரும்பி வந்துட்டோம்.

1989இல் பொதுத்தேர்தல் வந்தது. ஊருக்குள்ளே ஓட்டுக் கேட்டு அரசியல்வாதிகள் யாரும் வரக்கூடாதுன்னு குன்றியம் பக்கத்தில் வீரப்பன் போர்டு வச்சுட்டான். அப்போ காட்டுக்குள்ளே சந்தனக்கட்டையும் ஸ்டாக் இருந்துச்சு. எலெக்ஷன் பந்தோபஸ்துக்கு வந்த ஒரு மிலிட்டரி கமாண்டர்கிட்டே இதைப் பற்றிப் பேசினேன். அவரும் ஓட்டுப்பெட்டிகளுடன் காட்டுக்குள்ளே போகலாம். யார் வந்தாலும், மோதிப் பார்க்கலான்னு சொல்லீட்டார்.

அதுக்குள்ளே, கோவை *D.I.G* யாக இருந்த ஓர் அதிகாரி (காளிமுத்து *IPS*) எனக்கு தேர்தல் நடத்துவதுதான் முக்கியம். வீரப்பனோ, அவன் வச்சிருக்கும் சந்தனக் கட்டைகளைப் பற்றியோ எனக்குக் கவலையில்லைன்னு சொல்லிட்டார். உள்ளூரில் இருந்த தலையாரி, பஞ்சாயத்து மெம்பர்கள், ஊர்ப்பெரியவங்க மூலமா வீரப்பங்கிட்டே பேச்சு வார்த்தை நடத்தி, "தேர்தல் நடத்த வீரப்பன் அனுமதிக்க வேண்டும். வீரப்பன் வைத்துள்ள சந்தனமரங்களை நாங்க ஒன்றும் செய்யமாட்டோம். நீ காட்டு வழியாகப் பாலாறு பக்கம் எடுத்துப் போன்னு.." சொல்லிட்டார்.

"கோடிக்கணக்கான மதிப்புடைய சந்தனமரம் அந்தப்பக்கம் இருக்குது. மிலிட்டரியும் தயாரா இருக்குது. போனா கட்டையை எடுக்கலாம் சார்"ன்னு சொன்னேன்.

"உனக்குச் சந்தனக்கட்டை முக்கியம். எனக்குத் தேர்தல்தான் முக்கியம்"ன்னு சொல்லிட்டார்.

நாம கைக் காசைச் செலவு செஞ்சுக்கிட்டு இருக்கிறோம். ஆனா போலீஸ் அதிகாரி எனக்குத் தேர்தல் முக்கியமுன்னு சொன்னதும் எனக்கு மனசு வெறுத்துப் போச்சு. அத்தோட நான் இதிலிருந்து விலகி, என் வேலையைப் பார்க்கப் போய்விட்டேன்." என்கிறார் ஓய்வு பெற்ற *D.F.O* பத்ரசாமி.

அதன் பிறகு, 17.08.1989 அன்று பர்கூர் வனத்துறைக் கார்டுகள் பழனிசாமி, சுப்பிரமணியம், வாட்சர் மஸ்த்தி மூவரையும் சுட்டுக்கொன்று பிணத்தையும் எரித்து விட்டனர். இதையடுத்து அதே ஆண்டு தமிழ்நாடு அரசு வீரப்பனைப் பிடிப்பதற்காக ஒரு சிறப்புப் படையை அமைக்கிறது.

கோவை நான்காவது பட்டாலியன் கமாண்டராக இருந்த "கராத்தே" கோபாலகிருஷ்ணன் இந்தப் படைக்குத் தலைமை ஏற்றார். தமிழ்நாடு பாரஸ்ட் செல் எஸ்.பி.என்ற கூடுதல் பொறுப்பு அவருக்கு வழங்கப்படுகிறது. வீரப்பனின் நடவடிக்கைகளைக் கட்டுப்படுத்த சில கூடுதல் அதிகாரங்களும், ஆயுதங்களும் வழங்கப்பட்டன. தன்னுடைய *4th* பட்டாலியனில் பயிற்சி எடுத்த 25 காவலர்களைக் கூட்டிக்கொண்டு மேட்டூர் வருகிறார்.

வனக்காவல் படை (Jungle Patrol) உருவானது. இவருக்கெனத் தனியாக அலுவலகம் இல்லை. சேலம் கேம்ப் பகுதியிலிருந்த தன் வீட்டின் எதிரில் இருந்த காலி நிலத்தில் ஒரு டென்ட் போட்டார். அந்த இடத்திலேயே வீரர்களை எல்லாம் தங்க வைத்தார். (பிறகு மேட்டூர் அரசு ஆண்கள் மேல்நிலைப்பள்ளிக்கு அலுவலகத்தைக் கொண்டுபோனார்). கர்நாடக மாநிலக் காவல்துறையுடன் தொடர்பு ஏற்படுத்தினார்.

இருமாநில போலீசாரும் சேர்ந்து கூட்டு நடவடிக்கைகளை மேற்கொண்டனர். மேட்டூரிலிருந்த "கராத்தே" கோபால கிருஷ்ணன் அடிக்கடி செங்கப்பாடிக்குச் சென்றார். இரு பக்கமும் வீரப்பனுடன் தொடர்புடையவர்களின் பட்டியல் தயாரிக்கப்பட்டது. இரண்டு மாநிலப் போலீசாருக்கும் வீரப்பன் தொடர்புடைய ஆள்கள் பற்றிய விவரம் தெரிகிறது. பட்டியலில் இருந்தவர்களை உளவாளிகளாக மாற்றும் வேலையும் தொடங்கியது. வீரப்பனைப் பற்றித் துப்புக் கொடுக்கத் தகவலாளிகளை உருவாக்கினர்.

அதே நேரத்தில், கோபிசெட்டிபாளையம் A.S.P ஆக வந்த இளம் காவல்துறை அதிகாரி சைலேந்திரபாபுவும் வீரப்பனைப் பிடிக்க ஆர்வம் காட்டினார். "கராத்தே" கோபாலகிருஷ்ணன் - சைலேந்திரபாபு இருவரும் தங்களின் பகுதிகளில் வீரப்பனின் நடவடிக்கைகளைக் கண்காணித்தனர். வீரப்பனை ஒடுக்குவதில் சிறப்புக் கவனம் எடுத்தனர்.

முரட்டுத் தோற்றமும், கனமான உடலமைப்பும் கொண்டவர் "கராத்தே" கோபாலகிருஷ்ணன். அதற்குத் தக்கபடியே இவருடன் இருக்கும் காவலர்களுக்கு ஆள் உயரத்துக்குத் தடியும் கொடுத்திருந்தார். கொளத்தூர், கோவிந்தபாடி என மலைப்பகுதியில் இருக்கும் பல ஊர்களுக்கு இவர் அடிக்கடி ரோந்து போவார்.

அப்படி ஜீப்பில் போகும்போது தெருவில் உள்ள டீக் கடையில்கூட யாரும் உட்கார்ந்திருக்கக் கூடாது. வேட்டியை மடித்துக் கட்டிக் கொண்டு யாரும் நடக்கக்கூடாது. நடந்தால் "கராத்தே" கோபால கிருஷ்ணனுடன் இருக்கும் கமாண்டோக்கள் நடந்து போனவரைப் புரட்டிப் புரட்டி அடித்தனர். இவர் குடியிருந்த தெரு முனையில் செக் போஸ்ட் போடப்பட்டது. அந்த வழி யாகவே பொதுமக்கள் போகத் தடை விதித்தார்.

"கராத்தே" கோபாலகிருஷ்ணன்

ஊரே இவரைப் பார்த்து மிரண்டது. இவர் வீரப்பனைத் தேடிக் கிளம்பினால், வழியில் சிக்கும் பத்துப் பேரையாவது அடிக்காமல் திரும்ப மாட்டார். அதனால், "கராத்தே" கோபாலகிருஷ்ணன் பெயரைக் கேட்டாலே மக்கள் தலை தெறிக்க ஓட்டம் பிடித்தனர்.

பாலாறு வனத்துறை கார்டு மோகனையா சுட்டுக் கொல்லப்பட்டதையடுத்து, மாதேஸ்வரன் மலையிலிருந்த புறக்காவல் நிலையம் முழுநேரக் காவல் நிலையமாக மாற்றம் செய்யப்படுகிறது. இதற்குத் தனி உதவி ஆய்வாளர் நியமிக்கப்படுகிறார். தினேஷ் என்ற இளம் உதவி ஆய்வாளர் பொறுப்புக்கு வருகிறார். அவருடன், ராமலிங்கம், ஜெகநாதன், கிருஷ்ணா அர்ஸ் என மூன்று உதவி ஆய்வாளர்களும், அவர்களுக்குத் துணையாக மாவட்ட ஆயுதப்படை (DAR) காவலர்கள் பத்துப்பேரும் வந்தனர். இவர்கள் பயணம் செய்ய ஒரு ஜீப்பும் வழங்கப்பட்டது. இவர்கள் வீரப்பனைப் பிடிப்பதற்கான தீவிர முயற்சி மேற்கொண்டனர்.

வீரப்பன் காட்டிலிருந்த வீட்டுக்கு முன்பாக ஒரு பெருமாள் கோயிலை கட்டியிருந்தார். அந்தக் கோயிலில் அமாவாசைக்குப் பூஜைகள் நடக்கும். பெருமாளுக்கு உகந்த நாளில் சிறப்பு வழிபாடுகள் இருக்கும். அந்த நாளில் செங்கப்பாடியில் இருக்கும் பெரும்பாலான வீடுகளில் யாரும் அடுப்புப் பற்றவைக்க மாட்டார்கள். மூன்று வேளையும் கோயிலில் விருந்து பரிமாறப்படும். இதற்கு அமுது வழங்கும் விழா என்று பெயர்.

இந்த நிகழ்ச்சியில் வீரப்பனும் கலந்து கொள்வார். வீரப்பனின் அண்ணன் கூசமாதையன் கைது செய்யப்பட்டு சிறையிலிருந்தார். தம்பி அர்ஜுனன் சரணடைந்து அவரும் சிறையிலிருந்தார். இந்த நேரத்தில், வீரப்பனின் அண்ணன் மாதையனின் மனைவி மாரியம்மாள், சில உறவினர்கள் அந்த வீட்டில் தங்கியிருந்தனர். வீரப்பன் கூட்டாளிகள் பலரும் காட்டை ஒட்டியிருந்த இந்த வீட்டிற்கு வந்து சென்று கொண்டிருந்தனர். சப்-இன்ஸ்பெக்டர் தினேஷ் இந்த வீட்டுக்குப் போகும்போது கூட்டாளிகள் எல்லோரும் காட்டுக்குள் தப்பியோடி விடுவர். பெண்கள் மட்டுமே வீட்டிலிருப்பர்.

வேலாம்பட்டி

அதனால், சப்-இன்ஸ்பெக்டர் தினேஷ் இந்த வீட்டின் மேற்கூரையை இடித்து அப்புறப்படுத்தினார். காட்டுக்கு வேலைக்கு வரும் ஆள்களுக்கு எல்லாம் அடிவிழுந்தது. கிணற்றிலிருந்த மோட்டார் பம்பு செட்டை அடித்து உடைத்து கிணற்றில் போட்டார். வீரப்பன் கட்டியிருந்த பெருமாள் கோயிலில் சிலைகளைத் தவிர மீதி அனைத்தையும் தினேஷ் தலைமையிலான போலீசார் உடைத்துப் போட்டனர்.

வீரப்பனுக்குச் சொந்தமான மணியக்காரரர் காட்டில் குடியிருந்த மாரியம்மாள் அங்கிருந்து வெளியேறினார். மணியக்காரரர் காட்டை அரசு கையகப்படுத்த வேண்டும் என போலீசார் அரசுக்குப் பரிந்துரை செய்தனர். வீரப்பன் சொத்துகள் அனைத்தும் போலீஸ் கட்டுப்பாட்டில் வந்தன. வீரப்பன் பெயரைச் சொன்னாலே அடிவிழும் என்ற நிலை வந்தது.

******

61

எஸ்.ஐ.தினேஷ்

சிந்து சமவெளி நாகரீகக் காலத்திற்கு முன்பிருந்தே தமிழர்களின் சொத்து என்பது கால்நடைச் செல்வங்களே. மகள் அல்லது மகனுக்குத் திருமணம், அவர்களுக்கு வளைகாப்பு, சீர்வரிசை, குழந்தைகள் பள்ளிக் கட்டணம், வீடு கட்ட, நிலம் வாங்க, துணி எடுக்க எனச் சிற்றூர்களில் வாழ்ந்த, வாழும் தமிழர்கள் ஒவ்வொருவரின் எதிர்காலக் கனவுகளும், நோக்கமும் இன்றளவும் கால்நடைச் செல்வங்களை நம்பியே இருக்கின்றன.

அடிப்படை வசதியில்லாத இந்தக் காட்டுப்பகுதியில் வாழ்ந்த மக்கள் தங்கள் நிலங்களில் மழை நீரை மட்டுமே நம்பி விவசாயம் செய்தனர். மீதி நேரம் ஆடு, மாடு என கால்நடைகளை வளர்த்து, வாழ்ந்து வருகின்றனர். ஆலாம்பாடி மாடுகள் என்ற தனி மாட்டினம் ஒன்று உள்ளது. காங்கேயம் மாடுகள் போலவே இருக்கும் இந்தமாடுகள் விவசாய வேலைகளுக்கு ஏற்றவை. இப்போது அந்த இனம் அழியும் தருவாயில் உள்ளது.

இப்பகுதியில் உள்ள மக்களும், ஆளுக்கு ஐம்பது, நூறு என்ற அளவில் மாடுகள் வைத்துள்ளனர். இப்படி மாடு வைத்துள்ள சிலர் கூட்டுச்சேர்ந்து அடர்ந்த காடுகளின் உள்ளே பட்டி அமைத்து மாடு வளர்க்கின்றனர். இப்படி மாட்டுப் பட்டியிலிருக்கும் மக்களுக்கும், காடுகளிலேயே வாழ்ந்து வந்த வீரப்பனுக்கும் செய்திப் பரிமாற்றம், உணவுப்பொருள்கள் கொடுத்து வாங்குவது போன்ற தொடர்புகள் இருந்தன.

செங்கப்பாடி, ஆலாம்பாடி பகுதியிலிருந்த பெரும்பான்மை யான தமிழர்கள் வன்னியர் சமூகத்தினர். இந்த அடிப்படையில் இவர்களை எல்லாம் வீரப்பனின் கூட்டாளிகளாகவே கருதினார் தினேஷ். காடுகளில் ஆடு, மாடு மேய்ப்போர் வீரப்பனுக்கு உதவி செய்கிறன்றனர் என்ற நினைப்பில் காரணமில்லாமலே அவர்களை அடித்து உதைத்துள்ளார்.

வீரப்பன் மீதிருந்த வெறுப்பில், தமிழ் மக்களைப் பார்த்தாலே தினேஷுக்குப் பிடிக்காமல் போனது. வீரப்பன் உறவினர்கள் பலரை முறைகேடாகக் கைது செய்து, காவல் நிலையத்திற்குக் கொண்டுசென்று பல நாள்கள் வைத்து விசாரணை செய்துள்ளார். அதே நேரத்தில், மாதேஸ்வரன் மலை வனச்சரகர் உதயகுமார் தமிழ் மக்களிடம் இயல்பாகப் பழகி வந்துள்ளார். சொல்லப்போனால், தினேஷிடமிருந்து பல தமிழர்களை இவரே காப்பாற்றியுள்ளார்.

இந்தக் காலகட்டத்தில் வீரப்பன் தீவிரமாகச் சந்தனக்கட்டை கடத்தலில் ஈடுபட்டார். காவிரி ஆற்றின் கிழக்குப் பக்கம் சிங்காபுரம் காடுகளில் முகாமிட்டுத் தங்கியிருந்தார். கையில் பணப் புழக்கமும் அதிகமாக இருந்தது. காவலுக்கும், கட்டை கடத்துவதற்கும் என நூற்றுக்கும் மேற்பட்ட ஆள்கள் உடனிருந்தனர். உள்ளூர் மக்களின் குடும்பப் பிரச்சனை, கொடுக்கல் வாங்கல் தகராறு, பரம்பரைச் சொத்து விவகாரம் என தினமும் பஞ்சாயத்து நடந்துகொண்டே இருந்தது. வருகின்ற அத்தனை பிரச்சனைகளையும் விசாரித்துச் சரியான தீர்ப்புச் சொல்லி வந்துள்ளார்.

இந்தநேரத்தில் வீரப்பனுக்கு திருமணம் நடந்தது. அதைக் கொண்டாடும் வகையில் உறவினர்கள், நண்பர்களுக்கு விருந்து ஏற்பாடு செய்கிறார். எல்லோரையும் ஒரே நாளில் கூப்பிட்டால் காடு தாங்காது என்பதால், ஒவ்வொரு நாளும், ஒவ்வோர் ஊரைச் சேர்ந்தவர்களை விருந்துக்கு வரவேண்டும் என முறை வைத்து அழைக்கிறார். ஒவ்வொரு நாளும் நூறு பேருக்கு குறைவில்லாமல் வீரப்பன் காட்டுக்குப் போய் விருந்துண்டு திரும்பிக் கொண்டிருந்தனர்.

ஆலாம்பாடிக் கோட்டைக்கு எதிரில் ஓர் ஆஞ்சநேயர் கோயில் இருக்கிறது. மக்கள் நடமாட்டம் இல்லாத இந்த ஊரில் தனியாகக் கோயிலுக்கு வருவோர் யாருமில்லை. அஞ்செட்டிப் பகுதியில் இருந்து மாதேஸ்வரன் மலைக்குப் போகும்போது சிலர் இந்தக் கோயிலுக்கும் வருவர்.

இந்தக் கோயில் பூசாரியாக இருந்தவர் ராசுக்கவுண்டர், இவருடைய பூர்வீகம், தருமபுரி மாவட்டம் தொப்பூர் பகுதியிலுள்ள உம்மியாம்பட்டி. பிழைப்புக்காக ஆலாம்பாடிக்கு

ஆலாம்பாடி ரங்கசாமி கோயில்

வந்தவர், ஆஞ்சநேயர் கோயிலில் பூசை செய்துகொண்டே பக்கத்திலிருந்த தரிசு நிலத்தில் மானாவாரி விவசாயம் செய்து கொண்டிருந்தார்.

பெருமாள் மீதும், ஆஞ்சநேயர் மீதும் தீவிர இறையன்பு கொண்டவர் வீரப்பன். அந்தப் பக்கமாகப் போகும் போதெல்லாம் இந்தக் கோயிலுக்குச் சென்று சாமி கும்பிடுவது வழக்கம். அந்த வகையில் பூசாரிக்கும், வீரப்பனுக்கும் அறிமுகம் இருந்தது. பூசாரியும், வீரப்பனும் வன்னியர் சமூகத்தைச் சேர்ந்தவர்கள். இந்தச் செய்தியைத் தெரிந்த தினேஷ் ஒருநாள் ஆலாம்பாடிக்கு வருகிறார். கோயிலில் இருந்த பூசாரி ராசுக்கவுண்டரையும், அவருடைய மனைவி கோவிந்தம்மாளையும் கூப்பிட்டு வீரப்பனைப் பற்றி விசாரித்தார்.

"வீரப்பன் இந்தப் பக்கமாக வந்தால் கோயிலுக்கு வந்து சாமி கும்பிடுவான். சாமிக்குப் பூசை செஞ்சு திருநீறு கொடுப்பேன். நான் இல்லேன்னா, வெளியில நின்னு அவனே சாமி கும்பிட்டுட்டுப் போயிடுவான். வீரப்பன் எங்கிருந்து வந்தான், எங்கே போறான் என்ற விவரமெல்லாம் எனக்குத் தெரியாதுங்க..." என்று தனக்குத் தெரிந்த உண்மையைச் சொல்கிறார்.

ராசுக்கவுண்டர்

ராசுக்கவுண்டர் சொன்ன பதிலில் நிறைவடையாத தினேஷ் தலைமையில் வந்த போலீசார், "வீரப்பன் இப்போ எங்கே இருக்கிறான்...?" என்று கேட்டு இருவரையும் அடித்து உதைத்தனர். உள் காயத்தால் பாதிக்கப்பட்ட பூசாரி ராசுக்கவுண்டர் நிற்க முடியாமல் விழுந்து விடுகிறார். மயங்கிக் கிடந்தவரை அப்படியே போட்டுவிட்டு தினேஷ் தலைமையில் வந்த போலீசார் அங்கிருந்து செங்கப்பாடிக்குச் சென்று விட்டனர்.

நான் வீரப்பனைச் சந்தித்த நேரத்தில், "ஆடு, மாடு பட்டி போட்டு மேய்க்கிற அப்பாவி மக்களை அடிக்கிறது, ஆட்டுக் குட்டிகளை புடிச்சுக்கிட்டுப் போய் விக்கறது, அதை வெட்டித்திங்கறது இப்படிப்பட்ட வேலையைத்தான் தினேஷ் பண்ணிக்கிட்டிருந்தான். ஒருநாள் மதியம் நான் ஆலாம்பாடி வழியா நாற்றாபாளையத்துக்குப் போகும்போது, பெருமாள் கோயில் பூசாரியை பார்த்துட்டு, சாமி கும்பிட்டுட்டுப் போனேன். நாலு நாள்கள் கழித்து நான் திரும்பி வரும்போது, கோயில் பூட்டிக்கிடந்தது. பூசாரி என்ன ஆனாருன்னு நான் விசாரிச்சேன். "நீங்க வந்து விட்டுப்போன மறுநாள், இங்கே வந்த தினேஷ், பூசாரியையும் அவருடைய பொண்டாட்டியையும் புடிச்சுக் கோயிலுக்கு முன்னாலேயே வச்சு அடியடியின்னு அடிச்சே கொன்னுட்டான். பூசாரியுடைய வீட்டுக்காரம்மா ஆடு, மாடு எல்லாத்தையும் அங்கேயே விட்டுட்டு ஊரைவிட்டே போயிட்டுது..."ன்னு அங்கிருந்த மக்கள் எல்லாம் சொன்னாங்க. அப்பத்தான் தினேஷை அடிக்கணுன்னு முடிவு பண்ணினேன்" என்றார்.

"ஒருநாள் மூனு மணிக்கு ஜீப் ஆலாம்பாடி பக்கமா போச்சு, அதில யார் போறாங்கன்னு விசாரிச்சேன். எஸ்.ஐ.தினேஷ்தான் போறான்னு சொன்னாங்க. வாடா மாப்ளே இன்னைக்கு

உன்னை விடக்கூடாதுன்னு திட்டம் போட்டேன். மெட்டுக்கல் முனியப்பன் கோயிலுக்குப் பக்கத்தில் இருந்த ஒரு கல்லட்டில் நாங்க ஏழு பேர் ஏறினோம். ஆளுக்கு ஒரு பாறையில் மறஞ்சு படுத்துக்கிட்டோம். வடக்கிலிருந்து வரும் ஜீப் அந்தக் கல் மேலே ஏறி இறங்கணும்.

அப்போ மேலிருந்து நான் டிரைவருக்கு மொத ஈடு குடுப்பேன். வண்டி அப்படியே நின்னுபோயிரும், அப்பறமா மத்த ஆறுபேரும் உள்ளே இருக்கிற ஆளுங்களை இ(சு)டுங்க..." வண்டிக்குள்ளே இருக்கிற அத்தனை பேரையும் காலி செய்யணுமுன்னு சொல்லித்தான் திட்டம் போட்டிருந்தேன். ஆனா, வண்டி வர்றதுக்கு நேரமாயிட்டது. இருட்டுக் கட்டினதால, யாரையும் எங்களால குறிபார்த்துச் சுட முடியவில்லை.

ஒரு நெதானமா வண்டியைக் குறி புடிச்சுச் சுட்டோம். நாலு பேர் செத்துப்போயிட்டாங்க, இரண்டு பேர் ஆத்துக்குள்ளே இறங்கிட்டானுங்க, இருட்டாப் போச்சு அதனாலே பாதியிலேயே விட்டுட்டேன். பகல் நேரமா இருந்தால், ஒரு ஆள் கூட அங்கிருந்து தப்பியிருக்க முடியாது. எல்லோரையும் படுக்க வச்சிருப்பேன். எப்படியோ, நான் போட்ட திட்டப்படியே தினேஷைக் கொன்னுட்டேன்..." என்றார்.

இது தொடர்பான உண்மையைத் தெரிந்து கொள்ள ஆலாம்பாடி கோயில் பூசாரி ராசுக்கவுண்டரின் மனைவி கோவிந்தம்மாளைச் சந்தித்தேன். "தினேஷ் வந்தபோது என்ன நடந்தது...?" என்று கேட்டேன்.

"போலீஸ் ஜீப் வந்ததுமே பக்கத்துக் காட்டிலே வேலை செஞ்ச சனமெல்லாம் ஓடிப்போய் கரட்டுல ஏறிக்கிட்டாங்க. கோயிலுக்குப் போன போலீசுக்காரங்க பூசாரியைப் புடிச்சுக்கிட்டு வந்தாங்க. "நீ தான் வீரப்பனுக்குக் கலியாணம் செஞ்சு வெச்சயாமே...?ன்னு கேட்டு அடிச்சாங்கப்பா. தடுக்கப்போன என்னையும் அடிச்சாங்க. நான் அடி தாங்க மாட்டாம ஓடினேன். காட்டச் சுத்திக்கிட்டே தொரத்தித் தொரத்தி அடிச்சாங்க.

பூசாரிய புடிச்சு அடிச்சுக் கீழே போட்டு அள்ளை வயித்துலயும், அடி வயித்துலயும் குத்தினதில வயித்து எலும்பெல்லாம் ஒடஞ்சு போச்சு, செங்கல்லைக் காலுக்கு கீழே வச்சு, ஒரு போலீசுக்காரன் கால்மேலேயே ஏறி நின்னுக்கிட்டான். இன்னொருத்தன் பூசாரி உள்ளங்காலில் ஓங்கி ஓங்கி அடிச்சான். உண்மையைச் சொல்லு, வீரப்பன் எங்கே இருக்கிறான்னு எங்ககிட்டக் கேட்டா எங்களுக்கு என்ன சாமி தெரியும். பொழுது எறங்கற நேரம் வரைக்கும் போட்டு அடிச்சாங்க.

இங்கிருந்து போகும்போது, "யாராவது பூசாரிக்குத் தண்ணி கிண்ணி குடுத்தீங்க, நாளைக்கு உங்களுக்கும் இதே கதிதான்னு..." சொல்லீட்டுப் போனாங்க.." அதனாலே இந்த ஊருல இருந்த ஒரு சனம் கூட எங்ககிட்டே வரலை சாமி.

நான் ஒருத்தியுமே அந்தப்பக்கப் பர(ரி)சல் துறைக்குப் போயி ஒரு ஆளைக் கூட்டியாந்து என் புருஷனை வையாபுரி டாக்டர் ஆஸ்பத்திரிக்குத் தூக்கிக்கிட்டுப் போனேன். அங்கே முடியாமே சேலத்துக்கும் போனேன். அங்க போன பத்து நாளில் பூசாரி செத்துப்போயிட்டார்.

இது நடந்த பத்தாவது நாளே, "ஏண்டா பாவிகளா பூசாரிய எதுக்குடா அடுச்சுக் கொன்னீங்கன்னு.. சொல்லிச் சொல்லியே, அந்த நாலு போலீஸ்காரங்களையும் மெட்டுக்கல்லாண்டையே மடக்கிப் புடிச்சு வீரப்பன் சுட்டுக் கொன்னுட்டாரு சாமி..." என்றார்.

கோவிந்தம்மாள்

*****

62

குண்டில் தப்பிய மல்லண்ணா

இந்தத் தாக்குதலில் படுகாயத்துடன் தப்பிய காவலர் மல்லண்ணா உதவி ஆய்வாளராகப் பணி நிறைவு பெற்றுள்ளார். அன்று நடந்ததைப் பற்றிப் பேசும்போது, "நானும், சப் இன்ஸ்பெக்டர் சந்திரப்பாவும், மைசூர் கே.ஆர். எஸ். ஸ்டேஷனில் வேலை பார்த்திட்டு இருந்தோம். ஒருநாள் மீட்டிங்கில் வீரப்பனைப் பிடிக்கும் ஆப்ரேசனுக்கு யாரெல்லாம் போக விருப்பம் இருக்குதுன்னு டிஸ்ட்ரிக்ட் எஸ்.பி. பிபின் கோபாலகிருஷ்ணன் சாய்ப்ரு கேட்டாங்க. நானும், சந்திரப்பாவும் போறோமுன்னு சொன்னோம்.

அடுத்த நாளே மாதேஸ்வரன் மலைக்குப் போகச்சொல்லி உத்தரவு வந்தது. அங்கே வந்த மூன்றாவது நாள் மதியம், 09.04.1990 அன்று எல்லோரும் ஒரு ஜீப்பில் கிளம்பி ஒகேனக்கல் பக்கமாகப் போயிட்டுத் திரும்பி வந்தோம். எஸ்.ஐ. தினேஷ், ஜெகநாதன், இராமலிங்கம், சந்திரப்பா, கிருஷ்ணா அர்ஸ், ரேஞ்சர் சீனிவாசமூர்த்தி, போலீசார் சிவக்குமார், சங்கர்ராவ், ஷேசப்பா, டிரைவர் நாகராஜ் இவங்களோட நானும் சேர்ந்து 11 பேர் அந்த ஜீப்பில் இருந்தோம்.

காவிரி ஆத்து ஓரமாக ரோட்டுப்பக்கம் உயரமான மலை இருந்துச்சு. அதனாலே, சாயங்காலம் ஐந்து மணிக்கே காடு பூர்த்தியும் இருட்டாயிட்டுது. ரோட்டிலும் நிறைய கற்கள் சிதறிக்கிடந்தன. அந்த இடத்தில் வண்டி வந்துட்டு இருந்தப்போ, எங்களுக்கு மேலே அறுபது அடி உயரத்தில், பாறை மறைவிலும், பாறைச் சந்திலும் இருந்து வீரப்பன் கேங் ஆளுங்க எங்க மேலே துப்பாக்கியால் சுட்டாங்க.

எஸ்.ஐ. ஜெகநாதன் ஜீப்பை ஓட்டிக்கிட்டு வந்தார். தலையில் விழுந்த முதல் அடியிலேயே அவர் உயிர் போயிட்டுது. எங்களுக்கு என்ன செய்யறதுன்னே தெரியலை. வண்டியும் அப்படியே நின்னுபோச்சு. முன் சீட்டில் அவருக்கு பக்கத்தில் இருந்த ராமலிங்கம் சார் அவர்கிட்டேயிருந்த பிஸ்டலை

மெட்டுக்கல் துப்பாகிச்சூடு நடந்த இடம்

எடுத்து மேலே பார்த்துச் சுட்டுக்கிட்டே இருந்தார். கொஞ்ச நேரத்தில், அவருக்கும் தலையிலேயே அடி விழுந்துட்டுது. மயங்கிட்டார்.

ஜெகநாதன் சாருக்கு பின்னாலே இருந்த தினேஷ் சாரும், 303 ரைபிளில் மேலே பார்த்துச் சுட்டார். ஜீப்பிலிருந்து துப்பாக்கிக் குண்டு வெளியே வருகிற இடத்தைப் பார்த்து மேலே இருந்தவங்க சுட்டாங்க. அதுல அவருக்கும் அடி விழுந்துட்டுது. உடனே மயங்கிட்டார்.

வீரப்பன் கேங் ஆளுங்க ரொம்ப நிதானமாகத்தான் சுட்டாங்க. ஜீப்புக்குள் இருந்து எங்களால எதையும் எய்ம் பண்ண முடியல. எனக்கு எதிரில் இருந்த பாரஸ்ட் ஆபீசரைக் கீழே குனிந்து படுக்கச் சொன்னேன். அவருக்குப் பக்கத்திலிருந்த ஒரு KSRP போலீசார் வைத்திருந்த 303 ரைபிளை வாங்கி சந்தரப்பாசார்கிட்டே குடுத்தேன். எனக்கு வலது பக்கம் இருந்த இன்னொரு KSRP போலீஸ் வைத்திருந்த துப்பாக்கியை நான் வாங்கினேன். மேலே இருந்து துப்பாக்கிக் குண்டு வந்த பக்கம் பார்த்து நானும் திருப்பிச்சுட்டேன். மேலே பாறையா இருந்துச்சு. லைட்டிங் இல்லாமே இருட்டாயிட்டுது. எந்த இடத்தில் ஆள் இருக்கிறாங்கன்னு தெரியல.

ஜீப் சீட்டில் 11 பேர் இருந்ததாலே ஆப்போசிட் பார்டியை எய்ம் பண்ணி பயர் செய்ய முடியல. கிருஷ்ணா அர்ஸ் வண்டியிலிருந்து கீழே இறங்கி ஒரு பாறையில் மறைஞ்சு நின்னுக்கிட்டார். அங்கிருந்து கொஞ்சம் வெளிச்சம் தெரிஞ்சுச்சு. வீரப்பன் கேங் இருந்த இடத்தைப் பார்த்துச் சுட்டார். ஆனால், அவரிடம் இருந்த ரிவால்வர் தோட்டா வீரப்பன் ஆளுங்க இருந்த தூரத்துக்குப் போகலை.

சண்டை சுமார் பத்து நிமிஷம்தான் நடந்தது. அதற்குள்ளாகவே எங்க தரப்பில் எல்லோருக்கும் பலமான அடி விழுந்துட்டுது. எங்க பக்கம் இருந்து யாராலும் திருப்பிச் சுட முடியவில்லை. இதைப் புரிந்து கொண்ட வீரப்பன் கேங் ஆளுங்க, அங்கிருந்து கிளம்பி ஜீப் பக்கம் வர முயற்சி பண்ணினாங்க.

"எல்லோரும் சீக்கிரம் கீழே எறங்குங்கப்பான்னு." தமிழில் பேசினது எனக்குக் கேட்டது. அந்த சத்தம் கிருஷ்ணா அர்ஸ்க்கும் கேட்டிருக்கும். அதனாலே அவர், வீரப்பன் ஆள்கள் எங்க பக்கம் வராமல் இருக்கிறதுக்காக அவரிடம் இருந்த ரிவால்வரில் விட்டுவிட்டுக் கவுன்டர் ஷாட் குடுத்துக்கிட்டே இருந்தார். வீரப்பன் ஆள்கள் எல்லோரும் பாறையிலிருந்து

தினேஷ் கொல்லப்பட்ட இடம் (படங்கள்: டைகர் அசோக்குமார்)

கீழே இறங்கி தெற்குப் பக்கமா போயிட்டாங்க. நானும், சந்திரப்பாவும் வண்டியை விட்டு வெளியே வந்தோம்.

முன்பக்கச் சீட்டில் கிடந்த ராமலிங்கத்தையும், டிரைவர் சீட்டிலிருந்த ஜெகநாதன் சாரையும் தூக்கிப் பின்னாலே போட்டோம். சந்திரப்பா சார் டிரைவர் சீட்டுக்கு வந்தார். அப்புறமா ஆத்துக்குள்ளே பாறை மறைவிலிருந்த கிருஷ்ணாஅர்ஸ் சாரையும் மேலே வரச்சொன்னோம். அவரையும் வண்டியில ஏத்திக்கிட்டோம். வீரப்பன் ஆளுங்க எங்களுக்கு முன்னாலே செங்கப்பாடி போகும் பக்கமாப் போனாங்க. அதனாலே நாங்க மீண்டும் அந்தப்பக்கம் போகக்கூடாதுன்னு முடிவு பண்ணினோம்.

வண்டியை ரிவர்சில் எடுத்துக் கொஞ்சதூரம் வந்து திருப்பினோம். சுத்தமா வெளிச்சம் போயிட்டுது. வந்த வழியாகவே அப்படியே ஒகேனக்கல் பக்கமாத் திரும்பிப் போனோம். சந்திரப்பா வலது கையில் பெரிய காயம். அந்தக் கையை அசைக்கக்கூட முடியவில்லை. இடது கையாலேயே வண்டி ஓட்டிட்டுப் போனார். வீரப்பன் ஆளுங்க எல்லோருமே நாட்டுத் துப்பாக்கியாலே சுட்டாங்க. அதிலிருந்த சின்னச் சின்ன குண்டுகள் எங்க ஒடம்பெல்லாம் ஏறிடுச்சு.

என்னோட நெற்றி, தலையில் எல்லாம் குண்டுபட்டு இரத்தம் கண்ணுக்கு வந்துட்டது. அதனால், கண்ணில் எரிச்சல், எதுவுமே தெரியலை. என்னோட லெப்ட் ஹேண்டில், ஒரு தோட்டா எலும்பை ஒடச்சுட்டு வெளியே போயிட்டுது. அந்தக் கை தொங்கிப்போய் இரத்தமா கொட்டிட்டே வந்துச்சு. போகும்போது ஒரு இடத்தில், இடது பக்கம் சாராயக்கடைக்குப் போகும் வழின்னு போர்டு இருந்தது.

அதை வச்சுத்தான் இங்கே எதாவது வீடுகள் இருக்குன்னு நெனச்சுட்டு அங்கே போனோம். நாலஞ்சு வீடுகள் இருந்துச்சு. பக்கத்திலே பரிசல் எல்லாம் கெடந்துச்சு. அதை வச்சுத்தான் காவிரி ஆத்துப் பக்கமா வந்துட்டோமுன்னு தெரிஞ்சிக் கிட்டேன். அங்கே யாராவது தெப்பம் போடும் ஆளுங்க இருக்காங்களான்னு தேடினோம். அங்கிருந்த தமிழ்ப்பேசும் மக்கள் ஓடிப்போய் தெப்பம் ஓட்டத் தெரிந்த ஆறுமுகம் என்ற மீசைக்காரனைக் கூட்டிக்கிட்டு வந்தாங்க.

மல்லண்ணா

தெப்பத்தில் ஏற்றும்போதே மூனு பேருக்கு உயிர் இல்லை. தெப்பத்தில ஏத்திட்டு ஆத்தைக் கடக்கும்போது தினேஷ்சாருக்கு உயிர் இருந்தது. பாதி ஆத்தில போகப்போகவே அவர் மூச்சு அடங்கிப் போயிடுச்சு. பரிசல் காவிரியின் அந்தப்பக்கம் போவதற்கு முன்னரே பரிசல் ஓட்டி சத்தம் போட்டார்.

“வீரப்பன் சுட்டதுல கர்நாடகப் போலீசார் அடிபட்டுட்டாங்க... சீக்கிரம் வாங்க... சீக்கிரம் வாங்க...”ன்னு கத்தினார். அதைக் கேட்டு அங்கிருந்த மக்கள் எல்லோரும் ஓடிவந்து எங்களைத் தெப்பத்திலிருந்து தூக்கிக் கரையில் கொண்டுபோய் விட்டாங்க. இறந்துபோன நாலு பேரையும், கரையிலேயே படுக்கப்போட்டோம். *(மாதேஸ்வரன்மலை காவல் நிலையக் குற்ற எண்:- 15/1990)* நாங்கள் வந்த தெப்பத்தைத் திருப்பிப் போட்டு மூடினோம். மயங்கிய நிலையிலிருந்த நாலு பேரையும் ஓரமா படுக்கவச்சோம். நான், சந்திரப்பா, கிருஷ்ணா அர்ஸ் மூனு பேரும் ஒகேனக்கல் போலீஸ் ஸ்டேசனுக்குப் போனோம்.

போலீஸ் ஸ்டேசனில் சபாபதியின்னு ஒரு ரைட்டர் டியூட்டியில் இருந்தார். உடனே காயம்பட்டவர்களைத் தருமபுரி ஹாஸ்பிடல் கொண்டுபோக கார் ஏற்பாடு செய்து குடுத்தார். ஸ்டேஷன் வயர்லஸ் முகாந்திரம் எங்க எஸ்.பி.சாய்ப்ருக்கு

மெசேஜ் சொல்லிக்கிட்டு இருக்கும்போதே சந்திரப்பாவும் மயங்கிட்டார். நானும், காரில் போயிக்கிட்டுருக்கும் போதே மயங்கிட்டேன். இரண்டு நாள்களுக்குப் பிறகு மைசூர் கே.ஆர். மருத்துவமனையில் எனக்கு மறுபடியும் நினைவு வந்தது..." என்றார்.

துப்பாக்கிச் சூடு பட்ட மரம்

ஒகேனக்கல் பரிசல் துறையின் மறுபக்கம் (கர்நாடகா) உள்ள மாறுகொட்டாய்ப் பகுதியைச் சேர்ந்த சாராயக்கடை ஆறுமுகம் மனைவி மாதம்மா "அன்னைக்கு பொழுது மசங்குன பின்னாலே போலீஸ் ஜீப் வந்துச்சு. அந்த வண்டியில வந்திருந்த எல்லோருக்குமே கை, காலெல்லாம் ஒடிஞ்சு

போயிருந்துச்சு. காக்கிச்சட்டை பூராவும் செவப்புச் சட்டையா மாறிப்போச்சு. அடிபட்டுக் கெடந்தவங்க வாயில தண்ணி ஊத்துனா கழுத்துல வெளியே வந்துச்சு. இன்னும் சிலருக்கு நான் குடுத்த தண்ணி வயித்துல இருந்து வெளியே வந்துட்டுது. வீரப்பன் சுட்டதுல அவங்க ஒடம்புல அத்தப் பெரிய ஓட்டை இருக்குதுன்னா பாரே. இங்கிருந்த எல்லோரும் சேர்ந்து கையை காலையெல்லாம் புடிச்சு பரிசலில் ஏத்தியுட்டோம். எங்க வீட்டுக்காரர்தான் அக்கரைக்குத் தாட்டியுட்டார்.

குண்டிபட்ட கல்லிச்சி மரம்

அடுத்தநாள் காலையில வண்டி வண்டியா போலீஸ் பட்டாளமே வந்துட்டாங்க. இங்கிருந்து ஒரு ஆளுங்களைக்கூட உடுல. எல்லோருக்கும் அடி. "போலி மக்கா, வீரப்பனுக்கு சாப்போர்ட் மாடுதியா..."ன்னு சொல்லிக்கிட்டே அடிச்சாங்க. நான் கையெடுத்துக் கும்புட்டுக்கிட்டே போயி, "எங்க வூட்டுக்காரர் தானுங்க பரிசலில் எத்தி எல்லோரையும் அக்கரைக்கு கூட்டிட்டுப் போனாரு"ன்னு சொன்னேன். கும்புட்ட கை மேலேயே தடியில அடிச்சு கையை ஒடச்சுட்டாங்க. உயிர் தப்பினாப் போதுமுன்னு எல்லோரும் அக்கரைக்குப் போயிட்டோம். (தருமபுரி மாவட்டம்) வீரப்பன் செத்த பின்னாலேதான் சாமி நாங்களெல்லாம் இங்கே வரவே முடுஞ்சுது" என்கிறார்.

மீசைக்காரர் மனைவி மாதம்மா

29 ஆண்டுகளுக்கு முன் வீரப்பன் நடத்திய துப்பாக்கிச் சூட்டுத் தாக்குதலுக்கு இன்னும் அடையாளமாக இருக்கிறது ஒரு கல்லிச்சி மரம். அந்த மரத்தின் கிளைகளில் துப்பாக்கிக் குண்டுகள் புகுந்ததின் அடையாளம் இன்னும் வடுவாக இருக்கிறது.

*****

63

சாப்பாட்டில் கண்ணாடித்தூள்

55 வயதில், கர்நாடகக் காவல்துறையின் கொடுமைகளுக்குப் பலியான பூசாரி ராசுக்கவுண்டரின் மனைவி கோவிந்தம்மாள் தேசிய மனித உரிமைகள் ஆணையத்துக்கு மனு அனுப்பியுள்ளார். காவல்துறையினர் மீது அவர் கொடுத்துள்ள புகாருக்கு இன்றுவரை விசாரணையும் நடக்கவில்லை. தக்க இழப்பீடும், நீதியும் கிடைக்கவில்லை. சதாசிவம் ஆணையத்திலும் முறையிட்டுள்ளார். விசாரணை முடிந்து விட்டது, எப்படியும் எனக்கு இழப்பீடு கிடைக்கும் என்ற நம்பிக்கையில் இன்னும் அதே ரங்கசாமி கோயிலுக்குத் தென் பக்கத்துக் குடிசையில் வாழ்ந்து கொண்டிருக்கிறார்.

பூசாரி ராசுக்கவுண்டருக்குச் சிகிச்சை கொடுத்தது குறித்து தருமபுரி மருத்துவர் வையாபுரி அவர்களிடம் பேசினேன். "கர்நாடகக் காவல்துறை அதிகாரி தினேஷினால் கடுமையாகத் தாக்கப்பட்ட நிலையில் என்னிடம் சிகிச்சைக்கு வந்தார். ஒரு வாரம்வரை என்னுடைய மருத்துவமனையிலேயே தங்க வைத்து சிகிச்சை கொடுத்தேன். மெட்டுக்கல் முனியப்பன் கோயிலருகில் ஜீப்பில் சென்ற தினேஷ் மீது வீரப்பன் தாக்குதல் நடத்தி அவரைக் கொலை செய்ய ராசுக்கவுண்டர் மீதான தாக்குதல் மட்டுமே காரணமில்லை.

செங்கப்பாடியிலிருந்து ஆலாம்பாடி வரும் வழியில் மாறுகொட்டாய் என்ற இடம் இருக்குது. அந்த இடத்தில் ரோட்டுக்கு மேற்குப் பக்கம் இருந்த ஒரு மாட்டுப்பட்டியில் ஏழு மாத கர்ப்பிணிப் பெண் இருந்திருக்கா. அந்தப் பெண்ணைத் தினேஷ்கூட வந்த ஐந்து போலீசார் சேர்ந்து விசாரணை செஞ்சிருக்காங்க. மனிதாபிமானமே இல்லாம அந்தப் பெண்ணை அடித்து, உதைத்து, பாலியல் வன்கொடுமைக்கும் உள்ளாக்கியுள்ளனர். இதைப் பொறுத்துக்கொள்ள முடியாமல்தான் வீரப்பன் தினேஷைச் சுட்டுக்கொன்னான். இதுதான் உண்மையான காரணம்" என்றார்.

1970-80 காலகட்டங்களில் தருமபுரி மாவட்ட காசநோய் ஒழிப்புத் தலைமை மருத்துவ அதிகாரியாக இருந்தவர் மருத்துவர் வையாபுரி. மாவட்டத்தின் அனைத்துப் பகுதிகளுக்கும் சென்று வந்தவர். அங்கு வாழ்ந்து வந்த மக்கள் அனைவரிடமும் எளிமையாகப் பேசி, பழகக்கூடியவர். மாநில அரசின் துப்பாக்கி உரிமம் பெற்ற வேட்டைக்காரர். ஓய்வு நேரங்களில் துப்பாக்கியை எடுத்துக்கொண்டு ஒகேனக்கல் காட்டுக்கு வேட்டைக்குச் செல்வதை வழக்கமாகக் கொண்டிருந்தவர்.

அந்தக் காலகட்டத்தில், வீரப்பனும் அதே காடுகளில் தங்கி, யானை வேட்டையில் ஈடுபட்டிருந்தார். இந்த வகையில் இருவருக்கும் பழக்கம். வீரப்பன் தருமபுரிக்கு வரும்போதெல்லாம் மருத்துவர் வையாபுரியைச் சந்திப்பார். அதன் பிறகு, இருவரும் வேட்டைக்காரர்கள் என்ற வகையில் நெருக்கமாகப் பழகியுள்ளனர்.

வீரப்பன் வாழ்ந்த காடுகளில் உள்ள பல ஊர்களில் வாழும் மக்களுக்கு எந்தவித மருத்துவ வசதியும் இல்லை. யாருக்கு உடல்நிலை சரியில்லை என்று வீரப்பனுக்குத் தெரிந்தாலும், உடனே "தருமபுரிக்கு போயி வையாபுரி டாக்டர்கிட்டே நான் சொன்னேனென்று சொல்லி ஊசி போட்டு, மருந்து வாங்கிக்கிட்டு வா..." என்று அனுப்புவார்.

வீரப்பன் சொல்லி விட்டதாகச் சொன்னவர்களிடம் மருத்துவர் வையாபுரியும் பணம் வாங்காமலே சிகிச்சை கொடுத்து, நோயைக் குணப்படுத்தி அனுப்புவார். எப்போதாவது ஒரு முறை வீரப்பனோ அல்லது அர்ஜுனனோ தருமபுரிக்கு வரும்போது, கொடுக்கவேண்டிய பணத்தைக் கொடுத்து விடுவர்.

பின்னாளில் இதைத் தெரிந்து கொண்ட கர்நாடக அதிரடிப்படைப் போலீசார் மருத்துவர் வையாபுரிக்குப் பல வகையிலும் நெருக்கடி கொடுத்துள்ளனர். *1987* இல் வீரப்பன் பெங்களூரில் கைதான நேரத்தில் அவரிடமிருந்து சில துப்பாக்கிகள் பறிமுதல் செய்யப்பட்டன. இந்தத் துப்பாக்கிகளை மருத்துவர் வையாபுரியே வாங்கிக் கொடுத்தார் என்று கர்நாடகப் போலீசார், மைசூர் நீதிமன்றத்தில் வழக்குத் தொடர்ந்தனர்.

ஆனால், "வீரப்பனுக்கும் தனக்கும் உள்ள உறவு ஒரு மருத்துவருக்கும், நோயாளிக்குமான உறவுதானே தவிரக் குற்றவாளிக்கு, கூட்டாளியாகச் செயல்படும் உறவு இல்லை.." என்று நீதிமன்றத்தில் வாதிட்டு, அந்த வழக்கிலிருந்து விடுதலையும் பெற்றார்.

வீரப்பனின் நம்பிக்கைக்கு உரியவராக இருந்த மருத்துவர் வையாபுரி அவர்களை நான் சந்தித்தபோது, "வீரப்பன் சிறுவயது வேட்டைக்காரனாக இருந்த காலத்திலிருந்தே எனக்கு நன்றாகத் தெரியும். அநீதிகளை எதிர்க்கவேண்டும், ஏழை மக்களுக்கு எந்த வகையிலாவது உதவவேண்டும் என்ற இளகிய உள்ளம் அவனிடம் இருந்தது. வீரப்பனுக்கும், அவனுக்குத் தெரிந்த சிலருக்கும் நான் மருத்துவம் செய்துள்ளேன். குறிப்பாக, பெருமாள் என்ற வீரப்பன் கூட்டாளி ஒருவர் டி.பி.நோய் தாக்குதலுக்கு உள்ளானார். சில மாதங்கள் மருத்துவமனையில் வைத்து சிகிச்சை கொடுத்துக் காப்பாற்றினேன்.

ஒரு முறை வீரப்பனின் சொந்தக்காரரர்களுக்கும், வீரப்பனுக்கும் தொழில் முறையில் போட்டி வந்துட்டுது. எப்படியாவது வீரப்பனைக் கொல்லணுன்னு எதிர்த்தரப்பு ஆளுங்க கங்கணம் கட்டிக்கிட்டு இருந்தாங்க. அவங்களுக்கு ஆதரவா கர்நாடக அதிகாரிகள் சிலரும் சேர்ந்துக்கிட்டாங்க. ஆள் பலத்தை வச்சி வீரப்பனைக் கொல்ல முடியாதுன்னு அவங்களுக்கும் தெரியும். அதனாலே, சூழ்ச்சி செய்து வீரப்பனிடம் சமாதானமாகப் போவதுபோல பேசியுள்ளனர். ஒருநாள் தங்கள் வீட்டு விசேஷத்திற்கு வீரப்பனை அழைத்து விருந்து வைத்துள்ளனர்.

அந்த விருந்துச் சாப்பாட்டில் கண்ணாடித் தூளைச் சேர்த்து வீரப்பனுக்குக் கொடுத்துள்ளனர். கண்ணாடித்தூளுடன் இருந்த சாப்பாட்டைச் சாப்பிட்ட வீரப்பன், யாருக்கும் சந்தேகம் வராத வகையில் அங்கிருந்து கிளம்பி நேராக என்னுடைய வீட்டுக்கு வந்து விட்டான். அவன் வயிற்றை "எக்ஸ் ரே" எடுத்து பார்த்தபோது குடலெல்லாம் கண்ணாடித் தூள்கள் இருந்தன.

அதை நான்தான் சரி செய்து அனுப்பினேன். அதற்குப் பிறகு, ஒரு சில நேரங்களில் வீரப்பனும், அர்ஜுனனும் வந்து

மருத்துவர் வையாபுரி

என்னைப் பார்ப்பாங்க. அவசரத் தேவைக்கு வேணுன்னா பணம் வாங்கிட்டுப் போவாங்க. திரும்பவும் கொண்டுட்டுவந்து குடுப்பாங்க. யாருக்காவது "உடல் நிலை சரியில்லை, கொஞ்சம் வந்து பாருங்க..." என்று வீரப்பன் தகவல் சொல்லி விடுவான். நானும் அந்தப் பகுதிக்குப் போய் சிகிச்சை குடுத்து விட்டு வந்துடுவேன்.

கடைசியாக, 2001இல் ஒரு நாள் வீரப்பனின் அண்ணன் மாதையன் மகன் வக்கீல் மணியும், வீரப்பனின் மாமனார் பூசாரி ஐயண்ணனும் வந்தாங்க.

ஐயண்ணன் சரியில்லாத ஆள், அவனை நான் ஹாஸ்பிடல் உள்ளே விடமாட்டேன். அவன் வெளியிலேயே நின்னுக்கிட்டான். மணி மட்டும் உள்ளே வந்தான், வீரப்பன் கொடுத்ததாகச் சொல்லி ஒரு ஆடியோ கேசட்டைக் குடுத்தான். அதில், ஒகேனக்கல் போகும் வழியிலுள்ள முண்டச்சி பள்ளம் என்ற இடத்துக்கு என்னை வரச்சொல்லி வீரப்பன் பேசியிருந்தான். அந்தக் கேசட்டில் இருந்தது வீரப்பன் பேசியது போலத்தான் இருந்துச்சி. ஆனால், எதற்காக வீரப்பன் வரச்சொன்னான்னு தெரியல.

"என்னப்பா விசியம்..."ன்னு மணியிடம் கேட்டேன். "சித்தப்பாவுக்கு கையிலுள்ள சுண்டு விரலும் அதற்குப் பக்கத்து விரலும் சரியா மடங்கி வரமாட்டேங்குது. அதுக்காக ட்ரீட்மென்ட் குடுக்க சித்தப்பா உங்களைக் கூட்டிக்கொண்டு வரச்சொன்னாங்க. என்னோட காரிலேயே கூட்டிக்கிட்டுப் போயிட்டு, உங்களைத் திரும்பக் கொண்டாந்து விடுறேன்"னு சொன்னான். வீரப்பன் எப்போதாவது பேசியிருந்த கேசட்டை இப்போ கொண்டுக்கிட்டு வந்து குடுத்து ஏதாவது சூழ்ச்சி செய்கிறார்களோ...?ன்னு சந்தேகம் வந்தது.

அதுவுமில்லாமல் வீரப்பன் குடும்பத்திலேயே வீரப்பனும், அர்ஜுனனும் மட்டுமே நம்பிக்கைக்கு உரியவர்கள். மற்றவங்க சரியானவங்க இல்லை, இதுவும் எனக்குத் தெரியும். இப்போ வந்துள்ள இரண்டு பேருமே சரியில்லாதவங்க. அதனாலே நான் வீரப்பனைச் சந்திக்கப் போவதைத் தவிர்த்துட்டேன்.

"என்னாலே இப்போது காட்டுக்கெல்லாம் வரமுடியாது. ஆனா, நீ சொல்கின்ற பிரச்சனை சரியாகறதுக்கு தேவையான ஊசி, மருந்தெல்லாம் குடுத்து விடறேன். அதைக் கொண்டு போய் உங்க சித்தப்பங்கிட்டே குடுத்துடு. அதுக்கு மேலே என்ன செய்யணுங்கிற விவரமெல்லாம் அவனுக்கே தெரியும்"னு சொன்னேன்.

கொஞ்சநேரம் வெளியில போய் நின்று யோசனை பண்ணுனாங்க. என்கிட்டே சொல்லாமலே ரெண்டுபேரும் திரும்பிப் போனாங்க. அதற்குப் பிறகு, வீரப்பன் அனுப்பியதாக என்கிட்டே யாரும் வரவில்லை.

தன்னுடைய குடும்பத்தைச் சேர்ந்தவங்களை நல்ல முறையில் படிக்க வைக்கணும். உங்களைப் போல நல்ல வேலைக்கு அவங்களும் வரணும். ஏழைமக்களுக்குச் சேவை செய்யணுன்னு அடிக்கடி சொல்லுவான்.

அதனாலேதான் வீரப்பன் அண்ணன் மாதையன் மகனை என் மகன் படித்த ஏற்காடு மான்போர்டு பள்ளியிலேயே படிக்க இடம் வாங்கிக்கொடுத்தேன். ஆனால், வீரப்பன் விரும்பியதைப் போல, அவருடைய குடும்பத்தில் யாருமே நடந்து கொள்ளவில்லை" என்றார்.

வீரப்பன் உயிருடன் இருந்தவரை, அவர் மனம் விட்டுப் பேசிய ஒரு சிலருள் மருத்துவர் வையாபுரியும் ஒருவர்.

சாப்பாட்டில் கண்ணாடித்தூள்களைப் போட்டு வீரப்பனைக் கொல்ல நடந்த முயற்சி பற்றி அவருடைய நண்பர் டி.பி.பெருமாளிடம் பேசினேன். "கோட்டைக்காட்டுலே மாரியம்மன் பண்டிகை நடந்தது, தினமும் ராத்திரி முழுசும் மேள, தாளமும், மாரியாத்தா ஆட்டமும் நடக்கும். அன்னைக்கு டேப் ரிக்கார்டரை எடுத்துக்கிட்டு நானும், வீரப்பனும் கோட்டையூருக்குப் போனோம். ஐயண்ணன் மருமகன்

பரமசிவம் வந்து வீரப்பனைக் கூப்பிட்டான்.

“நான் கோட்டையூர் வரைக்கும் போயிட்டு வந்துடறேன். நீ முன்னாலே போயி மேள, தாளத்தை டேப்பில் பதிவு பண்ணு...”ன்னு சொல்லிட்டு பரமசிவன் கூடவே போனான்.

“அங்க எதுக்கப்பா போறே, நாம வந்த வேலையைப் பார்ப்போம் வா...”ன்னு சொன்னேன்.

“இரு வாரேன்னு...” சொல்லீட்டு வீரப்பன் மட்டும் தனியாப் போனான். ஒன்னரை மணி நேரம் போன பின்னாலே வந்தான், கொஞ்ச நேரம் ஆட்டம் ஆடினான். பத்து மணிக்கு மேலே எல்லாம் முடுஞ்ச பின்னாலே நானும், வீரப்பனும் அங்கிருந்து எங்க வீட்டுக்கு நடந்து வந்தோம்.

ஏகிலிமேடு தாண்டி ஊருக்குப் பக்கமா வந்துட்டோம். “ஒக்காருண்ணா ஒரு விஷயம் இருக்குது”ன்னு சொன்னான். ரோட்டோரமாவே உக்கார்ந்துட்டு “என்ன வீரப்பான்னு...?” கேட்டேன்.

“ஐயண்ணன் வூட்டுக்கு போயிருந்தேன், சாப்பிடச் சொன்னாங்க. நானும் சாப்புட்டேன். சோத்தை வாயில் போடும் போதெல்லாம் மறுக்கு, மறுக்குன்னு கல்லு மாதிரி என்னவோ தட்டுப்பட்டுது. சீசாக் காயை(கண்ணாடி பாட்டில்) அரைச்சிப் போட்டுட்டாங்க போல இருக்குது”ன்னு சொன்னான்.

“சரி ,நீ இங்கேயே இரு....”ன்னு சொல்லிட்டு, நேரா ஊருக்குள்ளே போனேன். அந்த நேரம் எல்லாக் கடைகளும் பூட்டிட்டாங்க. கடைசியா கோயிந்தனைப் போயி எழுப்பி ஒரு சீப்பு வாழைப்பழம் வாங்கிட்டு வந்தேன். “ஒரு பழம் விடாமே எல்லாத்தையும் தின்னுடா...”ன்னு சொல்லி பழத்தைக் குடுத்தேன். சொன்னபடியே வீரப்பனும் எல்லாப் பழத்தையும் சாப்புட்டான்.

ரெண்டுபேருமே வெடிய வரைக்கும் எங்க வீட்டுத் திண்ணையிலேயே படுத்திருந்தோம். காலையிலே எழுந்து எங்க அப்பாகிட்டே போயி ஐந்நூறு ரூபாய் பணம் வாங்கிக்கிட்டு ஆஸ்பத்திரிக்குக் கிளம்பினோம். நடந்து போனால், வயிறு அதிரும். அதனாலே இங்கிருந்து மாறுகொட்டாய் வரைக்கும் ஒரு பரிசலை எடுத்து ஆத்து வழியாவே போயி, அங்கிருந்து

எஸ்.ஐ.தினேஷ் கொல்லப்பட்ட இடம்

பஸ் புடுச்சு, தருமபுரிக்குப் போனோம். வையாபுரி டாக்டர் எக்ஸ்-ரே எடுத்துப் பார்த்தார். வயிறு பூராவும் சீசாக்காய் தூள் இருந்தது.

வையாபுரி டாக்டர் ஆஸ்பத்திரிக்கு பக்கத்தில் ராமசாமின்னு டாக்டர் ஒருத்தர் இருந்தார். அங்கே கூட்டிட்டுப் போனார். ரெண்டு டாக்டரும் எக்ஸ்-ரே படத்தைப் பார்த்துப் பேசுனாங்க, எதோ ஒரு பாட்டில் டானிக் குடுத்தாங்க.

"கெட்டியான பதார்த்தம் எதுவும் சாப்பிடக்கூடாது. கொழம்பு, ரசம், காரம் சேர்க்கக்கூடாது. வெறும் தயிர்ச் சோறு, பழம் மட்டும் ஒரு வாரத்துக்கு சாப்பிடு. அப்புறமா வா..."ன்னு எக்ஸ்-ரே எடுத்துப் பாத்துட்டு முடிவு பண்ணலாமுன்னு சொல்லி அனுப்புனாங்க.

அதே மாதிரி செஞ்சோம். அடுத்த வாரம் போனபோது பாதி கண்ணாடித்தூள் வெளியே வந்துட்டுது. மறுபடியும் பத்துநாள்கள் விட்டுப் போனோம். அப்போ வயிற்றில் இருந்த கண்ணாடித் தூள் எல்லாமே வெளியே வந்துட்டுது. பரமசிவம் கொலையான ரெண்டு வருஷம் போன பின்னாலே இது நடந்தது" என்கிறார்.

******

64

கரு கலைந்தது

எஸ்.ஐ. தினேஷ் கொலை வழக்கில் முக்கிய எதிரியாகக் காட்டப்பட்டவர் பொரிக்கார சின்னத்தம்பி, பத்து ஆண்டுகள் சிறையிலிருந்தவர், இது குறித்துப் பேசும்போது, "மாதேஸ்வரன் மலை எஸ்.ஐ. தினேஷும், யானை பாரஸ்டர் வாசுதேவமூர்த்தி போலவே, கடைசிப் பஸ்சுல வருவான், ஊருக்கு தெற்கால இருக்கும் பெரியகுழி மேட்டிலேயே இறங்கிக்குவான். அங்கிருந்து நடந்தே ஊருக்குள்ளே வருவான். என்னையும் பலநாள் தேடிக்கிட்டு இருந்தான். நானும் வீட்டுக்குப் போகமாட்டேன்.

ஒரு நாள் ராத்திரி பத்து மணிக்கு மாத்துப்பரியில் இருந்த எங்க சின்னம்மா வீட்டுக்குப் போனேன். "வயிறு பசிக்குது சோறு இருக்குதான்னு...?" கேட்டேன்.

ஒரு குண்டாவுளே கொஞ்சம் சோத்தைப் போட்டு, கொழம்பு ஊத்திக் குடுத்தாங்க. குண்டாவை வாங்கி, ஊட்டு வாசலில் உக்காந்துக்கிட்டே, சோத்தைப் பெசஞ்சு நாலு வாய் சாப்பிட்டேன்.

படுத்திருந்த நாய் எந்திரிச்சு தெற்குப் பக்கம் பார்த்துக்கிட்டு நிக்காமக் கத்துச்சு. தெற்காலப் பள்ளத்திலே இருந்து பேட்டரி லைட் வெளிச்சம் வந்தது. லைட் வெளிச்சம் வந்த வேகத்திலேயே இது போலீஸ்தான்னு தெரிஞ்சுது. அப்படியே குண்டாவைத் தூக்கி சின்னம்மாகிட்டே குடுத்தேன், எங்கடா போறதுன்னு பார்த்தேன். ஒரே ஓட்டத்தில நாம தப்புச்சி ஓடிப்போயிரலாம்.

ஆனால், லைட் வெளிச்சத்தில நான் ஓடறது தெரிஞ்சுரும். அப்படித் தெரிஞ்சுட்டா சின்னம்மாவை அடிச்சே கொன்னு போடுவானேன்னு பயந்துக்கிட்டு, ஊட்டுக்குப் முன்னாலே வாசலில் கெடந்த மொளகாய் மாருக்குள்ளே (காய்ந்த மிளகாய்ச் செடியைப் பிடுங்கி அடுக்கியிருக்கும் குவியல்) பூந்துக்கிட்டேன்.

அங்கிருந்த ஒரு சின்னப்பையன் பயத்துல ஊட்டுக்குள்ளே ஓடினான், ஓடும்போது நான் கீழே வெச்சிருந்த சொம்புத் தண்ணியைத் தட்டி விட்டுட்டான். தண்ணி கீழே கொட்டிப் போயிட்டுது. வீட்டுக்குப் பக்கமா வந்ததும், வாசலிலே தண்ணி கொட்டியிருந்ததை தினேஷ் பார்த்துட்டான்.

"யாரு இங்கிருந்து ஓடுனதுன்னு...?" கேட்டு எங்க சின்னம்மாவை நாலு சாத்து சாத்தினான். கொஞ்சம் மனநிலை பாதித்த ஒரு பொண்ணு அங்கே இருந்தது. அந்த புள்ளை விவரம் தெரியாம "ஏன்டா எங்கம்மாவே அடிக்கேறேன்னு...?" கேட்டுட்டா.

அந்த புள்ளையையும் போட்டு அடிச்சான். இதைப் பார்த்துட்டு பவளக்கொடியின்னு எங்க சின்னம்மா பொண்ணு எட்டு மாசம் முழுகாம இருந்தா. கொழந்தைப் பேருக்காக தாயூட்டுக்கு வந்திருந்தா. அந்தப் புள்ளை ஓடியாந்து, "ஐயோ சாமி அந்தப் புள்ளைக்கு புத்தி சரியில்லை, அவளை அடிக்காதீங்க..."ன்னு சொல்லித் தடுத்தா. வாயும், வயிறுமா இருந்த அந்தப் புள்ளையையும் போட்டு அடிச்சான்.

எல்லோரையும், அடிச்சுப் போட்டுட்டுக் கதவைத் தொறந்துக்கிட்டு ஊட்டுக்குள்ளே போனான். போலீசுக்குப் பயந்துகிட்டு ஒளிஞ்சுக்கிட்டு இருந்த சின்னப் பையனையும் புடிச்சு இழுத்து வந்து வாசலில் போட்டு ஒதச்சான். மறுபடியும், பவளக்கொடி "அண்ணா அடிக்காதீங்க..."ன்னு குறுக்காட்டப் போனா.

அந்தப் புள்ளையும் மயக்கம் போட்டு விழுந்த பின்னாலே தான் அடிக்கிறதை உட்டுட்டுப் போனான். வாயும், வயிறுமா இருந்த பவளக்கொடியை அந்த நாயி அடிச்ச அடியில மறுநாள் காலையில் கொழந்தை செத்தே பொறந்துட்டுது.

SRI.DINESH
Police Sub-Inspector

எஸ்.ஐ. தினேஷ்

இதைப் பார்த்துப் போட்டுத்தான் என் மனசு கெட்டுப் போச்சு. என்னடா இது அநியாயமா இருக்குது. இனி நாமெல்லாம் ஊரிலேயே இருக்கமுடியாது போல தெரியுதுன்னு நெனச்சேன்.

காலையில பத்து மணிக்குப் பரிசலை எடுத்துக்கிட்டு அக்கரைக்குப் போனேன். கர்ணமலையில் தங்கியிருந்த வீரப்பனைப் பார்த்தேன். "ஏன்டா வீரப்பா, இந்த தினேசு இப்பிடி அநியாயம் செய்யறான், யாருமே அடக்க முடியாதாடான்னு...?" சொன்னேன்.

"என்ன நடந்தது மாமான்னு..."? கேட்டான்.

மொதநாள் ராத்திரி எங்க சின்னம்மா ஊட்டுல நடந்ததைச் சொன்னேன். "சரி பொறப்படுங்கன்னு..." சொல்லி எல்லோரும் ஆளுக்கு ஒரு கட்டையை (துப்பாக்கி) எடுத்துக்கிட்டு, நேரா மாதேஸ்வரன் மலைக்கே போனோம். "இன்னைக்கு அடிக்கிற அடியில போலீஸ் ஸ்டேசன்ல ஒரு செங்கல் கூட இருக்கப்படாது, எல்லாத்தையும் தள்ளிப்போடணுன்னு..." சொல்லிக்கிட்டே வந்தான்.

மாதேஸ்வரன் மலை காவல் நிலையம்

ஆனா, நாங்க போனநேரம் தினேஷ் காலையிலேயே லீவு போட்டுட்டுப் பெங்களூர் போயிட்டான்னு சொன்னாங்க. சரி போவுது போன்னு எல்லோரும் திரும்பி வந்துட்டோம்.

அப்பறமா, மூனு நாள் போனதும், சாயங்காலம் எல்லோரும் எங்கேயோ ஒரு தொந்தரவா (வேலையா) போயிட்டு வந்தோம். அக்கரையில துணியை எல்லாம் கழட்டிப் போட்டுட்டு காவிரியில தண்ணி ஊத்திக்கிட்டு இருந்தோம். ஒரு ஜீப் வேகமா வடக்கே ஒகேனக்கல் பக்கமாப்போச்சு. ஆடு மேய்க்கிற ஒரு ஆளுகிட்டே என்னன்னு விசாரிச்சோம். தினேஷ்தான் ஒகேனக்கல்லுக்குப் போறான்னு சொன்னாங்க.

மெட்டுக்கல் முனியப்பன் கோவில் பக்கமா இருந்த ஒரு பாறை அட்டுல ஆளுக்கு ஒரு பாறை மேலே ஏறிகிட்டோம். அஞ்சு மணிச் சுமாருக்கு ஜீப் தெற்கே திரும்பி வந்தது. அடிச்ச அடியில ஜீப்பிலிருந்த எல்லோரும் கீழே உளுந்துட்டாங்க. சுமார் கால் மணிநேரம் சண்டை நடந்தது. தினேசும் சரியான ஆளுதான். அவன் சுட்டதில, பாறையில குண்டு பட்டுத் தெறிச்சுது. அந்த பாறைப் பிசுரு அடிச்சதுல வீரப்பன் நெஞ் செல்லாம் காயமாயிட்டுது.

ராத்திரி பத்து மணிக்கு மேலே வருதப்பா வண்டிமேலே வண்டி. போகும்போதே "போலி மக்களா, வெடியால, ஊரில ஒரு ஊடுல்லாமே நெருப்பு வைக்கப்போறோம். இனி தமிழ் ஆளுங்க யாரும் இந்த ஊரிலே குடியிருக்கக் கூடாதுன்னு போலீஸ்காரங்க கன்னடத்தில கத்திக்கிட்டே போனாங்க. போனவங்க பொணத்தை எடுத்துக்கிட்டுத் திரும்பி வரும்போதே, ஊரில ஒரு ஆம்பளைகூட இல்லை. எல்லோரும் ஆத்தைத் தாண்டி அக்கரைக்குப் போயிட்டாங்க.

தப்பியிருந்த ஒன்று, இரண்டு பொம்பளை, பிள்ளைகளும் வெடியரதுக்குள்ளேயே ஆடு, மாடு, கோழியெல்லாம் புடிச்சுக்கிட்டு வெளியூருக்குப் போயிட்டாங்க, அன்னைக்குக் கிட்டத்தட்ட ஊரே காலியாயிட்டுது.

அதுக்கப்பறமா நானும், எங்க ஊட்டுக்குப் போறதையே வுட்டுட்டேன். போனாலும், ராத்திரிக்கு சோத்தைத் தின்னுட்டு, நேரா புதூர் மேட்டிலிருக்கும் சுடுகாட்டுக்கு போயிருவேன். எந்த பயமும் இல்லாமே அங்கேயே படுத்து தூங்கீட்டு

காலையில எந்துரிச்சு வீட்டுக்கு வருவேன். அவசர அவசரமா சாப்புட்டுட்டு முழுவடைக்குப் போயிருவேன்.

இப்படியே ஆறேழு வருசம் செங்கப்பாடியைச் சுத்திக்கிட்டே இருந்தேன். என் வீட்டுக்காரி செத்துப்போன பிறகு, ராணுவமெல்லாம் வந்துட்டுது. ஒரு நாள் தெரியாத்தனமா வூட்டுல படுத்திருந்தேன். அன்னைக்கு காலையிலேயே என்னை போலீஸ் புடிச்சுக்கிட்டு போயிட்டாங்க. பத்து வருஷம், ஏழு மாசம் உள்ளே இருந்து என்மேலே இருந்த நாலு கேசையும் முடுச்சுட்டுத்தான் வெளியே வந்தேன்..." என்கிறார்.

சப்-இன்ஸ்பெக்டர் தினேஷ் மிகக் கொடூரமாக நடந்து கொண்டார் என்று பொதுமக்கள், வீரப்பன் தரப்பினர் மட்டுமில்லாமல், கர்நாடக வனத்துறை அதிகாரிகளுமே ஒத்துக் கொள்கின்றனர்.

அப்போது, மாதேஸ்வரன் மலை ரேஞ்சராக இருந்தவர், ஓய்வு பெற்ற டி.சி.எப்.உதயகுமார், தினேஷ் பற்றிக் குறிப்பிடும்போது "செங்கப்பாடியில் விவசாய வேலை செய்யும் பொம்பளை ஆள்களுக்கு ஒரு நாளைக்கு நாலு ரூபாய் கூலி கொடுப்பாங்க. ஆனால், வீரப்பன் காட்டுல வேலை செய்யும் ஆளுங்களுக்கு ஒரு ரூபாய் சேர்த்து குடுப்பாங்க. அதனாலே, அங்கே வேலைக்குப்போன புதூர் காலனியைச் சேர்ந்த சரோஜா என்ற பெண்ணை ஊர்மக்கள் முன்னாலேயே தினேஷ் புடிச்சு அடிச்சுட்டார்.

உதயகுமார்

வீரப்பன் சொந்தக்காரப் பொண்ணு பாப்பாத்தி, நாற்றாம்பாளையத்தில் குடியிருந்துச்சு. அந்தப் பொண்ணுக்கு ஆலாம்பாடி பக்கம் கொஞ்சம் நிலம் இருக்குது. வனத்துறைக்குச் சொந்தமான அந்த இடத்தை ஆக்கிரமிப்பு செய்துள்ளதாக டி.சி.எப். கே.கே.மூர்த்தி நோட்டீஸ் குடுத்து காலி செய்யச்சொன்னார்.

ஆலாம்பாடி மாடுகள்

அப்போ, பிரச்சனை செஞ்ச அந்த பெண்ணையும் தினேஷ் அடிச்சுக் கையை ஒடிச்சுட்டார். வீரப்பன் ஆள்களிடம் மட்டும் இல்லாமல் ஊர்ப் பொதுமக்களிடமும் தினேஷ் கொஞ்சம் இணக்கமில்லாமல் நடந்துக்கிட்டார். அதனாலேதான், தினேஷைக் கொலை செய்யும் அளவுக்கு வீரப்பன் போயிட்டான்" என்று 11.09.2019 அன்று செங்கப்பாடியில் நடந்த டி.சி.எப். ஸ்ரீநிவாஸ் அவர்களின் 28 வது நினைவு நாளில் கலந்து கொண்டு பேசிய உதயகுமார் குறிப்பிட்டார்.

****

65

பஞ்சரான லாரி

சேலம் மாவட்டம், கொளத்தூர் எல்லையில் நால்ரோடு உள்ளது. இங்கிருந்து கொளத்தூர் போவதற்கு ஒரு வழியும், அதற்கு எதிர் வழி வெள்ளித்திருப்பூர் வழியாக அந்தியூர் போகிறது. மூன்றாவது வழி மேட்டூருக்கும், அதற்கு எதிரில் உள்ள சாலை மாதேஸ்வரன் மலைக்கும் போகிறது.

கர்நாடக மாநில மலைப் பகுதிகளில் மானாவாரி நிலக்கடலை பயிரிடப்படுகிறது. மற்ற நிலங்களில் விளையும் கடலையை விடவும், மலைப்பகுதியில் விளையும் நிலக்கடலையில் எண்ணெய்ப்பதம் கூடுதலாக இருக்கும். அதனால், இந்த நிலக்கடலையை வியாபாரிகள் போட்டிபோட்டு வாங்குவர். இந்தக் காய்களில் நல்ல முளைப்புத் திறனும் இருக்கும். இக் கடலைக் காய்களை வாங்கி விற்க ஈரோட்டிலும், அந்தியூரிலும் பல கடலைக்காய் மண்டிகள் உள்ளன.

கர்நாடகாவிலிருந்து, ஏராளமான நிலக்கடலை மூட்டைகள் லாரி மூலம் தமிழ்நாட்டுக்குக் கொண்டுவரப்படும். இதற்கு

கொளத்தூர் சோதனைச் சாவடி.

செஸ் வரி வசூலிக்க கொளத்தூர் நால்ரோட்டிலிருந்து வெள்ளித்திருப்பூர் போகும் வழியில் வணிக வரித்துறையின் சோதனைச்சாவடி உள்ளது. இதற்குப் பக்கத்திலேயே, மேட்டூர் செல்லும் சாலையில் வனத்துறை சோதனைச் சாவடியும் உள்ளது. இரண்டுக்கும் இடையே நூறடி இடை வெளியே இருந்தன.

ஏமனூர் காட்டுப்பகுதியில் வீரப்பன் குழுவினர் சுமார் 13 டன் சந்தனக்கட்டையைச் சேர்த்து வைத்திருந்தனர். 1989 ஆம் ஆண்டு மார்ச் மாதத்தில் ஒரு நாள் இரவு இந்தக் கட்டைகளை ஏற்றிக்கொண்டு இரண்டு லாரிகள் புறப்பட்டன.

கோவிந்தபாடி அருகிலுள்ள சத்தியா நகரைச் சேர்ந்த அருணாசலம் என்ற லாரி ஓட்டுநர் வீரப்பனுக்கு நெருக்கமானவர். இவரது லாரி கொஞ்சம் பழையது. அந்தியூரிலிருந்து புது லாரி ஒன்று வந்திருந்தது, அந்த லாரியில் டேப் ரெக்கார்டரும் இருந்தது.

புது லாரியில், பொடாரன் மாதையன், கொடி கோவிந்தராஜ், சுண்டா வெள்ளையன் என மூவரும் ஏறினர். அந்த வண்டி முதலில் புறப்பட்டது, இந்த வண்டியில் போகும் மூவரும் கொளத்தூரிலிருந்து சுமார் பதினைந்து கிலோமீட்டர் தூரத்திலுள்ள ஜர்த்தல் என்ற இடம் வரை லாரியைப் பாதுகாப்பாகக் கொண்டுபோய்ச் சேர்க்கவேண்டும். அந்த இடத்தைக் கடந்த பின்னர் மூவரும் லாரியை விட்டு இறங்கி நீதிபுரம், பெரியதண்டா காட்டு வழியாக நடந்து வீரப்பன் இருக்கும் இடத்துக்குப் போகவேண்டும்.

இரண்டாவதாகப் புறப்பட்ட அருணாசலத்தின் பழைய லாரியில், காமராஜ்பேட்டை கோவிந்தன் மட்டும் செல்கிறார். இவர் லாரியிலேயே கள்ளிப்பள்ளிவரை போவார். இரண்டு லாரிகளிலும் உள்ள கட்டையை எடை போட்டு, அதற்குரிய பணத்தை வாங்கிக்கொண்டு திரும்புவார்.

சந்தனக்கட்டையுடன் போகும் இரு லாரிகளும் கொளத்தூர் நால்ரோட்டிலிருக்கும் வணிக வரித்துறை சோதனைச்சாவடி உள்ள வெள்ளித்திருப்பூர் செல்லும் சாலையில் போகவேண்டும். சென்னம்பட்டி, குருவரெட்டியூர், அம்மாபேட்டை, பவானி வழியாகச் சென்று கோவை-பெங்களூர் தேசிய நெடுஞ்

சாலையில் சேரவேண்டும். அங்கிருந்து, ஓசூர், பாகலூர் வழியாகக் கள்ளிப்பள்ளிக்குக் கட்டைகளைக் கொண்டுபோய்ச் சேர்ப்பது வழக்கமான நடைமுறை.

அதிகாலை மூன்றரை மணியளவில் காவிரிபுரம் தாண்டி கருங்கல்லூர் பக்கமாகப் போகும்போதே புது லாரியைப் பழைய லாரி முந்தியது. பத்து நிமிட இடைவெளியில் இரு லாரிகளும் கொளத்தூர் நால்ரோட்டைக் கடந்து சென்னம்பட்டி நோக்கிச் சென்றன.

இரண்டு லாரிகளும் போன பிறகு, வணிக வரித்துறை சோதனைச்சாவடியில் இருந்த இரவுக் காவலர் மாதையன் வனத்துறை சோதனைச்சாவடிக்கு வருகிறார். அங்கிருந்த ஜாபர் அலி என்ற வாட்சரைப் பார்த்து, “என்ன பாய் உங்க சரக்கு ரெண்டு லோடு எங்க செக்போஸ்ட் வழியாப் போவுது. சரக்கு யாருது...”? என்று விவகாரமாகக் கேட்டார்.

ஜாபர் அலிக்குத் தூக்கிவாரிப் போட்டது. “அய்யய்யோ... எனக்கு ஒன்னுமே தெரியாதே.! சந்தனக்கட்டை லோடா போவுது...? வண்டி நம்பரையாவது குறிச்சி வச்சியா... ?” என்று மாதையனிடம் கேட்கிறார்.

“நான் வண்டி நம்பரைக் குறிச்சுக் குடுத்தா மட்டும் நீங்க என்ன கிழிக்கப் போறீங்க...”? என்ற மாதையன் பக்கத்திலிருந்த டீக் கடைக்குப் போய்விட்டார்.

இந்த மாதையன் உளறுவாய் பார்ட்டி. நாளைக்குக் காலையில் நான் உங்க ஆளுகிட்டே கட்டை லாரி போகுதுன்னு சொன்னேன். அவந்தான் கண்டுக்காம இருந்துட்டான் என்று வனத்துறை உயர் அதிகாரிகள் யாரிடமாவது சொல்வார். அப்படி நடந்து விட்டால், தனக்கு வில்லங்கம் வருமே எனப் பயந்தார் வாட்சர் பாய்.

தனக்குச் சிக்கல் வரும்போது, அதில் இன்னொருத்தரையும் சேர்த்துக் கோர்த்து விடுவதுதான் கொஞ்சம் பாதுகாப்பானது. அதனால், பக்கத்திலுள்ள பாரஸ்டர் வீட்டுக்குப் போன வாட்சர் பாய். தூங்கிக்கொண்டிருந்த பாரஸ்டர் கிருஷ்ணனைத் தட்டி எழுப்பினார்.

“சார் ரெண்டு லாரி சந்தனக்கட்டை வெள்ளித்திருப்பூர்

ரோட்டில் போவுதுன்னு வாட்ச்மேன் மாதையன் சொன்னான் சார்...” என்றார்.

வாட்சர் பாய்க்கு ஏற்பட்ட அதே பயம் பாரஸ்டருக்கும் வந்தது. “இப்போ மணி நாலுக்குப் பக்கமா ஆயிட்டுது. இன்னும் அஞ்சு நிமிசத்துல சென்னம்பட்டி போகும் மாதேஸ்வரா பஸ் வரும். நான் மூஞ்சியைக் கழுவிட்டு வந்துடறேன், அதுக்குள்ளே பஸ் வந்தா அப்படியே செக்போஸ்ட்டில் வண்டியை நிறுத்தி வை...” என்றார்.

அவசர அவசரமாக வீட்டுக்குப் பின்பக்கம் போனார், முகம் கழுவிக்கொண்டு வந்தார். அதற்குள்ளாக உள்ளே தூங்கிக் கொண்டிருந்த இன்னொரு ஆளை எழுப்பி “செக்போஸ்ட்டை நீ பாத்துக்கப்பா...” என்று சொல்லிவிட்டு வாட்சர் பாயும் தயாரானார். பாரஸ்டர் கிருஷ்ணனும் முகம் கழுவி, பேண்டைப் போட்டுக்கொண்டு, துப்பாக்கியை எடுத்துத் தோளில் மாட்டிக்கொண்டு நால்ரோட்டுக்கு வந்தார்.

சரியாக நான்கு மணிக்கு அ.தி.மு.க.வைச் சேர்ந்த மேட்டூர் தொகுதி முன்னாள் எம்.எல்.ஏ. கே.பி.நாச்சிமுத்துவுக்குச் சொந்தமான மாதேஸ்வரா பேருந்து சென்னம்பட்டி போவதற்காக வந்தது. துப்பாக்கியுடன் இருந்த பாரஸ்டரும், வாட்சர் பாயும் அந்த வண்டியில் ஏறினர்.

பாரஸ்டர் கிருஷ்ணன், துப்பாக்கியுடன் ஏறுவதைப் பார்த்த ஓட்டுநர் நெறிஞ்சிப்பேட்டை மணி, “என்ன சார் இன்னைக்கு பெரிய வேட்டையா...? துப்பாக்கியோடு கிளம்பீட்டீங்க...”! என்கிறார்.

“ஆமாம் மணி, கட்டையோட இரண்டு லாரி மேற்கே போகுதுன்னு தகவல் கெடச்சுது. லாரி நம்பரும் தெரியலே, யாருதுன்னும் தெரியலை. அப்படியே சென்னம்பட்டிவரைக்கும் போய் ஒரு பார்வை பார்த்துட்டு வரலான்னு கிளம்பிட்டோம்” என்று மீசையைத் தடவிக் கொண்டே ஓட்டுநருக்கு எதிர்ப்பக்க இருக்கையில் உட்கார்ந்தார்.

இதற்கிடையில், அந்தப் பேருந்திலிருந்த சிலர் கிராமத்து மக்களுக்கே உரிய தொனியில் “நம்ம பாரஸ்டர் துப்பாக்கியை எடுத்தா வீரப்பனே அந்தக் காட்டுக்கு வரமாட்டான்னு சொல்லுவாங்கப்பா...” என்றார்.

இதைக் கேட்ட இன்னொருவர் "பாரஸ்டர் கிருஷ்ணன் சார் இல்லாம இருந்தா இந்தக் காடே இந்நேரம் அழிஞ்சிருக்கும்" என்று சொல்ல, அதைக்கேட்ட பலரும் பாரஸ்டரைப் புகழ்ந்து பேசிக்கொண்டு சென்றனர்.

வீரப்பனுக்குக் கெட்ட காலமோ, வாட்சர் பாய்க்குக் கெட்ட காலமோ, இல்லை பேருந்து உரிமையாளரான கே.பி.நாச்சிமுத்துவுக்குக் கெட்ட காலமோ, இல்லை மூன்று பேருக்குமே சேர்ந்து வந்த கெட்ட காலமோ தெரியவில்லை. அந்த இடத்தில் இவர்களின் தலைவிதி வேறுவிதமாக வீடு கட்டி விளையாடியது.

காமராஜ்பேட்டை கோவிந்தன் தலைமையில், ஆறு டன் சந்தனக் கட்டைகளுடன் போன முதல் வண்டி எந்தப் பிரச்சனையிலும் சிக்காமல் ஜர்த்தலைக் கடந்து சென்று விட்டது. ஏழு டன் கட்டைகளுடன் இரண்டாவதாகப் போன அந்தியூர் பார்ட்டியின் புது லாரி ஜர்த்தலுக்கு முன்பாகவே பஞ்சராகி விட்டது. கிழக்கு வெளுக்கும் நேரத்தில், லாரியின் பின்பக்க டயருக்கு தூக்கியை(*Jockey*)க் கொடுத்து டயரை மாற்றும் வேலையில் லாரி ஓட்டுநர் ஈடுபட்டார். அவருக்குப் பக்கத்தில், கிளீனர் பையன் மண்ணெண்ணெய் விளக்கைக் கட்டை மீது வைத்து விட்டு, தூக்கியை ஏற்ற உதவி செய்து கொண்டிருந்தான்.

பாரஸ்டர் கிருஷ்ணனுடன் கலகலப்பாகப் பேசிக்கொண்டு போன பேருந்து ஓட்டுநர் மணி ஒரு வளைவில் வண்டியைத் திருப்பினார். எதிரில் இவர்கள் தேடிக்கொண்டு போன சந்தனக்கட்டை ஏற்றிய லாரி நின்றது. லாரிக்குப் பின்பக்கம் இருபதடித் தொலைவில் பேருந்தை நிறுத்திய மணி, "என்ன சார் நீங்க தேடிக்கிட்டு வந்த கட்டை லாரி இதுதானே...?" என்று கேட்டார்.

அந்த லாரியைக் கடந்து வேறு எந்த வண்டியும் போக முடியாதபடி சாலையும் குறுகலாக இருந்தது. முகப்பு விளக்கை எரிய விட்டபடி மணி பேருந்தை அப்படியே நிறுத்தி விட்டார்.

*****

66

கே.பி.நாச்சிமுத்து கடத்தல் முயற்சி

கட்டை லாரிக்குக் காவலாகப் போன வீரப்பன் ஆள்களான பொடாரன் மாதையன், கொடி கோவிந்தராஜ், சுண்டா வெள்ளையன் மூவரும் லாரியின் மேலே துப்பாக்கியுடன் உட்கார்ந்திருந்தனர். லாரிக்குப் பக்கமாக மாதேஸ்வரா பேருந்து நின்றதைப் பார்த்ததும், "ஒதுங்கிப் போப்பா..." என்று பொடாரன் மாதையன் சத்தம் போட்டார்.

அப்போதும், பேருந்து போகாமல் நிற்பதைப் பார்த்துவிட்டு மூன்று பேரும் எழுந்து நின்று பேருந்து முகப்பு விளக்கு வெளிச்சத்தில் லாரிக்கு வலது பக்கமாகப் போகுமாறு கை காட்டினர்.

லாரியின் கேபினுக்கு மேலே வீரப்பன் ஆள்கள் மூன்று பேர் துப்பாக்கியுடன் நிற்பதைப் பார்த்த பாரஸ்டர் கிருஷ்ணனுக்கும், வாட்சர் ஜாபர் அலிக்கும் கை காலெல்லாம் நடுங்கியது. ஏற்கனவே குளிரிலிருந்த உடம்பு இப்போது உதறல் எடுத்தது.

அதுபோலவே, லாரியிலிருக்கும் பொடாரன் மாதையனுக்கும், சுண்டா வெள்ளையனுக்கும் பேருந்தின் விளக்கு வெளிச்சத்தைப் பார்த்ததுமே வில்லங்கம் வந்து விட்டது என்பது தெரிந்தது.

பேருந்துக்குள் இருக்கும் யாராவது ஒருத்தன் கட்டையுடன் லாரி பஞ்சராகி நிற்பதைப் பார்த்து விட்டுப்போய் சென்னம்பட்டியில் உள்ள வனத்துறை அலுவலகத்தில் சொல்லி விட வாய்ப்புள்ளது. அப்படி நடந்து விட்டால் லாரி இங்கிருந்து கிளம்பிப் போகும் வழியில் சென்னம்பட்டி, குருவரெட்டியூர், வெள்ளித்திருப்பூர் என எங்காவது ஓர் இடத்தில் லாரி சிக்கிவிடும். இதற்காகத்தான் வீரப்பன் ஆள்கள் பயந்தனர்.

ஆனால், இந்தப் பேருந்திலேயே இரு வனத்துறை அதிகாரிகள் வந்திருப்பர் என்பது அவர்களுக்குத் தெரியாது.

திரைப்படங்களில் வரும் நாயகர்களை மட்டுமே பார்த்துப் பழகிய நம் மக்களுக்குத் துப்பாக்கியுடன் பேருந்துக்குள் இருந்த பாரஸ்டரையும், வாட்சரையும் சினிமா நாயகனாகவே நினைத்து விட்டனர்.

"என்ன பாரஸ்டர் சார் துப்பாக்கியோடு வீரப்பன் ஆளுங்க நிற்கிறாங்க நீங்க சுடாம வேடிக்கை பார்த்துக்கிட்டு இருக்கீங்க...? சுடுங்க...சார், சுடுங்க...சார்" என்று உள்ளே இருந்த சிலர் வெறுப்பேற்றினர்.

தன்மானத்தைக் காப்பாற்றியே ஆகவேண்டிய கட்டாய நிலையில் இருந்த பாரஸ்டர் கிருஷ்ணன், நடுங்கிய கைகளைப் பேருந்துக்கு வெளியே நீட்டி "டும்" என்று ஒரு தோட்டாவை வெடிக்க வைத்தார்.

இதைத்தான் எதிர்பார்த்தோம் என்றிருந்த பொடாரன் மாதையன், கொடி கோவிந்தராஜ், சுண்டா வெள்ளையன் மூவரும் லாரி மீதிருந்து ஆளுக்கு ஒரு பக்கம் எட்டிக் குதித்தனர். பக்கத்தில் ஆள் உயரத்துக்கும் மேலே வளர்ந்திருந்த வாழைத் தோப்புக்குள் புகுந்தனர். தூக்(ஜாக்)கியை ஏற்றிக்கொண்டிருந்த லாரியின் ஓட்டுநரும், கிளீனரும் அவர்களுக்கு முன்னமே இன்னொரு பக்கம் தப்பியோடி விட்டனர்.

லாரியின் பாடி மட்டத்துக்குச் சந்தனக்கட்டையும், அதற்கு மேலே தேங்காய் மூட்டையும் அடுக்கியிருந்தது. அதைக் கலைத்துப் பார்த்த பாரஸ்டர் கிருஷ்ணன், சந்தனக்கட்டைகள் இருப்பதை உறுதிப்படுத்திக் கொண்டார்.

"பாய் நீ இங்கேயே இருந்து லாரியைப் பத்திரமா பாத்துக்கோ, நான் சென்னம்பட்டிக்குப் போய் டி.எப்.ஓ.வுக்கு தகவல் கொடுக்கணும் அங்கிருந்து அந்தியூர் போயி ரேஞ்சர் அலுவலகத்தில் இருக்கும் ஆளுங்களைக் கூட்டிக்கொண்டு, வேற ஒரு லாரியை எடுத்துக்கிட்டு சீக்கிரம் வந்திடுறேன்..." என்று சொல்லிவிட்டு அந்தப் பேருந்திலேயே சென்னம்பட்டிக்குக் கிளம்பினார்.

போன பாரஸ்டர் திரும்பி வரும் வரை உயிரைக் கையில் பிடித்துக்கொண்டு தனியாளாக நின்று கொண்டிருந்தார் வாட்சர் ஜாபர் அலி.

காலை எட்டு மணிக்கு அங்கு வந்த ஈரோடு மாவட்ட வன அலுவலர், அதிகாரிகள் ஜாபர் அலியைக் கட்டிப்பிடித்து வாழ்த்தினர். வீரப்பன் சந்தனக்கட்டை லாரியைப் பிடித்தது பற்றி உயர் அதிகாரிகளுக்குத் தகவல் கொடுத்தனர். லாரியில் இருந்த வீரப்பன் ஆள்கள் மீது துப்பாக்கிச் சூடு நடத்தியது, தமிழ்நாடு அரசுக்குச் சொந்தமாக ஏழு டன் எடையுள்ள சந்தனக் கட்டையை மடக்கிப் பிடித்தற்காகப் பாரஸ்டர் கிருஷ்ணனுக்கும், வாட்சர் ஜாபர் அலிக்கும் பாராட்டுப் பத்திரமும், ஐந்நூறு ரூபாய் வெகுமதியும் கிடைத்தது. இத்துடன், இருவருக்கும் ஒருபடி பதவி உயர்வும் கொடுத்து, அதைப் போட்டோ எடுத்து பத்திரிகைகளில் எல்லாம் கொடுத்துச் செய்தியும் வெளியிட்டு விட்டனர்.

இந்தப் பக்கம் நடந்த கதை இப்படியே இருக்கட்டும். அந்தப் பக்கம் தப்பியோடிய பொடாரன் மாதையன், கொடி கோவிந்தராஜ், சுண்டா வெள்ளையன் மூவரும் வேர்க்க..., விறுவிறுக்க ஏமனூர்க் காட்டுக்குச் சென்றனர். வீரப்பனுக்கு முன்பாக கை கட்டி நின்றனர்.

“என்னப்பா ஆச்சு...?” என்று கேட்ட வீரப்பனிடம், “ஐர்த்தலுக்கு முன்னாலே லாரி டயர் பஞ்சராயிட்டுது, நாங்க சீக்கிரமா சக்கரத்தைக் கழட்டி வேற டயர் மாத்துடான்னு டிரைவர்கிட்டே சொன்னோம். லாரிக்கு மேலேயே துப்பாக்கியோடு நின்னு கட்டைக்கும், லாரிக்கும் காவலிருந்தோம்.

அப்பப் பாத்து, நம்ம கொளத்தூர் எம்.எல்.ஏ கே.பி.நாச்சிமுத்து ஆளுங்க அவங்க பஸ்ஸிலேயே பாரஸ்ட்டுகாரங்களைக் கூட்டிக்கிட்டு வந்துட்டாங்க. பஸ் பூராவும் முப்பது, நாப்பது பேர் பாரஸ்ட்டு ஆளுங்க துப்பாக்கியோடு இருந்தாங்க.

லாரிக்கு மேலே நின்ன எங்களைப் பார்த்ததும் சுட ஆரம்பிச்சுட்டாங்க. சும்மா சடீர்...சட்டீர்ன்னு அடி விழுகுது, தலைக்குமேலே சர்... சர்ருன்னு குண்டாப் போவுது. மொத ஈடு எழும்பியதுமே லாரி டிரைவர் வண்டியை வுட்டுட்டு ஓடிட்டான்.

இனிமேல், நாம இங்கே இருந்தாலும் வண்டியை எடுக்க முடியாதுன்னு நாங்க மூனு பேரும் கீழே எட்டிக்குதிச்சுத் தப்பித்து வந்துட்டோம். நாங்களும் திருப்பி ஒரு நாலு பாரஸ்ட்டு ஆளுங்களையாவது போடலாமுன்னுதான் முடிவு பண்ணினோம்.

ஆனா பஸ்சுக்குள்ளே கொழந்தை குட்டியோடு பொம்பளைங்களும், ஜனங்களும் இருந்தாங்க. அதனாலே வந்த வெறியை அடக்கிக்கிட்டு பேசாமல் ஓடியாந்துட்டோம்" என்று கொஞ்சம் கதையை மாற்றிப் போட்டனர்.

ஏற்கனவே, கொளத்தூர் கே.பி.நாச்சிமுத்து மீது ஏகக் கோபத்திலிருந்த வீரப்பன். இந்த நிகழ்வுக்குப் பின்னர் இன்னும் கோபமானார். "எங்கிருந்தாலும், கே.பி.நாச்சிமுத்தைப் பிடித்துக் கொண்டாந்து கொல்லாம விடமாட்டேன்..." என்று சபதம் போட்டார். கே.பி.நாச்சிமுத்துவைத் தூக்கும் முயற்சியையும் மேற்கொண்டார்.

அதேநேரத்தில், என்னுடைய லாரியைப் பிடித்த வனத்துறை அதிகாரிகளையும் கூண்டோடு ஒழிக்கப்போவதாக வீரப்பன் சொல்லியுள்ளார். இந்தச் செய்தி வனத்துறையினருக்கும் தெரிந்தது. இதையடுத்து, பாதுகாப்புக் கருதி பாரஸ்டர் கிருஷ்ணன் மதுரைக்கு மாற்றப்பட்டார். வாட்சர் ஜாபர் அலி சேலம் மாவட்டம் ஆத்தூருக்குப் பணி மாற்றம் செய்யப்பட்டார்.

கொளத்தூர் அருகில் காட்டை ஒட்டியுள்ள ஊர் லக்கம்பட்டி. இங்கிருந்து சுத்திரி மலைக்குப் போகும் வழியில் காட்டை ஒட்டியே கே.பி.நாச்சிமுத்துக்குச் சொந்தமான விவசாய நிலம் உள்ளது. அந்த வழியாக வீரப்பன் ஆள்களும் அடிக்கடி நடமாடினர். அப்போதெல்லாம் கே.பி.நாச்சிமுத்து தோட்டத்தில் இருக்கிறாரா...? என்று கண்காணித்தனர்.

14.9.1989 மதியம் கே.பி.நாச்சிமுத்து தோட்டத்துக்குச் சென்றுள்ளார். இந்தத் தகவல் பக்கத்தில் முகாமிட்டுத் தங்கியிருந்த வீரப்பன் ஆள்களுக்குத் தெரிகிறது. சுண்டா வெள்ளையன், ஏமனூர் அருண்குமார் இருவரும் அவரைப் பிடிக்கும் நோக்கத்தில் வந்துள்ளனர்.

இந்தச் செய்தி கேள்விப்பட்ட கே.பி.நாச்சிமுத்து அங்கிருந்து வேகமாகக் கிளம்புகிறார். காட்டை ஒட்டிய பாதையில் வரும் வழியில் கே.பி.நாச்சிமுத்து வண்டியை வீரப்பன் ஆள்கள் வழிமறித்து நிறுத்தி விட்டனர். கார் சாவியை எடுத்துக்கொண்டு சுண்டா வெள்ளையன் பக்கத்து முகாமிலிருந்த ஆள்களைக் கூட்டிக் கொண்டுவர ஓடுகிறார்.

அப்போது, கே.பி.நாச்சி முத்து பக்கத்தில் அருண்குமார் என்ற 15வயதுடைய ஒரு சிறுவன் மட்டுமே இருந்துள்ளான். உயரமான இடத்தில் கார் நின்றது, காருக்குள் உட்கார்ந்து கொண்டே சாவிக்கு போகும் மின் இணைப்புக்கான வயரைத் துண்டித்து நேராகவே இணைக்கிறார். நின்று போயிருந்த கார் ஸ்டார்ட் ஆனது. மேட்டிலிருந்த கார் இறக்கத்தில் போனது. அப்படியே கியர் மாற்றி வண்டியை எடுத்துக்கொண்டு கே.பி.நாச்சிமுத்து அங்கிருந்து தப்பி விடுகிறார். (கொளத்தூர் காவல்நிலைய வழக்கு எண்:-338/1989).

அதன் பின்னர் கே.பி.நாச்சிமுத்து-வீரப்பன் இருவருக்குமான பகை உணர்வு இன்னமும் அதிகமானது. வீரப்பனை ஒழிக்க கே.பி.நாச்சிமுத்து முடிவெடுக்கிறார். கே.பி.நாச்சிமுத்துவை ஒழிக்க வீரப்பன் முடிவெடுக்கிறார்.

1989 லிருந்து 1999 வரை தன்னுடைய சொந்த ஊருக்குப் போனால் வீரப்பன் ஆள்கள் வந்து கடத்திக்கொண்டு போய்விடுவர் என்ற பயத்தில் ஆத்தூரிலேயே இருந்தார் வாட்சர் ஜாபர் அலி. 1997 இல் ஒருநாள், நண்பர் ஒருவருடன் என்னைச் சந்தித்தார். கொளத்தூர் சோதனைச் சாவடியில் நடந்த நிகழ்ச்சியை அவர்தான் எனக்குச் சொன்னார்.

"சிவா சார்.... எனக்கும் இந்த லாரியைப் பிடித்த

சம்பவத்துக்கும் கொஞ்சமும் தொடர்பில்லை. அதேபோல, கே.பி.நாச்சிமுத்துவுக்கும் நாங்க அவருடைய பஸ்ஸில் போனதுக்கும் எந்தத் தொடர்புமில்லை. எல்லாமே, எதிர்பாராமல் நடந்து விட்டது. ஆனா, இதெல்லாம் திட்டமிட்டு நடந்ததுன்னு வீரப்பன் நெனச்சுக்கிட்டு இருக்கிறார்.

கட்டை லாரியைப் புடிச்சுக் குடுத்ததுக்காக என்னைக் கொலை செய்ய முடிவு பண்ணி வச்சிருக்காருன்னு பேசிக்கறாங்க சார். என்னுடைய அம்மா மீது சத்தியமாச் சொல்லறேன், எல்லாமே எதிர்பாராமல் நடந்ததுதான். வீரப்பன் நினைக்கிற மாதிரி எங்களுக்கும், கே.பி.நாச்சிமுத்துவுக்கும் எந்தத் தொடர்புமில்லை. இந்தச் சம்பவத்தில் என்ன நடந்துங்கிற உண்மையை நீங்கதான் எப்படியாவது வீரப்பங்கிட்டே சொல்லணும்" என்று சொன்னார்.

இதைப்பற்றி ஒருநாள் நான் வீரப்பனிடம் பேசியபோது, இந்த நிகழ்வுகளைச் சொன்னேன். இது எதிர்பாராமல் நடந்தது என்ற உண்மையை அவரும் புரிந்து கொண்டார். இரண்டு தரப்பிலும் நடந்த எதார்த்தமான நிகழ்வுகளைப் பற்றிய விவரங்களும் எனக்குத் தெரிந்தன.

*****

67

துப்பாக்கிச் சூடும், ஐயந்துரை கைதும்

சத்தியமங்கலம் காடுகளில் இருந்து வெட்டப்படும் சந்தனமரங்கள் பர்கூர் காட்டு வழியாகவே பாலாறு காட்டுப்பகுதிக்குக் கொண்டுவரும் வேலை ஜோராக நடந்தது. இதைத் தடுக்க பர்கூர் போலீஸ் எஸ்.ஐ.கங்கப்பன், வனத்துறைக் கார்டுகள் வீரப்பன், மாதப்பன், ராஜேந்திரன் ஆகியோர் அடங்கிய கூட்டுப்படை அமைக்கப்பட்டது.

1990ஆம் ஆண்டில் மட்டும் பர்கூர், கொளத்தூர் காவல் நிலைய எல்லைகளில் உள்ள காடுகளில் வீரப்பன்-போலீஸ் இடையே 30 இடங்களில் மோதலும், துப்பாக்கிச் சண்டையும் நடந்ததாக முதல் தகவல் அறிக்கைகள் மூலம் தெரிகிறது.

17.4.1990 அன்று இரவு பத்து மணிக்கு கர்கேகண்டி காட்டுப் பகுதியில் கங்கப்பன் தலைமையிலான போலீசார் கண்காணிப்புப் பணியிலிருந்தனர். அப்போது வேலாம்பட்டிக் காட்டிலிருந்து சிலர் சந்தனக் கட்டையுடன் வந்துள்ளனர், அவர்களுக்குப் பாதுகாவலாக வந்த ஆயுதம் தாங்கிய குழு மீது போலீசார் தூரத்தில் இருந்து துப்பாக்கிச் சூடு நடத்தியுள்ளனர்.

இதில், வீரப்பன் கூட்டாளியான ஐயந்துரைக்குக் குண்டுக்காயம் ஏற்பட்டது. வீரப்பன் ஆள்கள் சுட்டதில், கார்டு மாதப்பனுக்கும் காயம், அவருடைய உடலில் இன்னும் அந்தக் குண்டு உள்ளது. (பர்கூர் காவல் நிலையக் குற்ற எண்:-24/1990)

ஐயந்துரையின் உயிருக்கு ஆபத்து இல்லாமல் போனாலும், நடக்க முடியாத நிலை ஏற்பட்டது. அதனால், காலில் இருந்த குண்டுகளை அகற்ற மருத்துவமனையில் சேர்க்கப்படுகிறார். ஐயந்துரையின் மனைவி லட்சுமி, ஊஞ்சக்கொரையில் உள்ள அவருடைய அப்பா வீட்டில் இருந்தார். மருத்துவமனையில் இருந்து ஐயந்துரையைக் கவனித்துக் கொள்ளுமாறு சொல்லி லட்சுமியின் கைச் செலவுக்குப் பணமும் கொடுக்கிறார் வீரப்பன்.

கர்கேகண்டி காட்டில் வீரப்பன் குழுவினர் மீது பர்கூர் போலீசார் தாக்குதல் நடத்திய செய்தி அடுத்தநாள் ஜங்கிள் பெட்ரோல் உளவுப் பிரிவுக்குத் தெரிந்தது. ஆனாலும் காலில் யாருக்குக் காயம் ஏற்பட்டது என்பது தெரியவில்லை. அன்று இரவு, தன்னுடைய டீம் ஆள்கள் எல்லோருக்கும் எஸ்.பி. கராத்தே கோபாலகிருஷ்ணன் இந்தச் செய்தியைக் கூறுகிறார்.

அப்போது, ஜங்கிள் பெட்ரோல் படையில் மூன்றில் இரண்டு பங்கு போலீசாரும், ஒரு பங்கு வனத்துறையினரும் இருந்தனர். கொளத்தூர் வனத்துறை சோதனைச் சாவடிக்கு பக்கத்திலேயே பாரஸ்ட் கார்டு அழகேசன் குடியிருந்தார். மறுநாள் காலை ஏழரை மணிக்குத் தூங்கி எழுந்தவர் மனைவி வைத்துக் கொடுத்த தேநீரைக் குடித்தார். பிறகு பீடி வாங்குவதற்காக எதிரில் இருந்த பெட்டிக்கடைக்குப் போனார்.

பெட்டிக்கடை முன்பாக நின்று கொண்டிருந்தபோது ஊஞ்சக்கொரையில் இருந்து மேட்டூர் செல்லும் ஆறாம் எண் நகரப் பேருந்து வந்தது. பேருந்து போனதும் சாலையைக் கடக்கலாம் என அழகேசன் ஓரமாக ஒதுங்கி நின்றார்.

மேட்டூர் செல்லும் சாலையில் திரும்பிய பேருந்து வனத்துறை சோதனைச் சாவடிக்கு முன் நின்றது. முன்பக்க கதவுக்கு பக்கத்திலிருந்த சீட்டில் ஐயந்துரையின் மனைவி லட்சுமி இருந்தார். கீழே நின்ற அழகேசன் லட்சுமியைப் பார்த்தார்.

முதல் நாள் இரவு "வீரப்பன் ஆள் ஒருவனுக்கு அடிபட்டுள்ளது" என்று எஸ்.பி. சொன்னது நினைவுக்கு வந்தது. அடிபட்டது ஒருவேளை ஐயந்துரையாக இருக்குமோ...? என்று சந்தேகப்பட்டார். இதற்குள் பேருந்து கிளம்பியது, லுங்கியும், பனியனும் அணிந்திருந்த நிலையிலேயே மேட்டூர் செல்லும் பேருந்தின் பின்பக்கப் படிக்கட்டில் ஏறினார்.

பேருந்தின் நடத்துனர் அழகேசனுக்கு தெரிந்தவர், டிக்கெட் வாங்கும் பிரச்சனை வரவில்லை. என்ன...? நடந்திருக்கும், அடுத்து என்ன செய்யலாம்...? எனப் பல்வேறு யோசனைகளுடனே பேருந்தில் போனார் அழகேசன்.

மேட்டூர் பேருந்து நிலையத்துக்கு முன்பிருந்த

வேகத்தடையில் இறங்கினார். லட்சுமி போன வண்டி, பேருந்து நிலையத்துக்குள் சென்றது. வண்டி வழக்கமாக நிற்கும் இடத்துக்கு வருவதற்குள் எதிரில் இருந்த டீ கடைக்குள் அழகேசன் மறைந்து நின்று கொள்கிறார்.

ஆறாம் எண் பேருந்தில் இருந்து எல்லோரும் இறங்கிய பின் லட்சுமியும் இறங்கினார். அவருடைய கையில் ஒரு வயர் பை, அதில், துணிமணிகள் இருப்பதை கார்டு அழகேசன் பார்க்கிறார்.

லட்சுமி பேருந்து நிலையம் முழுவதையும் மேலோட்டமாக ஒரு பார்வை பார்க்கிறார். தனக்குத் தெரிந்த யாரும் இல்லை. தன்னை யாரும் கண்காணிக்கவில்லை என்பதையும் உறுதிப்படுத்திக் கொள்கிறார். பிறகு, கிழக்கே போனார். அங்கிருந்து பேருந்துக்குப் பின்பக்கமாகவே மேற்கே போனார். தருமபுரி செல்லும் பேருந்தின் பின்பக்கப் படிக்கட்டில் ஏறினார். உள்ளும், புறமும் கவனிக்கிறார். ஓட்டுநருக்குப் பின்பக்க இருக்கையில் உட்கார்ந்து கொள்கிறார்.

ஐயந்துரைக்கு குண்டடிபட்டுள்ளது, அவனைச் சந்திக்கத்தான் லட்சுமி போகிறார் என்பதை அழகேசன் அனுமானிக்கிறார். தான் ஒருவன் மட்டுமே லட்சுமியைப் பின்தொடர்ந்து பயணம் செய்ய முடியாது என்பதை உணர்கிறார். பேருந்து நிலையத்தின் பின்பக்கம் அரசு ஆண்கள் மேல்நிலைப் பள்ளியிலுள்ள ஒரு வகுப்பறையில் வனக்காவல் படைப் போலீசார் தங்கியுள்ளனர். அந்த முகாமை நோக்கி அழகேசன் ஓடினார்.

கண்ட்ரோல் ரூமிலிருந்த கிருஷ்ணசாமி என்ற தலைமைக் காவலரைச் சந்திக்கிறார். "ஐயந்துரை பொண்டாட்டி தருமபுரி பஸ்ஸில் உக்கார்ந்துக்கிட்டு இருக்கா வாங்க ஏட்டையா..." என்று கூப்பிட்டார். பக்கத்தில் துப்பாக்கியுடன் இருந்த இன்னொரு காவலரை அழைத்துக்கொண்டு இருவரும் பேருந்து நிலையத்துக்கு வந்தனர். லட்சுமி உட்கார்ந்து கொண்டிருந்த வண்டி, பேருந்து நிலையத்தை விட்டு வெளியே சென்று கொண்டிருந்தது. வேகமாக ஓடிய அழகேசன் பேருந்தை மடக்கி நிறுத்தினார்.

எஸ்.எல்.ஆர். துப்பாக்கியுடன் ஓடிவந்த கிருஷ்ணசாமியும்

இன்னொரு போலீசும் சேர்ந்து லட்சுமியைக் கீழே இறக்கினர். முகாமுக்குப் போகும்போதே "அண்ணா என்னக் காப்பாத்துங்கண்ணா...." என்று அழகேசன் காலில் விழுந்து விடுகிறார் லட்சுமி.

"உண்மையைச் சொன்னால் உன்னைக் காப்பாத்த வேண்டியது என் பொறுப்பு," என்று அழகேசன் உறுதி கொடுத்தார். பத்து நிமிடத்தில் துப்புக் கிடைத்ததும் கராத்தே கோபாலகிருஷ்ணனும் அங்கே வருகிறார். அழகேசனுக்கு கை குலுக்கி வாழ்த்துச் சொல்கிறார்.

"எனக்குத் தெரிஞ்ச பொண்ணுதான். பக்குவமா விசாரிங்க ஐயா" என்றார் அழகேசன்.

"நீ தானே புடிச்சே...? அப்புறமென்ன நீயே விசாரி அழகேசா..." என்று சொல்லி விடுகிறார்.

"கர்கேகண்டி ஆற்றுப்பாலத்துக்கு வடக்கே இருந்த உனுசமரத்துக் கணவாயில் மறைந்திருந்த போலீசார் ஐயந்துரையைக் குறி வைத்துச் சுட்டுள்ளனர். இதில் காலில் குண்டு ஏறி காயமாகி விட்டது. குண்டை வெளியே எடுத்து கட்டுப்போட நாகர்கூடலுக்கு அனுப்பியுள்ளனர். நேத்து ராத்திரியே காலில் இருந்த குண்டை எல்லாம் வெளியே எடுத்துட்டாங்க. அங்குள்ள ஒரு நாட்டு வைத்தியர் வீட்டில் ஐயந்துரை இருக்கிறார்.

நீயும் போயி ஒரு பத்துநாள் கூட இருந்து அவன் காலில் இருக்கும் காயத்தைச் சரி பண்ணிக்கிட்டு வாங்கன்னு வீரப்பன் சொல்லி அனுப்பியுள்ளார். இந்தச் செய்தியை நேற்று மதியம் வீரப்பன் ஆளுங்க வந்து சொல்லிட்டுப் போனாங்க. இப்போ என் புருஷனைப் பார்க்கத்தான் போயிக்கிட்டு இருக்கிறேன்." என்று லட்சுமி தனக்குத் தெரிந்த உண்மையைச் சொல்கிறார்.

லட்சுமியைக் கூட்டிகொண்டுபோய் பள்ளிக்கூடத்தில் இருந்த ஒரு அறையில் பாதுகாப்பாக வைத்தனர். இருபது போலீசாரைக் கூட்டிக்கொண்டு போன எஸ்.பி. கராத்தே கோபாலகிருஷ்ணன், தருமபுரி மாவட்டம், நல்லம்பள்ளி அருகிலுள்ள நாகர்கூடல் கிராமத்தில் இருந்த நாட்டு வைத்தியர் வீட்டில் காலில் கட்டுடன் படுத்திருந்த ஐயந்துரையைக் கைது செய்கிறார். ஒரு வார விசாரணைக்குப் பின், ஈரோடு மாவட்ட

S.P.காந்திராஜனிடம் ஒப்படைத்துள்ளனர்.

பிறகு நீதிமன்றக் காவலுக்குப் போன ஐயந்துரை சேலம் சிறையில் அடைக்கப்படுகிறார். ஓர் ஆண்டுக்குப் பிறகு, கார்டு மோகனையா கொலை வழக்குத் தொடர்பாக கொள்ளேகால் நீதி மன்றத்திலிருந்து சம்மன் வருகிறது. ஐயந்துரையை ஒவ்வொரு வாய்தாவுக்கும் சேலம் சிறையிலிருந்து போலீசார் அழைத்துச் சென்றனர். சேலத்திலிருந்து கொள்ளேகால் போகும் எல்லாப் பேருந்து ஓட்டுநர்களும் கோவிந்தபாடியில் உள்ள உணவகத்தில் சாப்பிடுவது வழக்கம். அந்த இடத்தில் பேருந்து பத்து நிமிடம் நிற்கும். அங்கிருந்து ஒரு கிலோமீட்டர் தூரத்தில் ஐயந்துரையின் மாமனார் வீடு இருந்தது.

கோர்ட்டுக்குப் போகும் போதும், திரும்பி வரும்போதும் ஐயந்துரை தன் குடும்பத்தினரைச் சந்திக்கிறார். அவர்கள் கொண்டுவந்து கொடுக்கும் உணவைச் சாப்பிடுகிறார். போகப்போக வழிக்காவலுக்கு வரும் போலீசாருக்கும் சேர்த்து சாப்பாடு வந்தது, அவர்களும் சாப்பிட்டனர்.

அடுத்த முறை "எங்க மாமனார் வீட்டுக்கே போகலாம். அங்கேயே நாட்டுக் கோழிக்கறி சாப்பிடலாம்" என்று போலீசாரைக் கூட்டிக்கொண்டு போகிறார்.

வீட்டுக்குப் போன பின், போலீசார் சாப்பிட வாழை இலை அறுக்கவேண்டும் என்று சூரிக்கத்தியை எடுத்துக்கொண்டு புழக்கடை பக்கம் போனவன் அங்கிருந்த மூங்கில் தட்டியை எட்டிக்குதித்துத் தப்பியோடி மீண்டும் காட்டுக்குள் இருந்த வீரப்பனோடு சேர்ந்து விடுகிறார்.

*****

68

கர்நாடக சிறப்பு அதிரடிப்படை

1990 நவம்பரில், வீரப்பன் ஆள்கள் கத்திரிமலைக் காட்டிலிருந்து இரண்டுடன் சந்தனக்கட்டைகளை வெட்டி எடுத்து வருகின்றனர். அளவு குறைவாக இருந்த அந்தக் கட்டையைத் தனியாக லாரி வைத்து வெளியே அனுப்ப முடியாது. அதனால், செருப்பாச்சி மடுவு என்ற இடத்தில், நிலத்தில் குழிதோண்டிப் புதைத்தனர். இதைக் கோவிந்தபாடியைச் சேர்ந்த சடையன் பார்த்து விடுகிறார்.

வீரப்பன் ஆள்கள் புதைத்து வைத்து விட்டுப்போன சில நாள்களுக்குப் பிறகு, அதைச் சடையனும், அவனது மைத்துனரான பாலப்பனும், தோண்டி எடுத்து வேறு இடத்தில் கொண்டுபோய்ப் பதுக்கினர். ஒரு மாதத்துக்குப் பிறகு, நெருப்பூரைச் சேர்ந்த வெள்ளையன் என்பவருக்கு அந்தக் கட்டையை விற்றுப் பணமாக்கினர்.

அடுத்த சிலநாள்களில் வீரப்பன் குழு செருப்பாச்சி மடுவில் புதைத்த சந்தனக் கட்டைகளைத் தேடியது. கட்டைகள் கொள்ளை போனது தெரிந்து, இன்னொரு குழு விசாரணையில் இறங்கியது. அதில் கட்டைகளைத் திருடியது, சடையன் என்பது தெரிகிறது. திருடிய கட்டைகளைக் கொண்டுபோய் எந்த இடத்தில் புதைத்தனர். யாருக்கு, என்ன விலைக்கு விற்பனை செய்தனர் என்பதெல்லாம் வீரப்பன் விசாரித்துத் தெரிந்து கொள்கிறார்.

"கட்டைகளைத் திருடிய குற்றத்துக்காக சடையன் மன்னிப்பு கேட்கவேண்டும். இன்றிலிருந்து எட்டு நாள்களுக்குள் தன்னை நேரில் வந்து சந்திக்கவேண்டும்" என்று உள்ளூர்ப் பிரமுகர் ஒருவர் மூலம் வீரப்பன் தூது அனுப்புகிறார்.

வீரப்பன் அனுப்பிய தூதுவரைச் சடையன் கண்டு கொள்ளவில்லை, வீரப்பனும் விடவில்லை. "கட்டையை எடுத்துக்கொண்டு போனதற்கு மன்னிப்பு கேட்கவேண்டும்.

அத்துடன், சடையன் செய்த குற்றத்துக்குக் குறிப்பிட்ட குற்றத்தொகை கொடுக்கவேண்டும். இதைத் தன்னிடமே நேரில் கொண்டுவந்து கொடுக்கலாம். காட்டுக்கு வரப் பயமாக இருந்தால் பொதுவான ஆள் மூலமாகவும் கொடுத்தனுப்பலாம். இந்தத் தகவல் கிடைத்த 15 நாள்களில் என் கைக்குப் பணம் வந்து சேரவேண்டும்" என மீண்டும் வீரப்பன் தூது அனுப்பினார்.

இந்தச் சடையன், பாட்டாளி மக்கள் கட்சியின் மாநிலத் தலைவர் ஜி.கே.மணியின் சித்தப்பா. இந்த நேரத்தில், ஜி.கே. மணி கொளத்தூர் ஊராட்சி ஒன்றியத் தலைவர் பொறுப்பிலிருந்தார். சடையனுக்கும் உள்ளூரில் கொஞ்சம் செல்வாக்கு இருந்தது.

அதனால், "சந்தனக்கட்டை என்ன அவன் அப்பன் காட்டுலயா விளையுது..?. பாங்காட்டில் இருந்து வெட்டிக்கிட்டு வந்ததுதானே...? நானெல்லாம் ஒரு பைசா கூடக் குத்தம் குடுக்கமாட்டேன். வீரப்பனாலே முடிஞ்சதைச் செஞ்சுக்கச் சொல்லு..." என்று பஞ்சாயத்து பேச வந்தவர்களிடம் சொல்லி அனுப்புகிறார்.

இதையடுத்து வீரப்பனும், சடையனுக்குக் கண்ணி வைத்தார். காட்டுப் பக்கம் போனால் தலை தப்பாது என்பது சடையனுக்கும் தெரிந்தது. அதனால், காட்டுப் பக்கம் போவதைத் தவிர்க்கிறார். வீரப்பன் ஆள்களே சடையனைத் தேடி ஊருக்குள் வர ஆரம்பித்தனர். தலைக்கு மேல் கத்தி தொங்குவதை உணர்ந்த சடையன், இனிமேல் ஊரிலிருப்பது நல்லதல்ல என முடிவு செய்தார்.

நேராக மேட்டூர் சென்றவர் வனக்காவல் படைத்தலைவர் கராத்தே கோபாலகிருஷ்ணனைப் பார்க்கிறார். வீரப்பனின் நடமாட்டம் குறித்து காவல்துறைக்குத் துப்புச் சொல்லும் உளவாளியாக மாறுகிறார்.

பகலில் கோவிந்தபாடியில் இருப்பதும், இரவு மேட்டூர் வனக் காவல்படை முகாமிற்குப் போவதுமாக இருக்கிறார். இன்பார்மர் என்ற பெயரில் சடையன் பொய்யான தகவல்களையே அதிகம் கொடுக்கிறார். இதை நம்பிய கராத்தே கோபாலகிருஷ்ணன் பலரை அடித்து, உதைத்துக் கொன்றுள்ளார்.

செங்கப்பாடியைச் சேர்ந்தவர் மங்காய் வீட்டு ராஜா, சிறுவயதில் வீரப்பனோடு யானை வேட்டைக்குப் போனவர். இவர் மீது கொலை வழக்கு ஏதும் இல்லை. ஆனாலும், கர்நாடகப் போலீசாருக்குப் பயந்து தமிழ்நாட்டுக்கு வந்து விடுகிறார். கோவிந்தபாடிக்கும், சத்யாநகருக்கும் இடையிலுள்ள வேவிடியார் கரட்டில் பதுங்கியிருந்தார். சத்யாநகரில் இவருடைய மாமனார் வீடு இருந்தது, அந்தப்பகுதியில் கிடைத்த வேலையைச் செய்து, சாப்பிட்டுக் கொண்டு தலைமறைவாக இருந்தார்.

ராஜாவைப் பற்றி சடையன் கொடுத்த தகவலின் பேரில், **12.04.1990** அன்று வேவிடியார் கரட்டில் இருந்த ராஜாவைக் கராத்தே கோபாலகிருஷ்ணன் தலைமையிலான வனக் காவல்படைப் போலீசார் சுற்றி வளைத்துப் பிடித்தனர். கையில் ஆயுதம் எதுவும் இல்லாமல் இருந்தவரை எதிர்த்தாக்குதலில் சுட்டுக் கொன்றதாக அறிவித்தனர். *(கொளத்தூர் காவல்நிலையக் குற்ற எண்:-132/1990).*

“என் புருஷன் மேலே எந்தக் கேசும் இல்லை, போலீஸ் புடுச்சா அடிப்பாங்கன்னு பயந்துக்கிட்டு ஓடிப்போயிட்டார். வெறுங்கையோடு இருந்த மனுஷனைச் சுட்டுக் கொன்னுட்டாங்க. ரெண்டு வயசுக் கொழந்தையை வளர்க்க நான் படாதபாடு பட்டுட்டேன் சாமி” என்கிறார் ராஜாவின் மனைவி பாலாயி.

பாலாயி

காவேரிபுரம் பஞ்சாயத்தில் உள்ள மேட்டுப்பாளையூரில் வசித்தவர் மாதையன். கத்திரிமலைக் காடுகளுக்குச் சென்று மூங்கில் வெட்டுவார். அதைக் கொண்டுவந்து, காய வைத்து, சிறு சிறு தப்பையாக உடைத்து ஆட்டுப்பட்டி செய்வோருக்கும், கூரை வீடு கட்டுவோருக்கும் தப்பை விற்பனை செய்வார். இவருக்குத்

தப்பைக்கார மாதையன் என்ற பட்டப் பெயரே உள்ளது. காட்டுக்குச் சென்ற நேரத்தில் வீரப்பனையும் பார்த்துள்ளார், சில நாள்கள் வீரப்பனுக்கு சந்தனமரம் வெட்டும் வேலைக்கும் சென்றுள்ளார்.

இதைத் தெரிந்துகொண்ட ஆள்காட்டி சடையன் தப்பைக்கார மாதையனுக்கும், வீரப்பனுக்கும் நெருங்கிய தொடர்பு உள்ளது என்று போட்டுக் கொடுக்கிறார்.

இதை உண்மையென நம்பிய கராத்தே கோபாலகிருஷ்ணன் பல தடவை தப்பைக்கார மாதையன் வீட்டுக்குப் போனார். "மாதையன் எங்கே போயிட்டான்...?" என்று வீட்டில் உள்ளவர்களை மிரட்டினார்.

வீரப்பன் வேட்டை என்ற பெயரில் கராத்தே கோபாலகிருஷ்ணன் மேற்கொண்ட கொடூர நடவடிக்கைகளைக் கண்டு பயந்துபோன தப்பைக்கார மாதையன் வீட்டுக்கு வருவதை நிறுத்தினார். கத்திரிமலை அடிவாரக் காடுகளிலேயே தங்கிக் கிடைத்ததைத் தின்று வாழ்ந்துள்ளார்.

29.4.90 அன்று காரைக்காட்டில் இருந்த மாதையனைச் சந்தித்த சடையன், அளவுக்கு அதிகமாக சாராயத்தை வாங்கிக் கொடுத்துள்ளார். மாதையன் போதையில் இருந்த நேரத்தில் கராத்தே கோபாலகிருஷ்ணன் தலைமையிலான போலீசார் அங்கு வந்தனர்.

படுத்துக் கிடந்த தப்பைக்கார மாதையனைச் சுட்டுக் கொன்றுவிட்டு வீரப்பன் கூட்டாளியை என்கவுன்டர் செய்ததாக அறிவிக்கிறார். (கொளத்தூர் காவல்நிலையக் குற்ற எண்:-153/1990). ஆள்காட்டி சடையனால் இப்படிப் பல அப்பாவிகள் கொல்லப்படுகின்றனர்.

9.4.1990 அன்று செங்கப்பாடி - ஒகேனக்கல் சாலையில் மெட்டுக்கல் என்ற இடத்தில் வீரப்பன் நடத்திய தாக்குதலில் உதவி ஆய்வாளர்கள் தினேஷ், இராமலிங்கம், ஜெகநாதன், காவலர் சங்கர் ராவ் என நான்குபேர் சுட்டுக் கொல்லப்பட்டனர். இதைத் தொடர்ந்து கர்நாடக அரசு வீரப்பனைப் பிடிப்பதற்காகச் சிறப்பு அதிரடிப்படை ஒன்றை அமைக்க முடிவு செய்கிறது.

கர்நாடக அதிரடிப்படை

18.4.1990 அன்று கர்நாடக Special Task Force ஆரம்பிக்கப்படுகிறது. Karnataka State Reserve Police, ஐ.ஜி. கே.யூ. ஷெட்டி இப்படையின் தலைவராக நியமிக்கப்படுகிறார். தென் மண்டல டி.ஐ.ஜி. கே.ஆர்.சீனிவாசன், கர்நாடக பாரஸ்ட் செல் (மடிக்கேரி) டி.ஐ.ஜி, எம்.டி.ஸ்ரீநிவாஸ்,

பாரஸ்ட் செல் எஸ்.பி.விஜயராமன், மைசூர் மாவட்ட எஸ்.பி. பிபின் கோபாலகிருஷ்ணன் உள்ளிட்டோர் இதன் பொறுப்பு அதிகாரிகளாயினர்.

அப்போதைய செங்கப்பாடிக்கு ஒழுங்கான சாலை வசதியும் இல்லை. பேருந்துப் போக்குவரத்தும் இல்லை. உணவகம், தேநீர்க் கடைகள் எதுவும் கிடையாது. வானொலி, தொலைக்காட்சி பார்க்கும் வசதிகள் இல்லை. அவசரத்துக்குத் தகவல் பரிமாற்றம் செய்துகொள்ள தொலைபேசியும் கிடையாது. மாலை ஆறு மணிக்கு மேல் ஊரை விட்டு வெளியே போகமுடியாது.

இந்த நிலையில், செங்கப்பாடியில் வேலை பார்ப்பது என்பது கிட்டத்தட்டச் சிறைபோல இருந்தது. பெங்களூர், மைசூர் போன்ற நகரங்களில் வாழ்ந்த அதிகாரிகள் யாரும் இந்த ஊரில் தங்கி வேலை செய்ய விரும்பவில்லை. அதனால், கர்நாடக *STF* இல் பலர் பொறுப்பு அதிகாரிகளாக இருந்தாலும், எல்லோருமே தங்களின் பழைய பொறுப்புகளையே கவனித்து வந்தனர்.

உயரதிகாரிகள் எல்லோரும் செங்கப்பாடிக்கு வாரம் ஒரு முறை வந்து போவதோடு சரி. செங்கப்பாடி அதிரடிப்படை முகாமில் முப்பதுக்கும் அதிகமான காவலர்களும், டைகர் அசோக்குமார் போன்ற சில உதவி ஆய்வாளர்களும் இருந்தனர். இவர்களுக்கும் உள்ளூர் மக்களுடன் எந்த விதமான தொடர்புகளும் இல்லை.

போலீஸ் நெருக்கடிக்குப் பயந்து ஊரிலிருந்த பெரும்பாலான மக்கள் வெளியூருக்கு ஓடி விட்டனர். அதனால், போலீசாரால் வீரப்பன் பற்றிய எந்தவிதமான அடிப்படைத் தகவல்களையும் தெரிந்துகொள்ள முடியவில்லை. கர்நாடக அரசால் அதிரடிப்படை ஆரம்பிக்கப்பட்டு விட்டது. ஆனால், ஐ.ஜி. கே.யூ. ஷெட்டியால் அதை முழுமையாகச் செயல்படுத்த முடியவில்லை.

இந்தக் காலகட்டத்தில் செங்கப்பாடியில் பாரஸ்டராக பணியாற்றிய அங்குராஜ் சொல்வதைக் கேட்போம். "போலீஸ் ஐ.ஜி. கே.யூ.ஷெட்டி சாரின் சொந்த ஊர் சிக்மங்களூர். அந்தப்பக்கம் சந்தனக் கடத்தல் கட்டுக்கடங்காமல் போயிட்டு

இருந்துச்சு. 1987 இல் பி.ஸ்ரீநிவாஸ் சார் அங்கே டி.சி.எப். ஆகப் போன பின்னாலே கடத்தலை முழுமையாகத் தடுத்தார். நூற்றுக்கணக்கில் கார், டெம்போ, லாரி எல்லாம் ஜப்தி செஞ்சு ஏலம் விட்டார். நேர்மையான அதிகாரியான டி.சி.எப். ஸ்ரீநிவாஸ் சார் சிக்மங்களூர் பகுதியில் செல்வாக்குள்ள மனிதராக மாறினார்.

சீனியர் ஐ.பி.எஸ் அதிகாரியாக இருந்த கே.யூ. ஷெட்டிசாரும் டி.சி.எப். ஸ்ரீநிவாஸ் சாரும் பலமுறை சந்தித்துப் பேசியிருக்காங்க. அப்போ யானை வேட்டையைப் பற்றி டி.சி.எப். சார் நெறையா இன்பர்மேஷன் சொல்லியிருக்கார். செங்கப்பாடியில யானை வேட்டையாடிட்டு இருந்த வீரப்பன் பற்றியும் பேசியிருக்காங்க. அப்பவே, டி.சி.எப். ஸ்ரீநிவாஸ் சாரை கே.யூ.ஷெட்டி சாருக்கு ரொம்ப புடிச்சிருச்சு.

இப்போ ஸ்பெஷல் டாஸ்க் போர்ஸ் தயாராயிட்டுது. ஆனா, போலீஸ் ஆபீசர் மூலமா எந்த வேலையும் செய்யமுடியல. அதனாலே, காடுகளைப் பற்றியும், இந்த ஊரைப்பற்றியும் தெரிஞ்ச ஒரு நல்ல வனத்துறை அதிகாரி இந்த டீமுக்கு தேவைன்னு கே.யூ.ஷெட்டி சார் நினைச்சிருக்கார். அப்போ டி.சி.எப். ஸ்ரீநிவாஸ் சார் ஞாபகம் வந்திருக்கு. உடனே அவருடைய பெயரைக் கவர்ண்மெண்ட்டுக்கு ரெக்மண்ட் பண்ணிருக்கிறார்.

எங்க டிப்பார்ட்மெண்டில் இருந்து ஸ்பெஷல் டாஸ்க் போர்ஸ்க்கு போக விருப்பம் உள்ளதா...?ன்னு டி.சி.எப். ஸ்ரீநிவாஸ் சாரிடம் போனில் வில்லிங் கேட்டிருக்காங்க. உடனே "ஓ.கே"ன்னு சொல்லிட்டார்.

அடுத்த ஒரு மணி நேரத்தில், சிக்மங்களூரில் இருந்த டி.சி.எப். ஸ்ரீநிவாஸ் சாருக்குக் கூடுதல் பொறுப்பாக *STF*-க்குப் போகும்படி உத்தரவு வந்திருச்சு. உடனே வாடகைக் காரை எடுத்துக்கொண்டு செங்கப்பாடிக்குக் கிளம்பிட்டார்.

அன்னிக்கு நைட் எட்டு மணிக்கு பாலாறு செக்-போஸ்ட்க்கு வந்துட்டார். அங்கே டியூட்டியில் இருந்த பாரஸ்டர், கார்டுகள், வாட்சர்கள் எல்லோரையும் பார்த்துப் பேசினார்.

"செங்கப்பாடி இப்போ எப்படி இருக்கு...?"ன்னு கேட்டார்.

“போலீசுக்குப் பயந்துக்கிட்டு ஊர் மக்களெல்லாம் வெளியூருக்குப் போயிட்டாங்க. கொஞ்சம் பேருதான் ஊருல இருக்காங்க” ன்னு சொன்னோம்.

“நான் இப்போ செங்கப்பாடிக்கே வந்துட்டேன், வீரப்பன் பிரச்சனையால ஊரை விட்டுப் போனவங்க எல்லாரையும் திரும்பவும் ஊருக்கு வரச்சொல்லுங்க. அவங்களுக்குத் தேவையான எல்லா வசதிகளையும் செஞ்சு குடுக்கறேன்னு...” எங்ககிட்டே சொன்னார்.

நாங்களும் அந்த வழியாப் போன செங்கப்பாடி மக்கள்கிட்டே இந்தச் செய்தியைச் சொன்னோம். யார் யாரெல்லாம் எந்த ஊரில் குடியிருக்காங்கன்னு விசாரிச்சு ஸ்ரீநிவாஸ் சார்கிட்டேயும் சொன்னோம். அதுக்குப் பிறகுதான் மேட்டூர், கொளத்தூர், கோவிந்தபாடி போன்ற ஊர்களுக்குப் போனார். ஊரை விட்டு ஓடிப்போன ஆள்களை எல்லாம் பார்த்துப் பேசி, உங்களுக்குத் தேவையான எல்லா உதவிகளும் செய்கிறேன்”னு உறுதி கொடுத்தார்.

டி.சி.எப். ஸ்ரீநிவாஸ் சார் நம்மைக் காப்பாற்றுவார் என்ற எண்ணத்தில் ஊரை விட்டுப் போனவங்க மறுபடியும் செங்கப்பாடிக்குத் திரும்ப வந்தாங்க. அதுக்குப் பிறகுதான், வீரப்பன் பற்றிய தகவல் எங்களுக்குத் தெரிய ஆரம்பிச்சுது” என்கிறார்.

அங்குராஜ்

செங்கப்பாடிக்கு வந்த டி.சி.எப். ஸ்ரீநிவாஸ் கர்நாடக *STF*-இன் கட்டளை அலுவலராக *(Commander)* நியமிக்கப்படுகிறார். அவர் மீதிருந்த நன்மதிப்பின் பேரிலேயே கே.யூ.ஷெட்டி இந்தப் பொறுப்பைக் கொடுக்கிறார். ஸ்ரீநிவாஸ் தலைமையின் கீழேதான் போலீஸ் அதிகாரிகள் வேலை செய்தனர்.

செங்கப்பாடியில் *STF* வீரர்கள் தங்குவதற்குப் போதிய இடவசதி இல்லாத நிலை

இருந்தது. உடனடியாக, செங்கப்பாடி நடுநிலைப் பள்ளி யில் ஸ்பெஷல் போலீசார் தங்க ஒரு முகாம் ஏற்பாடு செய்கிறார். திம்மராய செட்டியார் தோட்டத்தில் வனத்துறைக் காவலர்கள் தங்குவதற்கான முகாம். புதூர் பிரிவு ரோட்டில் இருந்த வனத்துறை அலுவலகத்தில் ஆயுதப்படை(D.A.R) போலீசாருக்கான ஒரு முகாம். ஊருக்கு மேற்கில் உள்ள அணை விருந்தினர் மாளிகையில் K.S.R.P. அதிரடிப்படை வீரர்கள் தங்குவதற்கான முகாம் என நான்கு இடங்களில் முகாம்களை ஏற்படுத்தினார். ஊரைச் சுற்றிலும் அதிரடிப்படை வீரர்கள் தங்க வைக்கப்பட்டனர்.

ஊரிலிருந்து காட்டுக்குள் போவது, காட்டுக்குள் இருந்து ஊருக்குள் போவது என அனைத்துமே கண்காணிக்கப் படுகின்றன. செங்கப்பாடியிலிருந்த வீரப்பனுடைய பழைய கூட்டாளிகள் பலரைச் சந்தித்துப் பேசுகிறார். அவர்கள் மூலமாகக் காட்டுக்குள் என்ன நடக்கிறது என்பதைக் கொஞ்சம் கொஞ்சமாகத் தெரிந்து கொள்கிறார். அவர்களில் சிலரைத் தனது உளவாளிகளாகவும் மாற்றுகிறார்.

வீரப்பன் நண்பர்களாக இருந்த நல்லூர் மாதையன், T.P. பெருமாள், அவரது தம்பி முனியன் உள்ளிட்டோர் ஸ்ரீநிவாஸ் பக்கம் வருகின்றனர். IFS அதிகாரி என்ற மிடுக்கு இல்லாமல், எளிமையானவராக மக்களோடு மக்களாகப் பழகினார். ஊர் மக்களுக்குத் தேவையான உதவிகளை முதலில் செய்து கொடுக்கிறார், வீரப்பனைப் பிடிக்கும் வேலையை இரண்டாம் நிலைக்குக் கொண்டு போகிறார். போலீசையும், வனத்துறை அதிகாரிகளையும் பார்த்துப் பயந்து போயிருந்த மக்களிடையே நல்லுறவை வளர்த்தார்.

காடுகளில் நடந்து வந்த சாராய வியாபாரத்தைத் தடுத்தார். கணவன்-மனைவி குடும்ப விவகாரங்களில்கூடத் தலையிட்டு சமாதானம் செய்து வைத்தார். காட்டுக்குள் வேட்டைக்குப் போகும் ஆள்களை எல்லாம் கூப்பிட்டுப் பேசினார். காடுகளையும், காட்டில் உள்ள விலங்குகளையும் அழிக்கக் கூடாது. வேட்டைத் துப்பாக்கி வைத்துக் கொண்டிருப்பது தவறு, உங்களுடைய துப்பாக்கிகளைக் கொண்டுவந்து என்னிடம் கொடுங்கள். நான் வழக்கு எதுவும் போடமாட்டேன், இனிமேலும் எங்களுக்குத் தெரியாமல்

காவிரி ஆற்றோரம் மக்கள் வாழும் வீடு

துப்பாக்கி வைத்திருந்தால் சிறைக்குப் போக வேண்டியிருக்கும் என்று எச்சரித்தார்.

செங்கப்பாடி சுற்றுப்பகுதியிலிருந்து நூற்றுக்கணக்கான உரிமம் இல்லாத துப்பாக்கிகள் அவரைத் தேடி வந்தன. வீரப்பனை பிடிக்கக் காட்டுக்குள் போவதை விடவும், ஊருக்குள் போவது, மக்களுக்குத் தேவையான அடிப்படை வசதிகளைச் செய்து கொடுப்பதையுமே இவர் முழுமையாகச் செய்து வந்துள்ளார். பஞ்சாயத்து அலுவலகத்தில் பொது தொலைக்காட்சிப் பெட்டி வாங்கிக் கொண்டுவந்து வைத்தார்.

இதன் மூலம் டி.சி.எப். ஸ்ரீநிவாஸ் மக்களுக்கு நல்லவராகிறார். அதேநேரம் வீரப்பனுக்கு கெட்டவராகிறார்.

******

69

80 டன் சந்தனக்கட்டை

மேட்டூரில் முகாமிட்டிருந்த தமிழ்நாடு போலீஸ் எஸ்.பி. கராத்தே கோபாலகிருஷ்ணனும் தீவிர நடவடிக்கையில் இறங்கினார். தன்னுடைய வீரர்களுடன் அடிக்கடி மலைப்பகுதி, அதை ஒட்டியுள்ள ஊர்களுக்கும் ரோந்து போனார். வீரப்பனின் சந்தனக் கட்டை லாரிகள் போவதற்குச் சிக்கல் வந்தது.

அதனால், சத்தியமங்கலம் காடுகளில் இருந்து வீரப்பன் கொண்டுவந்த சந்தனக் கட்டைகளைச் சிலுவைக்கல் என்ற இடத்தில் பதுக்கி வைக்கிறார். பாலாற்றின் மேற்குக் கரையில் இருந்த இந்த இடத்தை சுற்றிலும் பாறைகளும், நடுவே கல்லிச்சி மரங்களும் வளர்ந்திருந்தன. ஆற்றில் வெள்ளம் வந்தாலும் கூட அந்தக் கட்டைகளுக்குப் பாதிப்பு இருக்காது. வெளியாள்கள் யாரும் அந்தப் பக்கம் வந்தாலும் அவர்களுக்கு அங்கே சந்தனக்கட்டை இருப்பது தெரியாது.

இந்த நேரத்தில்தான் வீரப்பனுக்குத் திருமணமும் நடந்திருந்தது. புது மாப்பிள்ளையான வீரப்பனின் மாமனார் வீடு இருந்த சிங்காபுரம் காட்டுக்கு அடிக்கடி போனார். பலநாள்கள் அந்தப் பக்கத்துக் காடுகளிலேயே முகாமிட்டுத் தங்கினார். ஒவ்வொருநாளும் பத்துக்கும் குறைவில்லாத பஞ்சாயத்துகளும் நடந்து வந்தன. சிங்காபுரம் காட்டுக்கு மக்கள் கூட்டம் குறைவில்லாமல் போய்க் கொண்டிருந்தது. அதனால், சிலுவைக்கல் காட்டிலிருந்த கூட்டாளிகளை வீரப்பனால் அடிக்கடிச் சந்திக்க முடியாமல் போனது.

கர்கேகண்டி பக்கம் இருந்து மைசூர் போலீஸ் எஸ்.பி. பிபின் கோபாலகிருஷ்ணன் ஒரு படையுடன் சிலுவைக்கல் காட்டுக்குத் தேடுதல் வேட்டைக்கு வந்தார். அப்போது வீரப்பனிடம் ஒரு குரங்கும், நாயும் இருந்தன. தூரத்தில் போலீசார் வருவதைப் பார்த்த நாய் குரைத்தது.

செங்கப்பாடிப்புதூரைச் சேர்ந்த நல்லூரான் மாணிக்கம் என்பவரின் அண்ணன் ராமர் நல்ல வேட்டைக்காரர். அப்போது அவரும் வீரப்பன் கூட்டத்தில் இருந்தார். சந்தனக்கட்டை அடுக்கியிருந்த இடத்திலிருந்து நான்குபேரைக் கூட்டிக்கொண்டு போலீசாரை எதிர்த்துப் போனார். தனி ஆளாக போலீசார் மீது தாக்குதல் தொடுக்கிறார். இதில் இரண்டு போலீசார் பலமான காயமடைந்தனர். *(Ramapuram P.S.Cr.No:-02/1990. Date-06.01.1990)* இதையடுத்து போலீசார் பின்வாங்கிச் சென்றனர். அன்று தேடுதல் வேட்டைக்கு வந்த போலீசாருக்கும், இந்த இடத்தில் 60 டன் சந்தனக்கட்டைகள் இருப்பது தெரியாது.

இது நடந்த ஒரு வாரத்துக்குப் பிறகே சிலுவைக்கல் காட்டுக்கு போலீசார் வந்த செய்தி வீரப்பனுக்குத் தெரிகிறது. கொளந்தான், சேத்துக்குழி கோவிந்தன், காம்ராஜ்பேட்டை கோவிந்தன் உள்ளிட்ட தளபதிகள் எல்லோரும் சிலுவைக்கல் காட்டுக்குச் சென்றனர். உடனடியாக 60 டன் கட்டைகளையும் ஆள்களைப் பிடித்து ஒரு கிலோமீட்டர் தொலைவுக்குக் கொண்டு வந்து வேறு ஒரு இடத்தில் மறைத்து வைத்தனர்.

அப்போது நல்லூர் காட்டிலிருந்து வந்த மாரியப்பன், "அண்ணா கல்மாத்தூர் காட்டில் மலைக்காரங்க (பழங்குடியினர்) பத்து டன் கட்டை வெட்டி வச்சிருக்காங்க. அந்தக் கட்டையும் வாங்கிக்கிட்டு வந்து லோடு ஏத்திக்கலாம்" என்கிறார்.

தன்னுடன் இருந்த பத்துப் பேரை மாரியப்பனுடன் கல்மாத்தூர் காட்டுக்கு அனுப்புகிறார். கிலோ முப்பது ரூபாய் விலையில் இருக்கும் கட்டைகளை எல்லாம் எடை போட்டு வாங்கிவரச் சொல்லிப் பணம் கொடுக்கிறார்.

மாதேஸ்வரன் மலையில் குடியிருக்கும் இறைவனின் பெயரும் மாதேஸ்வரன். இவர் சிவனின் அவதாரம். மாதேஸ்வரனின் பெற்றோர் லிங்காயத்து என்ற சமூகத்தைச் சேர்ந்தவர்கள். மாதேஸ்வரனின் உறவினர்கள் தமிழகம், கர்நாடக மாநில எல்லைகளில் உள்ள காடுகளில் வாழ்பவர்கள் என்று புராணங்களில் சொல்லப்படுகிறது.

இம்மக்கள் காடுகளில் வாழ்ந்தாலும் அசைவம் உண்ண மாட்டார்கள். எந்தக் காரணம் கொண்டும் பச்சை மரங்களை வெட்டவும் மாட்டார்கள். காடுகளும், காட்டு விலங்குகளும் குறைவில்லாமல் வாழவேண்டும். அப்போதுதான், நாடும் நாட்டு மக்களுக்கும் நல்ல மழை கிடைக்கும். இது லிங்காயத்து வழிபாட்டைத் தோற்றுவித்த பசவன்னாவின் கோட்பாடு. அதன்படி லிங்காயத்து மக்கள் எல்லோருமே காய்ந்துபோன சந்தன மரங்களை மட்டுமே வெட்டி எடுத்து வருவர்.

பர்கூர் மலையில் உள்ள கொங்காடை என்ற இடத்திலிருந்து 15 கிலோமீட்டர் வடக்கில் மிஞ்சுக்கண் போலி என்ற காடு உள்ளது. தமிழ்நாடு, கர்நாடக எல்லையில் உள்ள இந்தக்காட்டில் மேற்கிலிருந்து ஓடிவரும் பாலாறு இரண்டு பிரிவுகளாகப் பிரிந்து, பிறகு ஒன்றாக இணைகிறது. இடைப்பட்ட தீவுப் பகுதியில் நூற்றுக்கணக்கில் ருத்ராட்ச மரங்கள் உள்ளன. இந்த மரங்களுக்கு இடையே உள்ள ஒரு சுனையில் மாதேஸ்வரன் அவதரித்தார் என்று நம்பப்படுகிறது.

மரங்கள் அடர்ந்து குளுமையாக இருக்கும் இந்த இடத்தில் புலிகளும், கரடிகளும் உள்ளன. அரிய வகை பச்சை நாகம் இப்பகுதியில் இருப்பதாகச் சொல்கின்றனர். வனத்துறையினர் கூட இந்தப்பக்கம் போவதற்கு அச்சப்படுவர். முப்பது கிலோமீட்டர் சுற்றிலும் மக்கள் நடமாட்டமே இல்லாத இந்தப் பகுதியில் பத்து டன் சந்தனமரம் இருப்பதாக வீரப்பனுக்குத் தகவல் தெரிகிறது.

"நல்லூர், நால்ரோடு பக்கத்தில் உள்ள ஆளுங்களைக் கூட்டிக்கிட்டுப் போங்க. வறண்டு போன மரங்களை மட்டும் வெட்டி எடுத்துக்கிட்டு வாங்க..." என்று இன்னொரு குழுவை அனுப்புகிறார். இந்த வேலைகள் எல்லாம் கச்சிதமாக நடந்து முடிந்தன. அடுத்த பத்து நாள்களில் சிலுவைக்கல் காட்டுக்கு மேலும், இருபது டன் சந்தனக்கட்டைகள் வந்தன.

வீரப்பனும் சிலுவைக்கல் காட்டுக்கு வருகிறார், ஏற்கனவே இருந்த கட்டையுடன் புதிதாக வந்த கட்டைகளும் சேர்த்து அட்டி போட்டு அடுக்கினர். இவ்வளவு கட்டையை ஒரே இடத்தில் வைத்திருப்பது நல்லதல்ல என்று முடிவுக்கு வருகிறார். ஏற்கனவே கேரள மாநிலம் பாலக்காட்டிலிருந்து

பாஸ்கர் என்ற புரோக்கர் ஒருவர் கட்டை வேண்டுமெனத் தூது விட்டுக் கொண்டிருந்தார்.

"பாஸ்கரைப் பார்த்துப் பேச காம்ராஜ்பேட்டை கோவிந்தனை பாலக்காட்டுக்கு போகச் சொன்னார். அடுத்த நாள் வீரப்பன், சேத்துக்குழி கோவிந்தன், கொளந்தான், குருநாதன் எல்லோரும் அங்கிருந்து கிளம்பி மீண்டும் சிங்காபுரம் காட்டுக்குச் சென்றனர்.

காமராஜ்பேட்டை கோவிந்தன் பாலக்காடு போக பஸ் ஏறுகிறார், அவர் போன நேரம் பாஸ்கர் வெளியூர் சென்று விட்டார். அதனால், மறுநாள் பாஸ்கரனைச் சந்திக்கிறார். கொளிஞ்சாம்பாறை என்ற இடத்திலிருந்த தங்கச்சன் சந்தன எண்ணெய் மில்லுக்குக் கட்டைகளை சப்ளை செய்ய முடிவு செய்கின்றனர்.

கட்டைகள் கையிருப்பு பற்றிய செய்திகளைச் சொல்ல கோவிந்தனும், பாஸ்கரும் கொளிஞ்சாம்பாறை சென்றனர். சந்தன எண்ணெய் ஆலை உரிமையாளரைச் சந்தித்து கட்டை கையிருப்பு பற்றிச் சொல்கின்றனர். 80 டன் கட்டைகளை அடுக்கி வைக்க தோதான இடத்தை ஆலை உரிமையாளர் ஒழுங்கு செய்கிறார். ஒரே நேரத்தில் கட்டைகளையும் எடுத்து வர லாரிகளைத் திரட்டுகின்றனர்.

முதல் நாளில், ஒன்பது லாரிகள் மட்டுமே வந்து சேர்ந்தன. இது பத்தாது, குறைந்தது 16 லாரிகள் தேவைப்படும் என்று காமராஜ்பேட்டை கோவிந்தன் சொன்னார். அதற்கான வேலை தொடங்கியது. மறுநாள் ஏழு லாரிகள் வந்து சேர்கின்றன. தமிழ் பேசத்தெரிந்த லாரி ஓட்டுநர்கள் வருகின்றனர். 16 லாரிகளும் பாலாறு நோக்கிக் கிளம்பத் தயாராக நின்றன.

சிலுவைக்கல் காட்டிலிருந்து வீரப்பன் கிளம்பிப் போய் நான்கு நாள்களானது, லாரியை எடுத்து வர கேரளாவுக்குப் போன கோவிந்தன் என்ன ஆனார் என்று தெரியவில்லை. சிங்காபுரம் காட்டிலிருந்து யாரும் வரவில்லை. அப்போது சிலுவைக்கல் காட்டில் கொடி கோவிந்தராஜ், தனபால், ஈஸ்வரன், கண்டியார் கிருஷ்ணன் மகன் மாதேஷ், சத்தியா நகர் சேகர் உள்ளிட்ட ஒன்பது பேர் மட்டுமே காவல் இருந்தனர்.

இதில் யாருமே பெரிய வேட்டைக்காரர் இல்லை, இவர்களுக்கு ஓரளவுக்கு மட்டுமே துப்பாக்கியை பயன்படுத்தத் தெரியும். நல்லூரான் ராமரிடம் அடிவாங்கிக் கொண்டுபோன கர்நாடகப் போலீசார் பயந்துகொண்டே இருப்பார்களா...? இல்லை பழிக்குப் பழி வாங்கத் திரும்பி வருவார்களா...? கூடுதல் போலீசார் வந்தால் எப்படி எதிர்த்து நிற்பது...? என்ற பயம் வந்தது.

"உடனடியாக சிங்காபுரம் காட்டில் இருந்த வீரப்பனைப் பார்த்துப் பேசவேண்டும். துப்பாக்கி கையாளத் தெரிந்த நான்கைந்து ஆள்களைச் சிலுவைக்கல் காட்டுக்கு வரச்சொல்ல வேண்டும்" என முடிவு செய்தனர்.

இதற்காக யாரை அனுப்பலாம் எனக் கலந்து ஆலோசனை மேற்கொண்டனர். காவேரிபுரம் சேகரை சிங்காபுரம் காட்டுக்கு அனுப்பலாம் என முடிவானது.

"கட்டையை எடுக்க லாரி எப்போ வருமுன்னு கேட்டுக்கோ. அதுவரைக்கும் இங்கே இருக்க பத்து ஆளுங்க வேணுன்னு அண்ணங்கிட்டே சொல்லு. கையோடு கொஞ்சம் ஆளுங்களைக் கூட்டிட்டு வா..." என்று சொல்லி அனுப்பினர்.

சிங்காபுரம் காட்டுக்குப் போவதற்காக சேகர், பாலாறு வருகிறார். கர்நாடக வனத்துறை சோதனைச்சாவடி பக்கம் போகாமல், ஆற்றின் கிழக்குப் பக்கமாகவே நடந்து சின்னக்காவல் திட்டை அடைகிறார். பொழுது இறங்கியது. அது பின்பனிக்காலம், மாலை நான்கு மணிக்கே குளிர் வீசும். நிரம்பி நின்ற மேட்டூர் அணைத் தண்ணீரில் பட்டு, எழுந்து வந்த காற்று விறுவிறுப்புடன் வீசியது.

மாரியம்மன் கோயிலின் பின்பக்கம் காவிரி ஆற்றில் இறங்கவேண்டும், இடுப்பளவு தண்ணீரில் அக்கரைக்குப் போகவேண்டும். பின்னர் ஆறு கிலோமீட்டர் நடக்க வேண்டும். கை, காலெல்லாம் நடுங்கும். தனி ஒருவனாக நடந்து போவது சேகருக்குச் சிரமமாக இருந்தது.

இந்த நேரத்தில், மாதேஸ்வரன் மலையிலிருந்து மேட்டூருக்குப் போகும் மாதேஸ்வரா பேருந்து தூரத்தில் வரும் சத்தம் கேட்டது.

உடனே, சேகருக்குத் தன்னுடைய வீட்டு நினைவு வந்தது, சேகரின் மனம் சஞ்சலப்பட்டது. பஸ்ஸில் ஏறினால் அடுத்த பத்தாவது நிமிஷம் வீட்டில் இருக்கலாம். அம்மாவைப் பார்க்கலாம், வாய்க்கு ருசியாகச் சாப்பாடு செய்யச் சொல்லிச் சாப்பிடலாம். இரவெல்லாம் கயிற்றுக் கட்டிலில் படுத்துத் தூங்கலாம். விடியற்காலை நேரமே கிளம்பி சிங்காபுரம் காட்டுக்குப் போகலாம். அங்கிருந்து ஆளுங்களைக் கூட்டிக்கிட்டு மதியத்துக்குள் சிலுவைக்கல் காட்டுக்குப் போகலாம் என வினாடிகளில் முடிவெடுக்கிறார்.

சின்னக்காவல் திட்டு மாரியம்மன் கோயில் முன்பாக நின்று மாதேஸ்வரா வண்டிக்குக் கையைக் காட்டினார். நின்ற பேருந்தில் ஏறிக் காவேரிபுரம் போனார்.

செருப்பாச்சி மடுவில் வீரப்பன் பதுக்கி வைத்திருந்த சந்தனக்கட்டையை திருடி விற்ற சடையன் மாலை ஆறு மணிக்கே ஊரை விட்டுக் கிளம்பி விடுவார். வழக்கம்போல மேட்டூர் வனக்காவல்படை முகாமுக்குப் போவதற்காக கோவிந்தபாடியில் நிற்கிறார். மாதேஸ்வரா பேருந்தின் முன்பக்கப் படியில் ஏறுகிறார்.

பேருந்தில் தெரிந்த முகங்கள் இருக்குதா...? என்று திரும்பி ஒரு பார்வை பார்க்கிறார்.

இது உளவாளிகளுக்கே உரிய குணம். பின்பக்க படிக்கட்டுக்கு பக்கத்து சீட்டில் காவேரிபுரம் சேகர் உட்கார்ந்து கொண்டு இருப்பதைப் பார்த்து விட்டார்.

சேகர் வீரப்பனுடன் காட்டில் இருப்பது சடையனுக்குத் தெரியும். காவேரிபுரம் பேருந்து நிறுத்தத்தில் சேகர் இறங்கியதையும் பார்க்கிறார். அடுத்த அரை மணி நேரத்தில் இந்தச் செய்தி கராத்தே கோபாலகிருஷ்ணன் காதுக்குப் போனது.

*****

70

பஸ் எரிப்பு

சேகரின் அம்மா அடுப்பில் வைத்திருந்த அவரைக்கொட்டை வெந்து கொண்டிருக்கும்போதே சேகர் வீட்டுக்குப் போலீஸ் வந்தது. வாயிக்கு ருசியாகச் சாப்பிட வந்த சேகர் வெறும் வயிற்றுடனே மேட்டூர் கொண்டு வரப்படுகிறார்.

கராத்தே கோபாலகிருஷ்ணன் 'செல்லமாக' நாலு தட்டுத் தட்டினார். தலை கிறுகிறுத்தது, கண் கலங்கியது, பொரி கலங்கிப் போன சேகர், கராத்தே கோபாலகிருஷ்ணன் கேட்டதை விடவும் கூடுதலான தகவல்களைச் சொன்னார்.

"அண்ணன் (வீரப்பன்) சிங்காபுரம் காட்டுக்குப் போயிருக்கார், சிலுவைக்கல் காட்டில் 80 டன் சந்தனக்கட்டை இருக்கிறது. அந்த இடத்தில், போதிய பாதுகாப்பு இல்லை. போலீசைப் பார்த்தாலே அங்குள்ள எல்லோரும் துப்பாக்கியைப் போட்டுவிட்டு ஓடிவிடுவார்கள். நானே உங்களை அந்த எடத்துக்கு கூட்டிக்கிட்டுப் போறேன்" என்றார்.

இரவோடு இரவாகத் தமிழ்நாடு, கர்நாடக மாநில காவல்துறை உயர் அதிகாரிகளுக்குச் செய்தி பறக்கிறது. கோவை சரக டி.ஐ.ஜி. காளிமுத்து ஈரோடு வருகிறார். TN-33 0002 என்ற ஜீப்பில் கிளம்புகிறார். ஈரோடு டவுன் டி.எஸ்.பி. பயன்படுத்திய இந்த வண்டியை டிரைவர் ராமலிங்கம் ஓட்டுகிறார். அவருடன் இரண்டு பஸ்ஸில் ஈரோடு மாவட்ட A.R.போலீசாரும் துப்பாக்கியுடன் சென்றனர். இந்தப்படை பர்கூர், தேவர்மலை பகுதியிலிருந்து பெஜிலட்டிக் காடுகள் வழியாக பாலாறு நோக்கிச் சென்றது.

சேலம் வந்திருந்த ஐ.ஜி.ஸ்ரீபால் சேலம் மாவட்ட A.R போலீசாரைக் கொண்டு இன்னொரு படை அமைக்கிறார். இப்படை பாலாற்றின் கிழக்குக் கரையிலிருந்து போதமலை நோக்கிக் கிளம்பியது. கராத்தே கோபாலகிருஷ்ணன் தலைமையில் மற்றொரு படைப்பிரிவு தண்டா காட்டுப்

பகுதியிலிருந்து வாழங்குளிப்பள்ளம் வழியாக மேற்கிலிருந்த சிலுவைக்கல் நோக்கிக் கிளம்பியது.

மைசூர் எஸ்.பி. பிபின் கோபாலகிருஷ்ணன் தலைமையில் ஒரு படை கர்கேகண்டியில் இருந்து கிழக்கு நோக்கிக் கிளம்பியது. கொள்ளேகால் டி.சி.எப். பி.கே.சிங் தலைமையில் ஒரு படைப்பிரிவு பாலாற்றிலிருந்து தென்மேற்குத் திசையில் புறப்பட்டது.

மறுநாள், மதியம் ஒரு மணிக்கெல்லாம் சிலுவைக்கல் காட்டை ஆயிரத்துக்கும் அதிகமான போலீசார் சுற்றி வளைத்தனர். சந்தனக்கட்டைக்குக் காவலிருந்த வீரப்பன் ஆள்கள் எட்டுபேரும் துப்பாக்கிகளை இருந்த இடத்திலேயே போட்டு விட்டுத் தப்பியோடினர்.

சிலுவைக்கல் காட்டிலிருந்த 80 டன் சந்தனக்கட்டையைப் போலீசார் கைப்பற்றினர். இரு மாநில வனத்துறையினரும் ஆளுக்குப் பாதியாகப் பிரித்து எடுத்துக் கொண்டு செல்கின்றனர். *(Ramapuram P.S Cr.No:- 09/1990. Date 09.02.1990).* கர்நாடக வனத்துறையினர் எடுத்துச் சென்ற கட்டையின் அரசு மதிப்பு 40 இலட்சம் என இந்த வழக்கு ஆவணம் மூலம் தெரிகிறது.

காய்ந்து கிடக்கும் கட்டைகளைக் கூலி கொடுத்து வீரப்பன் பொறுக்கி கொண்டுவந்து ஒன்று சேர்த்து வைத்துள்ளார். இல்லையென்றால், அந்தக் கட்டைகளையெல்லாம் கரையான் தின்று மண்ணாகப் போயிருக்கும். சொல்லப் போனால், இதன் மூலம் இரு மாநில அரசுகளுக்கும் மிகப்பெரிய லாபமே!

கேரளாவிலிருந்து காமராஜ்பேட்டை கோவிந்தன் தலைமையில் 16 லாரிகள் புறப்படத் தயாராயின. மாலை மூன்று மணிக்கு ஆல் இந்திய ரேடியோவின் மலையாளச் செய்தியில் கர்நாடக-தமிழ்நாடு எல்லையில் 80 டன் சந்தனக் கட்டைகள் கைப்பற்றப்பட்டதாக அறிவிக்கப்படுகிறது. "நான் ஊருக்குப் போயிட்டு, போன் பண்ணறேன்" என்று சொன்ன காமராஜ்பேட்டை கோவிந்தன் தனியே கொளத்தூருக்குத் திரும்பினார். இத்தோடு வீரப்பனின் சந்தனக்கட்டை சாம்ராஜ்யம் முடிவுக்கு வருகிறது.

"நீ வெளியே போனால் உன்னை வீரப்பன் கொன்று விடுவான்" என்று சொன்ன கராத்தே கோபாலகிருஷ்ணன், காவேரிபுரம் சேகரைத் தன்னுடைய முகாமிலேயே வைத்துக் கொள்கிறார். சேகரும், வீரப்பனுடைய தொடர்பாளர்கள் பலரைக் காட்டிக்கொடுக்கிறார். போலீசார் சேகரை வெளியே விடாமல் தங்களின் கண்காணிப்பிலேயே வைத்திருந்தனர்.

ஒரு ஆண்டுக்குப் பிறகு, வனக்காவல் படை முகாமிலிருந்த ஒரு 303 துப்பாக்கியை எடுத்த சேகர் நெருப்பூருக்குத் தப்பிச் செல்கிறார். அவரைப் பின்தொடர்ந்து சென்ற போலீசார் சேகரைப் பிடித்துள்ளனர், இன்றுவரை சேகர் என்னவானார் என்பது தெரியவில்லை. சுட்டுக் கொல்லப்பட்டார் என்றே சொல்லப்படுகிறது.

சிலுவைக்கல் காட்டிலிருந்த 80 டன் கட்டைகளும் போயின. அந்தக் கட்டைக்குக் காவலிருந்த வீரப்பன் தளபதிகள் எட்டுப் பேரும் வேதனையடைந்தனர். அரசு வங்கிகளில் கொள்ளையடித்து அண்ணனுக்கு ஏற்பட்ட இழப்பை ஈடு செய்ய முயற்சி செய்கின்றனர். கொடி கோவிந்தராஜ், ஜல்லிபாளையம் சேகர், செங்கப்பாடி ஈஸ்வரன், ஆத்தூர் முருகேசன் உள்ளிட்ட சிலர் துப்பாக்கியுடன் மார்டல்லிக்குச் சென்றனர்.

கொடி கோவிந்தராஜ்

அதிகாலை மூன்று மணிக்கு அங்கிருந்த கர்நாடகா கிராம வங்கியைச் சூறையாடினர். 4,800 ரூபாயும், பத்து மீட்டர் காக்கித் துணியுமே கிடைத்தன. *(Ramaapuram P.S Cr No- 10/1990. Date- 13.2.1990)*

அங்கிருந்து கிளம்பித் தமிழ்நாடு எல்லைக்கு வந்தனர். "பஸ்சும் அரசாங்க சொத்துதான், அதிலேயும் கை வைக்கலாம்" என்று இன்னொரு தளபதி சொல்கிறார். கர்கேகண்டி பாலத்துக்குப் போகின்றனர்.

கர்நாடக அரசுக்குச் சொந்தமான பேருந்து ஒன்று கர்நாடக எல்லையில் நின்றது.

தமிழ்நாடு அரசுக்குச் சொந்தமான பேருந்து ஒன்று தமிழ்நாடு எல்லையில் நின்றது. இரண்டு பேருந்து ஓட்டுநர், நடத்துநர்களையும் பிடிக்கின்றனர். அவர்கள் கையிலிருந்த பையைப் பிடுங்கிக்கொண்டு, பேருந்துக்குத் தீ வைத்தனர். *(பர்கூர் காவல் நிலையக் குற்ற எண்:-6/1990, நாள்:-13.02.1990)*

“பஸ்ஸில் இருந்தவங்க எல்லோரையும் கீழே இறங்கி வாங்க...”ன்னு சொன்னோம். ஆம்பள, பொம்பள, கொழந்தை எல்லாம் கீழே வந்துட்டாங்க. ஜனங்க வச்சிருந்த நகை, பணத்தையெல்லாம் நாங்க புடுங்கிக்குவோமுன்னு எல்லோரும் பயந்துட்டாங்க. அதனாலே, கையிலிருந்த எல்லாத்தையும் பஸ் சீட்டு மேலேயேயும், பைக்குள்ளேயும் வச்சுட்டுக் கீழே இறங்கி வந்துட்டாங்க.

எல்லோரும் கீழே இறங்கி வந்ததும் எங்க ஆளுங்க பஸ்சுக்குத் தீ வச்சாங்க. கிட்டப் போக முடியாத அளவுக்குத் தீப் புடிச்சு எரிஞ்சுது. அதுக்குப் பின்னாலதான் “நகையைப் புடுங்கிக்குவீங்கன்னு பயந்துக்கிட்டு, எல்லாத்தையும் உள்ளேயே கழட்டி வச்சுட்டு வந்துட்டோம்”ன்னு ஜனங்களெல்லாம் கண்ணீர் விட்டு அழுதாங்க. அந்த வயசுல நெறையாத் தப்புப் பண்ணிட்டோம் சார். இப்ப நெனச்சா வருத்தமா இருக்குதுங்க...” என்கிறார் ஈஸ்வரன்.

ஈஸ்வரன்

******

71

ரம்புக்குத்தி முருகேசன் கொலை

தருமபுரி மாவட்டம், பெண்ணாகரம் வட்டம், செல்லம்பட்டி பக்கமுள்ளது ரம்புக்குத்தி. இந்த ஊரைச் சேர்ந்தவர் முருகேசன், இவருடைய பெற்றோர் கொள்ளேகால் அருகிலுள்ள ஜாகிரியில் வசிக்கின்றனர். மாதேஸ்வரன் மலையில் இருந்து பேருந்து மூலமாக மேட்டூர், தருமபுரி, பெண்ணாகரம் வழியாக ரம்புக்குத்திக்குப் போகவேண்டும் என்றால் எட்டு மணி நேரமாகும்.

செங்கப்பாடிக் காட்டு வழியாக நடந்து போனால், நான்கு மணி நேரத்தில் போகலாம். இப்படிக் காட்டுவழியாகப் போகும் நிறையப்பேர் வீரப்பனைச் சந்திப்பர். வந்தவர்களுக்கு வீரப்பன் சாப்பாடு போட்டு அனுப்புவார். பெரும்பாலானோர் சாப்பிட்டுக் கை கழுவியதும் கிளம்பிவிடுவர். ஒருசிலர் ஓரிருநாள்கள் வீரப்பன் ஆள்களுடன் காட்டில் தங்கிவிட்டும் போவது வழக்கம். இப்படிக் காட்டு வழியாக நடந்துபோன முருகேசன் வீரப்பனுடன் காட்டிலேயே தங்கி விட்டார். ஓராண்டு காலம் கூடவே இருந்துள்ளார்.

1991 மே மாதம் முதல் தேதியன்று, ஈரோடு மாவட்டம், குன்றியத்திற்கு தெற்கிலுள்ள குன்றியம் போளி என்ற ஈச்சங்காட்டில் வீரப்பன் குழுவினர் கூ ாரம் போட்டுத் தங்கியிருந்தனர். கேர்மாளத்தைச் சேர்ந்த பழங்குடிகள் வைத்திருந்த நான்கு டன் சந்தனக் கட்டையை வீரப்பன் விலைக்கு வாங்குகிறார். அதை அந்தியூர் பக்கமுள்ள மலைக் கருப்புசாமி கோயில் காட்டுக்குக் கொண்டுவர முயற்சி செய்கிறார். அதற்காகச் சுமை தூக்கிச் செல்லும் ஆள்களைக் கூப்பிட சிலர் குன்றியத்துக்குச் கிளம்பினர்.

சேத்துக்குழி கோவிந்தன், கூளை கோபால் உள்ளிட்ட நால்வர் உணவுப் பொருள்கள் வாங்கிவர கொங்காடை என்ற ஊருக்குச் சென்றனர். முதல் நாள் மதியம் போனவர்கள், மறு நாள் மாலை நான்கு மணிவரைத் திரும்பி வரவில்லை.

அதனால், வீரப்பன் உள்ளிட்ட எல்லோருமே கடுமையான பசியிலிருந்தனர்.

அந்தக் காட்டில் கரடிகள் நிறைந்திருந்தன, மே மாதம் கரடிகளுக்கான இனப்பெருக்கக் காலம். ஒரு பெண் கரடியைச் சுற்றி பத்துக்கும் அதிகமான ஆண் கரடிகள், காடு முழுவதும் திரிந்தன. பெண் கரடியை மயக்கும் நோக்கில், ஆண் கரடிகளுக்குள் அவ்வப்போது கடுமையான போர் நடந்தது. திரும்பிய பக்கமெல்லாம் கரடிகளின் சத்தம் கேட்டுக்கொண்டே இருந்தன.

அங்கிருந்த ஒரு வகைக் கொடியில், திராட்சை போன்ற கரிய நிறப் பழங்கள் கொத்துக் கொத்தாகப் பழுத்திருந்தன. இளம் புளிப்புச் சுவையுடன் இருந்த அந்தப் பழங்களை காமராஜ்பேட்டை கோவிந்தன் பறித்துக்கொண்டு வந்து, வீரப்பனிடம் கொடுத்து, “மாமா இந்தப் பழத்தைத் தின்னலாமா...”? என்று கேட்கிறார்.

ஒரு பழத்தை எடுத்து வாயில் போட்ட வீரப்பன், “இந்தப் பழத்தை முசுக்கொந்தி சாப்பிடும், கொரங்கு சாப்புடுதுன்னாவே மனுசன் சாப்பிட்டாலும். ஒன்றும் ஆகாது, எதுகும் கொஞ்சமா சாப்புடுங்கப்பா, நெறையா சாப்புட்டு,வயித்தை நோகப்போவுது...” என்றார்.

ஒரு பழத்தை எடுத்து வாயில் போட்ட ரம்புக்குத்தி முருகேசன், “மாமா பழம் நல்லாத்தான் இருக்குது...” என்றார். அப்போது வீரப்பன் குழுவில் அருண்குமார் என்ற சிறுவயது பையனும் இருந்தான். வீரப்பன் தங்கியிருந்த இடத்திலிருந்து மேற்குப் பக்கம் போகும் வழியில் முருகேசனும், குமாரும் பழம் பறிக்கச் சென்றனர்.

கூளை கோபால்

“டே மாப்ளே பார்த்து போங்கப்பா. கரடி கூட்டங் கூட்டமாத் திரியுது. நிதான

மில்லாமே ஆள் மேலயே வந்து ஏறிப்போடும்..." என்ற வீரப்பன் கூடாரத்துக்குள் சென்று படுத்தார்.

முன்னூறு மீட்டர் தொலைவிலிருந்த உன்னிப்புதர் மேலே நிறையக் கொடிகள் படர்ந்திருந்தன. அந்தப் புதருக்குள் புகுந்த முருகேசனும், அருண்குமாரும் கொடிகளின் கீழே தெரிந்த பழங்களைப் பறித்துப் பையில் போட்டுக் கொண்டிருந்தனர்.

கூடாரத்துக்குள் சென்று படுத்த வீரப்பன் மீண்டும் எழுந்து உட்கார்ந்தார், காமராஜ்பேட்டை கோவிந்தனைக் கூப்பிட்டார். "நல்ல சாப்பாடு சாப்பிட்டு ரெண்டு நாளாச்சு, பத்தியத்துக்குப் போன ஆளுங்க இன்னும் கொஞ்சநேரத்தில் வந்துருவாங்க. அதுக்குள்ளே, ஒரு கடத்தி(கடமான்) அடிச்சிக்கிட்டு வாங்கப்பா. கொஞ்சம் கறி தயார் பண்ணி வைப்போம்..." என்றார்.

"அடேயப்பா, ஈச்சங்காடு முழுக்க கரடிக் கூட்டமாத் திரியுது. நானெல்லாம் தனியா வேட்டைக்குப் போகமாட்டேன் மாமா..." என்று காமராஜ்பேட்டை கோவிந்தன் சொல்லி விடுகிறார்.

"இந்தக் கட்டையை (துப்பாக்கி) வச்சுக்கிட்டு, உன் கட்டையைக் குடு மாப்ளே...", என்ற வீரப்பன் தன்னிடம் இருந்த 477 ரைபிளைக் காமராஜ்பேட்டை கோவிந்தனிடம் கொடுத்தார். கோவிந்தன் வைத்திருந்த ஒற்றைக்குழல் துப்பாக்கியை வாங்கினார். அவர்கள் முகாமிட்டிருந்த இடத்திலிருந்து தெற்குப்பக்கம் இருந்த பள்ளத்தை நோக்கி நடந்தார்.

இதைப் பார்த்த காமராஜ்பேட்டை கோவிந்தன் "ஏப்பா மாமன் மட்டும் தனியா வேட்டைக்குப்போவுது. நீங்களும் கூடப் போங்கப்பா...." என்ற அங்கிருந்த ஆள்களிடம் வீரப்பன் போன திசையைப் பார்த்துக் கை காட்டுகிறார்.

ஆத்தூர் முருகேசன், சுண்டா வெள்ளையன், கொளந்தான் என மூன்றுபேரும் வீரப்பன் பின்னாலேயே சென்றனர். வேகமாகப் போன முருகேசன் வீரப்பன் போன வழியிலேயே போகிறார். கொஞ்சம் இடைவெளி விட்டுச் சென்ற கொளந்தானும், சுண்டா வெள்ளையனும் வீரப்பன் போன பாதையைத் தவற விட்டனர். இடதுபக்கம் போவதைவிட்டு,

வலது பக்கப் பாதைக்கு மாறி, கொஞ்சம் வளைந்து மேற்கு பக்கமாகச் சென்றனர்.

வேட்டையாடும் ஒவ்வொருவருக்கும் ஒவ்வொரு வழக்கம் இருக்கும். சுண்டா வெள்ளையன் எப்போதுமே, எதையும் அனுமானத்தின் அடிப்படையிலேயே சுடக்கூடியவர். செடி, கொடிகள் அசைவதை வைத்தே உள்ளே இருக்கும் விலங்கு என்னவாக இருக்கும் என்பதைக் கணித்தே சுட்டுப்பழகியவர்.

பல நேரங்களில், மான் அல்லது கடத்தி என்று கணக்கிட்டுச் சுட்ட பிறகு பார்த்தால், அது காட்டுப் பன்றியாகவும் இருக்கும். சில நேரங்களில் கரடியும் இருந்துள்ளது. இப்படி நோக்கமில்லாமல் சுடுவதால் பல குளறுபடிகளும் நடந்துள்ளன. இப்படி அனுமானத்தில் சுடுவதை வீரப்பனும் பலமுறை கண்டித்துள்ளார்.

"பொதைக்குள்ளே என்ன இருக்குதுன்னு தெரியாமல் யாரும் சுடக்கூடாது..." என்று கண்டிப்பாகவும் சொல்லியுள்ளார். ஆனாலும், சுண்டா வெள்ளையன் தன்னுடைய வழக்கத்திலிருந்து மாறவேயில்லை.

பழம் பறிக்கப் போன ரம்புக்குத்தி முருகேசனும், குமாரும், உன்னிச்செடி புதரின் மீது படர்ந்திருந்த கொடியின் கீழே உட்கார்ந்துகொண்டு கண்ணுக்குத் தெரிந்த பழங்களைப் பறித்து பையில் போட்டுக் கொண்டிருந்தனர். இருவரும் புதருக்கு உள்ளே உட்கார்ந்து கொண்டு கொடியை இழுத்துப் பழம் பறிக்கப் பறிக்க, உன்னிச்செடி புதர் லேசாக மேலும் கீழுமாக ஆடியது.

அந்தப் புதரிலிருந்து முந்நூறு அடித் தொலைவு இடைவெளியில் இரண்டாவதாக நடந்துபோன சுண்டா வெள்ளையன் உன்னிச்செடி புதர் ஆடுவதைக் கவனிக்கிறார். இந்தப் புதருக்குள் கடத்தி மானோ, புள்ளி மானோ நின்றுகொண்டு இலை, தளைகளைத் தின்கிறது என்று நினைக்கிறார். புதர் ஆடுவதை நின்று நிதானித்துப் பார்க்கிறார்.

இந்த நேரத்தில், சுண்டா வெள்ளையனை விட்டுப் பிரிந்த கொளந்தான் தனியாக நடந்து போகிறார். தனக்கு முன் நாற்பதடி தூரத்தில் ஒரு புதரின் வளைவில் வடக்கு நோக்கிச் சென்று கொண்டிருந்த கொளந்தானைப் பார்த்து மெதுவாகக்

கையைச் சொடுக்கிக் கூப்பிடுகிறார் சுண்டா வெள்ளையன்.

கொளந்தான் திரும்பிப் பார்த்ததும், செடி ஆடும் இடத்தைச் சுட்டிக்காட்டி "உள்ளே கடத்தி இருக்குது அடியண்ணா..." என்று வாய் அசைவில் சொல்லிக் கொண்டே கையால் சைகை காட்டினார்.

ஆடுகின்ற செடிக்குள் இருப்பது என்னவாக இருக்கும் என்று கொளந்தானால் கணிக்க முடியவில்லை. சற்றுத் தடுமாறியவர் பக்கத்திலிருந்த ஒரு சிறிய பாறை மீது ஏறி நின்று பார்க்கிறார். அப்போதும் புதருக்குள் இருப்பது என்னவென்று அவருக்குத் தெரியவில்லை.

மீண்டும் மீண்டும் உன்னிச்செடி புதர் ஆடிய இடத்தைச் சுட்டிக்காட்டிய சுண்டா வெள்ளையன், தலைக்கு மேலே விரல்களை விரித்து கொம்புபோல வைத்துக் காட்டி, சீக்கிரம் சுடுமாறு சைகை காட்டினார்.

செடிகள் அசையும் இடத்தில் உள்ளே என்ன இருக்கிறது என்பது கொளந்தானுக்குத் தெரியவில்லை. கடத்தியோ அல்லது புள்ளி மானோ இருப்பதைச் சுண்டா வெள்ளையன் இருக்கும் இடத்திலிருந்து பார்த்து விட்டான். அதனால்தான் தன்னைச் சுடச்சொல்கிறான் என்று கொளந்தான் நினைக்கிறார்.

இரட்டைக்குழல் துப்பாக்கியைத் தூக்கி, புதர் ஆடிய இடத்தை பார்த்துக் குறி பிடித்து விசையை இழுத்தார். "சடீரென..." நெருப்புக் கங்குகளாக குண்டுகள் புதைக்குள் போனது.

உன்னிச்செடி புதரின் இன்னொரு பக்கத்திலிருந்து அலறியடித்துக் கொண்டு எழுந்த அருண்குமார், "அய்யய்யோ... முருகேச மாமனைச் சுட்டுட்டீங்களே அண்ணா...." என்று கத்திக்கொண்டே வெளியே ஓடி வந்தான்.

குறுக்கு ஈடு *(Cross Fire)* நடந்து விட்டது என்பதை உணர்ந்த காமராஜ்பேட்டை கோவிந்தன் ஓடி வந்தார். தன்னிடம் இருந்த கொடுவாளால் புதரை வெட்டி, விலக்கி விட்டுக்கொண்டே உள்ளே போனார்.

அடிபட்டுக் கிடந்த முருகேசனின் கையைப் பிடித்துத் தூக்கும்போதே அவருடைய கால்கள் இரண்டும் தனியாகத்

தொங்கின. முழங்காலுக்கு மேலே இருந்த எலும்புகளெல்லாம் நுணுக்கிச் சதை முழுதும் சிதைந்த நிலையில் தேன் கூட்டைப் பிழிந்தது போல, முருகேசனின் காலிலிருந்து ரத்தம் வெளியேறியது.

இதற்குள்ளாக வேட்டுச்சத்தம் கேட்டு ஓடிவந்த வீரப்பன், "டே மாப்ளே... நெஞ்சிலே குண்டடி படாம இருந்தாப் போதும். எத்தனை லட்சம் செலவானாலும் உன்னைக் காப்பாத்திப் போடுவேண்டா..." என்று சொல்லிக் கொண்டே முருகேசன் காலைப் பிடித்தார்.

ஆளுக்கு ஒரு கையில் பிடித்து முருகேசனைத் தூக்கிப் புதையை விட்டு வெளியே கொண்டு வந்தனர். ஒரு பாதுகாப்பான இடத்தில் படுக்க வைத்தனர். வீரப்பன் போட்ட சத்தம் கேட்டு ஓடிவந்த ஆத்தூர் முருகேசன், கொங்குருப்பட்டி மணி, கோவிந்தபாடியான் சின்னராசு மூவரும் படுக்கையில் வைத்திருந்த ஆறு போர்வையைக் கிழித்து அவசர அவசரமாக முருகேசன் காலில் கட்டுப்போட்டனர். அப்போதும், ரத்தம் நிற்காமல் போனது.

உடனடியாக முருகேசனை மருத்துவமனைக்குக் கொண்டு போகலாம் என்ற எண்ணத்தில் கடிகாரத்தைப் பார்க்கிறார் காமராஜ்பேட்டை கோவிந்தன். அப்போது, மாலை நான்கு மணி ஆகச் சில நிமிடங்களே இருந்தன.

"நாங்க இப்படியே மணியாச்சிப் பள்ளம் வழியாகக் கோம்பைக்கு போறோம். அங்கிருந்து கோவிந்தனுக்கு, கோபிக்குப் போகும் தடத்தைக் காட்டிட்டு, ஏழு மணிக்குள்ளே மலைக்கருப்புசாமி கோயிலுக்குப் பக்கமா வந்துடுவேன். கோவிந்தனும் கோபி போய் கார் எடுத்துக்கிட்டு அங்கே வந்திருவான். அதுக்குள்ளே ஆத்தூர் முருகேசன், சின்னராசு, கொங்குருப்பட்டி மணி, குருநாதன் நீங்க நாலுபேரும் மூங்கிலை வெட்டி ஒரு பாடை தயார் பண்ணுங்க. நம்ம ஆளுங்க வந்ததும், அதிலே முருகேசனை வச்சித் தூக்கிக்கிட்டு நேரா கருப்புசாமி கோயில் பக்கம் வந்துருங்கப்பா...." என்றார் வீரப்பன்.

இதற்குள்ளாக காமராஜ்பேட்டை கோவிந்தன் காக்கி உடைகளைக் கழற்றி விட்டு, லுங்கியைக் கட்டி, கட்டம்

போட்ட சட்டையை போட்டு முடித்திருந்தார். இருவரும் அந்த இடத்தை விட்டுக் கிளம்பினர். வீரப்பன் உள்ளிட்ட எல்லோருமே ஏற்கனவே இரண்டு நாளாகச் சாப்பாடில்லாமல் இருந்தனர். அடிபட்டுக் கிடந்த முருகேசனை, மூங்கில் தொட்டில் கட்டித் தூக்கிக்கொண்டு போகுமளவுக்கு அவர்கள் உடலில் தெம்பில்லை. வீரப்பனிடம் இதை மறைமுகமாகக் கூறினர்.

அதே நேரத்தில் மழை வருவதற்கான அறிகுறியுடன், கருமேகமும் இருட்டிக்கொண்டு வந்தது, குளிரும் அதிகமானது. முருகேசனைப் பாடை கட்டித் தூக்கிக்கொண்டு போகும் வழியில் மழை வந்தால் சிக்கலாகிவிடும் என்று எல்லோரும் பயந்தனர். இன்றைக்கு முருகேசனை வெளியே கூட்டிக்கொண்டு போவதற்குச் சாத்தியமில்லை. நாளைக்கு விடியற்காலையில் நேரமே கிளம்பிப் போகலாம் என முடிவானது.

இந்தநேரம், மளிகைப் பொருள்கள் வாங்கப்போன சேத்துக்குழி கோவிந்தன் ஆள்களுடன் திரும்பி வந்து சேர்ந்தனர். அடிபட்டவனுக்குக் கொஞ்சம் சாராயம் வாங்கிக் கொடுக்கலாம், வலி குறைவாக இருக்கும் என்கிறார் கோவிந்தபாடியான் சின்னராஜ்.

“சாராயமெல்லாம் வேண்டாம் மாமா. எனக்குப் பக்கத்தில், கொஞ்சம் கனப்பு (நெருப்பு) போட்டுவிடுங்க, சூடா கொஞ்சம் டீ போட்டுக் கொடுங்க மாமா...” என்று முருகேசன் கேட்கிறார்.

இரவு நேரத்தில் காட்டிலிருந்த கடும் குளிரைக் கட்டுப்படுத்த முடியாமல் முருகேசன் தவித்தார், முருகேசனின் உடலின் இரண்டு பக்கமும், அரிசி மூட்டைகளை அடுக்கி முட்டுக் கொடுத்த கோவிந்தபாடியான் சின்னராசு, முருகேசன் மேலே போர்வையைப் போட்டு மூடிவிடுகிறார். மாலை ஐந்து மணி முதல், அதிகாலை மூன்று மணிவரை முக்கால் மணி நேரத்துக்கு ஒருமுறை முருகேசன் டீ மட்டுமே கேட்டுக் கொண்டிருந்தார்.

பக்கத்தில் இருந்தபடி முருகேசன் கேட்டபோதெல்லாம் காமராஜ்பேட்டை கோவிந்தன் டீ போட்டுக் கொடுத்துக் கொண்டிருந்தார். ஒரே இடத்தில் படுத்திருக்க முடியாமல் முனகிய முருகேசனைப் பத்து நிமிடத்துக்கு ஒருமுறை இருவரும்

சேர்ந்து, திருப்பிப் படுக்க வைத்தனர். மூன்று மணிக்கு எழுந்து டீ போட்டுக் கொடுத்து விட்டு பக்கத்திலேயே உட்கார்ந்து கொண்டிருந்த காமராஜ்பேட்டை கோவிந்தன் பத்து நிமிடம் கண்ணயர்ந்தார்.

சில நிமிடங்களில், படுத்திருந்த முருகேசன் நினைவுக்கு வந்ததும், அவசர அவசரமாக எழுந்து டார்ச் அடித்துப் பார்க்கிறார். முருகேசன் வாய் திறந்திருந்தது. கண்கள் பாதியளவுக்கு மூடியிருந்தது. உதடு காய்ந்து போயிருந்தது. வாய்க்கும், மூக்குக்கும் மேலாக கை வைத்துப் பார்க்கிறார், முருகேசனின் மூச்சு நின்று போயிருந்தது.

கோவிந்தன் கையிலிருந்த கடிகாரத்தைப் பார்த்தபோது மணி மூன்றே கால் என்று காட்டியது. கோவிந்தபாடியான் சின்னராசை எழுப்பிய கோவிந்தன், "முருகேசன் மூச்சு நின்னு போச்சு" என்றார். இருவரும் எழுந்து நூறடி தொலைவிலிருந்த வீரப்பன் கூடாரத்துக்கு சென்றனர். மெல்லிய சத்தத்தில் "மாமா..., மாமா..." என்றனர்.

காம்ராஜ்பேட்டை கோவிந்தனின் சத்தம்கேட்டு எழும்பும் போதே, "ஏன்டா கோயிந்தா, முருகேசன் போயிட்டானா...?" என்று கேட்கிறார்.

"ஆமா மாமா..." என்கிறார் கோவிந்தன்.

"காலையிலே கட்டையைப் பொறுக்கிப் போட்டு எரிப்போம். வேற என்ன செய்யறது..." என்று சொன்ன வீரப்பன் தலையில் கை வைத்து உட்கார்ந்து கொண்டார்.

வீரப்பன் சொன்ன மாதிரியே மறுநாள் காலை எட்டு மணிக்கெல்லாம் ரம்புக்குத்தி முருகேசனைச் சந்தனக்கட்டையில் அடுக்கினர். முருகேசன் வைத்திருந்த ஒத்தைக்குழல் துப்பாக்கி, ஐம்பது தோட்டா உள்ளிட்ட எல்லாப் பொருள்களையும் அந்தக் கட்டையோடு போட்டனர். ரம்புக்குத்தி முருகேசனை குன்றியம் போளியிலேயே எரித்துவிட்டு அங்கிருந்து கிளம்பினர்.

கடம்பூர் போலீசார் தொடர்ந்துள்ள இந்த வழக்கிலும் வீரப்பனையே முதல் குற்றவாளியாக இருக்கிறார்.

*****

72

போதமலை சுற்றி வளைப்பு

குன்றியம் போளியிலிருந்த நான்கு டன் சந்தனக்கட்டையை ஆள் வைத்து போதமலைக்கு கொண்டு வந்தனர். செங்கப்பாடிக்கு மேற்கில் உள்ள பொன்னாச்சிக் காட்டில் ஒரு இடத்தில் ஒரு டன் கட்டைகள் மறைத்து வைக்கப்பட்டிருந்தன. அந்தக் கட்டைகளை எடுத்து வர, வீரப்பன் சிலரை அனுப்பினார்.

அதில் செங்கப்பாடி புத்தூரைச் சேர்ந்த நல்லூரான் மாணிக்கமும் ஒருவர். கட்டையைக் கொண்டுவந்து கொடுத்ததும் கூலியை வாங்கிய எல்லோரும் ஊருக்குத் திரும்பினர். ஆனால் நல்லூரான் மாணிக்கம் வீரப்பனுடனே தங்கி விடுகிறார். அடுத்த நான்கு மாதமும், போதமலையில் இருந்தனர். திடீரென நல்லூரான் மாணிக்கத்துக்கு ஊருக்குப் போக ஆசை வந்தது. தன்னுடைய விருப்பத்தை வீரப்பனிடம் சொல்கிறார்.

“டேய் மாணிக்கம், செங்கப்பாடிக்குப் போற வழியெல்லாம் போலீஸ் இருக்காங்க. நீ ஊருக்குப் போறதுக்குள்ளேயே போலீசார் கையில் சிக்கிக்குவே. விடியறதுக் குள்ளேயே உன்னைக் கூட்டிக்கிட்டுப் போலீசார் இந்தத் தாவுக்கு வந்துருவாங்க. அதனாலே நீ இப்போ ஊருக்குப் போக வேண்டாம். இன்னும் கொஞ் சநாள் இங்கேயே இரு. வேறு ஒரு நல்ல எடத்துலே கொண்டுபோய் உன்னை நானே ஊருக்கு அனுப்பறேன்” என்று சொன்னார்.

நல்லூரான் மாணிக்கம்

“எனக்கு செங்கப்பாடியில் எந்த வேலையுமில்ல மாமா.... நான் அங்கே போகப் போறதில்லை. என் கூட்டாளிங்க எல்லாம் சேர்ந்து, மத்தூரில் கரும்புக்காடு குத்தகைக்கு புடிச்சு வேலை செஞ்சுக்கிட்டு இருந்தோம். இந்நேரம் எல்லாரும் அங்கே வந்திருப்பாங்க. நானும் நேரா மத்தூருக்குத்தான் போறேன்” என்று சொன்னார்.

“நீயெல்லாம் சொன்னா கேட்கமாட்டே, பட்டாத்தான் உனக்கெல்லாம் புத்தி வரும்” என்ற வீரப்பன், செலவுக்குப் பணம் கேட்ட நல்லூரான் மாணிக்கத்திடம், நூறு ரூபாயைக் கொடுக்கிறார்.

“ஏ மாமா மத்தூருக்குப் போறவனுக்கு இந்தக் காசு எதுக்கு ஆகும்” என்றார் காம்ராஜ்பேட்டை கோவிந்தன்.

”இவன் மைசூருக்கும் போறதில்ல, மத்தூருக்கும் போறதில்ல மாப்ளே, நேரா செங்கப்பாடிக்குத்தான் போவான். போனதுமே பொண்டாட்டிக்கு ஆள் அனுப்புவான். இன்றைக்கு ராத்திரியே போலீஸ்காரன்கிட்டே சிக்குவான், நாம குடுக்குற காசு போலீஸ்காரன் கைக்குத்தான் போகும். அதனாலேதான் மாப்ளே நூறு ரூபாய் மட்டும் குடுத்தேன்...” என்றார் வீரப்பன்.

மாணிக்கம் காட்டை விட்டுப் புறப்பட்ட நேரத்தில், “டேய் மாணிக்கம் நீ நேரா பொண்டாட்டியைப் பார்க்கத்தான் போறே. போனதுமே போலீஸ் கையிலே சிக்குவே. ஒருவேளை அப்படிச் சிக்கிக்கிட்டா இந்த இடத்துக்குப் போலீசைக் கூட்டிக்கிட்டு வந்தறாதே. வேற எங்கயாவது ஒரு எடத்துக்குக் கூட்டிக்கிட்டுப் போ.

எந்தக் காரணத்தைக் கொண்டும் பாலாற்றில் இருந்து பஸ் ஏறவேண்டாம். இப்படியே காவிரி ஆத்து ஓரமாகவே நடந்து போயிட்டு நாளைக்குப் பகலில் ஊரில் இருந்துட்டு நாளா நாளைக்கு அங்கிருந்து பொறப்புட்டு கொஞ்சநாள் கண்காணாத எடத்துக்குப் போயிரு. பாலாறு செக்போஸ்டில் போய் பஸ் ஏறினா, நீ செங்கப்பாடி போறதுக்குள்ளேயே போலீசார் உன்னைப் புடிச்சிருவாங்க...” என்று வீரப்பன் மீண்டும் சொல்லியனுப்பினார்.

“போலீசைக் கூட்டிக்கிட்டு வருவான்னு தெரிஞ்சும் அவனை எதுக்கு மாமா வெளியிலே அனுப்புனே...?” என்று

சுண்டா வெள்ளையன் கேட்கிறார்.

“சனியன் புடிச்சவன் ஊருக்குப் போறேன்னு ஒத்தைக் காலில் நிக்கறான், என்ன செஞ்சி தொலைக்கிறது மாப்ளே. அந்த நாயி இந்த மொடக்குக்குப் பக்கமாகத்தான் போயிருப்பான், போயி இ(சு)ட்டு போட்டு வந்துரய்யா...” என்றார் வீரப்பன்.

மாணிக்கத்தைக் கொன்றுபோடும் நோக்கில் சுண்டா வெள்ளையன் துப்பாக்கியோடு கிளம்பினார்.

இதைப் பார்த்த கோவிந்தபாடியான் சின்னராஜ், “ஏ மாமா உனக்கென்ன பைத்தியமா புடிச்சிருக்குது. அவனே நம்மகூட இருக்க முடியாமத்தான் காட்டை வுட்டுப் போறான். அவனை எதுக்கு மாமா சுடணும். போலீசைக் கூட்டிக்கிட்டு வருவான்னு சந்தேகமா இருந்தா, நாம இடத்தை மாத்திக்கிட்டு வேற தாவுக்குப் போலாம்” என்கிறார்.

“அப்படியா மாப்ளே சொல்லறீங்க... அந்த நாயி போனாப் போயிட்டுப் போறான். அவனை விட்டுட்டு வேற வேலையைப் பாரு...” என்று சுண்டா வெள்ளையனிடம் சொன்ன வீரப்பன், அந்த இடத்தை விட்டுக் கிளம்பத் தயாராயினர்.

அன்று மதியம் ஆண்டியப்பன் ஒரு பெரிய ஆண் கடத்தியை அடித்திருந்தார். அதன் கறியை வெட்டியெடுத்து ஒரு பெரிய பாறை மேலே காயப்போட்டிருந்தனர். பாறை மீது கிடந்த மான் கறியைத் திருப்பிப் போடச் சொன்னார். ஒவ்வொருவரும், இடம் மாறும் வேலையில் இறங்கினர்.

வீரப்பன் சொன்னது போலவே, போதமலையிலிருந்து மாலை நான்கு மணிக்குக் கிளம்பிய நல்லூரான் மாணிக்கம் இரவு எட்டு மணிக்குப் பாலாறு சோதனைச்சாவடிக்கு வந்து சேர்ந்தார். அங்கிருந்து இரவு ஒன்பது மணிக்கு செங்கப்பாடி போகும் மாதேஸ்வரா பேருந்தில் ஏறினார்.

மாணிக்கத்துக்குத் தெரிந்த செங்கப்பாடி புதூரைச் சேர்ந்த நரசய்யா என்பவரும் அந்தப் பேருந்தில் இருந்தார். நரசய்யாவுக்குப் பக்கத்தில் போய் உட்கார்ந்த மாணிக்கம் உள்ளூர் நிலவரங்களைப் பற்றி விசாரிக்கிறார்.

டி.சி.எப்.ஸ்ரீநிவாஸ் தலைமையில் இருநூறு போலீஸ் செங்கப்பாடியில் இருக்காங்க. ஊருக்கு மேற்காலே, தெற்காலே

என எல்லாத் தாவிலும் முகாம் போட்டுத் தங்கியிருக்காங்க. ஒரு காக்கா, குருவிகூட போலீசுக்குத் தெரியாம ஊருக்குள்ளே போகமுடியாது" என்று சொல்கிறார்.

ஏற்கனவே எஸ்.ஐ. தினேஷ், எஸ்.ஐ. ஷகீல் அகமது தலைமையிலான போலீசார் வீரப்பனோடு இருந்த பலரைப் பிடித்துக் கொண்டுபோய் அடித்ததைப் பார்த்திருக்கிறார். அந்த அடியை நினைத்துப் பார்த்ததும் மாணிக்கத்தின் மனம் கலங்கியது. ஊருக்குள் போவது நல்லதில்லை என்று முடிவெடுக்கிறார்.

"நரசய்யா நான் பஸ்சை விட்டு இறங்கி டேம் முனியப்பன் கோயிலுக்குப் போறேன். நீ போயி என் வீட்டுக்காரிகிட்டே ஒரு கோழிக் குஞ்சை புடிச்சுக் கொழம்பு வச்சி, களியைக் கிளறி எடுத்துட்டு வரச்சொல்லு." என்று சொல்கிறார்.

செங்கப்பாடிக்கு முன்பிருக்கும் பெரியகுழி மேட்டில் பேருந்து மெதுவாகப் போகும்போதே நல்லூரான் மாணிக்கம் பேருந்திலிருந்து கீழே இறங்கினார்.

செங்கப்பாடியிலிருந்து யார் எப்போது வெளியே போகின்றனர். போனவர்கள் எப்போது திரும்புகின்றனர் என்பதைக் கண்காணிப்பவர் நல்லூரான் மாதையன். பஸ் போகும்போதும், வரும்போதும் அதில் யார் யார் வருகின்றனர், என்பதை விசாரித்து போலீசுக்கு உளவு சொல்லும் வேலையைச் செய்து வந்தார்.

இரவு ஒன்பதரை மணிக்கு வந்த பேருந்திலிருந்து ஆனைக்கவுண்டர் என்பவர் இறங்குகிறார். இதைப் பார்த்த நல்லூரான் மாதையன் "பஸ்ஸிலே யாரெல்லாம் வந்தாங்க...? எங்கே எறங்குனாங்க...? என்று விசாரிக்கிறார்.

நரசையாவும், நல்லூரான் மாணிக்கமும் பஸ்ஸில் பேசிக்கொண்டு வந்தது, மாணிக்கம் பெரியகுழி பள்ளத்தில் இறங்கியது, நரசய்யா செங்கப்பாடி புதூரில் இறங்கியதையும் ஆனைக்கவுண்டர் சொல்லி விடுகிறார்.

இந்தச் செய்தி அடுத்த ஐந்தாவது நிமிடம் செங்கப்பாடி பள்ளிக்கூடத்தில் தங்கியிருந்த டி.சி.எப். ஸ்ரீநிவாஸுக்குப் போனது.

நல்லூரரான் மாணிக்கம் ஊருக்கு வந்த தகவல், நரசய்யா மூலமாக, நல்லூரரன் மாணிக்கம் மனைவி காவேரியம்மா காதுக்குப் போகிறது. நாலு மாசமா நல்ல சோறு இல்லாமல் இருந்த வீட்டுக்காரனுக்கு ராகிக் களி கிளற ஒரு சட்டியில் தண்ணீர் ஊற்றி அடுப்பில் வைத்தார். நாட்டுக்கோழிக் குஞ்சு ஒன்றைச் சத்தமில்லாமல் பிடித்துக் கழுத்தைத் திருகினார். அதை ஒரு கூடைக்குள் வைத்து, யாருக்கும் தெரியாமல் இறகுகளைப் பொசுக்கிக் கொண்டிருந்தார்.

செங்கப்பாடிப்புதூருக்குப் போன டி.சி.எப்.ஸ்ரீநிவாஸ் தலைமையிலான போலீசார் நரசையாவையும், மாணிக்கத்தின் மனைவி காவேரியையும் பிடித்தனர்.

"உன் கணவனை நாங்க ஒன்னும் செய்யமாட்டோம். ஆனால் மாதேஸ்வரன் மலைக்குத் தகவல் போயி ஷகீல் அகமது கையில் உன் வீட்டுக்காரன் சிக்கிட்டா அவன் உயிருக்கு நான் ஜவாப்தாரி ஆக முடியாது" என்று டி.சி.எப். ஸ்ரீநிவாஸ் சொல்கிறார்.

இன்னொருபக்கம் மாதேஸ்வரன் மலை போலீஸ் எஸ்.ஐ.ஷகீல் அகமது, வீரப்பன் ஆள்களைத் தேடிக்கொண்டிருந்தார். அவருடைய கையில் சிக்கியவர்கள், நடைப் பிணமாகத் திரும்பினர். அதை நினைத்துப் பயந்த மாணிக்கம் மனைவி காவேரி தன் கணவனை டி.சி.எப். ஸ்ரீநிவாஸிடம் பிடித்துக் கொடுக்க ஒத்துக்கொள்கிறார்.

கோழிக்கறியை ஒரு பாத்திரத்தில் எடுத்துக்கொண்டு டேம் முனியப்பன் கோயிலுக்குப் போன நரசையாவும், காவேரியும், மாணிக்கத்துக்கு சிக்னல் கொடுத்தனர். காட்டிலிருந்து வெளியே வந்த நல்லூரரான் மாணிக்கம், கையைக் கழுவிட்டு சாப்பிடத் தொடங்கினார்.

நல்லூரரான் மாணிக்கம் சாப்பிட்டுக் கொண்டிருக்கும்போதே வடக்கும் மேற்கு, கிழக்கு என மூன்று பக்கமிருந்தும் போலீசார் வந்தனர். இதைத் பார்த்த மாணிக்கம் தப்பியோட முயன்றார். மாணிக்கத்தை எப்படிமடக்கிப் பிடிக்கவேண்டும் என போலீசார் நரசையாவிடம் சொல்லிக் கொடுத்திருந்தனர்.

அதன்படி எழுந்து ஓட முயன்ற மாணிக்கத்தின், வலது

பர்கூர் மாடுகள்

காலில் துண்டைப் போட்டுச் சுருட்டிப் பிடித்துக் கொண்டார் நரசையா. எதிர்பாராமல் கால் தடுக்கிக் கீழே விழுந்த மாணிக்கம் எழுவதற்கு முன்பாகவே அதிரடிப்படை வீரர்கள் அவரைக் கைது செய்தனர். செங்கப்பாடி பள்ளிக்கூடத்தில் இருந்த அதிரடிப்படை முகாமுக்குக் கொண்டு வரப்பட்டார்.

வீரப்பன் சொன்னதைக் கேட்காமல். ஒன்பது மணிக்குப் பேருந்தில் ஏறிய நல்லூரான் மாணிக்கம் இரவு பதினோரு மணிக்கெல்லாம் கைதாகி விடுகிறார்.

வீரப்பன் சொன்னபடியே நல்லூரான் மாணிக்கத்திடம் கொடுத்த நூறு ரூபாய் போலீசார் கைக்குப் போனது.

******

73

சிதறியது வீரப்பன் குழு

நல்லூரரான் மாணிக்கத்திடம் மேற்கொண்ட விசாரணையில், வீரப்பன் குழுவில் யார் யார் இருக்கின்றனர், எந்தெந்த இடங்களில் முகாம்கள் உள்ளன. சந்தனக்கட்டைகள் எங்கு இருக்கின்றன என்கிற விவரமெல்லாம் டி.சி.எப். ஸ்ரீநிவாஸுக்குத் தெரிகிறது.

வீரப்பனைப் பிடிக்க தமிழ்நாடு, கர்நாடகம் என இருபக்கமிருந்தும் இரண்டாயிரம் போலீசார் கொண்டுவந்து குவிக்கப்பட்டனர். அதிரடியான தேடுதல் நடவடிக்கைக்கு இருமாநிலப் போலீசும் தயாராயின. போதமலை, பச்சமலை, தேவர்மலை. கத்திரிமலை என நான்கு மலைகளும் சுற்றி வளைக்கப்படுகின்றன.

நல்லூரரான் மாணிக்கம் போலீசில் சிக்குவான். இன்று மதியத்துக்குள் போலீசைக் கூட்டிக்கொண்டு வருவான் என வீரப்பன் எதிர்பார்த்தார்.

அதனால், கோவிந்தன், குருநாதன், அருண்குமார் மூவரையும் கூப்பிட்டு, கைவசம் இருந்த 18 மூட்டை அரிசியை இடம் மாற்றி வைக்கச் சொன்னார். சுண்டா வெள்ளையன், ஒடக்காப்பள்ளம் துரைசாமி, கண்டியார் வீட்டு மாரியப்பன் மூவரையும் போலீசார் வருவர் எனச் சந்தேகப்பட்ட வழிகளில் காவலுக்கு அனுப்புகிறார்.

கோவிந்தபாடியான் சின்னராஜ், காமராஜ்பேட்டை கோவிந்தன், கொடி கோவிந்தராஜ், கொங்குருப்பட்டி மணி, பெருமாள் உள்ளிட்டவர்களை அனுப்பி, சந்தனக்கட்டைகளை வேறு இடத்தில் மாற்றி வைக்கச் சொன்னார். தனது இருப்பிடத்தையும், போதமலையின் மேல் பகுதிக்கு மாற்றலாம் என்றார். நிலைமையை உணர்ந்த கோவிந்தபாடியான் சின்னராஜ் “இந்த மலையிலேயே இருக்கவேண்டாம் மாமா, அடுத்த மலைக்குப் போயிறலாம்” என்றார்.

கொங்குருபட்டி மணி

ஆசாரி குருநாதனுக்குப் பக்கத்து ஊரில் சின்னவீடு இருந்தது, அடிக்கடி அங்கே போய் வருவதற்கு இந்த இடம்தான் வசதியாக இருக்கும். அதை மனதில் வைத்துக்கொண்டு "இந்த இடத்திலேயே இருக்கலாமண்ணா..." என்று குருநாதன் முட்டுக்கட்டை போட்டார். வீரப்பனும் அதை ஏற்றுக்கொண்டார்.

இதன் மூலமாக வீரப்பன் அணி மிகப் பெரிய இழப்பைச் சந்திக்கப் போகிறது என்பது அப்போது அவருக்குத் தெரியவில்லை.

வீரப்பன் எதிர்பார்த்தபடியே மதியம் ஒரு மணிக்குப் போலீசார் போதமலை கணவாய்க்கு வந்து சேர்ந்தனர். அதிரடிப்படைத் தலைவர் டி.சி.எப்.ஸ்ரீநிவாஸ், "எந்தக் காரணம் கொண்டும் வீரப்பன் மீதோ அவருடைய ஆள்கள் மீதோ துப்பாக்கிச் சூடு நடத்தக் கூடாது. உங்கள் உயிருக்கு ஆபத்து என்ற நிலை வந்தால் மட்டுமே சுடலாம். அதுவும், காலைப் பார்த்துத்தான் சுடவேண்டும். ஒவ்வொருவரையும் காயமில்லாமலே கைது செய்யவேண்டும். அல்லது அவர்களாகவே சரணடைய வைக்க வேண்டும்" என்று கண்டிப்பாகக் கூறினார்.

அதிரடிப்படையினருடன் செங்கப்பாடியைச் சேர்ந்த ஊர்ப் பிரமுகர்கள் ஐம்பது பேர் இருந்தனர். வாய்ப்பு கிடைத்தால், இவர்கள் மூலமாக வீரப்பன் கூட்டாளிகளுடன் பேச்சுவார்த்தை நடத்தவும் முடிவு செய்திருந்தார். வீரப்பனின் நடவடிக்கைகளைப் பற்றித் தெரிந்த நல்லூரான் மாதையன், டி.பி. பெருமாள் உள்ளிட்ட சில முக்கியத் தகவலாளிகளும் ஸ்ரீநிவாஸுடன் இருந்தனர்.

நல்லூரான் மாணிக்கம் போதமலையில் இருந்து கிளம்பிய

மறுநாள் காலை, வட்டப்பாறையில் உள்ள மாட்டுப்பட்டியில் மாடு மேய்க்கும் ஒரு பழங்குடிப் பெரியவர் வீரப்பன் தங்கியிருந்த வழியாக நடந்து வந்தார்.

பொரசல்நத்தம் பழங்குடியினர் காலனிக்குப் போகும் வழியில்,வீரப்பன் ஆள்களைப் பார்க்கிறார். அந்தப் பெரியவரைப் பார்த்த வீரப்பன் அவருக்குச் சாப்பாடு போட்டுக் கொடுக்கச் சொல்கிறார். சாப்பாட்டு முடித்த அந்தப் பெரியவருடன் வீரப்பன் இரண்டு மணிநேரம் பேசிக்கொண்டிருந்தார். மதியம் சுமார் 1.30 மணிக்கு பெரியவர் அங்கிருந்து கிளம்பத் தயாரானார்.

கிளம்பும்போது "பெரியவரே சாப்பாட்டுக்குப் பத்தியமெல்லாம் இருக்குதா..? அரிசி, பருப்பு ஏதாவது வேணுன்னா வாங்கிக்கிட்டுப் போங்க...," என்கிறார்.

அரிசி பருப்பெல்லாம் பட்டியில் இருப்பதாகச் சொன்ன பெரியவர், "கொழம்பு தாளிக்கக் கடலை எண்ணெய் மட்டும் இல்லைங்க சாமி..." என்றார்.

வீரப்பனைச் சந்தித்த யாருமே வெறுங்கையோடு போனதில்லை. வந்தவர்களுக்கு ஏதாவது ஒன்றைக் கொடுத்தனுப்புவார். இது கடைசிவரை அவரிடம் மாறாமல் இருந்த வழக்கம்.

பழங்குடிப் பெரியவர் கேட்ட எண்ணெயுடன், ஒரு கிலோ சர்க்கரை, நூறு கிராம் டீதூள், நாலு பாக்கெட் பிஸ்கெட், மிக்ஸர் ஒரு கிலோ, ஒரு முறுக்கு பொட்டலம் எல்லாத்தையும் எடுத்தார். அதையெல்லாம் ஒரு பையில் போட்டு அந்த பெரியவரிடம் கொடுக்கிறார்.

கடலை எண்ணெய் இருந்த பிளாஸ்டிக் கேனைப் இந்தப் பைக்குள் வைக்கவேண்டாம். எண்ணெய் சிந்தி எல்லாப் பொருளும் நனைத்துவிடும். எண்ணெய்க் கேனைத் தனியாகக் கையில புடிச்சுக்கோங்க பெரியவரே... என்று ஒரு லிட்டர் எண்ணெய்க் கேனையும் அந்தப் பெரியவர் கையில் கொடுத்தார்.

வீரப்பன் கொடுத்த பையை வாங்கிய பெரியவர், பெட்சீட்டில் போட்டு மூட்டைகட்டி, முதுகில் மாட்டினார்.

எண்ணெய்க் கேனை ஒரு கையிலும், இன்னொரு கையில் கைத் தடியையும் பிடித்தபடி "போயிட்டு வாறேன் சாமி..." என்று வீரப்பனைப் பார்த்துக் கும்பிடு போட்டு விடைபெற்றார்.

மாதேஸ்வரன் மலையைச் சுற்றிலும் 86 மலைகளும், குன்றுகளும் உள்ளன. இந்த மலை, அதை சுற்றியுள்ள காடுகள், காட்டில் வாழும் மனிதர்கள், விலங்குகள் அனைத்தையும் சிவனின் வடிவமான மாதேஸ்வரனே காத்து வருகிறார் என்று இங்குள்ள மக்கள் நம்புகின்றனர்.

மாட்டுப்பட்டி பெரியவரும், மக்களைக் காக்கும் மாதேஸ்வரனை மனதில் நினைத்துப் பாட்டுப்பாடியபடி பாலாறு நோக்கி நடந்தார். ஒரு கிலோமீட்டர் தூரம் நடந்து போதமலை கணவாயைக் கடந்தார்.

எதிரே கையில் துப்பாக்கியுடன் டி.சி.எப்.ஸ்ரீநிவாஸ் தலைமையிலான நூறு போலீசார் வந்து கொண்டிருந்தனர். மாட்டுப்பட்டிப் பெரியவரை போலீசார் நேருக்கு நேராகச் சந்தித்தனர். முதலில் வந்த டி.சி.எப்.ஸ்ரீநிவாஸ் "எங்கிருந்து வருகிறீர்கள்..? எங்கே போகிறீர்கள்...?" எனப் பெரியவரிடம் விசாரிக்கிறார்.

தன்னுடைய ஊர் பொரசல்நத்தம், நாலு வருஷமா பாலாறு மாட்டுப்பட்டியில் வேலைக்கு இருக்கிறேன். இப்போ வட்டப்பாறை மாட்டுப்பட்டியிலிருந்து வருவதாக அந்தப் பெரியவர் சொல்கிறார். டி.சி.எப். ஸ்ரீநிவாஸுடன் வந்த போலீசார் எல்லோரும் பெரியவரைப் பார்த்துக் கொண்டிருந்தனர்.

சிலர் பக்கத்தில் இருந்த ஓடைக்குள் இறங்கித் தண்ணீர் குடித்தனர். நல்லூரான் மாணிக்கம் மட்டும் பெரியவர் கையில் வைத்திருந்த கடலை எண்ணெய்க் கேனையே வைத்த கண் வாங்காமல் பார்த்துக் கொண்டிருந்தார்.

மாணிக்கம் என்ன செய்கிறார் என்பதைக் கடைக்கண்ணால் பார்த்துக் கொண்டிருந்த எஸ்.ஐ.ஷகீல் அகமதுவும் இதைக் கவனிக்கிறார். நல்லூரான் மாணிக்கம் நெற்றியைச் சுருக்கிச் அந்த எண்ணெய்க் கேனைப் பார்க்கிறார்.

இந்த எண்ணெய்க் கேனுக்கும், மாணிக்கத்துக்கும்

எதோ தொடர்பு உள்ளது என்பதை ஷகீல் அகமது தெரிந்து கொள்கிறார். விடுவிடுவென மாணிக்கம் பக்கம் வந்த ஷகீல் அவனுடைய கன்னத்தில் ஓங்கி ஓர் அறை விடுகிறார்.

"அய்யய்யோ அடிக்காதீங்க. நேத்து காத்தாலே எங்க ஆளுங்க கொளத்தூரிலிருந்து இந்த எண்ணெய்க் கேனை வாங்கிக்கிட்டு வந்தாங்க..." என்ற மாணிக்கம் இரண்டு கன்னத்திலும் கை வைத்துக் கொண்டார். ஷகீல் அகமதுவின் அடுத்த அடி ஆதிவாசிப் பெரியவருக்கு விழுந்தது.

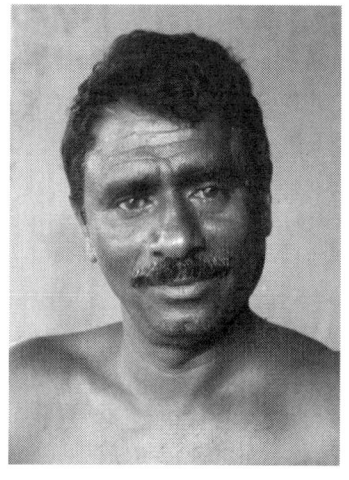

ஊட்டமலை ராமு

முதல் அடியிலேயே வீரப்பன் ஆள்கள் இருக்கும் இடத்தைக் காட்ட அந்தப் பெரியவர் ஒத்துக்கொண்டார். இரண்டாவது அடி கொடுக்க டி.சி.எப்.ஸ்ரீநிவாஸ் அனுமதிக்கவில்லை. பெரியவரை தன் பக்கத்திலேயே இழுத்து வைத்துக் கொள்கிறார். இந்த நேரத்தில் மழைத்தூறல் தொடங்கியது. ஆனாலும், வீரப்பன் இருப்பிடத்தை நோக்கிப் போலீசார் முன்னேறிச் சென்றனர்.

பாலாற்றின் கிழக்குப் பக்கம் இன்னொரு வழியில் நடந்து கொண்டிருந்த வீரப்பன் கூட்டாளிகள் கொளந்தான், ஐயந்துரை, ஓடக்காப்பள்ளம் துரைசாமி உள்ளிட்டவர்கள் போலீசார் போதமலை நோக்கிச் செல்வதைப் பார்த்து விட்டனர். தொலைவிலிருந்தே போலீசார் மீது துப்பாக்கிச் சூடு நடத்தினர். போலீசாரும் பதிலுக்குத் தாக்குதல் நடத்தினர். காடெங்கும் வெடிச்சத்தம் எழும்பியது.

இதனால் வெவ்வேறு இடங்களிலிருந்த வீரப்பன் குழுவினர் எல்லோருமே எச்சரிக்கையடைந்து பாதுகாப்பான இடம் தேடி ஓடத்தொடங்கினர். மாலை நேரம் மழைப் பொழிவும் அதிகமானது. இதற்குள்ளாகத் தமிழ்நாடு சிறப்புப்படைப் போலீசார் கராத்தே கோபாலகிருஷ்ணன்

தலைமையில் போதமலையின் கிழக்கு, வடக்குப் பகுதியிலிருந்த கத்திரிமலையைச் சுற்றி வளைத்தனர்.

மறுநாள் பகல் முழுவதும் மழை விடவில்லை. இதனால், பாலாற்றில் வெள்ளம் கரைபுரண்டு வந்தது. பாலாற்றுக்குத் தென்பக்கம் (தமிழ்நாடு)வீரப்பன் தலைமையிலான ஆள்களும், வடக்குப் பக்கம் (கர்நாடகம்) சந்தனக்கட்டைக்குக் காவலிருந்த கண்டியார் வீட்டுபெருமாள், கோவிந்தபாடியான் சின்னராஜ், கொடி கோவிந்தராஜ், காம்ராஜ்பேட்டை கோவிந்தன், ஊட்டமலை ராமு, பெண்ணாகரம் மாரியப்பன், கொங்குருப்பட்டி மணி உள்ளிட்ட பலரும் சிக்கிக் கொண்டனர். அடுத்த இரண்டு நாளில் கொஞ்சம் கொஞ் சமாக மழை நின்றது.

ஆனாலும், பாலாற்றில் வெள்ளம் குறையவில்லை. ஆற்றின் இருபக்கமும் இருந்த வீரப்பன் ஆள்கள் ஒருவரை ஒருவர் சந்திக்க முடியாமல் போனது.

அந்த வெள்ளத்திலும் வீரப்பன் பதுக்கி வைத்த சந்தனக்கட்டைகள் தண்ணீரில் அடித்துக்கொண்டு போகாமல் பத்திரமாக இருந்தன. போதமலையின் இரண்டு பக்கமும் தமிழ்நாடு-கர்நாடகப் போலீசார் சுற்றி வளைத்த நிலையில் சந்தனக்கட்டைக்குக் காவலிருந்த பத்துக்கும் அதிகமானவர்கள் அங்கிருந்து கத்திரி மலைக்குத் தப்பிச்சென்றனர். மீதமிருந்தவர்கள் எல்லோரும் வீரப்பனுடன் இணைந்தனர்.

போலீசாரின் பிடி இறுகியது. வீரப்பன் அணி சிதறியது.

****

74

வங்கிக் கொள்ளை

போதமலையில் இருந்து தப்பி வந்த காமராஜ்பேட்டை கோவிந்தன், கொங்குருப்பட்டி மணி, கொடி கோவிந்தராஜ், கோவிந்தபாடியான் சின்ராஜ் உள்ளிட்ட ஆறு பேர் கொண்ட ஒரு குழுவினர் கத்திரி மலையில் தங்கினர். சாப்பாட்டுக்குத் தேவையான மளிகைப் பொருள்களை வாங்க முயற்சி செய்து கொண்டிருந்தனர். அவர்களை விட்டுப் பிரிந்த கண்டியார் வீட்டுப் பெருமாள் கோவிந்தபாடியில் இருந்த தன்னுடைய சின்ன வீட்டைப் பார்க்கப் போகிறார்.

காரைக்காடு பக்கமாகப் போகும்போது எதிரில் வனக்காவல் படை எஸ்.பி. கராத்தே கோபாலகிருஷ்ணன் போலீசாருடன் ஜீப்பில் வந்தார். மீண்டும் கிழக்கே போனால் போலீசாரிடம் சிக்கிக்கொள்வோம் எனப் பயந்தார். அங்கிருந்து ஏமனூர் பரிசல்துறைக்குப் போனார். ஆற்றோரமும் சீருடையில்லாத தமிழ்நாடு போலீசார் சுற்றிக் கொண்டிருந்தனர். போலீசாரிடம் இருந்து தப்பிக்க காவிரி ஆற்றைக் கடந்து, தருமபுரி மாவட்டத்துக்குள் செல்கிறார்.

அங்கும் கர்நாடக-தமிழ்நாடு போலீசார் சுற்றிக் கொண்டிருந்தனர். காரத்தே கோபாலகிருஷ்ணன் அடியை நினைத்துப் பயந்த பெருமாள் அங்கிருந்து கொங்குருப்பட்டி காட்டுக்குச் செல்கிறார். அன்று இரவு ஒரு மாட்டுப்பட்டியில் தங்கினார். மறுநாள் காலை, சிகரல்பட்டியில் இருந்து செங்கப்பாடிக்கு யாராவது போவார்கள். அவர்கள் மூலம் தன்னுடைய அம்மாவுக்குத் தகவல் அனுப்பலாம் என்று காத்திருந்தார்.

பெருமாள் எதிர்பார்த்தது போலவே செங்கப்பாடிப்புதூரைச் சேர்ந்த தங்கவேலு வருகிறார். அவரைப் பார்த்த பெருமாள், "எங்க அம்மாவைப் பார்த்து கொஞ்சம் களிக் கிளறி எடுத்துட்டு வரச்சொல்லு..." என்று அம்மாவுக்குத் தூதனுப்பினார்.

போதமலையில் நடந்த தாக்குதலில் வீரப்பன் அணியினர் சிதறி ஓடிவிட்டனர். இனி அவர்களை ஒன்று சேர விடக்கூடாது. ஒவ்வொரு மலைகளுக்கும் இடையில் புகுந்து தொடர்ந்து தேடுதல் வேட்டை நடத்த டி.சி.எப். ஸ்ரீநிவாஸ் ஏற்பாடு செய்கிறார்.

அதே நேரத்தில், உள்ளூர் உளவாளிகளையும், கொஞ்சம் அதிரடிப்படை வீரர்களையும் செங்கப்பாடிக்கு அனுப்பினார். இவர்கள் மூலமாக வீரப்பனுடன் காட்டில் இருக்கும் ஆள்கள் ஒவ்வொருவரின் வீட்டிலும் உள்ளவர்களைக் கண்காணிக்க ஏற்பாடு செய்கிறார்.

கண்டியார் பெருமாள் வீட்டில் டி.சி.எப். ஸ்ரீநிவாஸ் வைத்திருந்த ஆளின் பார்வையில் தங்கவேலு சிக்குகிறார், கொங்குருப்பட்டிக் காட்டில் பெருமாள் மறைந்திருப்பது தெரிகிறது. பெருமாளின் அம்மாவைக் கூட்டிக்கொண்டு கொங்குருப்பட்டிக் காட்டுக்குப்போகிறார். அம்மாவும், மகனும் பேசிக்கொண்டிருக்கும் போதே அவரைச் சுற்றி வளைத்த போலீசார், பெருமாளைக் கைது செய்தனர்.

பெருமாளிடம் விசாரணை நடந்தது. கத்திரிமலையில் மேலும் பத்துபேர் பதுங்கியிருப்பது தெரிகிறது. தனித்திருக்கும் வீரப்பன் ஆள்களின் உறவினர்களிடம் டி.சி.எப்.ஸ்ரீநிவாஸ் பேசுகிறார். உறவினர் மூலமாகவே கோவிந்தபாடியான் சின்னராஜ், ஊட்டமலை ராமு, காமராஜ்பேட்டை கோவிந்தன், கொங்குருப்பட்டி மணி, கொடி கோவிந்தராஜ், தனபால், ஈஸ்வரன் உள்ளிட்ட இருபது பேர் சரணடைந்தனர்.

வீரப்பனுடன் வாழ்ந்தவர்களில் ஒரு சிலர் இப்போதும் உயிருடன் உள்ளனர். டி.சி.எப்.ஸ்ரீநிவாஸ் இல்லாமல் போயிருந்தால் இப்போது யாருமே உயிரோடு இருக்கச் சாத்தியமே இல்லை.

போதமலைக் காட்டில் வீரப்பன் சேமித்து வைத்திருந்த எட்டு டன் சந்தனக் கட்டையையும் தமிழ்நாடு, கர்நாடகப் போலீசார் ஆளுக்குப் பாதியாகப் பிரித்து எடுத்துக்கொண்டு சென்றனர். தன்னுடைய நம்பிக்கைக்குரிய கூட்டாளிகள் பலரும் சிக்க, டி.சி.எப்.ஸ்ரீநிவாஸ்தான் காரணம் என வீரப்பன்

நினைக்கிறார். அவர் மீது கடுமையான கோபம் ஏற்பட்டது. இதற்குப் பதிலடி கொடுக்கும் வகையிலும், தன்னுடைய இழப்புக்கு ஈடு செய்யும் வகையில் ஏதாவது ஒரு வங்கியைக் கொள்ளையடிக்க வீரப்பன் முடிவு செய்கிறார்.

மாதேஸ்வரன் மலைப்பகுதியில் பல வங்கிகள் உள்ளன. ஆனால், அந்த வங்கியில் வீரப்பன் இழந்த சந்தனமரத்துக்கு ஈடு செய்யும் அளவுக்குப் பணம் இருக்காது. அதனால், தருமபுரி மாவட்டம், பெண்ணாகரம் காவல் நிலையத்தில் எதிரில் இருக்கும் இந்தியன் வங்கியில் கொள்ளையடிக்க முடிவு செய்கிறார். பெங்களூரில் இருந்து பீரோ, இரும்பு பெட்டகங்களைக் கரைத்து எடுக்கும் புது கேஸ் வெல்டிங் மெசின் ஒன்றும் விலைக்கு வாங்கி வந்தனர்.

இந்த மெஷின் ஏமனூர் காட்டில் புதைத்து வைக்கப்பட்டது. இந்த வேலைக்காக பெங்களூரிலிருந்து ஒரு வெல்டிங் தொழில் தெரிந்த ஒரு ஆள் வருகிறார். காக்கிச் சட்டையுடன் இருந்த வீரப்பன் குழுவினர், அவர்களிடம் இருந்த துப்பாக்கியை எல்லாம் பார்த்தவருக்கு பயம் பிடித்தது. சொல்லிக் கொள்ளாமல் காட்டிலிருந்து தப்பியோடும் முடிவுக்கு வருகிறார். வீரப்பனுக்கும் இது தெரிகிறது. வெல்டர் தப்பிப் போகாமல் இருக்க அவருக்கு இரண்டு ஆள்கள் பாதுகாப்பு போடப்படுகிறது.

டி.சி.எப்.ஸ்ரீநிவாஸிடம் சரணடைந்த வீரப்பன் கூட்டாளிகளிடம் தமிழ்நாடு போலீசார் விசாரணை மேற்கொண்டனர். அதில், வீரப்பனுக்கு வங்கியில் கொள்ளையடிக்கும் எண்ணம் இருப்பது தெரிகிறது. கர்நாடகாவில் ஏற்கனவே இரு வங்கிகளில் கொள்ளை நடந்துள்ளது. இதை வைத்து வீரப்பன் வங்கியில் கொள்ளையடிக்க முயற்சி செய்யலாம் என்பதை உளவுத்துறைப் போலீசாரும் உணர்ந்திருந்தனர்.

சேலம், தருமபுரி மாவட்ட மலையோர கிராமப் பகுதிகளிலிருந்த தொடக்க வேளாண்மை கூட்டுறவுச் சங்கங்களைப் போலீசார் தொடர்பு கொண்டனர். உங்கள் வங்கியிலும் கொள்ளை முயற்சிகள் நடக்கலாம் என எச்சரிக்கை செய்தனர். தங்கள் வங்கியிலிருந்த தங்க நகைகள்

அனைத்தையும் வேறு வங்கிக்குக் கொண்டுபோக வங்கி நிர்வாகிகள் முடிவு செய்தனர்.

தருமபுரி மாவட்டத்திலேயே காவல் நிலையத்துக்கு நேர் எதிரில் இருப்பது பெண்ணாகரம் இந்தியன் வங்கி. இங்குள்ள லாக்கரில் வைத்தால் நகைகள் பாதுகாப்பாக இருக்கும் என நினைத்தனர். அதிக அளவிலான நகைகள் அங்கே கொண்டுவந்து லாக்கரில் வைக்கப்பட்டன.

பெண்ணாகரம் சுற்றுப்பகுதியில் இருக்கும் எல்லாக் கூட்டுறவு வங்கிகளில் இருக்கும் நகைகளும் இந்தியன் வங்கிக்கு வரும் என்பது வீரப்பனுக்கும் தெரியவில்லை. வீரப்பன் இந்த வங்கியைத்தான் கொள்ளையடிக்க முயற்சி செய்வார் என்பதைக் காவல்துறையும் கணிக்கவில்லை.

பெண்ணாகரம் இந்தியன் வங்கியைக் கொள்ளையடிப்பதின் மூலம் ஒரே கல்லில் இரண்டு மாங்காய் அடிக்க வீரப்பன் முடிவு செய்கிறார். இழந்த பொருளுக்கு இழப்பீடாகப் பணம் எடுப்பது. இரண்டாவது போலீஸ் ஸ்டேஷனுக்கு எதிரிலேயே கொள்ளை நடந்தால் காவல்துறைக்கு இதைவிடப் பெரிய அவமானம் இருக்கப் போவதில்லை. அதற்காகவே காவல் நிலையமும், வங்கியும் அருகருகே இருக்கும் வகையில் இந்த வங்கியைத் தேர்வு செய்தார். இதைக்கூட போலீசாருக்கு சொல்லிவிட்டே செய்யவேண்டும் என முடிவு செய்கிறார்.

அப்போது பெண்ணாகரம் காவல் ஆய்வாளராக இருந்தவர் பழனிசாமி. இவருடைய வீடு ஸ்டேட் பேங்குக்குப் பக்கத்திலிருந்தது, காவல் நிலையம் எதிரிலுள்ள சந்தில் நடந்து போனால், இரண்டு நிமிடத்தில் இன்ஸ்பெக்டர் வீட்டுக்குப் போய்விடலாம்.

இருளப்பட்டிக் காடுகளில் வாழும் இருளர் சமூகத்தைச் சேர்ந்த இருளமுத்து என்ற இளைஞர் வீரப்பனுடன் இருந்தார். வங்கியைக் கொள்ளையடிக்கப் போகும் கடிதத்தை அவரிடம் கொடுத்து அனுப்புகிறார் வீரப்பன்.

இன்ஸ்பெக்டர் வீட்டுக்குப் போன இருளமுத்து இன்ஸ்பெக்டர் மனைவியைப் பார்த்து வீரப்பன் கொடுத்த கடிதத்தைக் கொடுத்துள்ளார். இதைத் தொடர்ந்து இந்தியன்

வங்கி, பாரத ஸ்டேட் வங்கி முன் துப்பாக்கியேந்திய ஆயுதப்படைப் போலீசாரைக் காவலுக்கு நிறுத்தினர்.

இந்தியன் வங்கிக்குப் பின்பக்கம் சந்தைப்பேட்டை உள்ளது. இங்கே ஏராளமான புளியமரங்கள் இருந்தன. கீழே வியாபாரிகள் கடைபோட வசதியாக இரண்டு அடி உயரமுள்ள நிறைய மண் திட்டுகளை அமைத்திருந்தனர். வங்கிக்கு எதிரில் காவல் நிலையத்தின் மேற்குப் பக்கம் இருந்த காலி இடம் புதர் மண்டிக் கிடந்தது. இப்போது அந்த இடத்தில் டி.எஸ்.பி.அலுவலகமும், காவலர் குடியிருப்பும் உள்ளன. அந்த இடத்துக்குப் பின்பக்கம் வீடுகள் எதுவும் இல்லாமல் குடைச் சீத்த மரங்கள் நிறைந்த காடாக இருந்தது. இந்த வழியாகத்தான் வீரப்பன் ஆள்கள் பெண்ணாகரம் வந்துள்ளனர்.

வீரப்பன் வங்கிக் கொள்ளைக்கு கிளம்பிய நேரத்தில் கொளந்தான், ஆசாரி குருநாதன், மாரியப்பன், சேத்துக்குழி கோவிந்தன், சுண்டா வெள்ளையன், குள்ளனூர் சேகர், ஆத்தூர் முருகேசன், இருளமுத்து உள்ளிட்ட ஒன்பதுபேர் மட்டுமே இருந்தனர்.

கூடுதல் ஆள்கள் வேண்டும் என்பதற்காக பெண்ணாகரம் ஒகேனக்கல் சாலையில் உள்ள பன்னப்பட்டி இருளர்

பெண்ணாகரம் காவல் நிலையம்.

இந்தியன் வங்கி

காலனிக்குப் போகிறார். அங்குள்ள பழங்குடி சமூகத்தைச் சேர்ந்த இளைஞர்களுடன் வீரப்பனுக்குப் பழக்கம் உள்ளது. அங்கிருந்து சிலரைத் துணைக்குக் கூட்டிக்கொண்டு வந்தார். அடுத்து, போடூர் காலனி பழங்குடிகள் வசிக்கும் பகுதிக்கும் போகிறார், அங்கும் சிலர் துணைக்கு வருகின்றனர். 3.7.1991 அன்று இரவு இந்தியன் வங்கியில் கொள்ளையடிக்கும் முயற்சியில் வீரப்பன் இறங்கினார்.

இந்தக் கொள்ளை நிகழ்வுக்கு வீரப்பனுடன் சென்ற ஆத்தூர் முருகேசனிடம் பேசினேன். "பெண்ணாகரம் போகும் போதே எங்க கூட இருபது இருளர் பசங்களும் வந்தாங்க. எல்லாருமே கஞ்சா போதையில் இருந்தாங்க. ஊருக்குள்ளே போகும்போதே ட்ரான்ஸ்பார்மர் ஆப் பண்ணிட்டாங்க. பேங்குக்குப் பக்கத்தில் போகும்போதே இருட்டாயிட்டுது. எதுக்காலே இருந்த போலீஸ் ஸ்டேசனைப் போய் பார்த்துட்டுத்தான் பேங்குக்குப் போனாங்க. பேங்குக்கு முன்னாலே போலீஸ் படுத்துக்கிட்டு இருந்திருக்காங்க, இது எங்களுக்குத் தெரியாது. பேங்குக்கு முன்னாலே இருந்த போலீசைப் பார்த்ததுமே எங்க பக்கம் இருந்த ஆளுங்க ஈடு எழுப்பிட்டாங்க.

வெடிச்சத்தம் கேட்டு போலீஸ் ஸ்டேஷனில் இருந்த

ஆத்தூர் முருகேசன்

போலீஸார் வெளியே வந்துட்டாங்க. புடி, புடியின்னு சத்தம் கேட்டுது. யார், யாரைப் புடிச்சாங்கன்னு தெரியலே. பேங்குக்கு முன்னாலே ரோட்டில் வந்துக்கிட்டிருந்த ஒரு போலீஸ் மேலே ஈடு வுழுந்துட்டுது. இந்த அக்கப்போரில், பீரோவை ஒடைக்க வந்த பெங்களூர்காரன் தப்புச்சு ஓடிட்டான். வெல்டிங் மெஷினையும் தூக்கிட்டு வரமுடியலே. எல்லாத்தையும் அப்பிடியே போட்டுட்டு போடூர் மலைக்குப் போனோம். எங்க கூட வந்திருந்த இருளப்பசங்களுக்கு ஆளுக்கு நூறு ரூபாய் பணத்தைக் குடுத்துட்டு நாங்க செங்கப்பாடிக்கு வந்துட்டோம்" என்கிறார்.

இத்தாக்குதல் நடந்தபோது பெண்ணாகரம் காவல் நிலையத்தில் இருந்த கணேசன், உதவி ஆய்வாளராக பணி ஓய்வு பெற்றுள்ளார். அவரிடம் பேசினேன். "சம்பவம் நடந்த அன்றைக்கு நானும் போலீஸ் ஸ்டேஷனில் இருந்தேன். நாகராஜன் அரூர்காரரர். எனக்கு நல்லாத் தெரிஞ்சவர். எங்க ஸ்டேஷன் டிரைவராக டியூட்டி பார்த்துக்கிட்டு இருந்தார். அன்னைக்கு ராத்திரி ரெஸ்ட் ரூமில்தான் படுத்திருந்தார்.

வீரப்பன் கேங் பெண்ணாகரம் பேங்கில் கொள்ளையடிக்க வாய்ப்பிருக்குன்னு ரூமர் இருந்துச்சு. அதனால் தருமபுரியிலிருந்து ஆயுதப்படைப் போலீசார் வருவாங்க. இரவு பத்து மணிக்கு மேலேதான் பெண்ணாகரம் வந்து சேருவாங்க. விடியற்காலை ஆறுமணிக்கு முன்னமே கிளம்பித் தருமபுரிக்குப் போயிருவாங்க. அதனாலே பேங்கில் போலீஸ் காவல் இருக்காங்க என்ற விவரம் பொதுமக்களுக்கே தெரியாது.

அன்றைக்கு ராத்திரி சுமார் 12.00 மணி இருக்கும், திடீர்னு கரண்ட்டு ஆப் ஆயிட்டுது. இந்த மாதிரி நேரத்தில், ஸ்டேஷனில் இருக்கும், ஸ்டோர் ரூமைப் பாதுகாக்க வேண்டியது சென்ரியோட கடமை. உள்ளே துப்பாக்கி, தோட்டா எல்லாம்

இருந்துச்சு. அதனாலே, நான் டக்குன்னு ஸ்டேசனுக்குள்ளே போயிட்டேன். வெளியில் அமைதியாகத்தான் இருந்தது. ஸ்டேஷனில் இருந்த ஒரு லைட்டைப் பொருத்த முயற்சி பண்ணிக்கிட்டு இருந்தேன்.

கொஞ்ச நேரத்துக்குப் பிறகு, ஸ்டேசனுக்கு மேற்காலப் பக்கம் இருக்கும் புளியந்தோப்பு வழியா கிருஷ்ணாபுரம் பகுதியில் இருந்து வீரப்பன் ஆளுங்க வந்திருக்காங்க. எதிரிலிருந்த இந்தியன் பேங்க் வாசலுக்கு லைட் அடிச்சுப் பார்த்திருக்காங்க. அங்கே காவலுக்கு நின்ன ஆயுதப்படை போலீசாரைப் பார்த்துட்டாங்க. போலீசாரும் வீரப்பன் ஆளுங்களைப் பார்த்துட்டாங்க. ஆனால், வீரப்பன் ஆளுங்க எல்லோருமே காக்கி யூனிபார்மில் இருந்ததாலே, போலீசார் கொஞ்சம் குழம்பிப் போயிட்டாங்க.

முதலில் வீரப்பன் தரப்பில் இருந்துதான் ஒரு பயர் ஆயிருக்குது. பேங் வாசல்படியைப் பார்த்துத் துப்பாக்கியால் சுட்டிருக்காங்க. அந்த இடத்தில் காங்கிரீட் எல்லாம் சிதறிப் போயிருந்தது. அடுத்து போலீசார் மேலேயும் சுட்டிருக்காங்க. இதில் சீனிவாசன்னு ஒருத்தருக்குப் பலமான காயம் ஏற்பட்டிருச்சு. அங்கிருந்த போலீசார் எதிர்த்துச் சுடுவதற்கு ஏற்ற மாதிரி எந்தப் பாதுகாப்பும் இல்ல. அதனாலே, எல்லோரும் பேங்குக்குப் பின்னாலே இருந்த சந்தைப் பேட்டைக்குள்ளே பூந்து ஓடிட்டாங்க.

இந்தச் சத்தம் கேட்டு ரெஸ்ட் ரூமில் படுத்திருந்த நாகராஜ் (PC-1307) வேகமா எந்திருச்சு ரோட்டுக்குப் போயிட்டார். பேங் வாசலிலிருந்து போலீஸ் ஸ்டேஷன் பக்கம் வீரப்பன் ஆள் ஒருத்தன் வந்துக்கிட்டிருந்தான். அவன் இடுப்பில் கையைப் போட்டுப் புடிச்சுக்கிட்டார். அவனாலே தப்பிச்சுப் போக முடியலே. பேங்குக்கு பின்னாலே போன போலீசார் பாதுகாப்பான இடம் கிடைச்சதும், வீரப்பன் ஆளுங்க மேலே திருப்பிச் சுட ஆரம்பிச்சுட்டாங்க.

வீரப்பன் ஆளுங்க எல்லோரும் வந்த வழியாகவே தப்பிப்போக முயற்சி பண்ணியிருக்காங்க. அப்போ, நாகராஜ்கிட்டே சிக்கிய ஒருத்தனாலே தப்பிப்போக முடியல. இதைப் பார்த்துட்டு வீரப்பனோ இல்லே வீரப்பனுடைய

ஆளோ யாரோ ஒருத்தன் நாகராஜ் வயித்துலேயே சுட்டுட்டான். அடிபட்டுக் கீழே விழுந்த நாகராஜுக்கு அந்த இடத்திலேயே குடலெல்லாம் வெளியே வந்துட்டுது.

தொடர்ந்து நாலஞ்சு தடவை துப்பாக்கிச் சத்தம் கேட்டதும், அக்கம் பக்கம் இருந்த பொதுமக்கள் எல்லாம் எழுந்து ஆளுக்கு ஒரு பக்கம் சத்தம் போட்டுக்கிட்டே ரோட்டுக்கு வந்துட்டாங்க. ஜனங்கள் கூட்டம் அதிகமானதாலே வீரப்பன் ஆளுங்க தப்பிப் போயிட்டாங்க" என்றார். *(பெண்ணாகரம் காவல் நிலைய வழக்கு எண் :Gr. No. 635/1991)*

போதமலை ஆபரேஷனுக்குப் பிறகு வீரப்பனுடன் இருந்த கண்டியார் பெருமாள், கொடி கோவிந்தராஜ், பொன்னாச்சி கணேஷ், கோட்டையூர் மாரிமுத்து, காமராஜ்பேட்டை கோவிந்தன், புதூர் மாணிக்கம், சின்னக்குஞ்சி, கொங்குருப்பட்டி மணி, புதூர் மாதேஷ், கோவிந்தபாடியான் சின்னராஜ், தனபால் நாயக், கெஞ்சான், ஊட்டமலை ராமு, பொன்னி மாதையன், பீக்கிரி முத்து, ஈஸ்வரன், செட்டிப்பட்டி ஐயந்துரை, பொரசல் நத்தம் மாதேவப்பா என்கிற மீசைக்கார மாதேஷ் உள்ளிட்ட 21 பேருமே இரண்டு மாத இடைவெளியில் டி.சி.எப்.ஸ்ரீநிவாஸ் அவர்களிடம் சரணடைந்தனர்.

சரணடைந்தோர் மீது வழக்குப் போட்டு சிறைக்கு அனுப்பவில்லை. தன்னுடைய பாதுகாப்பிலேயே வைத்திருந்தார். வீரப்பனுடன் தொடர்பிலிருந்த பலரையும் பிடித்து விசாரித்தார். இனிமேல் சட்டத்துக்கு எதிரான வேலைகளை எல்லாம் செய்யக்கூடாது என்று எச்சரித்தார். வீரப்பனுடன் தொடர்பிலிருந்தவர்கள் என்று சந்தேகப்பட்டியலில் இருந்த யாரையும் ஊரைவிட்டு வெளியே விடவில்லை. எல்லோரையும் தன்னுடைய கண்காணிப்பிலேயே வைத்துக் கொண்டார்.

தன்னுடன் இருந்த ஆள்களைப் பிடித்த டி.சி.எப்.ஸ்ரீநிவாஸ் அவர்களை அடிக்கவில்லை. உதைக்கவில்லை. நீதிமன்றத்தில் ஒப்படைக்கவில்லை. நாம் வெளியே போனாலும் இப்படிதான் நடந்து கொள்வார் என வீரப்பன் நம்பவேண்டும் என நினைத்தார். அதற்காகவே சட்டங்களை மீறியும் வீரப்பன் ஆதரவாளர்களுக்கு சில உதவிகள் செய்து வந்தார்.

வீரப்பனுடன் இருந்தவர்கள் எல்லோருமே கடினமான

உழைப்பாளிகள். எந்த நேரமும் காட்டில் சுற்றிக்கொண்டே இருந்தவர்கள். இவ்வளவு ஆள்களை வேலையில்லாமல் வைத்திருப்பதும் ஏதாவது ஓர் ஆபத்தில் முடியும். அதனால், எல்லோருக்கும் வேலை கொடுக்க முடிவெடுத்தார்.

செங்கப்பாடி மாரியம்மன் கோயிலைக் கட்டி முடித்து கும்பாபிஷேகம் செய்யவேண்டும் என ஊர் மக்கள் முடிவு செய்திருந்தனர். தினேஷ் கொலை செய்யப்பட்டதால் இந்த வேலையைச் செய்ய முடியாமல் போனது. ஊர் மக்களுக்கு இது ஒரு பெரும் குறையாக இருந்தது. அதைச் செய்து முடிக்க டி.சி.எப்.ஸ்ரீநிவாஸ் முடிவெடுத்தார், ஊர் மக்களைக் கூப்பிட்டுப் பேசினார். கோயில் கட்டி முடிக்க எல்லோரும் ஒத்துக்கொண்டனர், நிதி உதவியும் செய்தனர்.

மணல், செங்கல் எனக் கட்டுமானப் பொருள்கள் வந்தன. தன்னுடன் இருந்த ஆள்களைக் கொண்டே வேலையைத் தொடங்கினார். அத்தோடு, உள்ளூர் மக்களின் அவசியமான தேவைகளைப் பூர்த்தி செய்து வந்துள்ளார்.

சொந்த வீடு இல்லாமல் இருந்த பலருக்கு இலவச வீட்டு மனைகளை ஒதுக்கிக் கொடுத்தார். இரண்டு தெரு மட்டுமே இருந்த செங்கப்பாடியில் புதிதாக ஐம்பது வீடுகள் கட்டும் அளவுக்கு இடங்களைப் பிரித்துக் கொடுத்தார்.

இந்த நேரத்தில் தமிழ்நாடு வனக்காவல் படை எஸ்.பி.கராத்தே கோபாலகிருஷ்ணன் மீது பல குற்றச்சாட்டுகள் எழுந்தன. இதையடுத்து, அவர் விழுப்புரம் மாவட்ட காவல் கண்காணிப்பாளராக அனுப்பப்படுகிறார்.

******

75

ஸ்ரீநிவாஸ்-ஹரிகிருஷ்ணா மோதல்

டி.சி.எப்.ஸ்ரீநிவாஸ் பற்றி அவருடைய ஜீப் ஓட்டுநரான ராமு, "டி.சி.எப் சாய்ப்ருக்கு ரொம்பவும் இளகிய மனசுங்க. காட்டில வேட்டையாடின ஆளுங்களை கார்டு, வாட்சர் புடிச்சுட்டு வந்திருவாங்க. உடனே அந்த ஆளைக் கூப்பிட்டு எதுக்கு வேட்டைக்குப் போனே...? உன் அப்பா என்ன செய்யறார்...? உனக்குக் கல்யாணம் ஆயிருச்சா...? கொழந்தைங்க எத்தனை இருக்குன்னு...? விசாரிப்பார்.

இந்த மாதிரி ஆளுங்களை அடிக்காதீங்க. வேட்டையாடறது தப்புன்னு இவங்களுக்குத் தெரியாது, சாப்பாட்டுக்கு வேற வழி இல்லாததாலே வேட்டைக்குப் போறான். இவனுக்கு நாமதான் வேட்டை செய்யறது தப்புன்னு சொல்லிப் புரிய வைக்கணும்...."ன்னு எங்க டிபார்ட்மெண்ட் ஆளுங்ககிட்டே சொல்லுவார்.

நாங்க காட்டுக்குள்ளே கோம்பிங் ஆப்ரேஷன் போய்க்கிட்டு இருப்போம். அப்போ மாட்டுப்பட்டியில் இருக்கும் நாய்களெல்லாம் நாங்க வேட்டைக்குப் போறதா நெனச்சுட்டு எங்க பின்னாலேயே வரும். நாங்க சாப்பிடும்போது, எத்தனை நாய் இருந்தாலும் எல்லா நாய்க்கும் சாப்பாடு குடுத்துட்டுத்தான் சாய்ப்ரு சாப்புடுவார். யாரைப் பார்த்தாலும் "சாப்டாச்சா..."ன்னு தான் மொதல்லே கேட்பார். எங்களுக்குச் சாப்பாடு செய்யும்போதே பத்துபேருக்கு சேர்த்துத்தான் செய்வாங்க. அவரைப் பார்க்க வந்த யாரையும் சாப்பிடம அனுப்பமாட்டார்.

எங்ககிட்டே ஒரு ஜீப், ஒரு வேன், டி.சி.எப் சாய்ப்ருவின் சொந்தக் கார் என மொத்தம் மூனு வண்டி இருந்துச்சு. ஒருநாள் நாங்க எல்லோரும் ஸ்கூல் பக்கம் இருந்த கேம்பில் படுத்திருந்தோம். ராத்திரி பன்னிரண்டு மணிக்கு மேலே இருக்கும் பஞ்சாயத்துத் தலைவர் தம்பி கருணாங்கிறவர் ஓடியாந்தார்.

"என் பொண்டாட்டிக்குப் பிரசவ வலி வந்துட்டுது. ஆஸ்பத்திரிக்குப் போக வழியில்லை..."ன்னு சாய்ப்ருகிட்டே சொன்னார்.

உடனே டி.சி.எப் சாய்புரு, "நம்ம வண்டியை எடுத்திட்டுப் போங்க, டெலிவரி முடுஞ்ச பின்னாலேதான் வரணு..."ன்னு எங்ககிட்டே சொல்லிட்டார்.

உடனே ஜீப்பை எடுத்துக்கிட்டு கொளத்தூர் ராமு டாக்டர் ஆஸ்பத்திரிக்குக் கூட்டிட்டுப் போனோம். காலையிலே அந்தப் பெண்ணுக்குக் குழந்தை பொறந்த பின்னாலேதான் நான் ஊருக்குத் திரும்பி வந்தேன்.

அதுக்குப் பிறகு டி.சி.எப் சாய்ப்ரு இருந்தாலும் இல்லேன்னாலும் யாருக்காவது உடம்புக்கு சரியில்லையின்னு தெரிஞ்சா நானே வண்டியை எடுத்துட்டுப் போவேன். கொளத்தூர் ராமு டாக்டர்கிட்டே விட்டுட்டு, டி.சி.எப் சாய்ப்ரு பேரைச் சொல்லிட்டு வந்துருவோன். அவரும் நான் கூட்டிட்டுபோன ஆளுங்களுக்கு செலவான கணக்கைத் தனியா எழுதி வச்சிருவார்.

பாம்பு கடிச்சது, மருந்து குடுச்சது, பிரசவம் பார்க்கவும் ஒரு நூறு பேருக்கும் மேலே நான் கொளத்தூருக்குக் கூட்டிட்டுப் போய் டாக்டர்கிட்டே விட்டுருக்கேன்" என்கிறார்.

இதுதவிர செங்கப்பாடி மாரியம்மன் கோயில் அருகில் ஒரு ஹோமியோபதி மருத்துவமனை ஒன்றையும் தொடங்கினார். அங்குள்ள மக்களுக்கு பொதுவான நோய்களுக்கு டி.சி.எப். ஸ்ரீநிவாஸ் அவர்களே இலவசமாக மருத்துவமும் பார்த்தார். மாலை நேரங்களில், பள்ளி மாணவர்களுக்கு வகுப்பெடுத்தார். வனத்துறை அமைச்சரை அழைத்து வந்து, ஊர் மக்களுக்குப் புதிய தொழில்கள் தொடங்க வசதி செய்து தரவேண்டும் என்ற கோரிக்கையும் வைத்தார். அதற்கான வேலைகளும் தொடங்கினார்.

கோலார் தங்கவயல் காவல்துறை கண்காணிப்பாளராக இருந்தவர் ஹரிகிருஷ்ணா. இவர் வீரப்பனைப் பிடிக்கவேண்டும் என்ற நோக்கத்தில் சிறப்பு அதிரடிப்படைக்கு வருகிறார். 1977 கர்நாடக மாநில குரூப்-1 தேர்வில் வெற்றி பெற்ற

இவர் DySP. யாகப் பணியில் சேர்கிறார். குல்பர்க்காவில் பயிற்சி பெற்றவர், கோலார் தங்கவயல் மாவட்டத்தில் பல இடங்களில் பணியாற்றி, பெங்களூர் மாநகரக் காவல்துறையில் ஹலசூர் உதவி ஆணையாளராகவும் இருந்தவர்.

1991 இல் பதவி உயர்வு பெற்று கர்நாடக STF க்கு வருகிறார். எளிதில் உணர்ச்சி வசப்படுவார். மற்றவர்கள் கருத்துக்கு மதிப்புக் கொடுக்க மாட்டார், யாருடனும் இணக்கமாகப் பழகாதவர், அவசர அவசரமாக முடிவெடுக்கும் வழக்கமுடையவர். ஆனாலும் அடுத்தவன் காசுக்கு ஆசைப்படாதவர்.

இதே நேரத்தில், மைசூரில் உள்ள லஸ்கர் காவல் நிலையத்தில் உதவி ஆய்வாளராக இருந்த ஷகீல் அகமது என்பவரும் STFக்கு வர விருப்ப மனு கொடுக்கிறார். இவருடைய அப்பா அப்துல் கரீம். இவர் காவல் துறையில் டி.எஸ்.பி.யாக இருந்தவர். நேர்மையான அதிகாரியான ஷகீல் அகமது அடிக்கு அடியே தீர்வு என்ற கோட்பாட்டைக் கொண்டவர், மாதேஸ்வரன் மலை காவல் நிலைய உதவி ஆய்வாளராக வருகிறார். எஸ்.பி.ஹரிகிருஷ்ணாவும் இதே மனநிலையில் இருந்தவர். அதனால், இருவரும் நேர்க்கோட்டில் இணைந்து செ(நி)ன்றனர்.

ஆனால், காந்தியவாதியாக இருந்த டி.சி.எப்.ஸ்ரீநிவாஸ், "மறப்போம், மன்னிப்போம்..." என்ற கோட்பாட்டைக் கொண்டிருந்தார். வீரப்பன் விவகாரத்தில் உங்களுடைய பார்வை தவறானது. எங்களுடைய போலீஸ் நடவடிக்கைகள் மூலம்தான் வீரப்பனை வீழ்த்த முடியும். நாங்கள் காட்டுக்குள் போக நீங்கள் அனுமதிக்கவேண்டும் என்று ஹரிகிருஷ்ணாவும், ஷகீல் அகமதுவும் வாதம் செய்தனர். இதற்கு டி.சி.எப். ஸ்ரீநிவாஸ் அனுமதி கொடுக்கவில்லை.

"உங்களின் துப்பாக்கிக்கு இங்கே வேலையில்லை. அகிம்சையே என் ஆயுதம். இந்த ஆயுதம் மூலமே நான் வீரப்பனை வெளியே கொண்டு வருவேன்" என்றார்.

போகப் போக இருவருக்கும் கருத்து மோதல்கள் அதிகரித்தன. ஆனாலும் டி.சி.எப்.ஸ்ரீநிவாஸ் தான் கொண்ட காந்தியக் கொள்கையிலிருந்து பின் வாங்கவில்லை.

வீரப்பனைச் சரணடைய வைக்க வேண்டுமென்பதே

டி.சி.எப்.ஸ்ரீநிவாஸின் நோக்கம். அதனால், காட்டுக்குள் தேடுதல் வேட்டைக்குப் போவதை விரும்ப மாட்டார். பெரும்பாலான நேரம் செங்கப்பாடியிலேயே இருந்தார். ஆனால் மாதேஸ்வரன் மலை எஸ்.ஐ. ஷகீல் அகமது வீரப்பன் எங்கே இருக்கிறார்...? என்ன செய்து கொண்டிருக்கிறார்...? என்று தன்னுடைய உளவாளிகள் மூலம் விசாரணை செய்துள்ளார். வீரப்பன் செங்கப்பாடியைச் சுற்றியுள்ள காடுகளில்தான் இருக்கிறார் என்று ஷகீல் அகமதுக்குத் தெரியவருகிறது. ஆனாலும், போலீஸ்படை காட்டுக்குள் போக டி.சி.எப்.ஸ்ரீநிவாஸ் அனுமதிக்க மாட்டார்.

பிரச்சனை அதிரடிப்படையின் தலைவராக இருந்த கே.யூ.ஷெட்டியின் கவனத்துக்குப் போகிறது. இதுகுறித்து அப்போது, அதிரடிப்படையில் உதவி ஆய்வாளராக இருந்த டைகர் அசோக்குமார் “போதமலை நடவடிக்கைக்குப் பிறகு, வீரப்பன் ஆள்கள் பலர் ஸ்ரீநிவாஸ் சாரிடம் சரண்டர் ஆயிட்டாங்க. இந்தச் செய்தி போலீஸ் டிபார்ட்மெண்டுக்கே தெரியாமத்தான் வச்சிருந்தார். அந்த 21 ஆளுங்களும் தனியா ஒரு மாட்டுக் கொட்டாயிலே தங்கிட்டு இருந்தாங்க.

அதில், ஆறு பேர் எஸ்.ஐ. தினேஷ் மர்டர் கேஸில் தொடர்புடையவங்க. *FIR* இல் கூட அந்த ஆறுபேர் பெயரும் இருந்துச்சு, அவங்க டி.சி.எப்.ஸ்ரீநிவாஸ் சார் கஸ்டடியில் இருந்தாங்க. இது சட்டப்படி அப்பன்ஸ், போலீஸ் தேடும் ஓர் ஆளைப் பாதுகாப்பில் வைத்திருக்கக் கூடாது. டி.சி.எப். ஸ்ரீநிவாஸிடம் 120,*b Act* படி நான் விசாரணை செய்வேன். தேவைப்பட்டால், அவரை அரெஸ்ட் செய்வேன்னு...” ஷகீல் அகமது சொல்லிக்கிட்டிருந்தார்.

அடுத்த மாதம் மீட்டிங் நடந்துச்சு, அப்போ டி.சி.எப். ஸ்ரீநிவாஸ் சார் செய்கிறது சரியில்லேன்னு ஷகீல் அகமது வெளிப்படையாகவே பேசினார். ஹரிகிருஷ்ணா சார் ஷகீல் அகமதுவுக்கு ஆதரவாக இருந்தார், ஐ.ஜி. கே.யூ.ஷெட்டி சார் எல்லாத்தையும் பொறுமையாகக் கேட்டார்.

“நீங்க (போலீஸ்) எவ்வளவு முயற்சி எடுத்தும் வீரப்பன் கேங் ஆளுங்க ஒருத்தனைக் கூடப் பிடிக்க முடியலே. பட், ஸ்ரீநிவாஸ் 21 ஆளுங்களை சரண்டர் பண்ணியிருக்கிறார். இது பெரிய

ஓர்க். இப்போது நடக்கிற மாதிரியே நீங்க காட்டுக்குள்ளே பாலோ அப் பண்ணுங்க. ஸ்ரீநிவாஸ் ஊருக்குள்ளே இருந்து வேலை செய்யட்டும்..."ன்னு சொல்லி எல்லோரையும் சமாதானம் செஞ்சுட்டுப் போயிட்டார்.

ஆனாலும், இந்தப் பிரச்சனை ஸ்மூத்தா ஆகல. எஸ்.பி.ஹரிகிருஷ்ணா சார் ஆர்டர் மேலே ஸ்ரீநிவாஸ் சார்க்கு ஒரு ஏ.கே.47-ரைபிள், *9.mm* பிஸ்டல் முப்பது ரவுண்டு தோட்டா எல்லாம் குடுத்திருந்தாங்க. இந்த வெப்பன்ஸ் எல்லாம் திருப்பி ஒப்படைக்கும்படி நோட்டீஸ் கொடுத்துட்டார். அப்போது நானும் கூடப்போயிருந்தேன், நோட்டீஸ் பார்த்ததும் ஸ்ரீநிவாஸ் கண் கலங்கிட்டார்.

உடனே தன் கையிலிருந்த ஏ.கே.-47 ரைபிளை ஷகீல் அகமதுவிடம் குடுத்துட்டார். இன்னொரு *9.mm* பிஸ்டலைத் தேடினார், அவர் வச்ச எடத்துலே அது இல்லே. வேறே ஒரு இடத்தில் வீரப்பன் கேங்கில் இருந்த வந்து சரண்டரான ஓர் ஆள் பிஸ்டலை எடுத்து வச்சிருந்தான். இது ஸ்ரீநிவாஸ் சாரை இன்னும் டென்ஷன் ஆக்கிட்டுது" என்கிறார்.

"குற்றவாளிகளைப் பக்கத்தில் வைத்திருக்கக் கூடாது" என்று ஷகீல் அகமது சொன்னதை உறுதிப்படுத்தும் வகையில் மற்றொரு சம்பவம் நிகழ்ந்துள்ளது. இதைப்பற்றி ஓட்டுநர் ராமு சொல்கிறார்.

டைகர் அசோக்குமார்

"மயிலைமலைக்கு மேலே மூங்கில் மடுவுன்னு ஒரு இடம் இருக்குது, அங்கே வீரப்பன் கேம்ப் போட்டுத் தங்கியிருந்தான். அந்த எடத்துக்கு நாங்க ரைடு போனோம், கேங் எஸ்கேப் ஆயிட்டுது. அங்கே ஒரு புது மெரிட் தையல் மெஷின் இருந்துச்சு. அதுக்கு பக்கத்திலேயே இருபது காக்கிப் பேண்டு, சட்டை

எல்லாம் தச்சு ரெடியா வச்சிருந்தாங்க. அதையெல்லாம் எடுத்துட்டு வந்து எங்க கேம்பில் பாதுகாப்பாக வச்சிருந்தோம்.

டி.சி.எப்.சாய்ப்ருகிட்டே சரண்டராகி இருந்த வீரப்பன் ஆளுங்களில் காக்காயி கோயிந்தன்னு ஒருத்தன் இருந்தான். அவன் இங்கிருந்து தப்பித்து மீண்டும் வீரப்பன்கிட்டே போகத்திட்டம் போட்டிருக்கான். இதை அங்கிருந்த அவனோட பிரண்ட்ஸ்கிட்டே சொல்லியிருக்கான். ஈஸ்வரன், கொடி கோவிந்தராஜ், பொன்னாச்சி கணேஷ், கலக்கம்பாடி மாதேஷ் நாலுபேரும் நாங்களும் உன்கூட வர்றோம்னு சொல்லியிருக்காங்க. காட்டுக்குள்ளே போன காக்கி யூனிபாம் வேணும் இல்லையா. அதுக்காக மயிலைமலையில் இருந்து எடுத்துட்டு வந்திருந்த காக்கிப் பேண்ட், சட்டையிலிருந்து அஞ்சு செட் டிரஸ் எடுத்துட்டுப்போய் வீரப்பன் காட்டிலே இருந்த மோட்டார் ஷெட்டில் ஒளிய வச்சுட்டு வந்துட்டாங்க.

ரெண்டு நாள் போனதும், கலக்கம்பாடி மாதேஷ் கொஞ்சம் வித்தியாசமா நடந்திருக்கான். டி.சி.எப்.சாய்ப்ரு கூப்பிட்டு “என்னன்னு...?” கேட்டார். அவன் எல்லாத்தையும் சொல்லிட்டான்.

அந்தநேரத்தில், ஐ.ஜி கே.யூ.ஷெட்டி சாய்ப்ரு ட்ரான்ஸ்பர் ஆயிட்டார். அந்த எடத்துக்குப் புது ஐ.ஜி. மடியாள் சாய்ப்ரு வந்துட்டார். அவரு காதுக்கு இந்த நியூஸ் போயிட்டுது. “இவங்களை இனிமேல் வச்சிருக்க வேண்டாம். உங்க உயிருக்கே ஆபத்தாயிடும்”ன்னு சொல்லிட்டார். பின்னாலே எல்லோரையும் கூட்டிட்டுப்போயி மலை (மாதேஸ்வரன் மலை) ஸ்டேசன்லே விட்டோம். அவங்கமேலே ஷகீல் அகமது ஒரு கேஸ் போட்டு மைசூர் ஜெயிலுக்குக் கூட்டிட்டுப் போயிட்டார்.” என்றார்.

****

76

அர்ஜுனனுக்கு ஜாமீன்

வீரப்பனுடன் இருந்த பழைய கூட்டாளிகளை நல்லபடியாக நடத்துவதன் மூலம் வீரப்பனும் தைரியமாய் வெளியில் வர விரும்புவார். மற்றவர்களைப் போலவே தன்னையும் நடத்துவார் என நம்புவார். சுமுகமாகச் சரணடையும் மனநிலைக்கு வீரப்பன் வருவார் என டி.சி.எப்.ஸ்ரீநிவாஸ் எதிர்பார்த்தார். அதற்கான சில வேலைகளையும் செய்து வந்தார்.

தன்னிடம் சரணடைந்த 21 பேரும் சிறைக்குச் சென்ற பிறகும் கூட இந்த நம்பிக்கையைக் கை விடாமல் இருந்துள்ளார். இதைப் பற்றி ஓட்டுநர் ராமு சொல்வதைக் கேட்போம்.

“வீரப்பனுடைய அண்ணன் கூசமாதையன், தம்பி அர்ஜுனன், மாரியம்மாள் வீட்டுக்காரன் அர்ஜுனன் எல்லோர் மேலேயும் மர்டர் கேஸ் இருந்துச்சு. அவங்க எல்லாம் மைசூர் ஜெயிலில் இருந்தாங்க. ஒரு வாரம் விட்டு ஒரு வாரம் சாய்ப்ரு ஜெயிலுக்குப் போயிருவார். சரணடைந்த 21 பேரையும் பார்த்திட்டு வருவார். அப்படிப் போகும்போது, அர்ஜுனனையும் பார்த்துப் பேசுவார். அவனுக்குத் தேவையான பொருள்கள் எல்லாம் வாங்கிக் குடுத்துட்டும் இருந்தார்.

“நானும், எங்க அண்ணனும் தப்பு பண்ணிட்டோம் சார். ஆளுக்குப் பத்து ஏக்கர் காடு, கிணறு, சொந்த வீடு, காடு நிறையத் தென்னை மரமெல்லாம் இருக்கு. ஒழுங்கா விவசாயத்தைப் பார்த்துக்கிட்டு ஊரில் நல்லபடியா மரியாதையோடு வாழ்ந்துக்கிட்டு இருந்திருக்கலாம். அடுத்தவங்க பேச்சைக் கேட்டுக்கிட்டு போனது தப்பாப் போயிடுச்சு. இப்போ காட்டுக்குள்ள ஒளிஞ்சுக்கிட்டு வாழ வேண்டியதாப் போயிட்டுது.

நான் வெளிய வந்ததும், எங்க அண்ணனைச் சந்தித்துப் பேசி, சமாதானம் செஞ்சி அவனை வெளிய கூட்டிக்கிட்டு வந்து

உங்ககிட்டே சரண்டர் செய்கிறேன்..."னு அர்ஜுனன் பலமுறைச் சொன்னான். இதை டி.சி.எப்.சாய்ப்ரு உண்மையின்னு நம்பிட்டார். வக்கீல் மல்லிகார்ஜுனையாவுக்கு ஐயாயிரம் பீஸ் கொடுத்து அர்ஜுனனைப் பெயிலில் வெளியே கூட்டிக்கிட்டு வந்தார்" என்கிறார்.

ஜீப் ஓட்டுநர் ராமு

ஒரு காலத்தில் அர்ஜுனன் சொன்னதை எல்லாம் வீரப்பன் கேட்டு நடந்ததும் உண்டு. அதனால், அர்ஜுனன் சொல்வதை ஸ்ரீநிவாஸ் நம்பினார். அர்ஜுனனை வெளியே கொண்டு வந்தார். காட்டிலிருந்த வீரப்பனைச் சந்திக்க அர்ஜுனனுக்குத் தேவையான உதவியும் செய்துள்ளார்.

அதே நேரத்தில், கர்நாடக மற்றும் தமிழ்நாட்டுப் போலீசார் அர்ஜுனனுக்குச் சில கட்டுப்பாடுகளை விதித்தனர். வீரப்பனுடன் தொடர்புகொள்ள முடியாத வகையில் அர்ஜுனனின் நடவடிக்கைகளைக் கண்காணித்தனர். அர்ஜுனனுக்குச் சொந்தமான நிலத்தில் விவசாயம் செய்யவும் போலீசார் விடவில்லை. மணியக்காரரர் தோட்டத்திலிருந்த வீடு, கோயில், கிணறு அனைத்தையும் தினேஷ் அடித்து உடைத்துப் போட்டுவிட்டுப் போயிருந்தார்.

இரவு நேரங்களில் படுத்துத் தூங்கக்கூட வீடில்லாமல் அர்ஜுனன் சிரமப்பட்டார். நீதிமன்றச் செலவுகள், போக்குவரத்துச் செலவுகள் என அர்ஜுனனுக்குப் பணப் பற்றாக்குறையும் ஏற்பட்டது.

கர்நாடக வனத்துறை, வனக் குற்றத்தடுப்புக் காவல்துறை, கர்நாடக வனத்துறையின் வேட்டைத் தடுப்புப் பிரிவு, மாதேஸ்வரன் மலை போலீசார், தமிழ்நாடு சிறப்புக்காவல் படைப் போலீசார், தமிழ்நாடு வனக் குற்றத்தடுப்புப் பிரிவு போலீசார், தமிழ்நாடு வனத்துறையினர் என ஒவ்வொருவரும் மாறிமாறி அர்ஜுனனை விசாரணைக்குக் கூப்பிட்டனர்.

ஒவ்வொரு வாரமும், சேலம் அம்மாபேட்டையிலிருந்த பாரஸ்ட் செல் C.I.D அலுவலகத்தில் நிபந்தனைக் கையெழுத்துப் போடவேண்டியிருந்தது. போலீசாரின் தீவிரக் கண்காணிப்புக்கு ஆளான அர்ஜுனனால் எந்த வேலையும் செய்ய முடியவில்லை. நாம் திருந்தி வாழலாம் என்று முடிவு செய்தாலும் இந்த அரசும், அதன் கீழுள்ள காவல்துறையும் நம்மை வாழ விடமாட்டார்கள் என நினைக்கிறார்.

திருந்தி வாழ்கிறேன் என்ற பெயரில், இப்படி நிம்மதியில்லாமல், வெளியில் சுற்றுவதை விடவும் காட்டுக்குள்ளேயே இருப்பது நல்லது என்ற முடிவுக்கும் வருகிறார்.

அர்ஜுனனை விசாரித்த அதிகாரிகளும், கண்காணிக்கும் போலீஸ் அதிகாரிகளும், "நீயும், உங்க அண்ணனும் ஸ்ரீநிவாஸ் சார் பேச்சைக் கேட்டு நடப்பதுதான் நல்லது...." என்றே சொல்லியுள்ளனர். இதை வைத்தே இதற்கெல்லாம் மூலகாரணமாக இருப்பது டி.சி.எப். ஸ்ரீநிவாஸ் என்று அர்ஜுனன் நினைக்கிறார்.

வீரப்பன் குடும்பத்தினரிடமும் சரி, செங்கப்பாடியில் வாழ்ந்த பொதுமக்களிடமும் சரி டி.சி.எப். ஸ்ரீநிவாஸ் மனிதாபிமானம் மிக்கவராகவே நடந்துள்ளார். மற்ற காவல்துறை அதிகாரிகளைப் போல சட்டத்தை மீறியும் நடக்கவில்லை. வீரப்பனைப் பிடித்து தண்டனை வாங்கிக் கொடுக்கவேண்டும் என்ற நோக்கிலோ, வீரப்பனைக் கைது செய்து சிறையில் போட்டு விட்டால் போதும் நம்முடைய வேலை முடியும் என்ற எண்ணத்தில் அவர் செயல்பட்டதாகத் தெரியவில்லை.

மாறாக, வீரப்பனைச் சரணடைய வைத்து, அவனை யானை வேட்டை, சந்தனக்கட்டை கடத்தலிலிருந்து தடுத்து நிறுத்தவேண்டும். வீரப்பனை நல்ல பாதைக்குக் கொண்டுபோக வேண்டும் என்பதே அவரது நோக்கமாக இருந்தது. இதை வீரப்பனும் சரியாகப் புரிந்து கொள்ளவில்லை, டி.சி.எப். ஸ்ரீநிவாஸ் உடன் நெருக்கமாக இருந்த அர்ஜுனனும் சரியாகப் புரிந்து கொள்ளவில்லை என்பது தெரிகிறது.

வீரப்பனின் இரண்டாவது தங்கை மாரியம்மாள்.

இவரைத் தருமபுரி மாவட்டம், நாற்றாபாளையத்தைச் சேர்ந்த அர்ஜுனன் என்பவருக்குத் திருமணம் செய்து கொடுத்துள்ளனர். அர்ஜுனனும், வீரப்பனுடன் சேர்ந்து யானை வேட்டையாடி வந்தவரே. இவரும் தங்கவேல், மாதையன் கொலை வழக்கில் சிக்கி விடுகிறார்.

கர்நாடக மாநிலத்தில், கொலை வழக்கில் உள்ளே போனவர்கள் பெரும்பாலும் விசாரணை முடிவில், குற்றம் நிரூபிக்க முடியாமல் போனால் மட்டுமே வெளியே வரமுடியும். குற்றம் நிரூபிக்கப்பட்டால் தண்டனை வாங்கிக்கொண்டு மீண்டும் உள்ளேயே இருக்க வேண்டியிருக்கும்.

தமிழகத்தில் உள்ளதுபோல, உள்ளே போன மூன்றாவது மாதத்தில் பிணையில் வெளியே வரலாம் என்பது இன்றளவும் சாத்தியமில்லை. வீரப்பனின் தம்பி அர்ஜுனனைப் போலீசார் பிடிக்காமல், அவரே சரணடைந்ததால், நன்னடத்தை அடிப்படையிலும், டி.சி.எப்.ஸ்ரீநிவாஸ் முயற்சியினாலும் பிணையில் வரமுடிந்தது.

பெரிய அண்ணன் கூசமாதையனும், மாரியம்மாளின் கணவர் அர்ஜுனனும் சிறையில் இருக்கின்றனர். இன்னொரு அண்ணனான வீரப்பன் காட்டுக்குள் இருக்கிறார். மூன்றாவது அண்ணன் அர்ஜுனன் நீதிமன்றத்துக்கும் போலீஸ் விசாரணைக்குமே போக வர நேரமில்லாமல் இருக்கிறார். இந்த நிலையில், தன்னுடைய நான்கு குழந்தைகளை வைத்துக்கொண்டு அந்தக் குழந்தைகளுக்கு ஒருவேளை சோறு கூட ஒழுங்காகக் கொடுக்க வழியில்லாமல் வீரப்பனின் இரண்டாவது தங்கை மாரியம்மாள் படாதபாடு பட்டார்.

தங்கை, தம்பி மீது பாசம் வைத்துள்ள வீரப்பன் எப்படியும் தங்கைக்குத் தூது அனுப்புவார். அர்ஜுனன், மாரியம்மாளை நேரில் சந்தித்துப் பேசுவார். அப்போது தன்னைப் பற்றி வீரப்பனிடம் நல்லபடியாகச் சொல்வர் என டி.சி.எப். ஸ்ரீநிவாஸ் நம்பினார். அதனால், அர்ஜுனன், மாரியம்மாள் என இருவருக்குமே தன்னால் முடிந்த உதவிகளைச் செய்து வந்துள்ளார்.

டி.சி.எப்.ஸ்ரீநிவாஸ் மருத்துவமனையைப் பராமரிப்பது, சிகிச்சைக்கு வருவோருக்குச் சுடுதண்ணீர் வைத்துக் கொடுப்பது,

உடல்நிலை சரியில்லாமல் வருவோருக்கு உதவி செய்வது என மாரியம்மாளும் சில வேலைகளைச் செய்துள்ளார்.

மாரியம்மாள் வீட்டுக்குத் தேவையான மளிகைப் பொருள்கள் எல்லாமே டி.சி.எப். ஸ்ரீநிவாஸ்தான் வாங்கிக் கொடுத்துள்ளார். மாரியம்மாள் வெளியில் எங்கும் வேலைக்குப் போவதைக்கூட வேண்டாம் என்று சொல்லி விட்டார். வீரப்பனுக்கும், மாரியம்மாளுக்கும் இடையில் எப்போதாவது சந்திப்பு நடக்கும். அது தனக்குத் தெரியவேண்டும் என அவர் நினைத்துள்ளார். அதனால் மாரியம்மாளைத் தன்னுடைய கண்காணிப்பிலேயே வைத்திருந்தார்.

இதைப் பற்றி வீரப்பன் பேசும்போது, "அந்த புள்ளையுடைய வீட்டுக்காரன் பேரும் அர்ஜுனன். அவன் என்னோட வந்ததும் இல்லை, போனதும் இல்லை. போலீஸ்காரங்க அவன் மேலேயும் பொய் கேஸ் போட்டுக் கொண்டுபோய் உள்ளே போட்டுட்டாங்க. என் தங்கச்சியையும், குழந்தைகளையும் கூட்டிக்கிட்டுவந்து எங்க ஊரிலேயே வச்சிக்கிட்டாங்க. அந்தப் பிள்ளையைத் தனியா ஒரு வீட்டில கொண்டுபோய் இந்த டி.சி.எப் பையன் குடி வச்சிருக்கான்.

நேரம் கெட்ட நேரத்தில் அந்த வீட்டுக்குப் போயி கலாட்டா பண்ணுவானாம். தனியா இருந்த அந்தப் பிள்ளையை என்ன செஞ்சாங்க, ஏது செஞ்சாங்களோ தெரியாது. நாலு குழந்தைகளை விட்டுட்டு செத்துட்டா. அவளுக்கு நடக்கக்கூடாத ஏதோ ஒன்று நடந்ததனாலேதானே அவ மருந்தைக் குடுச்சிட்டு சாகத் துணியறா?

ஒருநாள் என் தங்கச்சி எனக்கு ஆள் அனுப்பியிருந்தா. என் தங்கச்சிக்கும் துப்பாக்கியில் சுடத்தெரியும். வேட்டை எல்லாம் நானே பழக்கி விட்டிருந்தேன். ஒரு காட்டுவாசிப் பையனிடம் சொல்லி விட்டிருந்தாள். அந்தப் பையன் வந்து என்கிட்டே கலந்தான். "அண்ணா அண்ணா... எனக்கு ஒரு சிங்கிள் பேரல் துப்பாக்கி இருந்தால் குடுண்ணா. இந்த டி.சி.எப் பையனை அடிச்சுப்போட்டு நானும் உங்களோடவே வந்து சேர்ந்துக்கிறேன்"னு மாரியம்மாள் சொல்லி அனுப்பியிருந்தா.

அதுக்கு நான் என்ன சொன்னேன்னா "நீ ஊரான் வீட்டுக்கு வாழறதுக்காகக் கட்டிக்குடுத்த புள்ள. உனக்கு நாலு

கொழந்தைகள் இருக்குது. அதுகளை வச்சுக்கிட்டு நல்லபடியா வாழணும். நீ எதுக்கம்மா எங்களோட காட்டுக்குள்ள வந்து கஷ்டப்படணும். நீ கவலைப்படாம இரு. அவன் நமக்குப் பழைய எதிரி, நான் காட்டுக்கு வரக் காரணமாக இருந்ததே அவன்தான், அவனை நானே அடிச்சுப்புடறேன். கொஞ்சம் பொறுமையா இருக்கச் சொல்லுன்னு நான் அந்தப் பையனிடம் சொல்லிஅனுப்பினேன். அந்தப் பையனும் மாரியம்மாவைப் பார்த்து நான் சொன்னதைச் சொல்லியிருக்கான்" என்கிறார்.

ஓர் ஆணும், பெண்ணும் பழகினாலே அவர்களுக்குள் தவறான உறவு இருக்கும் என்று கற்பனை செய்து பேசும் மனிதர்கள் எண்ணிக்கை அதிகம். மற்ற ஊர்களைக் காட்டிலும் செங்கப்பாடியில் இந்த வகை ஆள்களின் எண்ணிக்கை சற்று அதிகம். இந்த மனநிலையிலிருந்த சிலர், "வீரப்பன் தங்கை மாரியை டி.சி.எப்.ஸ்ரீநிவாஸ் வச்சுக்கிட்டிருக்கிறான்" என்று கதை கட்டினர்.

டி.சி.எப் ஸ்ரீநிவாஸ் தனிமனித ஒழுக்கத்திலும், அவர் ஏற்றுக்கொண்ட பணியிலும் அவர் மிக நேர்மையானவர் என்று அவருடன் பணியாற்றியோர் கூறுகின்றனர். செங்கப்பாடி மட்டுமில்லாமல், சாம்ராஜ்நகர் பகுதியில் உள்ள பொதுமக்களும் இதை ஏற்றுக் கொள்கின்றனர்.

வீரப்பனுடன் கூட்டாளியாக இருந்து பின்னர் டி.சி.எப். ஸ்ரீநிவாஸிடம் சரணடைந்தவர்களும் அவரை நேர்மையானவர் என்றே சொல்கின்றனர். அவருக்கு எதிராக வீரப்பன் சொன்ன இந்த குற்றச்சாட்டுகள் உண்மையா...? என்பது குறித்து விசாரணை மேற்கொண்டேன்.

வீரப்பனின் ஆரம்பகாலக் கூட்டாளியான நல்லூர் மாதையன் "எதோ தறுதலைங்க அப்படிச் சொல்லியிருக்கும். டி.சி.எப்.ஸ்ரீநிவாஸ் ரொம்பக் கண்ணியமான மனிதர். ஒருத்தரைக் கூட மரியாதைக் குறைவா ஒரு வார்த்தை சொல்ல மாட்டார். எங்க ஊரிலே பல பிற்படுத்தப்பட்ட ஜாதி மக்கள் இருக்காங்க, இங்கே கலப்புத் திருமணம் செய்கிறதை யாருமே பெரிசா எடுத்துக்க மாட்டாங்க.

இங்கே வேலைக்கு வந்த பாரஸ்ட் அதிகாரிகள் பலர் எங்க ஊர் பெண்களைத் திருமணம் செஞ்சுக்கிட்டுப்

போயிருக்கிறாங்க. அவர் மட்டும் நினைத்திருந்தால் சினிமா நடிகை மாதிரி பொண்ணைக் கல்யாணம் பண்ணியிருக்கலாம். எந்த இடத்திலும், எந்த ஒரு விசியத்திலும், டி.சி.எப் ஸ்ரீநிவாஸ் சாரை ஒரு துளி கூட தப்புச் சொல்லமுடியாது. இப்படி ஒரு கேள்வியைக் கேட்கிறதே தப்பு..." என்கிறார்.

வீரப்பனின் நெருங்கிய நண்பரும் அவருடன் அடிக்கடி வெளியூருக்குச் சென்று வரும் முனியன். "டி.சி.எப் ஸ்ரீநிவாஸ் சார் ரொம்பவும் தன்மையான மனுஷன். எல்லோர் மேலேயும் பரிதாபப் படக்கூடியவர். ஆனால்,அவர் கூட இருந்த *A.C.F* சீனிவாசன் மோசமான மனுஷன். கெட்ட வார்த்தையில்தான் பேசுவார். கோட்டைக்காடு குப்புசாமி வீட்டு சீர் நிகழ்ச்சியிலிருந்த என்னைக்கூட கூட்டிக்கிட்டு போயிட்டாங்க. அப்போ *A.C.F* சீனிவாசன் எனக்கு போட்டுக்கொள்ளத் துணி கூடக் குடுக்க மாட்டேன்னுட்டார்.

ரெண்டு நாளுக்குப் பிறகு, டி.சி.எப் ஸ்ரீநிவாஸ் சார் வந்து பார்த்துட்டுத்தான் என்னுடைய துணிமணிகளை கொடுக்கச் சொன்னார். எந்த இடத்திலும் யாரையும் மரியாதைக் குறைவாக நடத்தவும் மாட்டார், நடந்துக்கவும் மாட்டார்" என்கிறார்.

வீரப்பனின் சித்தப்பா கீரியான் பொன்னுசாமியின் மகன் டைலர் சீனிவாசன் "எங்க வீட்டுக்குக் கிழக்காலே ஒரு காலி இடம் இருந்தது. அந்த இடத்துலேதான் டி.சி.எப் ஒரு வீடு கட்டினார். அந்த வீட்டிலதான் கோயில் வேலை செய்றவங்களுக்குச் எல்லாம் சாப்பாடு செய்து போடுவாங்க, பாத்திர பண்டமெல்லாம் உள்ளே இருக்கும். அதுக்குப் பக்கத்திலேயே ஒரு கூரை போட்ட சாலை இருந்துச்சு. அதிலேதான் டி.சி.எப் வைத்தியம் செஞ்சுக்கிட்டு இருந்தார். இப்போ அந்த இடத்தை ராஜாமணின்னு ஒருத்தர் விலைக்கு வாங்கிட்டார்.

எங்க வீட்டுக்கு மேற்குப்பக்கம் எங்க பங்காளி காவேரிக்கவுண்டர் வீட்டிலே மாரியம்மா அக்கா குடியிருந்தாங்க. டி.சி.எப் சார் எப்பவுமே, யார் வீட்டுக்கும் போனதில்லை, எந்த இடத்திலும் அவரைத் தனியாவே பார்க்க முடியாது. எப்பவுமே அவரைச் சுற்றிலும், நாலைந்து பேர்

கூட பேசிக்கிட்டுத்தான் இருப்பாங்க. எங்க அக்கா செஞ்ச தப்பு காட்டுக்குள்ளே போயி அண்ணனைப் பார்த்துட்டு வந்ததுதான். அதைத்தவிர வேற எந்தத் தப்பும் செய்யவில்லை.

டி.சி.எப் ஸ்ரீநிவாஸ் செங்கப்பாடிக்கு வந்ததும் என்னைத்தான் மொதல்ல புடிச்சார். நரைத்த தலையோடு ஒரு ஐ.ஜி (*K.U.*ஷெட்டி) இருந்தார். போலீஸ் கஸ்டடியில் இரண்டு நாள் வச்சிருந்தாங்க. போலீசெல்லாம் மெரட்டு மெரட்டுன்னு மெரட்டுனாங்க.டி.சி.எப் ஸ்ரீநிவாஸ் சார்தான் பாதுகாப்பா வச்சிருந்தார். இவர் விட்டிருந்தால் எனக்கு சரியான அடி விழுந்திருக்கும்.

“நீ சின்னப் பையன். உன்னை ஒன்னும் செய்ய மாட்டோம். வீரப்பன் இருக்கும் இடத்தை மட்டும் காட்டு”ன்னு கேட்டார். நானும், கூட்டிக்கொண்டு போய் மயிலைமலைக் காட்டில் அண்ணன் (வீரப்பன்) இருந்த இடத்தைக் காட்டினேன். நாங்க போகும்போதே அங்கிருந்த எல்லோரும் ஓடிப்போயிட்டாங்க. திரும்ப என்னைக் கூட்டிக்கொண்டு வந்துட்டாங்க. அதுக்குப் பிறகு நானும், டி.சி.எப் ஸ்ரீநிவாஸ் கூடவேதான் இருந்தேன். அவர் செத்த பின்னாலேதான் ஊரைவிட்டே போயிட்டேன்” என்கிறார்.

மாரியம்மாவுக்கும், டி.சி.எப். ஸ்ரீநிவாஸுக்கும் தகாத தொடர்பு இருப்பதாக ஊரில் சிலர் வதந்தி பரப்பியுள்ளனர். இது மைசூர் சிறையிலிருந்த அண்ணன் கூசமாதையன் காதுக்கும் போகிறது. அங்கிருந்தே அவரும் ஓர் ஆயுதத்தை மாரியம்மாளை நோக்கி விட்டுள்ளார்.

“உன்னாலே நம்ம குடும்பத்துக்கு இருக்கும் மானம், மரியாதை எல்லாம் கெட்டுப்போச்சு... இனிமேல் நீயெல்லாம் உயிரோடு இருக்கவே தேவையில்லை. நான் வெளியே வந்ததும் உன்னைக் கொல்லாமல் விடமாட்டேன். அதுக்கு முன்னே நீயே ஏதாவது மருந்தை வாங்கிக் குடுச்சுட்டுச் செத்துப்போயிரு...”

என்று கடிதம் எழுதியுள்ளார்.

“மாரியம்மாள் தற்கொலைக்குப் பிறகு, அந்தக் கடிதத்தை உதவி ஆய்வாளர் ஷகீல் அகமது கைப்பற்றி வைத்திருந்தார்.

தமிழில் எழுதியிருந்த அந்தக் கடிதத்தை நானும் பார்த்தேன். பூச்சி மருந்தை வாங்கிக் குடுச்சுட்டு சொத்துப்போயிரு. இல்லேன்னா காவேரி ஆத்துலே குதிச்சு செத்துப்போயிரு, அதுவும் முடியலேன்னா தூக்குப் போட்டாவது தொங்கி சொத்துப்போயிருன்னு கூசமாதையன் எழுதியிருந்தான்" என *DySP* டைகர் அசோக்குமாரும் சொல்கிறார்.

கூசமாதையனுக்கு எழுதப் படிக்கத் தெரியாது. அவரால் எப்படிக் கடிதம் எழுதியிருக்க முடியும் என்ற சந்தேகம் வந்தது. இந்த நிகழ்வு நடந்த நேரத்தில் மைசூர் சிறையிலிருந்த காமராஜ்பேட்டை கோவிந்தனிடம் பேசினேன். "நாங்களெல்லாம் மைசூர் ஜெயில் இருந்தபோது கூசமாதையன் முதலில் என்கிட்டேத்தான் "லட்டர் எழுதணும்.."ன்னு சொன்னான். நானும் எழுதிக்குடுக்கறேன்னு சொன்னேன்.

"மாரியம்மாளை சாகச்சொல்லி எழுதணும்..."ன்னு சொன்னதுமே, அய்யா சாமி ஆளை விடு. உன்னாலே செங்கப்பாடியில நல்லா இருந்த பல குடும்பம் நாசமாப் போயிட்டுது. இன்னொரு குடும்பதைக் கெடுக்க நான் தயாரா இல்லேன்னு சொல்லி நான் வாங்கின லட்டரை அவன்கிட்டேயே திருப்பிக் குடுத்திட்டு வந்துட்டேன்.

அதுக்குப் பிறகு, நல்லூரில் இருந்து வீரப்பன் கேசில் உள்ளே வந்திருந்த தங்கவேலை வச்சுத்தான் லட்டர் எழுதியிருக்கான். அந்த லட்டரைப் பார்த்த பின்னேதான் மாரியம்மா தற்கொலை செஞ்சுக்கிட்டுது" என்கிறார்.

கூசமாதைனுக்காக கடிதம் எழுதியதை நல்லூர் தங்கவேலுவும் ஒப்புக்கொள்கிறார்.

*****

77

வீரப்பன் தங்கை மாரியம்மாள்

அப்போது செங்கப்பாடி பீட் பாரஸ்டராக இருந்த அங்குராஜ் இப்போது அனூர் *ACF* ஆக இருக்கிறார். "மாதேஸ்வரன் மலை எஸ்.ஐ. தினேஷ் கொலையான பிறகு போலீஸ் நடவடிக்கைகள் கடுமையாக இருந்தன.

அப்போ செங்கப்பாடியில் இருந்த மக்களெல்லாம் முழுமையான கண்காணிப்பில் இருந்தாங்க. ஊரைவிட்டு வெளியூர் போவதாக இருந்தால், நேரா கேம்பிற்கு வரணும். அங்கிருக்கும் ஏதாவது ஒரு அதிகாரியிடம் நான் எந்த ஊருக்குப் போகிறேன். எப்போது திரும்பி வருவேன்னு சொல்லிட்டுத்தான் போகாணும். ஊருக்குத் திரும்பி வந்ததும், நான் ஊருக்குப் போயிட்டு வந்துட்டேன்னு வந்து கேம்பில் சொல்லிட்டுதான் ஊருக்குள் போகணும். இப்படிதான் நடந்துகிட்டு இருந்துச்சு.

வீரப்பன் தங்கை மாரியம்மா குழந்தைகளை வச்சுக்கிட்டு, சாப்பாட்டுக்கே சிரமப்பட்டுக்கிட்டு இருந்தது. வீரப்பன் வீட்டுக்காரங்களுக்கு உதவி செய்தால் போலீஸ் ஏதாவது தொல்லை குடுப்பாங்கன்னு நெனச்சு, ஊர் மக்கள் எல்லோருமே பயப்பட்டாங்க.

டி.சி.எப். ஸ்ரீநிவாஸ் சார் கிளினிக் வேலைகளை மாரியம்மாவை பார்க்கச் சொன்னார். அந்தப் பெண்ணும் எல்லா வேலையும் செஞ்சிட்டுதான் இருந்தது. மாரியம்மா வீட்டுக்குத் தேவையான பண உதவியும் செஞ்சார். ஒரு நாள் ஸ்ரீநிவாஸ் சாரும் வெளியூருக்குப் போயிட்டார். ஒரு வாரம் முன்னாலேதான் ரேஞ்ச் ஆபீசர் உதயகுமார் சாருக்குத் திருமணம் நடந்திருந்தது, அவரும் லீவில் இருந்தார். என்கூட நாற்பது போலீசார், இரண்டு சப்-இன்ஸ்பெக்டர் எல்லாம் கேம்பில் இருந்தாங்க. ஒருநாள் காலையில மாரியம்மா வந்து என்னைப் பார்த்துச்சு.

"எங்க வீட்டுக்காரரர் ஊரிலே (தருமபுரி மாவட்டம், நாற்றாபாளையம்) எங்களுக்குக் கொஞ்சம் நிலம் இருக்கிறது. அந்த நிலத்தைத் தெரிஞ்ச ஒருத்தருக்குக் குத்தகைக்கு விட்டிருக்கிறோம். அந்த நிலத்திலிருந்து நிலக்கடலைக் காய் பிடுங்கிக் காயப்போட்டு வச்சிருக்காங்க. நான் ஊருக்குப் போயிட்டு எங்களுக்கு வரவேண்டிய பங்கு கடலைக்காயை வாங்கி வியாபாரிக்கு வித்திட்டு இரண்டே நாளில் திரும்பி வந்துடறேன்னு..." சொல்லிட்டுப் போச்சு.

இதிலே, சந்தேகப்பட எந்த முகாந்திரமும் இல்லை. அதனாலே நானும் சரி, "கவனமாப் போயிட்டு, வாம்மா..."ன்னு சொல்லி அனுப்பினேன். ஊருக்குப் போறேன்னு சொல்லிட்டுப்போன இரண்டு நாளுக்குப் பிறகு மாரியம்மா திரும்பி வந்துடுச்சு. கேம்பில் இருந்த என்னைப் பார்த்து, "போன வேலையை முடிச்சுட்டு வந்துட்டேன் சார்..."ன்னு சொல்லிட்டுத்தான் வீட்டுக்குப் போச்சு.

இரண்டு நாள்களுக்குப் பிறகு சாயங்காலம் நான்கு மணி இருக்கும். மாதேஸ்வரன் மலை எஸ்.ஐ.ஷகீல் அகமது மோட்டார் சைக்கிளில் வந்தார், கூடவே ராமகிருஷ்ணன் என்ற ஒரு கான்ஸ்டபிளும் இருந்தார். செங்கப்பாடி கேம்புக்கு முன்னாலே நின்னுட்டிருந்த எங்கிட்டே ஷகீல்அகமது பேசிக்கொண்டிருந்தார்.

அப்போ மாரியம்மா பள்ளிக்கூடத்தில் இருந்து மகளைக் கூட்டிக்கொண்டு நடந்து வந்துச்சு, இதைப் பார்த்த ஷகீல் மாரியம்மாளைப் பக்கத்திலே கூப்பிட்டார்.

"நீ என்ன சத்திரிய வேலை செஞ்சுக்கிட்டு இருக்கிறியா...? உன்னை நல்லவள்னு நம்பிதான் ஸ்ரீநிவாஸ் சாய்ப்ரு நெறையா உதவி செஞ்சுட்டு இருக்கிறார். ஆனால் நீ அவரை ஏமாத்திட்டு திருட்டு வேலை செஞ்சிட்டு இருக்கே. உன் வண்டவாளம் எல்லாம் எனக்குத் தெரிஞ்சு போச்சு.

பெங்களூரிலிருந்து W.P.C (பெண் காவலர்) வரச் சொல்லியிருக்கிறேன். அவங்களை விட்டுத்தான் உன்னை விசாரிக்கணும். நாளைக்குக் காலையிலே நீ மாதேஸ்வரன் மலைக்கு வந்திரணும். இல்லையின்னா நானே வீட்டுக்குவந்து உன்ன புடிச்சுட்டுப் போகவேண்டியிருக்கும். மரியாதையா

நீயே ஸ்டேஷனுக்கு வந்துட்டா நல்லதுன்னு"ன்னு சொன்னார்.

ஷகீல் பேசப்பேச மாரியம்மா முகமெல்லாம் மாறிப் போயிட்டுது, முகத்திலே வியர்வை வர ஆரம்பிச்சுடுச்சு, ஷகீல்கிட்டே எதுவும் பேசமுடியாமல் தடுமாறுச்சு. என் முகத்தைக்கூட பார்க்காமலே தலையைக் கீழே போட்டு நின்னுச்சு. எனக்கும் ஒன்றுமே புரியலே. எதற்காக ஷகீல் இப்படிப் பேசறார்ன்னும் தெரியல.

ஷகீல்அகமது கூட வந்திருந்த *P.C.* ராமகிருஷ்ணனைப் பார்த்து "நீ இன்றைக்கு ராத்திரி கேம்பிலேயே தங்கிக்கோ. காலையிலே மாரியம்மாவைக் கூட்டிக்கிட்டுத்தான் மலைக்கு வரணும்"ன்னு சொல்லி அவரை எங்க கேம்பிற்கு அனுப்பிட்டார். இந்த நேரத்தில் மாரியம்மாவும் அங்கிருந்து முகத்தை தொடச்சுக்கிட்டே வீட்டுக்குப் போயிருச்சு.

"ஏய் சும்மா இருப்பா..., எதுக்கு அந்தப் பிள்ளையை இப்படி வெரட்டரே"ன்னு நான் ஷகீல்கிட்டே கேட்டேன்.

"உனக்கும், உங்க சாய்ப்ருக்கும் நல்லவங்க யார் கெட்டவங்க யாரென்று தெரியறதில்லே. எல்லாரையும் நல்லவங்கன்னு நம்பிக்கிட்டு இருக்கீங்க. கிரிமினல்களை எல்லாம் எப்படி டீல் பண்ணனுன்னு எங்களுக்குத்தான் தெரியும். உங்களுக்குத் தெரியாமே மாரியம்மா ஆலாம்பாடி காட்டுக்குப் போய் வீரப்பனை மீட் பண்ணிட்டு வந்திருக்கு. போகும்போது அரிசி, பருப்பு, எண்ணெய், சர்க்கரை எல்லாம் கொண்டுபோய் அந்தக் கள்ளனுக்கு (திருடனுக்கு) குடுத்திட்டு வந்திருக்கா.

SRI. SHAKEEL AHAMED
Police Sub-Inspector

ஷகீல் அகமது

நீங்க இந்தப் பொம்பளையைப் பக்கத்திலேயே வச்சிருக்கீங்க, இது உங்க உயிருக்கேகூட

ஆபத்தாகப் போகும். இதை யெல்லாம் இப்படியே விட்டு வச்சா என்ன ஆகும்...? ஸ்டேசனுக்கு கூட்டிட்டுப்போய் உண்மையை வாங்கணும். உங்க சாய்ப்ரு வந்தா இந்த விஷயத்தைச் சொல்லுன்னு" சொன்னார்.

என்கிட்டே நாற்றாபாளையம் போயிட்டு, கடலைக் காயை வியாபாரிக்கு வித்திட்டு வாரேன்னு சொல்லிட்டுத்தான் மாரியம்மா ஊருக்குப் போச்சு. ஆனால் ஊருக்குப் போய் விட்டுக் காட்டுவழியில் திரும்பி வரும்போது வீரப்பனைச் சந்திச்சுப் பேசியிருக்கு. கொஞ்சம் மளிகை சாமானெல்லாம் வாங்கிக்கொண்டு போய் குடுத்திருக்கு. ஷகீல் சொன்ன பின்னாலேதான் இதெல்லாம் எனக்குத் தெரிஞ்சுது.

மாரியம்மா ஊருக்குப் போறேன்னு என்னிடம் சொல்லிவிட்டுப் போன சமாச்சாரத்தை நான் ஷகீல்கிட்டே சொல்லவில்லை. டி.சி.எப் சார் இவ்வளவு உதவி செஞ் சிட்டிருக்கிறார். இந்தப் பொண்ணு இப்படி நடக்குதேன்னு நெனச்சு எனக்கும் மனசு ஒரு மாதிரி பேஜார் ஆயிட்டுது.

அன்றைக்கு ராத்திரி ஒரு மணிக்குப் பக்கமாக டி.சி.எப் சார் கேம்புக்கு வந்தார். நான் எழுந்திருச்சுப் போய் சல்யூட் பண்ணினேன். ஒரு வாரமா ஊரில் நடந்த முக்கிய சமாச்சாரம் எல்லாத்தையும் கேட்டார். மாரியம்மா ஊருக்குப் போறேன்னு போனது, திரும்பி வந்தது, அடுத்து ஷகீல் அகமது என்னிடம் சொன்னது எல்லாத்தையும் சொன்னேன்.

இதைக் கேட்டதும் அவரும் கொஞ்சம் டென்ஷன் ஆயிட்டார். "நான் மாரியம்மன் கோயில் பக்கம் போய்விட்டு வாறேன்"னு சொல்லிட்டுப் போனார்.

சார் அங்கே போகும்போதே கோயில் பக்கம் படுத்திருந்த ஊர்ப் பெரியவங்க எல்லோரும் எந்திரிச்சுட்டாங்க. மாரியம்மா கோயில் வேலை எப்படி நடக்கிறது. நாளைக்கு என்ன செய்யலாம் என்பது பற்றி டி.சி.எப் சார்கிட்டே பேசியிருக்காங்க. அப்போ பக்கத்து வீட்டிலிருந்த மாரியம்மாவும் சத்தம் கேட்டு எழுந்து வந்து டி.சி.எப் சாரைப் பார்த்திருக்கு. ஷகீல் அகமது நாளைக்கு மாதேஸ்வரன் மலைக்கு வரச்சொன்னது பற்றியும் சொல்லி அழுதிருக்கு.

"நான் எல்லோருக்கும் நல்லதுதான் செய்யணுன்னு

நினைக்கிறேன். இதுவரைக்கும் நீங்க செஞ்ச தப்பான காரியத்தை மறுபடியும் செய்யாதீங்கன்னு சொல்லிக்கிட்டு இருக்கிறேன். ஆனால் சிலர் தப்பு மேலே தப்பு செஞ்சிட்டே இருக்கீங்க. நான் என்ன வேலைக்கு வந்திருக்கிறேனோ அதே வேலைக்குத்தான் ஷகீல் அகமதுவும் வந்திருக்கிறார். எனக்குக் கிடைக்காத எதோ ஒரு தகவல் அவருக்குக் கெடச்சிருக்கும் போலத் தெரியுது. அதைப்பத்தி விசாரிக்கத்தான் உன்னைக் கூப்பிட்டிருக்கிறார். விசாரணைக்குப் போய்விட்டு உனக்குத் தெரிந்ததைச் சொல்லிவிட்டு வந்திருன்னு...” மாரியம்மாகிட்டே சொல்லியிருக்கிறார். அப்போது ஊர்ப்பெரியவர்கள் எல்லோரும் பக்கத்தில் இருந்திருக்காங்க.

பிறகு, மாரியம்மா எதுவும் பேசல, அமைதியாகவே இருந்திருக்கு. டி.சி.எப் சாரும் வேலையை முடுச்சுட்டு திரும்பிக் கேம்புக்கு வந்தார். என்னைப் பார்த்து “நாளைக்குக் காலையிலே ஆட்டுப்பட்டிகாரங்க எல்லோரும் ஆளுக்கு ஒரு ஆட்டுக்குட்டி கொண்டுவந்து குடுப்பாங்க. அதை வாங்கிட்டுப் போறதுக்கு ஒரு வியாபாரியும் வருவார். எத்தனை ஆடு வருகிறது, என்ன விலைக்கு விற்கிறது அந்த வேலையெல்லாம் ஊர் பெரியவங்களே பார்த்துக்குவாங்க. அதிலே நீ தலையிட வேண்டாம்.

வியாபாரி வந்ததும் உங்கிட்டே ஐயாயிரம் ரூபாய் பணம் கொடுப்பார், அந்தப் பணத்தை வாங்கிக்கோ. ஊர் கவுண்டர், முக்கியஸ்தர்கள், பஞ்சாயத்துத் தலைவர் எல்லோரும் வருவாங்க. நம்ம ஜீப்பில் அவர்களை எல்லாம் கூட்டிக்கிட்டு மாதேஸ்வரன் மலைக்குப் போ. ஸ்டேட் பேங்க் ஆப் மைசூரில் ஒரு ஜாயின்ட் அக்கவுண்ட ஆரம்பித்து இந்தப் பணத்தை டெபாசிட் செஞ்சிட்டு, பாஸ் புக்கை வாங்கிட்டு வரணும். நான் விடியற் காலை நேரமே தருமபுரிக்கு கிளம்பறேன். நாளைக்கு இரவு திரும்ப வருவேன்”னு சொன்னார்.

அடுத்த நாள் காலையிலே ஏழு மணிக்கு நான் ஊர்ப் பக்கம் போனதுமே ஆட்டு வியாபாரி பணம் கொடுத்தார். ஊர் முக்கியஸ்தர்கள் எல்லோரும் ரெடியாயிட்டாங்க. “எட்டு மணிக்கு நானும் வந்திடுவேன்”னு அவங்ககிட்டே சொல்லிட்டுக் கேம்புக்கு வந்தேன். குளிக்கப்போகும் முன்னே

அடிப்பாலாறு பகுதியில் மாட்டு மந்தை

பிரஷ் பண்ணிக்கிட்டு இருந்தேன். அப்போ, மாரியம்மாளின் பெரிய பொண்ணு ராஜாமணிங்கிற பாப்பா வந்துச்சு.

"சார், அம்மா ஹாஸ்பிடல் சாவி வாங்கிக்கிட்டு வரச் சொன்னாங்கன்னு..." கேட்டுச்சு.

நான் சாவியை எடுத்து அந்தப் பாப்பாகிட்டே குடுத்துட்டு, "இத பார் பாப்பா இன்னும் கால் மணி நேரத்தில் குளிச்சிட்டு நானே கோயில் பக்கம் வந்திருவேன். அதற்குள்ளே ஹாஸ்பிடலை சுத்தம் செஞ்சு வைக்கச் சொல். நீ சாவியை எடுத்திட்டு திரும்ப இங்கே வரவேண்டா..."ன்னு சொல்லி சாவியைக் கொடுத்து அனுப்பினேன்.

நான் குளித்துக்கொண்டு இருக்கும்போதே எங்க கார்டு சீரங்கன் ஓடிவந்தார். "சார், மாரியம்மா விசம் குடிச்சிட்டு ஹாஸ்பிடலில் விழுந்து கெடக்குன்னு.." சொன்னார்.

மாரியம்மா தற்கொலைதான் செங்கப்பாடியின் தலை எழுத்தையே மாற்றி விட்டது.

******

78

மாரியம்மாள் தற்கொலை

"உடனே நான் பேண்ட், சர்ட் எடுத்து மாட்டிக்கிட்டு டிரைவர் ராமுவை "வண்டி எடுத்திட்டு வாப்பான்னு,,," சொல்லிவிட்டுக் கிளினிக் பக்கம் போனேன்.

டி.சி.எப்.சார் கிளினிக் வைத்திருந்தது ஒரு பழைய கூரை வீடு. அந்த வீட்டுக்குள்ளே இருந்த மரத்திலே உழு ஏறி ஓட்டை போட்டுட்டுது. அந்த ஓட்டை வழியா மாவு மாதிரியே மரத்தூள் கீழே விழுந்துக்கிட்டே இருக்கும். இந்த உழுப் பூச்சிகளை அழிக்க டி.சி.எப்.சார் ஒரு லிட்டர் மெட்டாசிட் மருந்து வாங்கிட்டு வந்தார். அதிலே ஐந்து மில்லி மட்டும் ஸ்பிரேயரில் போட்டு விட்டத்தில் அடித்துவிட்டு, மீதி மருந்தை பாட்டிலோட ஒரு பக்கமா சுவத்து மேலே வைத்திருந்தார்.

மாரியம்மாள்

அந்தப் பாட்டிலிலிருந்த ஒரு லிட்டர் பூச்சி மருந்தையும் எடுத்து மாரியம்மா குடிச்சிருக்கு. காலி மெட்டாசிட் டப்பா ஒருபக்கம் கெடந்துச்சு. இன்னொரு ஓரத்தில் மாரியம்மா கீழே விழுந்து கெடந்துச்சு. மாரியம்மா வாயிலிருந்து சுமார் இருபதடி தூரத்துக்கு வாமிட், தண்ணீர் மாதிரி போயிக்கிட்டு இருந்துச்சு.

நான் போய்ப் பார்த்த உடனே பக்கத்து வீடுகளிலிருந்த நாலஞ்சு பெண்களை

சப்போர்ட்டுக்குக் கூப்பிட்டேன். மாரியம்மாவைத் தூக்கி ஜீப்பில் வச்சுக்கிட்டு நேராக் கொளத்தூருக்குப் போனோம். அப்போது எங்கூடவே நாலு பொம்பளைங்களையும் கூட்டிக் கொண்டு போனேன்.

பாலாறு செக்போஸ்டில் இருந்த கார்டு சித்தையாகிட்டே "மாரியம்மா பாய்சன் குடிச்சிட்டுது. இந்தச் சமாச்சாரம் உன்னைத் தவிர வேறுயாருக்கும் தெரியக்கூடாது. நீயே இன்றைக்குப் பகல் டியூட்டியும் பார்த்துக்கோ. எப்படியும் சாயங்காலம் டி.சி.எப். சாய்ப்ரு இங்கே வருவார். அவர்கிட்டே இந்தச் சமாச்சாரத்தை சொல்லு. நான் ராமு டாக்டர்கிட்டே போறேன்"னு சொல்லிவிட்டுக் கொளத்தூர் போனேன்.

காலை எட்டரை மணிக்கெல்லாம் கொளத்தூர் ராமு டாக்டர் ஹாஸ்பிடலுக்குப் போயிட்டோம். அங்கே போகும்போதே மாரியம்மாவுக்கு மயக்கம் வந்திடுச்சு. டாக்டர் சின்ஸியரா கவனித்தார். அப்பப்போ மருந்து, மாத்திரை எல்லாம் வாங்கிக் கொடுத்தேன். ட்ரீட்மெண்ட் நல்லபடியா நடந்துக்கிட்டு இருந்தது.

மதியம் ஒரு மணிக்கு அர்ஜுனன் வந்தான். "கோவிந்தபாடியில் இருக்கும் என்னுடைய மனைவி வீட்டிற்குப் போயிருந்தேன். இப்பத்தான் எனக்குத் தகவல் தெரிஞ்சுது..."ன்னு சொன்னான்.

வந்தது முதலே, "என் தங்கச்சி நாற்றாபாளையத்தில் இருந்திருந்தா இந்த நிலை வந்திருக்காது. அவளுடைய புருஷனையும் புடிச்சு ஜெயிலில் போட்டுட்டீங்க, ஒரு அண்ணன் காட்டுக்குள்ளே இருக்கிறான். இன்னொரு அண்ணன் ஜெயிலில் இருக்கிறான், நான் வெறுங்கையோடு இருக்கிறேன். என் தங்கச்சிக்குப் புருஷன்கூடப் பக்கத்தில் இல்லை. எல்லாத்துக்கும் உங்க டி.சி.எப்.ஸ்ரீநிவாஸ் சார்தான் காரணமுன்னு..." சொல்லிக்கிட்டே இருந்தான்.

"இதப்பாரு அர்ஜுனா. இதைப் பற்றிப் பேச இது சரியான நேரமில்லை. முதலில் உன் தங்கச்சியைக் காப்பாற்றி, வீட்டுக்குக் கூட்டிட்டுப் போகணும். மற்றதைப் பிறகு பேசலான்னு..." சொன்னேன்.

“இல்லே சார், என் தங்கச்சி பிழைக்க மாட்டா. நேரா வீட்டுக்குக் கூட்டிட்டுப் போயிடலா...”ன்னு சொன்னான்.

“கொஞ்சம் பொறுமையா இரு அர்ஜுனா, டாக்டர் நல்லபடியா ட்ரீட்மெண்ட் குடுத்திட்டு இருக்கிறார். நீ இப்படிப் பேசினா அவருடைய மைண்ட் டைவர்ட் ஆகும். நீ பாட்டுக்குக் கண்டபடியெல்லாம் நெனச்சு மனசைக் கெடுத்துக்காதே...”ன்னு சொன்னேன்.

திடீருன்னு “என் தங்கச்சியை கூட்டிட்டுப்போயி சொந்த ஊரில் படுக்க வைக்கக்கூட எங்களுக்கு இடமில்லாமப் போயிட்டுது. சொந்த வீடு, நிலம் எல்லாத்தையும் அரசாங்கம் புடிங்கிடுச்சு. அதுக்கு உங்க சாய்ப்ருதான் காரணம்..”ன்னு எங்க மேலே கோபப்பட்டான். இவனும், இவனுடைய அண்ணன் ரெண்டு பேரும் ரொம்பவும் நல்லவங்க மாதிரியும், பாரஸ்ட் அன்ட் போலீஸ் டிபார்ட்மெண்டில் இருக்கவங்க எல்லாமே கெட்டவங்க மாதிரியுமே பேசினான்.

எனக்கும் கொஞ்சம் கோபம் வந்திருச்சு. “அர்ஜுனா நீயும், உங்க அண்ணனும் ஏற்கனவே நடந்துக்கிட்ட விதமும் சரியில்லை. இப்போ நடந்துக்கிற விதமும் சரியில்லை. இதைப்பற்றி எல்லாம் பேச இது சரியான நேரமும் இல்லேன்னு...” சொன்னேன்.

சாயங்காலம் ஆக ஆக மாரியம்மாவின் பல்ஸ் ரேட் கொறஞ்சுட்டே வந்தது. “இனிமேல் என் கையிலே எதுவும் ஆகாது. வேணுன்னா மேட்டூர் கவர்ண்மெண்ட் ஹாஸ்பிடலுக்குக் கூட்டிட்டுப் போங்க. நான் குடுத்த டிரீட்மெண்ட் பற்றின விவரம் எல்லாம் எழுதித் தரேன்னு...” ராமு டாக்டர் சொல்லிட்டார்.

அர்ஜுனனுக்குத் தங்(கை)கியைக் காப்பத்தலான்னு எண்ணமே கொஞ்சம் கூட இல்லை. “மாரியம்மாவை வீட்டுக்குக் கூட்டிட்டுப் போகலாம். அவ செத்துப் போயிருவா...”ன்னுதான் சொன்னான்.

பயப்படாதே, மேட்டூர் ஹாஸ்பிடலுக்குப்போய்ப் பார்க்கலான்னு சொன்னேன். சாயங்காலம் ஆறு மணிக்கு மேட்டூர் ஜி.ஹெச்.சுக்குப் போனோம். டாக்டர் கொஞ்சம் மருந்து மாத்திரை எல்லாம் வாங்கிட்டு வரச்சொன்னார்.

டிரைவரை அனுப்பி கேட்டதையெல்லாம் வாங்கிக் கொடுத்தேன்.

என் கையிலிருந்த காசெல்லாம் செலவாகிடுச்சு. அடுத்து மாத்திரை வாங்கக் கையில் காசில்லை. நான் மேட்டூர் ஜி.ஹெச் பக்கம் இருந்த மெடிக்கல் ஸ்டோருக்குப் போனேன். டி.சி.எப். ஸ்ரீநிவாஸ் சார் பெயரைச் சொல்லி என்னை அறிமுகம் செஞ்சுக்கிட்டேன்.

"காலையிலே துட்டுக் கொண்டாந்து குடுத்திருவோம். இப்போ மெடிசன் எத்தாச்சும் வேணுன்னு கேட்டா நீங்க கடனா குடுக்க முடியுமா...?ன்னு கேட்டேன். நல்லவேளை கடை ஓனரும் அங்கேயே இருந்தார்.

"கவலைப்படாதீங்க சார், யாராவது ஒரு ஆள்கிட்டே டாக்டர் சீட்டைக் கொடுத்து உங்க பெயரைச் சொல்லுங்கள். நான் மருந்து கொடுத்து விடறேன். பணத்தைப் பத்திக் கவலைப்பட வேண்டான்னு...." சொன்னார். அவருடைய கடை போன் நம்பரை வாங்கிட்டு, நான் திரும்பி ஹாஸ்பிடலுக்குப் போனேன்.

அப்போ வழியிலே இருந்த அர்ஜுனன், "எல்லாம் முடிஞ்சுடுச்சு சார். என் தங்கை செத்துப் போயிட்டா சார்..."ன்னு சொன்னான். எனக்கு ஒரு மாதிரி ஆயிட்டுது.

அடுத்து நான் டியூட்டி டாக்டர்கிட்டே பேசினேன். "அந்த பொண்ணு குடிச்ச மெட்டாசிட் ஹெவி பாய்சன். இவ்வளவு நேரம் உயிரோடு இருந்ததே பெரிய விஷயம். இந்த மருந்தைக் குடிச்சவங்களை எங்கே போயிருந்தாலும் காப்பாத்த முடியாது. இது பாய்சன் கேஸ். அதனாலே, போலீஸ் மெமோ வந்த பிறகு போஸ்ட் மார்டம் செஞ்சுதான் பாடியைக் கொடுக்க முடியும். நீங்க போலீஸ் கம்பளைண்ட் ரெஜிஸ்டர் செஞ்சு *FIR* மெமோ எல்லாம் கொண்டுட்டு வாங்க..." ன்னு சொல்லிட்டார்.

மேற்கொண்டு பாடியை எடுத்திட்டுப்போக செலவுக்குப் பணம் தயார் செய்யணும், ஊர் ஜனங்களுக்குத் தகவல் சொல்லணும். அதனாலே அர்ஜுனனையும் கூட்டிட்டு செங்கப்பாடிக்குப் புறப்பட்டேன். பாலாறு செக்போஸ்டில் இருந்த கார்டு சித்தையாகிட்டே, "டி.சி.எப்.சாய்ப்ரு வந்தாரா..."ன்னு கேட்டேன்.

"இல்லே சார்..."ன்னு சொன்னார். அங்கிருந்த என்னுடைய துப்பாக்கியை எடுத்துக்கிட்டேன். "இன்றைக்கு ராத்திரியும் நீயே டியூட்டி பார்த்துக்கோ. சாய்ப்ரு எப்படியும் இன்னும் இரண்டு மணி நேரத்தில் வந்திருவார். அவரிடம் மாரியம்மா இறந்து போனதைப் பற்றியும், நான் ஊருக்குள்ளே போறேன்னும் சொல்லு. நான் ஊருக்குப் போய்விட்டு விடியறதுக்குள்ளே திரும்பி வந்திருவேன்..."ன்னு சொல்லி விட்டு அர்ஜுனனைக் கூட்டிட்டு செங்கப்பாடிக்குப் போனேன்.

ஜீப்பில் போகும்போதுகூட அர்ஜுனன் மேலே எனக்கு நம்பிக்கையில்லை. அதனாலே, அவனை டிரைவருக்குப் பின்பக்கம் இருந்த சீட்டில் உட்கார வைத்தேன். முன்பக்க சீட்டில் உட்கார்ந்து, என்னுடைய துப்பாக்கியை இடது கையிலேயே புடிச்சுட்டுத்தான் போனேன்.

ஊருக்குள்ளே போனதும் நான் கொஞ்சம் பணம் தயார் செய்தேன். அர்ஜுனன் அவங்க சொந்தக்காரங்களுக்கு மாரியம்மா செத்துப்போன இன்பர்மேஷனைச் சொன்னான்.

ஊர் பெரியவர்கள் நாலஞ்சு பேர் வந்தாங்க, "நான் இப்போவே மேட்டூர் போறேன். வெளியூர் போயிருக்கும் டி.சி.எப். ஸ்ரீநிவாஸ் சாய்ப்ரு வந்திருவார். நாங்க போலீஸ்க்குத் தகவல் குடுத்திட்டு அடுத்த வேலையைப் பார்க்கறேன்னு"ன்னு சொன்னேன்.

"நீங்க முன்னாலே போங்க சார். நாங்க அர்ஜுனனைக் கூட்டிக்கொண்டு காலையிலே ஏழு மணி பஸ்ஸுக்குப் புறப்பட்டு மேட்டூர் வந்துருவோம்"...ன்னு ஊர் பெரியவங்க சொன்னாங்க.

நான் திரும்பி வரும் வழியில் அடிப்பாலாறு பக்கத்தில் டி.சி.எப்.ஸ்ரீநிவாஸ் சாய்ப்ரு எதிரே வந்துட்டார். அங்கிருந்து பாலாறு வந்தோம். மாதேஸ்வரன் மலை போலீஸ் ஸ்டேசனுக்கு இன்பார்மேஷன் குடுத்தார். அங்கிருந்த போலீசாரிடம், வயர்லெஸ்சை எடுத்துட்டுபோய் தூங்கிட்டிருந்த எஸ்.ஐ.ஷகீல் அகமதுவிடம் கொடுக்கச் சொன்னார்.

அதற்குப் பிறகு மாரியம்மா செத்துப் போனதைப் பற்றி

சொன்னார். அதுவரைக்கும் மாரியம்மா விஷம் குடித்த விவகாரம் ஷகீல் அகமதுவுக்குத் தெரியவில்லை. அவரும் எப்.ஐ.ஆர், மெமோ சீட் எல்லாம் எடுத்திட்டு விடியற்காலை நாலு மணிக்கெல்லாம் பாலாறு செக்போஸ்ட்டுக்கு வந்துட்டார். அங்கிருந்து எல்லோரும் மேட்டூர் போனோம்.

"எனக்குக் கூட நீ ஏன் இன்பெர்மேஷன் கொடுக்கலே"ன்னு ஷகீல் அகமது என் மேலே கோபப்பட்டார். "இது மெடிக்கல் லீகல் கேஸ். முதலில் கவர்ண்மெண்ட் ஹாஸ்பிடலுக்குப் போயிருக்கணும். நீ எதுக்குப் பிரைவேட் ஹாஸ்பிடலுக்குக் கூட்டிட்டுப் போனே..."ன்னும் கேட்டார். அவர் என்ன நோக்கத்தில் பேசுகிறார் என்பது டி.சி.எப். சாய்ப்ருக்கும் அர்த்தம் ஆயிட்டுது.

"என்ன ஷகீல் உன்னுடைய அப்பாவுக்கோ, அம்மாவுக்கோ, இல்லே சொந்தக்காரரர்களுக்கு எச்சு, கம்மியா எதாவது பிரச்சனை வந்தா நீ கவர்ண்மெண்ட் ஹாஸ்பிடலுக்குத்தான் போவியா...? இல்லை, பக்கத்தில் இருக்கும் பிரைவேட் ஹாஸ்பிடலுக்குப் போவியா"ன்னு கேட்டார். அதற்குப் பிறகு தான் ஷகீல் இதைப் பற்றிப் பேசாமல் விட்டுட்டார்.

"எனக்குத் தெரிய ஸ்ரீநிவாஸ் சார் ஒருத்தரைப் பார்த்துப் பேசினாரென்றால் அவர் கேட்டது உடனே நடக்கும். அவ்வளவு அழகா, மென்மையா, சொல்லவேண்டிய விஷயத்தைப் பக்குவமா எடுத்துச் சொல்லுவார். அவரிடம் பேசினவங்க அடுத்த பேச்சுப் பேசாமல் கேட்ட உதவியைச் செய்து கொடுப்பாங்க.

விடியற்காலை ஐந்து மணிக்கே மேட்டூர் ஜி.ஹெச்.க்குப் போயிட்டோம். டி.சி.எப். சார், டாக்டரைப் பார்த்துப் பேசினார்.

"சூரியன் உதயம் ஆன பிறகுதான் போஸ்ட் மார்டம் செய்யணுன்னு சட்டத்தில் இருக்கு. அதனாலே ஆறரை மணிக்கு நான் போஸ்ட் மார்டம் ஆரம்பித்து அரை மணி நேரத்தில் முடிச்சுக் கொடுத்திடுவேன்"னு சொன்னார்.

அதே மாதிரி ஏழு மணிக்குள் டாக்டர் எல்லா வேலைகளையும் முடிச்சுக் கொடுத்துட்டார். எட்டரை

மணிக்கெல்லாம் நாங்க, மாரியம்மா உடலை செங்கப்பாடிக்குக் கொண்டு போயிட்டோம். வீரப்பன் சொந்தக்காரர்கள் எல்லோரும் வந்து செய்ய வேண்டிய காரியங்களைப் பண்ணினாங்க. 11.00 மணிக்கெல்லாம் மாரியம்மா உடலை, சுடுகாட்டுக்குக் கொண்டுவந்து எரிக்க ஆரம்பிச்சுட்டாங்க.

அப்பவே "டி.சி.எப்.ஸ்ரீநிவாஸ், எஸ்.ஐ.ஷகீல் அகமது, பாரஸ்டர் அங்குராஜ் உங்க மூனுபேரையும் எங்க அண்ணன் சும்மா விடமாட்டான் எதற்கும் கொஞ்சம் கவனமா இருங்க..."ன்னு அர்ஜுனன் சொன்னான்.

இதைக் கேட்டுட்டு கடுப்பான ஷகீல், "யார்ரா உங்க அண்ணன். அவன் ஒரு திருட்டுப் பயல். கொலை செஞ்சிட்டு, காட்டிலே கொள்ளை அடிச்சுட்டு ஓடி ஒளிஞ்சுகிட்டுத் திரிகிறவன். அவனைப் பார்த்து நாங்க பயப்படணுமா...?

நாங்களெல்லாம் இந்த யூனிபார்ம் போடும்போதே இந்த நாட்டுக்காகத்தான் வாழப் போகிறோம். நாட்டுக்காகத்தான் சாகப் போறோம்"ன்னு முடிவு செஞ்சவங்கடா.

எங்களைப் பார்த்து ஒளிஞ்சுக்கிட்டு இருக்கும் உங்க அண்ணனைப் பார்த்து, பாதுகாப்பா இருக்கச் சொல்லு..."ன்னு கடுமையா திட்டிட்டார். நான்தான் ஷகீலை சமாதானம் செய்து அனுப்பி வைத்தேன்" என்கிறார்.

"அர்ஜுனன் சொன்னதே நடந்தது, அந்த மூவரில் அங்குராஜ் மட்டுமே உயிரோடு இருக்கிறார்"

******

79

தலையை வெட்டி எடுத்து வந்தேன்

மாரியம்மா இறந்த பின்னர் அர்ஜுனன் மட்டும் செங்கப்பாடியில் இருக்கிறார். அவர் தங்குவதற்கு வீடு இல்லை. கோவிந்தபாடி, கத்திரிமலை, கொம்பு தூக்கி, மார்டல்லி போன்ற ஊர்களுக்கும் போகிறார். வீரப்பன் வழக்கமாகச் சந்திக்கும் சில ஆள்களைப் பார்க்கிறார். அவர்கள் மூலமாக அண்ணன் வீரப்பனைச் சந்திக்க முயற்சி செய்கிறார்.

இதைப்பற்றி டி.சி.எப் ஸ்ரீநிவாஸ் அவர்களின் ஜீப் ஓட்டுநர் ராமு. "ஒருநாள் எங்க அண்ணனைத் தேடி, காட்டுக்குள்ளே போகப்போறேன், எனக்குச் செலவுக்குப் பணம் வேணும். ஐயாயிரம் ரூபாய் குடுங்கன்னு சொல்லி டி.சி.எப். சாய்ப்ருகிட்டே வாங்கிட்டுப் போனான். காட்டுக்குள்ளே போனானோ, வேறே எங்க போனானோ தெரியலே. ஒரு மாசம் ஆள் ஊர்ப் பக்கம் வரவேயில்லை. திடீர்னு ஒரு நாள் சாயங்காலம் செங்கப்பாடி கேம்புக்கு வந்திருக்கான்.

அப்போ நாங்க மாதேஸ்வரன் மலை ஐ.பி-யில் நடந்த ஒரு மீட்டிங்கில் இருந்தோம். அங்கிருந்த மல்செட்டிங்கற ஒரு ஒயர்லஸ் ஆப்ரேட்டர் டி.சி.எப் ஸ்ரீநிவாஸ் சாரைக் கூப்பிட்டார்.

"உங்களைப் பார்க்கணுன்னு சொல்லிட்டு அர்ஜுனன் வந்திருக்கிறான்.."னு சொன்னார். உடனே மாதேஸ்வரன் மலையிலிருந்து டி.சி.எப்.ஸ்ரீநிவாஸ் சார், புதுசா வந்திருந்த ட்ரைனிங் ஏ.சி.எப்.விஜயகுமார் கோபி சார், எங்க ரேஞ்சர் உதயகுமார் சார், நான் நாலு பேரும் செங்கப்பாடி கேம்புக்கு போனோம். அங்கிருந்தவங்க மாரியம்மன் கோயிலாண்டே அர்ஜுனன் இருக்கிறதா சொன்னாங்க, எங்க மூனு பேரையும் வேலையைப் பாருங்கன்னு சொல்லிவிட்டு, டி.சி.எப். சீனிவாஸ் சாய்ப்ரு மட்டும் மாரியம்மான் கோயில் பக்கமாப் போனார்" என்கிறார்.

காட்டுக்குள் என்ன நடந்தது என்பது பற்றி வீரப்பன் சொல்வதைக் கேட்போம். "ஜெயிலில் இருந்த அர்ஜுனங்கிட்டே போயி வெளியில் போனா உங்க அண்ணனைப் புடிச்சுக் குடுப்பியான்னு கேட்டிருக்காங்க.

"சரி...."ன்னு சொல்லியிருக்கிறான். அதுக்குப் பிறகுதான் சிதம்பரம் ரேஞ்சரைக் கொன்ற வழக்கில் அவனுக்குப் பெயில் வாங்கிக் குடுத்திருக்காங்க. கூடப் பொறந்த அண்ணனைத் தம்பி காட்டிக் குடுப்பானான்னு கூட நினைக்காமல் முட்டாள்தனமா போலீஸ்காரங்க என் தம்பியை வெளியே அனுப்புனாங்க.

வெளியில் வந்ததும் அண்ணனையும் போலீசில் புடிச்சுக் குடுக்கவும் வேண்டாம், அண்ணன் கூடச் சேர்ந்துக்கிட்டு போலீசுக்கு எதிராக சண்டையும் போடவேண்டான்னு அவன் முடிவு பண்ணியிருக்கான்.

எங்களுக்குச் சொந்தமான நிலம் இருக்குது, அதுலே விவசாயம் செய்யறேன்னு சொல்லியிருக்கான். ஆனா போலீசார் நிலத்தை ஓட்டவும் விடவில்லை. உங்க அண்ணனைப் புடிச்சிக் குடுத்துட்டுத்தான், நீ நிலத்தை ஓட்டணுமுன்னு சொல்லீட்டாங்க. சாப்பாட்டுக்கு எனக்கு வேற வழி...?ன்னு கேட்டிருக்கான். அதெல்லாம் எங்களுக்குத் தெரியாது, உங்க அண்ணனைப் புடிச்சுக் குடுத்துட்டு நிலத்தை எடுத்துக்கலான்னு சொல்லிட்டாங்க. சரி இதெல்லாம் ஒழுங்கு ஆகறதில்லே. நாம நேரா அண்ணனிடம் போயிச் சேர்வதுதான் ஒரே வழியின்னு முடிவு பண்ணிக்கிட்டு, காட்டுக்கு வந்தான். இந்த நேரத்திலேதான் எங்க தங்கச்சியையும் கொன்னுட்டாங்க.

ஒருநாள் அர்ஜுனன் காட்டுக்குள்ளே வந்து என்கிட்டே கலந்து பேசினான். என்னைப் பார்த்ததுமே, "இனிமே காட்டுக்குள் ஒளிஞ்சுக்கிட்டு இருக்க வேண்டாமண்ணா. வந்து சரண்டராயிரு..."ன்னுதான் சொன்னான்.

"என்னத்தடா அர்ஜுனா சரண்டர் ஆகறது. நம்ம தங்கச்சியை இப்படிக் கொன்னு போட்டாங்களே, நான் டி.சி.எப்-யைச் சுடப்போறேன்"னு சொன்னேன். "சுடுறியான்னு..." கேட்டான்.

"இல்லே. கண்ணி வெடிதான், ஒரே தட்டாத்தட்டறேன். அவனோடு வர்ற எல்லாரையும் தூக்கப்போகிறேன்..."ன்னு சொன்னேன்.

“அண்ணாண்ணா வேண்டாம். நானும் அப்போ அங்கேதான் இருந்தேன். கூட இருக்கிற போலீஸ்காரங்க எல்லாம் ஒன்னும் பண்ணுலே. அவங்க பாட்டுக்குத்தான் இருக்காங்க. இந்த டி.சி.எப். தான் எல்லா வேலையும் செஞ்சுக்கிட்டு இருக்கான். நான் வேணுன்னா அவனை நைசாப் பேசி இங்கே கூட்டிக்கிட்டு வந்துடறேன். அவனைச் சுட்டுப்போடு. கூட இருக்கிறவங்களை எல்லாம் ஒன்னும் செய்ய வேண்டாம்”ன்னு சொன்னான்.

“சரி கூட்டிட்டு வா... அவனை நான் உயிரோடு கையில் புடிச்சுகிறேன். இந்தப் பகுதியில் இருக்கும் மக்களையெல்லாம் என்ன அடி அடுச்சிருக்கான். எத்தனை வதை பண்ணியிருக்கான். அவங்களுக்கெல்லாம் எப்படி வலி இருந்துருக்குமுன்னு இவனுக்கும் கொஞ்சம் காட்டணும். அவனைப்புடிச்சி உடம்பிலே இருக்கும் கறியை எல்லாம் கொஞ்சம் கொஞ்சமா அறுத்து வதை பண்ணித்தான் கொல்லணும்”னு சொன்னேன்.

“அதெல்லாம் வேண்டாம். ஒரு எதிரியை நீ கொல்லணும், அவ்வளவுதான். வேற வதையெல்லாம் செய்யவேண்டாம். சுட்டுப்போட்டுப் போயிரு. எதுக்கு தேவையில்லாம வதையெல்லாம் செஞ்சுக்கிட்டு. எப்படியும் கொல்லப்போறதுதான் ஒரே ஈட்டிலே போட்டுட்டுப் போன்னு சொன்னான்” இருபது நாள் காட்டுலே என்கூடவே இருந்தான். அவங்கிட்ட எப்படியெல்லாம் பேசணும், என்னென்ன சொல்லணும் என்பதை எல்லாம் சொல்லிக் கொடுத்து அர்ஜுனனை வெளியே அனுப்பினேன்.

“எங்க அண்ணன் மூளையெல்லாம் சரிபண்ணி வச்சிருக்கேன். ஏதோ உங்ககிட்டே சில சந்தேகம் கேட்கணுன்னு சொல்லறான். அதைப்பத்தி உங்களிடம் பேசணுமாம்”ன்னு போயி பொய் சொல்லியிருக்கான்.

என் தம்பி சொன்ன கதையை டி.சி.எப். பையனும் நம்பிட்டான். அவன் கூடவே பொது ஜனங்களும் நாலஞ்சு பேர் வந்தாங்க. நேரா நான் சொல்லியிருந்த இடத்துக்கே வந்தான். பள்ளம் தாட்டத் தாட்ட ஒரே ஈட்டிலே அடிச்சிக் கொன்னுட்டேன்.

தண்ணிக்குள்ளேயே விழுந்துட்டான். தண்ணியில் இருந்து

மேலே இழுத்துப்போட்டு அவன் தலையை வெட்டினேன். கையிலேயே ரெண்டு லிட்டர் பெட்ரோல் வச்சிருந்தேன். அந்தப் பெட்ரோலை ஊத்தி நெருப்பு வச்சேன். குபீர்னு புடிச்சு எரிஞ்சுது.

என் குடும்பத்தையே இந்த நிலைக்குக் கொண்டு வந்தவன். அவனைச் சும்மா விடலாமா? அதற்கு முன்னே வரைக்கும் அவன் மேலே எனக்குக் கோபம் இருந்தது. ஆனால் அவனைக் கொல்லனுன்னு நெனைக்கலை. தங்கச்சிக்கு இப்படிக் கேடு வந்த பின்னாலேதான் கொலை பண்ணணுமுண்ணு முடிவுக்கு வந்தேன். அவன் தலை யார் கையிலும் சிக்கக்கூடாதுன்னு முடிவு பண்ணினேன்.அப்பறமாத்தான் தலையை வெட்டி எடுத்துக்கிட்டு வந்துட்டேன்.

கூட வந்த ஆளுங்க இரண்டு பேர் பயந்து ஓடிட்டாங்க, ரெண்டு பேர் நின்னுக்கிட்டு "இப்படிப் பண்ணீட்டேயே வீரப்பா....? நாங்க ஊருக்குள்ளே போயி என்ன சொல்லறது...?"ன்னு கேட்டாங்க.

"ஒன்னும் சொல்ல வேண்டாம். நாங்க போனோம், டி.சி.எப்.-ஐ கொன்னுபோட்டு வீரப்பன் தலையை வெட்டி எடுத்துக்கிட்டுப் போயிட்டான்னு சொல்லுங்க." ன்னு சொல்லி அனுப்பிட்டேன். அவங்களும் போயிட்டாங்க. அவன் தலையை மறுபடியும் கொஞ்சம் நெருப்பைப் போட்டுக் கருக்கி நீ செஞ்ச பாவத்துக்கு கொஞ்ச நாள் எறக்கியம் காட்டுலே காவல் இருன்னு சொல்லிட்டு வந்துட்டேன்" என்கிறார் வீரப்பன்.

தன்னுடைய கடந்த கால வரலாறுகளைப் பற்றி வீரப்பன் என்னிடம் பல நாள்கள் பேசியிருக்கிறார். ஒவ்வொரு நிகழ்வுகளைப் பற்றியும் அவர் சொன்ன செய்திகள் எல்லாம் சரியாகவே இருந்தன. ஆனால், டி.சி.எப்.ஸ்ரீநிவாஸ் குறித்து அவர் சொன்ன செய்திகள் முற்றிலும் தவறானதாகத் தெரிகின்றன. இதைப் பற்றிச் செங்கப்பாடியில் இருக்கும் பலரையும் நான் நேரில் சந்தித்துப் பேசினேன். அங்கே நடந்த நிகழ்வுகள் வீரப்பன் சொன்னதற்கு நேர் எதிராகவே இருந்தன.

*****

80

சரணடையத் தூது

வீரப்பனின் நெருங்கிய நண்பராக இருந்த நல்லூர் மாதையனிடம் பேசினேன். "ஒரு மாசத்துக்கு முன்ன காட்டுக்குள்ள போன அர்ஜுனன் *09.11.1991* அன்னைக்குச் சாயங்காலம் வந்திருக்கிறான். டி.சி.எப். கேம்புக்கு பின்னாலே இருந்த ஒரு தோட்டத்தில் இருந்துக்கிட்டு எனக்கு ஆள் அனுப்பியிருந்தான்.

வெங்கடேஷ்னு ஒரு பையன் வந்தான். "மாமா அர்ஜுனன் உங்களை வரச் சொன்னான்"னு சொன்னான். "அர்ஜுனனை இங்கே வரச்சொல்லு"ன்னு சொல்லித் திருப்பி அனுப்பிட்டேன்.

அதற்குப் பிறகு ஒன்பது மணிக்குப் பக்கமாகத்தான் மாதேஸ்வரன் மலையிலிருந்து டி.சி.எப். வந்திருக்கிறார். அப்போ அர்ஜுனன் ஊர்க் கவுண்டர் முனுசாமி காட்டுக்குப் போயிட்டான். அங்கே போயித்தான் டி.சி.எப் பார்த்திருக்கிறார்.

"எங்க அண்ணன் உங்ககிட்டே சரணடையத் தயாரா இருக்கிறான். அதுக்கு முன்ன உங்களை நேரில் பார்த்துப் பேசணும். எனக்குச் சில சந்தேகம் இருக்குது, அதற்கெல்லாம் டி.சி.எப்.கிட்டே விளக்கம் கேட்கணும். கேட்டு முடிஞ்சதும், உங்களோடவே நானும், வெளிய வரேன்னு சொல்லறான்.

எங்க அண்ணனுக்குப் போலீசைப் பார்த்தாலே ஆகாது, உங்களோடு போலீஸ்காரங்க வரவேண்டாம். வேணுன்னா, உங்களுக்குத் துணையா நல்லூர் மாதையன், எங்க சித்தப்பன் கீரியான் பொன்னுசாமி, பங்காளி முனுசாமி, டி.பி.பெருமாள் எல்லோரையும் கூட்டிக்கிட்டு வாங்கன்னு சொன்னான்"னு அர்ஜுனன் பொய் சொல்லியிருக்கிறான்.

இதைக் கேட்டுட்டு டி.சி.எப். நேரா எங்க வீட்டுக்கு வந்தார். ஓர் ஆளை அனுப்பி கீரியான் பொன்னுசாமி, முனுசாமி, பெருமாள் எல்லோரையும் கூட்டிட்டு வரச்சொன்னார். "வாங்க போலா"ன்னு சொல்லி எங்களைக் கூட்டிக்கிட்டுப் போனார்.

நல்லூர் மாதையன்

முனுசாமி காட்டில் இருந்து அர்ஜுனன் வந்தான், எல்லாரும் டேம் முனியப்பன் கோயிலுக்குப் பக்கமா போயிட்டோம்.

அதற்குப் பிறகுதான் "எங்க சார் போயிக்கிட்டு இருக்கீங்க...?"ன்னு டி.சி.எப்.கிட்டே கேட்டேன்.

"வீரப்பன் சரணடைய முடிவு பண்ணிட்டான், இப்போ ராமதாளி காட்டில் இருக்கிறான். எங்கிட்ட எதோ சந்தேகம் கேட்கணுன்னு சொல்லியிருக்கிறான். வாங்க போயி நேரில பார்த்துப்பேசி ஆளைக் கூட்டிக்கிட்டு வரலான்னு..."ன்னு சொன்னார். "சார் வேண்டாம். நீங்க காட்டுக்குள்ளே போறது நல்லதில்லை"ன்னு சொன்னேன் என்கிறார்.

வீரப்பனின் சித்தப்பா கீரியான் பொன்னுசாமி, "வீரப்பன் தங்கச்சி மாரியம்மா வீட்டுக்காரன் பேரும் அர்ஜுனன். அவனும் ஆனை வேட்டைக்குப் போயிக்கிட்டு இருந்தான், கேசில் புடிச்சி கொண்டுபோய் உள்ளே போட்டிருந்தாங்க. அவனை வெளியே கொண்டுவர டி.சி.எப்.தான் எல்லா வேலையும் செஞ்சார், அவனுக்கு நான்தான் ஜாமீன் குடுத்தேன். நானும், முனுசாமியும் போயி மைசூர் ஜெயிலில் இருந்து அர்ஜுனனைக் கூட்டிக்கிட்டு ஒன்பது மணி பஸ்ஸில் ஊருக்கு வந்தோம். அலுப்பா இருந்துச்சு, அதனாலே வீட்டில படுத்திருந்தேன். டி.சி.எப். வந்து எழுப்பினார், அங்கிருந்து முனுசாமி வீட்டுக்குப் போனோம்.

"போகலாம் வாங்க"ன்னு எங்களையும் அணை மேட்டுக்குக் கூட்டிக்கிட்டுப் போனார். அங்கே போனா நல்லூரரான் மாதையன், டி.பி. பெருமாள், கண்டியார் வீட்டு கிருஷ்ணன் மூனு பேரும் வந்தாங்க. அங்க போயித்தான். "வீரப்பன் சரணடைய என்னைக் காட்டுக்குள்ளே வரச்சொல்லி

இருக்கான்னு..." சொன்னார். இங்கயெல்லாம் யார்கிட்டயும் சொல்லலே..." என்றார்.

டி.பி.பெருமாள், "நான் காட்டுலயே செத்தாலும், பரவாயில்லை. என் உடம்பை நாய், நரி தின்னுட்டுப் போகட்டும். நான் இன்னொருத்தன் கையில சோறு வாங்கித் தின்னுக்கிட்டு உயிர் வாழ மாட்டேன்"ன்னு வீரப்பன் அடிக்கடி சொல்லுவான்.

காட்டுக்குள்ளிருந்து வந்த அர்ஜுனன் எங்க அண்ணனைப் பார்க்க போகலான்னு கூப்பிட்டப்பவே இது நடக்காதுன்னு நான் சொன்னேன். வீரப்பன் சரண்டராக மாட்டான்னு எனக்குத் தெரியும். "அவன் எங்கடா சரண்டர் ஆகப்போறான். டி.சி.எப். சாய்ப்ரு கூட நாங்க வந்தால் எங்களையும் வீரப்பன் சுடுவான். நாங்க செத்தாலும் பரவாயில்லை. ஆனா, அரசாங்க அதிகாரிக்கு எதாவது ஒன்னு ஆச்சுன்னா ஊரே காலியாயிருமேப்பா... கொஞ்சம் பார்த்து முடிவு பண்ணலான்னு..." அர்ஜுனங்கிட்ட சொன்னேன்.

"உனக்கு என்ன தலை கெட்டுப்போச்சா...? என் முகத்தைப் பார்த்தாலே போதும் வீரப்பன் சுடமாட்டான்"ன்னு டி.சி.எப். சொன்னார். "சார் இது நடக்கரதில்லே..."ன்னு சொன்னேன். "நீ போயி கண்டியார் வூட்டு கிருஷ்ணனைக் கூட்டிக்கிட்டு வா"ன்னு சொன்னார்.

என்னாலே நேரா நின்று டி.சி.எப்.சார்கிட்டே பேசமுடியல. எங்கயாவது சாராயம் இருந்தா ஒரு டம்ளர் வாங்கி ஊத்திக்கிட்டுப் போகலாம். அப்பத்தான் கொஞ்சம் தைரியம் வரும். வம்புக்கு இழுத்து சண்டை போட்டாவது இவர் காட்டுக்குள்ள போவதை நிறுத்தணுன்னு நெனச்சேன்.

அந்தநேரம் ஒரு இடத்திலயுமே சரக்கு இல்லை. பிறகு, கிருஷ்ணனைக் கூட்டிக்கிட்டுப் போனேன். அவனும் ஒரு யோசனை சொன்னான். "சார் நானும், அர்ஜுனனும் காட்டுக்குள்ள மொடக்குப்பட்டி வரைக்கும் போறோம். உண்மையிலே சரணடைய வீரப்பன் நெனச்சான்னா, வீரப்பன் ஆளுங்க வைத்திருக்கும் துப்பாக்கியை நான் வாங்கி வச்சுக்கிறேன். அதுக்குப் பின்னாலே வேணுன்னா நீங்க வாங்க சார்...."ன்னு சொன்னான். கீரியான் பொன்னுசாமியும்

“அதுதான் சார் நல்லது”ன்னு சொன்னார்.

டி.சி.எப். சார் கேட்கவே இல்லை. “நீங்க யாரும் வரலேன்னாலும் பரவாயில்லை. நான் மட்டும் தனியாவே போறேன்”ன்னு சொன்னார்.

“போதமலை ரெய்டுக்கு ஊர் மக்களெல்லாம் போன மாதிரியே ஊர்க்காரங்க ஐம்பது பேரைக் கூட்டிக்கிட்டு போலான்னு...:” நல்லூரரான் மாதையனும் சொன்னான். டி.சி.எப். அதையும் கேட்கல.

சரி நடக்கிறது நடக்கட்டும், இந்த நேரத்தில் போகவேண்டாம். காட்டுக்குள்ள யானை நெறையா சுத்திக்கிட்டு இருக்கு. காலையில போலான்னு முடிவு பண்ணினோம். எல்லோரும் முத்துசாமிக்கவுண்டர் காட்டுக் கொட்டாயிலேயே படுத்துட்டோம்” என்கிறார்.

செங்கப்பாடியிலிருந்து மேற்கில் ஒரு கிலோமீட்டர் தொலைவில் அணைக்கட்டு ஒன்று உள்ளது. அணைக்கட்டின் கீழே, தென்பகுதியிலிருந்த முத்துசாமிக்கவுண்டர் என்பவரின் காட்டிலிருந்த கொட்டகைக்கு எல்லோரும் சென்றனர். அங்கிருந்த ஒரு கயிற்றுக் கட்டிலை எடுத்து டி.சி.எப். ஸ்ரீநிவாஸுக்குப் போட்டுக் கொடுத்துள்ளனர்.

அப்போது பேச்சுவாக்கில் “காட்டுக்குள்ள போயி உங்களுக்கு ஏதாவது ஒன்னு நடந்தா நாங்களெல்லாம் இந்த ஊருல உயிரோடு இருக்க முடியாதுங்களே. எல்லோரையும் மாதேஸ்வரன் மலை போலீசார் கொண்டுபோய் உரிச்சு எடுத்துப் போடுவாங்களே...” என்று வீரப்பன் பங்காளி முனுசாமி சொல்கிறார்.

இதைக் கேட்டதும் எழுந்து உட்கார்ந்த டி.சி.எப்.ஸ்ரீநிவாஸ் கையில் வைத்திருந்த டைரியில் இருந்து ஒரு காகிதத்தைக் கிழித்தார். டார்ச் லைட் வெளிச்சத்திலேயே கடிதம் எழுதினார்.

வீரப்பன் சரணடையச் சொல்லி தகவல் அனுப்பியுள்ளது. அதன் பேரில் தான் காட்டுக்குள் செல்ல முடிவு செய்துள்ளது. இதில் வேறு யாருக்கும் தொடர்பு இல்லை. என்னுடைய உயிருக்கு ஏதாவது ஆபத்து ஏற்பட்டால், அதற்கு நானே பொறுப்பு. தன்னுடன் காட்டுக்குள் வரும் ஊர் மக்கள்

யாரையும் விசாரணைக்கு போலீசார் கூட்டிக்கொண்டு போகக்கூடாது. யார் மீதும் வழக்குப் போடக்கூடாது என்று எழுதிக் கையொப்பமிட்டார்.

அந்தக் கடிதத்தை மடித்து டி.பி.பெருமாளிடம் கொடுத்து, "உன் மகள் மணிகிட்டே இதைக் குடுத்து நாளைக்குக் காலையிலே எட்டு மணிக்கு ரேஞ்சர் உதயகுமாரிடம் கொடுக்கச்சொல்" என்று சொல்லி அனுப்புகிறார். பெருமாளை மட்டும் தனியே அனுப்பினால் போனவன் திரும்பி வராமல் போக வாய்ப்புள்ளது. அதனால், நல்லூர் மாதையனையும் கூடப்போகச் சொல்கிறார்.

"டி.சி.எப். காட்டுக்குள்ள போகும் சமாச்சாரம் போலீசுக்குத் தெரியக் கூடாதுன்னு நெனச்சிருக்கார். போலீசாருக்குத் தெரிஞ்சா நாங்களும் கூட வருவோமுன்னு போலீசார் சொல்லுவாங்க. இல்லன்னாலும், இங்க இருக்கும் போலீசார், அவங்களுடைய உயர்அதிகாரிகளுக்குத் தகவல் சொல்லிருவாங்க. உயர் அதிகாரிகள் ஏதாவது தடை செய்வாங்கன்னு நெனச்சுட்டார். அதனாலேதான் காலையில எட்டு மணிக்கு மேலே கொண்டுபோய் உதயகுமார் சார்கிட்டே இந்த லட்டரைக் குடுன்னு சொல்லி, பெருமாள் மகள் மணியிடம் குடுத்திட்டு வரச்சொன்னார். அப்படியே செஞ்சோம்.

விடுஞ்சும் விடியாத அதிகாலை நேரம், அஞ்சு மணிக்கே எழுந்து "எல்லோரும் ரெடியாகுங்க..."ன்னு சொன்னார். அப்பவும் "சார் போலீஸ்காரங்களை கூட கூட்டிக்கிட்டு போகலாம். நீங்க மட்டும் தனியா போறது நல்லதில்லை"ன்னு சொன்னேன். உடனே அதுக்கு அர்ஜுனன் பதில் சொல்கிறான்.

"எங்க அண்ணனுக்கு போலீஸ்ன்னு சொன்னாலே ஆகாது. அவங்களைப் பார்த்தாலே சுடுவான், இல்லன்னா ஓடிப்போயிருவான். நானே போய் ஷகீல் அகமதுகிட்டே சொல்லி போலீசைக் காட்டுக்குக் கூட்டிக்கிட்டு போறேன். போனா என்ன நடக்கும்...? எங்க அண்ணன் ஓடிப்போயிருவான். அதற்குப் பிறகு என்மேல் யாரும் குறை சொல்லக்கூடாது. எங்க அண்ணன் கூட இருந்த 21 ஆளுங்களைக் கொண்டுபோய் நல்லபடியா ஜெயிலில் விட்டுவிட்டு வந்திருக்கீங்க.

அதனாலேதான் எங்க அண்ணன் உங்களை நம்பறான்.

ஒரு மாசத்துக்கு முன்னாலே நீங்களும் இன்னொரு ஆளும் பரிசலில் அக்கரைக்குப் போயிட்டு வந்திருக்கீங்க. அதையெல்லாம் எங்க அண்ணன் பார்த்துட்டுத்தான் இருந்தானாம். ஊர் மக்களே டி.சி.எப். நல்ல மனுஷன்னு சொல்லிக்கிட்டு இருக்காங்க. அதனாலே நானும் ஒன்னும் செய்யக்கூடாதுன்னு சொல்லி உங்களை விட்டுட்டேன்னு" சொன்னான். இப்படின்னு நாங்க கேட்ட ஒவ்வொரு கேள்விக்கும் அர்ஜுனன் சரியான பதில் சொல்லிக்கிட்டே இருந்தான்.

ஒரு கட்டத்தில் வீரப்பன் சரணடைய நாங்க தடையா இருக்கிறதா டி.சி.எப். நினைத்து விட்டார்.

"ஆத்துல பரிசலில் ஏறிக்கிட்டு அக்கரைக்குப் போகிறோம். பரிசல் கவிழ்ந்து செத்துப்போயிட்டா என்ன செய்வோம்? உயிர் போனாப் போவுதுன்னு சொல்லித்தான போறோம். அப்படிதான் இதுவும், வீரப்பன் சுட்டால் நான் சாகவும் தயாராகத்தான் இருக்கிறேன். வாங்க போகலாம்"னு சொன்னார்.

இனி ஒன்னும் செய்ய முடியாது, நடக்கிறது நடக்கட்டும். "நான் வந்தா கண்டிப்பா என்னையும் சுடுவான். அதனாலே நான் வரலை சாமி. நீங்க போங்க..."ன்னு சொல்லிட்டு வீட்டுக்கு வந்துட்டேன்." என்கிறார் நல்லூர் மாதையன்.

******

81

காடுகளுக்காகவே வாழ்ந்தவர் !

டேம் முனியப்பன் கோயில்

"**கா**லையிலே ஆறு மணிக்கு நாங்க ஆறு பேரும் டேம் முனியப்பன் கோயில் வழியா எறக்கியம் காட்டுக்குள்ளே போனோம். எங்க நாலு பேருக்கும் முன்னாலே அர்ஜுனனும், டி.சி.எப். சாரும் வெடுக்கு வெடுக்குன்னு நடந்து போனாங்க. எங்களாலே அவங்க வேகத்துக்கு நடக்க முடியல வழியிலே எங்கிருந்து யார் சுடப்போறாங்கலோன்னு எனக்கு மனசு பக்குபக்குன்னு அடிச்சிக்கிட்டே இருந்தது.

நான் சிகரெட் எடுத்துப் பத்தவச்சு ஊதிக்கிட்டுத்தான் போனேன். முருகண்டி பள்ளத்துக்கு முன்னாலேயே பாட்டா செருப்புப் போட்டுக்கிட்டு யாரோ நடந்துபோன செருப்பு அடி தெரிஞ்சுது.

அதைப் பார்த்துட்டு "என்ன அர்ஜுனா நமக்கு முன்னாலேயே யாரோ போயிருக்காங்கன்னு...?" டி.சி.எப்.கேட்டார்.

"நேத்து சாயங்காலம் புதூர் காலனி ஆளுங்க நாலஞ்சு பேர் பொன்னாச்சிக்குப் போனாங்க. அவங்க நடந்து போன செருப்படியா இருக்கும்"ன்னு அர்ஜுனன் பொய் சொன்னான்.

வீரப்பன் ஆளுங்க வந்து வழியிலே ஒளிஞ்சுக்கிட்டு இருந்திருக்காங்க. நாங்க ஆறுபேரும் நடந்து போனதைப் பார்த்துட்டு அங்கிருக்கும் ஆளுங்களுக்குத் தகவல் சொல்ல திரும்பிப் ஓடிப்போயிருக்காங்க.

எறக்கியம் பள்ளத்தில் கணுக்கால் அளவுக்குத் தண்ணீர் ஓடிக்கிட்டு இருந்தது. அந்தத் தண்ணிக்கு இந்தப்பக்கம் மேட்டிலேயே கீரியான் பொன்னுசாமியும், முனுசாமியும் நின்னுக்கிட்டாங்க. நானும், கிருஷ்ணனும் இன்னும் கொஞ்சம் பின்னாலேயே நின்னுக்கிட்டோம்.

முதல் ஆளா அர்ஜுனன் தண்ணியைத் தாட்டி அந்தப் பக்கம் மேட்டில் ஏறி கொஞ்சதூரம் போய் ஒரு பாறைக்குப் பக்கமா நின்னுக்கிட்டான். அவனுக்குப் பின்னாலே போன டி.சி.எப்.காலில் போட்டிருந்த ஷூவில் சேறு புடிச்சுக்கிச்சு. கரை ஓரமா ஒரு புளியமரம் இருந்தது. அந்த மரத்து வேரில் காலைத் தூக்கி வைத்து, கையில தண்ணியை அள்ளி அள்ளி அந்த ஷூவைக் கழுவிக்கிட்டு இருந்தார்.

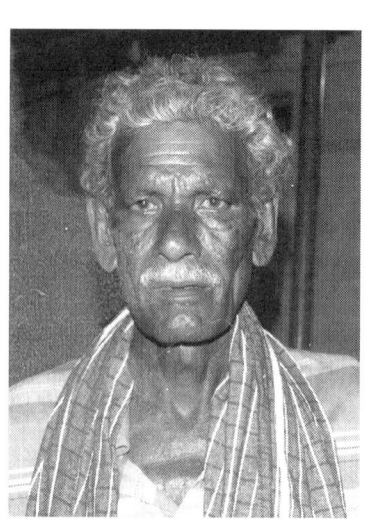

டி.பி.பெருமாள்

டி.சி.எப்.கீழே குனுஞ்சுக்கிட்டு இருந்ததால நாங்களெல்லாம் அவரையே பார்த்துக்கிட்டு அவங்க அவங்க நின்ன எடத்துலேயே நின்னுக்கிட்டோம். எதிர்பக்கம் காட்டுக்குள்ளே ஒரு பொதை ஆடிச்சி. திடுதிடுன்னு ஆளுங்க ஒடியாந்த சத்தம் கேட்டது. அதுக்குள்ளேயே "டம்"முன்னு ஈடு எழும்பிட்டுது.

டி.சி.எப்.ஐ எப்படிச் சுட்டாங்க, அந்த மனுஷன் எப்படி கீழே விழுந்தாருன்னு பார்க்கக்கூட நேரமில்லை.

அதுக்குள்ள எல்லாம் முடிஞ்சு போச்சு. என்னையும் இருளர் பையன் ஒருத்தன் துப்பாக்கியில சுட்டான். ஆனால், ஈடு எழும்பல. இதைப் பார்த்த வீரப்பன் கையிலிருந்த துப்பாக்கியைக் கீழே போட்டுட்டு வேற ஒரு துப்பாக்கியைத் தூக்கினான்.

நானும், கிருஷ்ணனும் பொதைக்குள்ள பூந்து திரும்பி ஓடினோம். சும்மா நாலு மார் தூரம் போயிருப்போம். வீரப்பன் சுட்டிருந்தால் நானும் அப்போதே போயிருப்பேன்.

வீரப்பனுக்குப் பின்னாலே இருந்த கண்டியார் வீட்டு மாரியப்பன், "என் தம்பி(கிருஷ்ணன்)யும் போறான். நெப்புத் தெரியாம சுட்டுப்போடாதேன்னு..." கத்தினான். அதனாலே, என்னைச் சுடாம விட்டுட்டாங்க.

எப்படியாவது கையில புடிக்கலான்னு வீரப்பனும், சேத்துக்குழி கோவிந்தனும் என்னைத் தொரத்துனாங்க. நானும், கிருஷ்ணனும் ஒரே தாவுள ஓடுனதால அன்னைக்கு தப்பிச்சேன்." என்கிறார் டி.பி.பெருமாள்.

அணை மேட்டிலிருந்து புறப்படும்போதே அர்ஜுனங்கிட்டே "மொழுக்கன் எந்தத் தாவிலடா இருக்கிறான்"னு கேட்டேன். தலையைக் கீழே நட்டுக்கிட்டே "அண்ணன் மொடக்குப்பட்டி காட்டில இருக்குது"ன்னு சொன்னான்.

"ஸ்...ஸூ அப்பா. ஏண்டா, காலங்காத்தால பழைய சோறுகூட இல்லாம எப்படீடா மொடக்குப்பட்டி காட்டுக்குப் போறது"ன்னு சொன்னேன். (செங்கப்பாடி அணைக்கட்டுப் பகுதியில் இருந்து மொடக்குப்பட்டி காடு பத்து கிலோமீட்டர் தொலைவில் உள்ளது).

"என்ன நடந்தாலும் சரி, நான் காட்டுக்குள் போறது உறுதி. என்னோடு வரவங்க வாங்க. யாருமே வரலேன்னாலும் நான் மட்டுமாவது காட்டுக்குள்ள போவேன்"ன்னு டி.சி.எப்சொல்லிட்டார்.

"நாங்களும் உங்க கூடவே வந்து உங்களுக்கு ஏதாவது ஒன்னு நடந்தாலும், நீங்க என்னடா பண்ணுனீங்கங்கன்னு எங்களையும் அடிப்பாங்க, நாங்க உங்களோடட காட்டுக்குள்ள

வராம இங்கயே இருந்தாலும், ஏன்டா நீங்க சாய்ப்ரு கூடப் போகலையின்னு சொல்லி அடிப்பாங்க.

எப்படியோ நாங்க எல்லோருமே அடி வாங்கறது உறுதியாயிட்டுது. வெளியிலிருந்தா என்ன...? உள்ள போனா என்ன...? நாங்களும் உங்களோடவே வரோம் இருங்க சாமி..."ன்னு சொல்லிட்டு நாங்களும் கூடவே போனோம்.

காலை எட்டு மணிக்குப் பக்கமா இருக்கும், ராமதாளி காட்டுக்குப் போகும் தடத்துக்குப் போயிட்டோம். எறக்கியம் பள்ளத்தில் முழங்கால் அளவுக்குத் தண்ணீர் போயிக்கிட்டு இருந்தது. தண்ணிக்குள்ளே இறங்கி நடந்த டி.சி.எப். ஷூவுலே சேறு ஒட்டிக்கிச்சு. அந்த மனுஷன் கவனம் முழுக்க ஷூவைக் கழுவுறதுலே இருந்துச்சு.

வெடுக்கு வெடுக்குன்னு நடந்து போன அர்ஜுனன் டி.சி.எப். நின்ன எடத்திலிருந்து ஐம்பதடி முன்னாலே போயிட்டான். நாங்க தண்ணிக்குள்ளே நடந்து போனா டி.சி.எப். மேலே தண்ணீர் தெறிக்கும். அதனாலே, எல்லாருமே பள்ளத்துக்கு இந்தப் பக்கமே நின்னுக்கிட்டோம்.

நான் அர்ஜுனனையே பார்த்துக்கிட்டு இருந்தேன், ஆள் கொஞ்சம் பதட்டமாத்தான் இருந்தான். அவன் பார்வையும் சரியில்லை. அங்கேயும் இங்கேயும் பார்த்தான். "ஏண்டா.... தடத்தைத் தொலைத்தவன் மாதிரி முழிக்கிறே...?" ன்னு கேட்டேன்.

அதுக்குள்ளயே வடக்காலப் பக்கம் இருந்த உன்னிச்செடி பொதைக்குள்ள இருந்து கொளந்தான் வந்தான். பள்ளத்துக்கு கொஞ்சம் மேலே ஒரு பாறை இருந்தது. அந்தப் பாறை மேலே கால வச்சுக்கிட்டு துப்பாக்கியை தூக்கிக்கிட்டு நின்னான். அப்பவே கொஞ்ச தூரத்திலிருந்து இன்னும் இரண்டு பசங்க ஓடியாந்தாங்க.

அந்த ஆள் ஓடி வந்த சத்தம் கேட்டு டி.சி.எப் ஷூவைக் கையில புடிச்சுக்கிட்டே தலையைத் தூக்கிப் பார்த்தார்.

"டேய்... டேய்...ன்னு" நான் சொல்றதுக்குள்ளயே கொளந்தான் துப்பாக்கியிலிருந்து படீர்னு ஈடாயிட்டுது.

ஷூவைக் கையிலே புடிச்சுக்கிட்டு தலையைத் தூக்கிப்

பார்த்த மனுஷன் நெஞ்சிலேயே தோட்டா பூந்திருச்சு. அப்படியே குப்புற அடிச்சிக் கீழே விழுந்துட்டார். ஒரு துளி கூட ஆடவும் இல்லை அசையவும் இல்லை. அங்கே ஈடாகும் போதே எனக்குப் பக்கத்தில இருந்த கிருஷ்ணனும், பின்னாலே இருந்த பெருமாளும் ஓட்டம் எடுத்துடாங்கப்பா" என்கிறார் கீரியான் பொன்னுசாமி.

அப்போது, வடக்கிலிருந்து பல்லை இறுகக் கடித்துக்கொண்டு ஓடிவந்த வீரப்பன். குப்புறக் கிடந்த டி.சி.எப்.ஸ்ரீநிவாஸின் உடலை மல்லாக்கத் திருப்பிப் போட்டார். கெட்ட வார்த்தையால் திட்டிக்கொண்டே அவரது நெஞ்சில் மீண்டும் ஒரு ஈடு கொடுத்தார். சில வினாடிகளுக்கு முன்பாகவே உயிர் போயிருந்த டி.சி.எப். ஸ்ரீநிவாஸ் உடலில் எந்த அசைவும் தெரியவில்லை. திறந்திருந்த கண்கள் வீரப்பனையே பார்த்துக் கொண்டிருந்தது.

"அட மொழுக்கா... ஏன்டா உம் புத்தி இப்படிப் போச்சு...? ஊருக்கே தீவினையைக் கொண்டாந்து உட்டுட்டயேடா...?" என்று கீரியான் இரண்டு கையையும் உயர்த்தி இறைவனிடம் வரம் கேட்கும் தொண்டனைப் போல நின்று கொண்டிருந்தார்.

அவரையும் கெட்ட வார்த்தையில் திட்டிய வீரப்பன், "என் தங்கை செத்துப் போனபோது நீயெல்லாம் எங்கே போயிருந்த...?" என்று கீரியானிடம் கேட்கிறார். "ஏன்டா அந்தப் புள்ளை செத்ததுக்கு இந்த மனுஷன் என்னடா செய்வார்....?" என்று சொன்னார்.

இதற்குள்ளாக பல்வேறு இடங்களிலிருந்த வீரப்பன் ஆள்கள் ஆறுபேர் கீரியானைச் சுற்றி வந்து நின்றனர். கீரியான் பொன்னுசாமிக்கு பக்கமாக வந்த சேத்துக்குழி கோவிந்தன், "நடந்தது நடந்து போச்சு, நீங்க இரண்டுபேரும் வெடுக்குன்னு இடத்தை விட்டுப் போங்கப்பா..." என்று சொல்லி அவர்களைத் திருப்பி அனுப்பினார்.

"நம்பி வந்த ஒரு மனுஷனை இப்படியாடா கொல்லறது...? நாசமாப் போச்சு போங்கடா உங்க பொழப்பு, உங்க குடும்பமெல்லாம் நல்லா இருக்குமாடா...?" வம்சமே இல்லாமப் போயிருமேடா...? உங்க பரம்பரையில ஒருத்தனுக்குக் கூட நல்ல சாவு வராதடா... என்று சாபம்விட்ட

கீரியான் பொன்னுசாமி

கீரியான் பொன்னுசாமியும், முனுசாமியும் வீரப்பன் இருந்த பக்கம் திரும்பிப் பார்க்காமலே செங்கப்பாடிக்குத் திரும்பினர்.

டி.சி.எப். ஸ்ரீநிவாஸ் அவர்களை ஏமாற்றி காட்டுக்குள் அழைத்துக் கொண்டுபோன அர்ஜுனன், மீண்டும் வீரப்பனுடன் சென்று விடுகிறார்.

"காத்தால ஒன்பதரை மணிக்கெல்லாம் ஊருக்கு வந்துட்டோம். ரேஞ்சர் உதயகுமார் இன்னும் சில போலீஸ் அதிகாரிகளெல்லாம் அணை மேட்டுலயே இருந்தாங்க. நாங்க வந்த அப்பறமா பாலாறு பங்களாவுக்கு (ஒயர்லெஸில்) பேசினாங்க. அங்கிருந்து ஜீப், காரெல்லாம் வந்துச்சு. "உனக்கு இடம் தெரியுமா..."ன்னு கேட்டாங்க. தெரியுமென்று சொன்னேன். என்னையும் முனுசாமியையும் ஜீப்பில் ஏத்திக் கூட்டிட்டுப் போனாங்க.

நாங்க போய் பார்த்தப்ப டி.சி.எப் உடம்பு அப்படியே மல்லாக்க கிடந்தது. கால் கடைத் தண்ணிக்குள்ளே இருந்துச்சு. முழங்காலுக்கு மேலே உடம்பு மேட்டில கெடந்துச்சு. ரேஞ்சர் உதயகுமார் கல்யாணத்துக்கு எடுத்துக் குடுத்த சட்டையைத்தான் டி.சி.எப்.போட்டிருந்தார். அந்தச் சட்டை மேலே பெட்ரோலையோ இல்லை வெடி மருந்தையோ போட்டு நெருப்பு வைத்திருந்தான். அந்த நெருப்பு சூட்டுல மேலே இருந்த புளியமரத்து வாது இலை எல்லாம் கருகிப் போயிருந்தது" என்கிறார் கீரியான் பொன்னுசாமி.

டி.சி.எப்.ஸ்ரீநிவாஸ் கொலை செய்யப்பட்ட செய்தி அறிந்ததும் செங்கப்பாடியில் இருந்த அத்தனை மக்களும் ராமதாளிக் காட்டுக்கு வந்து சேர்ந்தனர். கதறியழுத மக்கள் திரளுக்கிடையே காவல்துறை அதிகாரிகள் வரைபடம் தயாரித்து முடித்தனர். காணாமல் போன டி.சி.எப். ஸ்ரீநிவாஸின் தலையைப் பல குழுக்களாகப் பிரிந்து காட்டுக்குள் தேடினர்,

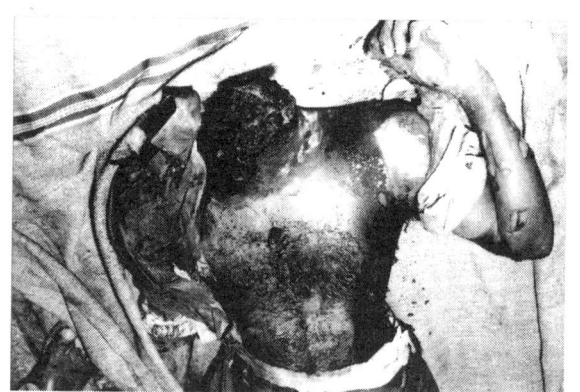

தலையில்லாத டி.சி.எப்.சீனிவாஸின் உடல் (நன்றி- நேத்ராராஜு, மைசூர்)

ஶ்ரீநிவாஸ் கொலை செய்யப்பட்ட இடம்

ஊர் பொதுமக்கள் அஞ்சலி

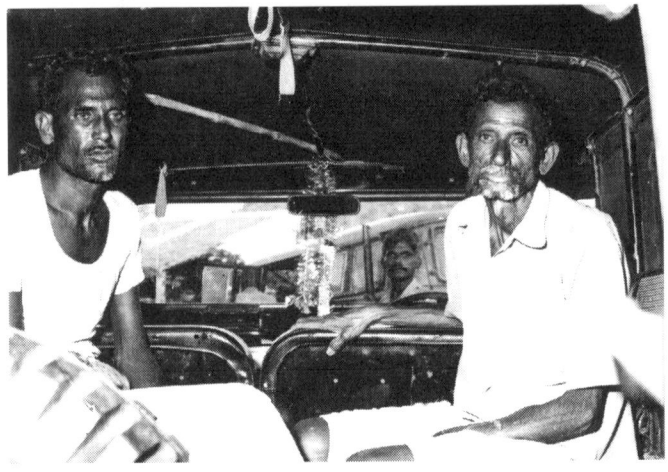

கீரியான் பொன்னுசாமி

மாலை மூன்று மணிவரை தேடியும் தலை கிடைக்கவில்லை.

செங்கப்பாடியிலிருந்து எடுத்து வரப்பட்ட ஒரு கயிற்றுக் கட்டிலில் டி.சி.எப். ஸ்ரீநிவாஸ் உடலைப் போட்டு எடுத்து வந்தனர். அவர் வசித்த பள்ளிக்கூடத்தின் முன்பாக பொதுமக்கள் பார்வைக்கு அவரது உடல் வைக்கப்பட்டது. மேட்டூர், கொள்ளேகால், மைசூர், சேலம், ஈரோடு எனப் பல பகுதியிலிருந்து வந்திருந்த செய்தியாளர்களும் ஊடகத்துறையினரும் நடந்த நிகழ்வுகளையும், புகைப்படங்களையும் சேகரித்தனர்.

காவிரி ஆற்றின் இருகரைகளிலும் இருந்த மக்களெல்லாம்

படங்கள் – நேத்ராராஜு, மைசூர்

லாரியில் எடுத்துச் செல்லப்படும் டி.சி.எப் உடல்

ஓடிவந்து டி.சி.எப். ஸ்ரீநிவாஸின் தலையில்லாத உடலின் முன்பாகக் கதறியழுதனர். மாலை 6.00 மணிக்கு அவரது உடலை லாரியில் ஏற்றினர். உடற்கூறு ஆய்வுக்காக மாதேஸ்வரன் மலை அரசு மருத்துவமனைக்கு எடுத்துச்சென்றனர்.

டி.சி.எப்.ஸ்ரீநிவாஸ் இருந்தவரையிலும், நாமும் இந்த ஊரில் நிம்மதியாக வாழலாம் என்ற நம்பிக்கையிலிருந்த பல குடும்பம் இனி நமக்கு இங்கே வேலையில்லை என்று முடிவு செய்தனர். மனைவி, மக்களைக் கூட்டிக் கொண்டு வீட்டைக் காலி செய்துவிட்டு செங்கப்பாடியை விட்டுக் கிளம்பினர்.

மாரியம்மன் கோயிலில் ஸ்ரீநிவாஸ்

செங்கப்பாடி மாரியம்மன்

சாய்ப்ரு பாடியை எடுத்திட்டு மாதேஸ்வரன் மலை ஹாஸ்பிடல் போகும்போது ராத்திரி ஆயிட்டுது. அங்கேயே வைத்திருந்து அடுத்தநாள் காலையில போஸ்ட் மார்டம் செய்து, மதியம் பெங்களூர் எடுத்திட்டுப் போனோம். டி.சி.எப் சாய்ப்ரு மனைவி, அப்பா, அம்மா, சொந்தக்காரங்க எல்லாம் ஆந்திராவிலே இருந்து பெங்களூர் வந்துட்டாங்க.

ஒருநாள் பூர்த்தி கர்நாடக வனத்துறை தலைமை அலுவலகமான ஆரண்ய பவன் முன்னாலே பாடி இருந்துச்சு. அடுத்தநாள் காலையில அரசு மரியாதையோட எடுத்திட்டுப்போய் அரிச்சந்திரா மயானத்தில டி.சி.எப். ஸ்ரீநிவாஸ் சாய்ப்புருவை அடக்கம் பண்ணீட்டு நாங்களெல்லாம் திரும்பி வந்தோம்" என்கிறார் அவருக்கு ஜீப் ஓட்டுநராக இருந்த ராமு.

1982 முதல் *1991* வரை கர்நாடக மாநிலத்தின் காடுகளையும் காட்டிலிருந்த விலங்குகளையும் காக்கவேண்டும் என டி.சி.எப். ஸ்ரீநிவாஸ் போராடினார். காடுகளின் வளர்ச்சிக்காகவே

பாடுபட்டார். அந்தக் காட்டுக்குள்ளேயே தன் உயிரையும் விட்டார்.

அடுத்த ஆண்டு மத்திய அரசு அவருக்கு "கீர்த்தி சக்ரா" விருது வழங்கிச் சிறப்பித்தது. அவர் கொல்லப்பட்ட இடத்தில் மாநில அரசு நினைவகம் அமைத்துள்ளது. காடுகளைக் காக்க உயிர் நீத்த போராளிகளுக்காக கொண்டாடப்படும் செப்டம்பர் 11 ஆம் நாள் சிறப்பு நிகழ்வு, ஒவ்வொரு ஆண்டும் ஸ்ரீநிவாஸ் கொல்லப்பட்ட இடத்தில் கொண்டாடப்படுகிறது.

செங்கப்பாடி மக்களின் வழிபாட்டுக்குரிய இடம் மாரியம்மன் கோயில். இந்தக் கோயிலுக்கு போகாமல், அந்த ஊர் மக்கள் எந்தக் காரியத்தையும் செய்யமாட்டார்கள். கோயிலுக்குள் மாரியம்மன் கற்சிலையாய் இருக்கிறார். டி.சி.எப். கண்ணாடி பிரேமுக்குள் புகைப்படமாய் இருக்கிறார்.

இருவருக்கும் ஒரே தட்டில் தீபாராதனை காட்டப்படுகிறது.

*****

82

காவிரி கலவரம்

டி.சி.எப்.ஸ்ரீநிவாஸ் கொலைக்குப் பிறகு போலீஸ் தாக்குதல் அதிகரிக்கும் என்று வீரப்பன் நினைத்தார். அதனால் செங்கப்பாடியை விட்டுக் கிளம்பினார். தமிழ்நாடு, கர்நாடக எல்லையிலுள்ள கர்கேகண்டி காட்டுப்பகுதிக்குச் செல்கிறார். யாருக்கும் தெரியாமல் சில மாதங்கள் தங்கியிருந்தார்.

1991 டிசம்பரில் காவிரி நடுவர் மன்றம் ஓர் இடைக்காலத் தீர்ப்பை வெளியிட்டது. அதில், ஆண்டொன்றுக்கு 205 டி.எம்.சி தண்ணீரைக் கர்நாடக அணைகளிலிருந்து தமிழ்நாட்டிற்கு வழங்கவேண்டும் என உத்தரவிட்டது. இதைத் தொடர்ந்து, அப்போது கர்நாடக முதல்வராக இருந்த பங்காரப்பா முழு அடைப்புக்கு அழைப்பு விடுத்தார்.

கர்நாடக மக்களின் உரிமை பறிக்கப்படுவதாக அம்மாநில அரசியல் கட்சிகள் முழக்கமிட்டன. கடையடைப்பு, ஆர்ப்பாட்டம், போராட்டம், ஊர்வலம், தீவைப்பு என டிசம்பர் 12,13 ஆம் தேதிகளில் வன்முறை வெடித்தது.

பெங்களூரு, கனகபுரா, மைசூரு, மாண்டியா மாவட்டங்களில் வாழ்ந்த தமிழர்கள் குறி வைத்துத் தாக்கப்பட்டனர். சமூக விரோதக் குழுக்கள், தமிழர்கள் மீது கொலை வெறித்தாக்குதல் நடத்தின. தமிழரின் சொத்துகளைச் சூறையாடியன. இந்த வன்முறையில் ஐந்து தமிழர்கள் கொல்லப்பட்டனர். கலவரத்தை அடக்க போலீசார் மேற்கொண்ட துப்பாக்கிச் சூட்டில், 15க்கும் மேற்பட்டோர் சுட்டுக் கொல்லப்பட்டனர்.

ஏராளமான தமிழர்களின் சொத்துகள் தீவைத்து எரிக்கப்பட்டன. உயிரைக் கையில் பிடித்தபடி தங்களின் சொத்துகளை எல்லாம் விட்டுவிட்டு பல்லாயிரக்கணக்கான தமிழர்கள் கர்நாடகாவில் இருந்து ஓடிவந்தனர்.

கலவரத்தை அடக்க வேண்டிய கர்நாடகப் போலீசார் வேடிக்கை பார்த்தனர். வீரப்பன் ஒருநாள் இரவு நல்லூருக்குச் சென்றார். இராமாபுரம் சுற்றுப்பகுதியில் உள்ள ஊர்களில் உள்ள தமிழர்களுக்கு ஏதாவது பாதிப்பு ஏற்பட்டுள்ளதா...? அனூர், இராமாபுரம் காவல் நிலையங்களில் போலீசார் என்ன செய்து கொண்டுள்ளனர் என்று விசாரிக்கிறார்.

"தமிழர்களுக்கு எதிரான கலவரம் கொள்ளேகால் பகுதியைக் கடந்து இந்தப்பக்கம் வரவில்லை. இன்னும் சிலநாள் இதே நிலை நீடித்தால், இந்தப் பகுதியிலும் கலவரம் வர வாய்ப்புள்ளது. இங்குள்ள போலீசார் எல்லோருமே கன்னடர்களுக்கு ஆதரவாகத்தான் உள்ளனர். நமக்கு எந்த உதவியும் செய்வதில்லை" என்று அங்கிருந்த பெரியவர்கள் சொல்கின்றனர். இதைத் தொடர்ந்து தமிழ் மக்கள் வாழும் ஊர்களுக்கு எல்லாம் ஆள் அனுப்புகிறார்.

அஜ்ஜிபுரம், பீஜிபாளையம், ஜல்லிப்பாளையம், பெத்தனபாளையம், ஹூக்கியம், கொப்பம், தினலி, சத்தியமங்கலம், கூடலூர், நால்ரோடு, சவேரியார்பாளையம், சந்தானபாளையம், மாட்டல்லி, ஒட்டார் தொட்டி, ஒடக்காப்பள்ளம், கவுதள்ளி போன்ற ஊர்களிலிருந்து தமிழ்ப் பேசும் மக்களின் பிரதிநிதிகள் நல்லூர் வருகின்றனர். வீரப்பனின் பங்காளி வகை உறவினரான முனுசாமியின் வாழைத் தோட்டத்தில் கூட்டம் நடந்தது.

அங்கே வந்திருந்த பெரும்பாலான பெரியவர்கள், "இந்தப் பகுதியில் தமிழர்கள் பெரும்பான்மையாக உள்ளனர். இது தவிர லம்பாடி, குறும்பக்கவுண்டர், இஸ்லாமியச் சமூக மக்கள் தமிழர்களுக்கு ஆதரவாக உள்ளனர். அதனால் இந்தப்பகுதியில் இப்போதைக்குக் கலவரம் வர வாய்ப்பில்லை.

ஆனால் அனூருக்கு அந்தப்பக்கம் உள்ள கொள்ளேகால், ஜாகிரி, சத்திகாலம் போன்ற ஊர்களில் உள்ள தமிழர்களுக்குப் பாதுகாப்பு இல்லை. பெரும்பாலான தமிழர்கள் குழந்தைகளையும், பெண்களையும் கொண்டு வந்து நல்லூர் பகுதியில் உள்ள உறவினர்கள் அல்லது தெரிந்தவர்கள் வீடுகளில் விட்டு விட்டுச் செல்கின்றனர்" என்று சொன்னார்கள்.

இதைக்கேட்ட வீரப்பன், "இப்போதைக்கு என்கிட்ட இருபது துப்பாக்கிகளும் அதைக் கையாளும் அளவுக்கு ஆள்களும் இருக்கிறார்கள். இது தவிர இன்னும் முப்பது துப்பாக்கிகளும், அதைக் கையாளும் அனுபவம் உள்ள ஆள்களையும் எந்த நேரமும் தயார் நிலையில் வைத்திருங்கள். கொள்ளேகாலைத் தாண்டி அனூர் பகுதியில் தமிழர்களுக்கு எதிரான கலவரம் தொடங்கினால், இங்கிருந்து ஒரு லாரியில் ஐம்பது பேர் புறப்படுவோம். தமிழர்களுக்கு எதிராகப் போராட்டம் நடத்தும் நூறு பேரையாவது போட்டுத் தள்ளிட்டு வந்திடலாம்" என்று சொல்கிறார்.

இது அந்தப்பகுதியில் இருந்த தமிழ் மக்களுக்குப் பெரிய நம்பிக்கையையும், ஆறுதலையும் கொடுத்தது. இதையடுத்து. தமிழர்கள் வசிக்கும் பகுதியில் தமிழர்கள் பயன்படுத்தும் வேட்டைத் துப்பாக்கிகள் அனைத்தையும், முக்கியமான ஊர்ப் பெரியவர்களின் பொறுப்பில் ஒப்படைத்தனர். எந்த நேரத்தில் வேண்டுமானாலும், சண்டைக்குப் போகத் தயாராக சில இளைஞர்கள் இருந்தனர்.

நல்லவேளையாகக் கலவரம் நீடிக்கவில்லை. அதனால் வீரப்பன் துப்பாக்கிகளுக்கு வேலையில்லாமல் போனது. கிட்டத்தட்ட இரண்டு மாதம் வீரப்பன் அந்தப்பகுதிக் காடுகளிலேயே தங்கியிருந்தார்.

இங்குள்ள தமிழர்களில் பெரும்பாலானோர் வன்னியர்களே. இவர்கள் மேட்டூர் அணை கட்டப்பட்ட காலத்தில், அணைத் தண்ணீரில் மூழ்கிய நிலப்பகுதியில் இருந்து, மாற்று இடம் தேடி, காட்டுப்பகுதிக்குக் குடி பெயர்ந்து போனவர்கள். இவர்கள் அனைவருமே ஏதோ ஒரு வகையில் வீரப்பனுக்கு உறவினர்களாகவே இருந்தனர். தமிழர்களின் பாதுகாப்பாக வீரப்பன் துப்பாக்கியுடன் நல்லூருக்கு வந்துள்ளதை நினைத்து சில இளைஞர்கள் அவர் மீது ஈடுபாடு கொண்டனர். சிலர் வீரப்பனுக்குத் தேவையான அரிசி, பருப்பு, சர்க்கரை போன்ற பொருள்களை வாங்கிக் கொண்டுபோய் காட்டில் கொடுத்து விட்டு வந்துள்ளனர்.

வீரப்பன் நல்லூர் காட்டில் தங்கியுள்ள செய்தியறிந்த சுற்றுப்பகுதி இளைஞர்கள் பலர் கூட்டங் கூட்டமாக வந்து

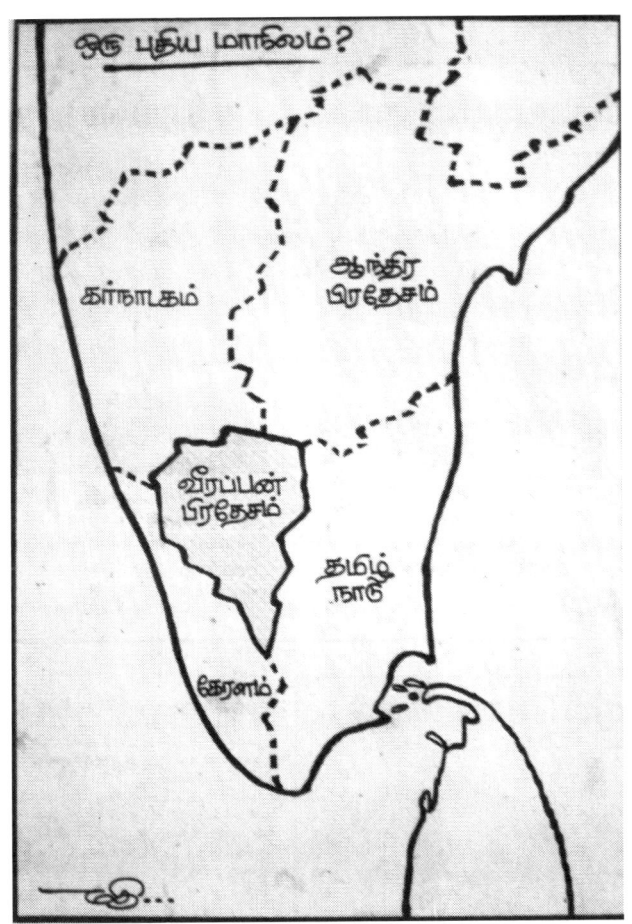

தினமணி நாளிதழில் வெளியான கருத்துப்படம்

வீரப்பனைப் பார்த்துச் சென்றனர். அந்த நேரத்தில், வீரப்பனைப் பார்த்தது அங்குள்ள இளைஞர்களுக்கு ஒரு சாதனையாக இருந்தது.

அதே நேரத்தில், தமிழர்களுக்கு எதிராகக் கலவரம் நடத்தலாம் என்ற நிலைக்குச் சென்ற கன்னட சமூகத்தைச் சேர்ந்தவர்களுக்கும் ஒருவித பயம் வந்தது.

செங்கப்பாடி என்ற சிறிய ஊரின் பிரச்சனைகளுக்காக துப்பாக்கியைத் தூக்கிய வீரப்பன் இந்த இடத்திலிருந்து

கர்நாடகா என்ற ஒரு மாநிலத்துக்கு எதிராகவே அதைத் திருப்பினார்.

அடுத்த பதினான்கு ஆண்டுகள் தமிழ்நாடு - கர்நாடகா எல்லையில் இருக்கும் காட்டுப்பகுதிகள் முழுவதுமே இரு மாநில அரசுகளின் கட்டுப்பாட்டிலும் இல்லாமல் போயின. இந்திய எல்லைக் காவல் படை இரண்டு முறை இந்த மலைக்கு வந்தும், தோல்வியுடனே திரும்பியது. உலக நாடுகளின் ஊடகங்கள் எல்லாமே வீரப்பனின் பெயரை உச்சரித்தன. வீரப்பன் எங்களின் எல்லைச்சாமி என்று சொல்லும் அளவுக்கு அவருக்குப் புகழ் உயர்ந்தது.

2000-ஆம் ஆண்டில் கன்னட சூப்பர் ஸ்டார் ராஜ்குமார் கடத்தப்பட்ட நேரத்தில், தினமணி நாளிதழ் வெளியிட்ட கருத்துப்படமே அதற்குச் சான்று!

அந்த நெடிய வரலாறு அடுத்ததொகுதியில்....

*****